आता हा खजिना ॲकॅडमी ॲवॉर्ड विजेते दिग्दर्शक ॲन्थनी मिंगेला
आणि जिल स्कॉट अभिनित टेलिफिल्मच्या रूपातही उपलब्ध!

द नंबर वन लेडिज डिटेक्टिव्ह एजन्सी

१० दशलक्ष प्रतींची विक्री झालेली,
आंतरराष्ट्रीय बेस्टसेलर ठरलेली पुस्तक-मालिका!

अलेक्झांडर मॅक्काल स्मिथ

अनुवाद
नीला चांदोरकर

मेहता पब्लिशिंग हाऊस

✆ +91 020-24476924 / 24460313 / Mob. No. 9545000513
Email : production@mehtapublishinghouse.com
Website : www.mehtapublishinghouse.com

The No.1 Ladies' Detective Agency by Alexander McCall Smith

Translated into Marathi Language by Neela Chandorkar

द नंबर वन लेडिज डिटेक्टिव्ह एजन्सी / अनुवादित कादंबरी

अनुवाद : नीला चांदोरकर

Email : author@mehtapublishinghouse.com

प्रकाशक : सुनील अनिल मेहता, मेहता पब्लिशिंग हाऊस,
१९४१ सदाशिव पेठ, माडीवाले कॉलनी, पुणे - ४११०३०

अक्षरजुळणी : अनघा पाटणकर, पुणे

मुद्रक : पार्कसन्स ग्राफिक्स

मुखपृष्ठ : चंद्रमोहन कुलकर्णी

प्रथमावृत्ती : ऑक्टोबर, २००९

किंमत : ₹ २००

P Book ISBN 9788184980820

हे पुस्तक
स्कॉटलंडमधील ॲन गॉर्डन-गिलीज
आणि
डलास, टेक्सासमधील
जो आणि मिमी मॅकनाईट यांच्यासाठी...

वडील

प्रेश्यस रामोत्स्वेची स्वत:ची गुप्तहेरसंस्था होती – खाजगी गुप्तहेर संस्था. आफ्रिकेतील बोट्स्वाना ह्या देशात गाले हिलच्या (Kgale Hill) पायथ्याशी असलेलं तिचं ऑफिस अगदी साधं अन् आकारानंही छोटेखानी होतं. नाहीतरी खाजगी गुप्तहेर संस्था चालवायला थाटामाटाची काय गरज? त्यामुळे तिच्या ऑफिसमध्ये दोन टेबलं होती, दोन खुर्च्या होत्या, एक फोन होता अन् एक टाईपरायटर आणि दाराबाहेर उभी असलेली तिची छोटी पांढरी व्हॅन. हो, आणखी एक वस्तू होती – विजेवर चालणारी चहाची किटली – प्रेश्यसचा आवडता रेड बुश टी करण्यासाठी. चहा पिण्यासाठी तीन मग्जही होते – एक तिच्यासाठी, एक तिच्या सेक्रेटरीसाठी आणि तिसरा मग तिच्याकडे काम घेऊन येणाऱ्या ग्राहकासाठी. प्रेश्यसचं याबाबतीतलं गणित अगदी साधं, सोपं अन् सरळ होतं. गुप्तहेरसंस्था चालवण्यासाठी गरज असते बुद्धीची, अक्कलहुशारी आणि अंत:प्रेरणेची.

सुदैवानं आपल्याकडे या गोष्टींची कमतरता नाही, तेव्हा एवढ्या भांडवलावर आपण सहज तगू शकतो. अर्थात ह्या दोन्ही गोष्टी ग्राहकांना त्यांच्या डोळ्यांनी पाहता येणार नव्हत्या हेही खरंच!

तिच्या दृष्टीनं अजून एक गोष्ट महत्त्वाची होती – ऑफिसच्या दारात उभं राहिल्यावर दिसणारा समोरचा परिसर. दारात समोरच एक अकेशियाचा वृक्ष दिसतो. आफ्रिकेतल्या कलहारी वाळवंटात अशी काटेरी झाडं अधूनमधून दिसतात. झाडावरच्या नाजूक, पोपटी पानांच्या पार्श्वभूमीवर त्याचे पांढरे काटे अधिकच तीक्ष्ण भासतात. कधीतरी पहाटे किंवा दुपारची उन्हं कलल्यावर एखादा चुकार पक्षी या झाडाच्या फांदीवर येऊन बसतो, काहीबाही गुणगुणतो, परिसरात तेवढीच काय ती जाग. अकेशियाच्या पलीकडे धुळीनं भरलेला रस्ता, वाळवंट जवळच असल्यामुळे धुळीला काय तोटा. रस्त्याच्या पलीकडे पत्र्याचं छप्पर असलेली घरं – तीही धुळीनं

माखलेली, त्यांच्या पलीकडे दूर अंतरावर वाळूच्या टेकड्या – नितळ, निळ्या आभाळाच्या पार्श्वभूमीवर या टेकड्या मुंग्यांच्या भल्याथोरल्या वारूळासारख्या दिसतात.

सगळेजण प्रेश्यस रामोत्स्वेला, मादाम रामोत्स्वे असंच संबोधायचे. तिच्यामते, तिच्यासारख्या भारदस्त स्त्रीला लोकांनी मॅडम, मादाम रामोत्स्वे अशा आदरार्थी संबोधनानं हाक मारायला हवी, पण लोक मादाम रामोत्स्वेच म्हणायचे. तिलाही त्यात विशेष गैर असं काही वाटायचं नाही. तिचं नाव – प्रेश्यस घेऊनच तर फारच थोडे लोक तिच्याशी बोलायचे.

एक खाजगी गुप्तहेर म्हणून प्रेश्यस रामोत्स्वेनं चांगलं नाव कमावलं होतं. माणूस म्हणूनही जनमानसातील तिची प्रतिमा उजळच होती, तशी तिच्या मायदेशाची – बोट्स्वानाचीदेखील चांगलीच ख्याती होती. कुणाही आफ्रिकन माणसाला अभिमान वाटावा असा हा चिमुकला देश आफ्रिकेतील इतर देशांच्या तुलनेत तर फारच चांगला होता, कारण इथे सुबत्ता होती, शांतता होती अन् त्याहून महत्त्वाचं म्हणजे राजकीय स्थिरता होती.

इतरांचं माहीत नाही, पण प्रेश्यसला आफ्रिकेविषयीही मनापासून प्रेम वाटायचं, आफ्रिकन असण्याचा तिला अभिमानही होता. स्वत:ला एक देशभक्त आफ्रिकाप्रेमी म्हणून घ्यायला तिला निश्चितच आवडलं असतं. तिच्या आफ्रिकेत असंख्य समस्या होत्या. इथली भौगोलिक परिस्थितीही त्या सगळ्याला बऱ्याच अंशी कारणीभूत होती. इथल्या अडचणींना, इथल्या विषम भौगोलिक परिस्थितीला जग नको एवढी प्रसिद्धी देत असेल, पण प्रेश्यसला मात्र प्रामाणिकपणे वाटायचं, माझं इथल्या सर्वच बांधवांवर सारखंच प्रेम आहे, कारण ज्या परमेश्वरानं इतर मनुष्यप्राण्यांना जन्माला घातलंय त्यानंच माझ्या आफ्रिकावासीयांनाही जन्माला घातलंय. त्यांच्याविषयी खरं तर मला इतरांपेक्षा अधिक प्रेम वाटतं, कारण ही माझी माणसं आहेत. त्यांची सुख-दु:खं माझीही सुख-दु:ख आहेत. रक्ताच्या नसेल, पण प्रेमाच्या नात्यात आम्ही एकत्र बांधले गेलेलो आहोत, म्हणूनच मला त्यांना शक्य ती सगळी मदत करायची आहे. त्यांच्या अडचणी सोडवायच्यात. मला वाटतं, देवानंच मला ही बुद्धी, हा विचार दिलाय. त्यांना मदत करायचा हा मार्ग दाखवलाय.

जेव्हा दिवसभराच्या तपासकामातून, घाईगर्दीतून तिला थोडाफार रिकामा वेळ मिळतो, तेव्हा ती समोरच्या अकेशियाच्या सावलीत थोडावेळ शांतपणे बसते. सगळ्या आसनांवर उन्हाळी दुपारची सुस्ती, मरगळ चढलेली असते. इथेही जिकडे पाहावं तिकडे धूळच धूळ असते, पण प्रेश्यसला आता धुळीची सवय झालीय. तिच्या खुर्चीपासून जवळच चार-दोन कोंबड्या दाणे टिपत असतात. तेवढीच काय ती हालचाल असते. अशा या शांत वातावरणात मनातील विचारांवर, समस्यांवर मंथन करायला तिला आवडतं. नीरव वातावरणात एखाद्या समस्येवर अगदी

अचानकपणे तोडगा सापडतो. कधीकधी रिकामं मन तत्त्वचिंतनातही गुरफटू लागतं. अशा वेळी तिला वाटतं, हा माझा देश, इथल्या डोंगर-दऱ्या, इथल्या नद्या, हा सगळा परिसर इथे शेकडो नव्हे, हजारो वर्षांपासून आहे. जे काही बदल झाले असतील, ते किती वरवरचे आहेत. उदाहरणार्थ, मी या देशातली पहिली महिला गुप्तहेर. खरंतर एकमेव स्त्री गुप्तहेर! आज माझ्या ऑफिससमोर बसले आहे, पण अगदी थोड्या वर्षांपूर्वी इथे मानवी अस्तित्वाच्या काहीच पाऊलखुणा नव्हत्या. माझी संस्था नव्हती. २०-२५ वर्षांपूर्वी इथे ही घरंदेखील नव्हती, ऑफिसेस नव्हती, दुकानं नव्हती, होतं ते फक्त कलाहारी वाळवंट. त्यामध्ये अधूनमधून दिसणारी अकेशियाची झाडं, दूर अंतरावर आहे त्या नदीचं कोरडं ठणठणीत पात्र.

त्या काळी खरं पाहिलं तर हा बोट्स्वाना देशतरी कुठे होता, तेव्हा या प्रांताचं नाव होतं 'बेछॉनालँड प्रोटेक्टोरेट'. तो काळ होता ब्रिटिश वसाहतीचा. त्यापूर्वी इथे अधिराज्य होतं कुणा खामा नावाच्या टोळीप्रमुखाचं. तेव्हाही आणि आताही सिंहा-सारखे हिंस्त्र प्राणी मात्र भरपूर आहेत.

आता बोट्स्वाना देश खूप बदलला आहे. इथे गेवोरोन या राजधानीच्या गावी माझ्यासारखी एक आफ्रिकन स्त्री स्वत:ची गुप्तहेर संस्था चालवतेय. माझ्यासारखी म्हणजे एक आडमाप देहाची महिला. सर्वसाधारणपणे गुप्तहेर म्हटलं की डोळ्यां-समोर उभा राहतो एखादा चपळ, चलाख अन् देखणा तरुण किंवा तशाच वर्णनाची एखादी सुंदर स्त्री. प्रेश्यस रामोत्स्वेला हे वर्णन नक्कीच लागू पडलं नसतं, पण बाह्यरूपाचा, आकारमानाचा अन् तिच्या कामाचा काही संबंध नसतो, हे प्रेश्यसनं सिद्ध करून दाखवलं होतं.

तिचे वडील साधे खाणमजूर होते. त्यांनी टाकलेल्या शिलकीतून तिनं आपल्या व्यवसायाची मुहूर्तमेढ रोवली होती. त्यांच्याकडे दुभत्या जनावरांचा मोठा कळप होता. त्यात जवळजवळ १८० गुरं होती. त्यामध्ये काही उत्तम निपजीचे वळू होते. वडिलांच्या मृत्यूनंतर प्रेश्यसनं ही सगळी जनावरं भरपूर किमतीला विकली. त्या वर्षी पाऊसपाणी उत्तम झालेलं असल्यामुळे हिरवा चारा मुबलक होता. गुरांना खाद्य असल्यामुळे किंमतही चांगली मिळाली. त्याच्या गेल्यावर्षी परिस्थिती फार बिकट होती. आफ्रिकेचा दक्षिण भागात दुष्काळ पडला होता, त्यामुळे काही जणांवर त्यांची गुरं खाटिकखान्याला विकायची वेळ आली होती. काही थोड्या लोकांनी दूधदुभत्याच्या आशेनं गुरं स्वत:कडेच ठेवली होती. प्रेश्यसचे वडील बरेच दिवस आजारी असल्यामुळे त्यांना काही निर्णय घेणं शक्यच नव्हतं.

आयुष्याच्या अखेरच्या काही वर्षांत त्यांना फुप्फुसाच्या रोगानं ग्रासलं होतं. आपला अंतकाळ जवळ आलाय, हे त्यांना उमगलं होतं. डॉक्टरांनी त्यांना तशी कल्पनाच दिलेली होती. त्यांनी प्रेश्यसला जवळ बोलावून सांगितलं, "स्वत:चा

असा एखादा उद्योगधंदा सुरू कर. गुरांना चांगली किंमत येतेय तोवरच ती विकून टाक अन् त्या पैशातून एखादं दुकान – मांस, मटण विकण्याचं वगैरे – विकत घे. तुझ्या आवडीचा व्यवसाय सुरू कर म्हणजे झालं.''

तिनं वडिलांचा हात हातात घेतला. त्यांची असहाय स्थिती पाहून तिला फार वाईट वाटलं. उभं आयुष्य खाणमजूर म्हणून घालवल्यामुळे त्यांच्या फुप्फुसांची चाळणी झाली होती. सलग चार शब्दही बोलणं त्यांना शक्य होत नसे. आयुष्यभर काबाडकष्ट करून, काटकसरीनं संसार करून त्यांनी पैसा साठवला होता, हे तिला ठाऊक होतं. दु:खानं तिचा ऊर भरून आला. तोंडातून शब्द फुटेना, तरी तिनं त्यांना आपला विचार सांगितला, ''मला गुप्तहेरसंस्था काढायची आहे. इथे नाही, गॅबोरोनमध्ये. मला खात्री आहे सबंध बोट्स्वानातली ती उत्तम संस्था ठरेल.''

प्रेश्यसचे ते शब्द ऐकून तिचे वडील चाट पडले. 'आपल्या मुलीला गुप्तहेरसंस्था काढायचीय? हे काय भलतंच खूळ?'

आश्चर्यानं त्यांचे डोळे मोठे झाले. 'पण.... पण...' एवढंच ते बोलू शकले, पुढच्याच क्षणी त्यांचा श्वास ओठात अडकला अन् त्यांची अखेर झाली.

वडिलांच्या छातीवर डोकं ठेवून प्रेश्यसनं डोळ्यांतल्या अश्रूंना वाट करून दिली, तेव्हा तिचं मन त्यांच्यावरच्या प्रेमानं अन् आदरानं भरून आलं होतं.

दुरूनही लक्ष जाईल अशा चमकदार ठळक अक्षरांत प्रेश्यस रामोत्स्वेनं आपल्या गुप्तहेर संस्थेच्या नावाची पाटी रंगवून घेतली आणि गावात शिरणाऱ्या लोबात्से मार्गावर लटकवली. तिथून जवळच तिचं ऑफिस होतं.

पाटीवरचे शब्द होते – 'स्त्रियांची एकमेव, अद्वितीय गुप्तहेर संस्था, गोपनीय प्रश्नांची व समस्यांची समाधानकारक उकल करण्याचं सामर्थ्य असलेली संस्था. सर्व संबंधितांना पूर्ण समाधानाची हमी. वैयक्तिक लक्ष घालणारी गुप्तहेर तुमच्या सेवेत हजर.'

अशा प्रकारची ही पहिलीच गुप्तहेर संस्था. त्यातून एका स्त्रीनं सुरू केलेली. साहजिकच, तिच्या धाडसाचं लोकांनी कौतुकानं स्वागत केलं. सरकारदरबारी तिची दखल घेण्यात आली. रेडिओ बोट्स्वानानं तिची मुलाखतही घेतली. प्रेश्यसच्या मते त्या मुलाखतीचा सूर काहीसा टीकेचा होता, कारण प्रश्नकर्त्यानं तिला जरा उद्धटपणे विचारलं, ''पण काय हो मादाम रामोत्स्वे, गुप्तहेर होण्यासाठी जी काही व्यावसायिक, शैक्षणिक पात्रता लागते ती तुम्ही मिळवली आहे का?''

त्यामानानं बोट्स्वाना वृत्तपत्रानं तिला चांगली प्रसिद्धी दिली. त्यांनी खास उल्लेख केला, की एका स्त्री गुप्तहेरानं संस्था चालवण्याचा हा देशातला पहिलाच उपक्रम आहे. त्यामुळे त्यांनी तिचं कौतुकच केलं.

प्रेश्यसनं तत्परतेनं ह्या कात्रणाचा उपयोग आपल्या प्रसिद्धीसाठी केला. मुख्य दारावर तिनं हे कात्रण ठळकपणे दिसेल, अशा पद्धतीनं चिकटवलं आणि तिच्या अंदाजाप्रमाणे तिला खरोखरच फायदा झाला.

'स्त्रियांनी चालवलेली एकमेव अद्वितीय गुप्तहेर संस्था' हे नाव मोठ्या दिमाखात ऑफिसबाहेर झळकू लागलं खरं, पण प्रेश्यसच्या मनात मात्र संस्थेच्या यशाबद्दल थोडी धाकधूक होतीच. 'लोकांनी प्रतिसाद दिला. आपले प्रश्न घेऊन ते माझ्याकडे आले तरच मी ते सोडवू शकणार' हा विचार सुरुवाती-सुरुवातीला तिच्या मनात सतत यायचा.

सुरुवात धीम्या गतीनं झाली, पण मग तिचं नाव चारचौघांत पसरलं. ही बाई खरोखरच आपले प्रश्न सोडवण्याइतकी हुशार अन् धाडसीदेखील आहे, ह्याची त्यांना खात्री पटली, तशी तिच्या ग्राहकांच्या संख्येत वाढ होऊ लागली. बऱ्याच वेळा स्त्रिया आपले प्रश्न घेऊन तिच्याकडे यायच्या, तेव्हा त्यामागचं कारण एकच असायचं – नवऱ्याचं चारित्र्य, त्याचे घराबाहेरचे रंगढंग, तर कधी त्याचं बेपत्ता होणं, घर सोडून दुसऱ्या बाईबरोबर नवा संसार थाटणं या पलीकडेही कधीकधी काही प्रश्न ती सोडवत असे. उदा. एखाद्या गिऱ्हाइकाला भागीदारीत नवीन व्यवसाय सुरू करायचा असे, त्या वेळी भागीदाराची आर्थिक पत शोधण्याचं काम प्रेश्यसला करावं लागे. काही वेळा नोकरमाणसांनी केलेला आर्थिक घोटाळा शोधून काढण्याचं काम कुणी गिऱ्हाईक तिला सांगत असे.

प्रेश्यस रामोत्स्वे कुठलंही काम एक नैतिक जबाबदारी म्हणून घेत असे. ज्या कामासाठी लोक आपल्याला पैसे देतात, त्याचा मोबदला त्यांना मिळायलाच हवा, असं तिचं ठाम मत होतं. त्यामुळे जेवढी शक्य असेल तेवढी सगळी माहिती ती आपल्या गिऱ्हाइकाला देत असे. ज्या वेळी तिला काहीच तपास लागत नसे, त्या वेळी ती कामाचा पैसाही घेत नसे. तिचे कष्ट व्यर्थ जाणार असले तरीही. पण त्यामुळे एक फायदा नक्कीच होत असे, तिच्या कोणत्याच गिऱ्हाइकाची तिच्याबद्दल काही तक्रार राहत नसे.

आपल्या लोकांना जरा चावी दिली की पुरते, लगेच त्यांची तोंडं उघडतात, प्रेश्यस स्वत:शीच हसून म्हणते. मी एक खाजगी गुप्तहेर आहे असं तिनं नुसतं म्हणायचा अवकाश, लोक पटापट स्वत:जवळची सगळी माहिती तिला द्यायचे. कुठल्याही विषयावर त्याच्याकडे माहिती नाही असं व्हायचं नाही. आपण त्यांना महत्त्व देतोय, तेच त्यांच्या लेखी पुरेसं असतं, असा निष्कर्ष तिनं आत्तापर्यंतच्या अनुभवावरून काढला होता अन् अनेक वेळा तिचं हे अनुमान खरं ठरलेलं होतं. तिचं व्यावसायिक यश बऱ्याच प्रमाणात या निष्कर्षावर आधारलेलं होतं. आता हॅपी बॅपेत्सीचंच उदाहरण घ्या ना!

४० च्या आतल्या या स्त्रीचं हॅपी हे नाव तिला खरंच शोभून दिसेल, असं तिचं व्यक्तिमत्त्व अन् स्वभावदेखील होता. लग्न न करता एकटीच राहणारी हॅपी अगदी मजेत, सुखात आयुष्य घालवत होती, पण मग एकदा तिच्या सुखाला ग्रहण लागलं – एका पुरुषाच्या रूपानं!

हॅपी बॅपेत्सी प्रेश्यस रामोत्स्वेच्या गुप्तहेर कारकिर्दीतील सुरुवातीची गिऱ्हाईक. तिची गोष्ट खरोखरच जगावेगळी होती. हा पुरुष दुसरा-तिसरा कुणी नसून तिचा बापच होता. बिच्चारी हॅपी! बालपणीच तिनं पितृछत्र गमावलं होतं, पुष्कळ वर्षांनंतर तिचं भाग्य उजळलं, तिचे वडील तिच्या आयुष्यात परत आले. सकाळच्या सोनेरी किरणांसारखे सुखाचे दिवस तिच्या आयुष्यात घरात शिरले पण पुन्हा एकदा काळोख झाला.

''खरं सांगू, एकटीनं आयुष्य जगत होते तेव्हा अगदी मजेत होते. आपलं काम बरं आणि आपण बरं अशी वृत्ती होती माझी. एका बँकेत नोकरी करायची मी म्हणजे अजूनही करते. चांगला पगार आहे, पण हे वादळ आलं आयुष्यात, आता सगळं अचानक अंधारून आल्यासारखं झालंय.''

हॅपी अधूनमधून चहाचे घुटके घेत होती. हॅपीनं आपली कहाणी तिला सांगायला सुरुवात केली अन् लवकरच प्रेश्यसच्या चाणाक्ष नजरेनं काही गोष्टी टिपल्या. 'जरा निरखून पाहिलं, तर माणसाचा चेहरा त्याच्या मनातल्या किती गोष्टी स्पष्ट सांगतो दुसऱ्याला' तिच्या मनात विचार आला, तसं पाहिलं तर चेहऱ्याची ठेवण, रंगरूप या गोष्टी गौणच असतात. (आफ्रिकेतले लोक समजत, माणसाच्या डोक्याचा आकार त्याच्या स्वभावाविषयी खूप काही सांगतो, पण प्रेश्यसचा या कल्पनेवर विश्वास नव्हता.) डोक्याच्या आकारापेक्षा चेहऱ्यावरच्या रेषा अधिक बोलक्या असतात आणि त्याहून अधिक बोलके असतात ते माणसाचे डोळे! या दोन खिडक्यांतून आत डोकावता येतं. माणसाचं सुखदुःख, त्याचा स्वभाव या सगळ्याचं स्पष्ट प्रतिबिंब त्याच्या डोळ्यांमध्ये दिसतं, त्यानं कितीही लपवायचा प्रयत्न केला तरी! म्हणूनही असेल, लबाड, ढोंगी माणसं घराच्या आत शिरली तरी डोळ्यांवरची काळी झापडं दूर करत नाहीत. अशा माणसांवरच नजर रोखावी लागते. एरवी साधीभोळी माणसं डोळ्यांनीच जास्त बोलतात.

आता ह्या हॅपीचंच पाहा ना. बाईला कसल्यातरी काळजीनं पछाडलंय. काहीतरी संशय तिच्या मनाला कुरतडतोय खरा, पण तिचे पाणीदार, स्वच्छ डोळे दुसरंही काहीतरी सांगताहेत. तिच्या हुशारीची चमक, तिच्या बुद्धिमत्तेची झलक तिच्याशी बोलताना जाणवते. काहीतरी समस्या आहे म्हणून ती आपल्याकडे आली आहे हे उघडच आहे पण एरवी ती सुखात असणार. तिच्या नितळ चेहऱ्यावर दिसताहेत त्या फक्त हास्यरेषा. खूप दुःख सहन केलेल्या, खडतर आयुष्य जगणाऱ्या

व्यक्तीच्या चेहऱ्यावर ज्या रेषा दिसतात त्या हिच्या चेहऱ्यावर दिसत नाहीत.

"मी थोडं माझ्याविषयी सांगते म्हणजे तुम्हाला माझी समस्या नीट समजेल. चालेल ना?'' आत्मविश्वासानं हॅपीनं प्रश्न केला.

"अवश्य.''

"मी मूळची मॉन (Maun) गावातली – हे गाव ओकावँगो नदीच्या अगदी वरच्या बाजूला आहे. तिथे माझ्या आईचं एक छोटंसं दुकान होतं अन् मागच्या बाजूला आम्ही दोघी राहायचो. त्या काळात आमच्याकडे बऱ्याच कोंबड्या होत्या, त्यामुळे आम्ही मायलेकी मजेत राहायचो.

"मी लहान होते तेव्हाच एक दिवस आईनं मला डॅडींविषयी सांगितलं, 'तू अगदी तान्हुली होतीस तेव्हाच तुझे बाबा नोकरीसाठी म्हणून बुलावायोला गेले अन् मग परतलेच नाहीत. सुरुवातीला मी खूप तपास केला. काही काळानंतर इथल्याच एका माणसानं – मोट्स्वाना म्हणतात त्यांना – मला पत्रानं कळवलं की तुझे बाबा वारले, पण त्याला नक्की माहिती नव्हती. त्यानं पुढे लिहिलं होतं, एकदा मी माझ्या एका नातेवाइकाला भेटायला मिलो (MPILO) हॉस्पिटलमध्ये गेलो होतो. वॉर्डातल्या मार्गिकेतून चालत असताना मला एक स्ट्रेचर दिसलं. वॉर्डबॉईज ते कुठेतरी घेऊन जात असावेत. त्यावर एक मृतदेह होता. त्याचा चेहरा अगदी तुमच्या पतीच्या चेहऱ्यासारखा वाटला मला. अर्थात त्याला १००% खात्री नव्हती, असंही त्यानं पुढं लिहिलं होतं.

"एक प्रकरण संपलं असा आम्ही दोघींनी विचार केला. खरं सांगायचं तर माझ्या आईला बाबांच्या मृत्यूच्या बातमीनं फारसं दुःख झालंय, असं मला वाटलंच नाही. मला तर काय त्यांची पुसटशी आठवणही नव्हती. पुढे केव्हातरी माझी आई मला म्हणाली, 'ठीकच आहे. नाहीतरी मला त्यांच्याविषयी फार प्रेम नव्हतंच.'

"मी थोडी मोठी झाले अन् आईनं मला शाळेत घातलं. ती शाळा ख्रिश्चन मिशनऱ्यांनी चालवलेली होती. त्यातल्या एका शिक्षकाच्या एक दिवस लक्षात आलं, 'अरे व्वा! गणितात तुझं छान डोकं चालतंय.' मग त्यांनी मला अनेक गणितं घातली, खूप शिकवलं. ते कौतुकानं नेहमी म्हणायचे, 'तुझ्यासारखं गणिती डोकं आजपर्यंत पाहिलं नाही मी.'

"खरं सांगू तुम्हाला मॅडम, मला स्वतःलाही काही वेगळीच जाणीव व्हायला लागली. माझ्यामध्ये काहीतरी विलक्षण गुण, शक्ती म्हणा हवं तर – होती खरी. अहो, एखादी खूप मोठी – अगदी आठ-दहा आकडी संख्यांची बेरीज-वजाबाकी करायची असली तरी माझं डोकं विजेच्या गतीनं काम करायचं. इतर मुलांसारखी आकडेमोड न करताही मी पटकन गणितं सोडवू शकायची अन् प्रत्येक वेळी माझं उत्तर तंतोतंत बरोबर असायचं.

“साहजिकच परीक्षेत नेहमी माझा वरचा क्रमांक असायचा. मी शालांत परीक्षा पास झाले अन् लगेच गेबोरोवला जाऊन लेखापाल होण्याचं ज्ञान संपादन केलं. तिथेही मला तोच विलक्षण अनुभव आल. एकवार मी कागदावरच्या आकड्यांकडे पाहायची अन् काय व्हायचं माहीत नाही, पण माझा मेंदू ते सर्व आकडे, त्या सगळ्या संख्या जणू क्षणार्धात टिपून घ्यायचा. दुसरे दिवशी मी क्लासला गेले की तो संपूर्ण कागद – त्यावरच्या सर्व संख्यांसह – जसाचा तसा माझ्या डोळ्यांसमोर उभा राहायचा. मला खात्री वाटायची की त्या सगळ्या संख्या मी अगदी बरोबर पुन्हा लिहून काढू शकेन.

“मग मी एका बँकेत नोकरी धरली. तिथेही माझ्या हुशारीच्या जोरावर मला भराभर वरच्या जागा मिळत गेल्या. आता मी तिथे कनिष्ठ लेखापाल आहे. यापुढे मात्र मला वरची जागा मिळणार नाही, कारण बाईनं आपल्यापेक्षा वरचढ असलेलं पुरुषांना खपत नाही ना! पण माझी त्याबाबत काही तक्रार नाही. मला चांगला पगार आहे. मी एकटीच राहते. चार खोल्यांचं प्रशस्त घर आहे. माझं काम तीन वाजताच संपतं, मग मी मजेत हिंडते, फिरते, मनाजोगी खरेदी करते. तिशीला पोहोचलेल्या माझ्यासारखीला आणखी काय हवं असतं?”

तिची कहाणी ऐकत असताना प्रेश्यसला बरं वाटत होतं. तिला हॅपीच्या व्यावसायिक यशाचं कौतुकच वाटलं. विशेष म्हणजे एकटी राहत असूनही हॅपी बॅपेत्सी नावाप्रमाणेच सुखी, आनंदी वाटत होती.

“फारच छान, फार क्वचितच तुझ्यासारखी यशस्वी अन् आनंदी बाई दिसते.” प्रेश्यस रामोत्स्वेनं तिचं उघडपणे कौतुक केलं तेव्हा हॅपीलाही या कौतुकवर्षावानं आनंद झालेला दिसला.

“खरोखरच मी सुदैवी आहे.” हॅपी म्हणाली, “पण आता एक तिढा निर्माण झालाय – डॅडींच्या परत येण्यामुळे.”

ते शब्द ऐकताच प्रेश्यसनं एक दीर्घ श्वास घेतला. अशी गोष्ट आहे तर! तिच्या कल्पनेपेक्षा फारच वेगळी समस्या होती. प्रेश्यसला वाटलं होतं, नेहमीप्रमाणे एखादा तरुण पुरुष तिच्या आयुष्यात आला असेल अन् त्यानं तिच्या आयुष्यात वादळ निर्माण केलं असेल. वडिलांमुळे एवढा मोठा पेचप्रसंग निर्माण होऊ शकतो, ह्याची तिला कल्पनाच आली नसती.

“मला चांगलं आठवतंय, तो दिवस शनिवार होता. ऑफिसमधून घरी येऊन दुपारच्यावेळी मी विश्रांती घेत लोळत पडले होते. कुणीतरी दारावर थाप मारली. दार उघडून पाहते, तो एक वृद्धसा वाटणारा गृहस्थ दारात उभा. मला पाहताच त्यांनी आपले दोन्ही बाहू पसरले, मला एकदम मिठीत घेतलं अन् गहिवरल्या स्वरात ते म्हणाले, ‘हॅपी! माझ्या पोरी, किती वर्षांनी भेटतोय मी तुला.’

त्यानंतर त्यांनी मला आपली कहाणी ऐकवली. इतकी वर्षं ते बुलावायोत राहात होते. अलीकडेच ते बोट्स्वानाला परत आले होते अन् आता माझ्याकडे आले होते.

तुम्हाला कल्पना आलीच असेल, त्यांना पाहून मला किती धक्का बसला असेल ह्याची! मटकन खाली बसले नसते, तर बहुतेक चक्कर येऊन कोसळलेच असते. स्वत:ला सावरण्याचा प्रयत्न करत होते. तेवढ्याच वेळात त्यांनी मला माझ्या आईविषयी माहिती सांगितली – तिचं नाव, तिच्या सवयी, लकबी, आवडी-निवडीविषयी ते बोलत राहिले. तशी माझी खात्री पटत गेली की हेच माझे डॅडी.'' किती वर्षं होऊन गेली तुम्हाला दोघींना भेटून. मी नेहमी म्हणायचो स्वत:ला, परत गेलं पाहिजे आपण. माझी बायको, माझी लेक माझी वाट पाहत असतील, पण नाहीच जमलं अन् आता आलो परत तर तिची भेट नाहीच.'' ते बोलायचे थांबले कारण त्यांचा गळा दाटून आला.

थोड्या वेळानं त्यांनी स्वत:ला सावरलं अन् मला म्हणाले, 'मला तुझ्या घरात राहू देशील? थकलोय मी फार आता.'

'हे काय विचारता डॅडी, तुमचा हक्कच आहे तो.' मी प्रेमानं म्हटलं. इतक्या वर्षांनंतर का होईना, माझे डॅडी परतले होते ह्याचं मलाही अप्रूप वाटत होतंच. आता मागल्या सगळ्या वर्षांची भरपाई आपण करायची, असं मी ठरवलं. माझ्या घरातली एक खोली मी त्यांना दिली. तिथं ते आरामात राहू लागले. एक नवा अध्याय माझ्या आयुष्यात सुरू झाला.

''पहिल्या दिवशी मी त्यांच्या आवडीचा स्वयंपाक केला. ते पोटभर जेवले. पुन्हापुन्हा मागून घेत जेवले अन् मग तृप्तीचा ढेकर दिला. त्यांच्या चेहऱ्यावरचं समाधान पाहून माझ्या सगळ्या श्रमांचं सार्थक झालं, असं मला वाटलं.''

''मग पुढे?'' प्रेश्यसनं कुतूहलानं विचारलं.

''असे तीन महिने गेले. तेव्हापासून डॅडी माझ्याकडे राहतात, मी सकाळी त्यांच्यासाठी नाश्ता बनवते, दुपारचं जेवण करून टेबलावर ठेवते अन् संध्याकाळी आल्यावर परत रात्रीचा स्वयंपाक करते. रोज त्यांना बीअरची एक बाटलीही देते. मी त्यांच्यासाठी नवे कपडे आणले, नवीन बूट आणले. त्यांचा दिनक्रम गेल्या तीन महिन्यांत एकदाही बदललेला नाही. खाण्यापिण्याव्यतिरिक्त सगळा वेळ ते बाहेरच्या व्हरांड्यात खुर्चीवर बसून असतात. नाश्ता झाला की दुपारचं जेवण काय हवं ते सांगतात अन् ते झालं की रात्रीच्या जेवणाचा बेत सांगतात.''

''बहुतेक पुरुष असेच असतात.'' प्रेश्यसनं आपलं मत सांगितलं.

''ते मलाही माहीत आहे, पण डॅडी जरा जास्तीच पुरुषी स्वभावाचा नमुना आहेत. गेल्या तीन महिन्यांत या माणसानं एकदाही आपला चहाचा मग किंवा

जेवणाची थाळी धुतलेली नाही. घरातलं सगळं काम करून अन् आठ तास बँकेत काम करून आता मात्र मी थकले आहे. मला खरं तर या सगळ्याचा कंटाळा आलाय. शिवाय त्यांना बराच पैसा हवा असतो त्यांच्या औषधासाठी अन् टॉनिक्ससाठी!

"तुम्हाला अगदी माझ्या मनातलं सांगते, मादाम मला ह्या सगळ्याचा जरादेखील त्रास वाटला नसता. कुणा तिऱ्हाइतासाठी थोडंच मी हे सगळे कष्ट घेत होते? पण मला एक वेगळाच विचार अलीकडे सतावू लागला, माझं मन कुरतडू लागला. माझ्या मनात शंका उमटली, 'हा गृहस्थ खरंच माझा बाप आहे का?'

"एकदा या विचारानं उचल खाल्ली अन् मला त्यांची प्रत्येक हालचाल, प्रत्येक शब्द, इतकंच नव्हे तर त्यांचं सगळं वागणं बोलणं-चालणं खोटं वाटू लागलं. या माणसानं कुठूनतरी माझ्या खऱ्या डॅडींविषयी माहिती मिळवली अन् आता तो तिच्या आधारे माझा गैरफायदा घेतायत, अशी माझी जवळजवळ खात्री पटली. ह्या माणसाला सांभाळणारं, ह्याची काळजी घेणारं, ह्याला तिन्ही त्रिकाळ खाऊ घालणारं कुणी नाहीये त्यामुळे तो आता आपल्या जिवावर जगू पाहतोय, फुकटची सेवा मिळतेय. आणखी काय हवं असतं माणसाला ह्या वयात?"

तिचं बोलणं ऐकताना प्रेश्यसच्या मनात विचारांचं काहूर उठलं. काय जात असते ही माणसाची? दुसऱ्याच्या भावनांना हात घालून त्याच्या जिवावर आयतेपणानं जगताना ह्या माणसाला लाज नाही वाटली? स्वत:ची घृणा नाही आली? ह्या स्त्रीच्या चांगुलपणाचा किती फायदा घ्यावा एखाद्यानं? फसवेगिरीला पण काही मर्यादा असते की नाही?

"मला तुम्ही मदत कराल का?" हॅपी बॅपेत्सीच्या प्रश्नानं प्रेश्यस भानावर आली. "तुम्हाला शोध लावता येईल का हा माणूस कोण आहे या गोष्टीचा? ते खरोखरच माझे डॅडी असतील तर त्यांना पोसायची माझी तयारी आहे, पण नसतील तर मात्र मी त्यांना ठेवून घेणार नाही."

"बघते प्रयत्न करून. दोनेक दिवसात कळेल बहुतेक खरं काय आहे ते." प्रेश्यस रामोत्स्वेनं अभिवचन दिलं.

"थँक्यू व्हेरी मच." म्हणून हॅपी निघून गेली तेव्हा प्रेश्यसला वाटलं आपण तिला कबूल तर केलंय, पण वाटते तितकी सोपी गोष्ट नाहीये ही. अर्थात अलीकडच्या काळात रक्ततपासणीमुळे खरी गोष्ट समजू शकते, पण त्याला तयार कसं करायचं? अन् उगीच संशय घेतल्यासारखं होईल ते. छे! इतक्या उघडपणे हा प्रश्न सोडवता येणार नाही. असा काहीतरी मार्ग अवलंबला पाहिजे की ज्यामुळे

हा माणूस हॅपी बॅपेत्सीचा पिता आहे की नाही ह्या प्रश्नाची ताबडतोब उकल होईल 'आहे की नाही?' या शब्दांशी तिचं मन थबकलं, अन् तिला तात्काळ आठवलं. बायबल-मधल्या एका कथेत अशाच प्रकारचा विषय होता. तिनं स्वत:लाच विचारलं, राजा सॉलोमननं काय केलं असतं अशा प्रसंगी?

ठरलं! हाच मार्ग अवलंबायचा.

प्रेश्यसनं आपल्या एका हॉस्पिटलमध्ये परिचारिका असलेल्या मैत्रिणीकडून तिचा गणवेश मिळवला आणि अंगावर चढवून बघितला. तिच्या आडव्या बांध्याच्या शरीराला तो जरा घट्ट बसला. विशेषत: दंडांना अगदी काचल्यासारखं वाटलं, पण थोड्याच वेळासाठी घालायचाय तेव्हा जरासा त्रास सोसायला हरकत नाही, असं तिनं आपल्या मनाला समजावलं. (तिची मैत्रीण सिस्टर गोग्वेदेखील सर्वसाधारण आफ्रिकन महिलांप्रमाणे जाडजूड बांध्याचीच होती.) गळ्यात तिनं परिचारिका अडकवतात त्याप्रमाणे एक घड्याळ लटकवलं अन् आरशात स्वत:ची छबी न्याहाळली. प्रिन्सेस मरीना हॉस्पिटलमधली एक परिचारिका आहे असंच तिला पाहून कुणालाही वाटलं असतं. 'चला, निदान बहुरूप्याचा वेष तरी जमतोय आपल्याला!'

स्वत:च्या छोट्याशा पांढऱ्या व्हॅनमध्ये बसून प्रेश्यस, हॅपी बॅपेत्सीनं दिलेल्या पत्त्यावर जायला निघाली तेव्हा तिच्या मनात विचार आला, आपण आफ्रिकन माणसं नातेसंबंध जोपासतो, नातेवाइकांना मदत करायला आपल्याला मनापासून आनंद वाटतो, त्याचा अभिमानही वाटतो; पण ह्याच आपल्या गुणाचा आपले भाईबंद किती गैरफायदा घेतात. नव्हे, आपणच आपल्या अतिसोशिकपणामुळे, उदारपणामुळे ह्या लोकांना परावलंबी बनवतो, आळशी बनवतो. पांगळे होतात ते आपल्या या स्वभावामुळे! तिला आठवलं, तिच्या माहितीतला एक पोलीस हवालदार स्वत:च्या बायकोमुलांबरोबरच एक काका, दोन आत्या अन् एका चुलत किंवा आतेभावंडाचीही काळजी घेत होता. आपल्या दाराशी आलेल्या नातेवाइकाला विन्मुख पाठवणं हे इथल्या सेत्स्वाना संस्कृतीत बसतच नाही, ह्याचाच गैरफायदा फुकटे नातेवाईक अन् कधीकधी चोर-लफंगे घेत असतात. अशा मंडळींमुळे एखाद्या चांगल्या परंपरेला ग्रहण लागतं, हेच खरं!

हॅपी बॅपेत्सीच्या घरापासून काही अंतरावर असताना प्रेश्यसनं गाडीचा वेग वाढवला. आपण एका गंभीर अपघाताची बातमी घेऊन जातोय तेव्हा दारापाशी बसलेल्या हॅपीच्या डॅडींना वाटलं पाहिजे की काहीतरी महत्त्वाच्या कामासाठी आपण त्यांना भेटणार आहोत. गाडीच्या वेगानं धुरळा उडाला तर त्यांच्या मनावर पहिली छाप चांगली पडेल.

हॅपीनं सांगितलं होतं त्याच पद्धतीनं तिचे डॅडी अंगणात खुर्ची टाकून, कोवळ्या उन्हाची शाल पांघरून आरामात बसले होते. डोळे बंद करून स्वारी सुखात स्वप्नरंजन करत असावी, दुपारच्या जेवणाविषयी, रात्रीच्या चमचमीत भोजनाविषयी. गाडीचा आवाज ऐकताच त्यांनी डोळे उघडले अन् ते जरा ताठ होऊन बसले. प्रेश्यसनं गाडीचं इंजीन बंद केलं, दार उघडलं अन् जवळजवळ धावतच ती हॅपीच्या डॅडींकडे गेली.

"मि. दुमेला," धापा टाकत तिनं विचारलं, "तुम्ही हॅपीचे डॅडी ना?"

ते गृहस्थ पटकन उभे राहिले अन् अभिमानानं म्हणाले, "हो, मीच हॅपीचा डॅडी."

धावल्यामुळे आपला ऊर धपापतोय, असं नाटक करत प्रेश्यस त्यांना म्हणाली, "तुम्हाला एक वाईट बातमी द्यावी लागतेय मला. हॅपीला अपघात झालाय. एका गाडीनं जबरदस्त धक्का दिल्यामुळे ती गंभीर जखमी झालीय. हॉस्पिटलमध्ये तिच्यावर शस्त्रक्रिया करावी लागणार आहे. बहुतेक सुरू पण झाली असेल आत्तापर्यंत."

"अरे देवा, हे काय झालं माझ्या पोरीला." विव्हळल्यासारखा आवाज काढत ते मटकन खाली बसले. "काय होणार आता माझ्या लेकीचं?"

'नाटक तर चांगलं जमतंय.' प्रेश्यस स्वत:शीच म्हणाली. मग तिला वाटलं, हे नाटक नसेलही, खरंच ते हॅपीचे वडील असतीलही. पण छे, ते शक्य वाटत नाही. हॅपी सांगते तेच खरं असणार. एका मुलीला आपला जन्मदात्याची ओळख पटणार नाही, हे अशक्य वाटतं. भले त्या दोघांची भेट खूप वर्षांनी झाली असली तरी.

"चला, दादा उठा, असे हातपाय गाळून कसं चालेल? तिला या क्षणी तुमचीच गरज आहे. अपघातामुळे खूप रक्त गेलंय. त्यामुळे बरंच रक्त द्यावं लागणार आहे असं डॉक्टर म्हणाले."

"हो तर रक्त द्यायलाच हवं, पण तुम्ही काळजी करू नका. हवा तेवढा पैसा लागला तरी हरकत नाही."

"प्रश्न पैशाचा नाहीये हो. हॉस्पिटलमध्ये रक्ताला पैसे पडत नाहीत. पण आत्ता या क्षणी तिच्या रक्तगटाशी जुळेल असं रक्त हॉस्पिटलमध्ये उपलब्ध नाही. म्हणून तर डॉक्टरांनी मला तुमच्याकडे पाठवलं. तुम्हाला घेऊन यायला आलेय मी. तुमचंच रक्त देता येईल तिला."

ते मटकन खाली बसले. त्यांचा चेहरा पांढराफटक पडला, "मी पडलो म्हातारा माणूस. माझं रक्त कसं देणार मी?"

"तुम्ही नका काळजी करू. डॉक्टरांना त्याची कल्पना आहे. ते म्हणाले, 'कसंही करून हॅपीला जगवायला हवं' अन् तुम्हीच तिला वाचवू शकाल. पाच-दहा बाटल्या रक्त तरी नक्कीच लागेल द्यायला."

डॅडी घाबरले होतेच. आता त्यांचं तोंड वासल्यासारखं झालं. ''हॅपी मरणाच्या दारात? अरे देवा.''

''म्हणून तर म्हणतेय, वेळ घालवू नका. अशावेळी तुम्ही, तिचे वडील, मदत नाही करणार तर कोण करेल? चला लवकर, थोडासा उशीर झाला तरी कायमचं दु:ख करत बसावं लागेल. डॉ. मोघिले तुमचीच वाट बघतायत.''

डॅडींनी बोलण्यासाठी तोंड उघडलं पण परत ते गप्प झाले. जणू दु:खानं त्यांची वाचाच गेली होती.

''चला बरं, मी नेते तुम्हाला हाताला धरून. मला कल्पना आहे तुमचे हातपाय गळून गेल्यासारखे झालेत.'' असं म्हणून प्रेश्यसनं त्यांचं मनगट हातात धरलं.

त्यांनी हताशपणे मान हलवली, ''नको, त्याचा काही फायदा नाही. आता खोटं बोलण्यातही काही अर्थ नाही. मी हॅपीचा डॅडी नाहीये. काहीतरी गैरसमज झालाय तुमचा.''

प्रेश्यसनं त्यांच्या हातावरली पकड सैल केली. ती उठून त्यांच्यासमोर उभी राहिली. तिनं सावकाशपणे छातीवर दोन्ही हातांची घडी केली आणि त्यांच्या नजरेला नजर देत शांतपणे एकेक शब्द स्पष्ट उच्चारत ती म्हणाली, ''असं आहे तर! तुम्ही तिचे वडील नाहीत. मग इथे तिच्या घरी काय करताय? तिच्या घरी राहायचं, तिच्या जिवावर फुकट जगायचं, मजा करायची. बोट्स्वानामधला कायदा ठाऊक आहे का तुम्हाला? ऐकलाय का कधी यापूर्वी? दुसऱ्याच्या जिवावर जगणाऱ्या तुमच्यासारख्या खोटारड्या माणसाला काय शिक्षा होऊ शकते, ते मी सांगू तुम्हाला?'' बोलता-बोलता तिचा आवाज वरच्या टिपेला गेला.

हॅपीच्या तोतया डॅडींची मान खालीच राहिली. वर न बघताच त्यांनी नकारार्थी मान हलवली.

''ठीक आहे. तुम्हाला तुमचा गुन्हा तरी मान्य आहे ना? आता फक्त एक गोष्ट करायची – घरात जायचं, आपलं चंबूगबाळं आवरायचं अन् काढता पाय घ्यायचा, पाच मिनिटांच्या आत. तुम्ही तुमचं तोंड काळं केलं नाहीत तर... ठीक आहे, सामान घेऊन या तुम्ही. मी तुम्हाला सोडते बसस्टेशनवर. कोणत्या गावी राहता तुम्ही?''

''लाबोत्से, पण मला नाही आवडत तिथे राहायला.''

''का? काही कामधंदा नाही? बरोबरच आहे, इथे इकडची काडी तिकडे न करता चारी ठाव खायला मिळतंय, मग कशाला काम करायला हवं, नाही का? आता एक करा, गावी परत जा, कुठेतरी काम शोधा अन् स्वत:च्या हातानं आपलं पोट भरायला शिका. चला, उठा.''

गरीब बिचारे डॅडी. त्यांना हक्काच्या आरामावर पाणी सोडण्याचं जिवावर आलंय असं दिसताच प्रेश्यसनं आवाज चढवला.

"चला, आता फक्त चार मिनिटं उरलीत."

संध्याकाळी हॅपी बॅपेत्सी घरी आली, तेव्हा तिला डॅडींची खोली रिकामी दिसली. किचनमधल्या टेबलावर प्रेश्यसनं तिला दिसेल अशा पद्धतीनं एक चिठ्ठी ठेवली होती. ती वाचताच तिच्या चेहऱ्यावर आनंद पसरला.

'ते तुझे डॅडी नव्हतेच, त्यांच्याच तोंडून मी ही गोष्ट वदवून घेतली हे महत्त्वाचं. कुणी सांगावं? तुला तुझे खरे डॅडी भेटतीलही कदाचित, तोपर्यंत वाट पाहत राहा अन् सुखात जग.'

ते जुने दिवस

जुन्या आठवणी – मग त्या सुखाच्या असोत वा दुःखाच्या – मनातून जाता जात नाहीत, हेच खरं असं प्रेश्यस रामोत्स्वेला नेहमी वाटतं. शरीराच्या आकारमानाच्या तुलनेत आपलं डोकं लहान असतं, पण त्याच्या आत किती गोष्टी आपण साठवून ठेवू शकतो असा विचार कधीकधी तिच्या मनात येतो. स्वच्छ, निळ्या आकाशात जशा कधीकधी मधमाश्यांच्या झुंडी दिसतात तशा मनामध्ये शेकडो, हजारो, लाखो आठवणी असतात – माणसांच्या, गावांच्या, लहान-मोठ्या घटनांच्या, तऱ्हतऱ्हेच्या वासांच्या, संवेदनांच्या... अचानकपणे त्या जाग्या होतात अन् आपल्याला जाणवतं, आपण कोण आहोत ते. माझंच पाहा ना, मी प्रेश्यस रामोत्स्वे. बोट्स्वानाची एक नागरिक. ओबेद रामोत्स्वे माझे वडील – मी त्यांची एकुलती एक लाडकी लेक.

डॅडी म्हटलं तर अल्पायुषी. आजच्या काळात साठाव्या वर्षी मृत्यू म्हणजे अकालीच असं म्हणावं लागेल. पण डॅडींच्या बाबतीत नाही म्हणता येणार. ते एक खाणमजूर होते. कितीतरी वर्षं त्यांनी जमिनीच्या खाली खोल खाणीत, धुळीनं भरलेल्या बंदिस्त वातावरणात खडक फोडले. हिऱ्यांच्या खाणीत काम केलं, पण स्वत: गरिबीतच जगले.

गरिबीत जगले, पण प्रामाणिकपणे जगले अन् महत्त्वाची गोष्ट म्हणजे इतर कामगारांच्या तुलनेत फार शहाणपणानं वागले. आयुष्यभर त्यांनी आपल्या कमाईतला काही पैसा शिल्लक टाकला. तो व्यवस्थित गुंतवला अन् वाढवलादेखील– दुभती जनावरं विकत घेऊन.

पण शेवटी जगले एक सामान्य माणूस म्हणूनच. एक सामान्य आफ्रिकन माणूस या नात्यानं ओबेद रामोत्स्वे यांचं नाव ना कुणाला ठाऊक ना ते कुणाच्या फार काळ लक्षात राहील, कारण अशा सामान्य माणसांचं कुणाला काय कौतुक असणार? त्यांच्याबद्दल चार शब्द तरी कुणाला लिहावेसे वाटतील का? त्यांना

लिहिता-वाचता आलं असतं तर कदाचित त्यांनी आपली कहाणी लिहून ठेवली असती.

मी ओबेद रामोत्स्वे, १९३० साली माझा जन्म महालप्पे या गावी झाला. हे गाव बोट्स्वानाची राजधानी गॅबोरोन आणि फ्रान्सिसटाऊन या शहरांच्या मध्यावर असेल. हा रस्ता त्यावेळी कच्च्या मातीचा रस्ता होता, पण आम्हाला वाटायचं, हा रस्ता कुठे संपतच नाही. त्या काळी रेल्वेला जास्त महत्त्व होतं. महालप्पेच्या वरच्या अंगाला बुलावायो गाव होतं. तिथे रेल्वेमार्गाला सुरुवात व्हायची. बोट्स्वानात तो प्रवेश करायचा त्या गावाचं नाव होतं प्लमट्री. बोट्स्वानातून हा रेल्वेमार्ग खाली दक्षिणेला जायचा. तिथे दक्षिण आफ्रिकेतलं पहिलं गाव होतं माफिकेंग.

मला आठवतंय, माझ्या बालपणी आम्ही मुलं बहुतेक वेळा रेल्वेगाड्या बघत उभे राहायचो. वेळ मजेत जायचा. त्यातल्या काही गाड्या वाफेचे लोट सोडत बाजूच्या रुळांवर जाऊन उभ्या राहायच्या. कोण अशा गाडीच्या जास्तीतजास्त जवळ जाऊ शकतं, याबाबतीत आम्ही एकमेकांमध्ये पैजा लावायचो. खूप गंमत वाटायची. कधीकधी असल्या वात्रटपणाबद्दल इंजिनात कोळसे भरणारे रेल्वेचे कामगार आमच्यावर ओरडायचेदेखील. आम्ही दूर राहावं म्हणून स्टेशनमास्तर जोरजोरात शिट्टी फुंकायचे. आम्ही तेवढ्यापुरतं दूर पळायचो तिथून, पण पुन्हा आमचे उद्योग सुरू व्हायचे. अशा वेळी कधी आम्ही झुडपांमागे तर कधी सामानाच्या खोक्यांमागे दडून उभे राहायचो. प्रवासी गाडी येताना दिसली, की आम्ही पुन्हा गाडीच्या दिशेनं धावायचो. खिडक्यांच्या आत बहुतेक वेळा गोरे लोक – साहेब आणि मडमा असायच्या. आम्ही हात पसरून त्यांच्याकडे पैसे मागायचो. त्यांचे पांढरे फटक चेहरे पाहून आम्हाला भीती वाटायची. कसे भुतासारखे दिसायचे ते लोक. पण त्यातले काही आमच्या अंगावर पैसे फेकायचे. बहुतेक वेळा हा पैसा तांब्याचा असे. मध्याभागी मोठं भोक असलेलं हे नाणं म्हणजे त्यांच्या ऱ्होडेशिया या देशातली पेनी असायची. क्वचित एखादा प्रवासी चांदीचं नाणंदेखील फेकायचा. त्याला आम्ही टिक्की असं नाव दिलं होतं. एका टिक्कीला सरबताचा छोटा डबा मिळायचा त्या काळात.

महालप्पे गाव म्हणजे एक छोटं खेडंच होतं. इथली बहुतेक घरं उन्हात वाळवलेल्या कच्च्या, तपकिरी रंगाच्या विटांची होती. घरं कसली, झोपड्याच होत्या त्या. काही इमारती पत्र्याचं छप्पर असलेल्याही होत्या. त्यामध्ये सरकारी कचेऱ्या किंवा रेल्वेच्या कचेऱ्या असायच्या. आमच्या दृष्टीनं ह्या इमारती म्हणजे एक प्रकारची अप्राप्य अशी चैन. कधीही सत्यात न येऊ शकणारं एक भव्य स्वप्न!

आमच्या गावात एक शाळा होती. इंग्लिश धर्मोपदेशकानं अन् एका गोऱ्या

बाईनं चालवलेली. आमच्या आफ्रिकेतल्या कडक उन्हानं बिचारीची गोरी कातडी पार काळवंडून गेली होती. ते दोघं आपापसात बोलताना आमच्या सेत्स्वाना भाषेतच बोलायचे, पण आमच्यावर मात्र इंग्लिशमध्येच बोलायची सक्ती करायचे. 'तुमची भाषा तिथे बाहेर मैदानावर बोलायची, इथे वर्गात नाही.' चुकून एखादा शब्द उच्चारला तरी पायावर छडीचे फटके बसायचे.

शाळेच्या समोरून एक रस्ता जायचा अन् रस्त्याच्या पलीकडे कलहारी वाळवंट होतं. मैलोन्मैल पसरलेला तपकिरी वाळूचा प्रदेश त्यामध्ये अधूनमधून छोटी काटेरी झुडपं दिसायची. त्यांच्या फांद्यावर कधी-कधी पक्षी बसलेले दिसायचे. माझ्या या जन्मभूमीचं आफ्रिकेचं त्या काळी हेच तर मोठं वैशिष्ट्य होतं. मैलोन्मैल पसरलेला भूभाग, ना सुरुवात ना शेवट असलेला. आयुष्यभर एखादा माणूस चालत राहिला, चालतच राहिला तरी तो कुठेही पोहोचणार नाही असा प्रचंड मोठा भूखंड! इतर देशांपेक्षा वेगळा असा माझा जन्मप्रदेश – आफ्रिका!

आता मी साठीला पोहोचलोय. आयुष्याच्या अखेरच्या टप्प्यावर उभा आहे. पैलतीर नजरेला दिसू लागलाय. देवाची इच्छा मी याहून जास्त, फार काळ जगावं अशी नसणार. आणखी चार दोन वर्षं जगेनही मी कदाचित. पण मलाच आता खात्री वाटत नाही. डॉ. मॉफेस्टच्या नजरेत मला माझं भवितव्य स्पष्ट दिसलं. मोचुडी गावातल्या डच रिफॉर्म्ड हॉस्पिटलमध्ये त्यांनी माझी छाती तपासली, कानाला लावलेल्या यंत्रामुळे त्यांना माझ्या छातीचे ठोके स्पष्ट ऐकू येत असावेत. ते ऐकत असताना त्यांचा चेहरा क्षणाक्षणाला गंभीर होत होता. खाणीत काम करणाऱ्या माणसांचं असंच होतं. किती प्रकारे माणसं आजारी पडतात या खाणींमुळे, हा दुःखी विचार त्यांच्या डोळ्यांत मी स्पष्ट वाचू शकलो. त्यावरून आठवण झाली, सोथोमधले खाणकामगार एक गाणं गायचे –

या खाणी आपला घास घेतात हो
आपलं पोट त्यांच्यावर अवलंबून असतं खरं
पण त्यावेळी त्याही आपला घास घेतात
एवढंच काय –
आपण खाणींपासून दूर गेलो तरी
त्या आपली पाठ सोडत नाहीत
मरेपर्यंत साथ देतात आपली
मृत्यूकडे घेऊन जातात या खाणी

हे दारुण सत्य आम्हा सगळ्यांना चांगलं ठाऊक होतं. काम करताना कधी एखादा मोठा खडक अंगावर कोसळून मृत्यू येईल, याची शाश्वती नसायची. अशाप्रकारच्या अपघातामुळे खाणमजूर मेला नाही, तर काही वर्षांनी तो मरायचा

फुप्फुसाच्या रोगानं. आम्हा खाणमजुरांना स्वप्नं पडायची तीदेखील या खाणींचीच.

सांगायचं तात्पर्य – आमचा घास घेतल्याशिवाय या खाणींना काही समाधान वाटायचं नाही. जणू जन्मभर दिलेलं उत्पन्न वसूल करायला यायच्या परत आमच्याकडे. मी तरी कसा अपवाद असणार? त्यामुळेच डॉ. मॉफॅटनी केलेलं निदान मला नवीन नव्हतं.

हे सगळं खरं असलं तरी काही जणांना हे सत्य पचवणं कठीण जातंच. 'अमरत्वाची देणगी घेऊन आलोय आपण' असंच समजतात ही माणसं. साहजिकच डॉक्टरांनी धोक्याची घंटा वाजवली की ती रडतात, भेकतात. डॉक्टरांकडे दयेची भीक मागतात अन् शेवटी स्वीकारतात हे कटु सत्य.

मला मात्र डॉक्टरांच्या निदानानं फारसं दु:ख झालं नाही की मोठा धक्काही बसला नाही. त्यामुळेच असेल, मी फारसा रडलोही नाही. कधी ना कधी जायचंच आहे या विचारानं काढली स्वत:ची समजूत. अर्थात, मी कुणी थोर संतमहात्मा नाही. मला वाईट वाटतंय ते वेगळ्याच गोष्टीचं – मृत्यूनंतर या माझ्या मातृभूमीला मी अंतरणार ह्याचं मला अपार दु:ख होतंय. आफ्रिका माझी माय आहे. माझा पिता आहे. धरणीच्या कुशीत कायमचा झोपी गेलो की मी इथले गंध, इथले वास ह्यांना पारखा होईन. कारण मी असं ऐकलंय, खरंखोटं देव जाणे, की मृत्यूनंतर माणूस जिथे जातो तिथे काहीच नसतं – ना रंग, ना रूप, ना गंध ना कसली चव.

खरं सांगतो, मी शूरवीर काही नाही. पण हेही खरं की मृत्यूच्या विचाराचं मला भय वाटत नाही. त्यामुळेच डॉक्टरांनी केलेल्या निदानानं माझा थरकाप उडाला नाही. साठ वर्षं जगलो की. मागे वळून पाहतो, घडलेल्या गोष्टींचा, अनुभवांचा विचार करतो तेव्हा वाटतं, आयुष्याला खऱ्या अर्थानं सुरुवात केली, पोटासाठी गाव सोडून दक्षिण आफ्रिकेत गेलो, तेव्हा जवळ एक छदामही नव्हता अन् आता अंत:काळ जवळ आलाय तेव्हा माझ्याजवळ पुष्कळ काही आहे. जवळजवळ दोनशे गुरं आहेत.

आणि माझी लाडकी लेक आहे – प्रेश्यस – माझी अनमोल हिरकणी!

माझी ही लेक माझी सगळी काळजी घेते. माझी सेवा करते. मी इथे अंगणात ऊन खात बसतो. तेव्हा मागेल तितक्या वेळा चहाचा कप घेऊन येते. इथून समोर – दूर अंतरावर डोंगर दिसतात, निळ्याजांभळ्या रंगांचे, दूर अंतरावरचं सगळं निळसरच दिसतं इथे.

आमचा बोट्स्वाना देश समुद्रापासून शेकडो मैल दूर आहे. आमच्यामध्ये एकीकडे नामिबिया अन् दुसरीकडे अंगोला. वरती अथांग निळं आकाश आहे ते निळ्या रंगांची उधळण करतं आसमंतावर. त्यामुळे वाटतं हा बिनपाण्याचा समुद्रच आहे.

असं म्हणतात, जहाजावरल्या खलाश्याला चोहीकडे पाणीच पाणी पाहिलं, की भयाण एकटेपणा जाणवतो. इथे आम्ही जो एकाकीपणा अनुभवतो त्याच्या तुलनेत खलाश्यांचा एकाकीपणा काहीच नसेल! वरती निळं आभाळ अन् आजूबाजूला हे निळे डोंगर – सगळीकडे पसरलेली कोरडी रुक्ष निळाई!

मी समुद्र कधी पाहिलाच नाही. आमच्या खाणीत काम करणारा एक मजूर झुलूलँडवरून आलेला होता. तो एकदा मला म्हणाला, ''माझ्याबरोबर चल एकदा, काय मस्त हिरव्यागार टेकड्या आहेत, थेट हिंदी महासागरापर्यंत पसरलेल्या. माझ्या अंगणात उभं राहिलं की समोर दूर अंतरावर मोठी जहाजं दिसतात. आमच्या गावातल्या बायका अशी मस्त बीअर बनवतात की सगळ्या देशात तशी बीअर मिळणार नाही. अंगणात बसायचं अन् बीअर प्यायची. काही कामधंदा केला नाही तरी चालतं. एकच काम – मक्यापासून तयार केलेली बीअर प्यायची अन् पोरं जन्माला घालायची. बस्स! मस्त आयुष्य असतं रे. माझ्या गावी आलास तर तुझ्यासाठी पण एखादी बायको पाहू आपण. तू झुलूतला नसलास तरी बिघडत नाही. पोरीच्या बापाला थैली भरून पैसे दिलेस हुंडा म्हणून, की खूष होईल तो.''

मी कानानं ऐकली त्याची गोष्ट, पण मी कशाला जातोय झुलूलँडला? माझ्या देशातल्या त्सवाना पोरी काय वाईट असतात? मित्राला म्हणालो, ''तुझा झुलूलँड छान असणार रे, पण माझ्या हृदयात माझ्या देशाचा नकाशा आहे – तसा तो प्रत्येकाच्याच काळजात असतो – तिथे दुसरा नकाशा कसा काढता येईल? मग मी त्याला सांगितलं, ''माझ्या बोट्स्वानात तुमच्याकडे आहेत तशा हिरव्या टेकड्या नाहीत, तिथे समुद्रपण नाही, पण आमच्याकडे कलहारी वाळवंट आहे. आमचा देश पण केवढा मोठा आहे. तुला सांगू दोस्ता, आमच्याकडे रखरखीत वाळवंट आहे. पाऊस फार कमी पडतो, त्यामुळे आम्ही पावसाची स्वप्नं पाहतो. पण तुला खरं सांगू, आम्हाला फार पाऊस नकोच असतो. आमच्याकडे सूर्य खूप ऊन देतो, अगदी आग ओकत असतो, पण आम्हाला त्याचंही काही वाटत नाही, सवय झालीय आता.'' म्हणून मी कधी झुलूलँडला गेलो नाही अन् तिथला समुद्रपण पाहिला नाही. पण मला वाईट नाही वाटत या गोष्टींचं. कधीच वाटलं नाही.

आता आयुष्याच्या संध्याकाळी मी इथे बसून असतो. विचार करतो साऱ्या गोष्टींचा, आत्तापर्यंत जगलेल्या आयुष्याचा पण एक दिवसही असा जात नाही, जेव्हा मला देवाची आठवण येत नाही. मी मृत्यूचाही विचार करतो, पण मला मरणाची भीती वाटत नाही, कारण आता या छातीच्या दुखण्यामुळे ज्या वेदना होतात त्याही अगदी असह्य अशा नाहीत. डॉक्टरांनी औषधाच्या मोठ्या पांढऱ्या गोळ्या देऊन ठेवल्या आहेत, म्हणाले, ''फार दुखायला लागलं तर घे, म्हणजे बरं वाटेल.'' पण गोळ्या घेतल्या की फार झोप येते डोळ्यांवर. सारखी झापड

असते. ते नको वाटतं. तेव्हा जागेपणी मी देवाचं नाव घेत बसतो. कधी विचार करतो, त्याच्यासमोर उभा राहिलो तर देव काय म्हणेल मला.

काही लोकांना वाटतं, देव गोरा असतो. विलायतेतल्या मिशनऱ्यांनी आमच्या डोक्यात ही कल्पना भरवलीय अन् लोक पण त्यावर विश्वास ठेवतात. मला मात्र पटत नाही ही गोष्ट. पहिली गोष्ट म्हणजे गोरी माणसं अन् काळी माणसं ह्यांच्यामध्ये काही फारसा फरक नसतो. आपण सगळी माणसंच ना? त्याहून महत्त्वाची गोष्ट म्हणजे हे गोरे मिशनरी आमच्या देशात येण्यापूर्वी इथे पण देव होताच की! आम्ही त्याला वेगळ्या नावानं ओळखायचो एवढंच. आमचा देव ज्यू लोकांच्या देशातही जन्मला नव्हता. तो इथलाच होता, इथल्या दगडामातीत होता, इथल्या आकाशात होता, त्याला इथेच राहायला आवडायचं.

माणसं मरतात तेव्हा ती दूर कुठेतरी जातात, तिथेपण देव असतोच, पण माणसांना त्याच्या फार जवळ जाता येत नाही. त्यालाच थोडं अंतर ठेवायचं असेल कदाचित.

आमच्याकडचे लोक दोन मुलांची गोष्ट सांगतात – एक मुलगा होता अन् त्याची एक बहीण होती. त्यांना एकदा जोराच्या वाऱ्यानं वर उचललं अन् स्वर्गात नेलं. तिथं त्यांना खूप छानछान पांढरी गुरं दिसली. खरंच स्वर्गात पुष्कळ पांढरी गुरं असतील? मला मनापासून वाटतं, स्वर्ग असाच असेल. मलापण मेल्यानंतर अशी पुष्कळ पांढरी गुरं दिसतील. मी त्यांच्या जवळ जाईन. त्यांच्या पाठीवरून प्रेमानं हात फिरवेन, त्यांना मायेनं हुंगेन, त्यांचा गोड दुधाचा वास माझ्या नाकात भरून घेईन अन् तृप्त होईन. अशा विचारात रंगलो की वाटतं, खरंच स्वर्ग असा सुंदर असेल तर माझी मरायची तयारी आहे, आत्ता या क्षणीसुद्धा. पण त्याआधी मी माझ्या प्रेश्यसला जवळ घेईन, तिचा हात हातात धरेन, तिचा निरोप घेईन अन् मग डोळे मिटेन कायमचे.

माझा देश, माझी मायभूमी मला फार आवडते. खरं सांगतो, आफ्रिका खंडात इतके देश आहेत, पण आमच्या बोट्स्वानाची सर कुणालाच येणार नाही. इथल्या लोकांना बोट्स्वाना असं म्हणतात. आमच्या इथे राजकीय चळवळी नाहीत, दंगली नाहीत की कैदी नाहीत. कित्येक वर्षांत राजकीय कारणासाठी कुणाला तुरुंगवास झालेला नाही. आमच्या देशात लोकशाही आहे. आमचं सरकार लोकांची काळजी घेतं.

इथे हिऱ्यांच्या पुष्कळ खाणी आहेत. हिऱ्यांमुळेच आमच्या देशात सुबत्ता आली आहे. बोट्स्वाना बँकेत भरपूर पैसा आहे. त्यामुळे आमच्या सरकारला कधी कुणाकडून कर्ज घ्यावं लागत नाही.

पण पूर्वी हे वैभव नव्हतं. ही सुबत्ता, समृद्धी नव्हती. तेव्हा पोटापाण्यासाठी आम्हाला दक्षिण आफ्रिकेत जावं लागायचं; जसे मोझांबिक, लेसोथो किंवा मालावी-मधले लोक जायचे तसेच आम्ही पण जायचो. खाणीत काम करायला तरुण माणसं लागायची. मागे खेड्यात म्हातारे पुरुष, बायका अन् पोरं उरायची. खाणीत दिवसभर दगड फोडून आम्ही हिरे आणि सोनं काढायचो अन् आमच्या जिवावर, कष्टांवर गोरे लोक श्रीमंत व्हायचे. मोठमोठ्या घरांमधून राहायचे, आलिशान गाड्यांमधून हिंडायचे, मजा करायचे अन् त्यावेळी आम्ही काळे मजूर खोल खाणीत भट्टीसारख्या गरम वातावरणात रक्ताचं पाणी करत दगड फोडत असायचो. त्या दगडातून ही गोरी माणसं त्यांचं साम्राज्य उभं करायची.

वयाच्या अठराव्या वर्षी मी खाणीत काम करायला लागलो. त्यावेळी आमच्या बोट्स्वाना देशाला बेछ्वॉनालँड प्रोटेक्टोरेट असं नाव होतं. ब्रिटिश लोक इथे राज्य करायचे. शेजारच्या बोअर लोकांपासून ते आमचं रक्षण करायचे. (असं गोरे लोक आम्हाला सांगत.) दक्षिण आफ्रिकेच्या या सरहद्दीवरील माफिकेंग या गावातून एक कमिशन एजंट आमच्या देशात यायचा अन् आमच्या टोळीप्रमुखांना हुकूम सोडायचा. 'असं केलं पाहिजे', 'तसं करायला हवं' अन् आमचे टोळीप्रमुख नुसत्या माना हलवायचे. त्याची आज्ञा मोडायची टाप नव्हती आमच्या टोळीप्रमुखांमध्ये. त्यानं सरळ हुसकावून लावलं असतं ह्यांना. त्यातले काही मात्र चांगलेच धूर्त होते. तोंडदेखलं 'हो हो' म्हणायचे अन् त्याची पाठ फिरताच स्वत:ची मनमानी करायचे किंवा काहीतरी काम केल्याचं नाटक करायचे, प्रत्यक्षात काही व्हायचं नाही. माझ्या मनातलं सांगू? राज्य करण्याची तीच पद्धत सर्वांत उत्तम, कारण बहुसंख्य लोकांना काही बदल व्हायला नकोच असायचे. अलीकडची सरकारं उगीचच सारखी लुडबुड करत असतात. त्यांना एकसारखं काहीतरी नवं करायला हवं असतं. एक बदल झाला की लगेच दुसऱ्याचा विचार सुरू. लोकांना वाटतं, जगू द्या की आम्हाला आमच्या मनासारखं; आमची गुरं अन् आम्ही. घेऊ त्यांची चांगली काळजी आम्ही, तेवढं पुरेसं आहे आम्हाला.

मी अठरा वर्षांचा झालो, पण त्याच्याआधी थोडे दिवस आम्ही महालप्पे सोडून मोचुडीला परत गेलो होतो. तिथं माझं आजोळ होतं. हे गाव मला आवडलं. कदाचित तिथेच मी राहिलो असतो जन्मभर, पण माझ्या वडिलांना ते नको होतं. त्यांच्याकडे मुलाला पोसायला पैसे नव्हते. बायकोला तर पोसावं लागणारच होतं ना? तेव्हा आमच्याकडे शेतीवाडी बेताचीच होती अन् गुरांची संख्या पण समाधानकारक नव्हती, त्यामुळे जेव्हा खाणमालकांची माणसं ट्रक घेऊन आमच्या गावात भरतीसाठी आली, तेव्हा मी नाव नोंदवायला गेलो. त्यांनी गाढ़ं तजन तगितलं. छाती तपासली, दहा मिनिटं शिडीवर चढायला-उतरायला लावलं अन् मी धडधाकट

आहे हे लक्षात आल्यावर त्यांचा माणूस मला म्हणाला, ''चांगलं जमेल तुला खाणीत काम करायला.'' मग एका कागदावर त्यानं मला आपलं नाव लिहायला सांगितलं, पोलिसांनी मला कधी पकडलं नव्हतं ना, ह्याची चौकशी केली अन् झालं. माझी निवड झाली.

दुसरे दिवशी मी घर सोडून निघालो. माझ्या वडिलांनी माझ्यासाठी एका हिंदुस्तानी माणसाच्या दुकानातून एक पत्र्याची पेटी आणली होती. एक बुटाचा जोड, एक शर्ट आणि काही पँट्स एवढंच काय ते सामान होतं माझ्याकडे. आईनं एक बिल्टाँग (बीफपासून बनणारा आफ्रिकन पदार्थ) बनवून दिलं होतं. ट्रकच्या टपावर माझी पेटी ठेवली गेली तशी मला सोडायला आलेली गावातली माणसं गाणं म्हणायला लागली, बायका रडू लागल्या. आम्ही तरुण पोरं रडलो नाही, चेहऱ्यावर मनातलं दुःखही दिसू दिलं नाही. पण आमच्या काळजात मात्र भीतीचा थरकाप होता.

जोहान्सबर्गला पोहोचायला आम्हाला बारा तास लागले. एकतर रस्ते खूप वाईट अवस्थेत होते अन् दुसरं म्हणजे ट्रकही जुनापुराणा होता. जोरात चालवला असता तर त्याचा ॲक्सल तुटला असता. दुपारच्या उन्हात आम्ही पश्चिम ट्रान्सवाल-मधून जात होतो. ट्रकमध्ये गुरासारखी माणसं कोंबली होती अन् ऊन मी म्हणत होतं. दर तासागणिक ड्रायव्हर ट्रक थांबवायचा अन् आम्हाला प्यायला पाणी द्यायचा. पण ते सुद्धा घोट दोन घोटच! तोंडाला बरणी लावेलावेपर्यंत काढूनही घ्यायचा. जी माणसं यापूर्वी नोकरी करत होती त्यांना अनुभव असल्यामुळे ते स्वतःसाठी पाणी घेऊन आले होते. आम्हाला फारच तहान लागली तर क्वचित ते त्यांच्याजवळचं पाणी आम्हाला द्यायचे. आम्ही सगळे बोट्स्वानामधले होतो अन् एकमेकांना पाणी नाही म्हणणं आमच्या संस्कृतीत बसत नव्हतं.

आमच्यातल्या वयानं मोठ्या असलेल्या मंडळींना खाणकामाचा अनुभव होता, त्यांनी माझ्यासारख्या तरुणांना आपले अनुभव सांगितले अन् म्हणाले, ''आता लहान पोरं नाही आहात तुम्ही. खाणमजूर म्हणून जगणार आहात. जोहान्सबर्गला गेल्यावर कळेलच तुम्हाला कसलं आयुष्य जगायचंय ते. दुबळेपणा दाखवलात, मूर्खासारखं वागलात, कामचुकारपणा केलात तर फार वाईट वागणूक मिळेल तुम्हाला. आयुष्यात आता यापुढे खूप दुष्टपणा अन् वाईट वागणूक पाहायला मिळणार आहे तुम्हाला; पण गावच्या लोकांना धरून राहिलात, आम्ही सांगतोय तसं वागलात तर तरून जाल तुम्ही.'' त्यांचं बोलणं ऐकलं तेव्हा वाटलं, उगीच भीती दाखवतायत आम्हाला. मग आठवलं, अनुभवी तरुणांनी आम्हाला सांगितलं होतं, जोहान्सबर्गमध्ये आम्हाला सुरुवातीला काही प्राथमिक शिक्षण घ्यावं लागणार होतं. खाणीतल्या कामाविषयी, खाणीतल्या कष्टमय जीवनाचीही त्यांनी कल्पना दिली. त्या वेळीही

वाटलं होतं, हे लोक आपल्याला घाबरवून सोडताहेत, खरी परिस्थिती नक्कीच चांगली असणार. प्रत्यक्ष काम करायला लागल्यानंतर समजलं, त्यांच्या वर्णनात अतिशयोक्त असं काहीच नव्हतं. नव्हे, वास्तव त्याहून कितीतरी भयानक होतं.

जोहान्सबर्गमध्ये आम्हाला दोन आठवडे प्रशिक्षण देण्यात आलं. आम्ही सगळे जण तसे तगडे, धडधाकट होतो, पण तेवढ्यावर खाणमालकाचं समाधान नव्हतं. त्यांच्या दृष्टीनं आमची ताकद अजून वाढायला हवी होती. त्या हेतूनं त्यांनी आम्हाला वाफेच्या साहाय्यानं तापमान वाढवलेल्या एका इमारतीत प्रशिक्षणासाठी नेलं. तिथे दिवसाचे चार तास आम्हाला बाकावर उभं राहून एकदा खाली उडी मार, मग वर उडी मार अशाप्रकारे उड्या मारायला लागायच्या. आमच्यापैकी काहींची त्यामुळे खूप दमछाक झाली. काही जण चक्कर येऊन पडायचे पण आमचे शिक्षक त्यांना पुन्हा त्यांच्या पायावर उभं करायचे अन् उड्या मारायला लावायचे. माझ्या सुदैवानं मी त्या पहिल्या फेरीतून पार पडलो अन् वरच्या फेरीत गेलो. आमचे शिक्षक पुन्हा पुन्हा आम्हाला खाणीतल्या कामाविषयी सांगायचे. खाणीत कसं सावधगिरीनं काम करावं लागतं त्याविषयी बोलायचे. काही वेळा ते आम्हाला खाणीत घडणाऱ्या अपघातांविषयी सांगायचे. एखादा खडक कोसळला तर किती मोठी दुखापत होऊ शकते याविषयी बोलायचे. एकदा तर त्यांनी एका दोन्ही पाय तुटलेल्या माणसाला आम्हाला भेटायला म्हणून आणलं अन् त्याला टेबलावर बसवून त्याची कहाणी आम्हाला ऐकवली. त्यादिवशी आमच्यापैकी बहुतेकांची काळीजं भीतीनं थरकापली.

खाणीमध्ये जी भाषा ते बोलायचे ती 'फुनागालो' भाषा आम्हाला शिकवायला त्यांनी सुरुवात केली. हीच भाषा गोरे लोक मजुरांना कामाविषयी हुकूम देताना वापरायचे. मोठी गंमतशीर होती ही भाषा. आमच्यामधले झुलू लोक 'फुनागालो' ऐकून हसायचे, कारण त्यांच्या भाषेतले पुष्कळ शब्द फुनागालोत होते, तरी फुनागालो म्हणजे झुलू नव्हती. माझ्या मते ही भाषा केवळ लोकांनी कसं काम करायचं ते सांगण्यासाठीच असावी. त्यातले बहुतेक शब्द, 'ढकला', 'घ्या', 'सामान भरा', 'उचला', 'वजन वाहून न्या.' यासारख्या क्रियांविषयीच होते, पण एकही शब्द प्रेम, सुख, आनंद या भावनांबद्दल नव्हता. पक्ष्यांच्या मधुर किलबिलाटासारखे गोड स्वर त्या भाषेत आम्हाला कधी जाणवलेच नाहीत.

मग एक दिवस त्यांनी आम्हाला प्रत्यक्ष खाणीत नेलं. प्रथम आम्ही काही पायऱ्या उतरून खाली गेलो. तिथे देखील त्यांनी आम्हाला आम्ही करावयाच्या कामाविषयी माहिती दिली. त्यानंतर आम्ही विजेवर चालणाऱ्या पाळण्यात प्रवेश केला. हे पाळणे मोठमोठ्या चाकांच्या साहाय्यानं वरखाली सरकायचे. काय वेगानं ते खाली जायचे, वाटायचं ससाण्यासारखा शिकारी पक्षीदेखील इतक्या झपाट्यानं

आपल्या भक्ष्यावर झडप घालत नसेल. पिंजऱ्यातून आम्ही बाहेर पडलो. त्या ठिकाणी छोट्या छोट्या रेल्वेगाड्या होत्या त्यामध्ये बसल्यानंतर आम्हाला अंधाऱ्या बोगद्यातून आतपर्यंत नेण्यात आलं. त्या बोगद्यांच्या भिंती हिरवट रंगाच्या दगडाच्या होत्या. बोगद्यात जिकडेतिकडे धूळच धूळ होती. सुरुंग लावल्यावर दगड फुटले की मजूर लोक ते खोदून काढत. असे दगड ढकलगाडीत भरावे लागत. माझ्या वाट्याला हेच काम आलं. त्यामध्ये विशेष धोका नव्हता, तरी दिवसातले सात तास दगड ट्रॉलीत भरून दमछाक नक्कीच होत असे. मुख्य म्हणजे धुळीमुळे नको जीव होत असे.

काही खाणी खूप धोकादायक असायच्या. अनुभवानं तसंच निरीक्षणानं ही गोष्ट आम्हा मजुरांच्या लक्षात येऊ लागली. ज्या खाणींमध्ये जिवाला कमी धोका असायचा, तिथे अपघाताचं प्रमाण कमी होतं. अर्थातच तिथे जखमींना वाहून न्यायच्या स्ट्रेचर्सची संख्याही कमी असायची. त्याउलट धोकादायक खाणींमध्ये हमखास स्ट्रेचर्स दिसायची. वेदनांमुळे ओरडणारे, विव्हळणारे मजूर त्यावर झोपलेले असायचे अन् त्यांना वेळ न दवडता भराभर लिफ्टमध्ये नेलं जायचं. याहून भयानक दृश्य असायचं ते म्हणजे लाल ब्लँकेटमध्ये पूर्णपणे झाकलेला, निश्चेष्ट पडलेला देह. ते दृश्य पाहिलं की भीतीनं आमच्या काळजाचं पाणी व्हायचं. जिवंत, हातीपायी धड राहायचं असेल तर एकच उपाय होता – ज्या अनुभवी मजुरांना इथल्या दगडांची भाषा समजायची अशांबरोबर राहायचं. अनुभवानं जणू हे मजूर असे दगड पाहताच, त्याला स्पर्श करताच समजायचे की हा दगड धोकादायक आहे. आपला घास घेण्याइतका 'दुष्ट' आहे. ही समज ज्या मजुराला येते त्याला चांगला खाणमजूर म्हणायला हरकत नसावी. असा मजूर जणू त्या खडकाचं अंतरंग जाणायचा. तो खडक कसा वागेल ते त्याला कळायचं. या ज्ञानामुळेच खाणीत कुठे अधिक टेकू लावायला हवेत ते असे मजूर सांगू शकत. याउलट, मजुरांच्या गटात एखादा अनभिज्ञ मजूर असला तरी ते धोकादायक ठरू शकतं. आपल्याबरोबरच तो इतरांना देखील मृत्यूच्या घशात लोटू शकतो, कारण त्या दगडाला काही हा चांगला मजूर अन् तो वाईट मजूर असा फरक समजत नाही.

आम्हा खाणमजुरांचं भविष्य आणखी एका गोष्टीवर अवलंबून असायचं, ती गोष्ट म्हणजे आमच्यावर सतत देखरेख करणारा गोरा मजूर. हा गोरा मजूर नेहमीच एखाद्या मजुरांच्या टोळीचा म्होरक्या किंवा प्रमुख असायचा. पण प्रत्यक्षात तो स्वत: फारच कमी काम करायचा. खरं म्हणजे खाणमजुरांपैकी अधिक अनुभवी मजूर आमच्या गटाचं नेतृत्व चांगल्या प्रकारे करू शकायचा. त्याला कोणतं काम कुठल्या पद्धतीनं करायचं, हे बरोबर माहीत असायचं. त्याउलट गोरा माणूस फक्त हुकूम सोडायचं काम करायचा. अशा प्रकारचे गोरे लोक खाणीत मोठ्या संख्येनं

असायचे. ते आम्हा मजुरांना मेंढरांप्रमाणे वागवायचे, आमच्यावर खेकसायचे, कधी-कधी मारहाणही करायचे. विशेषत: एखादा मजूर चुकारपणा करतोय असं त्याला आढळलं, तर आम्ही कामाचा वेग वाढवावा म्हणून ते आमच्यावर जबरदस्ती करायचे अन् तेच फार धोकादायक ठरायचं. गंमत म्हणजे, ज्या वेळी एखादा दगड कोसळायचा त्या वेळी हे गोरे मजूर कधीही आजूबाजूला नसायचे. इतर गोऱ्या मजुरांबरोबर ते बोगद्याच्या जवळजवळ बाहेरच्या टोकाला उभे राहायचे. आम्ही आमचं काम संपलं की त्यांना कामाचा रिपोर्ट द्यावा अशी त्यांची अपेक्षा असायची.

कधी डोकं फिरलं तर हे गोरे मजूर आम्हाला मारहाण करायला पण कमी करायचे नाहीत. खरं तर ते त्यांच्या अखत्यारीत नसायचं, पण कामाच्या पाळीवरले अधिकारी त्यांच्या जुलूमजबरदस्तीकडे कानाडोळा करायचे, कारण गोऱ्या लोकांच्या हडेलहप्पीमुळे त्यांचं काम व्हायचं ना. आम्ही मजुरांनी चुकूनही हात वर उचलण्याचा प्रमाद करता कामा नये अशी आमच्याकडून अपेक्षा असायची, भले आमचा अपमान होवो नाहीतर आम्हाला मारहाण होवो. एखाद्यानं असला मूर्खपणा केला तर त्याचं आयुष्य बरबाद झालंच असं समजावं. खाणींवर देखरेख ठेवणारे पोलीस वरती जणू अशा गुन्हेगारांची वाटच पाहत असायचे. अशा साध्यासुध्या (म्हणजे मजुरांच्या दृष्टीनं हं!) गुन्ह्यासाठीसुद्धा वर्ष दोन वर्षं तुरुंगाची हवा खायला लागायची.

हे गोरे खाणमालक तसे फार हुशारच म्हणायला हवेत. ते आम्हा खाणमजुरांना एका विशिष्ट पद्धतीनं वागवायचे. ती त्यांची खास पद्धतच होती म्हणा ना! आफ्रिकेतल्या वेगवेगळ्या जमातीतले लोक या खाणींमध्ये काम करायचे. हे गोरे अधिकारी त्यांना नेहमी एकमेकांपासून वेगळे ठेवायचे, अगदी कटाक्षानं. उदा. स्वाझी मजुरांचा वेगळा गट, झुलूंचा दुसरा गट, तर मालावीतल्या मजुरांचा आणखी एक गट. प्रत्येक गटातल्या मजुरानं फक्त आपापल्या गटातल्या मजुरांबरोबरच राहायचं, बोलायचं अन् काम करायचं. शिवाय प्रत्येकानं आपल्यावर नेमलेल्या मुकादमाची आज्ञा अगदी तंतोतंत पाळायची. तुम्ही त्याची खप्पा मर्जी ओढवलीत तर तो सरळ तुमच्याविषयी वरती तक्रार करणार त्यानंतर तुमच्यापुढे फक्त दोनच पर्याय – तुमची रवानगी घरी नाहीतर पोलिसांकडे. मग पोलिसांनी तुम्हाला बदडून, छड्या मारून सरळ करणं हे ओघानंच आलं. काय बिशाद असणार तुमची पुन्हा गैरवर्तन करण्याची.

आम्हाला झुलूंची कायम भीती वाटायची. (माझा एक मित्रच झुलू होता तरीदेखील! हा मात्र फार चांगला होता स्वभावानं!) हे झुलू मजूर स्वत:ला बाकींच्यापेक्षा वेगळे समजायचे. अन् वेगळे म्हणजे चांगले हे उघडच आहे. आमचा अपमान करायला त्यांना मजा वाटायची. अन् अशा वेळी ते आम्हाला, ‘तुम्ही लेको

बायका आहात' असं अपमानास्पद बोलायचे. कधी आमच्यात भांडण, मारामारी झाली तर जिंकणारा मजूर एकतर झुलू असायचा नाहीतर बसाथो जमातीचा, आमच्या बोट्स्वानापैकी कधीच नसायचा. खरं सांगायचं तर आम्हाला ही भांडणंबिंडणं करण्यात कधीच रस वाटायचा नाही. एकदा शनिवारी आमच्यापैकी एकानं दारूच्या नशेत झुलूंच्या वसतीगृहात घुसण्याची चूक केली तर त्या भडक माथ्याच्या लोकांनी त्याची चाबकानं पिटाई केली अन् रस्त्याच्या मध्यभागी टाकून दिलं. हेतू हा की रात्रीच्या वेळी येणाऱ्या एखाद्या वाहनाखाली तो चिरडला जावा. त्या बिचाऱ्याचं नशीब जोरावर होतं म्हणून एका पोलिसांच्या गाडीतल्या पोलिसानं त्याला पाहिलं अन् त्याच्या वसतीस्थानावर आणून सोडलं. नाहीतर त्या रात्री मोटारअपघातात त्याचा मृत्यू ठरलेला होता. अन् हे सारं कशासाठी? तर त्यानं चुकीच्या वसतीगृहात शिरायचा गुन्हा केला होता म्हणून.

पुष्कळ वर्षं मी त्या खाणीत काम केलं. पण मी शहाण्या माणसासारखे माझे सगळे पैसे शिल्लक टाकले. माझ्या सहकाऱ्यांच्या नजरेत मी मूर्ख होतो कारण ते आपला पगार वेश्यांवर उधळायचे, दारू ढोसायचे, नाहीतर तऱ्हतऱ्हेचे कपडे विकत घ्यायचे. मी साधा ग्रामोफोनदेखील विकत घेतला नाही. आमच्या गावात स्टँडर्ड बँक नावाची एक बँक होती. मी माझी शिल्लक त्या बँकेकडे पाठवायचो आणि दर वर्षी काही दुभती जनावरं विकत घ्यायचो. माझा एक दूरचा भाऊ त्यांची राखण करायचा. गाई-म्हशींना कालवडी झाल्या की मूळ गुरांमध्ये भर पडायची. अशा प्रकारे माझी बचत वाढतच गेली. माझा गुरांचा कळप सतत मोठा होत राहिला.

आयुष्यातली आणखीही अनेक वर्षं मी खाणीतच काम करत राहिलो असतो, पण एका घटनेनं माझ्या आयुष्याला कलाटणी मिळाली. घटना कसली, एक प्रकारचा उत्पातच होता तो. मला होत्याचं नव्हतं करून टाकू शकणारा. केवळ वेळ बरी होती म्हणूनच मी वाचलो.

तो दिवस मी कधीही विसरणार नाही. त्या वेळेपर्यंत माझी बढती झाली होती. आता मी एक अनुभवी खाणमजूर म्हणून गणला जाऊ लागलो, कारण पंधरा वर्षं मी दगड फोडण्याचं काम केलेलं होतं. त्यामुळे मला पूर्वीच्या मानानं अधिक सुरक्षित असं काम देण्यात आलं होतं. मी सुरुंग लावणाऱ्या तंत्रज्ञाचा साहाय्यक म्हणून काम करू लागलो. प्रत्यक्ष सुरुंग लावण्याचं काम नेहमी गोरे लोकच करत असत. माझं काम होतं सुरुंग लावण्यासाठी वापरली जाणारी स्फोटकं स्फोटाच्या जागी वाहून नेण्याचं अन् वायर्सची जोडणी करण्याच्या कामात त्याला मदत करण्याचं. दगड-फोडीपेक्षा हे काम निश्चितच चांगलं होतं अन् माझ्या सुदैवानं तो गोरा तंत्रज्ञ स्वभावानं चांगला होता.

एके दिवशी तो आपला जेवणाचा डबा, जमिनीखाली ज्या ठिकाणी आम्ही काम करायचो त्या बोगद्यात विसरला. त्यानं मला डबा आणण्यासाठी पाठवलं. मी बोगद्यातून चालत निघालो. बोगद्याच्या छतामध्ये विजेचे दिवे बसवलेले असायचे. त्यांच्या मंद उजेडात चालण्याइतपतच दिसायचं, तरी काळजी घ्यावी लागायचीच. काही ठिकाणी बोगद्यांच्या भिंतींमध्ये सुरुंगांमुळे मोठी खिंडारं पडलेली असायची. आम्ही त्यांना सज्जा म्हणत असू. या उघड्या सज्ज्याच्या खालच्या बाजूला जवळ-जवळ २०० फुटांवर एक खोदकामाची पातळी असे. जमिनीच्या पृष्ठभागावर असलेल्या खाणींमध्येही असे वेगवेगळे स्तर असतात. अनेक वेळा पुरेशा काळजीच्या अभावी किंवा निष्काळजीपणे वागल्यामुळे मजूर या सज्जांमध्ये घुसत अन् थेट खाली कोसळत. की कपाळमोक्ष ठरलेला. असे अपघाती मृत्यू अधूनमधून घडतच असत अन् त्यांना सर्वस्वी जबाबदार असत ते हे मजूरच. कधी गप्पांच्या नादात ते खाली कोसळत, तर कधी बोगद्यात विजेचे दिवे नसल्यामुळे. अशा ठिकाणी मजुरांना डोक्यावर लावायच्या दिव्यांच्या उजेडात चालावं लागे. अशा दिव्यांच्या बॅटऱ्या कमजोर झालेल्या असल्या तर त्यांना पायाखालचा रस्ता नीट दिसत नसे. मग अपघात अनिवार्य ठरत. क्वचित अशा अपघातांमागे आणखी एक कारणही असायचं. या दु:खद, कष्टमय जीवनाचा अंत व्हावा या हेतूनं एखादा मजूर स्वत:च्या पायांनी अशा उघड्या सज्जामध्ये शिरायचा. मागे उरायचा तो त्याचा छिन्नविछिन्न देह.

एकूणच आम्हा कामगारांचं जिणं दु:खमयच असायचं. मायदेशापासून शेकडो मैल दूर, धोक्यांनी भरलेलं खडतर आयुष्य रोज जगणाऱ्या माणसांच्या आयुष्यात दु:खाला काय तोटा? आला दिवस ढकलायचा, एवढंच आमच्या हाती असायचं.

तर मी काय सांगत होतो – बोगद्यातून चालताचालता मी एके ठिकाणी वळलो अन् पाहतो तो एका वर्तुळाकार दालनात मी उभा. या दालनाच्या दुसऱ्या टोकाला सज्जा होता. तिथे धोक्याची सूचना असलेली एक पाटीही लावलेली होती. या सज्जाच्या कडेला चार माणसं उभी होती. त्यांनी एका माणसाला त्याचे हातपाय पकडून वर उचललं होतं. मी बोगद्यात वळून त्या दालनात पाऊल टाकतोय एवढ्यात त्यांनी त्या माणसाला उंच उचललं अन् दिलं थेट भिरकावून. त्या माणसानं एक कर्णभेदक किंकाळी ठोकली अन् आपल्या खोसा भाषेत तो त्यांना काहीतरी म्हणाला. ते शब्द बहुतेक कुणा लहान मुलाबद्दल असावेत. ती भाषा विशेष अवगत नसल्यामुळे मला नक्की अर्थ समजला नाही. पुढच्या क्षणी अंधारानं त्याला गिळूनच टाकलं.

मी जागच्याजागी थिजल्यासारखा झालो. माझे हातपाय गळाठल्यासारखे झाले. अजून त्या चौघांनी मला पाहिलेलं नव्हतं. इतक्यात त्यांच्यापैकी एकजण

वळला तेव्हा बहुतेक त्यानं मला पाहिलं असावं. झुलू भाषेत तो मोठ्यानं काहीतरी म्हणाला अन् माझ्या दिशेनं धावू लागला. पुढच्या क्षणी त्याच्याकडे पाठ फिरवून मी धूम ठोकली. त्या क्षणीही मला जाणवलं की जर मी त्यांच्याहाती सापडलो तर माझीही अवस्था त्या खाली फेकल्या गेलेल्यासारखीच होणार. त्यांच्या हातात पडणं म्हणजे साक्षात मृत्यूलाच निमंत्रण त्यामुळे जिवाच्या आकांतानं मी धावत सुटलो.

त्यावेळी मी स्वत:ला वाचवू शकलो, पण माझ्या मनावरचं भीतीचं सावट काही केल्या कमी होईना. मी एक खून घडताना प्रत्यक्ष पाहिला होता. उद्या माझी साक्ष घेतली जाण्याची दाट शक्यता होती अन् तसं होणं म्हणजे माझ्या जिवावर बेतण्यापेक्षा वेगळं काय असणार? त्याक्षणी मी ठरवलं, आपण इथून निघायचं. खाणींमध्ये यापुढे काम करणं परवडणार नाही आपल्याला.

मी माझ्या गोऱ्या मित्राला – स्फोट घडवणाऱ्या तंत्रज्ञाला – ही घटना सांगितली. त्या भल्या माणसानं शांतपणे माझं म्हणणं ऐकून घेतलं. मी म्हणालो, ''इथे राहण्यात माझ्या जिवाला धोका आहे. तेव्हा मला जाऊ द्या.'' दुसऱ्या कुणा गोऱ्या माणसाजवळ मी ही गोष्ट मोकळेपणानं बोलूच शकलो नसतो, पण त्यानं माझं म्हणणं नुसतं ऐकून नाही घेतलं, तर माझ्या मनातली भीतीही जाणली.

''तू म्हणतोस ते ठीक आहे, पण आधी पोलिसांना ही गोष्ट सांग. ते बरं नव्हे का?''

त्यानं पुन्हापुन्हा माझी समजूत काढायचा प्रयत्न केला. (आमच्या मजुरांच्या भाषेत) ''तू काय पाहिलंस ते सांग ना पोलिसांना, ते पकडतील त्या झुलू गुन्हेगारांना अन् फाशीदेखील देतील.''

भीतीनं माझं हृदय बंद पडायची वेळ आली होती तरी मी धीर करून म्हटलं, ''साहेब, मी त्या माणसांना ओळखत नाही, पण ते मात्र नक्की पकडतील मला. जाऊ द्या मला माझ्या गावी.''

त्यानं माझ्याकडे पाहिलं अन् होकारार्थी मान हलवली. मग माझा हात आपल्या हातात घेऊन प्रेमानं हलवला. ही त्यांची नेहमीची पद्धत; पण एका काळ्या माणसाचा, तोही खाणमजुराचा हात एखाद्या गोऱ्या माणसानं हाती घेणं, मला वाटतं, पहिल्यांदा घडलं असेल. मी इतका गहिवरलो की मी एकदम त्याला 'भाऊ' म्हटलं. मीसुद्धा ही गोष्ट, हे धाडस आयुष्यात पहिल्यांदा केलं होतं.

''जा, आपल्या घरी जा, तुझ्या बायकोकडे.'' तो म्हणाला, ''तरुण बायकोपासून फार काळ दूर राहिला तर त्याची बायको त्याची राहत नाही. माझ्यावर विश्वास ठेव. घरी जा अन् तिच्या ओटीत आणखी मुलं घाल.''

सांगायचं तात्पर्य, मी तिथून निघालो. खाणीतलं काम सोडलं अन् एखाद्या

चोरासारखा गुपचूप निघून आलो आमच्या बोट्स्वाना देशात. ते साल होतं १९६०. तुम्हाला सांगतो, जेव्हा मी दोन देशांमधली हद्द ओलांडून मायदेशी परतलो अन् माझ्या भूमीवर पाय ठेवला तेव्हा मला इतकं भरून आलं, की शब्दात व्यक्त नाही करता येणार माझ्या भावना. दक्षिण आफ्रिकेला मी त्या दिवशी सलाम ठोकला तो अखेरचा. रोज छातीवर मणामणाचं ओझं घेऊन मी जगलो होतो आजवर. जोहान्सबर्ग शहरावरच जणू मृत्यूचा धोका अणि काबाडकष्टांचं दु:ख ह्या दोन्हींचं असं दाट काळं सावट पडलेलं असायचं, की कधी सुखानं जगलोच नाही मी त्या शहरात. आमच्या बोट्स्वानातलं वातावरण किती वेगळं होतं त्या दिवसांत. इथे कुत्रे घेऊन हिंडणारे पोलीस नाहीत की हातातल्या चाकूनं तुमच्या नरडीचा घोट घेणारे, तुम्हाला लुटणारे चोरडाकू (त्यांना आमच्या आफ्रिकन भाषेत तोत्सी असं नाव आहे). इथे दिवसाची सुरुवात तुम्हाला जागं करणाऱ्या कर्णकर्कश भोंग्यांनी होत नाही की दिवस पृथ्वीच्या पोटातल्या गरम वातावरणात घालवावा लागत नाही. इथे तुम्हाला माणसांच्या झुंडी दिसणार नाहीत – अशा लोकांच्या, ज्यांनी मायदेश दूर लोटलेला असतो. पोट जाळून पैसे कमावण्यासाठी आलेल्याच्या उरात खोलवर दडलेला आक्रोश इथे तुम्हाला ऐकायला मिळणार नाही. तिथे जोहान्सबर्गमध्ये सगळ्यांनाच घरी परतायची आस लागून राहिलेली असते. मला तर वाटलं मी एका भल्या मोठ्या, दबलेले हुंदके, किंकाळ्या अन् आक्रोश यांनी भरलेल्या तुरुंगातून सुटलोय अन् बाहेरच्या स्वच्छ उजेडानं भरलेल्या मोकळ्या जगात आलोय – भरभरून श्वास घेण्यासाठी.

त्या दिवशी मी गावी परतलो. जेव्हा मी मोचुडी या गावी बसमधून उतरलो तेव्हा समोरच मला आमच्या प्रमुखाची जागा दिसली. गवत खात मजेत चरणाऱ्या शेळ्या दिसल्या. ते दृश्य मी पाहिलं अन् खिळल्यासारखा उभा राहिलो. माझे डोळे कधी घळाघळा वाहू लागले, ते मला कळलंच नाही. मला त्या अवस्थेत पाहून एक जण माझ्याकडे आला, अन् माझ्या खांद्यावर हात ठेवून म्हणाला, ''खाणीतून येतोयस परत?'' मी नुसती मान हलवली कारण तोंडातून शब्दच फुटले नाहीत माझ्या.

त्यानं समजल्यासारखी मान हलवली. तो हळूहळू मला थोपटत राहिला. थोड्या वेळानं माझे हुंदके थांबले, तेव्हा मंदसं हसून त्यानं माझा निरोप घेतला. त्यानं माझ्या बायकोला माझ्या दिशेनं येताना पाहिलं होतं. आमच्या भेटीत व्यत्यय आणायचा नव्हता त्याला. बऱ्याच काळानं नवराबायकोंची भेट होत होती ना!

तीन वर्षांपूर्वी आमचं लग्न झालेलं होतं, पण आमच्या गाठीभेटी खऱ्या अर्थाने झाल्याच नव्हत्या. वर्षातून एकदा एक महिन्याच्या सुट्टीवर मी घरी येत असे. तेवढीच आमची भेट व्हायची. माझ्या मागल्या वर्षीच्या भेटीनंतर तिला दिवस राहिले होते आणि नऊ महिन्यांनी आमची पहिली छकुली जन्माला आली तेव्हा मी

दूर खाणगावी होतो. आता पहिल्यांदाच मी तिला पाहणार होतो, माझ्या बायकोच्या कडेवर मी तिला पाहिलं. आमच्या खाणींमधून आम्ही कोट्यवधी पौंड किमतीचं सोनं बाहेर काढायचो; पण त्यादिवशी माझ्या लेकीला मी पाहिलं अन् वाटलं, हिच्यापुढे ते सगळं सोनं म्हणजे काहीच नाही. माझं पहिलंवहिलं अपत्य, माझी लाडकी लेक तिचं नाव मी प्रेश्यस – मौल्यवान – असं ठेवलं. इतकं सार्थ नाव कुणालाच सुचलं नसेल आपल्या लाडक्यासाठी.

माझी बायको छान गोंडस अंगलटीची होती अन् माझी लेकदेखील आईसारखी दिसत होती. थोडी मोठी झाल्यावर ती घरासमोरच्या अंगणात खेळू लागली. मी तिला लाडानं उचलून घेतलं, की ती आनंदानं खुदूखुदू हसायची. माझ्याकडे एक छान गाय होती – भरपूर, कसदार दूध देणारी. मी तिला नेहमी आमच्या घराजवळ बांधायचो. दुधाव्यतिरिक्त आम्ही प्रेश्यसला भरपूर सिरप आणि अंडीही देत असू. माझी बायको प्रेश्यसच्या अंगाला व्हॅसलीन लावून छान मालिश करायची, त्यामुळे तिची कांती मस्त चमकायची. लोक म्हणायचे, अख्ख्या बेछॉनालँडमध्ये प्रेश्यससारखी गोड मुलगी शोधून सापडली नसती. उगाच नाही दूरदूरून बायका तिला बघायला, आंजारायला-गोंजारायला यायच्या.

आमच्या या सुखाला कुणाची दृष्ट लागली कोण जाणे. प्रेश्यसची आई अचानक वारली. त्याचं काय झालं, तेव्हा आम्ही मोचुडी गावाच्या बाहेरच्या बाजूला राहायचो. तिची मावशी फ्रॅन्सिसटाऊन मार्गावर राहायची. हा रस्ता रेल्वेमार्गाजवळून जायचा. मावशीचं वय खूप असल्यामुळे तिला काम करणं, स्वयंपाक करणं जमायचं नाही म्हणून माझी बायकोच तिच्यासाठी काहीबाही घेऊन जायची. मावशीला एकच मुलगा होता, पण त्याला सुफुबा आजार झालेला असल्यामुळे तो विशेष हिंडत-फिरत नसे.

त्यादिवशी नक्की काय घडलं ते कुणालाच कळलं नाही. कुणी म्हणालं, "एकदम वादळी वारा सुटला, विजा चमकू लागल्या, अंधारूनही आलं असावं त्यामुळे तिला नीटसं दिसलं नसेल. बिचारी अनवधानानं रेल्वेच्या रुळांवर आली होती. तेवढ्यात बुलावायोहून येणाऱ्या गाडीनं तिला धक्का दिला अन् क्षणात खेळ खलास झाला. इंजीन ड्रायव्हरनं दिलगिरी व्यक्त केली, पण तो तरी काय करणार बिचारा? त्याला ती दिसलीच नसणार तर त्याचा तरी काय दोष.

प्रेश्यसची देखभाल करायला मग माझी एक दूरची बहीण येऊन राहिली माझ्या घरी. प्रेश्यससाठी कपडे तयार करणं, तिला शाळेत नेणं-आणणं अन् दोन्ही वेळचं जेवण बनवणं ही कामं तिनं आपल्या अंगावर घेतली. माझ्या बायकोच्या अकाली जाण्यानं मी मात्र फार दुःखी झालो. मनात विचार आला, काय उरलंय आपल्या आयुष्यात आता? प्रेश्यस आहे अन् आपली गायीगुरं आहेत एवढंच. या विचारासरशी

मी उठलो अन् जिथं माझी जनावरं ठेवलेली असायची त्या जागी जाऊन त्यांच्यावर नजर टाकून आलो. त्यांची देखरेख करण्यासाठी मी एक गुराखी ठेवला होता. त्यानं घेतलेल्या निगराणीमुळे गुरांच्या संख्येत चांगली वाढ झाली होती. एकदा मनात विचार आला, आपण एखादं दुकान टाकावं. पण मग विचार केला, इतक्यात नको. प्रेश्यसला मोठी होऊ दे. तिलाच ठरवू दे काय करायचं ते. आपल्यानंतर तिला लागेलच काहीतरी उद्योग. शिवाय बरीच वर्षं खाणीत काम केल्यामुळे तिथल्या धुळीनं माझ्या छातीचा पार खोका होऊन गेला होता. जरा जोरात चाललं की मला धाप लागायची. जड वस्तू उचलणंदेखील मला जमायचं नाही.

असाच एकदा गुरांच्या गोठ्यातून मी घरी परत येत होतो. मुख्य रस्त्याला आलो. हा रस्ता फ्रान्सिसटाऊनपासून गॅबोरोन त्या राजधानीच्या गावी जायचा. ऊन मी म्हणत होतं म्हणून मी माझ्या गावाकडे जाणाऱ्या बसची वाट पाहत रस्त्याच्या कडेला असलेल्या झाडाच्या सावलीत जरासा टेकलो, उन्हामुळे डोळ्यांवर झापड आली. तेवढ्यात एका गाडीच्या भोंग्यानं मी जागा झालो.

ती एक भलीमोठी गाडी होती. बहुतेक अमेरिकन बनावटीची होती. मागच्या बाजूला एक माणूस – गाडीचा मालक – बसला होता. गाडी थांबवून ड्रायव्हर माझ्याकडे आला आणि सेत्स्वाना भाषेत बोलू लागला. गाडीची नंबरची पाटी मात्र दक्षिण आफ्रिकेची होती. ड्रायव्हर मला म्हणाला, "गाडीच्या रेडिएटरमधून पाणी गळल्यामुळे इंजीन गरम झालंय. जवळपास पाणी मिळेल का थोडंसं?"

त्याच्या सुदैवानं जवळच गुरांच्या पिण्याच्या पाण्याची एक मोठी टाकी होती अन् ही गोष्ट मला ठाऊक होती, कारण माझ्या गुरांचा गोठा तिथून जवळच होता. मी म्हटलं, "चला, मी दाखवतो तुम्हाला." उठलो अन् त्याच्याबरोबर गेलो. एक मोठी किटली भरून पाणी आम्ही घेऊन आलो, तेव्हा मी गाडीतल्या माणसाला गाडीजवळ उभं असलेलं पाहिलं. त्यानं टक लावून माझ्याकडे पाहिलं अन् स्मित केलं. मला वाटतं, त्याला माझे आभार मानायचे असावेत. मीदेखील त्याच्याकडे बघून हसलो. एकदम मला आठवलं, मी ओळखतो त्यांना. कारण जोहान्सबर्ग-मधल्या सगळ्या खाणींचं काम हेच बघायचे. खाणमालक ओपेनहेमर ह्यांचे ते व्यवस्थापक होते. मी त्यांच्याजवळ गेलो अन् त्यांना आपली ओळख दिली, "साहेब, मी रामोत्स्वे, तुमच्या खाणीत मी काम करायचो. काही कारणानं मला तुमची नोकरी वेळेआधी सोडावी लागली, त्याबद्दल मला माफ करा; पण माझा त्यावेळी नाईलाज होता."

तेही हसले अन् म्हणाले, "अरे, लवकर नोकरी सोडलीस, म्हणून काय झालं. खूप वर्षं इमानदारीनं केलीस ना आमची नोकरी. बस गाडीत, मी सोडतो तुला तुझ्या मोचुडी गावी."

तर काय सांगू तुम्हाला, गोऱ्या साहेबाच्या गाडीतून मी माझ्या घरी आलो. एवढंच नव्हे, तर ते माझ्या घरीदेखील आले अन् कौतुकानं म्हणाले, ''छान आहे मुलगी तुझी.'' त्यानंतर माझ्या बहिणीनं दिलेला चहादेखील ते प्यायले अन् मग उठून उभं राहत म्हणाले, ''आता मात्र मला निघायला हवं. जोहान्सबर्गला परत जायचंय.''

''होय साहेब, निघा तुम्ही. बायकोनं जेवण बनवलेलं असतं, नवरा वेळेवर घरी नाही आला तर तिला राग येतो.'' मी म्हणालो.

''अगदी खरं बोललास.'' असं म्हणून तो भला माणूस उठला. मी त्यांच्याबरोबर बाहेर आलो. मि. ऑपेनहेमरच्या माणसानं खिशात हात घालून पैशाचं पाकीट काढलं, ते पाहताच मी मान दुसरीकडे वळवली. मला त्यांच्याकडून पैशाची अपेक्षा नव्हती, पण त्यांनी मला खूप आग्रह केला. ''अरे, आपण दोघेही ऑपेनहेमरकडे काम करणारी माणसं. मालकांना नेहमीच आपल्या माणसाची काळजी घ्यायला आवडतं. त्यांनी माझ्या हातात २०० रँड (दक्षिण आफ्रिकेतील चलन) ठेवले अन् म्हणाले, ''ह्यातून एखादा चांगला बैल घे. तुझा एक बैल नुकताच गेला, असं म्हणालास ना तू?''

मला पैसे देत असताना त्यांच्या चेहऱ्यावर समाधानाचं स्मित पसरलं. मी त्यांना म्हटलं, ''जा साहेब, देव तुमचं भलं करो.'' तेही मला तसंच म्हणाले अन् आल्या वाटेनं परत गेले. ती आमची पहिली अन् शेवटची भेट. त्या माझ्या थोर मनाच्या मित्राला मी परत कधी भेटलो नाही पण माझ्या मनात त्यांना कायमचं स्थान मिळालंय.

(मी गिरवलेले) मुलगे आणि शेळ्यांविषयीचे धडे

खाणीतलं काम सोडून परत आल्यानंतर ओबेद रामोत्स्वेनं एक छोटंसं घर बांधलं होतं. गावकुसापाशी बांधलेल्या त्या घरानं त्याच्या आयुष्यातले सुखासमाधानाचे दिवस पाहिले होते. या घराच्या मागच्या बाजूला असलेल्या एका लहानशा खोलीत त्यानं आपल्या बहिणीची राहण्याची सोय केली. घर बांधलं तेव्हा त्याचा हेतू वेगळा होता. या ठिकाणी पत्र्याच्या जुन्या पेट्या होत्या त्यामध्ये जास्तीची अंथरूण-पांघरुणं ठेवलेली असायची अन् स्वयंपाकासाठी लागणारं पॅरॅफिनही ठेवलेलं असायचं – थोडक्यात अडगळीच्या सामानाची खोली म्हणून तिचा वापर व्हायचा. आता त्यानं विचार केला, ह्या वस्तू दुसरीकडे ठेवता येतील. त्यानं भिंती नव्यानं सारवल्या, खोलीत एक खाट ठेवली अन् एक छोटं कपाटही आणलं. आता खोली पुन्हा नव्यानं झळकू लागली. तशी लहानच होती खोली, पण त्याच्या बहिणीच्या दृष्टीनं तो एक महालच होता. तिनं स्वप्नातही कधी एवढी सुसज्ज खोली पाहिली नव्हती. सहा वर्षांपूर्वी तिचा नवरा तिला सोडून गेला, त्यानंतर ती आपल्या आईकडे परतली. घरात तिची म्हातारी आजीही होती. नवऱ्यानं टाकलेल्या या आपल्या मुलीला तिच्या आईनं जी जागा दिली होती तिला खोली तरी का म्हणावं, असं तिचं रंगरूप होतं. एक तर ह्या खोलीला चार भिंती नव्हत्या. शिवाय ज्या तीन भिंती होत्या त्यांच्यामध्ये आणि छतामध्येदेखील रुंद फट होती. जुन्या विचाराच्या त्या बायकांनी आपल्या मुलीला कस्पटासमान वागणूक दिली, का तर म्हणे तिचं नशीबच फुटकं होतं. म्हणूनच तिच्या नवऱ्याला ही अवदसा आठवली, दुसरं काय? त्यांनी तिला घरात ठेवून घेतलं त्यामध्येदेखील प्रेमापेक्षा कर्तव्याचाच भाग जास्त मोठा होता.

ओबेद रामोत्स्वेच्या या दूरच्या बहिणीला तिच्या नवऱ्यानं टाकलं होतं, कारण ती वांझ होती म्हणे. अशा स्त्रियांच्या वाट्याला परित्यक्तेचं जिणंच यायचं. त्याआधी स्वत:जवळचं किडुकमिडूक विकून तिनं वैदूंकडून उपचार करून घेतले होते. ही

माणसं जादूटोणा, मंत्रतंत्र वगैरे करायची. त्यापैकी एकानं तिला अगदी शपथेवर सांगितलं होतं, ''माझा उपाय सुरू कर. काही महिन्यांच्या आतच तुझी कूस फळेल.'' औषध म्हणून त्यानं तिला काही झाडपाला, जडीबुटी वगैरे दिली. त्यांचा काही उपयोग झाला नाही तेव्हा त्यानं जादूटोणातंत्र वापरायला सुरुवात केली. औषधांनी तिची तब्येत बिघडली, एकदा तर अगदी मरता मरता वाचली अन् त्यातही नवल नव्हतं. कसलीकसली औषधं त्यानं तिला घ्यायला लावली होती ते एक तोच जाणे. वांझपणा तसाच राहिला अन् ती अगदी घायकुतीला आली, कारण मूल नाही झालं तर नवरा आपल्याला सोडून जाणार हे तिला समजलं होतं. त्याचा धीर सुटत चाललेला तिला दिसत होता. काही दिवसांनी तिची भीती खरी ठरली. तो घर सोडून निघून गेला. कुठे गेला त्याचा पत्ता लागला नाही, पण मग एक पत्र त्यानं लोबात्से गावाहून पाठवलं. आपली दुसरी बायको गर्भार आहे, हे मोठ्या कौतुकानं, काहीशा गर्वानं त्यानं लिहिलं होतं. दीड वर्षानंतर त्याचं दुसरं पत्र आलं तेव्हा पत्रासोबत मुलाचा फोटोही त्यानं पाठवला होता. बस्स! हिच्याशी त्यानं संबंध तोडून टाकला तो टाकलाच. पुढे कधी त्यानं पत्र पाठवलं नाही, पैसा पाठवला नाही की कधी काही चौकशी केली नाही.

आता देवानं तिच्या ओटीत तिच्या दूरच्या भावाचीच का होईना पण एक मुलगी टाकली होती. प्रेश्यसला आपल्या हातांच्या मिठीत धरून जोजवत असताना तिला आपल्या त्या अख्ख्या चार भिंतींच्या खोलीत जणू स्वर्गसुख लाभलं होतं. आता चार वर्षांची झालेली प्रेश्यस तिच्या कुशीत झोपायची, तेव्हा ही बाई रात्री उशिरापर्यंत जागत बसायची, तिचं मंद स्वरातलं घोरणं ऐकत. तिला हळुवार हातांनी थोपटताना, तिचा चिमुकला हात आपल्या बोटांमध्ये धरताना, या शारीरिकदृष्ट्या सर्वतोपरी परिपूर्ण जिवाकडे पाहताना तिचे डोळे भरून यायचे, मन आश्चर्यानं उचंबळायचं, तिला वाटायचं, काय ही परमेश्वराची जादू आहे. सगळे अवयव कसे अगदी जागच्याजागी आहेत, कुठे म्हणून काही कमी नाही की जास्ती नाही. दुपारच्या-वेळी प्रेश्यस झोपायची, तेव्हाही ही तिच्याजवळ बसून राहायची, या बाळीवर मायेची पखरण घालत असताना तिचे हात मात्र काहीतरी शिवत नाहीतर विणत असायचे. लाल-निळ्या रंगाच्या लोकरींनी ती प्रेश्यससाठी छोटे पायमोजे, नाहीतर स्वेटर विणत राहायची अन् माश्यांमुळे छोटीची झोपमोड होऊ नये म्हणून हलक्या हातानं वाराही घालायची.

ओबेद रामोत्स्वेदेखील आहे त्या परिस्थितीत समाधानी, संतुष्ट होता. दर आठवड्याला तो आपल्या बहिणीला पैसे द्यायचा, त्यावेळी अगदी न चुकता तिला एखादी छोटी रक्कम तिच्या हातखर्चासाठीही द्यायचा. त्यानं घरखर्चासाठी दिलेले पैसे ती अगदी जपून वापरायची. थोडक्या पैशात छान घर चालवायची, त्यामुळे

तिच्याकडे नेहमीच थोडे पैसे शिल्लक उरायचे. त्यातून ती प्रेश्यससाठी काहीबाही विकत घ्यायची, पण तेही अगदी विचारपूर्वक. 'आपल्या आईवेगळ्या मुलीचे फाजील लाड करून ती प्रेश्यसला बिघडवत नाहीये' ह्याची ओबेदला खात्री पटली होती. थोडक्यात सांगायचं तर सगळं काही ठाकठीक चाललं होतं.

प्रेश्यसनं शिक्षणात हुशारी दाखवावी असं तिला वाटायचं. नवऱ्यानं टाकलेली ही बाई डोक्यानं नुसती बरी नव्हे, चांगलीच होती. शाळेत जाऊन शिकण्याची संधी तिला मिळालेली नव्हती, पण लिहिण्यावाचण्यासाठी ती सतत धडपडत असायची. अगदी प्रयत्नपूर्वक तिनं याबाबतीत बरीच प्रगती केली होती. येणाऱ्या भविष्यात चांगले बदल घडून येणार आहेत, ही शक्यता समजण्याइतपत हुशार तर ती नक्कीच होती. कुणीतरी आता एक राजकीय पक्ष काढला होता, त्यामध्ये स्त्रियांनाही सभासद करून घेतलं जाणार होतं, अशी वदंता होती. अर्थात नेहमीप्रमाणे पुरुष-लोक याबाबत कुरकूर करत होते (आणि त्यात नवीन काहीच नव्हतं.) त्यांचं म्हणणं होतं, 'बायकांनी राजकारणात भाग घेतला तर सगळा बट्ट्याबोळ होणार हे ठरलेलं.' इकडे स्त्रियाही आपापसात चर्चा करू लागल्या होत्या, उघडपणे बोलू लागल्या होत्या, एकमेकींकडे बघून डोळ्यांनीही बोलू लागल्या होत्या, कुजबुजत होत्या. ओबेदच्या बहिणीनं हे सगळे बदल टिपले होते. तिला आपलं पूर्वायुष्य आठवायचं, फारशी ओळखदेख नसलेल्या माणसाबरोबर तिचं लहान वयात लग्न झालं होतं. 'आपल्याला मूल होत नाही' ही खंत तिच्या मनाला नेहमी जाळायची. कितीतरी वर्षं तिनं आईच्या घरी जेमतेम तीन भिंतींच्या खोलीत काढली होती, हे तिला विसरता येत नव्हतं. एवढंच कशाला, एक दमडी न देता तिच्यावर घरातली सगळी कामं लादली जायची. आता मात्र तिच्या मनाला एक वेगळीच उभारी आली. एक दिवस असा उगवेल, की ज्यावेळी स्त्रिया आपला आवाज उठवतील, आपल्यावरील अन्यायाची दाद मागतील. पण हे सगळं घडायला हवं असेल तर त्यांना हे बदल समजायला हवेत त्यासाठी त्यांना किमान लिहिता-वाचता तरी यायला हवंच.

तिनं प्रेश्यसला घरच्याघरी शिकवायला सुरुवात केली ती अंक मोजायला लावून. त्यासाठी त्या दोघी शेळ्या अन् गायीगुरं मोजायच्या. अंगणातल्या धुळीत खेळणारी मुलं मोजायच्या, झाडं मोजायच्या, मग त्यांनी झाडांना नावं द्यायला सुरुवात केली. हे वाकडं झाड, ते बिनपानांचं झाड, ते आणखीन एक झाड ज्याच्यावर मोपानी किडे लपून बसायचे, ते झाड ज्याच्यावर पक्षी कधीच घरटं बांधायचे नाहीत, वगैरे. हळूहळू तिनं प्रेश्यसला गणितातले प्रश्न विचारायला सुरुवात केली. "मला सांग, आपण जर ते म्हाताऱ्या माणसासारखं दिसणारं झाड तोडून टाकलं तर मग किती झाडं उरतील?" कधीकधी ती प्रेश्यसला काही नावांची यादी लक्षात ठेवायला सांगायची. उदा. नात्यातल्या, कुटुंबातल्या माणसांची नावं,

तिच्या आजोबांनी ज्या गुरांना नावं दिलेली होती ती नावं, देशातल्या टोळीप्रमुखांची नावं, एक ना दोन. कधीकधी त्या वेगळाच खेळ खेळायच्या. एखाद दिवशी दोघी जणी त्यांच्या घराशेजारी जे छोटं दुकान – अपराईट जनरल स्टोअर्स – होतं त्याच्याबाहेर बसायच्या. अधूनमधून एखादा ट्रक नाहीतर गाडी खाचखळग्यांनी भरलेल्या समोरच्या रस्त्यावरून जायची. आत्या भाचीला नंबर प्लेटवरचा नंबर सांगायची आणि दुसरे दिवशी तिला तो नंबर म्हणायला लावायची, कधीकधी पुन्हा तिसऱ्या दिवशीही विचारायची, हेतू हा की छोट्या प्रेश्यसची स्मृती अधिक तल्लख व्हावी. आणखी एखादेवेळी आत्याबाई प्रेश्यसबरोबर किम्स गेम खेळायची. एका ट्रेमध्ये ती घरातल्या अनेक लहान-मोठ्या वस्तू ठेवायची. मग त्यावर एक कापड घालून ट्रे झाकायची. प्रेश्यसला डोळे मिटायला सांगून ती हळूच त्यातली एखादी वस्तू उचलून बाजूला ठेवायची अन् म्हणायची, "सांग बरं, ट्रेमधली कोणती वस्तू मी बाजूला काढली?" प्रेश्यस थोडा वेळ ट्रेमधल्या वस्तू निरखायची अन् उत्तर द्यायची, "चावूनचावून वाकडी झालेली मारुलाची बी."

"आणखी काय?"

"काही नाही. तेवढीच," प्रेश्यस आत्मविश्वासानं उत्तर द्यायची आणि आत्याला नेहमी भाचीच्या हुशारीचं कौतुक वाटायचं, कारण तिची ही मोठमोठ्या, काहीशा गंभीर वाटणाऱ्या डोळ्यांची भाची बऱ्याच गोष्टी अगदी अचूक टिपायची. तिच्याही नकळत या पोरीनं कुतूहल आणि सजगता हे गुण आत्मसात केले.

सहा वर्षांची झाल्यावर प्रेश्यस शाळेत जाऊ लागली. तोपर्यंत तिला अेबीसीडी तर येत होतंच पण २०० पर्यंतचे अंकही तोंडपाठ म्हणता येत होते. शिवाय 'विश्वाचा आरंभ' या धार्मिक पुस्तकातलं पहिलं प्रकरणही. ती धडाधड म्हणू शकायची. अर्थातच ते त्यांच्या सेस्त्वाना भाषेत. इंग्रजी भाषेतले काही शब्दही तिला तिच्या आत्यानं शिकवले होते. समुद्र आणि समुद्रावरनं दूरदेशी जाणाऱ्या जहाजा-विषयी असलेल्या एका कवितेतली चार कडवीपण तिला पाठ म्हणता येत होती. शाळेतल्या बाईंनी प्रेश्यसचं कौतुक तर केलंच, पण त्याहून महत्त्वाचं म्हणजे तिला या सगळ्या गोष्टी शिकवणाऱ्या तिच्या आत्याबद्दलही प्रशंसोद्गार काढले. उभ्या आयुष्यात जिच्याबद्दल कुणी कौतुकाचा एक शब्द उच्चारला नव्हता त्या आत्याला अगदी मोहरून आल्यासारखं झालं. तिचा भाऊ ओबेद अनेक वेळा तिचे आभार मानायचा, अगदी भरभरून आभार मानायचा, कारण त्याच्या आईविना पोरक्या मुलीचा ती छान सांभाळ करत होती. पण त्यानंदेखील कधीच तिचं कौतुक केलं नव्हतं. 'त्यात काय कौतुक करायचंय? सगळ्या बायका हेच करतात ना? प्रत्येक स्त्रीचं चूल अन् मूल हेच कार्यक्षेत्र असतं. तू काय वेगळं केलंस बाई?' असाच त्याचाही दृष्टिकोन असावा.

सेत्स्वाना भाषेत एक जुनी कविता होती. तिचे शब्द होते, देवानं ही सृष्टी निर्माण केली, तेव्हा बायकांनीच तिची मशागत केली. आम्हीच सगळ्यांसाठी अन्न शिजवलं. हे पुरुष लहान असतात, तेव्हा त्यांची सगळी काळजी आम्हीच घेतो. मग ही मुलं तरुण पुरुष होतात, तेव्हाही आम्ही त्यांचं सगळं प्रेमानं करतो अन् ते म्हातारे झाले की मरेपर्यंत त्यांचं दुखलंखुपलंही आम्हीच पाहतो. आमचं उभं आयुष्य आम्ही राबराब राबतो. पण आम्ही फक्त स्त्रिया आहोत. त्यामुळेच कुणी आमची दखल घेत नाही.

मुलगेच ते – तेव्हा जरा जपून पोरी!

प्रेश्यस रामोत्स्वे बऱ्याच वेळा विचार करायची, देवानं आपल्याला सगळ्यांना या पृथ्वीवर जन्माला घातलं, त्यावेळी आपण सगळे मनुष्यप्राणी आफ्रिकनच होतो. कारण मनुष्य हा द्विपाद प्राणी पहिल्यांदा केनियामध्ये आढळून आला असं डॉ. लिकी आणि त्यांच्या वडिलांनी सिद्ध केलंय. मग नीट विचार केला, की असं लक्षात येतं की आपण सगळे एकमेकांचे बांधव आहोत, भाऊबहिणी आहोत, तरीही जिकडे पाहावं तिकडे काय दिसतं? नुसतं युद्ध, लढणं अन् लढणंच! श्रीमंत लोक गरिबांना मारतात अन् गरीब श्रीमंतांना. सगळीकडे हेच दृश्य पाहायला मिळतं. आमचा हा बोट्स्वाना देश मात्र या सगळ्याला अपवाद आहे, त्याचं श्रेय जातं सर सेरेत्से खामांना. फार मोठ्या मनाचा, सच्च्या दिलाचा माणूस होता तो. त्यानंच बोट्स्वाना देशाची निर्मिती केली आणि इथे शांती अन् समृद्धीही निर्माण केली. प्रेश्यसला त्यांची आठवण आली की नेहमीच तिचं मन दु:खानं भरून येतं, डोळे वाहू लागतात. शेवटच्या आजारपणात त्यांनी फार यातना भोगल्या. त्यांच्या आजारपणापुढे लंडनमधल्या सगळ्या हुशार डॉक्टरांनी हात टेकले, अन् शेवटी इथल्या सरकारला सांगितलं. ''तुमच्या राष्ट्राध्यक्षांना आम्ही बरं नाही करू शकत ह्याचं वाईट वाटतं आम्हाला, पण आमचाही नाईलाज आहे.''

तिला नेहमी वाटायचं, लोकांना चांगलं आणि वाईट ह्यातला फरक समजत नाही, हेच सगळ्यात मोठं दुर्दैव आहे. त्यांना नेहमी ह्या गोष्टीची जाणीव करून द्यावी लागते. 'विचार करा बाबांनो' असं सांगावं लागतं पण मला हेही माहीत आहे, की त्यांना त्यांच्या अडचणी, समस्या सोडवायचं स्वातंत्र्य दिलं तर सगळं ठीक होतं. आपल्या आपण ते सरळ विचार करतात अन् त्यांच्या परीनं सोडवतात त्यांचे प्रश्न. तेव्हा त्यांना समजतं काय योग्य आहे अन् काय नाही हे. बहुतेकांचं हेच प्रामाणिक मत असतं.

प्रेश्यस रामोत्स्वेला चांगल्यावाईटाविषयी पहिल्यांदा जाणीव झाली तेव्हा ती शाळेत शिकत होती. जेमतेम सहा-सात वर्षांची असेल, तेव्हा तिची आत्या

पहिल्यांदा चर्चमधल्या रविवारच्या शाळेत घेऊन गेली. तेव्हापासून अकरा वर्षांची होईपर्यंत प्रेश्यस तिथे न चुकता दर रविवारी जायची. ह्या पाच वर्षांत तिला बरंच काही शिकता आलं – चांगलं काय, वाईट काय, कसं वागावं अन् कसं वागू नये ह्याविषयीचे बहुतेक पाठ मुलांना या संडे स्कूलच्या शिक्षणातून मिळायचे. पण काही गोष्टींबद्दल मात्र तिच्या मनात कायम शंका असायच्या अन् त्या कुणी उलगडेल की नाही, असंच तिला वाटायचं. उदा. त्यांना शिकवल्या जाणाऱ्या धर्माविषयी त्यांना असं सांगितलं जायचं, की परमेश्वर म्हणे पाण्यावरून चालत गेला. आता हे कधी शक्य आहे का? असा प्रश्न तिला नेहमीच पडायचा. पाण्यावरून कुणीच चालू शकणार नाही हे तिला ठामपणे माहीत होतं. तशीच आणखी एक गोष्ट, परमेश्वरानं म्हणे एकदा ५००० माणसांना जेवू घातलं होतं. ही गोष्ट पण तिला अशक्यच वाटायची. काहीतरी खोटं शिकवतात धर्माच्या नावाखाली, असं तिला वाटत असे. पण हे तर काहीच नव्हे असं एक थोतांड संडेस्कूलमध्ये मुलांना शिकवलं जायचं. ते म्हणजे ह्या लोकांच्या देवाचे म्हणे पृथ्वीवर कुणी वडीलच नव्हते. बापाशिवाय देव! कुणी विश्वास ठेवेल का असल्या गोष्टीवर? अगदी लहान, शेंबड्या पोरांना-देखील ठाऊक असतं की बाप असेल तरच मूल जन्माला येतं. गायीगुरं, कोंबड्या अन् माणसांना हाच नियम लागू होतो. पण बरोबर की चूक, आपण कोण ठरवणार? असा विचार करून ती तो विषय डोक्यातून काढून टाकायची. एवढं मात्र खरं की खोटं बोलू नये, चोरी करू नये अन् कुणाला मारू नये, ही तत्त्वं तिला पटली होती अन् ती आपण पाळायला हवीत, असं तिचं मन तिला सांगायचं.

प्रेश्यस रामोत्स्वेला अजून एक गोष्ट नेहमी जाणवायची. गेली बारा वर्षं मोचुडी गावातली रविवारची शाळा चालवणाऱ्या मोथिबी बाई गावातल्या सगळ्या लोकांना एक प्रकारचा आधार वाटायच्या. त्यांना कधी कसली अडचण, शंकाकुशंका आली तर ते सरळ तिच्याकडे धावायचे. बेताची उंची असलेली ही बाई एकदम गोल गरगरीत होती. खर्जातल्या आवाजात ती मुलांना, प्रार्थनासूक्त शिकवायची अन् मुलंदेखील तिच्याप्रमाणेच तशाच आवाजात ही सूत्रं म्हणायची. त्यामुळे रविवारी चर्चमध्ये जी मुलं प्रार्थना म्हणायची त्यांचा सूरही खर्जातलाच असायचा. बेडूक ज्या सुरात ओरडतात त्याच सुरात!

चर्चमधील प्रार्थना संपली की संडे स्कूलचे वर्ग सुरू होत. या दिवशी सगळी मुलं त्यांच्याकडे असलेल्या कपड्यांपैकी उत्तम असे कपडे घालून यायची, जमिनीवर ओळीनं बसायची. मग मोथिबी मादाम त्यांना बायबलमधले उतारे वाचून दाखवायची. मुलांकडून ईश्वराच्या दहा आज्ञा घोकून घ्यायची. तिच्याकडे निळ्या रंगाचं एक पुस्तक होतं. ते पुस्तक म्हणे फक्त इंग्लंडमध्येच विकत मिळायचं. तिथूनच तिनं

ते आणवलं होतं. त्यातल्या धार्मिक कथाही ती त्यांना वाचून दाखवायची.

'चांगलं वागायचं असेल तर हे नियम पाळायलाच हवेत.' ती ठरावीक पट्टीत बोलायची. 'मुलांनी सकाळी लवकर उठलं पाहिजे, प्रार्थना म्हटल्या पाहिजेत, मग आपल्या बुटांना पॉलिश केल्यानंतर आईला सकाळचा नाश्ता बनवण्याच्या कामात मदत केली पाहिजे,' अर्थात ते नाश्ता खात असले तर. गरिबांना नाश्ता खाणं कुठे परडवतं? मग त्यांनी शाळेत गेलं पाहिजे. शिक्षकांच्या आज्ञा पाळल्या पाहिजेत. हे सगळं केल्यानं ती हुशार ख्रिश्चन मुलं होतील. मेल्यानंतर त्यांना स्वर्गात परमेश्वराकडे जायला मिळेल. मुलींनी पण हेच सगळे नियम पाळायचे. आणखी फक्त एक गोष्ट त्यांनी केली पाहिजे, त्यांनी स्वत:ला मुलांपासून चार हात दूरच ठेवलं पाहिजे. 'आम्ही ख्रिश्चन आहोत' असं मुलांना ठणकावून सागता आलं पाहिजे त्यांना. कदाचित काही मुलं ऐकणार नाहीत.

'अगदी बरोबर' प्रेश्यस रामोत्स्वे स्वत:शीच म्हणाली, 'काही वाह्यात मुलांना ही गोष्ट कळतच नाही.' संडेस्कूलमध्येही जॉसिआ नावाचा एक मुलगा होता. तो नेहमी वाईटवाईट गोष्टी करायचा. खरं तर तो फक्त ९ वर्षांचा होता. पण वात्रटपणात स्वारी कायम पुढे. त्याला नेहमी प्रेश्यसच्या शेजारी बसायला आवडायचं. प्रेश्यसला नको असलं तरी तिच्याकडे पाहायचं अन् गालातल्या गालात हसायचं, तेही सूचक. खरं तर प्रेश्यसपेक्षा चांगला दोन वर्षांनी लहान होता तो, पण वाह्यातपणात जराही कमी नव्हता. तिच्याजवळ बसायला जागा मिळाली की महाशय हळूहळू तिच्या बाजूला सरकायचे अन् मांडीला मांडी लावायला बघायचे. तिला भयंकर राग यायचा ह्या गोष्टीचा; पण बिचारी काही बोलायची नाही. फक्त त्याच्यापासून दूर सरकायची.

हे वागणं तरी बरंच म्हणता येईल इतकं वाईट वागायचा तो कधीकधी. हळूच आपल्या पँटचं बटण काढायचा अन् तिला सगळ्या पुरुषांना असतो तो अवयव दाखवायचा. प्रेश्यसला त्याचं हे वागणं मुळीच आवडायचं नाही. संडे स्कूलमध्ये असं वागावं का कुणी? आणि त्यात एवढं दाखवण्यासारखं काय असतं, हेच तिला समजायचं नाही. सगळ्याच मुलांना होता ना तो अवयव?

शेवटी तिनं ही गोष्ट मोथिबी मॅडमच्या कानावर घातली, तेव्हा ती ऐकताना त्या गंभीर झाल्या. 'ही पोरं काय, मोठी माणसं काय सगळी अगदी एकसारखी. प्रत्येकाला वाटतं, आपल्याजवळ काहीतरी खास गोष्ट आहे. काय कौतुक असतं त्यांना ह्या गोष्टीचं देवच जाणे. सगळा मूर्खांचा बाजार पण ही गोष्ट त्यांना समजेल तर ना?'

रागाचा पारा उतरल्यानंतर त्या प्रेश्यसला म्हणाल्या, ''पुन्हा तो असा वागला ना तुझ्याशी की बघच मी काय करते ते. तू एकच गोष्ट करायची, मला दिसू शकेल अशा पद्धतीनं हात उंच करायचा, मग मला कळतील त्या पोराचे प्रताप.''

पुढच्याच आठवड्यात तो प्रकार घडला. त्या वेळी मोथिबी मादाम संडे स्कूलच्या वर्गात मागच्या बाजूला बसून मुलांच्या वह्या तपासत होत्या. जॉसिआनं तो प्रकार केला. त्यानं पॅंटचं बटण काढलं आणि प्रेश्यसला हळू आवाजात म्हणाला, ''इकडे खाली बघ.'' प्रेश्यसनं आपली पुस्तकातली नजर न हलवताच डावा हात थोडा वर केला. त्यानं ते पाहिलं नाही तरी मोथिबी मॅडमना तिचा उंचावलेला हात दिसला. चोरपावलांनी त्या जॉसिआच्या मागे येऊन उभ्या राहिल्या. हातातलं बायबल त्यांनी उंच नेलं अन् पुढच्याच क्षणी जोरात त्याच्या डोक्याच्या दिशेनं खाली आणलं. खाडकन आवाज झाल्यानं सगळी मुलं दचकली. त्यांनी आवाजाच्या दिशेनं पाहिलं. बाईंनी शिकार बरोबर टिपली होती.

जॉसिआला हा प्रकार अगदीच अनपेक्षित होता त्यामुळे तो गारदच झाला. बाई पुढे झाल्या अन् त्यांनी त्याच्या पॅंटकडे बोट दाखवलं. पुढची बटणं काढलेली होती. पुन्हा एकदा त्यांनी बायबल त्याच्या डोक्यात हाणलं, तेही पहिल्यापेक्षा अधिक जोर लावून.

त्यानंतर कधी तो प्रेश्यसच्या वाट्याला गेला नाही. प्रेश्यसच काय, दुसऱ्या कुठल्याही मुलीची छेड काढण्याचं धारिष्ट्य त्याच्यात उरलं नाही. प्रेश्यस मात्र एक महत्त्वाचा धडा शिकली – पुरुषांशी कसं वागायचं. त्यांना चार हात दूर कसं ठेवायचं, ह्याचा एक मोठाच पाठ गिरवला मोथिबीबाईंनी तिच्याकडून. तिनं जन्मभर ही शिकवण ध्यानात ठेवली. पुढे नेहमीच तिला हा पाठ, तसंच संडे स्कूलमध्ये मिळालेलं इतर ज्ञान उपयोगी पडलं.

आत्याचं लग्न

प्रेश्यस आठ वर्षांची होईपर्यंत तिची सगळी देखभाल, तिचं पालनपोषण तिच्या आत्यानं केलं. कदाचित ती कायमचीच आपल्या भावाकडे राहिली असती अन् ओबेद रामोत्स्वेला ते आवडलंही असतं, कारण त्याचं घर ती अगदी छान सांभाळायची. कधी अव्वाच्या सव्वा खर्च करायची नाही की स्वत:साठी काही पैसे मागायची नाही. पण त्याला हळूहळू जाणवू लागलं की अशा प्रकारे भावाच्या घरी राहणं, परित्यक्तेचं आयुष्य जगणं तिला आवडत नसावं. क्षणोक्षणी तिच्या स्वाभिमानाला फार मोठी ठेच बसत असणार. आपलं स्वत:चं हक्काचं घर, संसार, नवरा असावा असंही तिला वाटत असणार, हेही तो जाणून होता. एकदा तोंड पोळलेलं असलं तरीदेखील माणसाला आशा असतेच ना? त्यामुळेच तिनं आपल्या लग्नाचा विषय त्याच्या-जवळ काढला, तेव्हा त्यानं आनंदानं संमती दिली. कुणीतरी तिला अलीकडे भेटत असे. त्यानं तिला लग्नाविषयी विचारलं अन् तिनं त्याला होकार दिला होता.

"तू म्हणत असशील तर प्रेश्यसला मी माझ्याबरोबर नेते माझ्या घरी." तिनं हळूच सुचवलं. "मुलीसारखीच वाटते मला ती, पण तूही आहेस तेव्हा..."

"हंऽ मीही आहेच. मग मला पण नेतेस का तुझ्या घरी?" त्यानं लटक्या गंभीरपणे विचारलं, तशी ती हसली, "काय आहे ना, माझा होणारा नवरा तसा खूप पैसेवाला आहे, पण त्याला फक्त एकाच व्यक्तीबरोबर लग्न करायचंय."

तो विषय तिथेच संपला. पण ओबेदनं मात्र ठरवलं, आपल्या या बहिणीचं लग्न आपण हौसेनं करून द्यायचं. नाही म्हटलं तरी तिचा सगळ्यात जवळचा नातेवाईक तोच होता ना! पण केवळ एक नैतिक जबाबदारी म्हणून तो ह्या लग्नासाठी झटला नाही, तर अगदी मनापासून त्यानं हे काम आपल्या अंगावर घेतलं. तिनं तरी काही कमी केलं होतं का त्याच्यासाठी? लग्नानंतरच्या मेजवानीसाठी त्यानं दोन गुरांचं मांस शिजवलं अन् दोनशे निमंत्रितांना पुरेल एवढी बीअर आणवली. विवाह-सोहळ्याच्या वेळी त्यानं स्वत: आपल्या बहिणीच्या हाताला धरून तिला चर्चमध्ये नेलं. आत तिचा भावी नवरा, त्याचे नातलग अन् मित्र तर होतेच, पण गावातले निमंत्रित लोक अन् काही आगंतुकही होते. सगळ्यांनाच ह्या विवाह सोहळ्यामुळे खूप आनंद झाला होता.

विवाह समारंभानंतर सगळेजण, ओबेदच्या घरी गेले. घरासमोरच्या मोकळ्या जागेत एक तात्पुरता मांडव घातलेला होता. भाड्याच्या खुर्च्या आणल्या होत्या. वयस्कर मंडळी खुर्च्यांवर बसली अन् तरुण मंडळी एकमेकांशी गोष्टी करत इकडेतिकडे हिंडू लागली. उघड्यावर शिजत असलेल्या अन्नाचा घमघमाट नाकामध्ये भरून घेत.

सगळ्यांनी जेवणावर ताव मारला. जेवणं उरकल्यानंतर ओबेद रामोत्स्वेनं एक छोटंसं भाषण दिलं. त्यामध्ये त्यानं आपल्या बहिणीचे व तिच्या नवऱ्याचे आभार मानले. प्रत्युत्तरादाखल नवरदेवानंही आपल्या मेव्हण्याचे आभार मानले, विवाह सोहळ्यासाठी आणि त्याच्या पत्नीची लग्नाआधी काळजी घेतल्याबद्दल.

या बहिणीच्या नवऱ्याकडे स्वत:च्या दोन बसगाड्या होत्या. एकूण मालदार माणूस होता. तो त्यापैकी एक बस – मोलेपोपोले स्पेशल एक्सप्रेस. त्यादिवशी वऱ्हाडी मंडळींसाठी सजवली होती. तिच्या तिन्ही बाजूंना निळ्या रंगाचं छान कापड लावण्यात आलं होतं. दुसऱ्या बसमधून वरवधू आपल्या घरी गेले. स्वत: नवर-देवांनीच गाडी हाकली अन् नवरी त्याच्या मागच्या सीटवर बसली. त्यांना निरोप देण्यासाठी उपस्थितांनी उत्साहात गाणी म्हटली, आशीर्वाद दिले. आनंदाच्या वातावरणात बस निघाली अन् लवकरच दिसेनाशी झाली.

गॅबेरोन जिल्ह्यापासून दहा मैलांवर दक्षिणेच्या बाजूला त्यांनी आपला संसार थाटला तो एका ॲडोबनं सारवलेल्या विटांच्या घरात. हे घर त्याच्या भावानं

त्याच्यासाठी बांधलेलं होतं. त्याच्या भिंती पांढऱ्या रंगाच्या होत्या अन् छप्पर लाल रंगाचं होतं. समोरच्या बाजूला मोकळं अंगण होतं – अन् त्यापलीकडे रस्त्यालगत कपांऊंडची भिंत. घराच्या मागच्या बाजूला नोकरासाठी म्हणून एक झोपडी होती अन् तिला लागूनच एक पत्र्याचा संडास होता. स्वयंपाकघरात छान नवी-कोरी चकचकीत भांडी होती आणि स्वयंपाक करण्यासाठी दोन शेगड्या होत्या. पॅरॅफिनवर चालणारा एक रेफ्रिजरेटरही होता. दिवसभर त्याचा एक मंदसा आवाज घरात घुमत राहायचा. फ्रिजमधल्या सगळ्या वस्तू छान थंडगार राहायच्या. संध्याकाळ झाली की तिचा नवरा घरी यायचा तेव्हा त्याच्या थैलीत दिवसभराची कमाई असायची. बसचा धंदा चांगला चालत असल्यामुळे थैली नेहमीच भरलेली असायची. ती नवऱ्याला हिशेब ठेवण्यात मदत करू लागली. तिला गणिताचं छान अंग असल्यामुळे लवकरच तिनं हे काम आपल्या अंगावर घेतलं अन् तिच्या हुशारीमुळे पतीदेव खूश झाले.

आपल्या नवऱ्याची मर्जी तिनं आणखीही एका प्रकारे संपादन केली. तो लहान असताना त्याला एकदा एका कोल्ह्यानं जखमी केलं होतं. या हल्ल्यात झालेल्या बहुतेक जखमा त्याच्या चेहऱ्यावर झाल्या होत्या. गावातल्या स्कॉटिश मिशनरी डॉक्टरने जखमा अगदीच नवशिक्या डॉक्टरप्रमाणे शिवल्या होत्या. त्यामुळे जखमांचे मोठे व्रण चेहऱ्यावर कायमचे राहिले. बिचाऱ्याचा चेहरा त्यामुळे फार विरूप दिसायचा. लहानपणापासून त्याला लोकांच्या सहानुभूतिपूर्ण नजरांची सवय झाली होती. स्त्रिया तर त्याच्याकडे नजर टाकताच चमकल्यासारख्या करायच्या. साहजिकच, कधी कुणा स्त्रीनं त्याच्या रूपाचं कौतुक केलं नव्हतं. लग्नानंतर त्याच्या बायकोनं त्याचं कौतुक केलं अन् म्हणाली, "तुझ्यासारखा देखणा अन् रुबाबदार पुरुष मी आजवर पाहिला नव्हता." आयुष्यात तो पहिल्यांदाच खूश झाला, कारण ती तोंडदेखली स्तुती करत नव्हती, हे त्याला माहीत होतं. तिच्याही दृष्टीनं खरोखरच तिचा हा थोर मनाचा नवरा देखणाच होता. तिच्या मनाच्या खोल गाभाऱ्यातून उठलेला हा कौतुकाचा हुंकार त्याच्या प्रेमासाठी आसुसलेल्या मनाला विलक्षण थंडावा देऊन गेला.

आत्यानं प्रेश्यसला पाठवलेल्या पत्रात लिहिलं होतं, "माझी तुला खूप आठवण येत असेल ना? पण मला ठाऊक आहे, माझ्यासाठी, माझ्या सुखासाठी एवढा त्याग करायला तू आनंदानं तयार असशील. खरं सांगते, मी अगदी मनापासून सुखी आहे. माझ्या गोड स्वभावाच्या नवऱ्यानं माझ्यासाठी खूप छान छान कपडे आणले आहेत. मी त्याच्या प्रेमाच्या वर्षावात अगदी न्हाऊन निघते आहे. एक दिवस तू इथे माझ्याजवळ राहायला येशील, तेव्हा आपण पूर्वीसारखं खेळू. पुन्हा एकदा झाडं मोजू, गाणी म्हणू, पण सध्या मात्र तू तुझ्या बाबांची काळजी घेतली पाहिजेस. आता तू पुरेशी मोठी झाली आहेस आणि तुझे बाबा किती चांगले आहेत,

हे मी तुला सांगायला नकोच. मी रोज रात्री तुझ्यासाठी प्रार्थना म्हणते, "देवा, माझ्या प्रेश्यसला खूप आनंदात ठेव. तिच्यावर तुझ्या मायेची पखरण घाल."

"आमेन."

बकऱ्या

प्रेश्यस लहान होती, तेव्हा तिला चित्रं काढायला खूप आवडायचं. ही आवड तिच्या आत्यानंच तिच्यात निर्माण केली होती. ती दहा वर्षांची होती, तेव्हा तिच्या वाढदिवसानिमित्त आत्यानं तिला चित्रं काढण्यासाठी एक वही आणली होती, आणि रंगीत पेन्सिलींचा संचही. प्रेश्यस मनापासून चित्रं काढण्यात रंगून जायची. लवकरच तिच्यातला हा गुण इतरांनीही टिपला. कोऱ्या कागदावर रंगीत पेन्सिलींनी ती आजूबाजूला दिसणाऱ्या गोष्टी रंगवायची, तेव्हा तिच्या वडिलांचे डोळे लेकी-विषयीच्या कौतुकानं पाझरायला लागायचे. चित्रांचे विषय तसे साधेच असायचे. एका चित्रात तिनं हॉस्पिटलच्या समोरच्या भागातील सरोवर रंगवलं होतं. ते इतकं छान होतं की ते हॉस्पिटल, ते सरोवर वगैरे नीट ओळखताही येत होतं. आणखी एक चित्र होतं, हॉस्पिटलमध्ये काम करणाऱ्या मुख्य परिचारिकेचं. ती चित्रात एका गाढवाकडे पाहत असल्याचं दाखवलं होतं. सगळीच चित्रं इतकी छान नव्हती. म्हणजे नुसतं चित्र पाहून तुम्हाला चित्रातली प्रत्येक वस्तू ओळखता यायची नाही. उदा. एक चित्र होतं त्यांच्या घराशेजारच्या वाणसामानाच्या दुकानाचं. समोरच्या बाजूला काही वस्तू ठेवलेल्या दिसत होत्या, पण ती धान्याची पोती होती की माणसं होती हे नीटसं कळत नव्हतं. पण तेवढी गोष्ट सोडली तर तिची चित्रं खरोखरच छान होती. तिच्या वडिलांना तर लेकीचा चित्रकलेचा इतका अभिमान वाटायचा, की त्यांनी त्यातली बरीच चित्रं बैठकीच्या खोलीतल्या भिंतींवर, छपराजवळ उंच जागी लावली होती, जिथं साधारणपणे माश्या बसायच्या.

प्रेश्यसच्या शाळेतील शिक्षकांना आपल्या या विद्यार्थिनीच्या कलागुणाचा सुगावा लागला आणि त्यांनी तिचं तोंड भरून कौतुकही केलं, 'एक दिवस मोठी चित्रकार होणार तू. मग तुझी चित्रं आपल्या देशातल्या कॅलेंडरवर छापून येतील.' या प्रशंसोद्गारामुळे तिला हुरूप आला, अंगावर मूठभर मांस चढलं आणि तिनं अधिकच उत्साहानं चित्रं काढायला सुरुवात केली. शेळ्या, म्हशी, गायी, टेकड्या, भोपळे, घरं काही म्हणून तिच्या नजरेतून सुटायचं नाही. खरं सांगायचं तर मोचुडीमध्ये तिच्यासारख्या कलावंतासाठी विषयांना तोटाच नव्हता. त्यामुळे विषयांच्या अभावी तरी तिची कला खुंटायाची भीती नव्हती.

अशीच एकदा तिच्या शिक्षिकेला एका चित्रकलास्पर्धेची कुणकुण लागली.

गॅबोरोनमधल्या वस्तुसंग्रहालयानं ही स्पर्धा आयोजित केली होती अन् देशातल्या प्रत्येक शाळेनं आपल्या गुणी विद्यार्थ्याचं एक चित्र पाठवावं, अशी विनंती केली होती. विषय होता 'आजच्या बोट्स्वानातलं जीवन'. प्रेश्यसच्या शाळेतून अर्थातच तिचं चित्र पाठवलं जाणार होतं. शाळेत तिला एक खास चित्र काढायला सांगितलं, 'सावकाश काढ, घाई काही नाही.' असं सांगून तिची शिक्षिका पुढे म्हणाली, "आपल्या मोचुडीतून फक्त तुझंच चित्र पाठवणार आहोत आपण."

एका शनिवारी प्रेश्यस भल्या सकाळी आपली चित्रांची वही अन् रंगीत पेन्सिली घेऊन बाहेर पडली. ती जवळजवळ ३-४ तासांनी परतली. घरी आल्यानंतर तिनं चित्रातले बारकावे वगैरे भरले अन् चित्र पुरं केलं. तिला स्वत:ला आपल्या कलाकृतीनं आनंद वाटलाच, पण नंतरच्या सोमवारी तिनं ते चित्र शिक्षिकेला दाखवलं, तेव्हा तिनंही भरभरून कौतुक केलं.

"बघच तू, तुझ्या या चित्राला नक्की बक्षीस मिळणार. सगळ्यांना खूप अभिमान वाटेल तुझा."

चित्र कुठेही चुरगळू नये म्हणून तिच्या बाईंनी ते दोन जाड पुठ्ठ्यांच्यामध्ये ठेवलं. व्यवस्थित पॅक केलं आणि रजिस्टर पोस्टानं कलासंग्रहालयाकडे पाठवून दिलं. पाच आठवडे गेले पण काहीच समजलं नाही. हळूहळू तो विषय जणू आठवणीतून मागे पडल्यासारखा झाला. मग अगदी अचानकपणे प्रेश्यसच्या शाळेतील मुख्याध्यापकांनी तिला बोलावून आनंदाची बातमी सांगितली तेव्हा त्यांचाही चेहरा आनंदानं व अभिमानानं उजळला होता.

"अभिनंदन! पहिलं बक्षीस मिळालंय तुझ्या चित्राला. तुला बक्षीस मिळणार आहे शिक्षणमंत्र्यांच्या हस्ते अन् त्या खास समारंभाला आपण सगळे – तू, मी, तुझी शिक्षिका आणि तुझे बाबा – जाणार आहोत."

ही बातमी ऐकून प्रेश्यस आनंदातिशयानं रडूच लागली. रडण्याचा आवेग ओसरल्यानंतर तिच्या बाईंनी तिला नेहमीपेक्षा लवकर घरी जायची परवानगी दिली. "बाबांना सांग तुझी ही बातमी!" शिक्षिका प्रेमानं म्हणाली.

एक दिवस मुख्याध्यापकांच्या मोठ्या ट्रकमधून सगळी मंडळी निघाली अन् गॅबोरोनला पोहोचली. तेव्हा समारंभाला बराच अवकाश होता, त्यामुळे कला-संग्रहालयाच्या आवरातच त्यांना बराच वेळ बसून राहावं लागलं. हळूहळू इतर निमंत्रित, शिक्षक, वृत्तपत्रांचे वार्ताहर, एवढंच नव्हे तर विधानसभेचे सदस्यही बक्षीससमारंभासाठी हजर झाले. मग एका काळ्या गाडीतून खुद्द मंत्रीमहोदय आले, तेव्हा निमंत्रितांनी घाईघाईनं हातातले सँडविच गिळून टाकले अन् संत्र्याच्या रसाचे ग्लासेस बाजूला ठेवले.

सगळे निमंत्रित चित्रं पाहण्यासाठी म्हणून कलादालनात आले. दोन खोल्यांच्या-

मध्ये असलेल्या एका भिंतीवर चित्र लावलेलं होतं. ते प्रेश्यसनं पाहिलं. चित्राखाली एक छोटं कार्ड टाचणीनं टोचून लावलेलं होतं. प्रेश्यस चित्राजवळ गेली. कार्डावर ठळक अक्षरात तिचं नाव लिहिलेलं होतं, ते पाहून तिला खूप आनंद झाला. प्रेश्यस रामोत्स्वे (वय वर्षं १०) मोचुडी सरकारी कनिष्ठ शाळा अन् त्याखाली चित्राचं नाव – त्या कलासंग्रहालयानंच दिलेलं – धरणाशेजारी उभी असलेली गुरं.

ते शब्द वाचताच प्रेश्यसचं शरीर धक्क्यानं ताठरल्यासारखं झालं. हे काय? तिचं चित्र गुरांविषयी थोडंच होतं? तिनं तर शेळ्यांचं चित्र काढलं होतं, पण वस्तुसंग्रहालयाच्या अधिकाऱ्यांना तिनं काढलेल्या शेळ्या म्हणजे गुरं वाटली होती. म्हणजे हे बक्षीस गायींच्या चित्रासाठी होतं तर. प्रेश्यसला वाटलं, चित्रच जर ह्यांना बरोबर ओळखू येत नसेल तर आपल्याला हे बक्षीस घेण्याचा तरी काय हक्क? दुःखानं तिचा चेहरा काळवंडल्यासारखा झाला. तिच्या चाणाक्ष वडिलांनी तिच्यातला फरक बरोबर टिपला. "हे काय? तुझा चेहरा का असा दिसतोय? तुला तर खूप आनंद व्हायला हवा."

काय बोलावं, हे तिला सुचेना तरी तिच्या मनात अपराधीपणाची भावना निर्माण झालीच. आपण एक मोठी फसवणूक करतोय, एक प्रकारचा गुन्हा करतोय ही जाणीव तिचं मन कुरतडू लागली. आपण जर गायीगुरांचं चित्र काढलेलंच नाहीये तर हे बक्षीस घेण्याचा काय अधिकार आपल्याला?

एवढ्यात ते शिक्षणमंत्रीच तिच्याशेजारी येऊन उभे राहिले. आता ते भाषणाला सुरुवात करणार एवढ्यात तिनं नजर वर करून त्यांच्याकडे पाहिलं. त्यांच्या चेहऱ्यावर प्रेमळ हास्य उमटलं. "खूप चांगली कलाकार आहेस तू. तुझ्या गावच्या लोकांना तुझा मनापासून अभिमान वाटत असेल ना?"

तिनं मान खाली घातली. आपल्या बुटांकडे पाहत ती म्हणाली, "मी काढलेलं चित्र गायीगुरांचं नाहीये. मी तर शेळ्या रंगवल्या होत्या. तुम्ही या चुकीच्या कारणासाठी मला बक्षीस नाही देऊ शकत."

तिचे शब्द ऐकून मंत्रीमहाशय बुचकळ्यात पडले. त्यांच्या कपाळावर सूक्ष्मशा आठ्या उमटल्या. त्यांनी ते शीर्षक परत वाचलं अन् म्हणाले, "चूक तुझी नाहीये बाळ. इथल्या अधिकाऱ्यांनी गफलत केलीय. मला तर या चित्रात शेळ्याच दिसताहेत. त्या गायी मुळीच वाटत नाहीत."

मग घसा खाकरून त्यांनी भाषणाला सुरुवात केली. कलासंग्रहालयाच्या संचालकांनी श्रोत्यांना शांत बसण्याची सूचना केली.

"शेळ्यांचं हे उत्कृष्ट चित्र बघितल्यावर आपली खात्री पटते की आपल्या देशात तरुण कलावंतांची वानवा नाही. मला खात्री आहे की ही चित्रकर्ती, ही चिमुकली पोरगी मोठी झाल्यावर देशाची उत्तम नागरिक होईल. ती प्रसिद्ध चित्रकारही

होईल. ती सर्वतोपरी या पारितोषिकास पात्र आहे म्हणून मी हे पारितोषिक तिला प्रदान करणार आहे.''

त्यांनी पुढे केलेलं बक्षीस घेताना तिला जाणवलं की त्यांनी तिच्या खांद्यावर प्रेमानं आपला हात ठेवलाय. अगदी हळू स्वरात ते तिला म्हणाले, ''तुझ्याइतकी प्रामाणिक, सच्च्या दिलाची मुलगी मी माझ्या आयुष्यात आज प्रथमच पाहिली. फारच छान. अशीच राहा.''

बक्षीससमारंभ पार पडला अन् मंडळी पुन्हा मोचुडीला परतली, ती त्याच खडखडत चालणाऱ्या ट्रकमधून. बक्षीस घेऊन एक धीरोदत्त नायिकाच जणू गावी परतत होती.

आत्या आणि तिच्या पतीच्या घरी

प्रेश्यस रामोत्स्वेनं वयाच्या सोळाव्या वर्षी शाळेला रामराम ठोकला. (तिच्या मुख्याध्यापकांनी तिच्याबद्दल गौरवार्थ म्हटलं, आमच्या शाळेतली सर्वोत्तम विद्यार्थिनी. संपूर्ण बोट्स्वानातील उत्कृष्ट विद्यार्थिनींपैकी एक) तिच्या वडिलांची इच्छा होती की तिनं इतक्यात शाळा सोडू नये, केम्ब्रिज स्कूल सर्टिफिकेट मिळवावं, नव्हे पुढंही शिकावं, पण तिलाच आता शाळेचा कंटाळा आला होता. खरं तर, तिला आता मोचुडीचाही कंटाळा आला होता. घराशेजारच्या ज्या छोट्याशा दुकानात ती दर शनिवारी-रविवारी मालाची मोजदाद करायचं काम करायची, (जुनाट पिवळ्या, कोपरे दुमडलेल्या चोपड्यांच्या साहाय्याने तिला तासन्तास हे काम करायला लागायचं.) त्या कामाचाही आता तिला उबग आला होता. थोडक्यात सांगायचं तर तिला कुठेतरी दुसऱ्या ठिकाणी जायचं होतं, आयुष्य नव्यानं सुरू करायचं होतं.

तिच्या बाबांनी तिची अस्वस्थता हेरली अन् जाणलीदेखील. ''माझ्या बहिणीकडे जा तू. ते गाव आपल्या मोचुडीपेक्षा खूप वेगळं आहे. त्यांच्या घरातसुद्धा तुला इथल्यापेक्षा खूप वेगळं वाटेल. खरंच जा तू.'' हे शब्द उच्चारतानादेखील मनाला खूप कष्ट होत असावेत. कारण त्यांना मनापासून वाटत होतं की तिनं त्यांच्याजवळ राहावं, त्यांची देखभाल करावी, पण त्यांना हेही माहीत होतं की हा अप्पलपोटेपणा ठरेल. 'आपण म्हणजे काही तिचं विश्व नाही.' हे त्यांनाही कळत होतंच. पिल्लू मोठं झालंय, त्याला पंख फुटलेत, त्यानं आता उंच आकाशात भरारी मारायलाच हवी. प्रेश्यसला काहीतरी करून दाखवायचंय हेही ते जाणत होते अन् आता कुठेतरी त्यांच्या मनात तिच्या लग्नाचाही विचार होताच. फुलाभोवती भुंगे तसे आपल्या पोरीभोवती तरुण रुंजी घालणार हे ते जाणून होते.

निसर्गनियमाप्रमाणे ते तर घडणारच. ते सुख त्यांना तिला नाकारायचंही नव्हतं. पण मनात एक भीती होती. हिनं निवडलेला जीवनसाथी दडपशहा निघाला,

दारुड्या निघाला किंवा घराबाहेर लफडी करणारा स्त्रीलंपट निघाला तर? हे सगळे प्रकार त्याच्या आजूबाजूला घडत होतेच की. कितीतरी वेळा ही तरुण पोरं एखाद्या आकर्षक मुलीला आपल्या जाळ्यात ओढत अन् मग तिच्या गळ्यातली धोंड बनून राहत, तिचं आयुष्य बरबाद करत. हे पुरुष कसले, मनुष्यरूपातल्या जळवाच त्या, बाईच्या चांगुलपणाचा फायदा घेत, तिच्या उभ्या आयुष्याचं शोषण करणाऱ्या, तिचं शुष्क चिपाड करणाऱ्या अन् ह्या बिचाऱ्या स्त्रिया, त्यांच्या ठायी इतकं सौजन्य असतं की, वर्षांनुवर्ष त्या अशा नवऱ्याची अरेरावी सहन करत राहतात त्याच्याजवळ!

अशाच एखाद्या तरुणाच्या प्रेमात आपली प्रेश्यस गुंतली तर बाप म्हणून आपण काय करू शकणार? फार फार तर तिला आपण त्यातल्या धोक्याची सूचना देऊ शकू, पण प्रेमानं आंधळी झालेली व्यक्ती काही ऐकण्याच्या मन:स्थितीत असतेच कुठे? अशा माणसामध्ये अगदी उघड उघड दिसणारे दोष असले तरी त्याच्या प्रेमिकेला मात्र ते दिसत नाहीत. एखादी मुलगी अगदी खुनी माणसाच्या प्रेमात पडते तेव्हाही तिला समजावणं कुठे कुणाला शक्य होतं? ती बिचारी आपल्या प्रियकराबद्दल असे गोड समज मनात बाळगून असते की ज्याचं नाव ते! 'माझा प्रियकर? अहो तो साधी किडामुंगीदेखील मारणार नाही कधी, खुनाची तर बातच सोडा.' असं अगदी छातीठोकपणे तीच ऐकवेल तुम्हाला! थोडक्यात काय, प्रेमांध व्यक्तीची समजूत काढणं, तिला मूर्खपणा करण्यापासून परावृत्त करणं कुणालाही बापजन्मी शक्य नसतं, हेच खरं!

त्यामुळेच ओबेद रामोत्स्वेंना वाटलं, सगळ्या गोष्टींचा विचार करता हेच बरं, की आपली लेक आपल्या बहिणीच्या घरी राहावी. आता बहीण झाली तरी तीसुद्धा प्रेश्यसला तरुणांच्या धोक्यापासून वाचवू नाही शकणार, पण निदान ती प्रेश्यसवर बारीक नजर तरी ठेवेल. तिचा नवराही आता पहिल्यापेक्षा खूपच श्रीमंत झाला होता – पाचाहून जास्ती बसगाड्या होत्या त्याच्याकडे. श्रीमंत माणसाच्या शब्दाला एक वेगळंच वजन असतं. तो निश्चितपणे नालायक तरुणांना व्यवस्थित पिटाळून लावेल. त्यांची छानपैकी उचलबांगडीदेखील करू शकेल.

प्रेश्यसच्या आत्याला ही बातमी ऐकून इतका आनंद झाला, की तिला काय करू अन् काय नको असं झालं. उत्साहाच्या भरात तिनं आपल्या लाडक्या भाचीसाठी घरातली एक खोली सजवली. जोहान्सबर्गच्या एका ट्रिपमध्ये तिने ओके बाजारातून पिवळ्या धम्मक रंगाचे पडदे आणले होते, ते तिनं प्रेश्यसच्या खोलीत लावले. एका कपाटात तिच्यासाठी भरपूर कपडे आणून ठेवले अन् त्यावर पोपच्या चित्राची तसबीरही लावली. जमिनीवर तिनं बांबूची साधी चटई अंथरली अन् सगळी खोली जणू नव्या पाहुण्यासाठी सज्ज झाली.

प्रेश्यसला या नव्या घरात रुळायला फार वेळ लागला नाही. तिच्या आत्याच्या

नवऱ्यानं तिला आपल्या बसकंपनीच्या ऑफिसमध्येच नोकरी दिली. पैशाच्या चलनांची बेरीज करणं आणि ड्रायव्हर मंडळींना दिलेल्या बिलातील रकमा तपासणं, ही कामं तिला करावी लागायची. हुशार असल्यामुळे फार लवकर ती ही दोन्ही कामं शिकली. तिचा कामातला उरकही लक्षणीय होता. लवकरच तिच्या या काकांच्या लक्षात आलं, की आपल्या बायकोची भाची कंपनीतल्या दोन वयस्क कारकुनांइतकं काम एकटीनं उरकते आहे. ह्याचं खरं कारण असं होतं, की ते दोघंजण बऱ्याचवेळा कामाऐवजी कुचाळक्या करण्यातच आनंद मानत. त्याशिवाय त्यांना अधूनमधून चहाची तल्लफ येत असे. मग दोघांपैकी एकजण किटलीत पाणी उकळायच्या कामासाठी उठे. या सगळ्या व्यापानंतर नेल मिळाला की ऑफिसचं काम करायचा, असा त्यांचा शिरस्ता झाला होता.

याउलट, प्रेश्यसची स्मृती तल्लख असल्यामुळे तिला भराभर काम करणं जमत असे. कुठलीही नवी गोष्ट आत्मसात करायची अन् ते ज्ञान ऑफिसच्या कामात वापरायचं, अशी तिची वृत्ती असल्यामुळे तिला कामाचा उरकही चांगला होता. शिवाय, काम व्यवस्थित अन् चांगलं करण्याच्या दृष्टीनं ती सतत विचार करायची अन् त्यासंबंधीच्या सूचनाही इतरांना द्यायची. क्वचितच एखादा आठवडा असा जायचा की जेव्हा तिनं कामातील सुधारणांबाबत चांगली सूचना केलेली नसायची.

''तू फारच झटपट काम करतेस बुवा.'' त्या दोन कारकुनांपैकी एकजण तिला म्हणाला, ''अशानं एक दिवस आमच्या पोटावर पाय आणशील तू.''

'हा किती निरर्थक बोलतोय.' अशा पद्धतीनं प्रेश्यसनं क्षणभर त्याच्याकडे पाहिलं. नेमून दिलेलं काम व्यवस्थित अन् कमीतकमी वेळात करायचं, हेच तिचं ध्येय असल्यामुळे बऱ्याचदा तिला कळायचंच नाही की ती दोघं असा संथपणा, कामचुकारपणा करूच कसे शकतात. हातातलं काम करायचं सोडून समोरच्या अवकाशात नुसतं बघत बसण्यात त्यांना काय आनंद मिळायचा, ते फक्त तेच जाणे.

कुणीही न सांगतादेखील ती केलेलं काम तपासून पाहायची, काही चूक राहिली नाही ना ते पाहण्यासाठी. असं करताना तिला कधीकधी जाणवायचं की कुठेतरी काहीतरी घोटाळा होतोय. जमाखर्चाचा ताळेबंद बसायचा नाही. तिच्या आत्याला बारीकसारीक घोटाळ्यांकडे दुर्लक्ष करायची सवय होती. ती म्हणायची, ''कधीकधी काय होतं, ड्रायव्हरमंडळींना कुणी एखादा प्रवासी एखाददुसरं नाणं कमी देतो किंवा प्रवाशांना सुट्टे पैसे देताना नजरचुकीनं जास्ती पैसे दिले जातात. बसमध्ये खूप प्रवासी असले की अशा चुका होऊ शकतात ड्रायव्हरकडून, तिकडे फार लक्ष द्यायचं नाही आपण. हं, खूप मोठ्या रकमेचा घोटाळा असेल तर गोष्ट

वेगळी.'' काही दिवसांनी प्रेश्यसच्या ध्यानी आलं, की आत्या म्हणते तितकी ही क्षुल्लक रक्कम नाही. जवळजवळ दोन हजार पुलांचा घोटाळा तिला इंधनाच्या पावतीत आढळला, तेव्हा मात्र तिनं ही बाब तिच्या काकांच्या नजरेस आणली.

''तुला नक्की खात्री आहे?'' त्यांनी आश्चर्यानं विचारलं, ''एवढ्या मोठ्या रकमेचा पत्ता लागत नाही म्हणजे काय?''

''चोरले असतील कुणी?'' प्रेश्यसनं मनातली शंका व्यक्त केली.

''छे ग, असं कशाला कोण करेल?'' त्यांचा विश्वासही बसणं कठीण होतं या गोष्टीवर, कारण ते स्वत:ला एक आदर्श मालक समजत होते. आपले नोकर म्हणजे आपली मुलंच आहेत, त्यांची काळजी आपल्याशिवाय दुसरं कोण घेणार, अशी त्यांची वृत्ती असल्यामुळे त्यांचा विश्वासच बसेना की कुणी आपल्याला अशा प्रकारे अन् एवढ्या मोठ्या प्रमाणात फसवेल. ''मी त्यांच्याशी इतक्या चांगल्या पद्धतीनं वागतो अन् ते मला अशा पद्धतीनं फसवतील? शक्य नाही वाटत ग.''

''हे पाहा तुमच्या डोळ्यांनीच.'' म्हणून प्रेश्यसनं त्यांच्यासमोर जमाखर्चाची वही ठेवली. दोघांनी त्यावर विचार केला, तेव्हा असं लक्षात आलं की नेहमीच्या खात्यातून हे पैसे काढले गेले होते, दुसऱ्या एका खात्यात भरले होते अन् तिथून त्यांना पाय फुटले होते. आता या रकमेला हात लावू शकणारी एकच व्यक्ती होती – त्या दोघा कारकुनांपैकी एकजण. यापेक्षा आणखी विश्लेषण जरुरीचं नव्हतंच. काकांनी यथावकाश त्या कारकुनाला आपल्या खोलीत बोलावून घेतलं. प्रेश्यस त्या वेळी स्वत:च्या टेबलापाशीच बसून काम करत होती, पण बंद दरवाजाआड काय चाललं असावं, ह्याची कल्पना तिला येऊ शकली. काकांनी त्याला चांगलंच फैलावर घेतलं असणार आणि 'चोराच्या उलट्या बोंबा' या म्हणीप्रमाणे तो कारकून मोठमोठ्यानं ओरडून स्वत:ला निरपराध सिद्ध करणार हे उघड होतं. थोडा वेळ शांतता पसरली अन् मग दरवाजा बंद केल्याचा आवाज!

ही प्रेश्यस रामोत्स्वेची पहिली केस! हेरगिरीच्या प्रांतात रामोत्स्वे मॅडमनी पुढे जी मुशाफिरी केली त्यातलं हे पहिलं पाऊल!

नोते मोकोतीचा प्रवेश प्रेश्यसच्या मनोराज्यात! –

बसकंपनीच्या ऑफिसमध्ये प्रेश्यसनं चार वर्षं नोकरी केली. आत्याची तर ही भाची लाडकी होतीच, आता तिनं आपल्या काकांची मर्जीपण संपादन केली. दोघांना तिचा खूप लळा लागला होता. अगदी स्वत:च्या मुलीप्रमाणे ते तिच्यावर प्रेम करू लागले, तसं उघडपणे म्हणूही लागले सगळ्यांजवळ. तिलाही त्यात काही गैर वाटायचं नाही. अर्थात आपलीच माणसं आहेत ह्या भावनेनं तिनंही त्यांच्यावर खूप प्रेम केलं. कधीकधी तिला तिच्या आत्याचा राग यायचा, कारण

अजूनही ती तिला पूर्वीचीच आठ-दहा वर्षांची प्रेश्यस समजायची आणि त्यामुळे तिचं काही चुकलं तर तिला इतरांदेखतही रागवायची. आत्याच्या यजमानांविषयी तिला खूप प्रेम वाटायचं. चेहऱ्यावरच्या जखमांमुळे त्यांचा चेहरा विरूप झाला होता अन् एखाद्या मेकॅनिकच्या हातांसारखे त्यांचे हात राकट होते. तरीही त्यांचं घर, त्या घरातले पिवळे पडदे लावलेली तिची खोली – सगळं सगळं तिला आवडायचं. मोचुडी सोडल्यानंतर तिला चांगलेच दिवस पाहायला मिळाले होते.

शनिवार-रविवार हे सुट्टीचे दिवस प्रेश्यस आपल्या वडिलांबरोबर घालवायची. आत्याच्या नवऱ्याच्या बसमधून ती मोचुडीला यायची, तेव्हा त्यांच्या ठरावीक स्टूलवर बसून ते तिच्या येण्याची वाटच बघत असायचे. पूर्वी करायची तसाच ती कमरेत वाकून त्यांना नमस्कार करायची आणि दोन्ही हातांनी टाळ्या वाजवायची.

घराच्या एका बाजूला त्यांनी अलीकडे एक मोकळा व्हरांडा बांधला होता. तिथेच दोघं जण गप्पा मारत जेवायचे. प्रेश्यस त्यांना आठवडाभरातल्या बस-कंपनीतल्या गमती-जमती सांगायची, तेव्हा अगदी मन लावून ते तिच्या गप्पा ऐकायचे, तिच्या ऑफिसमधल्या लोकांची नावं विचारायचे आणि मग कुणाकुणाशी त्यांचा नातेसंबंध असावा वगैरेविषयी तिला सांगत राहायचे. कुठे ना कुठे जुनी ओळख निघायचीच. प्रेश्यसला वाटायचं, प्रत्येकजण दुसऱ्याशी या ना त्या नात्यानं बांधलेला असतोच. एखाद्या मोठ्या कुटुंबात जसे पुष्कळ नातेवाईक असतात तशा प्रकारचं त्यांचं जग असावं.

गंमत म्हणजे ओबेद रामोत्स्वेंना गुरांमध्येही तितकाच रस होता. त्यांचेही कळप – कुटुंबकबिले असणारच ना! प्रेश्यसला जे काही सांगायचं असे, ते सांगून झालं की ते तिला आपल्या गायीगुरांविषयी सांगत. खरं म्हणजे अलीकडे ते क्वचितच गुरांच्या गोठ्याकडे जात असत. त्यांचे गुराखी पुष्कळ वर्षांपासूनचे असल्यामुळे चांगले विश्वासू होते. त्यामुळे त्यांना स्वत:ला गुरांविषयी काही काळजी घ्यावी लागत नसे. पण त्यांना याविषयी सखोल ज्ञान होतं, एवढं नक्की की कोणती गाय किंवा बैल चांगला आहे, हे त्यांना पाहताक्षणीच समजत असे. जणू उपजतच त्यांना हे ज्ञान होतं. गायीचा लहान पाडा पाहूनही त्यांना सांगता येत असे की मोठेपणी हा धष्टपुष्ट बैल होणार की नाही. त्यावरून ते ठरवायचे की लहानखुरं म्हणूनच स्वस्तात मिळणारं वासरूदेखील मोठं झाल्यावर चांगल्या किमतीला विकलं जाऊ शकेल अन् त्यांचे हे अंदाज बहुतेकवेळा खरेच ठरायचे. (अर्थात मेघराजाची कृपा असली अन् चारापाणी मुबलक मिळालं तरच!)

माणसांमध्ये अन् गुरांमध्ये काही फरक नसतो असं ते म्हणत असत. बारीक, हडकलेली गाय बघताच ते म्हणत, हिचा मालक चिक्कू अन् खडूस असणार, भटक्या अन् चंचल गुरांचे मालकही, त्याच स्वभावाचे असत. त्यांना निश्चित ध्येय

असं नसतं. ते प्रेश्यसला म्हणायचे, "आणखी एक गोष्ट लक्षात ठेव पोरी, जी माणसं अप्रामाणिक असतात, त्यांची गुरंदेखील तशीच लबाड असतात. आता हे कसं म्हणशील तू तर सांगतो, त्यांची गुरं इतर जनावरांचा चारा ओरबाडतात किंवा दुसऱ्याच्या कळपात घुसायचा प्रयत्न करतात.

ओबेद रामोत्स्वेचा आणखी एक स्वभावविशेष होता. ते अतिशय परखड, स्पष्टवक्ते होते. अन् हे वैशिष्ट्य माणसं आणि गुरं दोन्हींविषयी सारख्याच प्रमाणात दिसून येई. त्यामुळेच अलीकडे प्रेश्यसच्या मनाला एक भुंगा कुरतडू लागला, 'नोते मोकोतीबद्दल बाबांना समजलं तर ते काय म्हणतील?'

मोचुडीहून आत्याकडे परत जात असताना तिनं नोतेला पाहिलं होतं – तो बहुधा फ्रान्सिसटाऊनहून आला होता. बसच्या पुढच्या एका सीटवर तो बसला होता अन् शेजारच्या रिकाम्या आसनावर त्यानं आपल्या वाद्याची पेटी ठेवली होती. त्याचा अंगावरचा लाल शर्ट अन् लिननची पँट तर तिच्या नजरेनं टिपलीच, पण तिच्या मनाचा खरा वेध घेतला तो त्याच्या आकर्षक चेहऱ्यानं – त्याच्या चेहऱ्याचा आकार, त्याच्या धनुष्याकृती भुवया, त्याच्या चेहऱ्यावरला एकूण भाव असा होता की 'मी देखणा आहे, त्यामुळे लोक पाहताक्षणीच माझ्याकडे आकर्षित होतात अन् हे सर्व मला ठाऊक आहे.' दुसऱ्याच क्षणी तिची नजर खाली झुकली. 'आपण त्याला न्याहाळतोय हे त्याला समजता कामा नये' असं तिनं स्वत:लाच बजावलं तरी त्याच्या चेहऱ्यावरून नजर हटवणं तिला जमलं नाही. 'कोण असेल हा? बहुतेक एखादा वादक असणार, जवळ ठेवलेल्या पेटीवरूनच कळतंय ते किंवा विद्यापीठात शिकणारा हुशार विद्यार्थीही असू शकेल?

बस गॅबोरोनमार्गे पुढे लोबात्से गावापर्यंत जाणारी होती. त्या रस्त्यावर उजवीकडे दक्षिणेला वळण्यापूर्वी बस एका स्थानकावर थांबली. प्रेश्यस उठली नाही, पण तिनं त्याला उठून उभं राहिलेलं पाहिलं. सीटवरून उठल्यावर त्यानं पँटची इस्त्रीची घडी सरळ केली अन् अगदी सहज वाटेल अशाप्रकारे मान वळवून बसच्या मागील आसनांवरून नजर फिरवली. प्रेश्यसला वाटलं, आपलं हृदय ह्या क्षणी बंद पडणार! बहुतेक त्यानं पाहिलं होतं तिच्याकडे. 'छे, तो कशाला बघेल माझ्याकडे, तो तर खिडकीतून बाहेर बघत होता.' तिच्या दुसऱ्या मनानं तिच्या पहिल्या मनाला फटकारलं. पुढच्याच क्षणी, आपण काय करतोय, ह्याचा विचारही न करता प्रेश्यस उठून उभी राहिली. तिनं वरच्या फळीवरची आपली बॅग खाली काढली अन् गॅबोरोनमध्ये उतरायचं ठरवलं. गॅबोरोनमध्ये आपण कशासाठी उतरतोय ह्या प्रश्नाचं उत्तर तिच्या मनानं दिलं, 'तो काय करतोय, कुठे जातोय हे जाणून घेण्यासाठी. तोपर्यंत तो खाली उतरलाही होता. तिनं घाईघाईनं ड्रायव्हरला काहीतरी सांगितलं

(ड्रायव्हर त्यांच्याच कंपनीचा असल्यामुळे तिच्या माहितीचा होता.) अन् ती बसमधून उतरलीदेखील. दुपारची कडक उन्हाची वेळ. वातावरणातली धूळ, आजूबाजूला उन्हाळ्यानं वैतागलेल्या प्रवाशांची गर्दी, या सगळ्यामुळे ती क्षणभर गोंधळली. तिनं इकडेतिकडे पाहिलं तर तो तिच्यापासून काही फार दूर नव्हता. नुकतंच त्यानं रस्त्यावरच्या फेरीवाल्याकडून एक भाजलेलं कणीस विकत घेतलं होतं अन् ते खात तो उभा होता. पुन्हा एकदा तिला भांबावल्यासारखं झालं. ती जागच्याजागी खिळून उभी राहिली, जणू या भागात ती नवखी होती अन् कुठे जावं, ते तिला सुचत नव्हतं.

तोही तिच्याकडेच पाहत होता, हे लक्षात येताच तिला गोंधळल्यासारखं झालं. 'आपण बसमध्ये त्याच्याकडे पाहत होतो, हे समजलं की काय त्याला?' एवढं आहे तिनं पुन्हा एकदा त्याच्या दिशेनं वर पाहिलं. ह्यावेळी तिला पाहून त्याच्या चेहऱ्यावर हास्य उमटलं अन् त्याच्या भुवयाही उंचावल्या गेल्या. मग त्यानं हातातलं कणीस भिरकावून दिलं. वाद्याची पेटी उचलली अन् तो तिच्या दिशेनं चालू लागला. एखाद्या सापानं केवळ नजरेनं आपल्या भक्ष्याला जागच्याजागी खिळवून ठेवावं तशी अवस्था झाली तिची.

"मी पाहिलं तुला बसमध्ये." त्यानं बोलायला सुरुवात केली. "वाटलं, चेहरा ओळखीचा, पूर्वी पाहिल्यासारखा आहे; पण नाही, पहिल्यांदाच भेटतोय मी तुला."

तिच्या तोंडून शब्दच फुटेना. तिनं नजर खाली वळवून उत्तर दिलं, "मी नाही पाहिलं तुला यापूर्वी कधी, शक्यच नाही."

तो हसला तेव्हा तिच्या मनातली भीती पळाली. "छे, भीती वाटावी असं ह्याच्यात काहीच नाही." तिनं स्वत:ला समजावलं.

"या देशात तुम्ही प्रत्येकाला आयुष्यात एक-दोनदा तरी भेटताच. अनोळखी असं कुणी फारसं नसतंच आपल्या इथे."

तिनं होकारार्थी मान हलवली, "खरं आहे तुझं म्हणणं."

मग क्षण दोन क्षण कुणीच बोललं नाही. तेवढ्यात त्यानं आपल्या पेटीकडे बोट दाखवलं अन् म्हणाला, "मी हे वाद्य वाजवतो. वादक आहे मी."

तिनं पेटीवरून नजर फिरवली, तिच्यावर एका गिटारवादकाचं स्टिकर दिसलं तिला.

"तुला संगीत आवडतं? जॅझ? क्वेका वगैरे?" तिनं पुन्हा वरती पाहिलं. त्याच्या चेहऱ्यावर तेच स्मितहास्य दिसलं तिला.

"हो."

"मी एका वाद्यवृंदात काम करतो. प्रेसिडेंट हॉटेलच्या बारमध्ये आम्ही कार्यक्रम करतो. कधीतरी तूपण ये आमचा कार्यक्रम ऐकायला. आत्ताही मी तिकडेच चाललोय."

दोघंजण त्याच दिशेनं चालू लागले. बसस्टॉपपासून प्रेसिडेंट हॉटेल दहा मिनिटांच्याच अंतरावर होतं. बारमध्ये शिरताच त्यानं तिच्यासाठी एक पेय विकत घेतलं अन् तिला घेऊन तो मागच्या बाजूला असलेल्या टेबलापाशी गेला. त्या टेबलापाशी फक्त एक खुर्ची होती – एकट्या माणसाला निवांतपणे बसता यावं, या हेतूनं ठेवलेली. मग तो पुढच्या बाजूला गेला अन् त्यानं ट्रम्पेट वाजवायला सुरुवात केली. हळुवार, लडिवाळ सूर कानावर पडू लागले तशी काहीशी धुंद झाल्यासारखी, ती ते सूर कानात साठवत राहिली. 'आपण कुणीतरी खास पाहुणे आहोत त्याच्या-साठी' ह्या भावनेनं तिला बरं वाटलं, स्वत:चा अभिमान वाटला. त्या पेयाची चव काहीतरी वेगळीच वाटली तिला. किंचित कडवट असं मद्याच्या चवीचं ते पेय तिला विशेष आवडलं नाही, पण बारमध्ये बसल्यावर लोक मद्यच पितात हे तिला ठाऊक होतं. आपण नुसतेच बसलो तर लोकांचं लक्ष आपल्याकडे जाईल. ही एवढी तरुण पोरगी इथे काय करते, असा चौकसपणाही करतील काहीजण, अशी भीतीही वाटली तिला.

मध्यंतरासाठी म्हणून वादन थोडा वेळ थांबलं तेव्हा तो परत एकदा तिच्या-जवळ आला. त्याचं कपाळ वाद्य वाजवण्याच्या श्रमामुळे घामेजलेलं होतं.

"का कुणास ठाऊक पण आज माझा सूर नीट लागला नाही असं वाटलं मला," तो म्हणाला, "पण असं होतं कधीकधी. एखाद दिवशी तुम्ही छान वाजवता तर एखाद दिवशी काहीतरी बिनसल्यासारखं होतं."

"मला तर खूप आवडलं. खरंच छान वाजवतोस तू."

"छे, काहीतरीच. ह्यापेक्षा कितीतरी चांगलं वाजवतो मी एरवी. काही वेळा इतका छान सूर लागतो की असं वाटतं, हे वाद्य आपल्याशी प्रेमानं बोलतंय, मग काही प्रयत्न न करताही छान जमून जातं सगळं." तो कौतुकानं स्वत:विषयी बोलत होता तेव्हा तिला वाटलं, सगळे लोक आपल्याकडेच पाहत आहेत. एक-दोन स्त्रिया तर तिच्यावर नजर रोखूनच बसल्या होत्या. त्यांच्या मनातली तिच्याविषयीची असूया तिला जाणवली. 'त्याच्यावर खरा हक्क माझाच आहे' असंच जणू त्यांना सुचवायचं असावं. त्याच्या सहवासासाठी हपापल्यासारख्या वाटल्या त्या.

बारमधून निघाल्यानंतर रात्री उशिरा सुटणाऱ्या बसमध्ये त्यानं तिला बसवलं. बस सुरू होईपर्यंत तो खिडकीपाशी उभा राहिला अन् बस सुरू झाल्यावर हात हलवून त्यानं तिचा निरोप घेतला. तिनंही हात हलवला अन् मग डोळे मिटून घेतले. आपल्याला बॉयफ्रेंड मिळालाय, एक जॅझ संगीतवादक. पुढच्या शुक्रवारी पुन्हा एकदा आपण त्याला भेटणार आहोत. ह्या वेळी गॅबोरोन क्लबमध्ये त्यांचा कार्यक्रम होता. 'इतर वादकसुद्धा आपल्या मैत्रिणींना अशाप्रकारे कार्यक्रमांना नेत असतात.' असं त्यानं सांगितलं 'इथं येणारे लोक साधारणपणे उच्चभ्रू, वरच्या

वर्गातले असतात, सहसा तुझी भेट होत नसेल त्यांच्याबरोबर,' असंही तो म्हणाला.

या दुसऱ्या भेटीतच नोते मोकोतीनं प्रेश्यसला लग्नाविषयी विचारलं अन् एक शब्दही न उच्चारता, काहीशा विचित्र वाटेल अशा पद्धतीनं तिनं त्याला होकार दिला. बँड संपल्यानंतर ते दोघं मद्यपान करणाऱ्या इतर लोकांपासून काहीसे दूर अंधारात बसले होते. एकदम तो म्हणाला, "लवकरच मी लग्न करणार आहे अन् मला तुझ्याशी लग्न करावंसं वाटतंय. छान मुलगी आहेस. मला खूप आवडलीस तू. पत्नी म्हणून तुझा स्वीकार करायला खूप आनंद होईल मला."

तिच्या मनात अजून अनिश्चितता, काहीसा गोंधळ होता. त्यामुळे काही उत्तर न देता ती गप्पच बसली अन् तिचं मौन म्हणजे होकार आहे असा अर्थ त्यानं काढला.

"लवकरच मी तुझ्या बाबांना भेटेन अन् रीतसर मागणी घालेन तुला." तो उत्साही स्वरात म्हणाला. "एकच भीती वाटते, जुन्या परंपरावादी लोकांप्रमाणे ते तुझ्यासाठी खूप जनावरांची अपेक्षा धरतील की काय?" त्यानं मनातली शंकाही बोलून दाखवली.

त्याची शंका बरोबरच होती, पण ती काही बोलली नाही. तिनं स्पष्ट होकार दिलेला नव्हता त्याला; पण तिचं तिलाच वाटलं, 'आता नकार देणंही शक्य नाही मला. ती वेळ टळून गेलीय.'

"तर मग मी तुला आता सांगायला हरकत नाही की पत्नी म्हणून तू माझ्यासाठी काय करायला हवंस." त्यानं तिचा होकार शंभर टक्के गृहीतच धरलाय, असं तिला वाटलं तरी ती काही बोलली नाही. 'सगळे पुरुष असेच वागत असणार बहुतेक. तिच्या शाळेतल्या मैत्रिणींनीदेखील असंच सांगितलं होतं; अर्थात त्या मुलीही सहज वश होणाऱ्यांपैकी होत्या.

तिच्या शरीराभोवती आपल्या हातांची मिठी घालत त्यानं तिला खाली गवतावर ओढलं. आजूबाजूला बऱ्यापैकी अंधार होता अन् इतर लोक पुष्कळ दूर बसले होते. मद्यपान करणाऱ्यांचा आरडाओरडा, खिदळणं चालू होतं. त्यानं तिचा हात आपल्या पोटावर धरला अन् तिचं चुंबन घ्यायला सुरुवात केली. त्याच्या चुंबनांच्या वर्षावात गुदमरून जात असताना तिला आपल्या हृदयातली धडधड जाणवली. आपला श्वास कोंडतोय, असंही वाटलं तिला.

"मुलींनी ह्या गोष्टी शिकायलाच हव्यात. आत्तापर्यंत कुणीतरी सांगितलंच असेल ना हे?"

तिनं नकारार्थी मान हलवली. आपण करतोय ते योग्य नाही, असं मनातून वाटलं तिला, पण आता विरोध करणंही शक्य नव्हतं.

"व्वा! चांगली गोष्ट आहे. तुला पहिल्यांदा पाहिलं तेव्हाच माझ्या लक्षात आली होती ही गोष्ट. सगळ्या पुरुषांना हेच हवं असतं. पण आज तुला सगळं कळेल."

त्यानंतर पाच-दहा मिनिटांत जे घडलं ते फारसं आनंददायक नाहीच वाटलं तिला. त्याचा आक्रमकपणा, धसमुसळेपणा थांबवायचा तिनं प्रयत्न केला, पण प्रत्युत्तरादाखल त्यानं तिच्या गालावर एक चपराक दिली अन् दुसऱ्याच क्षणी चुंबन घेऊन दिलगिरीही व्यक्त केली. प्रेमाच्या आवेगामध्ये त्यानं आपल्या तीक्ष्ण नखांनी तिच्या पाठीवर ओरखडे काढले अन् एकदा तर कमरेच्या पट्ट्यानं पाठीवर फटकाही मारला.

ती उठून बसली. कपडे सावरताना तिला भीती वाटली. एकदम कुणी आलं अन् तिला या अवस्थेत पाहिलं तर? या विचारानं तिला इतकं भरून आलं, की आवाज न करता ती रडू लागली. उद्या आपण नेहमीप्रमाणे आपल्या बाबांना भेटू, तेव्हा त्या बिचाऱ्यांना या सगळ्या प्रकाराची पुसटशी शंकाही येणार नाही. ते आपलं सवयीनं त्याच त्याच गोष्टी – त्यांच्या गायीगुरांच्या – बोलत राहतील.

तीन आठवड्यांनंतर नोते मोकोती ओबेद रामोत्स्वेंना भेटला – एकटाच – अन् त्यानं प्रेश्यससाठी मागणी घातली. "मी बोलतो तिच्याशी आधी अन् मग तुम्हाला कळवतो." ते म्हणाले. त्याप्रमाणे ती आली तेव्हा त्यांनी नोतेचा विषय तिच्याजवळ काढला. त्या वेळी ते नेहमीप्रमाणे घराबाहेर त्यांच्या ठरावीक स्टुलावर बसलेले होते. तिच्याकडे पाहत ते तिला म्हणाले, "तुझी इच्छा नसेल एखाद्याबरोबर लग्न करायची तर तुझ्यावर कुणी जबरदस्ती करणार नाही. आता पूर्वीचे दिवस राहिलेले नाहीत. अन् तुला अजिबातच लग्न करायचं नसेल, तरी हरकत नाही. हल्लीच्या काळात बाईनं एकटं राहणं अवघड तर नाहीच पण अशक्यही नाही. उलट अशा स्त्रियांची संख्या वाढतेच आहे."

डॅडींनी असं सांगितल्यावर प्रेश्यसला लग्नासंबंधात नाही म्हणणं शक्य होतं अन् तिच्या वडिलांची तीच अपेक्षा असावी तिच्याकडून, पण तिलाच 'नाही' म्हणायचं नव्हतं. आतापावेतो ती नोते मोकोतीच्या प्रेमात अगदी आकंठ बुडालेली होती. तिला त्याच्याबरोबरच लग्न करायचं होतं. तो चांगला माणूस नाहीये, ही गोष्ट तिच्याही ध्यानात आली होती गेल्या काही भेटींमध्ये. पण सगळ्या प्रेमिकांना असतो तसा तिलाही विश्वास वाटत होता, की आपण त्याच्यात चांगले बदल घडवून आणू शकू. ह्याहून तिच्यादृष्टीनं महत्त्वाचे होते ते त्या दोघांमधले प्रेमाचे क्षण. त्या वेळी तिच्याकडून तो जे काही लुटायचा, त्याची तिला आता चटक लागली होती. तिच्या दृष्टीनं ही गोष्ट – प्रेमाची ही अनुभूती – सगळ्यात महत्त्वाची होती. कधीकधी शांत डोक्यानं विचार केला की तिला ह्याच गोष्टीची लाज

वाटायची. आपण त्याचे अत्याचार सहन करतो, किळसवाणे अपमान सहन करतो, जीवघेणी लगट सहन करतो, हे तिला विचित्र वाटायचं खरं, तर पण ह्यालाच तर 'तारुण्याचा वेडाचार' म्हणतात – 'मदनाचा पिसाटवारा' तो हाच ना! एखादं कडू जहर प्यावं अन् त्याचीच चटक लागावी, असा तो प्रकार होता खरा. आणखीन एक गोष्ट तिला जाणवली होती – त्याच्यापासून तिला आता दिवस राहिले होते. खात्रीलायकपणे ही गोष्ट सिद्ध झाली नसली तरी नोते मोकोतीचा अंश आपल्या गर्भात वाढतोय – एक छोटा जीव अंकुरतोय, एक छोटं पिल्लू आपल्या आत खोल कुठेतरी फडफडतंय ह्या जाणिवेनंही तिचं शरीर मोहरून उठत होतं.

ऑक्टोबर महिन्यातल्या एका शनिवारी दुपारच्या वेळी मोचुडींच्या चर्चमध्ये नोते मोकोती आणि प्रेश्यस रामोत्स्वे विवाहबद्ध झाले. त्या वेळी ऊन मी म्हणत होतं. गायीगुरं झाडांच्या सावलीत विसावली होती, गेल्या वर्षी मेघराजाची खप्पा मर्जी झाल्यामुळे गवताची कुरणं कोरडी रखरखीत पडली होती. आसमंतावर मलूलपणाचं सावट आल्यासारखं झालं होतं. चराऊ गवत नावालाच दिसायचं. त्यामुळे गायी-गुरंही कशी रोडावल्यासारखी झाली होती. एकूणच अस्वस्थतेचं वातावरण होतं.

रिफॉर्म्ड चर्चच्या मुख्याधिकाऱ्यानं त्यांना विवाहाची शपथ दिली तेव्हा तोही बिचारा उकाड्यानं कासावीस झाला होता. हातातल्या लाल रुमालानं घाम टिपत त्यानं वधूवरांना सांगितलं, 'तुम्ही आता परमेश्वराच्या साक्षीनं पती-पत्नी होणार आहात. त्यानं तुमच्याकडून काही खास अपेक्षा ठेवल्या आहेत आणि त्याप्रमाणे तुम्ही आपल्या जबाबदाऱ्या पार पाडाव्यात, असं त्याला वाटतं. परमेश्वर त्याच्या सगळ्या लेकरांची काळजी घेतो, इथल्या दुष्ट प्रवृत्तींपासून त्यांचं रक्षण करतो, पण आपणही आपली कर्तव्यं विसरता कामा नयेत, अशी त्याची अपेक्षा असते. मी काय म्हणतोय हे तुमच्या ध्यानी येतंय ना?'

किंचित हसून नोते मोकोतीनं होकारार्थी मान हलवली. नंतर चर्चच्या अधिकाऱ्यांनी प्रेश्यसलाही तोच प्रश्न विचारला, तेव्हा मान वर करून तिनं त्यांच्या चेहऱ्याकडे पाहिलं. हे फादर तिच्या वडिलांचे चांगले मित्र होते. आपल्या डॅडींनी आपल्या लग्नाविषयीच्या त्यांना वाटणाऱ्या काळजीचा उच्चार केलाय हे तिला ठाऊक होतं. त्यांना हे लग्न मुळीच मंजूर नव्हतं. त्यावर फादर त्यांना म्हणाले होते, "मला माफ करा, रामोत्स्वे; पण मी तुमच्या मुलीचं मन वळवू शकत नाही." आत्ता तिनं पाहिलं – ते अगदी हळू स्वरात तिला विचारत होते, "हे लग्न तुला मंजूर आहे ना?" तिचा हात आपल्या हातात घेऊन तो नोतेच्या हातावर ठेवत असताना त्यांनी मोठ्या प्रेमानं तिचा हात दाबला अन् कशी कोण जाणे, त्याचक्षणी तिला आपल्या

ओटीपोटात काहीतरी हालचाल जाणवली. ह्या आकस्मिक पण जोरदार हालचालीनं तिच्या शरीरातून एक चमक उठली अन् ती शहारली.

दोन दिवस वधू-वर नोते मोकोतीच्या एका नातेवाइकाकडे मोचुडीतच राहिले. मग त्यांनी एका ट्रकवर आपलं सामानसुमान लादलं आणि गॅबोरोनकडे प्रस्थान ठेवलं. टलॉक्वेंग जवळ एका घरात नोतेनं त्यांच्या राहण्याची व्यवस्था केली होती. दोन खोल्या अन् स्वयंपाकघर असलेलं ते छोटंसं घर म्हणजे त्या दोघांच्या दृष्टीनं जणू एक महालच होता. झोपायच्या खोलीत दोघांनाही पुरेल एवढी मोठी एक गादी होती आणि एक जुनंसं वाटणारं कपड्यांचं कपाट होतं. बैठकीच्या खोलीत एक टेबल, दोन खुर्च्या अन् काचसामानासाठी एक बैठं कपाट होतं. आपल्या आत्याच्या घरून तिनं स्वत:च्या खोलीतले पिवळे पडदे आणले होते. तेच तिनं या खोलीत लावले. त्यामुळं खोली एकदम प्रसन्न अन् देखणी वाटू लागली.

याच खोलीत नोते आपलं ट्रम्पेट ठेवायचा. त्याच्याकडे वाद्यसंगीताच्या बऱ्याच ध्वनिफिती होत्या. एका वेळी साधारणपणे वीस मिनिटे तो सराव करत असे. मग ओठांना विश्रांती देत असताना तो ध्वनीफितीवरचं संगीत काळजीपूर्वक ऐकत असे व त्यानंतर तेच संगीत गिटारवरही वाजवून पाहत असे. अलीकडच्या काळातलं नागर संगीत त्याला पूर्णपणे ओळखीचं होतं. कुठला संगीत प्रकार कुठल्या देशातून आलाय, कुणी कोणतं म्हटलं, कुणी कुठला संगीताचा तुकडा कुणाबरोबर वाजवलाय वगैरे. मोठमोठ्या प्रख्यात वादकांचं संगीतही त्यानं ऐकलेलं होतं. ट्रम्पेटवरचं ह्यूमॅसेकेलाचं वादन, डॉलर ब्रँडचं पियानोवादन, तसंच स्पोकस माचोबनेचं गायनही त्यानं ऐकलेलं होतं. ह्या प्रत्येकाचं गायन-वादन त्यानं जोहान्सबर्गमध्ये ऐकलेलं होतं आणि त्यांनी केलेलं प्रत्येक ध्वनिमुद्रणही.

तो आपल्या पेटीतून ट्रम्पेट काढायचा आणि त्याला तोंडापाशी धरायचा भाग जोडायचा. मग तो ते आपल्या ओठांजवळ न्यायचा. एका क्षणात त्या धातूच्या कपासारख्या आकारातून सुरेल आवाज बाहेर पडायचा. एखाद्या तळपत्या धारदार सुरीनं आजूबाजूच्या हवेला छेद दिल्यासारखा तो नाद त्या छोट्याशा खोलीत घुमायचा. ती संपूर्ण खोली गाण्याच्या स्वरांनी कंपित झाल्याचा भास व्हायचा. उन्हाळ्यामुळे वळचणीला बसलेल्या माश्याही त्या आवाजानं गांगरून जाऊन सैरभैर व्हायच्या.

सुरुवातीला काही दिवस प्रेश्यसही नोतेबरोबर बारमध्ये जायची, पण मग तिच्या लक्षात आलं, की एकदा का तो आपल्या मित्रांच्या घोळक्यात शिरला की तो त्यांच्यातलाच होऊन जायचा. 'आपली त्याला अडचणच होतेय' अशी भावना तिच्या मनात निर्माण झाली. शिवाय तिथे येणाऱ्या काही लोकांना फक्त संगीतातच रस असायचा. त्यामुळे ते सतत संगीताबद्दलच बोलत राहायचे. एवढं काय

बोलायचं असतं या विषयावर, असं तिला वाटायचं. आपण इथे असलेलो या मंडळींना आवडत नाही या विचारानं ती अस्वस्थ झाली अन् मग तिनं त्याच्याबरोबर जाणं सोडून दिलं. ती घरातच वेळ काढू लागली.

आता तो रात्री बराच उशिरा घरी परतू लागला अन् बहुतेक वेळा त्याच्या तोंडाला बिअरचा वास यायचा. नासलेल्या दुधासारखा तो आंबूस वास तिला सहन व्हायचा नाही. त्यानं नेहमीच्या पद्धतीनं तिच्या कपड्यांना हात घातला, तिचं चुंबन घेण्यासाठी आपलं तोंड जवळ आणलं की तिला उमासा आल्यासारखं व्हायचं.

''खूप बिअर प्यायलास तू? संध्याकाळ मजेत गेली असणार तुझी.''

तिचे शब्द ऐकताच त्यानं तिच्याकडे बघितलं. नशेमुळे त्याची नजर तितकीशी स्थिर राहात नव्हती.

''मला हवी तर मी बिअर पितो. तू कोण मला विचारणारी? की इतर बायकांप्रमाणे तूही आता कटकट करणार? त्यांच्यासारखीच निघालीस शेवटी तू?''

''असं कसं म्हणतोस तू? अन् कटकट काय केली मी? तुझी संध्याकाळ मजेत गेली असेल, एवढंच म्हटलं मी.''

पण त्याचा पारा जो एकदा चढला तो चढलेलाच राहिला. ''तुझं हे असलं वागणं मी मुळीच खपवून घेणार नाही, हे नीट लक्षात ठेव. थांब, तुला जन्मभराचीच अद्दल घडवतो.''

त्याच्या आक्रस्ताळेपणानं अन् धसमुसळेपणानं ती एकदम किंचाळली, तिनं त्याला दूर लोटायचा प्रयत्न केला, पण त्याच्या ताकदीपुढे ती अपुरी पडली.

''काय करतोय तू? बाळाला इजा होईल अशानं.''

''बाळ? हे काय लावलंयस तू अलीकडे? अन् असलंच तुझ्या पोटात बाळ तर नक्कीच ते माझं नाही, हे सांगून ठेवतो.''

पुन्हा एकदा पुरुषाच्या हातांनी तिच्या शरीराला स्पर्श केला पण हे हात रबरी मोज्यांच्या आत होते. मोज्यांच्या फिक्या पिवळट रंगामुळे ते हात एखाद्या गोऱ्या माणसाचे असावेत, असं भासलं तिला.

''इथे दुखतंय? नाही, मग इथे?'' तिनं नकारार्थी मान हलवली.

''मला वाटतं, तुझं बाळ सुखरूप आहे अन् हे तुझं सुदैवच म्हणायला हवं. आणि या इथे वरती? माराच्या खुणा दिसताहेत. वेदना फक्त वरच्या बाजूलाच आहेत की आत खोलवर जाणवताहेत?''

''वरच्याच बाजूला.'' तिनं थोडक्यात उत्तर दिलं.

''हं, पण टाके घालावे लागणार आहेत मला या संपूर्ण भागावर. कारण

बऱ्याच मोठ्या प्रमाणावर त्वचा फाटल्यासारखी दिसतेय. त्याआधी एका द्रवाचा फवारा मारतो म्हणजे टाके घालतेवेळी दुखणार नाही आणि तू आपली मान दुसरीकडे वळवलीस तर बरं, म्हणजे तुला दिसणार नाही मी माझं काम करत असताना. काय आहे ना, लोक नेहमी म्हणतात, पुरुषांना शिवणकाम जमत नाही पण ते आम्हा डॉक्टरांना लागू नसतं बरं का?''

विनोद करण्याचा प्रयत्न करणाऱ्या त्या प्रेमळ डॉक्टरांचे शांत स्वरातले शब्द तिच्या कानाला बरे वाटत होते. तिनं डोळे मिटले. फवारा मारण्याचा आवाज तिनं ऐकला. त्वचेला थंडगार स्पर्शाची जाणीव झाली, पाठोपाठ एक प्रकारचा बधिरपणा तिला जाणवला. मग डॉक्टरांनी आपले हात चालवायला सुरुवात केली.

''हे तुझ्या नवऱ्याचं कर्तृत्व, हो ना?''

तिनं डोळे उघडले. डॉक्टरांचं टाके घालण्याचं काम संपलं होतं. त्यांनी परिचारिकेजवळ काहीतरी वस्तू दिली. हातावरचे मोजे ओढून काढताना त्यांनी आपली नजर तिच्यावर रोखली अन् विचारलं, ''किती वेळा वागलाय तो अशा पद्धतीनं? कुणी आहे की नाही तुझी काळजी घेणारं?''

''मला ठाऊक नाही, खरंच ठाऊक नाही.''

''आता पुन्हा त्याच्याकडेच जाणार तू?''

उत्तर देण्यासाठी ती तोंड उघडणार एवढ्यात त्यांनी तिला हातानं थांबवलं ''अर्थातच असले प्रकार नेहमी घडतात. बाईमाणूस काय करणार अन् जाणार तरी कुठे? नवऱ्याशिवाय तिला दुसरं असतंच कोण म्हणा?''

त्यांनी एक दीर्घ उसासा सोडला, ''मला ठाऊक आहे तू पुन्हा एकदा माझ्याकडे येणार आहेस. तशी वेळ तुझ्यावर येणार नाही अशी मी आशा करतो, तरीपण काळजी घे स्वत:ची.''

दुसरे दिवशी ती हॉस्पिटलमधून बाहेर पडली तेव्हा तिनं आपला चेहरा रुमालानं झाकायचा प्रयत्न केला होता, चेहऱ्यावरच्या जखमा, मारहाणीच्या खुणा कुणाला दिसू नयेत यासाठी. तिचं सगळं अंग, हात-पाय, पोट ठणकत होतं. टाके घातलेल्या जागी तर भयानक कळा उठत होत्या. वेदना कमी होण्यासाठी डॉक्टरांनी तिला काही गोळ्या दिल्या होत्या. त्यातली एक तिनं बसमध्ये चढण्यापूर्वी घेतली होती. आणखी एक गोळी तिनं प्रवासादरम्यान घेतली.

ती घरी आली तेव्हा बाहेरचं दार सताड उघडं होतं. धडधडत्या काळजानं ती आत शिरली. एका क्षणात सगळा प्रकार तिच्या ध्यानात आला. फर्निचर वगळता बाकी सगळं घर रिकामं होतं. त्यानं आपल्या ध्वनिफिती, त्यांची दोघांची नवी पत्र्याची पेटी, इतकंच नव्हे तर तिनं आणलेले पिवळे पडदेसुद्धा काढून नेले होते. झोपायची खोली तर याहून भयानक अवस्थेत होती. एखाद्या तीक्ष्ण सुरीनं त्यानं

गादी टराटरा फाडली होती. सगळीकडे कपोक (सावरीचा कापूस) विखुरला होता. तो पाहून तिला वाटलं, मेंढ्यांच्या अंगावरची लोकरच कापलीय इथे कुणीतरी.

हताश अवस्थेत ती गादीवर कोसळली अन् जमिनीकडे दृष्टिहीन नजरेनं पाहत त्याच स्थितीत बसून राहिली. थोड्या वेळानं तिची शेजारीण आली अन् परिस्थितीचा अंदाज घेत सावधपणे म्हणाली, ''मी ट्रक मागवते. तू तुझ्या वडिलांकडे गेलेलं बरं, नाही का?''

पुढली चौदा वर्षं प्रेश्यस वडिलांच्या घरी त्यांच्याजवळ राहिली. ती चौतीस वर्षांची झाली अन् थोडे दिवसांनी ते वारले.

औटघटकेच्या भग्न संसाराच्या आठवणींसह प्रेश्यसला जगायचं होतं. मातृत्वाचा अनुभव – त्याला सुख म्हणणं धाडसाचंच झालं असतं – तिला फक्त पाच दिवस मिळाला. वडील गेले अन् प्रेश्यस पुरती पोरकी झाली. बोट्स्वाना देशातली पहिली खाजगी महिला गुप्तहेर होण्याचा मानही तिलाच मिळाला.

गुप्तहेर संस्था उघडण्यासाठी काय लागतं?

गुप्तहेरसंस्था काढायची म्हणजे पोरखेळ नाही, असं प्रेश्यस रामोत्स्वे मॅडमना वाटलं होतं. सर्वसाधारणपणे बघितलं तर असं दिसतं की कुठलाही नवीन व्यवसाय, धंदा सुरू करायचा तर त्यात कठीण काही नाही, असा लोकांचा समज असतो. म्हणून ते व्यवसाय सुरू तर करतात अन् मग अचानकपणे त्यांना त्यातल्या अडचणी, समस्या जाणवायला लागतात. असे लोक घाईघाईनं, फारसा विचार न करता, किंवा पूर्वनियोजन न करताच व्यवसायाला सुरुवात करतात अन् मग थोड्याच कालावधीत, अगदी चार-पाच आठवड्यातच त्यांच्या लक्षात येतं, की आपल्याकडचा पैसा संपलाय किंवा आपल्याकडचा विक्रीचा माल संपलाय. कधी-कधी दोन्हींचा खडखडाट होतो. धंदा सुरू करणं ही गोष्ट वाटते तितकी सोपी नाही, हे त्यांना अनुभवानं समजतं.

ज्या वकिलांनी प्रेश्यसला तिच्या वडिलांचा पैसा मिळवून देण्याची व्यवस्था केली, त्या वकिलांकडे ती पिलाने येथे गेली. गुरांची विक्री करण्याची व्यवस्था त्यांनीच केली होती आणि चांगल्या किमतीला विकून तिचा फायदाही करून दिला होता.

"तुझ्यासाठी भरपूर पैसा मिळवून दिलाय मी बरं का?" ते म्हणाले, "तुझ्या वडिलांकडच्या गुरांमध्ये सतत वाढ होत गेली होती म्हणून हे शक्य झालं." त्यांनी दिलेला बँकेचा चेक आणि विक्रीसंबंधीची सविस्तर माहिती देणाऱ्या कागदावर तिनं नजर टाकली. तिच्या कल्पनेपेक्षा बरीच मोठी रक्कम होती. तो सगळा पैसा आता प्रेश्यसला मिळणार होता. चेक बोट्स्वानाच्या बारक्लेज बँकेतला होता. वडिलांनी लेकीसाठी ठेवलेली त्यांच्या आयुष्यभराची कमाई.

"ह्यातून तुला एखादं घर विकत घेता येईल अन् एखाददुसरा धंदाही सुरू करता येईल." ते म्हणाले.

"मी दोन्ही विकत घेणार आहे." तिनं मोजक्या शब्दात उत्तर दिलं.

त्यांनी औत्सुक्यपूर्ण नजरेनं तिच्याकडे पाहिलं. "कशाप्रकारचा धंदा? एखादं दुकान वगैरे टाकायचा विचार असेल तर मला सांग. मी तुला सल्ला देऊ शकेन."

"मला गुप्तहेरसंस्था काढायची आहे."

ते तिच्याकडे नुसते बघतच राहिले. तिच्या शब्दांचा अर्थ त्यांना समजेना.

"मला नाही वाटत, अशी एखादी संस्था कुणी विकणार आहे. आपल्याकडे तशा संस्थाच नाहीयेत, निदान माझ्या माहितीत तरी."

प्रेश्यस रामोत्स्वेनं मान हलवली. "ठाऊक आहे. मला बहुतेक 'गमभन' पासून सुरुवात करावी लागेल."

वकीलमहाशयांनी डोळ्यांची उघडझाप केली अन् ते बोलू लागले, "हे पाहा, धंदा-व्यवसायात पैसे गमवायला वेळ लागत नाही. विशेषत: आपल्याला त्याविषयी काही माहिती नसेल तर. म्हणून म्हणतो." मग तिच्यावर नजर रोखत, ठासून एकेक शब्द उच्चारत ते म्हणाले, "खास करून अशाच वेळी आणि मला सांग, बायकांना गुप्तहेर होणं जमू शकेल? तुला वाटतं, ते शक्य आहे?"

"का नाही?" तिनं प्रतिप्रश्न केला. तिच्या मनात विचार आला, लोकांना वकील मंडळी का आवडत नाहीत, ते आता मला कळतंय. आता ह्यांचंच उदाहरण घ्या ना! स्वत:ला एखादा ढुढ्ढाचार्य समजतोय. जगातलं यच्चयावत ज्ञान आपण कोळून प्यायलोय असं वाटत असणार बहुतेक ह्याला. करायचंय काय नाक खुपसून? माझे पैसे, माझं भविष्य मला ठरवू द्यावं तर ते नाही. मग एक गंमतशीर विचार तिच्या मनात आला, बायकांविषयी काही वक्तव्य करण्यापूर्वी ह्या मूर्खाला एवढं तरी कळू नये का की ह्याच्या पँटची झिप उघडी आहे, सांगावं का त्याला?

"तुम्हाला एक गोष्ट सांगू का मी?" तिनं शांतपणे त्याच्या प्रश्नाला उत्तर देण्यासाठी म्हटलं, "आम्हा बायकांना कुठे काय चाललंय ह्याची बित्तंबातमी असते. त्यांना सगळं काही पाहण्याची नजरच देवानं दिलेली असते, असं म्हणू या हवं तर. ॲगाथा ख्रिस्तीचं नाव तुम्ही ऐकलं नाही का?"

आता मात्र वकीलसाहेब हबकल्यासारखे झाले, "ॲगाथा ख्रिस्ती? अर्थातच तिचं नाव ऐकलंय मी. आता पटतंय मला तुमचं म्हणणं. बाईला बारकाईच्या नजरेमुळे सगळं कसं व्यवस्थित दिसतं. कुणीही मान्य करेल ही गोष्ट."

"तेच तर म्हणतेय मी," प्रेश्यस आता उत्साहानं अन् तितक्याच ठामपणे म्हणाली, "त्याचं काय आहे, लोक जेव्हा 'स्त्रियांची पहिली गुप्तहेरसंस्था' ही पाटी पाहतील, तेव्हा त्यांच्या मनात काय विचार येईल? तर ते म्हणतील स्वत:शी, 'त्या बायका नक्कीच शोधून काढतील, कुठे काय चाललंय. ते त्यांच्याइतकं कुणालाही समजणार नाही याबाबतीत,"

वकीलसाहेब विचारात पडल्यासारखे हनुवटीवर बोटांनी ताल देत राहिले. मग म्हणाले, ''असेल बुवा, तुम्ही म्हणता त्यात तथ्य असेलही.''

''अगदी खरं, तथ्य असेलही.'' असं म्हणत प्रेश्यस उठून उभी राहिली मग त्यांचा निरोप घेतल्यावर काहीशा गंभीर स्वरात ती त्यांना म्हणाली, ''वकीलसाहेब मला वाटतं तुमच्या लक्षात ही गोष्ट आलेली नाही की तुमच्या पँटची झिप...''

सगळ्यात आधी तिनं स्वत:साठी एक घर शोधलं. झेब्रा ड्राइव्ह मार्गावरल्या कोपऱ्यावर असलेलं हे घर थोडं महाग होतं म्हणून तिनं घराचा काही भाग बँकेकडे गहाण ठेवला, कारण तिला अजून ऑफिससाठी जागा विकत घ्यायची होती. हे काम त्यामानानं थोडं कठीण गेलं. शेवटी गावाच्या एका टोकाला तिला मनासारखी जागा मिळाली. गाले हिल जवळची ही जागा छान मोक्याच्या ठिकाणी होती, कारण तो भाग तसा बऱ्यापैकी रहदारीचा असल्यामुळे पुष्कळ लोकांची तिथून ये-जा होत असे. तिच्या गुप्तहेरसंस्थेची पाटी त्यांनी वाचण्याची शक्यता मोठी होती. दैनिक समाचार किंवा बोट्स्वाना गार्डियनमध्ये जाहिरात देण्याइतकंच प्रभावी ठरलं असतं ते. बऱ्याच लोकांना लवकरच तिच्या संस्थेबद्दल कळलं असतं.

या इमारतीत अगदी सुरुवातीला एक सामान्य मालाचं दुकान होतं, मग कुणीतरी तिथे ड्रायक्लिनिंगचा व्यवसाय सुरू केला होता अन् त्यानंतर आणखी एकानं एक बाटल्यांचं दुकान काढलं होतं. गेले वर्षभर ती जागा रिकामीच पडून होती. त्यामुळे भटक्या, निर्वासित लोकांनी तिथे आपलं बस्तान मांडलं होतं. बहुतेकांनी सगळ्या खोल्यांमध्ये चुली पेटवलेल्या होत्या. कारण एखादी तरी भिंत धुरानं काळी पडली होती. ही कुणकुण घरमालकाच्या कानी पडली तेव्हा फ्रान्सिसटाऊनमधून तो धावत आला, त्यानं त्या भटक्यांना हाकलून लावलं आणि आपली कळाहीन वास्तू विकायला काढली. एक-दोघा गिऱ्हाइकांनी येऊन जागा पाहिली अन् तिचा एकूण अवतार पाहिल्यावर ते पुन्हा फिरकलेच नाहीत; त्यामुळे दिवसेंदिवस जागेची किंमत घसरतच गेली. रामोत्स्वे मॅडमनी रोख रक्कम देण्याची भाषा केली, तेव्हा त्या मालकानं जणू झडप घातल्यासारखी तिची बोली मान्य केली. काही दिवसांतच तिच्या हातात खरेदीखताचे कागद पडले.

जागा तर मिळाली, पण तिची डागडुजी केल्याशिवाय भागणार नव्हतं. तिनं एका बांधकामव्यावसायिकाला गाठलं. त्यानं भिंतीवर नवा गिलावा केला अन् पत्र्याचं छप्परही दुरुस्त केलं. त्या वेळीही तिनं रोख रक्कम देऊ केल्यामुळे आठवडाभरातच काम संपलंदेखील. भिंतींना रंग द्यायचं काम प्रेश्यसनं स्वत:च केलं. बाहेरच्या बाजूला तिनं पिवळट रंग दिला आणि आतल्या भिंतींना पांढरा. छान पिवळ्या रंगाचे पडदे लावले. डोक्यात सणक आली तशी तिनं दोन नवी कोरी

टेबलं अन् दोन खुर्च्याही विकत घेतल्या. तिचे एक मित्र होते त्यांचं नाव होतं जे.एल.बी. मातेकोनी. त्यांचं मोटारगाड्या दुरुस्त करण्याचं दुकान होतं. त्याचं नाव होतं 'टलॉकवेंग रोड स्पीडी मोटर्स.' त्यांनी तिला आपल्याजवळचा एक जुनाच पण चालू स्थितीतला टाईपरायटर दिला. ऑफिस तर सज्ज झालं. आता तिला एका सेक्रेटरीची गरज होती.

सेक्रेटरी मिळवणं ही त्यामानानं सगळ्यात सोपी बाब होती. तिनं बोट्स्वानातील सेक्रेटरीयल आणि ऑफिस स्किल्स या कॉलेजात फोन केला अन् आपल्याला सेक्रेटरी हवी असल्याचं सांगितलं. तिच्या सुदैवानं त्यांनी लगेच प्रतिसाद दिला. तिला हवी होती तशीच एक स्त्री नुकतीच चांगल्या गुणांनी उत्तीर्ण झाली होता, मिस माकुत्सी एक विधवा होती. तिचा नवरा शिक्षक होता. तिनं ९७% मार्क मिळवले होते. 'तुम्हाला अगदी योग्य आहे' अशी शिफारस झाल्यामुळे प्रेश्यसनं तिला मुलाखतीसाठी बोलावलं.

उभट चेहरा, सडपातळ बांधा आणि केस वेण्यांमध्ये गुंफलेले अशी ही मिस माकोत्सी प्रेश्यसला पाहताक्षणीच आवडली. मेंदी लावल्यामुळे तिचे केस तांबूस रंगाचे होते. मोठ्या लंबवर्तुळाकार काचांचा, प्लॅस्टिकच्या फ्रेमचा चष्मा लावणाऱ्या या स्त्रीच्या चेहऱ्यावर एक छापील स्मित कायम असायचं; पण बाई प्रामाणिक वाटली प्रेश्यसला.

एका सोमवारी प्रेश्यसनं आपल्या ऑफिसचं अनौपचारिक उद्‌घाटन केलं. दोघीजणी आपापल्या खुर्चीवर बसल्या. या वेळी माकुत्सीच्या चेहऱ्यावर तोंडभर हसू उमटलं. "मी तयार आहे हं कामाला, तुम्ही म्हणाल तेव्हा सुरुवात करू." ती उत्साहानं म्हणाली.

"हं," किंचित गंभीरपणे प्रेश्यस म्हणाली, "नुकतीच तर सुरुवात आहे, आजचा पहिला दिवस आहे. काही दिवस ग्राहकांची वाट पाहावीच लागणार, खरं की नाही?'

का कोण जाणे, पण तिच्या मनात खोल कुठेतरी भीतीची भावना होती. 'कुणी नाही फिरकणार आपल्याकडे, काय वेड्यासारखी कल्पना डोक्यात घेऊन ही संस्था आपण सुरू केली, पण कुणी कधी खाजगी गुप्तहेराकडे जातं का? माझ्याकडे कदाचित कुणीच येणार नाही. अशी कोण लागून गेली ती? मोचुडी गावातली एक प्रेश्यस रामोत्स्वे नावाची बाई! एवढीच तिची ओळख! तिनं कधी लंडन किंवा अशाच मोठ्या गावी गुप्तहेरगिरीचं खास शिक्षण घेतलेलं नव्हतं. लंडन तर दूरच, ती कधी जोहान्सबर्गलादेखील गेलेली नव्हती. समजा, कुणी तिच्याकडं आलं अन् त्यांनी तिला विचारलं, 'जोहान्सबर्गला गेलाच असाल ना तुम्ही?' तर यावर ती काय बोलू शकणार? एक तर खोटं बोलावं लागेल नाहीतर खरं सांगावं लागेल,

'नाही हो, मी कुठली जातेय जोहान्सबर्गला?' म्हणजे दोन्हीकडून नामुष्कीच की!

अशा विचारात ती दंग होती तेव्हा मिस माकुत्सीनं तिच्याकडे एक नजर टाकली अन् मग समोर स्वस्थ बसलेल्या टाईपरायटरकडे पाहिलं. थोड्या वेळानं तिनं टेबलाचा खण उघडला, आत डोकावून पाहिलं अन् परत बंद केला. तेवढ्यात अंगणातली एक कोंबडी आत शिरली अन् जमिनीवर पडलेला दाणा तिनं चोचीनं टिपला तशी ती ओरडली, "ए शुक्, कोंबड्यांना प्रवेश नाही हं इथे."

दहा वाजता ती उठली, आतल्या खोलीत गेली अन् दोघींसाठी तिनं चहा केला. रामोत्स्वे मॅडमना बुश टी आवडायचा. आपल्या पर्समधून तिनं आटीव, गोड दुधाचा टिन काढला. दोन्ही कपात थोडं थोडं दूध घातलं मग थोडा वेळ दोघीजणी रस्त्यावरची रहदारी बघत चहा पीत राहिल्या. तशी रहदारी विशेष नव्हती. एक लहान मुलगा एका बारकुड्या कुत्र्यावर दगड फेकत होता.

अकरा वाजले, तिनं पुन्हा एकदा चहा केला. बारा वाजले तेव्हा प्रेश्यस आपल्या खुर्चीवरून उठली अन् म्हणाली, "मी जरा बाहेर जाऊन येते. मला बरेच दिवसांपासून एक परफ्यूम हवा होता. बघते समोरच्या दुकानात मिळतोय का ते."

"मी थांबते इथेच. कुणी फोन करेल किंवा एखादं अशील आलं तर त्याच्याशी बोलायला कुणीतरी हवं ना." मिस माकुत्सी म्हणाली. ते ऐकून प्रेश्यस हसली अन् म्हणाली, "कुणी येणार नाही अशील वगैरे. महिनाभरात गाशा गुंडाळावा लागला नाही म्हणजे मिळवली." आपल्या या व्यवसायात किती धोका असू शकतो, हे त्या बिचारीला ठाऊक आहे की नाही कुणास ठाऊक. देव जाणे, पण मला वाटतं, ९७% मार्क मिळवणाऱ्या बाईला निश्चितच ह्यापेक्षा चांगली नोकरी मिळायला हवी होती.

एका दुकानात ती सेंटच्या बाटल्या बघत असतानाच घाईघाईनं मिस माकुत्सी आत शिरली, "मॅडम," धापा टाकतच तिनं सांगितलं, "कुणीतरी क्लायंट आलीय. एक बाई आहे. मोठी केस असावी बहुतेक. तिचा नवरा बेपत्ता आहे म्हणे. पटकन चला, वेळ दवडून चालणार नाही."

बेपत्ता नवरे अन् त्यांच्या बायका – बहुतेक सगळ्या सारख्याच असतात. प्रेमप्रकरणाची काहीतरी भानगड असणार. तिच्या मनात विचार आला. तिनं अंदाज बांधायला सुरुवात केली. आपला नवरा घरी आला नाही की सुरुवातीला, या बायकांना वाटतं, काहीतरी भयानक घडलं असणार, एखादा अपघात वगैरे. या विचारानं बिचाऱ्या खूप घाबरतात, खचून जातात. आणखी काही दिवस जातात तरी नवऱ्याचा पत्ता लागत नाही, तेव्हा मनात संशयाचं भूत जागं होतं, दुसऱ्या बाईची भानगड तर नाही ना? (बऱ्याच वेळा हेच कारण असतं.) अन् मग त्यांच्या अंगाचा जो काही तिळपापड होतो की ज्याचं नाव ते. या अवस्थेला त्या पोहोचतात तोपर्यंत

त्या इतक्या चिडलेल्या असतात, की आता त्याचा ठावठिकाणा लागला तरी त्यांना तो घरी यायला नको असतो. फक्त एकदा तो भेटला तर त्याच्यावर मस्त तोंडसुख घ्यायचं असतं त्यांना.

तर ही मलात्सी बाई त्या दुसऱ्या अवस्थेत होती. म्हणजे असावी, असा विचार प्रेश्यसच्या मनात आला. तिच्या मनात आता संशयाच्या किड्यानं वळवळायला सुरुवात केली. 'आपले पतिराज नक्की कुणा भवानीच्या घरी मजा मारत असणार अन् इथे मी मात्र त्यांच्या आठवणींनी झुरतेय.' हा विचार आता तिच्या मनाला चांगलाच डंख मारत असणार. कुणी सांगावं, त्यानं कर्जाचा डोंगरही उभा करून ठेवला असेल. हिच्याकडे बघितल्यावर तसं वाटत मात्र नाही. कपड्यालत्त्यावरून चांगल्या सुखवस्तू घरातील स्त्री वाटतेय.

सुरुवातीचे मामुली प्रश्न – नावगाव, पत्ता वगैरे – विचारून झाल्यानंतर प्रेश्यस तिला म्हणाली, "आता थोडं सविस्तर सांगितलंत आपल्या पतिराजांविषयी तर बरं." त्या वेळी मलात्सीबाई समोर ठेवलेल्या कपातील चहाचे घुटके घेत होत्या.

"त्याचं नाव पीटर मलात्सी, वय ४० वर्षं, व्यवसाय – आहे म्हणजे होता. फर्निचर विकण्याचा, चांगला चालला होता. व्यवसाय म्हणजे ते कर्जदारांपासून पळालेले नाहीत, एवढं निश्चित." मोजक्या पण मार्मिक शब्दांत मलात्सीबाईंनी प्राथमिक माहिती दिली.

प्रेश्यसनं कळल्यासारखी मान हलवली, "मग आणखी काही कारण असेल का?" अगदी सावकाशपणे एकेक शब्द उच्चारत, तिनं आपल्या अशिलाला बोलतं करायचा प्रयत्न केला. "तुम्हाला ठाऊकच आहे हे पुरुष कसे असतात ते, म्हणजे त्यांचं एखाद्या स्त्रीबरोबर...?"

तिनं जोरजोरात नकारार्थी मान हलवली, "ती शक्यता नाही वाटत मला. निदान आत्तातरी. वर्षभरापूर्वी विचारला असता हा प्रश्न तुम्ही तर कदाचित मी म्हटलं असतं, 'हो असेलही' पण आत्ता नाही. गेल्या वर्षी त्यांनी ख्रिश्चन धर्म स्वीकारला. ह्या चर्चचे सभासद पांढरे गणवेशासारखे कपडे घालून, गाणी गात गावातून हिंडत असतात."

प्रेश्यसनं आपल्यासमोरील कागदावर मुद्द्यांची नोंद केली – चर्च, गायन, धर्मप्रसाराच्या कार्यात रस? अशाच एखादा स्त्रीधर्मप्रसारकानं मोहिनी घातली असेल तर?

"पण हे लोक नक्की कोण होते? त्यांना माहिती असेल तुमच्या नवऱ्याविषयी. तुम्ही काही चौकशी केलीत का?"

मलात्सीबाईंनी नुसतेच खांदे उडवले. "मला नक्की सांगता येणार नाही. खरं

सांगायचं तर मलाच फारसं काही ठाऊक नाही. एक-दोनदा ते मला म्हणाले, 'तूही चल माझ्याबरोबर, पण मी 'नाही' म्हटलं. मला काही तसल्या कामात रस नव्हता. मग ते एकटेच जाऊ लागले. फक्त रविवारीच जायचे. ते गायब झाले तेदेखील एका रविवारीच. त्यामुळेच आधी मला वाटलं की ते चर्चलाच गेले असणार.''

प्रेश्यसनं आपली नजर छताकडे वळवली. वाटलं होतं तेवढी अवघड केस नसावी. हे पीटर मलात्सी एखाद्या ख्रिश्चन माणसाबरोबर गेलेत ही गोष्ट मलात्सी बाईंच्या सांगण्यावरून स्पष्ट झाली होती. तेव्हा पुढलं काम सोपं होतं – कोणत्या गटाबरोबर ते गेले होते, हे शोधून काढायचं अन् त्यांचा माग घ्यायचा. अर्थात तिच्या मते ही कहाणी दोन अधिक दोन बरोबर चार इतकीच असावी. तात्पर्य, एखाद्या तरुण ख्रिश्चन व्यक्तीबरोबर पीटर गायब झालाय.

संध्याकाळपर्यंत काही फोन केल्यानंतर तिला आवश्यक अशी प्राथमिक माहिती मिळाली. मलात्सीबाईंनी सांगितलेल्या वर्णनात चपखल बसतील, अशा पाच गटांची नावं तिला मिळाली होती. नंतरच्या दोन दिवसांत तिला एवढंच समजलं, की या पाचांपैकी तीन गटांच्या म्होरक्यांनी पीटर मलात्सी नावाच्या कुणा व्यक्तीला पाहिलेलंही नव्हतं. ओळख असण्याची गोष्टच दूर! अर्थात अगदी सहजासहजी तिला कुणी एवढी मदत केली नाही. दोघांनी तिला ख्रिश्चन धर्म स्वीकारण्याचं महत्त्व पटवलं, तिचं मन वळवायचा प्रयत्न केला, तर तिसरे महाशय अधिक रोखठोक निघाले, ''आधी पैसा टाका, मग तोंड उघडतो.'' रामोत्स्वे मॅडमनी पाच पुलांची नोट टेबलावर ठेवली, तेव्हा ते म्हणाले, ''मी नाही ओळखत बुवा, कुणा पीटर मलात्सीला.''

प्रेश्यसनं चौथ्या गटाच्या नेत्याची – रेव्हरंड शॅड्रेक मापेलींची भेट घेतली अन् तिच्या तल्लख मनानं कौल दिला की हेच ते महाशय, आपल्याला सगळी माहिती देऊ शकतील असे. तिनं मलात्सी हे नाव उच्चारायची खोटी, फादर मापेली भीतीनं गळाठले. त्यांनी मान मागे वळवून कुणी ऐकत नाही ना, ह्याची खात्री करून घेतली.

''तुम्ही पोलिसातल्या आहात? हवालदार वगैरे?'' त्यांनी घाबरून विचारलं.

''स्त्री हवालदार.'' तिनं उत्तर दिलं.

पाद्रीसाहेबांच्या चेहऱ्यावर दुःखाची छटा उमटली, ''हंऽ'' (पण त्यांना म्हणायचं असावं, अरे देवा!)

''म्हणजे मला काय म्हणायचंय की मी काही पोलीसबिलीस नाहीये. मी एक खाजगी गुप्तहेर आहे.'' प्रेश्यसनं पटकन शब्द बदलले.

''अस्सं होय.'' आता जरा त्यांच्या जिवात जीव आला.

''तुम्हाला कुणी पाठवलं माझ्याकडे?''

"पीटर मलात्सींच्या बायकोनं."

"खरं की काय? आम्हाला तर ते नेहमी म्हणायचे की ते एकटेच असतात."

आपल्यासारख्याला कुणीतरी फसवलं ह्या विचारानं ते गंभीर झाले.

"अस दिसतंय खरं," प्रेश्यसनं त्यांच्या मताला पुष्टी देत पुढचा प्रश्न केला, "मग मला हे सांगा, हे पीटर मलात्सी आता आहेत कुठे? बिचारी बायको काळजीत पडलीय ना?"

"ते गेले." फादरनी उत्तर दिलं, "देवाघरी गेले."

हा माणूस खरं बोलतोय, हे प्रेश्यसला जाणवलं. म्हणजे यापुढे काही माहिती मिळणार नाही, असंही तिला वाटलं. पण त्यांचा मृत्यू कशानं झाला ते तर जाणून घ्यायलाच हवं.

"हे पाहा, मी तुम्हाला वचन देते की या प्रकरणात तुमचं नाव कुठेही येणार नाही. मला फक्त खरंखरं सांगा, नक्की काय अन् कसं घडलं त्याविषयी."

प्रेश्यस रामोत्स्वेच्या छोट्या पांढऱ्या व्हॅनमधून दोघेजण नदीवर गेले. पावसाळ्याचे दिवस होते, बरीच वादळं येऊन गेलेली होती, त्यामुळे रस्ता असा नीटसा नव्हताच. कसेबसे दोघंजण नदीतीरावर पोहोचले. प्रेश्यसनं एका झाडाखाली गाडी उभी केली.

पावसामुळे नदीचं पात्र दुथडी भरून वाहत होतं. फादरनी एका जागी बोट दाखवलं अन् म्हणाले, "या इथे आम्ही धर्माची दीक्षा देतो." पुढे ते म्हणाले, "या ठिकाणी मी उभा होतो आणि त्याठिकाणी ज्यांच्या हातून पापं घडली आहेत असे लोक पाण्यात शिरले."

"एकूण किती पापी लोक होते त्यादिवशी?" प्रेश्यसनं प्रश्न केला.

"पीटर मलात्सी धरून सहा. ते असे सगळे एकत्र पाण्यात शिरले अन् त्यांच्या पाठोपाठ मी माझ्या सहकाऱ्यांबरोबर आत शिरण्याची तयारी करत होतो."

"अस्सं. मग पुढे काय झालं?"

आपल्या छातीवर एके ठिकाणी हात धरत फादर म्हणाले, "साधारण इतक्या खोल पाण्यात ते सगळे उभे होते. आता मागे वळून मी त्यांना गायला सांगणार होतो म्हणून मी मागे वळलो तर मला काहीतरी वेगळंच वाटलं. नीट बघितलं तर पाण्यात पाचच जण उभे होते."

"म्हणजे एकजण गायब झाला होता?"

"हो ना," हे म्हणतानासुद्धा त्यांचा थरकाप होतोय असं प्रेश्यसला जाणवलं. "परमेश्वरानं जणू त्यांना आपल्या कवेतच घेतलं होतं."

प्रेश्यसनं आपली नजर नदीकडे वळवली. तशी काही फार मोठी नदी नव्हती ती आणि खरं म्हणजे वर्षातला बराच काळ तिचं पाणी आटलेलंच असायचं. छोटी

छोटी डबकीच दिसायची अधेमधे. यंदाच्या पावसाळ्यासारख्या काळात मात्र पाण्याला भरपूर जोर असणार. एखाद्याला पोहोता येत नसेल तर तो पाण्याच्या प्रवाहाबरोबर सहज खेचला जाऊ शकेल, तिच्या मनात विचार आला. 'पण तसं झालं तरी, एखादा माणूस पाण्यात बुडाला तर त्याचा मृतदेह तरी सापडायला हवा ना कुठे तरी. असे प्रकार यापूर्वीही घडले होते काही वेळा. माणसं नदीवर जायची या ना त्या कारणानं अन् कधी बुडालेल्या माणसांचे देह आढळायचे त्यांना. तसं झालं असेल पीटरबाबत. तर पोलिसांना ही बातमी नक्कीच लागली असणार, वृत्तपत्रांतदेखील नोतवाने नदीत सापडलेल्या, परंतु ओळख न पटलेल्या मृतदेहांविषयी काहीतरी छापून आलं असतं. वृत्तपत्रांना असल्या बातम्या हव्याच असतात पानं भरायला. अशी संधी ते कधीच सोडणार नाहीत.

तिनं आणखी थोडा विचार केला तेव्हा तिच्या मनात एक कल्पना आली. अजून एक शक्यता नाकारता येत नव्हती, पण त्या नुसत्या विचारानंदेखील तिच्या अंगावर काटा आला. पण त्या दृष्टीनं विचार करण्याआधी तिला फादरना काही प्रश्न विचारायचे होते. उदा. या सगळ्या प्रकरणात त्यांनी तोंडात मिठाची गुळणी का धरली होती?

आपण त्यांच्यावर ठपका ठेवतोय असं न दाखवता प्रेश्यसनं त्यांना विचारलं, ''तुम्ही पोलिसांकडे गेला नाहीत ते का?''

तो प्रश्न ऐकताच त्यांची नजर खाली वळली. तिला वाटलं, सज्जन माणसं, एखाद्या गोष्टीचं त्यांना मनापासून वाईट वाटतं, तेव्हा अशाच प्रकारे वागतात. त्याउलट, जे निर्लज्ज आणि निगरगट्टी असतात ते ढोंगीपणानं आकाशाकडे पाहतात.

''खरं सांगू, मलाही समजते ही गोष्ट. मी पोलिसांना या घटनेविषयी सांगायला हवं होतं, पण मी मनातून फार घाबरलो होतो. त्या वेळी मला वाटलं, पोलीस मला त्याच्या मृत्यूबाबत दोषी ठरवतील अन् कोर्टातही खेचतील, कोर्ट मला त्याबद्दल नुकसानभरपाई द्यायला लावेल. मग आमच्या चर्चचं पार दिवाळं निघालं असतं हो. त्यामुळे आमच्या धार्मिक कार्यालाही खीळ बसली असती. एकदम ते बोलायचे थांबले. मग एक दीर्घ श्वास घेऊन ते म्हणाले, ''मी गप्प बसलो, माझ्याबरोबरच्या लोकांनाही ह्याविषयी वाच्यता न करण्याबद्दल मी सांगितलं, ह्याची कारणं तुम्हाला पटतायत ना?''

समजल्यासारखी तिनं मान हलवली अन् हलकेच त्यांच्या हातावर आपला हात ठेवला. ''मला नाही वाटत तुम्ही गैर वागलात असं. या प्रकरणात तुमची काही चूक नव्हती. परमेश्वराच्या मनातही तुम्ही तुमचं काम चालू ठेवावं, असंच असणार.''

"तुमच्या शब्दांनी मला केवढा दिलासा दिलाय हे मी कसं सांगू?'' मंदसं हसत ते म्हणाले. त्यांच्या मनावरचं फार मोठं ओझं उतरलंय, असं प्रेश्यसला वाटलं.

त्याच दिवशी प्रेश्यस रामोत्स्वे आपल्या एका शेजाऱ्याकडे गेली. त्याच्याकडे एक नाही, दोन नाही, चांगले पाच कुत्रे होते. त्यांच्या सततच्या भुंकण्याच्या आवाजानं तिला भयंकर वैताग येत असे. कोंबडे पहाटे आरवतात तसे या माणसाचे कुत्रे सकाळी भुंकायचे अन् रात्री चंद्र उगवला, की तेव्हासुद्धा भुंकायचे ते कावळ्यांना पाहून भुंकायचे तसे हॅमरकॉपस हे पक्षी पाहूनही भुंकायचे. रस्त्यानं येणाऱ्या-जाणाऱ्यांकडे पाहून भुंकायचे अन् हवा खूप गरम असली तरी भुंकायचे. थोडक्यात सांगायचं तर ते दिवसरात्र भुंकतच असायचे. पण त्यादिवशी प्रेश्यस त्याच्याकडे गेली अन् थोड्या वेळासाठी तिनं त्याचा एक कुत्रा मागितला.

"माझी एक केस सोडवण्यासाठी मला एक कुत्रा हवा आहे. मी अगदी व्यवस्थित परत आणेन त्याला.'' तिनं विनंती केली. तिचे शब्द ऐकताच शेजारी भलताच खूश झाला. आपल्या कुत्र्याचं हिला कौतुक वाटतंय, या विचारानं उत्साहित होऊन तो म्हणाला, "मी तुम्हाला माझा एक कुत्रा देतो. हा वयानं मोठा आहे आणि त्याचं नाक खूप तिखट आहे. तपासकामात तुम्हाला चांगला उपयोग होईल त्याचा.''

प्रेश्यसनं कुत्रा ताब्यात घेतला, पण तिच्या मनात धाकधूक होत होती. पिवळसर रंगाचा तो भलामोठा कुत्रा पाहून ती घाबरलीच. शिवाय त्याच्या अंगाला एक चमत्कारिक वासही येत होता. सूर्यास्तानंतर तिनं कुत्र्याला आपल्या पांढऱ्या व्हॅनमध्ये मागच्या बाजूस चढवलं. दोरीच्या साहाय्यानं त्याची मान दाराच्या हँडलला बांधली आणि गाडी सुरू केली. नदीच्या दिशेनं गाडी धावू लागली. गाडीच्या समोरच्या दिव्यांच्या उजेडात काटेरी झुडपं अन् मुंग्यांची वारुळं भयाण दिसत होती. गाडीतला तो कुत्रा तिला आवडत नसला तरी त्या वेळी मात्र त्याची सोबत एक प्रकारचा आधारच वाटत होती.

गाडी नदीजवळ उभी करून प्रेश्यस गाडीबाहेर पडली. तिनं एक मोठी दंडुक्या-सारखी काठी बाहेर काढली अन् तीरावरच्या भुसभुशीत मातीत घट्ट रोवली. मग गाडीतून तिनं कुत्र्यालाही बाहेर काढलं अन् त्याला त्या खांबाला पक्कं बांधलं. आपल्याजवळच्या पिशवीतून तिनं एक मोठं हाड काढलं, कुत्र्याच्या नाकाजवळ क्षणभर धरलं आणि मग त्याच्यासमोर टाकलं, त्याबरोबर समाधानाचा आवाज काढत तो खाली बसला अन् हाड चघळू लागला.

प्रेश्यसनं डास चावू नयेत म्हणून ब्लँकेट पायांभोवती लपेटलं. मांडीवर बंदूक

ठेवून ती तिथेच बसून राहिली. 'कदाचित बराच वेळ आपल्याला वाट पाहावी लागेल.' ती स्वत:शीच म्हणाली, 'तेवढ्या काळात आपल्याला डुलकी लागता कामा नये.' अर्थात तसं झालं असतं अन् त्या काळात तिथं काही घडलं असतं तर तिच्याबरोबरच्या कुत्र्यानं भुंकून तिला उठवलं असतंच.

असे दोन तास गेले. डासांच्या चावण्यानं ती हैराण झाली. खाजवण्यामुळे त्वचेची भयंकर आग होत होती, पण ती एका कामासाठी तिथे गेली होती अन् अशा वेळी वैतागून काही फायदा नाही, हे तिला ठाऊक होतं. तेवढ्यात तिला कुत्र्याच्या गुरगुरण्याचा आवाज ऐकू आला, तशी ती सावध होऊन ताठ बसली. आता चांगलाच अंधार पडला होता, त्यामुळे तिला नीट काही दिसत नव्हतं. तिनं डोळे ताणून बघितलं तेव्हाच तिला कुत्रा दिसू शकला. आता तो पाण्याकडे पाहत पायांवर उभा होता. पुन्हा एकदा कुत्रा गुरगुरला अन् भुंकलादेखील. त्यानंतर सगळं शांत झालं. प्रेश्यसनं पायांवरचं ब्लँकेट ओढून दूर भिरकावलं अन् जवळ ठेवलेली प्रखर उजेडाची बॅटरी उचलली. आता एक-दोनच क्षण...

पाण्याच्या कडेनं कसला तरी आवाज आला त्याबरोबर तिनं टॉर्च सुरू केला. प्रकाशाच्या झोतामध्ये तिला काहीतरी हालचाल जाणवली अन् दुसऱ्याच क्षणी तिच्या डोळ्यांना दिसली एक भलीमोठी मगर. पाण्याबाहेर डोकं काढून ती कुत्र्याच्या दिशेनं सरकत होती अन् तिला पाहून कुत्र्याची भीतीनं गाळण उडाली होती.

टॉर्चच्या उजेडामुळे मगरीला काही फरक पडला नाही. चंद्रप्रकाशाची तिला सवय असावी. प्रेश्यसनं हातातली बंदूक वर उचलून मगरीच्या डोक्यावर नेम धरला अन् बंदुकीचा चाप ओढला.

गोळी मगरीच्या डोक्यात घुसताच मगर हवेत उंच उडाली. तिनं एकदम कोलांटी उडीच मारली. ती खाली आदळली, ते तिच्या पाठीवरच, अर्धं शरीर पाण्यात अन् अर्धं बाहेर अशा अवस्थेत... मिनिट दोन मिनिट तिची तडफड झाली अन् मग ती शांत झाली. प्रेश्यसनं भक्ष्य अचूक टिपलं होतं.

बंदूक खाली ठेवताना तिला जाणवलं, आपले हात थरथर कापत आहेत. तिच्या बाबांनी तिला बंदूक चालवण्याचं शिक्षण दिलं होतं. ते आज अशा प्रकारे उपयोगी पडलं, पण प्राण्यांवर बंदूक चालवायला तिला कधीच आवडत नसे अन् मगरींवर तर नाहीच नाही. 'हा प्राणी मारणं म्हणजे दुर्दैवाला आमंत्रण देणं' असा समज तिच्या मनात खोलवर दडला होता, पण या क्षणी तरी तिचा नाईलाज होता. पण ही मगर इथे काय करत होती? नोतवाते नदीत मगरी असल्याचं तिनं यापूर्वी तरी कधी ऐकलं नव्हतं. नदीच्या बऱ्याच वरच्या बाजूला काही ठिकाणी मगरी आढळायच्या. तिथूनच ही बया जमिनीवरून सरपटत आली असणार किंवा पुराच्या

पाण्यामुळे थेट लिम्पोपोपासून खाली पोहत आली असणार. बिचारीच्या या दीर्घ प्रवासाचा अशाप्रकारे शेवट झाला होता तर.

एका तीक्ष्ण सुरीच्या साहाय्यानं तिनं मगरीच्या पोटावर छेद दिला. मगरीच्या पोटावरची त्वचा मऊ होती. लगेचच प्रेश्यसला तिच्या पोटाचा आतला भाग दिसला अन् तिथे असलेल्या काही वस्तूदेखील. त्यामध्ये काही गोटे-गोलसर, गुळगुळीत दगड होते. खाल्लेलं अन्न पचवण्यासाठी या गोट्यांचा उपयोग मगरी करतात, हे तिला ऐकून माहीत होतं. माश्यांचे काही तुकडेही दिसले. त्याच्या भयानक वासानं तिला गरगरल्यासारखं झालं, पण तिनं तिकडे दुर्लक्ष केलं कारण तिला काही चमकणाऱ्या वस्तू – बांगड्या, अंगठ्या, घड्याळ दिसल्या. त्यातल्या काही गंजलेल्या होत्या, तर काहींवर विचित्र प्रकारचं कीटण चढलेलं होतं. तरीही पोटातल्या इतर वस्तूंच्या तुलनेत त्यांचं वेगळेपण जाणवत होतं. मगरीच्या भयंकर भुकेचा विचारही प्रेश्यसच्या मनाचा थरकाप उडवायला पुरेसा होता.

मलात्सीबाईंपुढे एक मनगटी घड्याळ टेबलावर ठेवत प्रेश्यसनं विचारलं, ''हे तुमच्या पतिराजांचं आहे का?''

त्यांनी ते टेबलावरून उचललं अन् त्याच्याकडे निरखून पाहिलं. प्रेश्यसच्या मनात विलक्षण, विचित्र भावना निर्माण झाली. असले प्रसंग तिला फारच त्रासदायक वाटत, पण ह्याप्रकारची वाईट बातमी देणं हाही तिच्या व्यवसायाचा एक भाग होता.

मलात्सीबाईंनी स्वत:वर विलक्षण संयम ठेवला असावा. अतिशय शांतपणे त्या म्हणाल्या, ''ठीक आहे, यावरून निदान एक गोष्ट सिद्ध होतेय – ते आता परमेश्वराच्या दरबारात रुजू झालेत. 'आपला पती दुसऱ्या एखाद्या स्त्रीच्या बाहुपाशात रममाण झालाय' या विचारापेक्षा नक्कीच ही बातमी मला समाधान देणारी आहे, हो की नाही?''

आता यावर प्रेश्यस काय बोलणार? तिनं संमतीदर्शक मान हलवली अन् म्हणाली, ''खरं आहे तुम्ही म्हणता ते.''

''तुमचं लग्न झालं होतं मॅडम? पुरुषाशी लग्न करायचं, त्याच्याबरोबर संसार करायचा, ह्या गोष्टीचा अनुभव आहे तुम्हाला?''

उत्तर देण्यापूर्वी प्रेश्यसनं आपली नजर खिडकीबाहेर लावली. बाहेरच्या बाजूला एक काटेरी झाड होतं अन् त्याच्या पलीकडे दूर अंतरावर एक खडकाळ टेकडी.

''हो.'' तिनं उत्तर दिलं, ''माझंही लग्न झालेलं होतं. नवरा ट्रम्पेट वाजवायचा. मला त्यानं इतकं छळलं की वाटतं, आता मी एकटी आहे म्हणूनच सुखात आहे.'' बोलता बोलता ती थांबली अन् दिलगिरीच्या सुरात म्हणाली, ''माफ करा मला.

आत्ता या क्षणी मी असं बोलायला नको होतं. पण उर्मटपणे बोलायचं माझ्या मनातही नव्हतं. नुकतेच तुम्ही तुमचे पती गमावले आहेत. तुम्ही अजून त्या दुःखातून सावरलाही नसाल. फार दुःख झालं असेल ना तुम्हाला ह्या घटनेमुळे?''

''हंऽ थोडं,'' अगदी त्रोटकपणे तिनं मनातली भावना व्यक्त केली. प्रेश्यसचा निरोप घेतानाचे तिचे शब्द होते, ''येते मी, अजून खूप कामं उरकायचीत मला.''

मुलगा

तो अकरा वर्षांचा होता, पण वयाच्या मानानं जरा लहानच वाटायचा. त्याची वाढ व्हावी म्हणून आईवडिलांनी पुष्कळ प्रयत्न केले, पण काही विशेष फरक पडला नाही त्याच्यात. आत्तासुद्धा तुम्ही त्याला पाहिलं तर तुम्ही अंदाज बांधाल, 'आठ नाहीतर नऊ वर्षांचा असेल.' त्याला स्वत:ला मात्र कधी या गोष्टीची खंत वाटली नाही, कारण त्याचे वडीलपण लहानपणी असेच छोट्या चणीचे होते असं त्यांनीच त्याला सांगितलं होतं. आता ते छाती फुगवून म्हणतात, "आता बघ माझ्याकडे, मी आहे की नाही चांगला उंच अन् तगडा. तू पण होशील उंच. काहींची उंची जरा उशिरा वाढते, बघच तू."

मनातल्या मनात मात्र आईवडिलांना भीती वाटत होती की ह्याच्यात काहीतरी कमी आहे. काहीतरी व्यंग तर नसेल ना? असं ते एकमेकांना विचारत. पाठीच्या कण्यात दोष असेल, कदाचित त्यामुळेच हा खुरटल्यासारखा वाटतोय. तो चार वर्षांचा होता, तेव्हा एकदा पक्ष्यांची अंडी काढण्यासाठी तो झाडावर चढला होता अन् पाय घसरून पडला होता. त्या वेळी कितीतरी वेळ तो जमिनीवर काही हालचाल न करताच पडून राहिला. डोळे उघडेना बोलेना. शेवटी कुणीतरी त्याच्या आजीला तो झाडावरून खाली पडल्याचं सांगितलं, तेव्हा म्हातारी कलिंगडांच्या शेतातून किंचाळत धावत गेली आणि तिनं त्याला उचलून घरी आणलं. त्या वेळीदेखील त्याच्या हातात एका पक्ष्याचं फुटलेलं अंडं होतंच. त्यातून तो बरा झाला, निदान सगळ्यांना तसं वाटलं, पण त्याची चाल बदललीय, हेही त्यांच्या लक्षात आलं. जवळच्या दवाखान्यात त्याचे आईवडील त्याला घेऊन गेले तेव्हा तिथल्या परिचारिकेनं त्याला नेहमीच्या पद्धतीनं तपासलं – पापण्या उचलून डोळे बघितले, 'आ' करायला सांगून घसा तपासला अन् म्हणाली, "काहीही झालं नाही ह्याला. लहान मुलं पडतात, धडपडतात, पण त्यांची हाडं सहसा मोडत नाहीत."

मग आपले हात त्याच्या खांद्यावर ठेवून तिनं त्याला गर्रकन वळवलं, ''पाहा, कुठे काय, काही झालेलं नाही ह्याला. हाडबिड मोडलेलं असतं तर किंचाळला असता एकदम.''

त्याला घेऊन आईवडील घरी आले अन् त्याचं पडणंबिडणं सगळं विसरून गेले. पुढे बऱ्याच वर्षांनी त्याच्या आईला वाटू लागलं, छे, आपलं चुकलंच आपण त्या परिचारिकेच्या सांगण्यावर विश्वास ठेवायला नको होता. ह्या बायका काय, साधा सर्दीखोकला असेल किंवा पोटात जंत झाले असतील तर तेवढंच त्यांना समजतं. त्याच्यापलीकडे काही असलं तर त्या कुचकामी ठरतात.

वयाच्या मानानं खुरटल्यासारखा दिसणारा हा मुलगा डोक्यानं मात्र तल्लख होता. कारण इतरांपेक्षा हा जास्त चौकस होता. त्याला सतत काहीतरी शोधावंसं वाटायचं. लाल मातीत आढळणारे गोल खडे तो शोधून काढायचा अन् थुंकी लावून लावून ते चमकावण्याचा प्रयत्न करायचा. काही वेळा तो खरोखरच सुंदर दिसणारे खडे शोधून काढत असे. काही गडद निळ्या रंगाचे तर काही तांब्याच्या धातूप्रमाणे तेजस्वी लाल असायचे – मावळतीच्या आकाशाप्रमाणे. आपल्या झोपायच्या चटई-जवळ तो हे सगळे खडे पायथ्यापाशी ठेवायचा अन् त्यांच्या साहाय्यानं आकडे मोजायचा, बेरीज-वजाबाकी करायचा प्रयत्न करायचा. इतर मुलं गुरं मोजायची पण ह्याला गुरं कधीच आवडली नाहीत – ह्याहीबाबतीत तो इतरांपेक्षा वेगळा वाटायचा.

या चौकस बुद्धीमुळे स्वत:च्याच मनाशी काहीतरी गूढ बोलत तो सतत इकडेतिकडे भटकत असे त्याची ही तासन्तास गडप होण्याची सवय त्याच्या आई-वडिलांच्या अंगवळणी पडली होती. तसं वागण्यातही काही धोका नव्हता, कारण तो सहसा मनुष्यवस्तीपासून फारसा दूर जायचा नाही. भीती असलीच तर ती फक्त एकाच गोष्टीची – एखाद्या विषारी सापाच्या किंवा नागाच्या दंशाची; पण त्याच्या सुदैवानं अजूनपर्यंत तरी तसं काही घडलेलं नव्हतं. बराच वेळ गायब झाल्यानंतर तो अचानक उगवायचा, एखाद्या गुरांच्या नाहीतर शेळ्यांच्या कळपापाशी. तेव्हा त्याच्या हातात काहीतरी विचित्र वस्तू असायची – गिधाडाचं पीस, गोमेसारखा दिसणारा किडा किंवा सापाची पांढरीफटक कवटी.

त्यादिवशीदेखील तो असाच धुळीनं माखलेली काटेरी झाडं ज्या भागात असतात तिथे एकटाच हिंडत होता, इतक्यात त्याला काहीतरी वेगळं दिसलं. ती बहुतेक सापानं टाकलेली विष्ठा होती असा त्यानं तर्क केला. ज्याअर्थी विष्ठा अजून ओलसर आहे त्याअर्थी तो साप इथेच कुठेतरी जवळपास असणार. काळजीपूर्वक पाहिल्यावर त्याला विष्ठेमध्ये लोकरीचे गोळे आढळले. त्यानं यावरून अनुमान

काढलं, की या सापानं एखाद्या सश्याला मारून खाल्लं असावं. मोठ्या सापांना रॉक रॅबिट्स नावाचे ससे फार आवडतात. जर तो साप आपल्याला दिसला तर आपण त्याला एखाद्या दगडानं ठेचून मारू अन् त्याची कातडी सोलून घरी घेऊन जाऊ. त्यापासून आपल्यासाठी किंवा बाबांसाठी एखादा छान पट्टा बनवता येईल. या विचारानंच तो खूश झाला.

पण आता अंधार पडू लागला होता. घरी परतणंच योग्य असा विचार त्याच्या मनात आला. चंद्रप्रकाश नसला तर साप दिसणार नाही, हे त्याला माहीत होतं. रस्ता सोडून आपण गवताळ भागातून चालत गेलो तर एखादी पायवाट दिसेल, त्या पायवाटेनं अन् मग नदीच्या कोरड्या पात्रातून आपल्याला पटकन गावात जाता येईल या हेतूनं तो चालू लागला.

लवकरच त्याला रस्ता सापडला. क्षण दोन क्षण तो खाली बसला. पांढऱ्या मऊ वाळूत त्यानं पायाची बोटं खोलवर रुतवली. त्याला भूक लागल्याची जाणीव झाली. आजीनं नेहमीप्रमाणं खीर आणि मटणाचा एखादा पदार्थ बनवला असणार, कारण त्यानं दुपारीच रस्सा बनवताना आजीला बघितलं होतं. आजी नेहमी त्याला थोडं जास्त मटण खाऊ घालायची, अगदी त्याच्या वडिलांपेक्षाही जास्त अन् ह्या गोष्टीचा त्याच्या दोघी बहिणींना खूप राग यायचा.

"आम्हाला पण मांस आवडतं, मुलींना पण मांस आवडतं." त्या ठासून म्हणायच्या. पण आजी काही आपल्या वागण्यात बदल करायची नाही.

तो उठून उभा राहिला अन् रस्त्याच्या कडेनं चालू लागला. आता खूप अंधार पडला होता. झाडंझुडपंसुद्धा काळी दिसू लागली होती. त्यांचे विचित्रसे वाटणारे आकार आता एकमेकांत मिसळू लागले. रात्रीच्या वेळी शिकार करणाऱ्या पक्ष्यांचा आवाज त्याच्या कानांवर पडला अन् रातकिड्यांची किरकिरदेखील. उजव्या हाताला काहीतरी चावण्याची जाणीव त्याला झाली, त्यानं पटकन हातावर चापट मारली अन् किडा मारला. डास असावा बहुतेक.

इतक्यात समोरील झाडांच्या पानांवर पिवळ्या प्रकाशाचा झोत पडला, क्षणभर उजेड दिसला आणि लगेच मंदावला. त्याबरोबर मुलानं मान वळवून पाहिलं दूर अंतरावरून एक ट्रक त्याच्या दिशेनं येत होता. ती लहान गाडी असणं शक्य नव्हतं, कारण रस्ता वाळूतून जात होता. इतक्या मऊ अन् वाळूच्या खोल थरातून गाडी जाणं शक्यच नव्हतं.

तो बाजूला सरकला अन् ट्रक पुढे जाण्याची वाट पाहत तसाच उभा राहिला. आता तो प्रकाशझोत त्याच्यावरच पडला. त्यानं पाहिलं तर तो एक सामानाची ने-आण करणारा छोटा ट्रक होता. रस्त्यावरच्या खाचखळग्यांमुळे त्याचे समोरचे दिवे वरखाली नाचत होते. प्रखर उजेडाने डोळे दिपल्यासारखे झाले म्हणून त्यानं हातांनी डोळे झाकले.

"काय बाळ, कसा आहेस?" ट्रकमधला माणूस म्हणाला. मुलाला या पद्धतीच्या बोलण्याची सवय होती. त्याला बोलणाऱ्या माणसाचा चेहरा दिसला नाही, कारण ट्रकमध्ये अंधार होता. त्यानंही हसून तसाच प्रतिसाद दिला. आता त्याच्या लक्षात आलं, की ट्रकमध्ये दोन माणसं होती. गाडीचा चालक दुसऱ्या माणसाच्या मानानं तरुण होता. अंधार असल्यामुळे त्याला दोघांचे चेहरे नीट दिसले नाहीत, पण हे लोक आपल्या गावातले नाहीत, एवढं त्याला समजलं. जो माणूस त्याच्याशी बोलत होता, त्याची भाषाही त्याला जरा वेगळी वाटली म्हणजे सेत्स्वाना भाषेतच तो बोलत होता, पण त्याचे उच्चार काहीसे वेगळे होते. त्याच्या गावातले लोक असे बोलायचे नाहीत. वाक्य संपताना त्या माणसाचा सूर किंचित वरच्या पट्टीत जात होता.

"शिकारीला निघालायस का रे बाळ तू? अंधारात एखाद्या बिबळ्याला पकडणार आहेस?" किंचित थट्टेखोरपणानं त्या माणसानं विचारलं.

"नाही. मी घरी चाललोय." मुलानं मान हलवत उत्तर दिलं.

"कारे, तू बिबळ्याला पकडण्याआधी तोच तुझी शिकार करेल अशी भीती वाटते तुला?"

तो हसला. "अगदी खरं बोललात तुम्ही साहेब. बिबळ्याला नाही हं बघायचंय; मला निदान आज रात्री तरी."

"चल, मग आमच्याबरोबर. आम्ही सोडतो तुला तुझ्या गावी. खूप दूर आहे इथून?"

"छे, छे. त्या तिथे तर आहे, त्या बाजूला."

ड्रायव्हरनं दार उघडलं अन् तो खाली उतरला, पण त्यानं गाडीचं इंजीन चालूच ठेवलं. मुलगा गाडीत चढल्यानंतर तोही चढला. दार बंद केलं अन् गाडी चालू केली. मुलाच्या पायाला खाली काहीतरी ओलसर, मऊमऊ लागलं. बहुतेक एखाद्या कुत्र्याचं नाहीतर शेळीचं नाक असावं. त्यानं आपले पाय वर उचलून पोटाशी घेतले.

त्यानं डावीकडे बसलेल्या म्हाताऱ्याशा दिसणाऱ्या माणसाकडे नजर वळवली. आपण असं निरखून बघणं बरं नव्हे, असं त्याला वाटलं. अर्थात अंधार असल्यामुळे नीटसं काही दिसत नव्हतंच, तरीही त्यानं काही गोष्टी टिपल्याच. त्या माणसाचा एक ओठ काहीसा वेगळा दिसला अन् त्याचे डोळेदेखील विचित्रच वाटले. त्यानं पुन्हा मान वळवली. 'लहान मुलांनी मोठ्या माणसांकडे टक लावून बघणं चांगलं नव्हे,' तो स्वत:शीच म्हणाला तर त्याला प्रश्न पडला, 'हे लोक कोण असावेत अन् ह्यावेळी ते इथे काय करत होते?'

"ते पाहा, ते माझ्या बाबांचं घर. त्या तिथे, दिवे दिसताहेत ना तिकडे."

"आम्हालाही दिसतायत."

"ट्रक थांबवलात इथे तर मी जाईन चालत. फार दूर नाही अन् रस्ताही व्यवस्थित आहे."

"आम्ही नाही ट्रक थांबवणार. तुला काहीतरी करावं लागेल आमच्यासाठी. आमची थोडी मदत करू शकतोस तू."

"पण सगळेजण घरी माझी वाट पाहत असणार. मी सांगून नाही आलेलो."

"नेहमीच कुणी ना कुणी कुणाची तरी वाट पाहत असतंच. अगदी नेहमी."

त्या गूढ वाटणाऱ्या शब्दांनी मात्र तो घाबरल्यासारखा झाला. त्यानं मान वळवून ड्रायव्हरकडे पाहिलं. हा तरुण माणूस चांगला वाटला त्याला, कारण तो मुलाकडे पाहून हसला.

"घाबरू नकोस रे, शांत बस. आज आम्ही तुला दुसरीकडेच नेणार आहोत."

"म्हणजे? साहेब, तुम्ही कुठे घेऊन चाललात मला? अन् कशासाठी?"

एवढ्यात त्या म्हाताऱ्या माणसानं त्याच्या खांद्यावर हात ठेवला. "काळजी करू नकोस बाळ. आम्ही काही करणार नाही तुला. घरी तर तू जाणारच आहेस, पण आज नाही अन् आम्ही कळवू ना तुझ्या माणसांना, की तुझ्या जिवाला काही धोका नाहीये म्हणून. आम्ही चांगली माणसं आहोत. थांब हं, मी तुला एक गोष्ट सांगतो म्हणजे तुझा वेळ छान जाईल अन् तुला भीतीही वाटणार नाही."

एक श्रीमंत माणूस होता. त्याच्याकडे पुष्कळ गाईगुरं होती. त्याचे नातेवाईक-भाचेपुतणे वगैरे ह्या गुरांची देखभाल करायचे. हा माणूस चिक्कार श्रीमंत होता. बोट्स्वानातल्या दुसऱ्या कुणाही माणसापेक्षा ह्याच्याकडील गुरांची संख्या मोठी होती अन् ती गुरंदेखील कशी तर अगदी धष्टपुष्ट!

एक दिवस काय झालं, एक वासरू त्या कळपाजवळ आलं. ते अगदी वेगळंच होतं दिसायला. त्याच्या अंगावर वेगवेगळे रंग होते. हे वासरू आपल्या कळपात आलं म्हणून मुलांना खूप आनंद झाला.

हे वासरू आणखी एका कारणासाठी इतरांपेक्षा वेगळं होतं, ते नेहमी एक गाणं गायचं. ही मुलं त्याच्याजवळ गेली, की त्यांना हे गाणं ऐकू यायचं. गाण्याचे शब्द काही त्यांना कळायचे नाहीत पण ते गुरांविषयी असायचे, एवढं त्यांना कळायचं.

मुलांना ते वासरू खूप आवडू लागलं. त्याचमुळे त्यांच्या एक गोष्ट लक्षात आली नाही ती म्हणजे हळूहळू कळपातली काही गुरं आता कळपापासून दूर जायला लागली होती. काही दिवसांनी मात्र ही गोष्ट त्यांना समजली, पण तोपर्यंत दोन जनावरं कायमची नाहीशी झाली होती.

आता त्यांचे काका आले. काका भलेथोरले, उंच, धिप्पाड बांध्याचे होते. त्यांच्या हातात एक काठी होती. ते मुलांवर ओरडू लागले. त्या वेगळ्या वासराला त्यांनी काठीनं तडाखे लगावले अन् म्हणाले, ''असली विचित्र वासरं कधी सुलक्षणी नसतात.''

मारामुळे ते बिचारं विचित्र वासरू मेलं, पण प्राण सोडण्यापूर्वी त्यानं मुलांच्या कानात काहीतरी सांगितलं. हे बारीक आवाजातले शब्द मुलांना ऐकू आले. तो संदेश काहीतरी खास होता म्हणून मुलांनी तो आपल्या काकांना सांगितला. त्यांचे शब्द ऐकताच काका मटकन खाली बसले अन् आक्रोश करू लागले.

त्याचं असं झालं होतं की ते वासरू म्हणजे त्या काकांचा भाऊच होता. खूप वर्षांपूर्वी त्याला एका सिंहानं मारलं होतं अन् आता तो त्या वासराच्या रूपानं त्यांच्याकडे परत आला होता. दुर्दैवानं काकांनी आपल्या भावाचीच हत्या केली होती. त्या माणसाला या गोष्टीचं इतकं दु:ख झालं, की तो आयुष्यात पुन्हा कधीच सुखी होऊ शकला नाही.

तो माणूस ही गोष्ट सांगत असताना मुलगा सारखा त्याच्या तोंडाकडे पाहत होता. आत्तापर्यंत त्याला जी गोष्ट समजली नव्हती, ध्यानी आली नव्हती, ती गोष्ट, ही कहाणी ऐकल्यावर त्याला नीट समजली. हे लोक आपलं काय करणार आहेत, हे त्याला समजून चुकलं.

''त्याला घट्ट पकडून ठेव. त्याचे हात धरून बस. त्यानं दंगामस्ती केली, तर माझा गाडीवरचा ताबा सुटेल.''

''मी तेच करतोय, पण तो किती दंगा करतोय हे तू बघतोयस ना?''

''तू फक्त त्याला घट्ट धरून ठेव म्हणजे झालं. आता मी ट्रक थांबवतोय.''

पत्रव्यवहाराची जबाबदारी मिस माकुत्सी सांभाळते

पहिलीच केस यशस्वीपणे सोडवल्यामुळे प्रेश्यस रामोत्स्वेच्या मनाला पुष्कळच उभारी आली. त्यानंतर तिनं खाजगी गुप्तहेरगिरी या विषयावरचं एक मार्गदर्शक तत्त्वाचं पुस्तक मागवून घेतलं आणि ते वाचून टिपणं काढायला सुरुवात केली. या पुस्तकाचं वाचन करताना तिला जाणवलं की आपण आपली पहिली केस योग्य रितीनेच सोडवली होती. जी काही माहिती काढावयाची होती त्यासंबंधीच्या प्रमुख उगमस्थानांची – स्रोतांची – तिनं प्रथम एक यादी तयार केली होती आणि त्यानंतर त्यापर्यंत जाऊन माहिती मिळवली होती. ह्या पद्धतीमुळे काम बरंच सोपं झालेलं होतं. शास्त्रशुद्ध पद्धतीनं काम केलं तर चूक होण्याची शक्यता कमीच असणार, असा अर्थ तिनं काढला.

तपासाच्या पुढच्या टप्प्यात तिनं मगरीविषयी एक अंदाज मनाशी बांधला होता. आणि त्याचाही पाठपुरावा केला होता. सध्या वाचत असलेल्या पुस्तकानुसार तीसुद्धा एक सर्वमान्य (गुप्तहेराच्या दृष्टीनं) पद्धतच होती. कारण लेखकानं म्हटलं होतं, 'कधीकधी तुम्हाला एकदम एखादी भन्नाट कल्पना सुचते, अशा आकस्मिकपणे मनात येणाऱ्या कल्पनासुद्धा ज्ञान, माहिती मिळवण्याचा स्रोत ठरू शकतात.' प्रेश्यसला हा विचार खूप आवडला आणि तिनं तो आपल्या सेक्रेटरीला वाचूनही दाखवला. तत्परतेनं मिस माकुत्सीनं तो टाईप केला अन् आपल्या मॅडमना दिला.

मिस माकुत्सी खरंच छान बाई होती. तिचं टंकलेखन कौशल्य वाखाणण्यासारखं होतं. मालात्सी केसचा अहवाल तिनं अगदी व्यवस्थितपणे टाईप केला होता अन् लगेच मलात्सीबाईंना पाठवायचं बिलही टाईप करून तयार ठेवलं. पण या दोन गोष्टींव्यतिरिक्त वेगळं असं काही काम तिला प्रेश्यसनं सांगितलेलं नव्हतं, त्यामुळे आपल्याला सेक्रेटरीची खरोखरच गरज आहे का, असा विचार रामोत्स्वे मॅडमच्या मनात आला तर त्यात नवल नव्हतं.

पण सेक्रेटरी न ठेवूनही भागणार नव्हतं. कुठल्याही खाजगी गुप्तहेरसंस्थेला सेक्रेटरी हवाच की! लोक हसणार नाहीत का आपल्याला? म्हणतील, हिला सेक्रेटरीसुद्धा परवडत नाही म्हणजे हिच्याकडे कुणी कामासाठी जात नसणार, कुणी सांगावं केवळ सेक्रेटरी नाही म्हणूनदेखील नवीन कामं मिळणार नाहीत. 'खरंच! मिळतील ना नवी कामं आपल्याला?' प्रेश्यसनं स्वत:लाच प्रश्न विचारला.

प्रेश्यसची ही सेक्रेटरी आणखीन एक काम करायची – आलेली पत्रं उघडण्याचं काम. पहिल्या तीन दिवसांत एकही पत्र आलं नाही. पण चौथ्या दिवशी एक कॅटलॉग आला, मालमत्तेवर (ऑफिसच्या जागेचा) 'कर भरा' याविषयीची एक नोटिस आली आणि पाचव्या दिवशीही एक पत्र आलं, पण ते आधीच्या मालकासाठी होतं.

त्यानंतर, दुसऱ्या आठवड्याच्या सुरुवातीला एक पत्र आलं. पाकिटावर बोटांचे मळकट ठसे स्पष्ट दिसत होत. मिस माकुत्सीनं पाकिटातून पत्र काढलं आणि प्रेश्यसला वाचून दाखवायला सुरुवात केली.

प्रिय मिस रामोत्स्वे,

तुमच्याबद्दल वर्तमानपत्रात छापून आलेलं मी वाचलं. तुम्ही एक मोठी गुप्तहेरसंस्था उघडलीयेत, हेही मला त्यामुळेच समजलं. आपल्या देशात तुमच्यासारखी एक धडाडीची स्त्री आहे, हे वाचून मला फार आनंद, तसंच अभिमानही वाटला.

मी स्वत: एक शिक्षक आहे. काट्साना नावाच्या, गॅबोरोनपासून २० मैलांवर असलेल्या एका छोट्या गावातील शाळेत मी शिकवतो माझा जन्म गॅबोरोनमधला. बऱ्याच वर्षांपूर्वी मी शिक्षक प्रशिक्षण महाविद्यालयातून दुहेरी उल्लेखनीय कामगिरीसह उत्तीर्ण झालो. मला दोन मुली आणि अकरा वर्षांचा एक मुलगाही आहे. हाच आमचा मुलगा गेले दोन महिने बेपत्ता आहे.

आम्ही पोलिसांकडे गेलो. त्यांनी बराच शोध घेतला. सगळीकडे तपास, चौकश्या केल्या, पण व्यर्थ! आमच्या मुलाबद्दल कुणालाच काही माहिती नव्हती असं आढळलं. मग मी स्वत: शाळेतून रजा घेतली अन् आमच्या गावाभोवतालचा सगळा परिसर पिंजून काढला. आमच्या गावाजवळ काही खंदक आहेत. तिथे मोठमोठाल्या शिळा आहेत अन् काही गुहापण आहेत. मी या प्रत्येक गुहेत गेलो. अगदी सगळे कानेकोपरे धुंडाळले, पण मला माझ्या मुलाचा काही मागमूस लागला नाही.

आमच्या या मुलाला भटकायची आवड होती, कारण आजूबाजूच्या

निसर्गाविषयी त्याच्या मनात सतत कुतूहलाची भावना असायची. नेहमीच तो दगडगोटे किंवा अशाच काहीतरी वस्तू गोळा करायचा. गवताळ प्रदेशांची त्याला बरीच माहिती होती. पण तो कधी वेड्यासारखा संकटांना सामोरा गेला नाही. आमच्या या भागात आता बिबळे दिसत नाहीत आणि सिंहांचं कलहारी हे वसतीस्थान आमच्या गावापासून खूपच दूर अंतरावर आहे.

त्याला हाका मारत मी सगळीकडे हिंडलो, पण त्यानं एकदाही प्रतिसाद दिला नाही. जवळपासच्या प्रत्येक शेतकऱ्याच्या प्रत्येक विहिरीचा मी शोध घेतला, शेजारच्या खेड्यांमध्ये तपास केला अन् 'विहिरीत कुणी पडलेलं नाही ना' असं शेतकऱ्यांना विचारलं, पण माझ्या मुलाचा पत्ता लागला नाही.

असा एखादा मुलगा या पृथ्वीतलावरून गायब कसा होऊ शकतो? या प्रश्नाचं उत्तर मला माझं डोकं पिंजूनही सापडत नाही. मी ख्रिश्चन नसतो तर कदाचित विश्वास ठेवला असता की कुणीतरी दुष्ट शक्तीनं माझ्या मुलाला पळवून नेलंय. पण माझा भुताखेतांवर विश्वास नाही. असल्या काही शक्ती असतात हे मी मानत नाही.

मी एक सामान्य, मध्यमवर्गीय शिक्षक आहे, त्यामुळे खाजगी गुप्तहेराला नेमणं मला परवडणार नाही, तरीदेखील मॅडम, मी जीझस ख्राईस्टचं नाव घेऊन तुम्हाला विनंती करतो, की तुम्ही मला मदत करावी. दुसऱ्या एखाद्या केससंबंधी तुम्ही तपास करता तेव्हा माझ्या वतीनं लोकांना विचारा की मी वर वर्णन केलेल्या प्रकारचा एखादा मुलगा त्यांनी पाहिला आहे का किंवा त्याबद्दल ऐकलं आहे का? त्याचं नाव थोबिसो, वय अकरा वर्षं चार महिने. मी कात्साना खेड्यात राहतो. जर तुम्हाला काही माहिती मिळाली तर कृपया खालील पत्त्यावर पाठवावी.

खाली सही होती.

अर्नेस्ट मोबई पाकोताती
शिक्षण पदविकाधारक

मिस माकुत्सीनं पत्र वाचून झाल्यावर रामोत्स्वे मॅडमकडे पाहिलं. क्षणभर शांतता पसरली मग प्रेश्यस म्हणाली, "तुला माहिती आहे ह्याविषयी? एखादा मुलगा बेपत्ता असल्याची बातमी वाचली आहेस कधी?"

मिस माकुत्सी विचारात पडल्यासारखी वाटली. तिच्या कपाळावर सूक्ष्मशी

आठी उमटली. ''तसं वर्तमानपत्रात वाचल्यासारखं आठवतंय अंधूकसं. एक मुलगा बेपत्ता झाल्यामुळे शोध सुरू झाला होता, पण मग पोलिसांना वाटलं घरी काहीतरी कुरबूर, भांडण झाल्यामुळे रागावून मुलगा घर सोडून पळून गेला असावा.''

प्रेश्यस आपल्या खुर्चीवरून उठली अन् माकुत्सीकडे जाऊन तिनं तिच्या हातातलं पत्र घेतलं. तिनं ते अशा प्रकारे बोटांच्या चिमटीत पकडलं की जणू काही तो एक महत्त्वाचा पुरावा होता अन् त्यामुळे तो अतिशय काळजीपूर्वक हाताळणं जरूरीचं होतं. त्या पत्राकडे तिनं परत एकदा नजर टाकली – एक कागद होता तो साधा पण तो पातळ, वजनाला हलका कागद मुलाच्या बापाच्या दु:खानं जड झालाय, असं तिला वाटलं.

''मला नाही वाटत मी फार काही करू शकेन याबाबत,'' ती शांतपणे म्हणाली. ''अर्थात कान उघडे ठेवणं शक्य आहे अन् तसं मी कळवून टाकते या सद्गृहस्थांना. पण ह्याहून जास्ती काय करू शकणार मी तरी? त्याच्या गावापासचा मुलूख, तिथले लोक, ह्या सगळ्यांची त्यांनाच माहिती असणार. इतक्या दूर अंतरावरून मी काय अन् कशी मदत करणार नाही का?''

का कोण जाणे, मिस माकुत्सीला उगीचच हायसं वाटलं. ''मलाही तसंच वाटतं, बिचाऱ्याला आपण काही मदत करू शकणार नाही.''

त्या अर्थाचं पत्र प्रेश्यसनं माकुत्सीला टाईप करायला सांगितलं. तिनंही आपलं काम चोख केलं आणि पत्र पाकिटात घालून वरती पोस्टाचं तिकीट चिकटवलं अन् 'पाठवण्याची' पत्रं असलेल्या ट्रेमध्ये ठेवून दिलं. त्यांच्या संस्थेतून अशिलाला पाठवलेलं ते दुसरं पत्र होतं. पहिलं पत्र होतं मलात्सीबाईंना लिहिलेलं, त्यामध्ये लिहिलेलं होतं, 'तुमच्या बेपत्ता (मृत) पतिराजांचा शोध घेण्यासाठी केलेल्या कामाचा मोबदला - २५० पुला.' आणि सोबत त्या रकमेचं बिल होतं.

त्या दिवशी घरी गेल्यावर प्रेश्यसनं स्वत:साठी जेवण बनवलं– मटण आणि लाल भोपळ्याचा रस्सा. स्वयंपाक करताना हातातल्या चमच्यानं रस्सा ढवळत असताना तिला दिवसभराच्या कामाचा मनोमन आढावा घ्यायला आवडत असे. अशा वेळी ती तिचा आवडता बुश टी घोट घोट पीत राहायची. तसा तो दिवसही घाईगर्दीचा गेला होता. सुरुवात सकाळी पोस्टानं आलेल्या पत्रानं झाली होती. नंतर एक माणूस आला होता. त्याचे पैसे कुणीतरी बुडवले होते, त्याबद्दल त्याला काही माहिती हवी होती. काहीशा नाखुषीनंच पण उघड तसं न दाखवता तिनं मदत करण्याचं आश्वासन दिलं होतं. अशा प्रकारची कामं खाजगी गुप्तहेर करतात का हेही तिला ठाऊक नव्हतं. तिनं अलीकडेच मागवून घेतलेल्या मार्गदर्शक पुस्तकात तरी अशा प्रकारच्या केसचा काही उल्लेख नव्हता, पण तो माणूस 'मदत कराच' म्हणून हटून बसला अन् त्याला नाही म्हणणं तिला शक्य झालं नाही. त्यानंतर एक

स्त्री आली होती. तिला तिच्या नवऱ्याविषयी काळजी वाटत होती.

संध्याकाळी माझा नवरा घरी येतो, तेव्हा त्याच्या अंगाला मंद सुगंध येतो आणि खुषीत असल्यासारखा तो हसतही असतो. अंगाला सुगंध येणं आणि उगीचच हसणं हे काहीतरी वेगळंच वाटत नाही तुम्हाला? तिनं आपल्या काळजीचं कारण सांगितलं.

''दुसऱ्या एखाद्या बाईला भेटत असेल कदाचित.'' प्रेश्यसनं सावधपणे आपला अंदाज व्यक्त केला.

त्या बाईनं आश्चर्यानं अवाक झाल्याप्रमाणे प्रेश्यसकडे बघितलं.

''काय बोलताय तुम्ही? तुम्हाला वाटतं, माझा नवरा असा वागेल?''

प्रेश्यसनं तिच्याबरोबर या सगळ्या प्रकरणाची चर्चा केली. त्यानंतर ती बाई म्हणाली, ''मी पाहते मला काही करता येतं का याबाबत, आधी बोलते त्याच्याशी.''

''आणखी एक शक्यता असू शकते,'' तिला धीर देण्याच्या हेतूनं प्रेश्यस उद्गारली.

''काय बरं?''

''काय आहे....''

तेवढ्यात मिस माकुत्सीनं आपलं ज्ञान पाजाळायला सुरुवात केली, ''हल्ली पुष्कळ पुरुषसुद्धा सेंट लावतात. त्यामुळे आपल्या अंगाला छान वास येतो, असं वाटतं त्यांना. एरवी त्यांच्या अंगाला किती वास येतो ना!''

तिचं हे वक्तव्य ऐकताच ती स्त्री खुर्चीत गर्रकन वळली आणि तिनं मिस माकुत्सीकडे एक तीक्ष्ण कटाक्ष टाकला अन् फणकाऱ्यानं म्हणाली, ''माझ्या नवऱ्याच्या अंगाला नाही हं वासबीस काही येत. स्वच्छतेबाबत फार दक्ष असतात ते.''

तिचं हे बोलणं चालू असताना प्रेश्यसनं आपल्या सेक्रेटरीकडे तिला सावध करण्याच्या हेतूनं कटाक्ष टाकला, 'माझ्याकडे अशील आले असताना तू मध्ये तोंड खुपसायचं नाही.' असं तिला सांगायचं तिनं मनाशी ठरवून टाकलं.

आत्ता, संध्याकाळी स्वयंपाक करत असताना हे सगळे प्रसंग तिच्या डोळ्यां-समोर तरळले, पण तिचं मन मात्र पुन:पुन्हा त्या शिक्षकाच्या पत्राचा अन् त्याच्या बेपत्ता मुलाविषयी विचार करत राहिलं. बिच्चारा! काय झालं असेल त्याचं अन् त्याच्या दुर्दैवी बायकोचं? किती तडफड झाली असेल त्यांच्या मनाची? जसजसा वेळ गेला असेल – दिवसामागून दिवस गेले असतील अन् मुलाचा काही ठावठिकाणा लागत नाही म्हटल्यावर दोघांच्या तोंडचं पाणी पळालं असेल. आपल्या मुलाचा जीव धोक्यात आहे ह्या विचारानं त्यांची रात्रीची झोप उडाली असेल. ते म्हणतील स्वत:शीच, कुठे खाणीतबिणीत पडला असेल तर रडूनरडून

बिचारा दमेल, हाका मारण्याचंही त्राण उरणार नाही त्याच्यात. मग त्याचा शोध घेणाऱ्यांना कळेल तरी कसं, तो कुठे आहे हे. ते तिथेच वरच्या बाजूला त्याचा शोध घेत असतील, पण त्याचा आवाज त्यांच्यापर्यंत पोहोचणार नाही. त्याला कुणी पळवून तर नेलं नसेल रात्रीच्या वेळी? एका निष्पाप पोराला पळवून नेण्याइतके लोक दुष्ट असू शकतात? आमचं पोर रडत असेल, 'मला घरी जाऊ द्या' म्हणत असेल, त्याच्या रडण्यानं त्यांचं काळीज पाझरलं नसेल? आपल्या पुढारलेल्या बोट्स्वाना देशात आजही अशा गोष्टी घडू शकतात, ह्या विचारानं प्रेश्यसचं अंग भीतीनं थरथरल्यासारखं झालं.

गुप्तहेर होण्याचा आपला निर्णय योग्य होता ना, अशी एक शंकाही तिच्या मनात उमटल्याशिवाय राहिली नाही. त्यामागचा आपला हेतू स्तुत्य होता – संकटात, अडचणीत सापडलेल्या लोकांना मदतीचा हात द्यायचा, हे आपण आपलं ध्येय ठरवलं होतं, पण कधीकधी ही संकटं काळीज विदीर्ण करणारी ठरू शकतात, हेही तितकंच खरं! तिला मिळालेली मलात्सीबाईंची केसही काहीशी विचित्र होती. तिचा बेपत्ता नवरा शोधण्याच्या आपल्या प्रयत्नात आपल्याला ही गोष्ट कळली की त्यांचा मृत्यू झालाय. ही बातमी तिला सांगत असताना प्रेश्यसला वाटलं होतं, दु:खानं ही बाई कोसळेल. विशेषत: तिच्या नवऱ्याला एका मगरीनं खाल्लं होतं ह्याचा पुरावा तिला दाखवत असताना प्रेश्यसच्या हृदयाचा ठोका चुकला होता, पण मलात्सीबाई मात्र म्हणावी तितकी हादरलेली नव्हती. काय बरं म्हणाली होती त्यावेळी? 'अजून बरीच कामं उरकायचीत मला.' काय विचित्र, संवेदनाशून्य प्रतिसाद होता तो! ह्या बाईचा बेपत्ता नवरा मगरीनं खाऊन टाकलाय, हे आपण तिला सांगतोय अन् तिच्या डोळ्यांत पाण्याचं टिपूससुद्धा आलं नाही. बदफैली नवऱ्याबद्दलचा बाईचा राग प्रेश्यस समजू शकली असती, पण इतका थंडपणा? नवऱ्याबद्दल तिच्या मनात एवढीच किंमत होती? सगळंच अनाकलनीय वाटलं प्रेश्यसला, त्याप्रसंगी अन् नंतरही.

विचारांच्या तंद्रीत प्रेश्यसचा हात थांबला. रस्सा ढवळत असलेला चमचा पातेल्यात अर्धा बुडाला. तिला मार्गदर्शक पुस्तकातले ॲगाथा ख्रिस्तीचे शब्द आठवले, 'एखादी व्यक्ती जरूरीपेक्षा जास्त थंड प्रतिसाद देत असेल तर तिच्याबद्दल वाचकांच्या मनात संशय निर्माण होऊ शकतो.' मलात्सीबाईंच्या थंड प्रतिक्रियेचा, आपला या प्रकरणाशी काडीचाही संबंध नाही अशा प्रकारच्या निर्विकार वागण्याचा, ख्रिस्तीमॅडमनी काय अर्थ लावला असता? त्यांनी विचार केला असता, ह्या बाईनंच नवऱ्याला मारलं असणार म्हणूनच त्याच्या मृत्यूच्या बातमीनं तिच्या मनावर काही परिणाम झाला नाही. तो मेलाय, ही गोष्ट तिला आधीच माहिती असणार.

पण मग ती मगर अन् तो धार्मिक विधी ह्यांची संगती कशी लावायची? आणि

त्या इतर पापात्म्यांचं काय? छे, हा तर्क बरोबर नाही. ती निरपराध असणार. कदाचित, असं असेल की तो मरावा ही तिची इच्छा असेल आणि एका मगरीनं तिची प्रार्थना ऐकली असेल, असं खरोखरच झालं असेल तर परमेश्वराच्या नजरेत ही बाई खुनी ठरेल का? देवाला सर्वज्ञानी म्हणतात. मग तुमच्या मनातली पापी इच्छादेखील त्याला समजणारच की! कुणाचा तरी मृत्यू व्हावा, अशी तुमची दुष्ट इच्छा तुम्ही मर्त्य मानवांपासून लपवू शकाल पण देवापासून नक्कीच नाही, हे चिरंतन सत्य सर्वांनाच माहीत होतं.

ती विचार करायची थांबली. भोपळ्याच्या फोडी शिजल्या होत्या – पुरेशा मऊ, चवदार झाल्या होत्या. शेवटी अंतिम सत्य हेच आहे तर! तिच्या मनात मजेशीर विचार आला, आयुष्यातले गहन प्रश्न कधीकधी असेच सुटतात – आपोआप. आपण खूप विचार करतो. खूप विचार करून डोकं शिणवतो पण उत्तर सापडत नाही ते नाहीच. पण पोट कुणाला सुटलंय का? ती खळगी तर भरावीच लागतात. जेवण तयार आहे, भोपळा शिजलाय ना, मग खाऊन घ्या. शेवटी आपण वास्तवाला सामोरं जातो ते असं.

तात्पर्य, जगण्याचं प्रयोजन काय, भोपळा!

मि.जे.एल.बी. मातेकोनींबरोबर संभाषण

'द नंबर वन लेडिज डिटेक्टिव्ह एजन्सी' सुरू करून एक महिना झाला अन् प्रेश्यससमोर सत्य परिस्थिती उभी ठाकली. जमाखर्चाचे आकडे समाधानकारक नव्हते, नव्हे खर्चाचे आकडे ठळक दिसतील इतके मोठे होते, पण जमेच्या बाजूला विशेष काही नव्हतं. आत्तापर्यंत पैसे देणारे असे तीन अशील आले होते. आणखी दोघंजण सल्ला मागायला आले, सल्ला घेतला अन् मग जे गायब झाले ते परत फिरकलेच नाहीत. मलात्सीबाईंनी बिलाचे २५० पुला दिले होते. हॅपी बॅपेत्सीनं तोतया वडिलांचा डाव उघडकीला आणण्याच्या कामाचे २०० पुला दिले होते. तिसरा एकजण पैसे देत होता, पण ते तपासकामाचे नव्हते. त्याला फ्रान्सिसटाऊन-मधल्या कुणालातरी टेलिफोन कॉल्स करायचे होते अन् ते अनधिकृत होते. हा माणूस गावातील एक व्यापारी होता. त्यानं आत्तापर्यंत १०० पुला दिले होते. तिन्हींची बेरीज होती ५५० पुला. ही झाली आवक. खर्चाची बाजू म्हटली तर एकट्या मिस माकुत्सीचा पगार ५८० पुला होता. म्हणजे इथेच ३० पुलांचा घाटा होता. शिवाय इतर खर्च होतेच. उदा. ऑफिसचं विजेचं बिल, तिच्या पांढऱ्या व्हॅनचा खर्च वगैरे.

धंदाव्यवसायाचा जम बसायला थोडा वेळ जावाच लागतो ही गोष्ट प्रेश्यस रामोत्स्वेला ठाऊक नव्हती असं नव्हतं, पण त्यासाठी किती वेळ धीर धरायचा, हाही प्रश्न होताच. वडिलांनी तिच्यासाठी ठेवलेल्या रकमेतील काही रक्कम अजून शिल्लक होती, पण ती पुंजी कायमची थोडीच पुरणार होती? आपण डॅडींचं ऐकायला हवं होतं. ते म्हणाले होते, एखादा व्यवसाय – मांसमटण विकण्याचा – कर; पण आपण आपलंच म्हणणं खरं केलं. त्यांच्या सांगण्याप्रमाणे केलं असतं तर खरंच, तो व्यवसाय किती सुरक्षित होता. काय म्हणायचे लोक – एखाद्या ब्लूचिप गुंतवणुकीसारखा. पण त्यात काही मजा नव्हती, हेही तितकंच खरं!

एकदम तिला मि.जे.एल.बी. मातेकोनींची आठवण झाली. त्यांचं गाड्या दुरुस्त करायचं गॅरेज होतं 'त्लॉक्वेंग रोड स्पीडी मोटर्स' या नावाचं. त्यांचा धंदा किफायतशीर चालला असणार, कारण त्यांच्या गॅरेजमध्ये सतत कुणी ना कुणी गिऱ्हाईक असायचंच. आपल्या गिऱ्हाइकांमध्ये ते चांगलेच लोकप्रिय होते, कारण त्यांच्या कामात त्यांचा हातखंडा होता. मातेकोनींमध्ये आणि प्रेश्यसमध्ये हाच महत्त्वाचा फरक होता. कुठल्या कामात फायदा आहे ही गोष्ट त्यांना बरोबर माहीत होती अन् नेमकी हीच गोष्ट प्रेश्यसमध्ये नव्हती.

ती मि.जे.एल.बी. मातेकोनींना बऱ्याच वर्षांपासून ओळखत होती. तेसुद्धा गूळचे गोचुटीनेच होते. त्यांचे काका आणि प्रेश्यसचे बाबा एकमेकांचे चांगले दोस्त होते. मि. मातेकोनी पंचेचाळीस वर्षांचे होते, प्रेश्यसपेक्षा दहा वर्षांनी मोठे, पण तिला ते आपल्या पिढीचे समजायचे. त्यांच्या बोलण्यात, विशेषत: ते जेव्हा जनरितीबद्दल बोलत, तेव्हा नेहमी म्हणायचं, "आपल्या वयाच्या लोकांना..."

तसे बोलाचालायला ते चांगले, मोकळ्या स्वभावाचे होते, पण अविवाहित. प्रेश्यसला या गोष्टीचं नेहमी आश्चर्य वाटायचं. दिसायला ते काही देखणे वगैरे नव्हते, पण त्यांच्या चेहऱ्यावर एक प्रकारचा दिलासा देणारा, धीर देणारा भाव असायचा. लग्नाच्या बायकोला त्यांनी छान सुखात ठेवलं असतं. म्हणजे कुठल्याही स्त्रीला त्यांच्याबरोबर लग्न केल्यानं सुख लाभलं असतं. घरात एखादी वस्तू, एखादं उपकरण बिघडलेलं असलं तर ते पटकन दुरुस्त करायचे. कधी रात्री उशिरापर्यंत गप्पा मारत बसायचे, त्या वेळी घरकामातही मदत करायचे. फारच थोडे पुरुष अशा प्रकारे बाईला मदत करण्यात आनंद मानणारे निघाले असते.

पण ते एकटेच एका मोठ्या प्रशस्त घरात राहायचे. हे घर जुन्या विमानतळाशेजारी होतं. कधीकधी प्रेश्यस कामानिमित्त त्या बाजूनं जायची तेव्हा ते एकटेच घरातल्या व्हरांड्यात खुर्ची टाकून बसलेले दिसायचे. बागेतल्या झाडांकडे पाहत. कसला विचार करत असेल माणूस अशावेळी? 'आपलं लग्न झालं असतं, मुलं बागेत हुंदडत असती तर किती छान वाटलं असतं आपल्याला,' असा विचार त्यांच्या मनात येत असेल की ते आपलं गॅरेज आणि दुरुस्तीला आलेल्या गाड्यांचा विचार करत असतील? त्यांच्या मनात काय चाललं होतं, हे सांगणं तसं कठीणच होतं म्हणा.

ती त्यांना बहुतेक वेळा त्यांच्या गॅरेजमधल्या ऑफिसमध्येच भेटायची. ह्या ऑफिसलादेखील एक प्रकारच्या चिकटपणाचा – वंगणाचा असतो तसा – वास यायचा. टेबलावर पावत्यांचा किंवा स्पेअर पार्ट्सच्या ऑर्डरींच्या थप्प्या असायच्या. भिंतीवरच्या कॅलेंडरकडे पाहायला तिला आवडायचं. साधारणपणे पुरुषांना आवडतील अशा प्रकारची चित्रं असायची. त्यांच्याबरोबर चहा प्यायलाही तिला आवडत असे.

कपांवरदेखील बाहेरच्या बाजूला तेलकट-चिकट बोटांचे ठसे उमटलेले असायचे. त्यांचे दोन नोकर बाहेरच्या बाजूला दुरुस्तीला आलेल्या गाड्या जॅकनं वर उचलून खालच्या बाजूला आडवे पडून काहीतरी दुरुस्ती करत असायचे. वातावरणात तो आवाजही भरलेला असायचा.

मि.जे.एल.बी. मातेकोनींना पण तिच्याबरोबर चहाचे घुटके घेत गप्पा मारायला आवडत असावं. अशा वेळी अनेक विषय वर्णी लावायचे. दोघांचं मूळ गाव मोचुडी, राजकारण किंवा नुकतीच कानावर पडलेली एखादी बातमी वगैरे. कधीकधी ते आपल्याकडे आलेल्या गिऱ्हाइकांबद्दल बोलायचे, त्यांच्या गाड्यांमध्ये काय बिघाड आहे, कुणी त्यादिवशी पेट्रोल विकत घेतलं होतं अन् ते कुठे जाणार होते वगैरे....

पण त्यादिवशी मात्र ते आर्थिक बाबींबाबत बोलायला लागले. धंदा चालवताना येणाऱ्या अडचणी कोणत्या, धंदा किफायतशीर कसा करायचा, ह्या गोष्टींवर चर्चा करताना मि. मातेकोनी म्हणाले, "नोकरांचे पगार ही एक मोठी बाब असते. आता माझ्याकडे ही दोन मुलं गाडीची दुरुस्ती करताना दिसत आहेत तुम्हाला. त्यांच्यावर मला बराच खर्च करावा लागतो. त्यांचे पगार, त्यांनी भरावयाचे कर, त्यांच्यासाठी काढलेला विमा – एखादे वेळी वर चढवलेली गाडी चुकून त्याच्या डोक्यावर आदळली तर – यासाठी लागतो. एक ना दोन. या सगळ्या गोष्टींसाठी पैसा मलाच खर्च करावा लागतो. दिवसाच्या अखेरीला हिशोब केला तर माझ्यासाठी फक्त एक किंवा दोन पुला इतकीच कमाई असते. त्याहून जास्ती कधीच नाही."

"पण तेवढे तरी सुटतात ना? म्हणजे नुकसान किंवा तोटा तर नक्कीच नाही पण माझा तर पहिल्या महिन्यातच तीस पुलांचा घाटा आहे. यापुढे कदाचित जास्तीच होईल." प्रेश्यसनं आपली सत्य परिस्थिती सांगितली.

मि.जे.एल.बी. मातेकोनींनी एक दीर्घ उसासा सोडला, "नोकरांवर खर्च तर होतोच. आता तुमची ती सेक्रेटरी – मोठ्या काचांचा चष्मा लावणारी – तिच्यावरच तुमचा बराच खर्च होणार."

प्रेश्यसनं संमतीदर्शक मान हलवली, "खरं आहे तुम्ही म्हणता ते. पण काय करणार? ऑफिस म्हटलं की सेक्रेटरी ठेवावीच लागणार. नाहीतर दिवसभर मला ऑफिसमध्येच बसावं लागेल. इथं येऊन तुमच्याशी गप्पा मारता येणार नाहीत की कधी काही खरेदी करता येणार नाही."

मि. मातेकोनींनी चहाचा कप उचलला अन् म्हणाले, "तर मग तुम्हाला याहून चांगली कामं मिळवावी लागतील. एक-दोन श्रीमंत अशिलं मिळाली तर बऱ्यापैकी पैसा मिळेल."

"श्रीमंत अशील?"

''हो, मि. पटेलांसारखा. एखादा गब्बर माणूस.''

''पण त्यांना खाजगी गुप्तहेराची काय गरज?''

''का? उलट आहे. या श्रीमंत लोकांना बरेच प्रॉब्लेम असतात. आपल्याला ते ठाऊक नसतात, एवढंच.''

थोडा वेळ दोघेही स्वस्थ बसून राहिले. गॅरेजमधल्या कामगारांचे हात एका दुरस्तीसाठी आलेल्या गाडीचं चाक काढण्यात मग्न होते. तिकडे पाहत ''मूर्ख!'' एकदम ते ओरडले, ''चाक काढायची काय गरज होती?''

''अलीकडे मी विचार करतेय,'' प्रेश्यस बोलू लागली, ''काही दिवसांपूर्वी मला कुणीतरी एक पत्र पाठवलं. ते वाचून फार वाईट वाटलं मला. 'आपण हे जे काम करतोय ते करावं की नाही' असा प्रश्न आला माझ्या मनात.'' मग तिनं मि. मातेकोनींना त्या बेपत्ता मुलाबद्दल तिला होती ती सगळी माहिती दिली. आपण त्याच्या वडिलांना मदत करण्याच्या बाबतीत असमर्थ आहोत असं त्यांना कळवल्याचंही तिनं सांगितलं.

''खरंच सांगते मी, मी काही करू शकले नाही त्याच्यासाठी. मला काही चमत्कार घडवता येत नाहीत; पण खूप वाईट वाटलं मला त्या शिक्षकाबद्दल, एवढं मात्र नक्की! त्यांना वाटतं मुलगा जंगलातल्या खोल दरीत पडला असेल किंवा एखाद्या प्राण्यानं मारून खाल्लं असेल. कुणाही बापाला कसं शक्य होत असेल एवढं दु:ख सहन करणं?''

मि. मातेकोनींनी एक जोराचा हुंकार टाकला. ''मी वाचलीय ती बातमी वृत्तपत्रात. त्याविषयीच्या तपासकार्याविषयीदेखील जे जे छापून आलं होतं ते सगळं मी वाचलं; पण अगदी सुरुवातीपासून मला माहीत होतं की या सगळ्यामध्ये काही अर्थ नाही.''

''का बरं?'' प्रेश्यसची उत्सुकता जागी झाली.

क्षणभर मि. मातेकोनी तसेच बसून राहिले. त्यांच्या खुर्चीच्या मागच्या खिडकीतून बाहेरच्या बाजूचं काटेरी झाड तिला दिसलं, त्यावरची छोटी राखाडी हिरवी पानं गवताच्या पात्यासारखी दिसत होती. हवेतल्या उष्म्यामुळे ती आतल्या आत मिटली होती. त्या झाडापलीकडे होतं निरभ्र पण पांढुरकं आकाश. हवेतल्या धुळीचा वासही तिच्या नाकात शिरला.

''कारण तो मुलगा मेलाय केव्हाच.'' हवेत बोटं नाचवत ते म्हणाले, ''माझ्या मते कुणी प्राण्यानं पळवलेलं नाही, साध्या प्राण्यानं तर नाहीच नाही, सांतावना किंवा टोकोलोशनं नेलं असण्याची शक्यता आहे. मला वाटतं, तसंच झालं असेल.''

प्रेश्यस एकदम गप्प झाली. तिच्या डोळ्यांसमोर त्या शिक्षकाची मूर्ती उभी

राहिली, त्या मृत मुलाचे वडील अन् दुसऱ्याच क्षणी तिच्या डोळ्यांसमोर पुष्कळ दिवसांपूर्वी घडलेला एक प्रसंग उभा राहिला. त्यावेळी प्रेश्यस मोचुडीतल्या हॉस्पिटल-मध्ये होती. दुपारची वेळी होती. हवेतला उकाडा हैराण करत होता. इतक्यात एक परिचारिका तिच्याकडे आली (अंगातल्या गणवेषावरच्या सुरकुत्या दूर करत). प्रेश्यसनं तिच्याकडे पाहिलं तर ती रडत होती. प्रेश्यसचं तान्हं बाळ गेल्याची बातमी तिला देताना परिचारिकेला रडू आवरेना. स्वत:च मूल अशारितीनं गमवायचं म्हणजे जणू कल्पान्त झाल्यासारखंच वाटतं आईवडिलांना. कितीही विसरायचा प्रयत्न केला, तरी ही गोष्ट विसरणं शक्यच नसतं त्यांना. त्या प्रसंगाला तोंड देताना तर वाटतं, जीवघेणा काळोख पसरलाय चोहीकडे अन् भीषण वाटणारी शांतता, अशा वेळी जणू पक्ष्यांची किलबिलही थांबते.

"तुम्हाला असं का वाटतं की तो मुलगा मेला असावा?" भानावर येत प्रेश्यसनं विचारलं, "हरवला असेल अन् मग..."

मि. मातेकोनींनी मान हलवली. त्यांना ही शक्यता पटत नव्हती. "मला नाही वाटत तसं. जादूटोणा, चेटूक वगैरे करण्यासाठी पळवलं असेल त्याला अन् एव्हाना मारलंही असेल त्याला त्या लोकांनी."

तिनं हातातला रिकामा मग समोरच्या टेबलावर ठेवला. बाहेरच्या बाजूला गॅरेजमध्ये गाडीच्या चाकावरची पत्र्याची तबकडी खाली टाकण्याचा जोराचा आवाज आला.

प्रेश्यसनं आपल्या मित्राकडे पाहिलं. सहसा या विषयावर कुणी बोलत नसे, कारण हा विषयच असा होता की भल्याभल्यांच्या काळजाचं पाणी होत असे. लोक शक्यतो या विषयावर बोलणंच टाळत.

"तुम्हाला इतकी खात्री वाटते त्याबद्दल?" तिनं काहीशा अविश्वासानं विचारलं.

मि. मातेकोनी हसले, "हे पाहा, याविषयी आपल्याला काही माहीत नाही, असा भोळसटपणाचा आव आणू नका. आपल्याला सगळ्यांना चांगलं माहीत आहे याबाबतीत काय घडतं ते. पण आपल्याला त्याविषयी बोलायला आवडत नाही, खरं की नाही? अगदी मनातलं बोलायचं तर आपण आफ्रिकन लोकांना त्याची लाज वाटते. हे सगळं आपल्या देशात नेहमी घडत असतं, पण आपण मात्र आपल्या डोळ्यांवर कातडं ओढून बसतो. मनाची समजूत घालतो की आजच्या युगात हे घडणं शक्यच नाही," बोलताना त्यांचा आवाज चढला अन् सूरही उद्विगपणाचा झाला. ते पुढे म्हणाले, "बेपत्ता मुलांचं काय होतं, हे आपल्याला कळत नाही, असं म्हणायचंय का तुम्हाला?"

तिनं नजर वर करून त्यांच्याकडे पाहिलं. त्यांचा चेहरा गंभीर दिसत होता. त्यांच्या बोलण्यातला शब्दन्‌शब्द खरा होता, हे तिला जाणवलं. खरोखरच हा

माणूस सज्जन होता, प्रामाणिक होता म्हणूनच कदाचित ते सत्य परिस्थितीविषयी सांगत होते. आपण लोक हा विषय टाळतो, बेपत्ता मुलांच्या संदर्भात काहीतरी थातुरमातुर, भोळसट स्पष्टीकरणं देऊन स्वत:चं अन् इतरांचं समाधान करायचा फुसका प्रयत्न करतो, पण सत्य वेगळंच असतं, अन् ते आपल्याला चांगलं ठाऊक असतं. मि. मातेकोनी सांगत होते तीच दाट शक्यता होती. कुणीतरी मुलाला मांत्रिकाकडे नेलं असणार अन् त्या दुष्टानं औषधोपचाराचा भाग म्हणून त्या निष्पाप जिवाचा बळी दिला असणार. आपल्या बोट्स्वानासारख्या प्रगत देशात, विसावं शतक संपत आलेलं असताना... आपल्या देशाच्या प्रगतीचा आपल्याला अभिमान वाटतो, आपण आधुनिक बोट्स्वानाचे नागरिक आहोत, असं गर्वानं म्हणणाऱ्या लोकांच्या देशात अशी गोष्ट घडावी, इतकी भयानक गोष्ट आपल्या देशाच्या उज्ज्वल प्रगतीला काळं फासतेय. त्या दुष्ट परंपरेचे घणाघाती नाद कुणाला ऐकू येत नाहीत का? कुणा श्रीमंत, म्हणूनच सामर्थ्यवान माणसाला आपलं बळ वाढवणाऱ्या औषधाची गरज भासते, तो एखाद्या मांत्रिकाला गाठतो अन् तो मांत्रिकही पैशाच्या मोहानं एका कोवळ्या मुलाचा बळी देतो...

या विचारांच्या भारानं जणू तिची नजर खाली झुकली.

"शक्य आहे," ती अस्फुट स्वरात म्हणाली, "कदाचित त्या मुलाला..."

"कदाचित काय," त्वेषाने ते उद्गारले, "मला खात्री आहे, माझा अंदाज शंभर टक्के बरोबर आहे अन् ह्या बिचाऱ्या बापानं तुम्हाला पत्र लिहावं ह्यामागचं कारण काय असू शकतं, तुमच्या मते? उत्तर अगदी सोपं आहे. पोलिसांना याबाबतीत काहीही करायचं नाहीये 'काय घडलं अन् कसं घडलं' याविषयी ते पूर्णपणे कानाडोळा करत आहेत, असं नाही का वाटत तुम्हाला? अन् त्यामागचं अगदी साधं कारण हे आहे, की त्यांनादेखील मनातून भीती वाटते. एकजात सगळे शेंदाड शिपाई असतात. तुमच्यामाझ्यासारख्या किंवा त्या बाहेर काम करणाऱ्या पोरांप्रमाणे हे पोलीसही या दुष्टांना टरकून असतात. सगळ्यांच्या मनावर भीतीचा इतका प्रचंड पगडा असतो की तुम्हाला त्याची कल्पनाही करता येणार नाही. प्रत्येकजण फक्त आपल्या जिवाला जपतो. दुसरंतिसरं काही नसतं. तुम्हाला नाही भीती वाटत? खरं सांगा."

त्या रात्री प्रेश्यस झोपण्यासाठी आपल्या खोलीत गेली तेव्हा दहा वाजले होते – रोजच्यापेक्षा अर्धा तास उशिरा. रात्री पलंगावर तिला आडवं होऊन उशाजवळच्या दिव्याच्या उजेडात एखादं मासिक वाचायला आवडत असे. आज जरा जास्त दमली असल्यामुळे तिच्या हातातलं मासिक सारखंसारखं खाली पडत होतं, डोळ्यांवरची झोप अनावर होत होती म्हणून तिनं दिवा बंद केला, हळू आवाजात पुटपुटल्यासारखी प्रार्थना म्हटली. खरं म्हणजे घरात दुसरं कुणीच नसल्यामुळे इतक्या हळू आवाजात

प्रार्थना म्हणायची काही गरज नव्हती. अन् प्रार्थना म्हणजे तरी काय – तिच्या वडिलांच्या आत्म्यासाठी, देशात पाऊसपाणी मुबलक व्हावं म्हणजे शेतं पिकतील, गुरांना पोटभर चारा मिळेल वगैरे नेहमीचीच अन् आणखी एक छोटी प्रार्थना, तिच्या छोट्या बाळासाठी, जे आता येशू ख्रिस्ताच्या कवेत सुरक्षित होतं.

पहाटेच्या आधी थोडा वेळ ती एकदम दचकून जागी झाली, तेव्हा भीतीनं तिच्या मनाचा पगडा घेतला होता, छातीत धडधडत होतं अन् तोंडाला कोरड पडली होती. ती उठून बसली अन् तिनं पलंगाजवळच्या दिव्याचं बटण दाबलं, पण दिवा लागलाच नाही. अंगावरची चादर दूर करून ती उठली (हवेत उष्मा असल्यानं ब्लँकेट्सची गरज पडत नव्हती.) अन् पलंगावरून खाली उतरली.

तिनं पॅसेजमधला दिवा लावला पण तोही लागला नाही. स्वयंपाकघरातल्या दिव्याचीही तीच गत. चंद्राचा प्रकाश तेवढा खिडकीतून आत आल्यामुळे जमिनीवर चित्रविचित्र आकार दिसत होते. तिनं खिडकीबाहेर पाहिलं. सगळीकडे गुडुप अंधार होता. वीजप्रवाह खंडित झाला असावा, असा तर्क तिनं केला.

तिनं मागचा दरवाजा उघडला अन् चपला न घालताच ती मागच्या अंगणात आली. सगळं गाव अंधारात बुडालेलं होतं. झाडं विचित्र, नुसते काळ्या रंगाचे ढीग असल्यासारखी वाटत होती.

''मिस रामोत्स्वे!''

ती जागच्याजागी भीतीनं खिळल्यासारखी झाली. अंगणात नक्की कुणीतरी होतं, तिच्यावर नजर ठेवून असणार ती व्यक्ती – तिनंच प्रेश्यसचं नाव कुजबुजत्या स्वरात उच्चारलेलं होतं.

उत्तर देण्यासाठी तिनं तोंड उघडलं, पण भीतीनं तिच्या तोंडून आवाजच फुटेना. 'तेच बरं आहे, या वेळी काही बोलणं धोक्याचंच होईल' असा विचार करून ती गुपचूप अगदी सावकाश मागे किचनच्या दाराकडे सरकली. घरात शिरताच तिनं धाडदिशी दार बंद केलं आणि कुलूपही लावलं. किल्ली फिरवत असतानाच दिवे आले अन् स्वयंपाकघर उजेडानं भरून गेलं. फ्रीजचा नेहमीचा गुरगुरल्यासारखा मंद आवाज पुन्हा सुरू झाला. इलेक्ट्रिक स्टोव्हवरच्या घड्याळाचा दिवाही लुकलुकू लागला – तीन वाजून चार मिनिटं, तीन वाजून चार मिनिटं...

मुलीचा दोस्त

बोट्स्वाना देशात तीन अतिशय उल्लेखनीय अशी घरं होती. (त्यांना प्रासाद म्हणणंच शोभलं असतं.) प्रेश्यस रामोत्स्वेला एकदा ती तीन नावं ऐकल्यावर समाधान वाटलं होतं, की त्यातल्या दोन घरांमध्ये काही कारणानिमित्तानं, निमंत्रणावरून ती जाऊन आलेली होती. या तिन्हीपैकी सर्वोत्कृष्ट असं ज्याला म्हणता येईल ते मोकोतोडी नावाचं घर म्हणजे एक अवाढव्य प्रासादच होता. गॅबोरोनच्या दक्षिणेला असलेल्या कुरणासारख्या प्रदेशात मध्यभागी तो बांधलेला होता. त्याच्या प्रवेशद्वारा-जवळ चौकीदारासाठी एक छोटं घर बांधलेलं होतं आणि त्याच्या लोखंडी दारावर हॉर्नबिल पक्षी कोरलेले होते. संपूर्ण बोट्स्वानामध्ये याहून भव्य अन् देखणं घर शोधूनही सापडलं नसतं. दुसऱ्या क्रमांकावरच फकाडी हाऊस. हे घर मोकोतोडी-इतकं भव्यदिव्य नव्हतं. उत्तरेच्या बाजूला असलेलं हे निवासस्थान सांडपाण्याच्या तळ्यापासून फार जवळ असल्यामुळे प्रेश्यसला विशेष आवडलेलं नव्हतं. अर्थात त्याचेही काही फायदे होते. उदा. तऱ्हेतऱ्हेचे पक्षी या तळ्याच्या आसपास वस्ती करून राहत असत. फकाडी हाऊसच्या व्हरांड्यात बसलं, की चंडोल पक्ष्यांचे थवे तळ्याच्या दूषित, गढूळ हिरव्या पाण्यावर उतरताना दिसत. ते दृश्य फार नयनमनोहर असे, पण वारा विरुद्ध दिशेनं वाहत असला (अन् ती नेहमीचीच गोष्ट होती) तर मात्र ह्या सौंदर्याचा आस्वाद घेणं शक्य नसायचं.

तिसरं प्रासादतुल्य घर सुंदर आहे, भव्य आहे वगैरे ऐकीव बातम्या खूप होत्या, कारण प्रत्यक्षात फारच थोड्या लोकांना तिथे कधी बोलावलं जात असे. गॅबोरोनच्या जनतेला त्याच्या बाह्यदर्शनावरच समाधान मानावं लागायचं अन् हे बाह्यदर्शनही फार मोठं नव्हतं, कारण घराभोवती एक उंच पांढरी भिंत बांधलेली होती. कधी खास कारणासाठी ज्यांना तिथे निमंत्रण असायचं त्यांच्याकडून बातम्या मिळायच्या. ह्या सगळ्या बातम्यांमध्ये एक गोष्ट समान होती – घरातील एकूण

सजावट पाहून सगळ्यांचे डोळे दिपले होते. इतकं अमाप वैभव त्यांनी ना कधी पाहिलं होतं ना कधी त्यांना त्याबद्दल कल्पना करता आली असती.

एक बाई म्हणाली, ''इंग्लंडच्या राणीच्या बकिंगहॅम राजवाड्यासारखा आहे तो बंगला!'' ही बाई एकदा काही समारंभानिमित्त तिथे पुष्परचना करण्यासाठी गेली होती. ''खरं सांगायचं तर बकिंगहॅम पॅलेसपेक्षाही सुंदर आहे ते घर. तिथले लोक ज्या पद्धतीनं राहतात, त्यामानानं इंग्लंडची राणी फारच साधी म्हणायला हवी.''

हे लोक म्हणजे एक गुजराथी कुटुंब होतं. मालकाचं नाव होतं पालिवलर सुंदीगर पटेल. त्याच्या मालकीची आठ मोठी दुकानं होती. त्यातली पाच गॅबोरोनमध्ये तर तीन फ्रॉन्सिसटाऊनमध्ये होती. ओरापा याठिकाणी एक हॉटेल होतं आणि लोबात्सेमध्ये एक कपड्याचं दुकान होतं. संपूर्ण बोट्स्वानामधल्या अतिश्रीमंतांपैकी एक अशी त्यांची ख्याती होती. बोट्स्वानामधल्या लोकांच्या नजरेत या इतक्या धनंतर माणसालाही विशेष महत्त्व नव्हतं, कारण त्याची संपत्ती गुरांमध्ये गुंतवलेली नव्हती. जो पैसा गुरांमध्ये गुंतवलेला नसतो, तो मातीमोल असतो असं स्थानिक लोकांचं लाडकं तत्त्वज्ञान होतं.

१९६७ साली मि. पालिवलर पटेल बोट्स्वानात राहायला आले, तेव्हा त्यांचं वय होतं पंचवीस वर्षं. आजच्याइतके त्या वेळी ते श्रीमंत नव्हते, पण त्यांच्या वडिलांनी त्यांना सुरुवातीच्या काळात धंद्यासाठी पैसा दिला होता. त्यांचे वडील झुलूलँडच्या आतल्या भागात व्यापार करायचे. पालिवलरना त्यांचं आफ्रिकन मॉल-मधलं पहिलं दुकान घेण्यासाठी त्यांनीच पैसे देऊ केले होते. पालिवलरचा धंद्यात लवकरच चांगला जम बसला, कारण त्यांची एक खास पद्धत होती – नडलेल्या व्यापाऱ्यांकडून ते अगदी कमी किमतीत माल खरेदी करायचे आणि विकायचे तेही फार कमी नफा घेऊन, साहजिकच धंद्याला भरभराट आली अन् त्यांनी एकामागून एक दुकानं घेण्याचा सपाटा लावला. त्यांचं व्यावसायिक तत्त्वज्ञान पहिल्यापासून तेच राहिलं. मि. पटेल पन्नाशीला आले, तेव्हा त्यांनी ठरवलं, यापुढे धंदा वाढवायचा नाही. मग त्यांनी आपल्या कुटुंबाचा दर्जा सुधारायचं ठरवलं.

त्यांना एकूण चार मुलं – थोरला मुलगा वॉलेस, मग दोन जुळ्या मुली – सुंदरी आणि पाली आणि सगळ्यात धाकटी मुलगी. तिचं नाव होतं मंदिरा. आपल्या एकुलत्या एक मुलाला – वॉलेसला – त्यांनी झिम्बाब्वेमधल्या महागड्या निवासी शाळेत ठेवलं, कारण त्यांची स्वत:ची सुप्त इच्छा (महत्त्वाकांक्षा हा शब्द अधिक योग्य ठरला असता) होती की मुलानं उच्चवर्णियांप्रमाणे वागण्याबोलण्याचे पाठ आत्मसात करावेत अन् समाजात मानाचं स्थान मिळवावं, पण चिरंजिवांनी शाळेत अभ्यासापेक्षा क्रिकेटमध्ये जास्त रस घेतला आणि शिकला काय तर निष्ठूरपणे कसं वागावं, हेच! त्यानंतर वडिलांनी भरपूर मोठी देणगी देऊन त्याला

दंत महाविद्यालयात प्रवेश मिळवून दिला. शिक्षण पुरं करून तो आता डर्बनमध्ये सौंदर्यवर्धनात्मक दंतचिकित्साव्यवसाय करत होता. ह्या दरम्यान त्यानं आपल्या नावात बदल – त्याच्या मते सोयीखातर – केले. दारावरच्या पाटीवर त्यानं आपलं नाव लिहिलं – मि. वॉलेस पेट, दंतविद्या पदवीधर (नाताल).

वडिलांना अर्थातच ही गोष्ट रुचली नाही. "हे काय? आडनाव का बदललंस? पेट म्हणे, आपल्या पटेल आडनावाची लाज वाटते होय तुला? तुला काय वाटतं, मी तुझा बाप मि. पालिवलर पटेल, बी.ए. (नापास) वगैरे आहे का?"

वडिलांची समजूत काढण्याचा प्रयत्न करत मुलगा म्हणाला, "तसं नाही डॅडी, पटेल आडनावाची मला मुळीच लाज वाटत नाही, पण छोटी नावं सोपी पडतात उच्चारायला अन् लक्षात ठेवायलादेखील. म्हणून पटेलऐवजी पेट केलं. फक्त शेवटचं अक्षर वगळलं एवढंच. अन् आताच्या नव्या जमान्यात महत्त्वाची गोष्ट असते ती थोडक्या शब्दात बोलायचं, सांगायचं वगैरेची. आपणही आता आधुनिक विचार अन् त्याबरोबर आधुनिक नावंही स्वीकारली पाहिजेत."

वॉलेसच्या पाठच्या दोघी जुळ्या मुली, त्याच्या मानानं साध्या, सरळ होत्या. त्या उपवर झाल्या तेव्हा वडिलांनी त्यांना वरसंशोधनमोहिमेवर नातालला पाठवलं. मुलींनी बापाची आज्ञा शिरसावंद्य मानून लग्नं ठरवली. दोन्ही जावई आता सासऱ्याच्या व्यवसायात उतरले होते. धंद्याला आवश्यक असलेली हुशारी त्यांच्यातही होतीच. म्हणजे दोघंही हिशेबाला पक्के होते आणि सासऱ्याचं व्यावसायिक तत्त्वज्ञान – कमीतकमी नफा मिळवण्याचं – यशस्वीपणे राबवत होते.

मंदिरा हे पटेलसाहेबांचं शेंडेफळ, अर्थात लाडकं अन् म्हणूनच काहीसं लाडावलेलं, हेही ओघानंच आलं. मारु-अ-पुला या गॅबोरोनमधल्या सर्वोत्कृष्ट आणि सर्वांत महागड्या शाळेत सोळा वर्षांची मंदिरा शिकत होती. बुद्धीनं तल्लख असल्यामुळे तिच्या प्रगतीपुस्तकातले शिक्षिकांचे शेरे नेहमीच आईवडिलांना अभिमानास्पद वाटत असत. विशीच्या सुमारास पोरीनं छानसा मुलगा शोधावा आणि 'शुभमंगल' करून स्थिरस्थावर व्हावं, अशी तिच्या वडिलांची इच्छा होती अन् त्यात वावगं असं काही नव्हतं, 'हेच खरं मुलीच्या लग्नाचं वय' असा त्यांचा ठाम विश्वास होता.

पालिवलर पटेलांचं घर म्हणजे एकत्र कुटुंबपद्धतीचं आदर्श – कदाचित एकमेव – उदाहरण असावं. बोट्स्वाना संरक्षण विभागाच्या क्लबशेजारी असलेल्या त्यांच्या भव्य वास्तूत मि. पटेल पती-पत्नी, त्यांच्या मुली, जावई, नातवंडं तर राहात होतीच, पण त्यांचे इतरही अनेक नातलग – भाचेपुतणे, आजीआजोबा वगैरे राहत होते. पटेलांचा प्रासाद ज्या जागेवर उभा होता तिथे सुरुवातीला जुन्या वसाहतीत असतात तशी अनेक छोटीछोटी घरं होती. त्या घरांना लांब-रुंद व्हरांडे

होते, खिडक्यादरवाज्यांना कीटकप्रतिबंधक जाळ्या लावलेल्या होत्या, पण मि. पटेलांनी ती सगळीच्यासगळी घरं पाडून तिथे स्वत:ला हवा तसा भव्यदिव्य प्रासाद उभारला. अर्थात नवीन प्रासादातही छोटी-छोटी एकमेकांना जोडलेली घरं होती आणि सर्वांना वेढणारी अशी पांढऱ्या रंगाची दगडी भिंत होती.

'आम्हा भारतीयांना अशाप्रकारे कंपाऊंडच्या आत राहायला आवडतं.' असं त्यांनी आपल्या वास्तुतज्ज्ञाला सांगितलेलं होतं. 'आपल्या घरावर वरिष्ठांची नजर आहे, ही गोष्ट आम्हाला खूप समाधान देते.'

एवढी एक सूचना सोडली, तर मि. पटेलांनी त्यांच्या वास्तुतज्ज्ञाला त्याच्या कामाविषयीचं पूर्ण स्वातंत्र्य दिलं. घर सजविण्याच्या दृष्टीनं काय साहित्य वापरायचं, यासाठी त्याला हवा तितका पैसा वापरता येणार होता. साहजिकच ज्या कल्पना त्याला यापूर्वी कधी वापरता आल्या नव्हत्या त्या वापरून त्यानं पटेलांचं घर सजवलं. पटेलांइतका पैसा आणि वेळ देऊ शकतील असे ग्राहक त्याला यापूर्वी कधीच भेटले नव्हते. त्याच्या सुदैवानं तो जे जे सुचवत जाई ते ते मि. पटेलांना आवडलं. त्यामुळे त्यानं उभी केलेली वास्तू म्हणजे त्याच्या कौशल्याचा उत्तम नमुना होती. दिल्ली रोकोको असं ज्याला म्हणता येईल त्या प्रकारचं तंत्र (त्यामध्ये सोनेरी मुलाम्याचा वापर सढळ हातानं केला जातो.) त्यानं घरातलं फर्निचर आणि पडद्यांच्या बाबतीत वापरलं. भिंतींवर हिंदू संतांची चित्रं लावली, शिवाय काही हरिणांची चित्रंही लावली, त्यांचे भावपूर्ण मोठे डोळे तुमचा मागोवा घेताहेत असं चित्र पाहणाऱ्याला वाटत असे.

मि. पटेलांच्या जुळ्या कन्यकांची लग्नं डर्बनमध्ये अत्यंत थाटामाटात झाली. समारंभाला जवळजवळ दीड हजार लोक आले होते. प्रत्येकाची राहण्याची स्वतंत्र व्यवस्था करण्यात आली होती. त्यानिमित्तानं घरामध्ये आणखी कितीतरी खोल्या बांधण्यात आल्या. दोन्ही जावयांना मि. पटेलांनी लाल रंगाच्या मर्सिडीज बेंझ गाड्या दिल्या. त्यावर ड्रायव्हरच्या बाजूच्या दरवाज्यावर त्यांची आद्याक्षरं रंगवलेली होती. घरात आधीच दोन मर्सिडीज बेंझ गाड्या होत्या – एक मि. पटेलांसाठी व दुसरी त्यांच्या पत्नीसाठी (ती गाडी ड्रायव्हर चालवत असे). आता चार गाड्या ठेवण्यासाठी अधिक मोठं गॅरेज हवं म्हणून गॅरेजचा आकारही वाढवण्यात आला. तात्पर्य, मि. पटेलांवर लक्ष्मीचा वरदहस्त होता.

त्यांच्या एका वयोवृद्ध नातलगानं लग्न समारंभाच्यावेळचा दिखावा, पैशाची उधळपट्टी पाहून त्यांना उपदेश केला, "बाबा रे, आपण भारतीय परक्या देशात राहतोय, तेव्हा काळजी घेतली पाहिजे. शक्यतो इथल्या लोकांच्या डोळ्यांवर येईल अशा पद्धतीनं आपण राहता कामा नये. त्यामुळे पैशाची अशी उधळण बरी नव्हे. आफ्रिकन लोकांना ते आवडत नाही, हे तुलाही ठाऊक आहे. त्यांना जर

तुझ्याकडच्या अफाट संपत्तीचा सुगावा लागला, तर ते आपल्याला लुटायला कमी करणार नाहीत. युगांडामध्ये काय घडलं ते तुला आठवत असेलच. झिम्बाब्वेत भडक माथ्याचे लोक काय वक्तव्यं करतात तिकडेही लक्ष असू दे. झुलू लोकही मग मागे राहणार नाहीत, तेव्हा थोडा संयम ठेव. आपणच खबरदारीनं राहायला हवं, असं आपलं मला वाटतं.''

मि. पटेलांनी मान हलवून त्यांना विरोध केला. ते म्हणाले, ''इथे बोट्स्वानात तसलं काहीही घडणार नाही, ह्याची मला पूर्ण खात्री आहे. इथले लोक शांत डोक्याचे आहेत. इथे इतक्या हिऱ्याच्या खाणी आहेत की काय सांगू. त्यामुळे पैसा, सुबत्ता आणि पाठोपाठ शांतीही येते. मी सांगतोय त्यावर विश्वास ठेवा.''

त्यांच्या नातलगानंही आपलं म्हणणं सोडलं नाही. ''पण आफ्रिकेत इतरत्र हे सगळं घडतंय, ही गोष्ट तर खरी आहे ना? आत्तापर्यंतचा अनुभव काय आहे? सगळीकडे 'आलबेल' असतं, शांत असतं अन् दिवसा उठून पाहावं तर आपला गळा चिरलेला, तेव्हा काळजी घे म्हणजे झालं, एवढंच माझं सांगणं आहे तुला.''

इतकं झाल्यानंतर मि. पटेलांनी नातलगाचा सल्ला मानला, निदान काही प्रमाणात तरी. त्यांनी घराभोवतालच्या संरक्षक भिंतींची उंची वाढवली. त्यामुळे बाहेरच्या लोकांना भिंतीच्या आतला पटेलप्रासाद आणि त्यातलं खिडक्यांमधून दिसू शकणारं वैभव ह्याबद्दल काही कल्पनाही येत नसे. आता मर्सिडिझ गाड्यांबद्दल बोलायचं झालं तर गॅबोरोनमध्ये त्यांना काही तोटा नव्हता. त्यामुळे केवळ पटेलांच्याच गाड्या लोकांच्या डोळ्यांवर येण्याची शक्यता कमीच होती.

ह्याच मि. पटेलांकडून एकदा प्रेश्यस रामोत्स्वेला फोन आला. ''एखादे दिवशी संध्याकाळी घरी भेटू शकाल का?'' प्रेश्यसला या फोनमुळे आनंद झाला आणि दोघांनी एकमतानं ठरवलं की त्याच दिवशी संध्याकाळी तिनं त्यांची भेट घ्यावी. घरी जाऊन नेहमीपेक्षा अधिक चांगले कपडे चढवून ती त्यांच्याकडे गेली. जाण्यापूर्वी तिनं मि.जे.एल.बी. मातेकोनींना फोन केला, ''तुम्ही म्हणाला होतात ना, मी एखादं श्रीमंत अशील गाठावं. तुमचं म्हणणं खरं ठरलंय. मि. पटेलांकडे चाललेय मी.''

मि. मातेकोनींनी एक दीर्घ श्वास घेतला अन् म्हणाले, ''फारच बडी असामी आहे ती. चार-चार मर्सिडिज गाड्या आहेत त्यांच्याकडे. त्यापैकी तीन उत्तम स्थितीत आहेत. चौथीत एकदा काहीतरी बिघाड झाला होता – ट्रान्समिशनमध्ये घोटाळा होता. आम्ही ज्याला कपलिंग म्हणतो त्याचा प्रॉब्लेम होता – इतका वाईट प्रॉब्लेम मी यापूर्वी कधी पाहिला नव्हता – त्यासाठी नवं केसिंग हवं होतं ते मिळवायलाच कितीतरी दिवस लागले मला.

प्रेश्यसच्या दृष्टीनं पटेल प्रासाद म्हणजे यापूर्वी कधीही न पाहिलेली भव्य वास्तू होती. एरवी कुठेही आपण जातो, तेव्हा फाटक उघडून सरळ आत जातो किंवा फाटकाच्या बाहेर गाडी उभी करून हॉर्न वाजवतो म्हणजे घरातलं कुणीतरी येऊन फाटक उघडतं. तसला प्रकार इथे नव्हता. आधी भिंतीतलं एक बटण दाबायचं, मग तुमच्या डोक्यावर असलेल्या स्पीकरमधून तुम्हाला आतल्या माणसाचा आवाज ऐकू येणार ''येस, हे मि. पटेलांचं घर, काय काम आहे?''

''मी मिस रामोत्स्वे,'' तिनं सांगितलं, ''खाजगी....''

पुन्हा तोच चिरका आवाज, ''खाजगी? खाजगी काय?''

ती उत्तर देणार तेवढ्यात आणखी एक चिरका आवाज तिच्या कानावर पडला, त्यातले शब्द तिला कळले नाहीत, पण फाटक मात्र उघडायला लागलं. आपली छोटी पांढरी व्हॅन तिनं या प्रासादातून थोड्या अंतरावर – कोपऱ्यावर थांबवली होती. (कुठे त्यांच्या त्या चार मर्सिडिज गाड्या अन् कुठे आपला हा चिमुकला खटारा) तेव्हा फाटकापासून आत चालत जाणं ओघानंच आलं. आतल्या बाजूला मोठी मोकळी जागा होती अन् त्यावर डोळ्यांचं पारणं फिटेल अशी प्रसन्न हिरवाई होती. या अंगणाच्या पलीकडे पटेलांचा भव्य प्रासाद होता. प्रवेशद्वाराच्या जवळ दोन मोठे थोरले खांब होते आणि फुलझाडं असलेल्या कुंड्याही होत्या. तेवढ्यात मि. पटेलांची मूर्ती दारात अवतरली. त्यांनी हातातल्या काठीनंच प्रेश्यसला आत यायची खूण केली.

तसं तिनं मि. पटेलांना पाहिलेलं होतं. त्यामुळे त्यांचा एक पाय कृत्रिम आहे, हेही तिला माहीत होतं, पण तिनं त्यांना जवळून कधीच पाहिलेलं नव्हतं त्यामुळे ते इतक्या लहान चणीचे असतील ह्याची तिला कल्पना नव्हती. स्वत: प्रेश्यसही काही खूप उंच नव्हती. उंचीपेक्षा तिच्या कमरेचा घेर पाहणाऱ्याच्या नजरेत प्रथम भरायचा; तरीपण तिच्याशी हस्तांदोलन करताना मि. पटेलांना मान वर करून तिच्याकडे पाहावं लागलं. मग त्यांनी तिला आत यायला सांगितलं.

''आमच्या घरी पूर्वी आला आहात तुम्ही कधी?'' त्यांनी विचारलं. अर्थात त्यांना स्वत:लाही ह्या प्रश्नाचं उत्तर 'नाही' आहे, हे ठाऊक होतं. ''म्हणजे आमच्या-कडच्या एखाद्या पार्टीला वगैरे?''

हेही एक उघड उघड असत्य आहे, ही गोष्ट प्रेश्यसनं जाणली. तिला माहीत होतं, मि. पटेल कधीच पार्टी वगैरे देत नसत.

''नाही, तुम्ही कधी बोलावलेलं नाही मला यापूर्वी.'' तिनं स्पष्ट उत्तर दिलं.

''अरेरे, माझ्याकडून मोठी चूक झाली, असं म्हटलं पाहिजे.'' चुकचुकल्यासारखं करत ते म्हणाले.

घराचा दर्शनी हॉल म्हणजे एक लांबट आकाराची खोली होती. तिच्या जमिनीवर

काळ्यापांढऱ्या रंगाच्या महागड्या फरश्या बसवलेल्या होत्या. चमकदार पितळेच्या अनेक वस्तूंनी खोली सुशोभित केलेली होती, त्यामुळे एक प्रकारची झळाळी डोळ्यांना दिपवत होती.

"आपण माझ्या अभ्यासिकेत बसू या. ती माझी अगदी खाजगी अशी खोली आहे. घरच्यांनासुद्धा तिथे प्रवेश नसतो. घराला आग लागली तरी मला त्रास द्यायचा नाही ही गोष्ट त्यांच्या मनावर आता चांगली ठसली आहे."

ही अभ्यासिकासुद्धा एक भली मोठी खोली होती. एका बाजूला प्रचंड मोठं लिहिण्याचं टेबल होतं त्यावर तीन फोन होते अन् एक पेन व शाईसाठी स्टँड होता. प्रेश्यसचं लक्ष त्या स्टँडनं वेधून घेतलं, कारण त्याची रचना वेगळी व चित्ताकर्षक होती. हस्तिदंतापासूनच बनवलेल्या छोट्या हत्तींच्या दातांवर काचेच्या अनेक फळ्या होत्या व त्यावर बरीच पेनं ठेवलेली होती.

"बसा मॅडम, प्लीज." एका पांढऱ्या रंगाच्या चामड्याच्या खुर्चीकडे बोट दाखवत मि. पटेल म्हणाले. "मला स्वत:ला मात्र बसायला थोडा वेळ लागतो. माझा एक पाय मी गमावलेला आहे. हा पाहा. त्यामुळे मी नेहमीच याहून चांगला कृत्रिम पाय मिळेल का ह्याचा शोध घेत असतो. हा इटालियन आहे. पुष्कळ पैसे दिले मी यासाठी, पण आता याच्याहूनही चांगले पाय मिळतात असं मी ऐकलंय. अमेरिकेत मिळत असावेत." खुर्चीत बसल्यानंतर प्रेश्यसनं त्यांच्या दिशेनं पाहिलं.

"आपण आता मूळ मुद्याचं बोलू." मि. पटेलांनी बोलायला प्रारंभ केला. "उगीच अवांतर विषयावर वेळ घालवण्यात काही अर्थ नाही. त्यानं हाती काही लागणार नाही, खरंच काही उपयोग नाही त्याचा." तिच्या प्रतिक्रियेदाखल ते क्षणभर थांबले अन् तिच्याकडे त्यांनी दृष्टिक्षेप टाकला. तिनं उत्तरादाखल नुसतीच मान हलवली.

"हे पाहा, मिस रामोत्स्वे," पटेलांनी गंभीरपणे मूळ विषयाला हात घातला. "मी एक कुटुंबवत्सल माणूस आहे. आम्ही एक सुखीसमाधानी म्हणता येईल असं कुटुंब आहोत अन् सगळेजण ह्याच एका छत्राखाली राहतो. अपवाद फक्त माझ्या मुलाचा. तो डर्बनमध्ये राहतो अन् एक चांगल्यापैकी दंतवैद्य आहे. त्याचं नाव ऐकलं असेल तुम्ही. आता लोक त्याला पेट या नावानं ओळखतात."

"ऐकून माहीत आहेत मला तुमचे चिरंजीव." रामोत्स्वेनं सांगितलं, "इथले लोकसुद्धा त्याचं नेहमी कौतुक करत असतात."

मि. पटेलांचा चेहरा एकदम उजळल्यासारखा झाला. "खरं की काय? आपल्या मुलाचं कौतुक ऐकायलासुद्धा किती बरं वाटतं, पण तुम्हाला सांगतो हं, माझी इतर मुलंसुद्धा माझ्या दृष्टीनं तितकीच महत्त्वाची आहेत. मी त्यांच्यामध्ये कधीच फरक केला नाही. सगळी माझ्या दृष्टीनं अगदी सारखी आहेत. समसमान."

''ही फार चांगली गोष्ट आहे. त्याबद्दल तुमचंही कौतुक केलं पाहिजे. काय होतं, एका मुलाला झुकतं माप दिलं तर बाकीच्या मुलांमध्ये त्यामुळे कडवटपणाची भावना निर्माण होते.'' प्रेश्यसनं आपलं मत व्यक्त केलं.

''लाख बोललात पाहा.'' मि. पटेल उत्साहानं सांगू लागले, ''मुलांचं फार बारकाईनं लक्ष असतं आपल्या आईवडिलांकडं. एखादेवेळी आईबाबांनी एका मुलाच्या हातावर दोन गोळ्या ठेवल्या अन् दुसऱ्याला एकच दिली तर लगेच ध्यानात येतं त्याच्या. तेवढ्याबाबतीत त्यांना आपल्याइतकीच – मोठ्या माणसाइतकीच – हुशारी असते असं मला नेहमी वाटतं.''

प्रेश्यसनं पुन्हा एकदा होकारार्थी मान हलवली, पण संभाषणाची गाडी नक्की कोणत्या दिशेनं चाललीय, हे तिला समजेना.

''आता असं पाहा ना.'' ते बोलू लागले, ''माझ्या दोघी मोठ्या मुली – जुळ्या बहिणी आहेत. त्यांची चांगल्या मुलांबरोबर लग्नं झालीत आणि त्या आपल्या नवऱ्यांसह इथेच राहत आहेत. इथपर्यंत सगळं छान, व्यवस्थित चाललंय, असं म्हणायला हरकत नाही. आता आमची धाकटी लेक – मंदिरा. ती सोळा वर्षांची आहे अन् मारू-अ-पुलामध्ये शिकतेय. शाळेतली तिची कामगिरी छान आहे. पण...''

मि. पटेल बोलायचे थांबले. डोळे बारीक करून त्यांनी प्रेश्यसकडे पाहिलं अन् म्हणाले, ''आजकालची ही तरुण पोरं कशी असतात, ते तुम्हाला ठाऊक असणारच म्हणा.''

तिनं प्रतिसादादाखल नुसतेच खांदे उडवले अन् म्हणाली, ''चांगलंच ठाऊक आहे हो. आईवडिलांच्या अगदी नाकीनऊ आणतात ही मुलं. कितीतरी आईवडील या तरुण मुलांच्या उपद्व्यापांमुळे हैराण झालेले असतात, हे मी पाहिलंय अनेक वेळा.''

तिचं हे मत ऐकून मि. पटेल उत्तेजित झाल्यासारखे वाटले तिला. त्यांनी त्या भरात हातातली काठी उचलली अन् त्याच नादात आपल्या कृत्रिम पायावर दोन-तीन वेळा वाजवली. तो आवाज प्रेश्यसच्या कानाला थोडा विचित्र वाटला. धातूच्या पोकळ भांड्यावर काठीनं ठोकल्यावर येतो तसा.

''सध्या माझ्या डोक्याला हाच ताप आहे.'' ते जोरात म्हणाले, ''आमच्या घरात हाच प्रकार हल्ली चालू आहे आणि मी ते खपवून घेणार नाही. आमच्या घरात हे चालणारच नाही.''

''काय? अशा प्रकारची तरुण मुलं?''

''तिचे मित्र हो.'' कडवट सुरात ते म्हणाले, ''हल्ली ती कुणा मुलाला भेटतेय गुपचूपपणे. अर्थात ती ते कधीच मान्य करत नाही, पण मला खात्री आहे, की तिचा

कुणीतरी बॉयफ्रेंड आहे. आमच्याकडे असलं काही मुळीच खपवून घेतलं जाणार नाही. मॉडर्न लोकांची जी काय मतं असतील ती त्यांच्याजवळ. आमच्या घरात असली थेरं चालणार नाहीत म्हणजे नाहीत.''

मि. पटेल तावातावानं बोलत असतानाच त्यांच्या अभ्यासिकेचं दार हळूच उघडून एक स्त्री आत आली. बहुतेक ती त्यांच्या घरात काम करणारी स्थानिक बाई असावी. तिनं प्रेश्यससमोर फळांच्या रसाने भरलेल्या पेल्यांचा ट्रे धरला अन् सेत्स्वाना भाषेतील स्वागताचे औपचारिक शब्द बोलली. पेरूच्या रसाचा ग्लास उचलल्यानंतर प्रेश्यसनं तिचे आभार मानले. मि. पटेलांनी संत्र्याच्या रसाचा ग्लास घेतला अन् काठीच्या खुणेनंच बाहेर जायला सांगितलं. ती बाहेर गेल्यानंतरच त्यांनी बोलायला सुरुवात केली.

''मी एकदा बोललोय तिच्याशी या विषयावर.'' ते सांगू लागले, ''चांगली समजही दिली. मी म्हणालो, बाकीची मुलं कशी वागतात, काय करतात ह्याच्याशी मला काही देणंघेणं नाही. तो त्या मुलांच्या आईवडिलांचा प्रश्न आहे, माझा नाही. मी अगदी स्पष्ट शब्दात तिला सुनावलंय की शाळा सुटल्यानंतर तिनं गावातल्या मुलांबरोबर किंवा शाळेतल्या मुलांबरोबरही हिंडतफिरता कामा नये अन् माझ्या या विचारांमध्ये काहीही फरक होणार नाही.''

पुन्हा एकदा अस्वस्थपणे त्यांनी हातातली काठी आपल्या पायावर आपटली आणि मग प्रेश्यसकडे उत्तराच्या अपेक्षेनं पाहिलं.

''यासंबंधी मी काही मदत करावी, अशी तुमची अपेक्षा आहे का, म्हणजे त्याचसाठी तुम्ही मला बोलावलंय का?'' घसा खाकरत प्रेश्यसनं त्यांना विचारलं.

मान डोलावत ते म्हणाले, ''हो, त्याचसाठी. हा मुलगा कोण आहे, हे तुम्ही शोधून काढावं, अशी माझी अपेक्षा आहे. मग मी बोलेन त्याच्याबरोबर.''

काही उत्तर न देता प्रेश्यसनं आपली नजर त्यांच्या चेहऱ्यावर स्थिरावली. तिच्या मनात आलं, आजकालची तरुण मुलं कशी वागतात, खास करू मारू-अ-पुलासारख्या महागड्या शाळेत जाणारी, त्याची ह्या गृहस्थांना काडीचीही कल्पना नसणार. तिथली बहुतेक मुलंमुली दुसऱ्या देशातली असत. अमेरिकन दूतावासातल्या अधिकाऱ्यांची मुलंदेखील तिथेच शिकत असत. तिनं भारतीय मुलांच्या वडिलांबद्दलही ऐकलं होतं – आपल्या मुलांची लग्नं वडीलच ठरवतात वगैरे. पण प्रत्यक्षात अशा माणसांबरोबर तिची कधी भेट झालेली नव्हती. मि. पटेलांची मात्र खात्री होती की रामोत्स्वे मादाम आपल्या विचारांशी सहमत असणार – तिचाही दृष्टिकोन अगदी आपल्यासारखा असणार!

''मला वाटतं, म्हणजे मला असं म्हणायचंय, की तुम्ही एकदा तिच्याशी या

विषयावर बोललात तर?'' प्रेश्यसनं हलक्या आवाजात प्रश्न केला. ''तिचा कुणी असा एखादा तरुण मुलगा मित्र वगैरे आहे का तुम्ही विचारलंत तर सांगेलही तुम्हाला ती...''

''ती बातच सोडा.'' चिडल्यासारख्या आवाजात ते म्हणाले, ''शक्यच नाही ते. गेले तीन आठवडे, कदाचित चार आठवडे झाले असतील या गोष्टीला, मी तिला खोदूनखोदून विचारायचा प्रयत्न केलाय, पण पोरगी एक अक्षर बोलेल तर शप्पथ! ताकास तूर लावू देत नाही. नुसती घुम्यासारखी बसून राहते. हाही एक उर्मटपणाचाचा प्रकारच की.''

यावर काय बोलावं ते तिला समजेना. आपल्या पायांकडे बघत ती खालमानेनं बसून राहिली. मि. पटेल उत्तराच्या अपेक्षेनं आपल्याकडे पाहत आहेत, हेही तिला जाणवत होतं. आत्तापर्यंतच्या व्यावसायिक कारकिर्दीत एक गोष्ट तिनं तत्त्व म्हणून स्वीकारलेली होती – कुणाही अशिलाला त्याचं काम करण्याच्या बाबतीत नकार द्यायचा नाही. अपवाद फक्त एका गोष्टीचा – कुणी तिला कायदा मोडायला सांगितला किंवा काही गुन्हा करायला सांगितला तर ती त्या व्यक्तीला साफ नकार देणार होती. हा नियम आपल्याही फायद्याचा ठरतोय, ही गोष्ट तिला अनुभवानं समजली होती. आणखी एक गोष्ट तिला कळून चुकली होती – आपण जेव्हा एखादी केस स्वीकारतो, तेव्हा काही गोष्टींचा छडा लावताना स्वतःच्या 'बरं', 'वाईट' या संदर्भातल्या नैतिक कल्पनांना मुरड घालावी लागते, कारण आपल्याला सर्वस्वी अज्ञात असलेले अनेक पैलू प्रत्यक्ष प्रश्न सोडवतानाच दिसून येतात. हीच गोष्ट कदाचित मि. पटेलांच्या-बाबतीतही पुन्हा एकदा अनुभवाला येईल, असं तिला वाटलं. आणि समजा, ते कारण नसलं तरीदेखील त्यांचं काम न स्वीकारण्याइतकं दुसरं एखादं सयुक्तिक कारण असू शकेल का? एका भारतीय बापाला, तो आपल्या मुलीला तिच्या मनासारखं वागण्याचं स्वातंत्र्य देत नाही म्हणून आपण नावं ठेवण्यात काय अर्थ आहे? आपल्याला त्यांची संस्कृती, त्यांचे रितीरिवाज, नीतिनियम याविषयी कुठे काही माहिती आहे? तेव्हा आपल्या फूटपट्ट्या, संदर्भ लावून समोरच्या माणसाला जोखणं योग्य ठरणार नाही. दुसरीकडे तिला त्या मुलीबद्दलही एक प्रकारची स्वाभाविक सहानुभूती वाटली. इथे या मातीत जन्मलेल्या, लहानाची मोठी झालेल्या मुलीला सोनेरी पिंजऱ्यातल्या मैनेप्रमाणे वागवायचं, ही तरी कुठली तऱ्हा? तिला आठवलं, तिच्या वडिलांनी कुठलीच कडक बंधनं, निर्बंध घातले नव्हते. त्यांनी तिच्यावर विश्वास टाकला होता आणि तीही त्यांच्याशी मोकळेपणानं वागायची, कधी काही लपवून ठेवायची नाही. अपवाद होता तो नोतेबरोबर असलेल्या तिच्या संबंधाचा!

मनातल्या विचारांना दूर सारत तिनं वर पाहिलं. आपल्या काळ्याभोर डोळ्यांनी ते तिच्याकडेच एकटक पाहत होते, अन् विचारांच्या तंद्रीत आपली काठी हलकेच फरशीवर आपटत होते.

"मी बघते प्रयत्न करून," प्रेश्यसनं उत्तर दिलं, "पण एक गोष्ट मी आधीच सांगते, हे काम करायला मला मनापासून आवडणार नाही. मुलांवर अशा प्रकारे कडक नजर ठेवणं माझ्या तत्त्वज्ञानात बसत नाही."

"पण मुलांवर नजर ठेवणं जरूरीचं असतं." तिला समजावण्याच्या हेतूनं ते म्हणाले, "आईवडिलांचं लक्ष नसेल आपल्या मुलांकडे तर काय घडू शकतं, हे तुम्हाला माहीत नाही का? माझ्या प्रश्नाचं उत्तर द्या ना."

"हे पाहा, मुलांच्या आयुष्यात एक वेळ अशी येते, की जेव्हा आईवडिलांनी त्यांना त्यांच्या मनाप्रमाणे वागण्याचं स्वातंत्र्य दिलं पाहिजे, अशावेळी आपल्या प्रेमाला त्यांनी मुरड घातली पाहिजे," प्रेश्यसनं आपला मुद्दा धरून ठेवला.

"काहीतरीच." तुच्छतेच्या स्वरात मि. पटेल ओरडले, "ही सगळी हल्लीच्या काळातली खुळं आहेत, असं माझं स्पष्ट मत आहे. तुम्हाला सांगतो, आमच्याकडे पूर्वी असली थेरं नव्हती. मला स्वत:ला मी चांगला बावीस वर्षांचा असताना माझ्या वडिलांनी बडवून काढलं होतं. हो, दुकानात एक चूक घडली माझ्या हातून म्हणून मारलं होतं मला अन् त्यात त्यांचा काही दोष नव्हता. त्यांनी दिलेली शिक्षा योग्यच होती, तेव्हा हा अलीकडचा आधुनिक मूर्खपणा नव्हता."

प्रेश्यस रामोत्स्वे उठून उभी राहिली. "मी स्वत:ला एक आधुनिक स्त्री समजते, नव्हे मी आधुनिक आहेच. त्यामुळे आपले विचार वेगळे आहेत, पण त्यामुळे काही फरक पडत नाही. तुम्ही सांगितलेलं काम करायचं मी मान्य केलंय, तेव्हा तुम्ही आता एकच गोष्ट करा– तुमच्या मुलीचा एखादा फोटो दाखवा मला, म्हणजे कुठल्या मुलीवर नजर ठेवायची ते समजेल."

मि. पटेलांनी उभं राहण्याचा प्रयत्न केला, तेव्हा त्यांना या गोष्टीचे कष्ट पडताहेत ही गोष्ट तिला जाणवली, कारण उभं राहण्यापूर्वी त्यांना दोन्ही हातांमध्ये धरून आपला पत्र्याचा पाय सरळ करावा लागला.

"फोटोची काय गरज?" ते म्हणाले, "तिलाच बोलावून घेतो इथे. प्रत्यक्षच पाहा ना तुम्ही तिला."

"छे छे," त्यांना हातांनी थांबवत प्रेश्यस म्हणाली, "तसं केलंत तुम्ही तर ती मला ओळखेल ना. तिच्या नकळत मला तिच्यावर नजर ठेवायला हवी."

"अस्सं होय?" ते खुषीत येऊन म्हणाले, "ही कल्पना छान आहे तुमची. तुम्ही गुप्तहेर माणसं डोकेबाज असता बुवा."

"माणसं नाही, गुप्तहेर स्त्रिया." तिनं त्यांच्या शब्दात बदल केला, त्याबरोबर

त्यांनी तिरक्या नजरेनं तिच्याकडं पाहिलं, पण ते काही बोलले नाहीत. या असल्या 'आधुनिक' खुळांसाठी त्यांच्याकडे वेळ नव्हता.

त्यांचा निरोप घेऊन प्रेश्यस पटेलप्रासादातून बाहेर पडली, तेव्हा तिच्या मनात आलं 'ह्या सद्गृहस्थांना चार मुलं आहेत, मला एकही नाही. पण हा माणूस मला तरी आदर्श पिता वाटत नाही, कारण ह्याचं आपल्या मुलांवर जरा जास्तच प्रेम आहे. जणू काही त्याची मुलं म्हणजे त्याच्या मालकीच्या वस्तू आहेत. कधी ना कधी तरी आईवडिलांनी मुलांवरील प्रेमाची पकड सैल करायला हवी. त्यांना मोकळा श्वास घेऊ द्यायला हवा.'

पुन्हा एकदा तिला तो प्रसंग आठवला. किती वर्षं झाली होती त्या गोष्टीला? पण अजूनही तितकाच क्लेशकारक होता तो क्षण! त्या अतीव दुःखाच्या प्रसंगी दुसरं कुणी, तिचा नवरादेखील तिच्यासोबत नव्हता. आपलं ते चिमुकलं वेळेआधीच जन्मलेलं तान्हुलं – त्याचं ते फुलासारखं हलकं, निर्जीव कलेवर – तिनं धरतीच्या कुशीत ठेवलं, त्याच्यावर माती लोटण्यापूर्वी तिनं वरती आकाशाकडे पाहिलं. देवाला प्रार्थना करण्यासाठी तिनं तोंड उघडलं, पण शब्द बाहेर येण्याऐवजी एक हुंदकाच तेवढा तिच्या ओठातून बाहेर पडला होता.

मि. पटेलांच्या मुलीची केस सोडवायला फार वेळ लागणार नाही, असं प्रेश्यसला वाटलं. खरं पाहिलं, तर कुणावरही नजर ठेवणं, त्या व्यक्तीच्या मागावर राहणं, वाटतं तितकं सोपं नसतं, कारण तो माणूस किंवा ती बाई दिवसभर काय करते यावर सतत पाळत ठेवावी लागते. ते करायचं तर तासन्तास त्याच्या/तिच्या घराबाहेर किंवा ऑफिसबाहेर वाट पाहत उभं राहावं लागतं. आता ही मुलगी मंदिरा दिवसाचा बराच वेळ तिच्या शाळेत असणार, दुपारी तीन वाजता तिची शाळा सुटायची. तोपर्यंत प्रेश्यसला आपली इतर कामं करायला वेळ मिळणार होता. त्यानंतर मात्र तिला मंदिराच्या मागावर राहायला लागणार होतं.

याविषयी ती विचार करायला लागली, तेव्हा तिला आणखी एक गोष्ट जाणवली, तरुण व्यक्ती किंवा मुलीवर नजर ठेवण्यात एक अडचण होती. म्हणजे काय होतं की दुसऱ्या एखाद्या माणसावर पाळत ठेवायची असती तर ते प्रेश्यसला तिच्या पांढऱ्या व्हॅनमधून तिच्या मागोमाग जाणं शक्य होतं, पण समजा तुम्ही एखाद्या सायकलवरून जाणाऱ्या व्यक्तीचा माग घेत असाल (अन् बरीच शाळकरी मुलं सायकल वापरतात) तर गाडीनं पाठलाग करणं शक्य नसतं. कारण अशा वेळी गाडीचा वेग फारच कमी ठेवावा लागतो अन् ही गोष्ट फार पटकन त्या सायकल-स्वाराच्या अन् इतरांच्याही नजरेत भरल्याशिवाय राहणार नाही. रस्त्यानं चालत जाणाऱ्याचा पाठलाग त्यामानानं सोपा, कारण तुम्हीही योग्य अंतर ठेवून

त्याच्या-मागून चालू शकता. (आपल्या शेजाऱ्याची ते भयानक पिवळ्या रंगाची कुत्री घेऊन आपण फिरायला जात असल्याची बतावणी करणंही शक्य होतं तिला.)

मि. पटेलांशी बोलणं झाल्यानंतर लगेच दुसऱ्याच दिवशी प्रेश्यसनं आपली पांढरी व्हॅन मंदिराच्या शाळेच्या कारपार्कमध्ये थांबवली, तेव्हा शाळा सुटायला थोडाच अवकाश होता. हळूहळू मुलं-मुली एकेक दोनदोन करत बाहेर पडली. एका हातात शाळेची बॅग अन् दुसऱ्या हातात पुस्तकं घेऊन मंदिरा शाळेतून बाहेर पडली, तेव्हा तीन वाजून वीस मिनिटं झाली होती. आपल्या गाडीतूनच प्रेश्यसनं तिला एकदा व्यवस्थित न्याहाळलं. एकटीच निघालेली मंदिरा दिसायला आकर्षक, तशी थोड्या उफाड्याच्या बांध्याची होती. सोळा वर्षांची असूनही कुणालाही ती सहज एकोणीस-वीस वर्षांची तरुणी वाटली असती.

थोडा वेळ एकटीनंच चालणाऱ्या मंदिराला एक मुलगी झाडाखाली उभी असलेली दिसली. बहुतेक तिचे आईवडील तिला घरी नेण्यासाठी येणार असावेत. दोघींनी थोडा वेळ गप्पा मारल्या मग मंदिरा शाळेच्या फाटकाकडे जाण्यासाठी वळली.

पाचेक मिनिटं प्रेश्यस आपल्या व्हॅनमध्येच बसून राहिली अन् मग खाली उतरली. मंदिरा जशी शाळेसमोरच्या रस्त्याला लागली तशी प्रेश्यस तिच्यामागून सावकाश चालू लागली. रस्त्यावर बऱ्यापैकी रहदारी असल्यामुळे कुणी आपल्या मागोमाग येतंय अशी शंका मंदिराला यायचं कारण नव्हतं. दिवस हिवाळ्याचे होते अशावेळी दुपारच्या उबदार उन्हात रस्त्यात चालायला मजा येई. आणखी महिना दोन महिन्यांनंतर हवा गरम होईल तेव्हा अशा प्रकारे दुपारचं फिरणं विचित्र वाटण्याची शक्यता होती.

रस्ता जिथे संपला तिथे मंदिरा वळली. प्रेश्यसच्या लक्षात आलं की ही मुलगी शाळेतून सरळ घरी जात नाहीये. कारण पटेल निवास बरोबर विरुद्ध दिशेला होता. तो रस्ता गावाच्या दिशेनंही जात नव्हता. ह्याचा अर्थ बाईसाहेब कुणालातरी भेटायला त्याच्या घरी जात होत्या. आपल्या या अनुमानावर प्रेश्यस खूश झाली. तिचा चेहरा आनंदानं उजळल्यासारखा झाला. 'म्हणजे काम अगदीच सोपं झालंय की, आता ही मुलगी कुठल्या घरात शिरते ते पाहायचं, त्या मालकाचं नाव विचारायचं अन् मग त्या मुलाचं. कदाचित लगेचच संध्याकाळी मि. पटेलांना भेटून मुलाचा ठावठिकाणा अन् बाकीची माहिती देता येईल. त्यांच्यावर आपली चांगली छाप पडेल अन् थोडक्या कामासाठी मोबदलाही छान मिळेल.'

हे सगळे विचार प्रेश्यसच्या डोक्यात चालले होते, तेवढ्यात मंदिरानं आणखी एक वळण घेतलं. तिच्या मागोमाग जाण्याआधी प्रेश्यस थोडा वेळ थांबली. लहान वयाच्या व्यक्तीचा मागोवा घेताना आपल्याला जरा जास्तच आत्मविश्वास वाटण्याची शक्यता तिला नाकारता आली नाही. गुप्तहेरानं पाठलागासंबंधी काही नियम लक्षात

ठेवणं जरूरीचं असतं, हे तिनं स्वत:लाच बजावलं. आत्तापर्यंत ज्या मार्गदर्शक तत्त्वांच्या पुस्तकाचा आधार तिनं बऱ्याचवेळा घेतला होता त्या क्लोव्हिस अँडरसननं आपल्या 'खाजगी तपासासंबंधीची तत्त्वे'मध्ये असा स्पष्ट इशारा दिलेला होती की, तपासनिसानं कधीही आपल्या हेरगिरीच्या लक्ष्याच्या फार जवळ जाऊ नये. एक वेळ लक्ष्य हातातून निसटलं तरी चालेल, परंतु नेहमीच पुरेसं अंतर ठेवणं अत्यावश्यक असतं. आपण परत केव्हातरी लक्ष्यावर नजर ठेवू शकतो. काही क्षण तो आपल्या नजरेच्या टप्प्याबाहेर गेला तरी बिघडत नाही, पण त्याला आपला सुगावा लागलाय अन् त्यामुळे रागावून तो आपल्यावर तोंडसुख घेतोय, असं कदापीही होता कामा नये.

मंदिराला पुरेसा वेळ दिल्यानंतर प्रेश्यसनं पुन्हा तिच्या पाठोपाठ जायचा निर्णय घेतला. कोपऱ्यावरून वळणावर आपल्यापुढे बऱ्याच शेदोनशे यार्ड अंतरावर मंदिरा आपल्याला दिसेल, हा तिचा अंदाज मात्र खोटा ठरला, कारण समोरच्या बाजूला मंदिरा कुठेच दिसत नव्हती. अँडरसनच्या भाषेत बोलायचं तर 'लक्ष्य दृष्टीआड' असा प्रकार घडला होता. प्रेश्यसनं मान मागे वळवून विरुद्ध दिशेनं पाहिलं. दूर अंतरावर प्रेश्यसला एक गाडी घराच्या फाटकातून बाहेर येताना दिसली पण बाकी काही नाही.

'हे कसं शक्य आहे?' ती स्वत:शीच उद्गारली. तो रस्ता विशेष रहदारीचा नव्हता. ज्या बाजूला मुलगी वळली होती, तिथे रस्त्याच्या दोन्ही बाजूला फारतर तीन घरं असतील, पण ह्या सगळ्या घरांसमोर उंच फाटकं होती अन् घरापर्यंत जाणारे गाडीमार्ग होते. शिवाय मंदिरा दृष्टीआड झाली होती ती फारतर मिनिट दोन मिनिटं इतकाच काळ, म्हणजे एखाद्याच्या घरात शिरणं तिला इतक्या कमी वेळात शक्य झालं नसतं. प्रेश्यसच्या नजरेनं तिला नक्कीच टिपलं असतं.

तरीसुद्धा असं मानलं की मंदिरा एखाद्या घरात घुसली आहे, तर ती शक्यता पहिल्या एक-दोन घरांच्या बाबतीतच होती. त्याच्यापुढचं घर कोपऱ्यापासून बरंच दूर होतं. हा सगळा विचार केल्यावर प्रेश्यस स्वत:शीच म्हणाली, 'ठीक आहे, परिस्थिती काही अगदी हाताबाहेर गेलेली नाही. आपण असं करू या, आधी उजव्या, बाजूच्या पहिल्या घरात अन् मग डावीकडच्या पहिल्या घरात चौकशी करू.'

क्षणभर ती तशीच उभी राहिली, मग तिनं मनाशी काहीतरी निर्णय घेतला, झपाझप पावलं टाकत ती आपल्या पांढऱ्या व्हॅनकडे गेली आणि गाडी चालवतच ती परत त्याच मार्गानं आली, अन् उजवीकडच्या पहिल्या घरासमोर गाडी उभी करून ती चालत प्रवेशद्वारापर्यंत पोहोचली.

तिनं दारावर टकटक केलं. लगेचच आतल्या बाजूनं कुत्र्याच्या भुंकण्याचा

आवाज आला. तिनं पुन्हा एकदा दारावरची कडी वाजवली, 'बायसन, भुंकणं थांबव बरं. कुणीतरी दारापाशी आलंय, हे समजलंय मला.' दार उघडताच प्रेश्यसला समोर एक स्त्री दिसली. ही बोट्स्वानाची नागरिक नाही हे तिच्याकडे बघताच प्रेश्यसला जाणवलं. ती बहुधा पश्चिम आफ्रिकेतील असणार. तिच्या त्वचेच्या रंगावरून आणि पोशाखावरून ती घाना देशातली असावी, असा अंदाज प्रेश्यसनं बांधला. घाना देशातले लोक तिला मनापासून आवडायचे. त्यांना छान विनोदबुद्धीचं वरदान असतं, असा तिचा अनुभव होता म्हणूनही असेल. साधारणपणे ही माणसं हसतमुख असत.

"हॅलो मॅडम," प्रेश्यस म्हणाली, "तुम्हाला त्रास देतेय त्याबद्दल मला माफ करा, पण मी सायफोचं घर शोधतेय."

"सायफो? इथे कुणी नाही राहत या नावाचं."

आपला काहीतरी गोंधळ होतोय अशा अर्थानं प्रेश्यसनं मान हलवली. "कमाल आहे, पण मला अगदी खात्री आहे, त्यानं हाच पत्ता दिला होता. काय आहे ना, मी एका माध्यमिक शाळेत शिक्षिका आहे. चौथ्या इयत्तेतल्या एका मुलाला काही निरोप देण्यासाठी म्हणून मी आले इथं. हे सायफोचंच घर आहे, असं मला वाटत होतं."

ती स्त्री काहीशा मिस्कीलपणे हसली, "मला स्वत:ला दोन मुलीच आहेत, मुलगा नाही, पण तू एखादा मुलगा देणार असलीस तर दे बापडी. माझी ना नाही."

"धन्य झाली माझ्या वेंधळ्या स्वभावाची," प्रेश्यस वैतागल्यासारखं भासवत म्हणाली, "रस्त्याच्या त्या बाजूचं पहिलं घर असणार बहुतेक."

त्या स्त्रीनं नकारार्थी मान हलवली. "शक्यता तरी दिसत नाही तशी. तिथे युगांडाहून आलेलं एक कुटुंब राहतं. त्यांना एक मुलगा आहे, पण तो फक्त सहा-सात वर्षांचा असावा, असं मला वाटतं."

पुन्हा एकदा दिलगिरी व्यक्त करत प्रेश्यसनं तिचा निरोप घेतला अन् गाडीवाटेनं चालत ती फाटकाबाहेर आली. श्शी! पहिल्याच दिवशी तिनं मंदिराला दृष्टीआड होऊ देण्याची चूक केली होती की त्या मुलीनं आपल्याला मुद्दामच हूल दिली? तिचा कुणीतरी पाठलाग करतंय ही गोष्ट तर तिला समजली नसेल? छे, ती शक्यता वाटत नाही. कुणी सांगावं? त्यादिवशी तिचं स्वत:चं नशीब जोरावर नसेल. तिनं मनाशी निश्चय केला, उद्या आपण याहून जास्त खबरदारी घ्यायची. क्लोव्हिस अँडरसनचा उपदेश बाजूला ठेवायचा अन् आपल्या 'लक्ष्याचा' अधिक जवळून मागोवा घ्यायचा.

रात्री आठ वाजता मि. पटेलांनी तिला फोन केला, "मला सांगण्यासारखं काही आढळलं? काही माहिती मिळाली?"

"सांगण्यासारखं विशेष काही घडलं नाही आज," ती म्हणाली, "तुमची मुलगी शाळेतून निघाल्यानंतर कुठे गेली ते समजू शकलं नाही मला, पण कदाचित उद्या काही पत्ता लागेल असं वाटतंय."

"हे काही ठीक नाही. मुळीचच चांगलं नाही. ठीक आहे, मीच तुम्हाला काही माहिती देऊ शकेन असं वाटतं. मंदिरा आज शाळा सुटल्यानंतर तीन तासांनी घरी आली. मी विचारलं तर म्हणाली, 'माझ्या मैत्रिणीच्या घरी गेले होते.' कोणती मैत्रीण मी विचारलं, तर मला म्हणते, 'तुम्हाला तिचं नाव ठाऊक नाही.' *तिचं* नाव बरं का!" तिचं या शब्दावर जोर देत मि. पटेल म्हणाले. "थोड्या वेळानं माझ्या बायकोला टेबलावर एक चिठ्ठी मिळाली, बहुतेक मंदिरा विसरली असणार. त्या चिठ्ठीतले शब्द होते, 'जॅक, उद्या भेटू या.' आता हा जॅक कोण? हा मुलगा आहे की हे एखाद्या मुलीचं नाव असू शकतं? तुम्ही यावर काही प्रकाश टाकू शकाल का?"

"हे मुलीचं नाव असणार नाही," प्रेश्यसनं उत्तर दिलं. "मला तरी ते मुलाचं नाव वाटतंय."

"मलाही अगदी तस्संच वाटतंय." एका मोठ्या प्रश्नाचं अस्पष्ट का होईना पण आपल्याला काहीतरी उत्तर सापडलंय, अशा पद्धतीनं मि. पटेल उद्गारले. "मलाही असंच वाटतं." पुन्हा त्यांनी तेच शब्द उच्चारले. आपण त्याला शोधून काढायला हवे. 'हा जॅक कोण आहे, तो कुठे राहतो? वगैरे माहिती तुम्ही काढायला हवी." असं म्हणून त्यांनी फोन ठेवून दिला.

प्रेश्यसनं स्वत:साठी तिच्या आवडीचा एक कप बुश टी तयार केला आणि तो पिऊन झाल्यावर तिनं झोपायचं ठरवलं. आजचा दिवस तसं बघितलं तर, विशेष चांगला गेला नव्हता अन् मि. पटेलांच्या फोननं तर तिच्या या भावनेवर जणू शिक्कामोर्तब केलं होतं. त्यांच्या त्या चिडखोर आवाजात बोलण्याच्या लकबीचा तिला आज वैताग आला. झोपण्याआधी तिनं त्या दिवसाचं वृत्तपत्र वाचायला घेतलं अन् वाचतावाचता तिचा कधी डोळा लागला, ते तिला समजलंच नाही.

दुसरे दिवशी दुपारी शाळेतल्या कारपार्कमध्ये पोहोचायला तिला थोडा उशीर झाला. आजही ही पोरगी आपल्याला चकवा देणार की काय अशी शंका तिच्या मनात उमटायला अन् मंदिरा शाळेतून बाहेर पडायला एकच गाठ पडली. यावेळी तिच्याबरोबर एक मुलगी होती. दोघीजणी चालत चालत शाळेच्या फाटकापाशी आल्या आणि तिथेच उभ्या राहिल्या. साधारणपणे तिच्या वयाची मुलं एकमेकांशी गप्पा मारत असताना जसा त्यांना आजूबाजूला घडणाऱ्या गोष्टींचा थांगपत्ता नसतो, त्याप्रमाणे त्या दोघी एकमेकींशी अगदी दंग होऊन बोलत होत्या. ह्यांचं आत्ताचं संभाषण ऐकायला मिळालं तर आपल्या मनातल्या बऱ्याच प्रश्नांची उत्तरं मिळतील,

याची प्रेश्यसला खात्री वाटली. मुली आपापसात आपल्या मित्रांबद्दल खूप मोकळेपणानं बोलतात, मनातलं गुपित मैत्रिणीजवळ उघड करतात अन् मंदिराही तेच करतेय याबद्दल तिला खात्री होती.

एवढ्यात एक निळ्या रंगाची गाडी मुलींसमोर येऊन उभी राहिली. ड्रायव्हरनं आपल्या बाजूच्या सीटजवळचं दार उघडलं अन् मंदिरा आत बसली. तिची मैत्रीण मागच्या बाजूनं आत शिरली ते पाहताच प्रेश्यस आपल्या गाडीत किंचित सरसावून बसली. 'काहीतरी घडतंय' असं स्वत:शीच पुटपुटत तिनं गाडीचं इंजीन सुरू केलं अन् गाडी कारपार्कमधून बाहेर काढली तोपर्यंत ती निळी गाडीही निघाली होती. सुरक्षित अंतर ठेपून प्रेश्यसनं गाडी चालवायला सुरुवात केली. आज जरूर भासली तर वेग वाढवायचा अन् काही झालं तरी निळ्या गाडीच्या मागावर राहायचंच असा निश्चय तिनं केला. 'कालची चूक आज होऊ द्यायची नाही' असं तिनं स्वत:ला बजावलं. काल ह्या पोरीनं आपल्याला अशी हूल दिली होती की जणू काही ती डोळ्यांसमोरून अंतर्धान पावली होती.

त्या निळ्या गाडीचा वेग बेताचा होता, त्यामुळे तिच्यामागोमाग जाण्यात प्रेश्यसला काही कष्ट पडत नव्हते. सन हॉटेलवरून पुढे गेल्यानंतर येणाऱ्या स्टेडियम सर्कलपाशी ते तिघं आले. तिथे त्यांनी गावाकडे जाण्याचा रस्ता पकडला. हॉस्पिटल, मग अँग्लियन कॅथिड्रलवरून पुढे जात ते मॉलजवळ आले. 'काहीतरी खरेदी करायची असणार तिघांना' प्रेश्यस स्वत:शीच पुटपुटली. खरंच, खरेदी करणार आहेत की आणखी काही? बऱ्याच वेळा मंदिराच्या वयाची तरुण मुलंमुली शाळा सुटल्यानंतर आपल्या मित्रमैत्रिणींना बोट्स्वाना बुक सेंटरसारख्या ठिकाणी भेटतात, हे प्रेश्यसनं यापूर्वी पाहिलेलं होतं. या प्रकाराला त्यांच्यापाशी नाव होतं – त्याला ते 'टाईमपास' असं म्हणत. कुठेतरी उभं राहायचं, गप्पा मारायच्या, एकमेकांना चिडवायचं, थट्टामस्करी करायची, खिदळायचं वगैरे वगैरे. खरेदी केलीच तर तीदेखील नावालाच. 'या बाईसाहेब जॅकबरोबर हेच करणार बहुतेक.' ती स्वत:शीच म्हणाली. एवढ्यात ती निळी गाडी प्रेसिडेंट हॉटेलच्या आवारात थांबली. प्रेश्यसनं मधे बऱ्याच गाड्या सोडून मग आपली गाडी पार्क केली पण ती गाडीतून लगेच उतरली नाही. दोघी मुली खाली उतरल्या तेव्हा त्यांच्याबरोबर एक थोडी, मोठ्या वयाची बाईही प्रेश्यसला दिसली. ही बहुतेक त्या दुसऱ्या मुलीची आई असणार असा तर्क तिनं केला. ती स्त्री आपल्या मुलीला काहीतरी म्हणाली, त्यावर मुलीनं मान डोलावली, त्यानंतर ती बाई एका धातूसामानाच्या दुकानाच्या दिशेनं चालू लागली.

त्या दोघी पोरी प्रेसिडेंट हॉटेलच्या पायऱ्या मागे टाकून पुढे गेल्या अन् सावकाशपणे पोस्टाच्या दिशेनं चालत राहिल्या. पुरेसं अंतर राखून प्रेश्यसही चालू

लागली. एका तयार कपड्यांच्या दुकानाबाहेरच्या बाजूला काही आफ्रिकन प्रिंटची ब्लाऊजेस दुकानातली बाई हँगरवर लटकवत होती, ती पाहण्यासाठी प्रेश्यस थांबली.

"मॅडम, ह्यातलं एखादं घ्या तुमच्यासाठी. खरंच मस्त आहेत बघा. तरी, शिवाय रंगाची शंभर टक्के खात्री. मी घातलंय ते ब्लाऊज, मी पंधरावीस वेळा तरी धुतलं असेल. पण एकदाही त्याचा रंग उतरलेला नाही. बघा ना."

विक्रेतीच्या म्हणण्याप्रमाणे प्रेश्यसनं तिच्या ब्लाऊजकडे पाहिलं. खरोखरच, त्याचा रंग पक्का असावा, असं तिला वाटलं. डोळ्यांच्या कोपऱ्यातून तिनं त्या मुलींवर एक चोरटा कटाक्ष टाकला. दोघीजणी बुटांच्या दुकानासमोरच्या काचेतून आतले बूट न्याहाळत होत्या. त्यांना अजिबात घाई दिसत नाहीये, असं त्यांच्या वागण्यावरून प्रेश्यसला वाटलं.

"तुमच्याकडे माझ्या मापाचे ब्लाऊज असणं कठीणच," प्रेश्यस त्या विक्रेतीला म्हणाली, "मला खूप मोठ्या मापाचा ब्लाऊज लागतो."

त्या बाईनं दांडीवरली सगळी ब्लाऊजेस मागेपुढे करून पाहिलं अन् प्रेश्यसला म्हणाली, "तुम्ही म्हणता ते खरं आहे. माझ्याकडे तुमच्या मापाचं एकही ब्लाऊज नाही."

छानसं हसून प्रेश्यस तिला म्हणाली, "पण मला आवडली तुमची ब्लाऊजेस. छान आहेत अन् छान दिसणाऱ्या गिऱ्हाइकांना तुम्ही लवकरच तुमची सगळी ब्लाऊजेस विकू शकाल अशी मला खात्री आहे."

दुकानासमोरून पुढे सरकताना प्रेश्यसनं पाहिलं, बुटांचं निरीक्षण संपवून मुलींनी बुकसेंटरकडे मोर्चा वळवला होता. तिचा अंदाज खरा ठरला. त्यांना तिथे 'टाईमपास' करायचा होता.

बोट्स्वाना बुकसेंटरमध्ये फारच कमी गिऱ्हाइकं होती. नियतकालिकांच्या विभागात तीन-चार पुरुष मासिकांची पानं उलटत उभे होते अन् एक-दोन पुरुष पुस्तकांच्या विभागात होते. दुकानातले विक्रेते काऊंटरपाशी उभं राहून आपापसात गप्पा मारत होते. दुपारची उन्हाची वेळ असल्यामुळे माश्यादेखील वळचणीच्या ठिकाणी झोपा काढत असाव्यात, असं प्रेश्यसला वाटलं.

तिनं दुकानात नजर टाकली. दोघी पोरी दुकानाच्या आतल्या बाजूला सेत्स्वाना भाषाविभागातील पुस्तकं न्याहाळत होत्या, 'या मुली इथे काय करतायत' असा प्रश्न तिनं स्वत:लाच विचारला. आता शाळेत मंदिरा सेत्स्वाना भाषा शिकत असेलही, तरीदेखील ती या विभागातील शालेय पुस्तकं किंवा बायबलवरील विवेचनात्मक पुस्तकं विकत घेईल ही शक्यता फारच कमी होती.

हेतुपुरस्सर प्रेश्यसही आफ्रिकन पुस्तकांच्या विभागात शिरली अन् तिनंही एक पुस्तक उचललं. त्या पुस्तकाचं शीर्षक होतं, 'आफ्रिका खंडाच्या दक्षिण विभागातील

सर्प'. उदाहरणादाखल पुस्तकामध्ये बरीच आकर्षक चित्रंही होती. तपकिरी रंगाच्या एका छोट्या सापाचं चित्र निरखून बघत असताना तिनं स्वत:लाच 'आपण अशा-प्रकारचा साप पाहिलाय का?' असा प्रश्न विचारला. ती लहान असताना तिच्या नात्यातल्या एका मुलाला – तिच्या चुलत, आत्ते किंवा मामेभावाला एक साप चावला होता, पण त्याला काही अपाय झाला नव्हता. हा त्याच प्रकारचा साप तर नसेल? तिनं चित्राखाली दिलेली माहिती वाचली – तो एक बिनविषारी साप असून स्वभावानंही गरीब होता असं त्याचं वर्णन दिलं होतं. आपल्या लहानपणी त्या मुलाला चावलेला सापही असलाच असेल, असं तिला वाटलं. पण तेव्हा म्हणे सापानं त्याच्यावर हल्ला केला होता. का आपल्या भावानंच त्याच्यावर हल्ला केला होता? कुणास ठाऊक याअर्थी तिनं खांदे उडवले. मुलं सापांना दगड मारतात, त्यांना डिवचतात ही गोष्टही खरी होती. पुटोकेनं– तिच्या भावानंच सापाला डिवचलं असण्याची शक्यता नाकारता येत नव्हती. किती वर्षं होऊन गेली होती त्या गोष्टीला. तिची त्याविषयीची आठवणदेखील आता अंधूक झाली होती.

तिनं मुलींच्या दिशेनं पाहिलं. दोघी आपापसात गप्पा मारत होत्या. दोघींपैकी एकजण मोठ्यानं हसली. 'नक्कीच मुलांबाबत गप्पा चालू असणार' प्रेश्यसच्या मनात विचार आला. 'चांगलं आहे, चालू दे. त्या बिचाऱ्यांना कळेल लवकरच, हा विषय – पुरुषांसंबधीचा – तितकासा मजेशीर नसतो. आणखी काही वर्षांनंतर त्या खळखळणाऱ्या हास्याची जागा डोळ्यांतले अश्रू घेतात.' कडवटपणानं प्रेश्यस स्वत:शीच उद्गारली.

तिनं पुन्हा आपलं लक्ष हातातल्या आफ्रिका खंडाच्या दक्षिण विभागातील सर्प या पुस्तकाकडे वळवलं. तिनं पान उलटलं तेव्हा तिला एका धोकादायक सापाचं चित्र दिसलं. हा नक्कीच 'गरीब बिचारा' प्रकारचा साप नाही. त्याचं डोकंच पाहा, कसं भीती वाटावी, असं दिसतंय अन् त्याचे ते डोळे! चित्राखाली लिहिलं होतं, 'हा एक पूर्ण वाढ झालेला नर साप आहे. त्याची लांबी १.८७ मीटर असून तो ब्लॅक माम्बा या नावानं ओळखला जातो. संपूर्ण दक्षिण भागात हा दिसून येतो, तरीही विशेषकरून हा गवताळ प्रदेशात आढळतो. ग्रीन माम्बापेक्षा ब्लॅक माम्बा अनेक बाबतीत वेगळा आहे. उदा. निवासस्थान आणि विषाची तीव्रता. आफ्रिकेतील अनेक विषारी सर्पांपैकी हा एक असून हा अतिशय धोकादायक म्हणून गणला जातो. ह्याच्याहून अधिक विषारी साप म्हणजे फक्त एकच – गब्बून व्हायपर. झिम्बाब्वेच्या पूर्वेकडील जिल्ह्यांमध्ये व जंगलामध्ये गबून व्हायपरचं वास्तव्य मुख्यत्वेकरून दिसून येतं.

विश्वसनीयरित्या नोंद केलेल्या एका घटनेत असं आढळलं, की एकदा एका सव्वीस वर्षांच्या तगड्या तरुणाला त्याच्या उजव्या घोट्यापाशी ब्लॅक माम्बानं दंश

केला. हा माणूस गवताळ प्रदेशातून चालला असताना अनवधनानं त्याचा पाय माम्बावर पडला. सर्पदंशावर प्रभावी औषध लगेच उपलब्ध नसल्यामुळे त्या तरुणानं दंशस्थानी बरेच खोल छेद दिले व विष काढून टाकायचा प्रयत्न केला. ही पद्धत विशेष फायद्याची ठरत नाही, असं हल्लीच्या काळात समजलं जातं. त्यानंतर जवळजवळ चार मैल अंतर पायी चालत दोन तासांनी तो तरुण एका हॉस्पिटलमध्ये पोहोचला. तिथे त्याला सर्पविष प्रतिबंधक लस देण्यात आलं व त्याच्यावरील संकट टळलं. माम्बाऐवजी त्याला पफ ॲडर या सर्पानं दंश केला असता तर एवढ्या वेळात त्याच्या पायातील पेशींचा मृत्यू झाला असता व त्यामुळे कदाचित त्याला आपला पायही गमवावा लागला असता.

प्रेश्यस या वाक्यापाशी थबकली. एक पाय गमावला असता तर त्याला कृत्रिम पायाची गरज भासली असती, मि. पटेलांसारखी. मंदिरा, कृत्रिम पाय, मि. पटेल. मंदिरा – ती एकदम भानावर आली. तिनं लगेच वर पाहिलं. सापांविषयीचं पुस्तक वाचत असताना तिचं भान सुटल्यासारखं झालं होतं. कुठं गेल्या दोघीजणी? निसटल्या आपल्या हातून. पुन्हा एकदा तीच चूक घडली होती. कारण वेगळं असलं तरी चूक ती चूकच!

तिनं घाईघाईनं पुस्तक परत शेल्फवर ठेवलं अन् ती दुकानाबाहेरच्या चौकात आली. आता तिथे माणसांची वर्दळ वाढली होती, कारण सर्वसाधारणपणे उन्हं कलल्यावर लोक खरेदीसाठी बाहेर पडायचे. तिनं इकडेतिकडे पाहिलं. थोड्या अंतरावर काही तरुण उभे होते. त्यांच्याबरोबर एक मुलगीही होती. ती मंदिरा तर नसेल? नाही. ती दुसरीच कुणीतरी होती. प्रेश्यसनं विरुद्ध दिशेनं पाहिलं. एक माणूस झाडाखाली आपली सायकल उभी लावून ठेवत होता. त्या सायकलला मोटारींच्या वर दिसते तशी एरियल होती, ते पाहून प्रेश्यसला आश्चर्य वाटलं. सायकलला एरियल कशासाठी? तिनं स्वत:लाच विचारलं.

पुन्हा एकदा ती प्रेसिडेंट हॉटेलच्या दिशेनं चालू लागली. त्या दुसऱ्या मुलीच्या आईनं आपली गाडी तिथेच उभी केली होती. तिकडेच परत गेल्या असतील या दोघी तर काही हरकत नाही, असंही तिनं स्वत:ला समजावलं. ती कारपार्कपर्यंत पोहोचतेय, तेवढ्यात ती निळी गाडी दुसऱ्या बाजूनं बाहेर पडली. पण गाडीत फक्त त्या मुलीची आईच होती. म्हणजे या पोरी इथेच जवळपास असणार कुठेतरी. बहुतेक त्या चौकातच 'चला रामोत्स्वे मॅडम, चालू लागा.' असं स्वत:ला सांगत ती परत एका प्रेसिडेंट हॉटेलच्या पायऱ्यांपाशी आली आणि तिथूनच तिनं चौकाकडे नजर टाकली. क्लोव्हिस ॲंडरसनच्या तत्त्वानुसार तिनं सावकाशपणे आपली नजर चौकातल्या सगळ्या माणसांवरून फिरवली, मग दुकानातील ग्राहकांनाही टिपलं, पण त्या दोन मुलींचा ठावठिकाणा काही लागला नाही. पुन्हा तिची नजर ब्लाऊजेस

विकणाऱ्या स्त्रीकडे गेली. तिच्या हातात कसला तरी पुडा होता अन् ती काहीतरी बाहेर काढत होती. त्या खाद्यपदार्थाला मोपानी वर्म असं नाव होतं.

"मोपानी वर्म?" प्रेश्यसनं कौतुकमिश्रित कुतूहलानं विचारलं.

ते ऐकून त्या विक्रेतीनं पुडा प्रेश्यससमोर धरला. झाडावर सापडणारे वाळलेले मोपानी वर्म प्रेश्यसला फार आवडायचे. तिनं एक वर्म आपल्या तोंडात टाकला.

"इथे उभं राहून वस्तू विकत असताना आसपास काय चाललंय हे तुझ्या लक्षात येत असेल नाही?" प्रेश्यसनं चौकशी केली.

ती विक्रेती एकदम मोठ्यानं हसली, "अगदी बरोब्बर! माझं प्रत्येक येणाऱ्या-जाणाऱ्याकडे अगदी बारीक लक्ष असतं."

"मग तू त्या बुकसेंटरमधून बाहेर पडलेल्या दोन मुली पाहिल्यास का? त्यातली एक आफ्रिकन आहे आणि दुसरी इंडियन. ही इंडियन मुलगी साधारण एवढ्या उंचीची आहे." प्रेश्यसनं हातानं अंदाज व्यक्त केला.

त्या विक्रेतीनं आणखी एक वर्म तोंडात टाकला अन् उत्तर दिलं, "आत्ताच बघितलं मी त्यांना, इथून त्या सिनेमागृहाकडे गेल्या अन् नंतर आणखी कुठेतरी, पण ते मात्र मी पाहिलं नाही."

प्रेश्यस रामोत्स्वे हसली अन् म्हणाली, "तू खरं तर गुप्तहेरच व्हायला हवं होतंस!"

"तुमच्यासारखं?" एवढंच ती म्हणाली. ते ऐकून प्रेश्यसला आश्चर्य वाटलं. तशी ती बऱ्याच जणांना माहीत होती, पण रस्त्यावरची एक विक्रेतीदेखील तिला ओळखत असेल ह्याची तिला अजिबातच कल्पना नव्हती. तिनं पर्समधून दहा पुलांची एक नोट काढली अन् विक्रेतीच्या हातात काहीशा जबरदस्तीनंच ठेवली.

"ही माझ्याकडून छोटीशी फी, तू दिलेल्या माहितीबद्दल." प्रेश्यस तिला खूश करण्याच्या हेतूनं म्हणाली, "पुन्हा केव्हातरी तुझ्याकडून आणखी माहिती मिळू शकेल ह्याची खात्री आहे मला."

ती स्त्री अपेक्षेप्रमाणे खूश झालेली दिसली, "अवश्य! मी तुला हवी ती मदत देऊ शकेन. मी म्हणजे ह्या भागाचे डोळे आहेत असं समजा हवं तर. आज सकाळी मी दोन खास व्यक्तींना त्या तिथे एकमेकांशी बोलताना पाहिलं. ऐकायचंय तुम्हाला? ऐकून आश्चर्य वाटेल तुम्हाला." उत्साहाच्या भरात किती बोलू अन् किती नको असं झालं होतं तिला.

"पुन्हा केव्हातरी मी नक्की येईन तुझ्याकडे." तिथून काढता पाय घेत प्रेश्यस म्हणाली.

इथून ही पोरगी कुठे गेली ते शोधून काढण्यात काही अर्थ नाही पण मिळालेली माहिती पडताळून पाहणंही तितकंच गरजेचं होतं म्हणून ती सिनेमागृहाकडे गेली.

संध्याकाळचा खेळ किती वाजता आहे, ह्याची चौकशी केली. कारण या मुली सिनेमा पाहायला इथे येणार, असं तिला खात्रीनं वाटलं. परत ती आपल्या गाडीकडे गेली व तिनं घरचा रस्ता धरला. पटकन रात्रीचं जेवण बनवायचं, खायचं आणि मग हा सिनेमा बघायचा, असा बेत तिनं ठरवून टाकला. तिनं चित्रपटाचं नाव बघितलं होतं. तीन तास एका जागी बसून बघण्यासारखा सिनेमा खासच नव्हता, पण गेल्या वर्षभरात तिनं एकही सिनेमा बघितला नव्हता त्यामुळे तिला मनापासून एखादा सिनेमा बघायची इच्छा होती.

ती घराबाहेर पडणार इतक्यात मि. पटेलांचा फोन आला, ''माझी मुलगी मला सांगतेय की ती आत्ता तिच्या मैत्रिणीकडे गृहपाठ करायला चाललीये.'' ते चिडक्या स्वरात बोलू लागले, ''पुन्हा एकदा माझ्याशी खोटं बोलतेय ती.''

''खरं आहे तुम्ही म्हणता ते, पण मला ठाऊक आहे ती कुठे जाणार आहे ते. अन् मीही तिकडेच चाललेय. तेव्हा तुम्ही काही काळजी करू नका.''

''ती त्या जॅकला भेटायला जाणार आहे?'' ते एकदम ओरडले, ''त्या पोराला भेटणार आहे माझी मुलगी?''

''शक्य आहे.'' त्यांची समजूत काढायचा प्रयत्न करत प्रेश्यस म्हणाली, ''पण त्यासाठी तुम्ही अस्वस्थ व्हायची काही गरज नाही. मी उद्या तुम्हाला देईन माझा अहवाल.''

''सकाळी अगदी लवकरात लवकर करा हे काम, प्लीज.'' मि. पटेलांनी हुकूम सोडला ''मी बरोबर सहाच्या ठोक्याला उठतो.''

चित्रपटगृहात अगदी मोजकीच माणसं प्रेश्यसला दिसली. सगळ्यात शेवटून दुसऱ्या रांगेतली एक खुर्ची तिनं पकडली. ह्या जागेवरून तिला प्रेक्षागृहाच्या प्रवेशद्वारावर छान नजर ठेवता येत होती. दिवे बंद झाल्यानंतर मंदिरा आणि जॅकनं प्रवेश केला तरी त्यांना टिपणं प्रेश्यसला अशक्य नव्हतं.

प्रवेश करणाऱ्यांपैकी अनेकांना ती ओळखत होती. ज्याच्याकडून ती रोजच्या गरजेचं मांसमटण विकत घ्यायची तो माणूस तिच्यानंतर थोड्याच वेळात आत शिरला. त्याची बायकोही त्याच्याबरोबर होती. दोघांनी हसून तिला अभिवादन केलं, मग शाळेत शिक्षिका असलेली एक स्त्री आत आली अन् तिच्यानंतर हॉटेलमध्ये व्यायामाचा क्लास चालवणारी एक शिक्षिका आली. त्यानंतर आले कॅथलिक बिशप, ते एकटेच आले होते. प्रेश्यसच्या समोरच्या रांगेत स्थानापन्न होताच त्यांनी मोठमोठ्यानं आवाज करत पॉपकॉर्न खायला सुरुवात केली.

खेळ सुरू होण्यापूर्वी पाचएक मिनिटं प्रेश्यसनं मंदिराला येताना पाहिलं. ती एकटीच होती. क्षणभर ती दारात उभी राहिली, तिनं एकवार सभोवताली नजर

टाकली, प्रेश्यसला वाटलं, तिची नजर आपल्यावरून फिरतेय. त्याबरोबर तिनं मान खाली झुकवली. जणू काही ती जमिनीवर पडलेली एखादी वस्तू शोधत असावी. क्षण दोन क्षणानं तिनं वर पाहिलं, तेव्हाही मंदिराची नजर तिच्यावरच होती. पुन्हा एकदा तिनं मान खाली झुकवली. या वेळी तिला एक कुणीतरी फेकलेलं तिकीट दिसलं ते तिनं खाली वाकून उचललं.

हेतुपूर्वक, शांतपणे पावलं टाकत मंदिरा तिच्याच दिशेने चालत राहिली अन् अखेर प्रेश्यसच्याच जवळ येऊन उभी राहिली.

''गुड इव्हिनिंग मॅडम,'' तिनं विनम्रपणे अभिवादन करून विचारलं, ''ह्या सीटवर कुणी बसणार आहे का?''

आश्चर्य वाटल्यासारखं दर्शवत प्रेश्यसनं मान वर केली अन् म्हणाली, ''नाही, नाही रिकामीच आहे ही सीट.''

मंदिरा त्या खुर्चीवर बसली. ''खूप छान आहे हा चित्रपट, असं ऐकलंय मी.'' उत्साहभरल्या आवाजात तिनंच बोलायला सुरुवात केली, ''केव्हापासून पाहायचा होता मला. आज संधी मिळाली.''

''अरे व्वा!'' प्रेश्यसनं प्रत्युत्तर दिलं, ''आवडता चित्रपट बऱ्याच प्रतिक्षेनंतर पाहायला मिळतोय, ही छानच गोष्ट आहे.''

मग दोघीजणी गप्प झाल्या. ही पोरगी आपल्याकडेच निरखून पाहतेय त्या विचारानं प्रेश्यस अस्वस्थ झाली. हे काहीतरी अनपेक्षितच घडत होतं. क्लोव्हिस अँडरसननं अशा प्रसंगी काय केलं असतं बरं? त्यानं प्रसंगाबद्दल नक्कीच काहीतरी लिहिलंय, असं तिला वाटलं पण नेमकं त्याक्षणी तिला काहीच आठवेना. गुप्तहेरानं लक्ष्याला पकडण्याऐवजी लक्ष्यच तुम्हाला कोंडीत पकडतं, असा काहीसा अवघड प्रसंग रामोत्स्वे मॅडमसमोर उभा ठाकला.

''मी आज दुपारी तुम्हाला बघितलं.'' मंदिरा बोलू लागली, ''आमच्या शाळेजवळ.''

''अं? हो, मी कुणाची तरी वाट पाहत होते तेव्हा.'' प्रेश्यसनं जमेल तसं उत्तर दिलं.

''त्यानंतर मी तुम्हाला बुकसेंटरमध्येही पाहिलं.'' मंदिरा चिवटपणे बोलतच होती, ''तुम्ही एक पुस्तक चाळत होतात तेव्हा. त्यानंतर मिस बॅपित्सेला तुम्ही माझ्याविषयी विचारलंत. ती विक्रेती – तिनंच मला तुम्ही माझ्याविषयी चौकशी करत असल्याची माहिती दिली.'' अगदी शांतपणे मंदिराची उलटतपासणी चालूच होती, 'हंऽ, अस्सं काय?' मनातल्या मनात प्रेश्यसनं नोंद केली. 'ह्या बाईपासून आपण सावध राहायला हवं.'

''तर आता मला सांगा मॅडम, तुम्ही का माझ्या मागावर राहताय?' खुर्चीतल्या खुर्चीत पण आपला मोहरा प्रेश्यसकडे वळवत मंदिरानं विचारलं.

प्रेश्यसनं पटकन काहीतरी विचार केला – आता खोटं बोलण्यात काही अर्थ नाही, त्यापेक्षा या अनपेक्षित घटनेचाच आपण उपयोग करून घ्यावा. तिनं मंदिराला तिच्या वडिलांच्या मनातील काळजीविषयी सांगितलं अन् म्हणाली, ''तू कुणा मुलाबरोबर हिंडतेस का ते त्यांना जाणून घ्यायचंय. त्यांना फार काळजी वाटते तुझी.''

आता मंदिराचा चेहरा उजळल्यासारखा झाला.

''त्यांना माझी काळजी वाटते? पण मी जर मुलांबरोबर हिंडत असेन तर त्याला तेच जबाबदार आहेत.''

''म्हणजे तू हिंडतेस मुलाबरोबर? बऱ्याच मुलांबरोबर जातेस तू बाहेर?'' आता प्रश्न विचारण्याची पाळी प्रेश्यसची होती.

उत्तर देताना मंदिरा काहीशी चाचरतेय, असं प्रेश्यसला क्षणभरासाठी वाटलं, तेवढ्यात मंदिरा शांतपणे म्हणाली, ''नाही, तसं काही नाहीये.''

''पण मग हा जॅक कोण? त्याचं काय?'' प्रेश्यसनं पुढे विचारलं.

हिला आपल्या प्रश्नाचं उत्तर द्यायचं नाहीये, असा विचार प्रेश्यसच्या मनात तरळला, कारण मंदिरा तशीच बसून राहिली. आणखी एक मोठी व्यक्ती तिच्या खाजगी आयुष्यात डोकवायचा प्रयत्न करत होती, पण त्याच वेळी तिला असंही वाटलं की ही बाई स्वभावानं चांगली असावी. आपण तिच्यावर विश्वास टाकायला हरकत नाही. कुणी सांगावं, झाला तर तिचा उपयोगच होईल आपल्याला कदाचित...

''जॅक नावाचा कुणी मुलगा अस्तित्वातच नाही, मी कल्पनेनं उभा केलाय त्याला.'' मंदिराच्या शांत स्वरातल्या उत्तरानं आता प्रेश्यसला चक्रावल्यासारखं झालं.

''पण कशासाठी?''

मंदिरानं उत्तरादाखल खांदे उडवले अन् म्हणाली, ''माझा कुणीतरी बॉयफ्रेंड आहे, असं मला माझ्या कुटुंबीयांना भासवायचंय. मला स्वत:ला माझ्या मित्राची निवड करण्याचं स्वातंत्र्य हवंय, त्यांना योग्य वाटणाऱ्या माणसाबरोबर मी लग्न करणार नाही, ही गोष्ट त्यांच्या मनावर ठसवायचीय मला.'' तिच्या शब्दातला प्रामाणिकपणा प्रेश्यसला जाणवतोय, तेवढ्यात मंदिरानं प्रश्न केला, ''तुम्हाला माझं मन समजतंय ना?''

प्रेश्यसनं लगेच काही उत्तर दिलं नाही, पण तिला या मुलीची कणव आली. 'किती जपताहेत हिला हिच्या घरची माणसं? कुक्कुलं बाळ असल्यासारखं.' तिला वाटलं, अशा परिस्थितीत कुणाही मुलीला अस्संच वागावंसं वाटलं असतं.

''हो,'' आपला हात मंदिराच्या बाहूवर ठेवताना आश्वासक सुरात प्रेश्यस म्हणाली, ''मी समजू शकते तुझं मन.''

हातातल्या घड्याळाशी चाळा करत मंदिरा काही काळ स्तब्ध बसून राहिली मग म्हणाली, ''हे सगळं तुम्ही त्यांना सांगणार आहात?''

"तूच सांग, माझ्यापुढे दुसरा काही पर्याय आहे का?" प्रेश्यसनं उत्तर दिलं. "पण जर जॅक नावाच्या कुणी तरुण अस्तित्वातच नसेल, तर तुला त्याच्याबरोबर मी पाहिलं असंही मी सांगू शकत नाही."

एक उसासा टाकून मंदिरा म्हणाली, "हंऽ मला वाटतं, मीच हे सगळं माझ्यावर ओढवून घेतलंय. हा सगळा वेडेपणाच होता." ती थोडा वेळ बोलायची थांबली मग काहीतरी विचार एकदम मनात आल्यासारखं तिनं प्रेश्यसला विचारलं, "आता मला सांगा, माझी कुणाबरोबर काही भानगड किंवा लफडं नाही हे समजल्या-नंतर तरी ते मला थोडं अधिक स्वातंत्र्य देतील का? दिवसाच्या क्षणान्‌क्षण मी काय करते, कुठे जाते, कुणाबरोबर जाते याचा मला दर वेळी त्यांना हिशेब द्यावा लागणार नाही? माझं आयुष्य ते मला माझ्या मनाप्रमाणं जगू देतील ना?"

"त्यांचं मन वळवायचा प्रयत्न मी करून बघेन. माझं ते ऐकतील की नाही याविषयी मात्र मी ठामपणे काही सांगू शकत नाही. पण मी प्रयत्न नक्कीच करेन.' प्रेश्यसनं आश्वासन दिलं.

"प्लीज, माझ्यासाठी एवढं करा." गयावया करण्याच्या सुरात मंदिरानं म्हटलं, "एकदा तरी प्रयत्न कराच."

इतक्यात, चित्रपट सुरू झाला तेव्हा दोघींनी आपलं लक्ष समोरच्या पडद्यावर केंद्रित केलं. दोघींनाही चित्रपट मनापासून आवडला. त्यानंतर प्रेश्यसनं आपल्या पांढऱ्या व्हॅनमधून मंदिराला तिच्या घरी सोडलं. तो सबंध वेळ दोघी न बोलता जणू आपापल्या विचारात मग्न होत्या. उंच पांढऱ्या भिंतीतल्या फाटकापाशी प्रेश्यसनं गाडी थांबवली. मंदिरा गाडीतून उतरताच तिनं गाडी सुरू केली तेव्हाच मंदिरानं भिंतीवरची बेल वाजवली.

"पटेल निवास. कोण हवंय?" आतून विचारणा झाली.

'स्वातंत्र्य.' ती दात आवळत स्वत:शीच पुटपुटली मग मोठ्यानं ओरडून ती म्हणाली, "मी आहे पप्पा, मी घरी आलेय.'

दुसरे दिवशी प्रेश्यसनं मि. पटेलांना म्हटल्याप्रमाणे भल्या सकाळीच फोन केला अन् म्हणाली, "मला वाटतं फोनवर काही सांगण्याऐवजी मी तुम्हाला प्रत्यक्षच भेटते अन् मग आपण बोलू."

"म्हणजे काहीतरी वाईट बातमी देणार आहात तुम्ही मला." बोलताबोलता त्यांचा स्वर उंचावला, "काहीतरी भलतंसलतं सांगणार आहात ना तुम्ही? अरे देवा, काय वाढून ठेवलंय माझ्यासमोर?"

"असं घाबरू नका तुम्ही, वाईट नक्कीच नाहीये." त्यांना दिलासा देत प्रेश्यस म्हणाली. "मी येते लवकरच." पण अर्ध्या तासातच तिनं त्यांची भेट त्यांच्या

अभ्यासिकेत घेतली तेव्हा फोनवर आपण दिलेल्या आश्वासनाचा त्यांच्यावर काहीही परिणाम झाला नसावा, असं तिला वाटलं.

"काळजीनं पार भुगा झालाय माझ्या मेंदूचा," मि. पटेल म्हणाले, "एका बापाला वाटणारी त्याच्या पोरीबद्दलची काळजी तुम्हाला समजणार नाही. मुलीच्या आईला वाटणारी चिंता वेगळी असते अन् तिच्या बापाला काहीतरी वेगळीच चिंता भेडसावते."

त्यांना दिलासा देण्याच्या दृष्टीनं चेहऱ्यावर स्मित आणत प्रेश्यस म्हणाली, "बातमी चांगलीच आहे, तिचा कुणी बॉयफ्रेंड वगैरे नाहीये."

ते ऐकून मि. पटेल गोंधळात पडले. विचारांच्या तंद्रीत ते आपल्या कृत्रिम पायावर काठी आपटू लागले. तो टणटण आवाज काहीतरी विचित्रच वाटला प्रेश्यसला. मग काहीतरी बोलण्यासाठी त्यांनी तोंड उघडलं, पण ते गप्पच बसले.

"मी सांगते सगळं सविस्तरपणे," अशी सुरुवात करून प्रेश्यसनं त्यांना तिला मिळालेली सर्व माहिती दिली. "तुमच्या मुलीनं स्वत:भोवती आपल्या कल्पनेनंच एक सामाजिक वर्तुळ निर्माण केलंय. हा बॉयफ्रेंड पण तिच्या कल्पनाविलासाचाच एक भाग आहे. आपल्या आयुष्यात थोडं स्वातंत्र्य, थोडी मजा आणण्यासाठी, एवढंच. माझ्या मते तुम्ही ह्या सगळ्या गोष्टीकडे कानाडोळा केलात तर उत्तम. आणखी एक सांगते, तुम्ही तुमच्या मुलीला थोडा मोकळा श्वास घेण्याइतकं स्वातंत्र्य द्या. तिचं आयुष्य तिला आपल्या मर्जीप्रमाणे जगण्याचं स्वातंत्र्य उपभोगू द्या ना. तिचा कुणी बॉयफ्रेंड नाहीये आणि नजीकच्या भविष्यकाळात असण्याची शक्यता वाटत नाही."

मि. पटेलांनी हातातली काठी जमिनीवर ठेवली अन् डोळे मिटले. जणू काही ते कसल्यातरी विचारात गढून गेले होते.

"पण मी हे सगळं का करावं?" थोड्या वेळानं ते उद्गारले, "हल्लीच्या या नवनवीन थेरांपुढे मी का मान तुकवावी माझी?"

क्षणार्धात प्रेश्यसनं त्यांच्या प्रश्नांची उत्तरं दिली, कारण ती तयारच होती. "कारण तुम्ही तिला स्वातंत्र्य दिलं नाहीत तर खरोखरच एक दिवस ती तुमच्यासमोर आपल्या बॉयफ्रेंडला आणून उभं करेल. कल्पनेतला खेळ सत्यात अवतरेल म्हणून सांगतेय."

तिचा उपदेश स्वीकारणं फार कठीण जात असावं त्यांना. मग काहीही पूर्वसूचना न देता ते एकदम उभे राहिले. तसं करताना त्यांचा क्षण दोन क्षण तोल गेला, पण त्यांनी प्रयत्नपूर्वक स्वत:ला सावरलं अन् मग तिच्याकडे तोंड वळवून ते उभे राहिले.

"मी मानलं तुम्हाला, खरोखरच हुशार आहात तुम्ही." ते बोलू लागले. "मी

ठरवलंय, तुमचा उपदेश अमलात आणायचा. तुम्ही म्हणता तसं स्वातंत्र्य देईन मी तिला. दोन-तीन वर्षं गेल्यानंतर तिच्यासाठी एखादा मुलगा बघेन. होईल ती तयार लग्नाला – म्हणजे सुयोग्य नवरा शोधण्यासाठी मी तिला मदत करेन.''

''ते तर सहज घडेल,'' सुटकेचा निःश्वास टाकत प्रेश्यस म्हणाली.

''होय.'' त्यांच्या स्वरात एक प्रकारचा मवाळपणा आला, ''आणि हे सगळं घडलं की त्यासाठी मी तुमचे आभारही मानणार आहे.''

पुढले काही दिवस, नव्हे महिने, प्रेश्यसला अनेक वेळा मंदिराची आठवण यायची. विशेषतः पटेल निवासावरून आपल्या गाडीनं ती कुठेतरी जायची त्या वेळी. बाहेरच्या उंच, पांढऱ्या भिंतीकडे बघताना तिला वाटायचं, 'एखादे वेळी मंदिरा दिसेल कुठेतरी,' कारण आता प्रेश्यस तिला चांगलीच ओळखत होती, पण तसं कधीच घडलं नाही.

जवळजवळ वर्ष होऊन गेलं असावं, मंदिराविषयीच्या तपासकामाला. एका शनिवारी नेहमीप्रमाणे प्रेश्यस प्रेसिडेंट हॉटेलच्या व्हरांड्यात बसून निवांतपणे कॉफीचे घुटके घेत होती. एकदम कुणीतरी तिच्या खांद्यावर हात ठेवल्याचं तिला जाणवलं. खुर्चीत बसलेल्या स्थितीतच तिनं मान वळवली. मंदिरानं तिच्या खांद्यावर हात ठेवला होता. तिच्याबरोबर एक साधारण अठरा वर्षांचा तरुण उभा होता. प्रेश्यसला छान, मोकळ्या स्वभावाचा वाटला तो मुलगा.

''मिस रामोत्स्वे,'' हसून मैत्रीपूर्ण स्वरात मंदिरा म्हणाली, ''मला वाटलंच, तुम्ही असणार.''

प्रेश्यसनं तिच्याबरोबर हस्तांदोलन केलं, तेव्हा त्या तरुणानंही तिच्याकडे पाहून स्मित केलं.

''हा माझा मित्र.'' मंदिरानं त्याची ओळख करून देत म्हटलं, ''तुम्ही कधी त्याला भेटल्या नसाव्यात.''

तो तरुण पुढे झाला अन् हात पुढे करत त्यानं आपलं नाव सांगितलं, ''जॅक!''

फ्रान्सिसटाऊनच्या वाटेवर जुन्या आठवणींना उजाळा

एकदा भल्या पहाटे (खरं तर त्याहूनही आधी!) प्रेश्यस आपल्या छोट्या पांढऱ्या व्हॅनमधून उत्तरेच्या दिशेनं निघाली, तेव्हा गॅबोरोनच्या रस्त्यांनाही अजून जाग आलेली नव्हती. प्रथम कलहारी मद्यार्क कारखाना अन् त्यानंतर शुष्क प्रदेश संशोधन केंद्र तिनं मागे टाकलं. अचानकच रस्त्यालगतच्या गवताळ भागातून एका माणसानं रस्त्यावर उडी मारली अन् तिनं गाडी थांबवावी म्हणून हात केला. अजूनही चोहीकडे काळोखच होता त्यामुळे अशा अनोळखी माणसाला अन् तेही सुनसान रस्त्यावर लिफ्ट द्यायला तिच्या मनाची तयारी नव्हती. 'कोण, कुठला माणूस आहे, देव जाणे!' असं वाटलं तिला. जसा अचानक आला तसा तो लगेच अंधारात दडल्यासारखा झाला, पण मागच्या बाजूचं दृश्य बघण्यासाठी असलेल्या आरशात तिनं पाहिलं तेव्हा तिला तो निराशेत अगदी ढेपाळल्यासारखा वाटला. इतक्यात मोचुडीकडे जाण्याचं वळण मागे पडलं अन् समोरच्या बाजूला सूर्य वर येताना दिसला. तिची गाडी जात होती तो रस्ता अन् दूर क्षितिजावर दिसणारं सूर्यबिंब यामध्ये विस्तीर्ण गवताळ प्रदेश पसरलेला होता. त्यावेळी दिसणारा सूर्य म्हणजे सोनेरी तांबड्या रंगाची छोटीशी कोरच होती, पण तेवढ्यानंही सगळा आसमंत उजळल्यासारखा झाला. क्षणाक्षणाला वर येणारा तो तेजोगोल संपूर्ण आफ्रिका-खंडाकडे पाहून प्रसन्नपणे हसतोय, चहूकडे पसरलेली धुक्याची चादर हलकेच दूर करतोय, या विचारानं प्रेश्यसचं मन उल्हसित झालं.

सकाळच्या कोवळ्या उन्हानं काटेरी झुडपं न्हाऊन निघाल्यासारखी वाटत होती. त्यांच्यावर बसलेले तऱ्हेतऱ्हेचे, नाना रंगाचे पक्षी किलबिल करत होते, इकडेतिकडे उडत होते. त्यातल्या काहींची नावं तिला ठाऊक होती तर काहींबाबतीत ती अगदी अनभिज्ञ होती. कुंपणाच्या पलीकडे, मैलोन्मैल चराऊ रानं पसरलेली होती. त्यामध्ये तुरळक गायीगुरं कुंपणाजवळ उभी होती, मधूनच मान वर करून

स्थिर नजरेनं ती पाहत होती अन् मग जमिनीत घट्ट मुळं धरून बसलेल्या गवताच्या शुष्क पुंजक्याला खेचून काढण्याचा प्रयत्न करत होती.

हा सगळा प्रदेशच शुष्क, कोरडा होता. पश्चिमेकडे थोड्या अंतरावर कलहारी वाळवंट सुरू होत होतं. हा मळकट पिवळ्या रंगाचा वालुकामय प्रदेश समुद्रापासून दूर अंतरावर होता, पण समुद्रासारखाच अथांग! मैलोन्‌मैल चाललं तरी न संपणारा. त्याच्या दुसऱ्या टोकाला नामेबचा शुष्क प्रदेश. मुख्य रस्त्यापासून थोड्या अंतरावर असलेल्या कच्च्या रस्त्यावर तिनं गाडी घेतली असती, तर सुमारे तीस मैलांनंतर गाडी चालवणं अशक्य झालं असतं. वाळूमध्ये गाडीची चाकं जागच्याजागी गरगर फिरू लागली असती. आणखी काही अंतर गेल्यानंतर काटेरी झाडंझुडपंही तुरळक झाली असती अन् वाळवंटात प्रवेश केल्यासारखं वाटलं असतं. या ठिकाणी भेगाळलेल्या मातीच्या कपारी तयार झालेल्या असतात. त्यामधूनही वाळूचे डोंगर तयार झाल्यासारखे वाटतात. काही ठिकाणी नुसते राखाडी रंगाचे खडक आढळतात. जवळपास कुठेच मनुष्यप्राण्याचा वावर दिसत नाही. बोट्स्वानांना (बोट्स्वानातील लोक) या अशा शुष्क, वैराण, कोरड्या तपकिरी प्रदेशात जीवन कंठणं नशिबी लिहिलेलं होतं. उभा जन्म वैराण प्रदेशात घालवल्यामुळेच इथले लोक आपल्या गायीगुरांबाबत अतिशय दक्ष असतात.

या रेताड प्रदेशातूनच तुम्ही पुढे कलहारी वाळवंटात शिरता, तेव्हा रात्रीच्या वेळी तुम्ही सिंहांच्या गर्जना ऐकू शकता, कारण अजूनही तिथे सिंहांचं वास्तव्य आहे. आपल्या अस्तित्वाची जाणीव ते तुम्हाला त्यांच्या खोकण्यासमान गुरगुरण्याने करून देतात. तरुण असताना एकदा प्रेश्यस आपल्या एका मित्राबरोबर खूप दूर अंतरावरच्या एका गवळीवाड्यावर गेली होती. त्यापलीकडे निव्वळ वाळवंट असल्याने गुरांना जोपासणं शक्यच नव्हतं. निर्मनुष्य अशा त्या वैराण प्रदेशात, असह्य एकाकीपणाचा जो अनुभव तिनं घेतला होता तसा अनुभव एरवी मिळणं जवळजवळ अशक्य होतं. बोट्स्वानातलं खरंखुरं जीवन म्हणजे काय याचा तो अस्सल अनुभव होता.

ते पावसाळ्याचे दिवस होते त्यामुळे एरवी कोरड्या ठणठणीत जमिनीवर नुकतीच हिरवी मखमल पसरल्याचा भास होता. पावसाला सुरुवात होण्याचाच अवकाश ही कोवळी हिरवाई दृष्टीला पडतेच. गोड वासाचे, हिरव्या गवताचे कोंब धरणीमातेच्या कुशीतून डोकं वर काढू लागले होते. नामाक्वालांड जातीची रानफुलं, त्सामा जातीच्या कलिंगडाचे वेल आणि कोरफडीवर दिसणारे लांब देठाचे लाल, पिवळ्या फुलांचे तुरे हे सगळं दृश्य नजर निववत होतं.

रात्रीच्या वेळी त्या दोघांनी शेकोटी पेटवली होती गायीगुरांच्या गोठ्याबाहेर! अर्थात हे गोठे म्हणजे तरी काय, अगदी साध्या प्रकारच्या झोपड्याच होत्या त्या!

तारकापुंजांनी चमचमणाऱ्या आभाळाच्या प्रचंड घुमटाखाली त्या शेकोट्यादेखील प्रेश्यसला लुकलुकणाऱ्या ताऱ्यांप्रमाणे भासल्या होत्या. हवेत गारवा असल्यामुळे उबेखातर प्रेश्यस आपल्या मित्राला अगदी लगटून बसली होती. मनामध्ये सिंहांच्या ऐकीव गोष्टीमुळे भीतीही होतीच, पण मित्रानं तिला धीर देत म्हटलं, ''सिंहांची भीती काढून टाक मनातून, ज्याप्रमाणे अमानवी शक्ती, तोकोलाश (भूतपिशाच्च) आणि तत्सम गोष्टी अग्नीला पाहताच दूर पळतात, त्याप्रमाणे सिंहदेखील शेकोट्यांपासून दूरच राहतात.''

झुंजुमुंजू व्हायच्या बरंच आधी प्रेश्यस जागी झाली. बाहेरच्या बाजूला असलेली शेकोटी विझत आल्यामुळे त्यातले निखारे तिला भिंतीच्या फटीतून स्पष्ट दिसत होते. (या भिंती झाडांच्या फांद्यापासून बनवलेल्या होत्या) खूप दूर कुठेतरी गुरगुरण्याचा आवाज येत होता, पण तिला त्याची भीती वाटली नाही. सावकाश पावलं टाकत ती झोपडीबाहेर आली अन् आकाशाच्या छताखाली उभी राहिली. दीर्घ श्वास घेऊन तिनं स्वच्छ, कोरडी हवा छातीत भरून घेतली. त्याक्षणी तिच्या मनात विचार आला, 'या माझ्या प्रचंड आफ्रिकन खंडातली मी एक नगण्य व्यक्ती; पण इथे माझ्यासाठी आणि माझ्यासारख्या प्रत्येकासाठी जागा आहे – इथे बसून इथली माती हाताळण्यासाठी,' ती माझी आहे हा विश्वास वाटण्यासाठी मनात आणखी काही विचार येतील या भावनेनं ती स्तब्ध उभी राहिली, पण मनाचा पट कोराच राहिला तेव्हा ती पुन्हा झोपडीत आली. चटईवर आडवं होत तिनं स्वत:ला उबदार ब्लँकेटमध्ये लपेटून घेतलं.

आत्ता, आपल्या छोट्या पांढऱ्या व्हॅनमधून प्रवास करताना तिला तो दिवस आठवला. पुन्हा एकदा कलहारीला जायचं, तिथल्या उजाड, मोकळ्या जागा पाहायच्या, तिथले विस्तीर्ण रानोमाळ पाहायचे या विचारांनी तिचं मन उचंबळून आलं.

मोठ्या गाडीविषयीची अपराधीपणाची भावना

मि. पटेलांनी सोपवलेली कामगिरी प्रेश्यसनं यशस्वीपणे पार पाडली, त्याला तीन दिवस होऊन गेले. रामोत्स्वे मॅडमनी मि. पटेलांना कामाचं बिल – २,००० पुला + इतर खर्च – पाठवून दिलं आणि उलट टपाली मि. पटेलांनी चेक पाठवलादेखील! प्रेश्यसचा या गोष्टीवर विश्वास बसेना. तिच्या कामाचे पैसे एखाद्या अशिलानं इतक्या लवकर, तेही विनातक्रार, एवढंच नव्हे तर राजीखुषीनं पाठवण्याची ही पहिलीच वेळ होती. पैसे हातात पडले तेव्हा तिला आनंद तर झालाच, पण एक प्रकारची अपराधीपणाची भावनाही जाणवली – आपण फारच मोठी रक्कम आकारली की काय!

तिला गंमत वाटली या विचाराचीदेखील. काही लोकांमध्ये या प्रकारची अपराधीपणाची भावना खूप मोठ्या प्रमाणावर आढळते तर काहींमध्ये तिचा अगदी दुष्काळच असतो. आपल्या छोट्या चुकीबद्दल काहींना त्यांचं मन बराच वेळ खात राहातं. याउलट दुसऱ्याची घोर फसवणूक करणारे महाभाग अगदी सुखानं आयुष्य जगत असतात. पेक्वाने मॅडमची गणना पहिल्या गटात करावी लागली असती तर प्रेश्यसचा नवरा, नोते मोकोती दुसऱ्या जातीत फिट्ट बसणारा!

मिसेस पेक्वाने स्त्रियांच्या एकमेव गुप्तहेर संस्थेच्या ऑफिसमध्ये आली, तेव्हा तिच्या चेहऱ्यावर चिंतेचं दाट सावट होतं. आपल्या घाबरलेल्या, अस्वस्थचित्त अशिलांना प्रेश्यस नेहमीच आधी कपभर कडक चहा प्यायला द्यायची. त्यामुळे त्यांच्या मनाला थोडी तरतरी अन् उभारीही येत असे अन् पुरेशा मोकळेपणानं ते बोलू लागत. 'काहीतरी पुरुषाची भानगड दिसतेय' प्रेश्यसनं तर्क केला. सगळी लक्षणं तशीच दिसत होती. 'काय झालं असेल? कुणा आडदांड पुरुषानं मस्तवालपणा केला असणार काहीतरी; पण नक्की प्रकार काय असावा?'

मिसेस पेक्वानेनं बोलायला सुरुवात केली. "माझ्या नवऱ्यानं काहीतरी भयंकर

पाप केलंय, ह्या विचारानं मी धास्तावले आहे. त्या विचारानंदेखील मला माझ्या नवऱ्याची लाज वाटायला लागलीय.''

प्रेश्यसनं हलकेहलके मान डोलावली. 'म्हणजे आपला तर्क बरोबर आहे तर! पुरुषी अरेरावीचा प्रकार, दुसरं काय!' ती स्वत:शीच म्हणाली.

''पुरुष इथूनतिथून सगळे सारखेच. नेहमी आपल्या वेड्यावाकड्या वागण्यानं बायकोला छळणारे. तुम्ही तरी अपवाद कशा असणार?''

मिसेस पेकृवानेनं दीर्घ नि:श्वास टाकला. ''तुम्हाला कल्पनाही करता येणार नाही इतकं मोठं दुष्कृत्य केलंय माझ्या नवऱ्यानं. फारच वाईट गोष्ट घडलीय त्याच्या हातून.''

पुन:पुन्हा तेच शब्द – दुष्कृत्य, पाप – ऐकल्यावर मात्र प्रेश्यस मनातून चपापली. मि. पेकृवानेंनी खूनबिन तर नाही ना केलेला कुणाचा? तसं असेल तर आपल्याला हिला स्पष्ट शब्दात सांगावं लागेल, 'बाई ग, आधी पोलिसांना सांग, कुणाही खुन्याला पाठीशी घालण्याचा मूर्खपणा ती निश्चितच करणार नव्हती.

''दुष्कृत्य म्हणजे नक्की केलंय तरी काय त्यांनी?'' तिनं प्रश्न केला.

आवाज खाली आणत मिसेस पेकृवाने म्हणाली, ''त्यांच्याकडे एक चोरली गेलेली गाडी आहे.''

ते ऐकून प्रेश्यसनं मनातल्या मनात सुटकेचा नि:श्वास टाकला. गाडीच चोरलीय होय! अलीकडे गाड्या चोरण्याचे प्रकार इतके वाढले होते की कुणी त्याविषयी दखलही घेत नसे, पण यावरून असंही अनुमान काढता येईल की बऱ्याच स्त्रिया आपल्या पतिराजांच्या चोरीला गेलेल्या गाड्यांमधून गावभर हिंडत असतील. छे, काहीतरीच, मी तरी असलं काही कधी करणार नाही अन् ही माझ्यासमोर बसलेली मिसेस पेकृवानेदेखील तशी वाटत नाही, तिच्या मनातलं विचारचक्र सुरू झालं.

''पण त्यांनी तुम्हाला तसं सांगितलंय का? एवढं ठामपणे कसं सांगू शकता तुम्ही?''

मिसेस पेकृवानेनं गंभीरपणे मान हलवली. ते म्हणतात, ''कुणी मित्रानं ती गाडी त्यांना देऊन टाकलीय. त्याच्याकडे म्हणे दोन मर्सिडीज बेंझ गाड्या आहेत, पण त्याला फक्त एकाच गाडीची गरज आहे.''

ते ऐकून प्रेश्यस मोठ्यानं हसली, ''धन्य आहे या पुरुषांची! त्यांना खरोखरच असं वाटतं का की ते आम्हाला इतक्या सहजपणे फसवू शकतील? त्यांनी काहीही सांगितलं तरी आम्ही त्यांच्यावर विश्वास ठेवू इतक्या दुधखुळ्या समजतात की काय आम्हाला ही पुरुषमंडळी?''

''मग काय तर!'' मान उडवत मिसेस पेकृवानेनं उत्तर दिलं.

प्रेश्यसच्या डोक्यात विचारांची चक्रं सुरू झाली. त्या तंद्रीतच तिनं एक पेन्सिल उचलली अन् टेबलावरच्या टिपकागदावर रेघोट्या मारायला सुरुवात केली. मग तिच्या लक्षात आलं, या रेघोट्या म्हणजे एका गाडीचं चित्र होतं.

तिनं मान वर करून मिसेस पेक्वानेकडे पाहिलं. "या प्रकरणात तुम्ही कसं वागावं, हे विचारण्यासाठी तुम्ही माझ्याकडे आलेला आहात का?" तिनं स्पष्ट शब्दात विचारलं.

त्यांनी लगेच प्रेश्यसच्या प्रश्नाचं उत्तर दिलं नाही. त्यांनी स्वत: काहीतरी गोष्ट मनाशी ठरवलीय असं त्यांच्या चेहऱ्याकडे पाहून प्रेश्यसला वाटलं "अंहं, मला ते नकोय. मी स्वत:च ठरवलंय आपण काय करायचं ते!"

"अस्सं? मग सांगा ना मला तुमचा विचार."

"मला ती गाडी परत करायची आहे, थेट गाडीच्या मालकाला." तिच्या शब्दांतून एक प्रकारचा निर्धार व्यक्त होत होता. प्रेश्यस किंचित सरसावून बसली. "म्हणजे पोलिसांत जायचंय? आपल्या नवऱ्याबद्दल त्यांच्याकडे तक्रार नोंदवणार आहात तुम्ही?"

"नाही, तसलं काहीही माझ्या मनात नाहीये. ही गाडी तिच्या मूळ मालकाकडे परत जावी, एवढीच माझी इच्छा आहे अन् तेही पोलिसांना या गोष्टीचा सुगावा लागू न देता. मला एवढंच हवंय की ती गाडी ज्याची असेल त्याला मिळावी अन् परमेश्वराकडे ह्या गोष्टीची नोंद व्हावी."

अतिशय प्रामाणिक वाटणाऱ्या त्या स्त्रीकडे प्रेश्यस एकटक बघत राहिली. तिच्या शब्दात, तिच्या हेतूत तिला अवाजवी असं काहीही आढळलं नाही. गाडी परत एकदा तिच्या मालकाकडे गेली की मिसेस पेक्वानेच्या सदसद्विवेकबुद्धीला समाधान वाटणार होतं. शिवाय तिच्या नवऱ्यावरही काही बालंट आलं नसतं. थोडा परिपक्वपणे विचार केल्यानंतर प्रेश्यसलाही वाटलं, 'एक गुंतागुंतीचा प्रश्न इतक्या सोप्या, सरळ पद्धतीनं सुटला तर फारच छान.' मनातल्या मनात तिनं मिसेस पेक्वानेच्या प्रामाणिकपणालाही दाद दिली.

"पण मग तुम्ही माझ्याकडे कशासाठी आलात? मी काय मदत करू शकते याबाबतीत?"

त्या प्रश्नाचं उत्तर मिसेस पेक्वानेकडे तयारच होतं, "तुम्ही एवढंच शोधून काढा की तो माणूस कोण आहे. मग माझ्या नवऱ्याकडून ही गाडी तुम्ही चोरा अन् त्या माणसाला देऊन टाका की तुमची जबाबदारी संपली."

संध्याकाळी आपल्या व्हॅनमधून घरी परत जात असताना प्रेश्यसच्या मनात मिसेस पेक्वानेचा विचार आला अन् ती स्वत:शीच बोलू लागली, 'छे, आपण या

बाईचं म्हणणं ऐकायला नको होतं. कसलं चमत्कारिक काम आपण अंगावर घेतलं.' दुसऱ्याच क्षणी तिला वाटलं, 'ठीक आहे, हाही एक निराळा अनुभव घेऊनच टाकू. पण पोलिसांकडे जायचं नाही म्हणजे प्रकरण तितकं सोपं नाही हाताळायला. हे चोरी करण्याचं काम आपल्याला जमणार नाही.' खरं बघितलं तर मि. पेकृवानेंना पोलिसांच्या हवाली करणंच योग्य ठरलं असतं. त्यांची तीच लायकी होती, पण त्यांच्या बायकोला ते नको होतं अन् तीच प्रेश्यसची अशील होती त्यामुळे तिचं काम करणं, तेही ती सांगेल त्या पद्धतीने प्रेश्यसला भागच होतं. 'म्हणजे आता काहीतरी वेगळा मार्ग शोधणं आलं.' गाडीतून बाहेर पडताना प्रेश्यसनं स्वत:च्या मनाला समजावलं.

रात्रीच्या जेवणासाठी तिनं लाल भोपळा आणि चिकनचा रस्सा बनवला. त्यावर व्यवस्थित ताव मारला अन् मग शांत चित्तानं तिनं मि.जे.एल.बी. मातेकोनींना फोन लावला.

तिचा पहिलाच प्रश्न होता, ''चोरलेल्या मर्सिडिज बेंझ गाड्या आपल्या इथे कुठून येतात हे माहीत आहे का तुम्हाला?''

''आपल्या देशाच्या सरहद्दीपलीकडे चोर मंडळी दक्षिण आफ्रिकेत गाड्यांची चोरी करून इकडे घेऊन येतात. त्यांची नव्यानं रंगरंगोटी करतात, इंजिनावरचा कोरलेला मूळ नंबर घासूनघासून काढून टाकतात आणि स्वस्तात विकतात. कधी-कधी पुढे झाम्बियातही नेतात अन् तिथे विकतात. हे प्रकार कोण करतं, ते मला ठाऊक आहे. म्हणजे आपल्याला सगळ्यांनाच त्याबद्दल माहिती असते.''

''ते सगळं जाणून घेण्यात मला काही रस नाहीये.'' प्रेश्यस म्हणाली. ''मला फक्त एवढंच हवंय की एवढे सगळे बदल केल्यानंतरही मूळ गाडीची ओळख पटू शकते का?''

मि. मातेकोनींनी क्षणभर काही उत्तर दिलं नाही, ''हे पाहा, ती माहिती कुठून मिळवायची, हे पहिल्यांदा तुम्हाला समजलं पाहिजे. खरी गोष्ट अशी असते की आणखी एक सीरियल नंबर मोटारीच्या उत्पादकांनी गाडीवर कुठेतरी कोरलेला असतो. गाडीच्या वरच्या पत्र्याच्या सांगाड्यावर कुठेतरी किंवा बॉनेटच्या आतल्या बाजूला. ही माहिती अशा चोरांना असू शकते किंवा तपास करणाऱ्या पोलिसांना-देखील. आपण काय करतोय, हे आपल्याला माहीत हवं इतकंच.''

''आपण काय करतोय, हे आपल्याला माहीत असायला हवं.'' तेच शब्द तिनं पुन्हा एकदा उच्चारले. ''तुम्ही मला मदत करू शकाल का याबाबतीत?''

मि.जे.एल.बी. मातेकोनींनी एक दीर्घ सुस्कारा सोडला. चोरीच्या गाड्या हा विषयच त्यांना कधी आवडलेला नव्हता. 'आपण त्यापासून दूर राहिलेलं बरं' असा त्यांचा त्याबाबतचा दृष्टिकोन असायचा, पण यावेळी त्यांना 'नाही' म्हणणं शक्य

झालं नाही. कारण त्यांच्याकडे मदत एका 'खास' व्यक्तीनं – प्रेश्यस रामोत्स्वेनं मागितली होती.

ते म्हणाले, ''कुठे आणि कधी जायचं तेवढं सांगा, मी येतो.''

दुसरे दिवशी संध्याकाळी पेक्वानेंच्या घरासमोरील बागेत प्रेश्यस आणि मि. मातेकोनी शिरले. त्याआधी तिचं मिसेस पेक्वानेबरोबर त्यासंबंधी बोलणं झालेलं होतं. ते दोघं तिथे पोहोचण्याआधी थोडा वेळ ती आपल्या कुत्र्याला बांधून ठेवणार होती आणि मि. पेक्वाने पत्नीनं बनवलेल्या खास त्यांच्या आवडीच्या भोजनाचा आस्वाद घेणार होते. त्यामुळे अगदी शांतपणे मि. मातेकोनी घरासमोर लावलेल्या मर्सिडिझ बेंझच्या खाली जाऊन हातातील टॉर्चच्या साहाय्याने गाडीचं निरीक्षण करणार होते अन् गाडीच्या मूळ नंबरचा शोध घेणार होते. 'हवं तर मीपण येते तुमच्याबरोबर म्हणजे काम लवकर होईल.' असं प्रेश्यसनं सुचवलं तेव्हा तिच्या आकारमानाचा विचार करता त्यांनी 'नको, मी एकटाच करू शकतो हे काम.' असं उत्तर दिलं. (बाईसाहेब, गाडीच्या खाली घुसू शकणार का आपण?) केवळ दहा मिनिटांच्या आत त्यांनी कागदाचा एक चिटोरा तिच्या हाती ठेवला. ह्यावर गाडीचा सीरियल नंबर त्यांनी लिहिलेला होता. अकराव्या मिनिटाला दोघांनी तिथून काढता पाय घेतला आणि रस्त्यावर खालच्या बाजूला लावलेल्या तिच्या पांढऱ्या व्हॅनच्या दिशेनं ते चालू लागले.

''ही एवढीच माहिती पुरेशी असते? तेवढ्यावर माझं काम होईल?'' प्रेश्यसनं विचारलं, ''म्हणजे तिच्या आधारे ते गाडीचा शोध घेऊ शकतील?''

''नक्कीच. ही माहिती त्यांच्या दृष्टीनं पुष्कळ आहे.''

तिनं मि. मातेकोनींना त्यांच्या घराजवळ सोडलं. अंधारातच त्यांनी निरोपादाखल हात हलवला. 'आपण त्यांना त्यांच्या कामगिरीबद्दल काहीतरी छानशी परतफेड करू.' असा विश्वास तिला त्याक्षणी वाटला.

त्यानंतरच्या शनिवारी प्रेश्यसनं आपल्या चिमुकल्या पांढऱ्या व्हॅनमध्ये बसून बोट्स्वाना देशाची हद्द ओलांडली. दक्षिण आफ्रिकेतील माफिकेंग गावात प्रवेश केला आणि गाडी थेट रेल्वे कॅफेपाशी नेऊन थांबवली. जोहान्सबर्ग स्टार हे वृत्तपत्र तिनं विकत घेतलं अन् त्यानंतर कॅफेच्या आत खिडकीशेजारी जागा पटकावून वृत्तपत्र वाचनाला सुरुवात केली. ''एक चांगली बातमी असेल तर शप्पथ!'' असं स्वत:शीच पुटपुटत तिनं वृत्तपत्र बाजूला ठेवलं अन् कॅफेतल्या इतर गिऱ्हाइकांची टेहाळणी करायला सुरुवात केली.

''रामोत्स्वे मॅडम,'' तिनं मान वर करून पाहिलं तर तोच उभा होता टेबलाशेजारी

– बिली पिलानी. वयापरत्वे काय फरक पडला असेल तेवढाच, पण बाकी अगदी पूर्वीसारखाच! मोचुडीतल्या सरकारी शाळेतला स्वप्नाळू डोळ्यांचा लहान मुलगा प्रेश्यसच्या नजरेसमोर उभा राहिला.

तिनं त्याच्यासाठी एक कॉफी आणि मोठा डोनट मागवला आणि आपल्या कामाचं स्वरूप सांगितलं, "ही गाडी कुणाच्या मालकीची आहे, ते शोधून काढायचं काम तुझं." असं म्हणून तिनं मि. मातेकोनींच्या अक्षरातला मर्सिडिझ बेंझच्या नंबरचा कागद त्याच्यापुढे सरकवला. "गाडीचा मालक सापडला की त्यानंतर तू त्याला किंवा गाडीचा विमा उतरवणाऱ्या कंपनीच्या माणसाला गाठायचं अन् त्यांना सांगायचं, 'गॅबोरोनमध्ये या अन् तुमची गाडी ठरलेल्या ठिकाणाहून घेऊन जा.' त्याआधी एकच गोष्ट करायची – येताना दक्षिण आफ्रिकेला गाडीचा मूळ नंबर असलेली नंबरप्लेट आणायची. मग गाडी त्यांची ते परत घेऊन जाऊ शकतात."

बिली पिलानीच्या चेहऱ्यावर आश्चर्य प्रकटलं, "एवढंच करायचं? त्याबद्दल कुणाला काही पैसे द्यायचे नाहीत?"

"अंहं, प्रेश्यसनं त्याला सविस्तर सांगितलं, "काय आहे, ज्याची ही गाडी आहे त्या मालकाला त्याची गाडी आपण देऊन टाकायची एवढंच. ही गोष्ट तुला पटते ना, बिली?"

"अर्थातच, त्याबद्दल काही दुमत शक्यच नाही." बिलीनं उत्तर दिलं.

"आणखी एक गोष्ट लक्षात ठेवायची. हे सगळं करत असताना आपण पोलीसखात्यात काम करतो ही गोष्ट तू तात्पुरती विसरायची. कुणालाही अटक-बिटक करायच्या फंदात पडायचं नाही."

"एखाद्या भुरट्या चोराला पण नाही?" त्यानं निराशेच्या सुरात विचारलं.

"एखाद्या भुरट्या चोराला पण नाही." त्याच्याच शब्दात पण किंचित थट्टेखोर-पणानं तिनं उत्तर दिलं.

'काम फत्ते' दुसरे दिवशीच बिली पिलानीचा फोन आला. "माझ्याकडे या गाडीची सगळी माहिती आहे. म्हणजे आमच्याकडे चोरीला गेलेल्या गाड्यांची सगळी माहिती ठेवलेलीच असते. त्याआधारे मी विमाकंपनीच्या अधिकाऱ्यांशी बोललोय. त्यांनी गाडीच्या मालकाला गाडीची किंमत चुकती केलीय, त्यामुळे गाडी मिळाली तर ते खूशच होतील. लवकरच त्यांचा एखादा माणूस ते तुमच्याकडे पाठवतील गाडी न्यायला."

"उत्तम." प्रेश्यसनं खुशीत येऊन म्हटलं, "गॅबेरोनच्या आफ्रिकन मॉलमध्ये त्यांना पुढल्या मंगळवारी सकाळी सात वाजता यायला सांग. अर्थातच दक्षिण आफ्रिकेच्या नंबर प्लेट्स घेऊन."

सगळं काही व्यवस्थित ठरवलं गेलं. ठरल्याप्रमाणे मंगळवारी पहाटे पाच वाजता प्रेश्यस पेक्वानेंच्या घराच्या फाटकातून आत शिरली. तिच्या अपेक्षेप्रमाणे पेक्वाने पतीपत्नींच्या बेडरूमच्या खिडकीबाहेर खाली जमिनीवर तिला मर्सिडिझ बेंझच्या किल्ल्या टाकलेल्या दिसल्या. (आदल्या रात्री मिसेस पेक्वानेनंच हे काम केलेलं होतं) तिनं हेही सांगितलं होतं, की तिचे 'सज्जन' पतीदेव त्यावेळी छान गाढ साखरझोपेत असतात आणि रेडिओ बोट्स्वानवरील गायींच्या मंजुळ घंटानादानंच त्यांना जाग येते.

साहजिकच, प्रेश्यसनं गाडी सुरू केली, फाटकाबाहेर काढली तरी तो आवाज त्यांची निद्राभंग करू शकला नाही. एवढंच नव्हे, तर अगदी आठ वाजेपर्यंत त्यांना आपली मर्सिडिझ बेंझ चोरीला गेल्याचा पत्ताच लागला नाही. जेव्हा त्यांना कळलं की त्यांची गाडी दिसत नाहीये तेव्हा ते बायकोजवळ आरडाओरडा करू लागले. तशी शांतपणे ती म्हणाली, ''अहो, मग पोलिसांना फोन करून सांगा तुमची मर्सिडीझ बेंझ चोरीला गेलीये. लवकर करा फोन. उगीच वेळ दवडू नका.''

पण मि. पेक्वाने या गोष्टीला पटकन तयार होईनात, ''पाहू, थोड्या वेळानं करेन फोन.'' ते म्हणाले. ''तोपर्यंत मी स्वत:च शोधायचा प्रयत्न करतो.''

तिनं त्यांच्याकडे नजर रोखून बघितलं तेव्हा तिला वाटलं, त्यांच्या चेहऱ्यावर अपराधीपणाची भावना तरळतेय. पटकन त्यांनी खाली बघितलं. नजर चुकवण्याच्या हेतूनं. 'ह्यानं अपराध केलाय त्यामुळे त्याचं मन त्याला खातंय. मला वाटलंच होतं, हा कसला जातोय पोलिसांकडे. तिथे जाऊन सांगणार काय? मी चोरलेली गाडी चोरीला गेली म्हणून?'

त्याच दिवशी काही वेळानं मिसेस पेक्वाने प्रेश्यसला तिच्या ऑफिसमध्ये जाऊन भेटली आणि तिनं प्रेश्यसचे आभार मानले.

''तुम्हाला कल्पना येणार नाही, मला किती बरं वाटतंय ह्याची. आता रात्रीची स्वस्थ झोपू शकेन मी. इतके दिवस माझ्या नवऱ्याच्या वागणुकीमुळे मलाच अपराधी वाटत होतं.''

''मलाही आनंद वाटतोय या सगळ्या प्रकरणाचा समाधानकारक शेवट झाला म्हणून. यापासून बहुतेक ते काहीतरी धडा शिकतील – चांगला मजेशीर धडा.''

''तो कोणता?'' मिसेस पेक्वानेनं विचारलं.

''धडा असा की आकाशातली वीज दोनदा एकाच जागी कोसळते भले, लोक त्यावर विश्वास ठेवोत वा न ठेवोत.'' प्रेश्यसनं उत्तर दिलं.

झेब्रा ड्राइव्हवरचं प्रेश्यस रामोत्स्वेचं घर

शहराच्या मध्यवर्ती भागातल्या सरकारी कचेऱ्या आणि दुकानं यामुळे शहर हळूहळू पसरायला लागलं. प्रेश्यस रामोत्स्वेनं घेतलेलं घर १९६८ साली बांधलेलं होतं. तेही मुख्य गावापासून थोड्या अंतरावर होतं. दोन रस्त्यांच्या कोपऱ्यावर असलेल्या या घराचा एक तोटा होता – नाक्यावरचे रिकामटेकडे लोक चकाट्या पिटण्यासाठी काटेरी झाडांच्या सावलीत उभे राहत अन् कुंपणावरून तिच्या अंगणात पिचकाऱ्या टाकत किंवा कचरा आत फेकत. सुरुवातीसुरुवातीला या गोष्टींमुळे प्रेश्यसचा पारा चढायचा. त्यांना थुंकताना पाहिलं की ती खिडकीतून त्यांच्यावर ओरडायची किंवा कचऱ्याच्या डब्याचं झाकण बडवायची, पण लोक तरी इतके निर्लज्ज असायचे की आपली चूक सुधारण्याऐवजी ते फिदीफिदी हसत सुटायचे. शेवटी कंटाळून तिनं त्यांचा नाद सोडला. अलीकडे तिच्या बागेची देखभाल करणारा तरुण दोन-तीन दिवसांनी कचरा गोळा करायचा अन् फेकून द्यायचा. एरवी दुसरा काही त्रास नव्हता त्या जागेत. किंबहुना तिला आपल्या या जागेचा खूप अभिमानच वाटायचा. आपण हे घर विकत घेऊ शकलो ते आपलं नशीब जोरावर होतं म्हणूनच, असं तिला जवळजवळ रोजच वाटायचं. त्याला आणखीही एक कारण होतं, गेल्या काही दिवसात घराच्या किमती इतक्या झपाट्यानं वाढायला लागल्या होत्या, की प्रामाणिक, नाकासमोर चालणाऱ्या माणसाला घर विकत घेणं अशक्यच होऊन बसलं होतं.

तिच्या घरापुढे जवळजवळ दोनतृतियांश एकर भरेल एवढी मोठी मोकळी जागा होती अन् तिथे अनेक फळझाडं, फुलझाडं होता. बहुतेक झाडं काटेरी प्रकारात मोडणारी होती, पण त्यांची सावली पडायची त्यामुळे उन्हाच्या झळा कमी लागायच्या. विशेष म्हणजे बेताच्या पावसातदेखील ती तग धरून राहायची. त्याशिवाय आधीच्या मालकांनी उत्साहानं लावलेल्या जांभळ्या बोगनवेली होत्या,

त्यांची बेसुमार वाढ झालेली होती. प्रेश्यसनं त्यांची थोडी काटछाट करवून तिथे पपयांची झाडं अन् लाल भोपळ्याचे वेल लावले होते.

घराच्या दर्शनी भागात उघडा व्हरांडा होता. ही तिची आवडती जागा होती. सकाळी सूर्योदयाच्या सुमारास अन् संध्याकाळी डास येण्यापूर्वी ती व्हरांड्यात बसायची. खांबांच्या आधारानं जाळ्यांच्या कनाती बसवून हा व्हरांडा थोडा वाढवला होता, त्यामुळे सूर्याच्या उन्हापासून बचाव व्हायचा अन् हिरव्या छायेमुळे झाडंही चांगली वाढायची. त्या ठिकाणी फर्नच्या काही जाती तिनं लावल्या होत्या. मोठ्या पानांची काही शोभेची झाडंही होती. ह्या साऱ्यांना ती अगदी नित्यनेमानं पाणी घालायची. त्यामुळे डोळ्यांना छान, शीतल असा हिरवा विसावा मिळायचा.

ह्या व्हरांड्याच्या मागील बाजूस बैठकीची खोली होती. ही खोली सर्वांत मोठी होती. तिच्या मोठ्या खिडकीतून पाहिलं की हिरवीगार हिरवळ डोळ्यांना सुखवायची. (पण आता तिथे हिरवळ अशी फारच थोडी उरली होती!) खोलीत एक मोठी थोरली फायरप्लेस होती अन् या गोष्टीचाही प्रेश्यसला खूप अभिमान वाटायचा. फायरप्लेसच्या वरती जी दगडी फळी होती त्यावर प्रेश्यसनं काही चिनी मातीच्या शोभिवंत वस्तू ठेवलेल्या होत्या. त्यामध्ये दुसऱ्या राणी एलिझाबेथचा चहाचा कप होता. शिवाय एक स्मरणतबक होतं – सर सेरेत्से खाना ह्यांनी बोट्स्वानाचे राष्ट्राध्यक्ष या नात्यानं देशाची सूत्रं हाती घेतली त्या प्रसंगी हे खास तबक काढलेलं होतं. त्यावर राष्ट्राध्यक्षांचं हसरं चित्र होतं. ते आपल्याकडेच पाहून हसताहेत, आपल्याला आशीर्वाद देताहेत (जणू काही ते तिला व्यक्तिश: ओळखत होते,) असं तिला वाटत असे. राणीदेखील बोट्स्वानावर खूप प्रेम करायची.

आणखी एक फोटो तिच्या डॅडींचा होता, त्यांच्या साठाव्या वाढदिवसाच्या आधी काही दिवस काढलेला. पूर्वी एकदा ते बुलावायोला आपल्या बहिणीला भेटायला गेले होते तेव्हा तिथे त्यांनी एक सूट विकत घेतला होता. फोटोत तोच त्यांच्या अंगावर होता. फोटोमधला त्यांचा चेहरा छान हसरा होता, पण त्या वेळपर्यंत त्यांचं आजारपण बरंच वाढलेलं होतं आणि त्यांच्या छातीतही खूप दुखत असायचं.

प्रेश्यस स्वभावानं वास्तववादी असल्यामुळे भूतकाळातील आठवणीत रममाण होण्याऐवजी ती वर्तमानकाळाचा विचार करायची, वर्तमानातच राहायची. अपवाद होता एका आवडत्या विचाराचा – अचानक डॅडी दारातून आत येतील अन् प्रसन्नपणे हसून आपल्याला म्हणतील, 'माझी लाडकी प्रेश्यस, माझी अनमोल हिरकणी, तुझं यश पाहून मला अभिमान वाटतो.' आपण आपल्या पांढऱ्या व्हॅनमधून त्यांना गॅबोरोनचा फेरफटका घडवून आणतोय, आपण केलेली प्रगती दाखवतोय, त्यांना आपलं कौतुक, अभिमान वाटतोय, या विचारानं आपल्या

चेहऱ्यावरही स्मितहास्य उमटलंय. पण ती मनावर नियंत्रण ठेवायचा प्रयत्न करायची. हे असले विचार करून फायदा नाही, झालं तर मानसिक नुकसानच होणार आहे आपलं. ती स्वत:च्या मनाला दटावायची, कारण प्रत्येक वेळी त्याचा शेवट तिच्या रडण्यात व्हायचा. तिला स्वत:चं असफल वैवाहिक आयुष्य आठवायचं आणि त्यातून ही अश्रूंची अखंड धार सुरू व्हायची.

तिचं स्वयंपाकघर छान प्रसन्न वाटेल असं होतं. तिथली जमीन सिमेंटची होती, त्यावर लाल रंगाचा थर दिलेला होता आणि तिच्याकडे गेली पाच वर्षं काम करणाऱ्या रोझनं तो घासूनपुसून छान ठेवला होता. या बाईची पण एक गंमतशीर कहाणी होती. तिला चार मुलं होती, पण प्रत्येक मूल वेगळ्या पुरुषापासून झालेलं होतं. आपल्या आईजवळ ती त्लॉक्वेंगमध्ये राहायची. प्रेश्यसकडे काम करण्या-व्यतिरिक्त ती एका लोकरविणकाम सहकारी संस्थेला स्वेटर्स विणून द्यायची. या तुटपुंज्या कमाईतूनच तिनं आपल्या मुलांना वाढवलं होतं. आता तिचा सगळ्यात मोठा मुलगा सुतारकाम करू लागला होता. तोही तिला थोडाबहुत हातभार लावायचा. पण तेवढ्यानं तिचं भागायचं नाही. वाढत्या वयाच्या, शाळेत शिकणाऱ्या मुलांना काय लागत नाही? – बूट लागतात, कपडे लागतात. एक ना दोन. शिवाय तिघांपैकी एकाला दम्याचा त्रास होता. त्याला नेहमीच इन्हेलरची गरज भासत असे. इतक्या सगळ्या अडचणींना तोंड देत असूनही रोझ कायम हसतमुख असायची. काम करताना कसल्या तरी खुषीत गाणं गुणगुणायची. तिच्या गाण्याचे स्वर कानावर पडले की प्रेश्यसला कळायचं सकाळ झाली आहे.

''माझ्याशी लग्न करशील का?''

प्रेश्यस रामोत्स्वे सुखी होती का? अर्थातच. प्रेश्यस अगदी आनंदात, मजेत राहायची. आपलं घर, आपला व्यवसाय ह्या गोष्टींचा तिला मनापासून अभिमान होता. 'काही कमी नाही आपल्याला' ती स्वत:शीच म्हणायची, 'इतर अनेक लोकांपेक्षा आपण पुष्कळच नशीबवान आहोत,' असा विचार तिच्या मनात यायचा. पूर्वीच्या मानानं आपलं आयुष्य आता खूपच चांगलं आहे, असंही तिला वाटायचं. कधीकधी नोते मोकोतीची, आपल्या 'औटघटके'च्या नवऱ्याची तिला आठवण यायची, त्यानं दिलेला त्रास आठवायचा, वाट्याला आलेलं अपरंपार दु:ख आठवायचं– अशा वेळी एखादं भयानक, काळं कुत्रं आपला सतत पाठलाग करतंय, अशी भावना तिच्या मनात निर्माण व्हायची. ते दिवस आता काळाच्या पडद्याआड गेले होते.

आपण आपल्या वडिलांचं ऐकलं असतं, आत्याच्या नवऱ्याचं ऐकलं असतं तर आपण नोते मोकोतीबरोबर लग्नच केलं नसतं. आयुष्यातली ती काही वर्षं आपल्याला अनुभवायला लागली नसती. पण तिचा हट्ट, दुराग्रहच तिच्या दु:खाला कारणीभूत ठरला होता. खरं तर, त्या वयात बहुतेक जण तसंच वागतात. विसाव्या वर्षी आपल्या डोळ्यांना सत्य परिस्थिती दिसतच नाही, कारण आपल्या अवती-भवती पण आपल्याच वयाची तरुण माणसं असतात. तीही तशीच वेड्यासारखी वागत असतात. सगळ्यांच्याच डोळ्यावर जणू पट्टी बांधलेली असते.

ओबेद रामोत्स्वेंना नोते कधीच पसंत पडला नव्हता अन् त्यांनी प्रेश्यसला तसं स्पष्ट शब्दात सांगितलंही होतं, पण तिनं रडून, चिडून, ओरडून आपलंच म्हणणं खरं केलं होतं. 'नोतेसारखा गुणी नवरा शोधूनही सापडणार नाही, त्याच्याशिवाय आपण सुखी होऊ शकणार नाही,' वगैरे सांगून तिनं त्यांचं मन वळवायचा प्रयत्न केला होता.

''हा तुझा भ्रम आहे, पोरी.'' त्यांनी तिला समजावत म्हटलं, ''माझं ऐक, हा

माणूस तुला कधीच सुखात ठेवणार नाही. तो तुला मारझोडसुद्धा करेल. तुझा सर्व प्रकारे फायदा करून घेईल तो. कारण तो फक्त स्वत:चा विचार करणारा माणूस आहे. मला हे सगळं स्पष्ट दिसतंय, कारण खाणीत काम केल्यामुळे बऱ्याच लोकांना मी माझ्या डोळ्यांनी पाहिलंय अन् नोते त्याच प्रकारचा माणूस आहे.''

तिनं त्यावेळी मान हलवून त्यांचं म्हणणं खोडून काढलं होतं अन् दाणदाण पावलं आपटत खोलीबाहेर निघून गेली होती. तिला परतपरत समजावण्याचा तिच्या बाबांनी प्रयत्न केला होता, त्यांच्या शब्दातून त्यांचं दु:ख, त्यांची वेदना पाझरली होती, पण प्रेश्यसनं तेव्हा तिकडे दुर्लक्ष केलं होतं. आता इतक्या वर्षांनंतर त्यांचे शब्द तिला ऐकू येत होते, त्यातलं दु:ख तिचं काळीज कापत होतं. ज्या माणसानं तिच्यावर जिवापाड प्रेम केलं होतं, ज्याला फक्त आपल्या मुलीच्या सुखाची काळजी होती, अशा माणसाचा सल्ला तिनं धुडकावून लावला होता अन् त्याची परिणती त्यानं केलेल्या भविष्यवाणीतच झाली होती. प्रेश्यसला त्यानंतर लाख वेळा तरी वाटलं असेल जर आपण तेव्हा त्यांचं म्हणणं ऐकलं असतं तर, जर आपण आपल्या चुका टाळू शकलो असतो तर, जर आपण वेगळा निर्णय घेतला असता तर... मग अनेक वेळा या 'जरतर'च्या भोवऱ्यात गरगरायचं पण त्यातून निष्पन्न काहीच व्हायचं नाही.

''आपण आपला भूतकाळ बदलू शकलो असतो तर.'' प्रेश्यसच्या कपात चहा ओतत असताना एकदा मि.जे.एल.बी. मातेकोनी म्हणाले, ''बऱ्याच वेळा मी या गोष्टीचा विचार करतो आता जी अक्कल किंवा शहाणपण आपल्याजवळ आहे ते आपण तेव्हा वापरू शकलो असतो तर...'' आश्चर्याच्या भावनेनं मान हलवत ते उद्गारले होते, ''बाप रे! किती वेगळं झालं असतं माझं आयुष्य!''

प्रेश्यस चहाचे घुटके घेत स्वस्थ बसून राहिली. दोघं जण मि.जे.एल.बी. मातेकोनींच्या लॉक्वेंग रोडी स्पीडी मोटर्सच्या ऑफिसमध्ये बसलेले होते. भिंतींवर गाड्यांचे सुटे भाग विकणाऱ्या कंपनीचं कॅलेंडर होतं. थोडासा रिकामा वेळ मिळाला की प्रेश्यस मि. मातेकोनींच्या ऑफिसमध्ये येऊन गप्पा मारायची अन् रिकामा वेळ तिला अधूनमधून मिळायचाच, कारण सर्वसामान्यांच्या आयुष्यात नेहमी थोड्याच अशा समस्या निर्माण होतात, जेव्हा त्यांना गुप्तहेरांची गरज भासते? सध्या तरी सगळीकडे 'आलबेल' होतं, निदान तशी परिस्थिती होती – कुणी बेपत्ता नव्हतं, कुणी आपल्या बायकोला फसवत नव्हतं किंवा कुणी पैशाची अफरातफर केलेली नव्हती. अशा काळात आपल्या ऑफिसच्या दारावर 'बंद'ची पाटी लटकावून बाहेर जाणं खाजगी गुप्तहेराला सहज शक्य होतं. मग फावल्या वेळात तो शेतात कलिंगडांची लागवड का करेना. अर्थात प्रेश्यसला कलिंगडांच्या शेतात विशेष रस नव्हता. तिच्या रिकाम्या वेळात ती मि. मातेकोनींबरोबर एखादा कप चहा प्यायची अन् मग

थोडा वेळ आफ्रिकन मॉलमध्ये भटकून बारीकसारीक खरेदी करायची. दुपारचा वेळ छान निघून जायचा त्यामुळे. तरीही रिकामा वेळ असला तर ती बुकसेंटरमध्ये एखादी चक्कर टाकून नवी मासिकं आली आहेत का वगैरेची चौकशी करायची कारण तिला मासिकं वाचायला मनापासून आवडायचं, एवढंच नव्हे तर नव्या कोऱ्या मासिकांचा वास अन् आतली रंगीबेरंगी चित्रंही पाहायला तिला खूप आवडायचं, खास करून गृहसजावटीविषयीची मासिकं तिला आकर्षित करायची. परदेशातले लोक कशा प्रकारच्या घरात राहतात त्याविषयीची चित्रं असायची ती. किती आकर्षक वस्तू खचाखच भरलेल्या असायच्या त्यांच्या घरात! भिंतीवरची चित्रं, भारी पडदे, कोचांवर ठेवलेल्या मखमलीच्या मऊमऊ उशा अन् दिव्यांची आकर्षक रचना! काय नसायचं त्या घरांमध्ये.

मि. मातेकोनींना मात्र अजूनही मगाचच्याच विषयावर बोलायचं असावं. ते पुढे म्हणाले, ''आत्तापर्यंतच्या आयुष्यात मी शेकडो चुका केल्यात.'' बोलता बोलता काहीतरी आठवत असताना आपल्या कपाळावर जशा आठ्या उमटतात तशा आठ्या त्यांच्या कपाळावर उमटल्या अन् तेच शब्द त्यांनी पुन्हा उच्चारले, ''खरोखरच शेकडो चुका केल्या असतील मी.''

प्रेश्यसनं त्यांच्याकडे बघितलं. तिला आश्चर्य वाटलं त्यांच्या बोलण्याचं. कारण आत्तापर्यंत तिची अशी समजूत होती, की ते सर्व दृष्टींनी यशस्वी होते, त्यांना कधीच अपयश वगैरे आलं नसावं. त्यांनी गाड्या दुरुस्तीचं शिक्षण प्रत्यक्ष अनुभवातूनच मिळवलेलं होतं, हे तिला ठाऊक होतं. मग पुरेसा पैसा साठल्यानंतर त्यांनी स्वत:चं गॅरेज काढलं होतं, यथावकाश घर बांधलं होतं, लग्नही केलं होतं. दुर्दैवानं त्यांची पत्नी आता जिवंत नव्हती. त्यानंतर ते बोट्स्वाना लोकशाही पक्षाचे स्थानिक प्रदेशाध्यक्षही झाले होते, त्यामुळेच त्यांची बऱ्याच मंत्र्यांशी थोडीफार ओळख होती. राजभवनाच्या वार्षिक सभासंमेलनावेळच्या उद्यानमेजवानीसाठी त्यांना निमंत्रण असे. एकूण काय तर ते तसे सुस्थितीतले सुखीसमाधानी गृहस्थ वाटत असत.

''तुम्ही काही चुका केल्या असतील, असं वाटत तरी नाही.'' ती म्हणाली. ''माझ्याइतक्या तरी नक्कीच केल्या नसतील.''

आता आश्चर्यचकित होण्याची पाळी मि. मातेकोनींची होती.

''तुम्ही कधी काही चुका करू शकाल अशी कल्पनाही मी करू शकत नाही. तुमच्यासारखी हुशार स्त्री चुका करूच शकणार नाही. कुठल्याही प्रसंगी तुम्ही एखाद्या प्रश्नाचा त्याच्या चारी अंगांनी विचार केल्याशिवाय निर्णय घेणार नाही अन् जो निर्णय घ्याल तो योग्यच असेल, असं मला नेहमी वाटतं, अगदी प्रत्येक वेळी बरं का?''

प्रेश्यसनं तुच्छतादर्शक हुंकार टाकला अन् मग एवढंच म्हणाली, ''नोतेबरोबर लग्न केलं मी.''

काहीतरी विचारात असल्यासारखं त्यांनी तिच्याकडे बघितलं अन् ते म्हणाले, "हं, ती मात्र फार मोठी चूक होती."

दोघांमध्ये परत एकदा शांतता पसरली पण क्षण दोन क्षणच. मग ते उठून उभे राहिले. तसे ते चांगले उंच होते, त्यामुळे डोकं वरती कुठे आपटणार नाही ना ह्याची काळजी त्यांना घ्यावी लागे. त्यांच्या मार्गात भिंतीवर कॅलेंडर होतं, छतापासून माशा चिकटाव्यात म्हणून लावलेला कागद लोंबत होता. त्यांनी एकवार घसा खाकरल्यासारखं केलं अन् ते म्हणाले, "माझ्याशी तुम्ही लग्न करावं, अशी माझी इच्छा आहे. ती नक्कीच तुमच्यासाठी चूक नसेल."

प्रेश्यसनं आपल्या मनातलं आश्चर्य चेहऱ्यावर दाखवलं नाही किंबहुना तिच्या शारीरिक हालचालीतही ते दिसलं नाही – ना तिच्या हातातला कप हिंदकळला ना तिनं धक्का बसल्यामुळे फक्त तोंडच उघडलं, पण तोंडातून शब्द उघडला नाही वगैरे. किंचित हसून तिनं क्षणभर त्यांच्याकडे एकटक पाहिलं अन् म्हणाली, "तुम्ही खरंच फार चांगले, सज्जन आहात, मला माझ्या वडिलांची आठवण येते तुम्हाला पाहिलं की, पण मला परत लग्न करायचं नाहीये. मी आहे सध्या तशीच खूश आहे. माझ्यासाठी माझी संस्था आहे आणि राहायला माझं घर आहे. खूप सुखी आहे मी माझ्या आयुष्यात."

काही न बोलता मि. मातेकोनी खाली बसले. त्यांचा अपेक्षाभंग झाल्यासारखा वाटला त्यामुळे तिला वाईट वाटलं. तिनं हात पुढे करून त्यांच्या हाताला स्पर्श केला. त्याबरोबर त्यांनी झटक्यात हात मागे घेतला, चटका बसल्यावर घ्यावा तसा.

"मला माफ करा, पण माझा नाईलाज आहे. मात्र एक गोष्ट तुम्हाला सांगावीशी वाटते. जर कधीकाळी मी लग्न केलं, तशी शक्यता जवळजवळ नाहीच आहे, तर मी तुमच्यासारख्या पुरुषाबरोबर लग्न करेन, नव्हे तुमच्याशीच करेन, त्याची मला खात्री आहे."

मि. मातेकोनींनी पुन्हा एकदा तिच्या कपात चहा ओतला, पण काही बोलणं त्यांना शक्य होईना. त्यांना तिचा राग आला होता किंवा तिच्या नकारामुळे तिचा तिरस्कार वाटू लागला म्हणून नव्हे, तर तिला मागणी घालण्यासाठी त्यांनी फार मोठी मनाची शक्ती एकवटली होती. आपला प्रयत्न फसलाय, या विचारानं ते फार थकून गेल्यासारखे झाले. अशा विचित्र प्रसंगी आता त्यांच्याजवळ बोलण्यासारखं काहीच उरलं नव्हतं....

सुंदर माणूस

ॲलिस बुसांगला प्रेश्यससमोर आपल्या मनातली व्यथा कशी मांडावी, ते कळत नव्हतं. पण काही काळ या धिप्पाड बांध्याच्या गुप्तहेर स्त्रीसमोर बसल्यानंतर तिच्या मनातली अस्वस्थता कमी झाली. हिच्याशी बोलायचं म्हणजे एखाद्या डॉक्टरला किंवा धर्मगुरूला आपली अडचण किंवा समस्या सांगण्यासारखं आहे, अशी कल्पनाही तिच्या मनात तरळली. दोघाही पुरुषांना समोरच्या व्यक्तीनं काहीही सांगितलं तरी धक्का बसत नाही.

"मला माझ्या नवऱ्याबद्दल संशय येतोय." ॲलिसनं बोलायला सुरुवात केली. "त्याचं बायकांबरोबर लफडं असावं बहुतेक."

प्रेश्यसनं नुसतीच मान हलवली, 'कुठल्या पुरुषाचं नसतं बाई? जवळपास सगळेच पुरुष, तसेच असतात स्वत:शीच प्रेश्यस म्हणाली. तिचा स्वत:चा अनुभव तरी कुठे फार वेगळा होता?' तिचं असंही प्रामाणिक किंवा लाडकं मत होतं, की धर्मगुरू आणि शाळांचे मुख्याध्यापक वगळता सगळे पुरुष एका माळेचे मणी असतात.

मनातले विचार बाजूला सारत तिनं ॲलिसला प्रश्न केला, "तू कधी प्रत्यक्ष पाहिलंयस तुझ्या नवऱ्याला कुणा स्त्रीबरोबर?"

तिनं नकारार्थी मान हलवली. "मी त्यांच्यावर नजर ठेवून असते, पण माझा नवरा फार धूर्त आहे. त्यामुळे इतक्या सहजासहजी तो सापडणार नाही माझ्या नजरेला."

प्रेश्यसनं समोरच्या कागदावर या मुद्द्याची नोंद केली अन् पुढला प्रश्न विचारला, "तो बारमध्ये जातो का दारू पिण्याच्या निमित्तानं?"

"हो."

"बरोबर आहे मग. अशा ठिकाणीच त्यांना तसल्या बायका भेटतात. मासा

गळाला लागेल, ह्याची वाटच पाहत असतात त्या. अन् हा मासा दुसऱ्या एखाद्या बाईचा नवरा असला तर त्यांना अधिकच आनंद होतो. आपल्या ह्या शहरात अजिबात तोटा नाही असल्या बायकांना.'' प्रेश्यसच्या मनातला कोंडलेला राग जणू उफाळून वर आला होता.

तिनं ॲलिसकडे पाहिलं, दोघींना एकमेकींचं मन समजतंय अशा प्रकारचा विचार तिच्या मनात आला. बोट्स्वानातल्या सगळ्याच स्त्रिया पुरुषांच्या चंचलपणाचा बळी झाल्यासारख्या होत्या. आजकाल पत्नीशी एकनिष्ठ राहणारे, तिची व तिच्या मुलांची काळजी घेणारे पुरुष फार कमी होत चाललेत. जणू इतिहासजमाच होत चालला होता असा पुरुष!

''तुझी काय अपेक्षा आहे?'' तिनं ॲलिसला विचारलं, ''मी त्याचा पाठपुरावा करावा अन् तो खरोखरच स्त्रीलंपट आहे का हे शोधून तुला त्याचा पुरावा द्यावा?''

ॲलिसनं मान डोलावून संमती दाखवली अन् पुढे म्हणाली, ''मला पुरावाच हवाय फक्त. माझ्या मनाच्या समाधानासाठी म्हणा हवं तर, एकदा पुरावा मिळाला की माझं मलाच कळेल मी कसल्या पुरुषाबरोबर लग्न केलंय ते.'' तिच्या शब्दाशब्दातून हताशपणा, वैताग स्पष्ट होतोय, या विचारात प्रेश्यसला ॲलिसविषयी सहानुभूती वाटली.

तो सबंध आठवडा प्रेश्यस इतर कामात व्यग्र असल्यामुळे ॲलिस बुसांगविषयी विचार करायला पुढचा आठवडा उगवावा लागला. त्या बुधवारी तिनं आपली छोटी पांढरी व्हॅन, ज्या ठिकाणी हिऱ्यांचं वर्गीकरण केलं जात असे अशा डायमंड सॉर्टिंग बिल्डिंगच्या बाहेर उभी केली. इथल्याच एका ऑफिसमध्ये क्रेमलिन बुसांग – ॲलिसचा नवरा – काम करत असे. ॲलिसनं त्याचा एक फोटो प्रेश्यसला दिला होता. मांडीवर ठेवलेल्या फोटोकडे तिनं नजर टाकली. फोटोतही स्वारी प्रसन्न स्मित करत होती. क्रेमलिन बुसांग खरोखरच देखणा, रुबाबदार म्हणावा असा होता. रुंद खांदे अन् तोंडभर स्मित असलेल्या क्रेमलिनकडे पाहताच प्रेश्यसनं अंदाज बांधला, की स्वारीला लफडी करण्यातच मजा वाटते. का बरं अशा माणसाबरोबर ॲलिसनं लग्न केलं असेल? तिला तर सीधासाधा, प्रामाणिक नवरा हवा होता ना? भोळसट आशावाद – दुसरं काय? बाकीचे नवरे कसेही असले तरी माझा नवरा 'त्यातला' नाही ही खुळी समजूत जवळजवळ प्रत्येक बाईच्या मनात नसते का? पण भोळसट तरी किती असावं एखादीनं? ह्या माणसाकडे बघताक्षणी कुणीही बाई अंदाज बांधू शकली असती की तो कधीही बायकोशी प्रतारणा केल्याशिवाय राहणार नाही.

क्रेमलिन बुसांग ऑफिस सुटल्यावर बाहेर आला अन् त्याच्या जुनाट निळ्या

फोर्ड गाडीतून निघाला. त्याबरोबर प्रेश्यसनं आपली गाडी त्याच्या मागोमाग पण व्यवस्थित अंतर ठेवून चालवली. बसस्टेशनजवळच्या 'गोगो हँडसम मॅन्स बार' हे अगदी योग्य नाव असलेल्या बारबाहेर क्रेमलिननं गाडी थांबवली अन् तो आत गेला. प्रेश्यस मात्र लगेच खाली उतरली नाही. तिनं पर्समधून लिपस्टिक काढली, उदारहस्ते ओठ रंगवले अन् गालांवरही थोडी रंगरंगोटी केली. 'आता खऱ्या अर्थानं काम सुरू करायला हरकत नाही,' असं स्वत:शीच म्हणत ती खाली उतरली.

'गोगो हँडसम मॅन्स बार' त्या वेळी तरी विशेष गजबजलेला नव्हता. दोनच स्त्रिया बसलेल्या होत्या. आणि त्या 'तसल्याच' असणार, हे प्रेश्यसच्या चाणाक्ष नजरेनं ओळखलं. 'हा कोण नवा चेहरा?' अशा अर्थानं त्यांनीही तिला न्याहाळलं. पण तिकडे दुर्लक्ष करत प्रेश्यस बारजवळच्या स्टुलावर बसली. क्रेमलिन तिच्या-पासून दोन स्टुलं सोडून बसला होता.

तिनं एक बीअर मागवली अन् सावकाशपणे सभोवताली नजर टाकली.

"इथे पूर्वी कधी पाहिलं नाही मी तुम्हाला, ताई," क्रेमलिननं बोलायला सुरुवात केली. "हा बार खरंच खूप चांगला आहे."

तिनं त्याच्या नजरेला नजर भिडवली. "खरं आहे तुमचं, पण मी फक्त काही 'खास' कारण असेल तर बारमध्ये जाते. म्हणजे आजच्यासारखं म्हणा हवं तर?" तिनं उत्तर दिलं.

क्रेमलिन हसला, "आज वाढदिवस आहे तुमचा?"

"हो ना. चला, तुमच्यासाठी पण बीअर मागवते. वाढदिवस साजरा करू या. काय?"

तिनं बीअरची ऑर्डर दिली तेव्हा क्रेमलिन तिच्याशेजारी येऊन बसला. फोटोत दिसतो अगदी तस्साच देखणा अन् रुबाबदार आहे हा अन् कपडे पण चांगल्यापैकी भारी असावेत. प्रेश्यसनं मनाशी खूणगाठ बांधली. त्याचा पहिला ग्लास रिकामा होताच तिनं त्याच्यासाठी आणखी एक ग्लास मागवला. आता राजेश्री स्वत:विषयी बोलायला लागले. "मी हिऱ्यांचं वर्गीकरण करायचं काम करतो. खूप जोखमीचं असतं हे काम. नजर अगदी तीक्ष्ण असावी लागते."

"मला फार आवड आहे हिऱ्यांची. अगदी वेडच आहे म्हणा ना."

"आपला देश फार भाग्यवान आहे हिऱ्यांच्याबाबतीत. खरं सांगतो, काय हिरे असतात आपल्याकडचे. शब्दात वर्णन करता येणार नाही."

तिनं आपला डावा पाय किंचित हलवला त्यामुळे त्याच्या उजव्या पायाला पुसटता स्पर्श झाला ही गोष्ट त्याच्या लक्षात आलीच, कारण त्यानं लगेच नजर खाली वळवून बघितलं, पण आपला पाय बाजूला केला नाही.

"तुमचं लग्न झालंय?" तिनं शांतपणे विचारलं.

क्षणाचाही विलंब न लावता त्यानं उत्तर दिलं, "नाही बुवा! असं एकटंच राहणं बरं असतं अलीकडच्या काळात. आपलं स्वातंत्र्य जपता येतं. खरं की नाही?"

"माझंही अगदी हेच मत आहे." तिनंही त्याच्या सुरात सूर मिळवला. "आपण मग आपल्या मर्जीचे मालक असतो. काय करावं, केव्हा करावं हे ठरवण्याचा पूर्ण अधिकार राहतो मग आपल्याला."

"लाख बोललात पाहा. शंभर टक्के खरं."

तिनं ग्लास रिकामा केला. "जायला हवं आता मला," उठून उभं राहात ती म्हणाली. मग क्षणभर थांबून तिनं विचारलं, "समजा मी म्हटलं, माझ्या घरी चल. तर काय म्हणणं आहे तुझं? माझ्याकडेही आहे थोडी बीअर."

तो हसला अन् म्हणाला, "चांगली कल्पना आहे. नाहीतरी मलाही दुसरा काही उद्योग नाहीये."

तिच्या पांढऱ्या व्हॅनमागून आपली गाडी चालवत तो तिच्या घरापाशी आला. घरात शिरल्यावर तिनं संगीत सुरू केलं आणि त्याच्यासाठी ग्लासमध्ये बीअर ओतली. एका झटक्यात त्यानं अर्धा ग्लास रिचवला. मग तिच्या कमरेभोवती आपल्या हातानं विळखा घालत त्यानं तिला जवळ ओढलं अन् म्हणाला, "आपल्याला बुवा छान, गुबगुबीत बायका आवडतात. हल्लीच्या पोरींमध्ये बारीक, सडपातळ राहायचं खूळ निर्माण झालंय. इतर देशांसाठी ते ठीक असेल, आपल्याला इथे आफ्रिकेत मात्र ते फार दिवस चालणार नाही.

"तुला सांगतो, पुरुषांना तुझ्यासारख्या लठ्ठ बायकाच आवडतात." त्यानं परत एकदा आपलं मत सांगितलं. जणू काही तो तिला खूश करायचा प्रयत्न करत होता.

त्याच्या शब्दांनी खूश झाल्यासारखी ती खिदळली. 'काही म्हणा, हा माणूस रंगेल गडी आहे खरा' तिच्या मनात आलं, पण पुढल्याच क्षणी ती भानावर आली. 'हा आपल्या व्यवसायाचा भाग आहे, तेव्हा सावधपणे हुशारीनं डावपेच लढवायला हवेत. ॲलिसला जो पुरावा हवाय तो आत्ताच मिळवायला हवा. ह्याच्या शब्दांना भुललो आपण तर नंतर आपलं काम कठीण होऊन बसेल.' तिनं स्वत:लाच ताकीद दिली.

"ये ना इथे, बस माझ्याशेजारी." तिनं हातानं कोचावर थापटत म्हटलं. "दिवसभर उभंच्या उभं राहून हिऱ्यांचं वर्गीकरण करायचं म्हणजे दमायला होत असेल ना संध्याकाळी?"

त्यानं पुढची पायरी गाठायची ठरवली तर त्याला कसं थोपवायचं, ह्याचा सगळा विचार तिनं आधीच करून ठेवला होता. तिच्या सबबी त्यानं सहजपणे स्वीकारल्या. 'उद्या सकाळी लवकर उठून कामावर जायचंय अन् तू तर रात्रभर राहू

नाही शकणार,’ तिनं वाईट वाटल्यासारखं दर्शवलं अन् लटक्या उत्साहानं म्हणाली, “इतकी छान संध्याकाळ आपण एकत्र घालवलीये तर त्याची एखादी आठवण जपून ठेवू या ना. एक छान फोटो काढते आपला दोघांचा. काय? फक्त माझ्याजवळ राहील हा फोटो. अधूनमधून पाहिला, की मला तुझी आठवण येईल.”

खुषीत हसत त्यानं तिला हलकेच चिमटा काढला अन् म्हणाला, “छान आहे कल्पना तुझी.”

“आत्ता येते.” म्हणून ती आत गेली अन् कॅमेरा घेऊन बाहेर आली. कॅमेराच्या खटका तिनं स्वयंचलित करून कॅमेरा समोरच्या टेबलावर ठेवला अन् पटकन त्याच्याशेजारी बसली. पुन्हा एकदा त्यानं तिला चिमटा काढला अन् हातानं जवळ ओढून मस्तपैकी जोरदार चुंबन घेतलं. कॅमेऱ्यानं तो क्षण टिपला.

चेष्टेच्या सुरात पण रंगेलपणे तो म्हणाला, “हा फोटो, हवं तर आपण वर्तमान-पत्रात छापून आणू. ‘देखणा पुरुष आणि त्याची मैत्रीण मिस फॅटी’.”

प्रेश्यस खळखळून हसली. “बायकांच्या बाबतीत तू अगदी ‘हा’ आहेस हं. खरंच क्रेमलिन, स्त्रिया तुझ्यावर तुला पाहताक्षणी फिदा होत असणार. तुला पहिल्यांदा पाहिलं ना तेव्हाच ओळखलं.”

“हंऽ” नाटकीपणानं तो म्हणाला, “कुणीतरी नको वाटतं तुम्हा बायकांची काळजी घ्यायला?”

शुक्रवारी ॲलिस बुसांग प्रेश्यसच्या ऑफिसमध्ये आली, तेव्हा प्रेश्यस आपल्या अशिलाची वाटत पाहत होती.

गंभीरपणे ती ॲलिसला म्हणाली, “मला सांगायला कसंतरी वाटतंय, पण सांगायला तर हवंच, तुझा नवरा खरंच लफडेबाज आहे. माझ्याजवळ पुरावा आहे ह्या गोष्टीचा.”

तिचे शब्द ऐकताच ॲलिसनं डोळे गच्च मिटून घेतले. तिला कल्पना होतीच या गोष्टीची, पण मनात कुठेतरी आशा होती, की आपला संशय खोटा ठरावा. तो जर माझ्याशी अप्रामाणिक असेल तर जीव घेईन मी त्याचा, पण तसं मी कसं करणार? माझं प्रेम आहे त्याच्यावर. छे, छे मी तिरस्कार करते त्याचा, नाही नाही माझं मनापासून प्रेम आहे त्याच्यावर.”

प्रेश्यस रामोत्स्वेनं तिच्यापुढे फोटो ठेवत म्हटलं, “हा तुला हवा असलेला पुरावा.”

ॲलिस त्या फोटोकडे डोळे फाडून बघतच राहिली. अशक्य आहे हे! फोटोतली बाई म्हणजे ही समोर बसलेली गुप्तहेर बाईच की!

“तू.... तू माझ्या नवऱ्याबरोबर?” संतापानं तिच्या तोंडून धड शब्द फुटेना.

“हो, माझ्याचबरोबर होता तुझा नवरा.” प्रेश्यसनं तिला समजावण्याच्या

सुरात म्हटलं, "तुला पुरावाच हवा होता ना? याहून चांगला पुरावा तुला मिळू शकला असता का?"

जळता निखारा हातातून खाली फेकावा तसा तो फोटो खाली टाकला.

"पण त्यासाठी तू, तू माझ्या नवऱ्याला आपल्या जाळ्यात ओढलंस?"

प्रेश्यसच्या कपाळावर आठी उमटली, "पण तूच तर म्हणालीस, त्याला 'रंगेहाथ' पकड असं."

डोळे बारीक करत ॲलिसनं आपली नजर तिच्यावर रोखली अन् तार स्वरात ती किंचाळली, "तू इतकी हलकट बाई असशील, असं वाटलं नव्हतं मला. माझ्या क्रेमलिनला तू आपल्या जाळ्यात ओढलंस. दुसऱ्या बाईच्या नवऱ्यावर नजर ठेवतेस? चोर कुठली!"

'आता काय म्हणावं या वागण्याला?' अशा अर्थी तिनं ॲलिसकडे बघितलं अन् एक गोष्ट तिच्या ध्यानी आली.

'ह्या केससाठी जे पैसे मिळणार होते ते अक्कलखाती जमा!'

मि.जे.एल.बी. मातेकोनींनी लावलेला शोध

शेवटी ॲलिस बुसांगला प्रेश्यस रामोत्स्वेच्या ऑफिसमधून हाताला धरून बाहेर काढावं लागलं. त्या वेळीही तिचा आरडाओरडा, प्रेश्यसला शिव्या देणं चालूच होतं.

''तू गलेलठ्ठ, हलकट बाई आहेस! स्वत:ला मारे गुप्तहेर म्हणवतेस, पण खरं म्हणजे तूच पुरुषांच्या मागे लागणारी बाई आहेस. तुझ्यात आणि बारमध्ये जाणाऱ्या बायकांमध्ये काही फरक नाही. कुणी फसू नका रे हिच्या या रूपाला. ही बाई गुप्तहेर वगैरे काही नाही, एकमेव नवरेचोर संस्था असं नाव असायला पाहिजे हिच्या संस्थेचं.''

तिचा हा आरडाओरडा, शिवीगाळ हळूहळू कमी होती गेली अन् शेवटी थांबली. (ॲलिस ओरडून दमली असावी किंवा कंटाळून निघून तरी गेली असावी.) तसं प्रेश्यसनं आणि मिस् माकुत्सीनं एकमेकींकडे बघितलं 'काय बोलणार यावर' अशा अर्थानं. 'हसायचं अन् सोडून द्यायचं' असा विचार केला दोघींनीही. खरं पाहिलं तर ॲलिसला चांगलं ठाऊक होतं आपला नवरा कशाप्रकारचा आहे ते, पण तिला पुरावा हवा होता. तसा तिचा आग्रहच होता. अन् जेव्हा पुरावा मिळाला तेव्हा तो आणणाऱ्या दूतावरच तिनं आगपाखड केली होती.

''मी जरा मि.जे.एल.बी. मातेकोनींकडे जाऊन येते, तोवर ऑफिस सांभाळ!'' प्रेश्यस उठून उभी राहत म्हणाली, ''त्यांना ऐकवायलाच हवी ही धमाल.''

गाडीच्या एका सुट्या भागाची दुरुस्ती करत ते त्यावेळी त्यांच्या केबिनमध्येच होते.

''आपल्याइथे इतकी वाळू असते ना की ती गाडीतल्या प्रत्येक भागात घुसते. आता या पार्टचंच पाहा ना.''

त्यांनी एका धातूच्या नळीतून वाळूचा एक छोटा कण काढून विजयी मुद्रेनं

प्रेश्यसला दाखवला. ''हा पाहा, केवढासा कण आहे ना पण त्यानं एका मोठ्या ट्रकमध्ये बिघाड निर्माण करून वाटेत थांबायला भाग पाडलं त्याच्या ड्रायव्हरला.''

प्रेश्यसचं मन एकदम भूतकाळात, तिच्या बालपणाकडे गेलं. मोचुडी सरकारी शाळेत शिकत असताना शाळेतल्या बाईंनी एक छोटी कविता मुलांना शिकवली होती. ''एका खिळ्याच्या अभावी घोड्याचा नाल खराब झाला. नालाच्या अभावी– '' पुढची ओळ तिला पूर्ण आठवेना. तिनं बराच प्रयत्न करूनही तिला पुढचे शब्द आठवेनात, तेव्हा मि. मातेकोनींनी ती ओळ पूर्ण केली. ''–नालाच्या अभावी घोडा कोसळला खाली. मी लहान होतो तेव्हासुद्धा ही कविता शिकवत असत.''

त्यांनी हातातल्या इंजिनाचा भाग टेबलावर ठेवला अन् चहाच्या किटलीत पाणी ओतलं. भयानक उकाड्यामुळे हैराण व्हायला झालं होतं. चहामुळे थोडी तरतरी येईल, असं त्यांना वाटलं.

प्रेश्यसनं ॲलिस बुसांगची कहाणी त्यांना ऐकवली अन् म्हणाली, ''आपल्या नवऱ्याच्या प्रतापांचा पुरावा बघितल्यावर तिनं जो काही थयथयाट केला तो तुम्ही बघायलाच हवा होता.''

''खरंच! काय माणूस आहे तो क्रेमलिन बुसांग. जरा बाई दिसली की धावला तिच्यामागे या प्रकारात मोडणारा. पण बायकांना आकृष्ट करण्यात एकदम पटाईत हं. डोळ्यावरचा काळा चष्मा, मस्त फॅशनेबल बूट – थाट बघून घ्यावा त्याचा. पण मूर्खाला एवढं कळत नव्हतं की किती मजेशीर दिसतो तो या सगळ्या नटण्यामुळे. मला विचाराल ना तर मी म्हणेन यापेक्षा साधे बूट आणि साधी, प्रामाणिक पॅंट घालणारा माणूस परवडला.''

तिनं बुटांचा उल्लेख करताच त्यांनी काहीशा अस्वस्थपणे आपल्या बुटांवर नजर फिरवली. त्यांचेही बूट जुनाट होते. हरणाच्या कातड्याच्या बुटांवर आता चिकट वंगणाचे काळे डाग स्पष्ट दिसत होते आणि त्यांची पॅंट – प्रामाणिक पॅंट या तिच्या वर्णनाला साजेशी होती का ती? देवच जाणे!

''अहो, गंमत म्हणजे एवढ्या सगळ्या गोंधळानंतर मी तिच्याकडून माझ्या कामाचा मोबदलाही मागू शकले नाही.'' प्रेश्यसच्या डोक्यातून तो विषय काही केल्या जात नव्हता हेच खरं.

''खरं आहे तुमचं म्हणणं,'' या अर्थानं मि. मातेकोनींनी मान हलवली खरी पण त्यांचं लक्ष तिच्या बोलण्याकडे नसावं. काहीतरी विचारात त्यांचं मन गढलंय असं तिला वाटलं. त्याच तंद्रीत त्यांनी तो दुरुस्त केलेला पार्ट उचलला अन् केबिनच्या काचेतून बाहेर पाहू लागले.

''तुम्ही कसल्यातरी काळजीत आहात का?'' तिनं विचारलं. आपण त्यांच्या लग्नाच्या मागणीला नकार दिला, त्या गोष्टीचा त्यांना आपल्याला वाटलं होतं

त्यापेक्षा बराच जास्ती त्रास झालेला दिसतोय, असं तिला त्याक्षणी वाटलं. एखाद्या-विषयी मनात आकस ठेवून वागणाऱ्यांपैकी ते नव्हते खरे, पण त्यांना तिचा आता राग किंवा तिटकारा तर वाटत नसेल? काही झालं तरी त्यांची मैत्री तिला गमवायची नव्हती. त्यांना ती एक सर्वांत चांगला मित्र समजायची. आपल्या लहानमोठ्या अडचणींसाठी त्यांच्याकडे धावायची. अशा मित्राला ती गमावून बसली तर तिच्या जीवनातला बराच मोठा अर्थ कमी झाला असता, असंही तिला वाटलं. हे प्रेम, शारीरिक सुख वगैरेंमुळे किती गुंतागुंत निर्माण होते आयुष्यात! ह्या दोन गोष्टींशिवाय आयुष्य किती सुखाचं झालं असतं. शारीरिक सुखाच्या कल्पनेला तर तिने अलीकडे आपल्या आयुष्यात थाराच दिला नव्हता आणि त्यामुळेच तिला हल्ली फार निश्चिंत वाटायचं. 'आपण कशा दिसतो, लोकांना आपलं रुपडं आवडतं का, असल्या (फालतू) चिंता तिला भेडसावत नसत. तिच्या मनात आणखी एक विचार आला, पुरुष असणं म्हणजे जागेपणी अन् झोपेतदेखील कदाचित सारखा शरीरसुखाचाच विचार करत राहणं म्हणजे वैतागच की! (कारण पुरुषांच्या मनाला दुसरा काही उद्योगच नसतो म्हणे!) कुठल्यातरी मासिकात तिनं वाचलं होतं, की अगदी सर्व-सामान्य पुरुषदेखील दिवसातून साठ वेळा केवळ ह्याच विषयाचा विचार करतो म्हणे! हा आकडा तिला जरा अतिरंजितच वाटला होता, पण हा निष्कर्ष संशोधनावर आधारलेला होता, तेव्हा त्यावर विश्वास ठेवणं भागच होतं. त्याच लेखात पुढे असंही लिहिलेलं होतं की पुरुषाच्या डोक्यात हे सगळे विचार येत असतात ते तो रिकामटेकडा असतो तेव्हाच नव्हे, तर जेव्हा त्याचे हात आणि मनही इतर, म्हणजे नित्याच्या कामात मग्न असतं तेव्हा! तसं असेल तर तुमची नाडी तपासतानादेखील तुमच्या डॉक्टरच्या मनात हेच विचार येत असतील किंवा एखादा वकील आपल्या टेबलाशी बसून कोर्टात लढवायच्या वकिली डावपेचांचा विचार करत असेल त्याचवेळी ह्याही विचारांची त्याच्या डोक्यात लुडबूड होत असेल किंवा एखादा वैमानिक विमान उडवतानाही बाईचा विचार करत असेल? बापरे, कठीणच होतं यावर विश्वास ठेवणं.

आता तिचे हे सन्मित्र मि. मातेकोनी त्यांच्या साध्याभोळ्या वाटणाऱ्या चेहऱ्या-वरचे भाव तरी अगदी निष्पाप वाटतात, पण तेसुद्धा असलेच विचार करत असतील, गाड्यांचे बिघाड झालेले भाग ठीक करत असताना किंवा इंजिनातली बॅटरी बाहेर काढताना? त्यांच्या नकळत तिनं त्यांच्याकडे पाहिलं. आपल्याला थोडंच एखाद्या पुरुषाचं मन वाचता येणार? कसं वर्तन असेल बरं असले विचार करताना पुरुषांचं? तिच्याकडे डोळे फाडून पाहात असेल की त्यांच्या तोंडातून लाळ टपकेल? श्शी. इतकं गलिच्छ वर्तन नक्कीच नसणार.

"आता तुम्ही कसला विचार करताहात, मि. मातेकोनी?" तिच्या तोंडून प्रश्न

सटकलाच अन् पुढल्याच क्षणाला तिला पश्चात्तापही झाला. 'काय वेडेपणा करतोय आपण? जणू काही आपल्याला त्यांच्या तोंडून वदवून घ्यायचंय की ते दुसऱ्या कुठल्या विषयाचा विचार करत नव्हते.'

ते एकदम उठून उभे राहिले अन् त्यांनी अर्धवट उघडं असलेलं केबिनचं दार बंद केलं. वास्तविक पाहता त्यांचं बोलणं ऐकणारं जवळपास कुणीच नव्हतं. गाडीदुरुस्तीचं काम करणारी मुलं गॅरेजच्या दुसऱ्या टोकाला चहा पीत बसली होती. अन् कुणी सांगावं, ती देखील शरीरसुखाचाच विचार करत असतील, प्रेश्यसच्या मनात आलं.

"तुम्ही या वेळी मला भेटायला आला नसतात तर मी ठरवलं होतं आपण तुमच्याकडे यायचं असं," मि. मातेकोनी म्हणाले, "मला काहीतरी वेगळीच गोष्ट सापडलीये."

तिच्या मनानं सुटकेचा नि:श्वास टाकला म्हणजे ह्यांच्या मनात आपल्याविषयी राग वगैरे नाही तर!

"काय झालंय," ते बोलू लागले, "एक अपघात घडला अलीकडे. म्हणजे फार मोठा गंभीर अपघात नव्हता. कुणी विशेष जखमीही झालं नाही. थोडेसे हादरल्यासारखे झाले गाडीतले लोक एवढंच. जुन्या चौकाजवळ झाला, जिथे चार रस्ते एकत्र येतात. रस्त्याच्या मधल्या सर्कलच्या एका बाजूनं एक ट्रक आला. त्यानं नेहमीच्या नियमाप्रमाणे थोडं थांबायला हवं होतं. तसं न केल्यामुळे तो गावाकडून येणाऱ्या गाडीवर आदळला. गाडी रस्त्याकडेच्या खड्ड्यात पडली अन् तिची बरीच मोडतोड झाली. ट्रकचा समोरच्या बाजूचा एक दिवा फुटला अन् रेडिएटरचं थोडं नुकसान झालं एवढंच."

"बरं मग?"

मि. मातेकोनी खाली बसले अन् आपल्या हातांकडे पाहू लागले. काहीतरी विचारात पडल्यासारखे.

"गाडी खड्ड्यातून बाहेर काढण्यासाठी मला बोलावण्यात आलं. मी माझा बचाव ट्रक घेऊन तिथे गेलो. गाडी खड्ड्यातून वर काढली अन् ट्रकच्या मागे तिला साखळीच्या साहाय्यानं बांधून इथपर्यंत खेचून आणली. थोड्या वेळानं दाखवतो तुम्हाला."

पुन्हा एकदा ते बोलायचे थांबले. त्यांनी आत्तापर्यंत सांगितलेली गोष्ट तशी साधी, सरळ वाटत होती. मि. मातेकोनींना मात्र ती सांगताना थोडे कष्ट पडत असावेत असं प्रेश्यसला वाटलं.

"इथे गाडी आणल्यानंतर मी नेहमीप्रमाणे तिची पाहणी केली. गाडीचा एक पत्रा ठोकून सरळ करावा लागणार होता, कारण त्याला बरेच पोचे आले होते. ते काम विशेष अवघड नव्हतं. पत्रा काढायचा आणि ठाकठोकीचं काम करणाऱ्याच्या

कारखान्यात नेऊन द्यायचा, एवढंच मला करायचं होतं, पण त्या आधी एक-दोन गोष्टी करणंही गरजेचं असतं. हल्लीच्या नव्या, महागड्या गाड्यांमध्ये इतक्या तारा असतात, की चुकून एखाद्या तारेला धक्का लागला तरी मोठा घोटाळा होऊ शकतो. उदाहरणादाखल सांगायचं झालं तर एखादी वायर थोडीशी तुटली तरी गाडीच्या दाराचं कुलूप लागत नाही किंवा गाडीतली चोरीप्रतिबंधक व्यवस्था बंद पडते. फार गुंतागुंतीचा मामला असतो सगळा. आतासुद्धा ती बाहेर चहा पीत बसलेली माझी मुलं तेच काम करताहेत.

"सांगायचं तात्पर्य हेच की, डॅशबोर्डखाली असलेली फ्यूज बॉक्स बाहेर काढणं आवश्यक होतं म्हणून मी काम करत होतो, तेव्हा चुकून गाडीतला हातमोजे ठेवायचा कप्पा उघडला गेला. मी सहज आत डोकावलं – आता मी ते का केलं ते एकच देव जाणे – मी आत हात घातला तेव्हा माझ्या हाताला काहीतरी वस्तू लागली म्हणून मी ती बाहेर काढली. बघतो तर ती एक छोटी पिशवी होती.

ते ऐकताच प्रेश्यसचं गुप्तहेराचं मन सुसाट धावू लागलं. मि. मातेकोनींना बहुतेक चोरलेल्या हिऱ्यांचा मुद्देमाल सापडला असणार. तिला खात्रीच वाटू लागली (त्याशिवायच का ते एवढे अस्वस्थ झाले होते?)

"हिरे होते पिशवीत?" तिनं कुतूहलानं विचारलं.

"अंहं, त्याहून अधिक भयंकर."

त्यांनी आपल्या लोखंडी कपाटातून एक छोटी पिशवी बाहेर काढली आणि टेबलावर ठेवली. तो एक छोटासा बटवा होता – कसल्याशा चामड्याचा बनवलेला. अशाप्रकारचे बटवे बसर्वा जमातीचे लोक काही जडीबुटी ठेवण्यासाठी वापरत. विशेषत: बाणांना लावण्यासाठी वनस्पतीपासून बनवलेली पेस्ट ठेवण्याकरिता वापरत. बऱ्याचदा अशा बटव्यांना ते शहामृगांच्या अंड्यांचे कपचे लावून सुशोभित करत.

"मीच उघडतो ती पिशवी," ते म्हणाले. "तुमचा हात तिला लागू नये असं मला वाटतं.

त्यांनी त्या पिशवीच्या तोंडापाशी असलेल्या दोऱ्याची गाठ सैल केली. त्यावेळी प्रेश्यस त्यांच्या चेहऱ्याकडे पाहत होती. काहीतरी गलिच्छ, घाण वास येणारी वस्तू हाताळताना माणसाच्या चेहऱ्यावर जो भाव दिसतो तोच तिला त्यांच्या चेहऱ्यावर दिसला अन् खरोखरच ती पिशवी उघडताच एक प्रकारचा कुबट वास तिच्या नाकात शिरला. मि. मातेकोनींनी तीन लहान वस्तू बटव्यातून बाहेर काढल्या, त्या बघताच तिला कल्पना आली. त्यांनी अधिक काही सांगायची गरजच नव्हती. त्यांच्या अस्वस्थपणाचं, बोलण्यात लक्ष नसण्याचं कारणही तिला उमगलं. त्यांना सापडलेली वस्तू – मुटी – एक प्रकारचं औषध होतं.

त्यांनी सगळ्या वस्तू टेबलावर ठेवल्या, पण तिनं तोंडातून एक शब्दही काढला नाही. त्या वस्तू अशा होत्या तरी कोणत्या? – एक हाड होतं, त्वचेचा एक छोटा तुकडा होता. बूच असलेली एक छोटी लाकडाची बाटली होती, जिच्यामध्ये काय वस्तू ठेवलेल्या असाव्यात? – कुणाही माणसाच्या काळजाचा थरकाप उडावा अशाच वस्तू होत्या त्या.

त्यांना स्पर्शही करायची इच्छा नसल्यामुळे मि. मातेकोनींनी एका पेन्सिलीच्या टोकानं त्या किंचित ढकलल्या. आणि एवढंच म्हणाले, "ह्या गोष्टी सापडल्या मला त्या बटव्यात."

प्रेश्यस खुर्चीवरून उठली आणि दारापाशी जाऊन उभी राहिली. अचानकपणे एकदम घाणीचा भपकारा येतो, किंवा रस्त्यालगतच्या खड्ड्यात एखादं मरून पडलेलं गाढव दिसतं किंवा अर्धवट खाऊन टाकलेल्या मृत प्राण्याच्या शरीराची दुर्गंधी येते त्यावेळी आपल्या पोटात जशी ढवळून आल्याची भावना निर्माण होते, तसं काहीतरी प्रेश्यसला त्याक्षणी जाणवलं. थोड्या वेळानं ती उलटीची जाणीव ओसरली तेव्हा तिनं त्यांच्याकडे पाहिलं अन् म्हणाली, "मी ते हाड घेऊन जाते आणि तपास करते. कदाचित आपला तर्क चुकीचाही असेल. ते हाड ससा किंवा तशाच एखाद्या प्राण्याचंही असू शकतं."

त्यांनी मान हलवली 'शक्य नाही' मग अगदी शांतपणे ते म्हणाले, "ते काय उत्तर देतील ते मला ठाऊक आहे."

"तरीपण," प्रेश्यसनं आपला मुद्दा धरून ठेवला, "एका पाकिटात घालून ते माझ्याकडे द्या. मी घेऊन जाते."

काहीतरी बोलण्यासाठी मि. मातेकोनींनी तोंड उघडलं, पण मग विचार बदलला. आधी त्यांना वाटलं होतं की तिला धोक्याची सूचना द्यावी, असल्या वस्तूंच्या जवळपास जाणंही धोक्याचं ठरू शकतं वगैरे, पण त्यांनी तो विचारच मनातून झटकल्यासारखा केला. आपण तसं केलं तर त्याचा असा अर्थ होऊ शकतो, की आपला या गोष्टींवर, असल्या शक्तींवर विश्वास आहे अन् त्यांचा मुळीच विश्वास नव्हता, हीच गोष्ट सत्य होती. 'नक्की विश्वास नाही तुझा?' त्यांच्या दुसऱ्या मनानं लगेचच प्रश्न केला.

प्रेश्यसनं ते पाकीट आपल्या खिशात ठेवलं आणि त्यांना धीर देण्यासाठी म्हणून किंचित हसली, "मला काही होणार नाही. माझं संरक्षण होणार आहे यामुळे."

तिनं केलेल्या विनोदावर हसायचा दुबळा प्रयत्न त्यांनी केला, पण त्यांना ते शक्य झालं नाही. असले शब्द उच्चारून 'ती दैवी शक्तीला आव्हान तर देत नव्हती? देव करो अन् तिच्यावर पश्चात्ताप करायची वेळ न येवो.'

"आता मला एकच गोष्ट जाणून घ्यायचीये," त्यांच्या केबिनमधून बाहेर पडल्यावर तिनं विचारलं, "ती गाडी कुणाची होती?"

मि. जे. एल. बी. मातेकोनींनी आपली नजर सभोवार फिरवली. गाड्या दुरुस्त करणारी पोरं जवळपास नव्हती तरीदेखील अगदी खालच्या पट्टीत ते म्हणाले, "चार्ली गॉट्सो – तुम्हाला ठाऊकच आहे तो. त्याची गाडी आहे ही."

प्रेश्यसचे डोळे विस्फारल्यासारखे झाले.

"गॉट्सो? तो गॉट्सो? ज्याचं नाव सगळ्यांनाच ठाऊक आहे तो?"

त्यांनी होकारार्थी मान हलवली. कोण ओळखत नव्हतं चार्लीला? बोट्स्वाना-मधल्या अतिशय 'वजनदार' माणसांमध्ये त्याची गणना होत असे. राजकारणातल्या सगळ्या बड्या असामींच्या घरी त्याची ऊठबस असायची. त्यानं एखाद्याकडे कामासाठी शब्द टाकला अन् ते झालं नाही, असं कदापी व्हायचं नाही. 'चार्लीनं तुम्हाला अमुक गोष्ट कर' असं म्हटलं की तुम्ही ती करायची. 'का', 'कशासाठी' सारखे प्रश्न विचारायचे नाहीत. बस्स! कारण जर तुम्ही त्याचं म्हणणं, त्याची विनंती धुडकावलीत तर तुमचं काही खरं नसायचं. तुम्ही जिवंत राहता (तेवढं तुमचं भाग्य असेल तर) पण मग पावलापावलाला तुम्हाला अडचणींचा सामना करावा लागतो. समजा, तुम्ही नवीन व्यवसाय सुरू करण्यासाठी अर्ज केला असेल तर त्यासाठी आवश्यक असलेलं प्रमाणपत्र मिळायला विनाकारणच विलंब होतो, तुम्ही गाडीनं कुठे जात असाल तर वाटते अचानकच अडथळे उद्भवतात किंवा तुमचा नोकरवर्ग काही कारण न देता तुम्हाला सोडचिठ्ठी देतो. एक ना दोन! तात्पर्य काढायचं तर तुमचं आयुष्य एक अडथळ्यांची शर्यत होते अन् महत्त्वाची गोष्ट म्हणजे हे सगळं प्रत्यक्षात घडत असलं तरी तुम्ही छातीठोकपणे कुणाकडेही बोट दाखवू शकत नाही. लोक तुम्हाला म्हणतील, 'छे, आपल्या इथे बोट्स्वानात असं काही घडणं शक्यच नाही.' पण प्रत्यक्षात ते घडलेलं असतं, घडत असतं आणि हे फक्त तुम्हालाच ठाऊक असतं."

"अरे देवा," प्रेश्यसच्या तोंडून तिच्या नकळत उद्गार निघाला.

"मलाही तेच म्हणायचंय." मि. मातेकोनी हताशपणे म्हणाले, "अरे देवा म्हणणंच काय ते आपल्या हाती आहे."

हाताची बोटं तुटण्याची घटना आणि साप

'सुरुवातीला' या शब्दाचा अर्थ गॅबोरोनमध्ये तरी 'तीस वर्षांपूर्वी' असा लावला जातो. त्या काळात याठिकाणी फारच थोडे कारखाने होते. अगदी खरं सांगायचं, तर १९६६ मध्ये ज्यादिवशी बेछॉनालॅंड प्रोटेक्टोरेटवरचा ब्रिटिश राज्यकर्त्यांचा युनियन जॅक हा झेंडा खाली उतरवण्यात येऊन बोट्स्वाना देशाची निर्मिती झाली, ज्या संध्याकाळी प्रिन्सेस मरीनानं हा स्वातंत्र्यसोहळा अनुभवला. त्या काळात गॅबोरोनमध्ये एकही कारखाना नव्हता. त्या वेळी प्रेश्यस आठ वर्षांची होती अन् मोचुडीमधल्या सरकारी शाळेत शिकत होती. देशात काहीतरी अद्भुत घडतंय, ह्याची स्पष्ट जाणीव इतक्या लहान वयात तिला होणं शक्यही नव्हतं. 'आपण आता स्वतंत्र झालोय' असं लोक म्हणू लागले. तिला मात्र दुसरे दिवशी काही विशेष फरक जाणवला नाही. त्यामुळे स्वातंत्र्य म्हणजे नक्की काय हा प्रश्न तिच्या मनात अनुत्तरितच राहिला. आता मोठी झाल्यावर तिला या शब्दाचा अर्थ कळला होता आणि आपल्या देशानं गेल्या तीस वर्षांमध्ये जी प्रगती केलीय, त्याचा तिला सार्थ अभिमानही होता. ह्या देशात स्वातंत्र्यानंतर अनेक घडामोडी झाल्या होत्या. देशाची आर्थिक भरभराट झपाट्यानं झाली होती. इतकंच नव्हे, तर प्रशासनाच्या निकषावर संपूर्ण आफ्रिका खंडातील सर्वोत्तम देश, असं बोट्स्वानाच्या बाबतीत सगळं जग म्हणत होतं. पाठोपाठ आर्थिक सुबत्ताही आली होती. एकप्रकारचं सुवर्णयुगच अवतरलं होतं.

गॅबोरोनचा तर चेहरामोहराच बदलून गेला होता. नव्यानं वसलेलं गॅबोरोन म्हणजे जणू काही एक स्वप्ननगरीच होती. बालपणी जेव्हा ती पहिल्यांदा गॅबोरोनला गेली होती तेव्हा तिथे एकच मॉल होता आणि त्याच्याभोवती वर्तुळाकार रचनेत लोकांची राहाण्याची घरं होती. इथल्या सरकारी कचेऱ्या मोचुडीच्या कचेऱ्यांच्या मानानं खूप मोठ्या होत्या, पण सर सेरेत्से खामांचं, बोट्स्वानाच्या राष्ट्राध्यक्षांचं

निवासस्थान काही विशेष भव्य अन् दिमाखदार नव्हतं. जोहान्सबर्ग किंवा बुलावायोच्या तुलनेत गॅबोरोन तसं नगण्यच होतं. उद्योगधंदे, कारखाने तर औषधालाही सापडले नसते. सांगायचं तात्पर्य, अव्वाच्या सव्वा पसरलेला हा प्रचंड मोठा देश, ज्याचं काय करायचं ते ब्रिटिशांना कळत नव्हतं, सर सेरेत्से खामांच्या कारकिर्दीत जादूची कांडी फिरल्यावर बदलतो तसा बदलला होता. हिऱ्यांच्या खाणींनी पैशाचा पाऊस पाडला असं म्हटलं तर ती अतिशयोक्ती ठरली नसती.

मग हळूहळू बदल घडत गेले. एकापाठोपाठ एक उद्योगव्यवसाय सुरू झाले. प्रथम कुणीतरी लाकूडसामानाचा (फर्निचरचा) कारखाना सुरू केला. त्यापाठोपाठ बैठकीच्या खोलीत ठेवायच्या दणकट खुर्च्यांची निर्मिती करायला सुरुवात केली. त्यानंतर एकानं घरबांधणीत वापरतात त्या विटा उत्पादन करणारा छोटा कारखाना काढायचं ठरवलं. थोड्याच दिवसात प्रगतीचे वारे देशात वाहू लागले. लेबात्से मार्गावर मग एक वसाहत उभी राहिली. लोक तिला औद्योगिक वसाहत या नावानं ओळखू लागले. या नवीन बदलाचं तर लोकांनी अभिमानानं, उत्साहानं स्वागत केलं 'आपले उद्योगधंदे', 'आपले कारखाने' ह्याचाच अर्थ स्वातंत्र्य, असा कौल त्यांच्या मनानं दिला. कालांतरानं विधानसभेची इमारत निर्माण झाली, त्यानंतर मंत्रालय आलं. इथे लोकप्रतिनिधींना आपली मतं बिनदिक्कतपणे मांडण्याचं स्वातंत्र्य होतं आणि ते मनोधैर्यही त्यांच्यामध्ये हळूहळू निर्माण झालं.

प्रगतीचे वारे अधिकाधिक खेळू लागले, कारण नवे कारखाने उभे राहिले तशा उपजीविकेच्या अनेक संधी लोकांना मिळू लागल्या. आता तर फ्रान्सिसटाऊन मार्गावर एक ट्रकबांधणीचा कारखाना उभा राहिला होता. महिन्याला दहा ट्रक्सची जुळणी इथे होत असे आणि ठिकठिकाणी अगदी दूरवरच्या काँगोपर्यंत इथले ट्रक्स विकले जात आणि हे सगळं शून्यातून निर्माण झालं होतं, हीच मोठी नवलाची गोष्ट होती.

प्रेश्यस एकदोन कारखान्याच्या व्यवस्थापकांना ओळखत होती. एक कारखानदारही तिच्या माहितीतला होता. मोट्स्वाना जमातीतल्या या माणसाला दक्षिण आफ्रिकेत कधीही अनुभवायला न मिळालेलं स्वातंत्र्य हवं होतं. म्हणून त्यानं इथे गॅबोरोनमध्ये आपला छोटा कारखाना सुरू केला. अगदी कमी भांडवल लागेल अशा या कारखान्यात त्यानं बोल्ट बनवायला सुरुवात केली. त्यासाठी बुलावायोमध्ये एका लिलावात त्यानं काही जुनी मशीन्स विकत घेतली. सुरुवातीला तिथे फक्त तिघेजण काम करायचे – तो स्वत:, त्याचा एक मेहुणा अन् आणखी एकजण, जो डोक्यानं काहीसा कमीच होता. या कारखानदारानं त्याला एकदा झाडाखाली नुसताच बसलेला असताना पाहिलं. तिथून त्याला उचललं अन् आपल्याकडे कामाला लावलं. हळूहळू बोल्ट्सची वर्गवारी करण्याचे काम तो व्यवस्थितपणे करू लागला. धंद्याला चांगले दिवस आले. त्याचं कारण अगदी सोप्पं होतं. फक्त एकाच

प्रकारचे बोल्ट्स हा माणूस बनवायचा. हे बोल्ट्स घरांवर जे पत्रे छपरासाठी म्हणून वापरतात ते तुळयांवर बसविण्याच्या कामात वापरले जात. बोल्ट बनवण्याची प्रक्रिया अगदी साधी, सरळ होती अन् त्यासाठी फक्त एकच मशीन लागायचं हे. मशीनपण असं की ना त्यात काही बिघाड निर्माण व्हायचा ना त्याला विशेष तेलपाणी करायला लागायचं.

हेक्टर लेपोदिसेचा कारखाना भराभर वाढू लागला. प्रेश्यसची अन् हेक्टरची ओळख झाली तेव्हा त्याच्या कारखान्यात तीस मजूर कामाला होते. उत्तरेकच्या मोलावीरसारख्या दूरच्या भागातही त्याच्या बोल्ट्सची विक्री होत असे. सुरुवातीच्या काळात त्यानं काम करण्यासाठी बहुतेक वेळा आपल्या नातलगांचीच निवड केली, अपवाद होता फक्त त्या मंदबुद्धी मुलाचा. आता त्याला हेक्टरनं चहा बनवण्याच्या कामावर नेमलं होतं. एक प्रकारची बढतीच मिळाली होती त्याला. जसजसा कारखाना वाढू लागला, तसतशी नातेवाइकांची संख्या रोडावली आणि हेक्टर स्थानिक लोकांना कामावर नेमू लागला, परंतु कामगारांविषयी त्याचा दृष्टिकोन पूर्वीचाच राहिला. एका पित्यानं आपल्या मुलांची सर्वातोपरी काळजी घ्यावी तसा (कुटुंबप्रमुख या नात्यानं तो सगळे निर्णय स्वत:च घेत असे हेही तितकंच खरं होतं.) कुणाचा मृत्यू झाला तर इतरांना त्या वेळी सुट्टी मिळत असे. शिवाय आजारी पडलेल्यांना पूर्ण पगारी रजाही तो देत असे. साहजिकच त्याचे कामगारही त्याच्याशी नेहमीच एकनिष्ठ असत. अर्थात त्याचा अर्थ असा नाही की सगळं काही अगदी बिनबोभाट चाललं होतं. तिसांपैकी बारा कामगार त्याच्या नात्यातले होते, तर उरलेले अठरा स्थानिक लोक. साहजिकच त्यांच्यापैकी काहीजण त्याच्या चांगुलपणाचा गैरफायदाही घेत. अशाच एका घटनेनंतर प्रेश्यसकडे हेक्टर आला होता अन् त्यांची ओळख वाढत गेली होती.

प्रेसिडेंट हॉटेलच्या व्हरांड्यात कॉफी पिण्याच्या निमित्तानं दोघं एकत्र आले असताना हेक्टर तिला म्हणाला, ''नक्की सांगता येणार नाही मला, पण का कोण जाणे, मला त्या माणसाचा कधीच विश्वास वाटला नाही. केवळ सहा महिन्यांपूर्वी हा माणूस माझ्याकडे नोकरीला लागला अन् आता हे प्रकरण घडलंय.''

''ह्यापूर्वी कुठे काम करायचा हा माणूस?'' प्रेश्यसनं चौकशीदाखल विचारलं, ''तिथल्या लोकांचं काय मत आहे त्याच्याबद्दल?''

उत्तरादाखल हेक्टरनं नुसतेच खांदे उडवले अन् म्हणाला, ''आपल्या पलीकडच्या देशातून कुणाचं तरी शिफारसपत्र घेऊन तो आला त्यानंतर मी एकदा त्यांना पत्र लिहिलं पण त्यांनी उत्तर पाठवण्याची तसदी घेतली नाही. तुम्हाला ठाऊकच असेल, ते लोक म्हणजे स्वत:ला कुणीतरी मोठे समजतात अन् आपल्याला त्यांचे गुलाम असल्यासारखं वागवतात.''

प्रेश्यसनं संमतीदर्शक मान हलवली. तिला त्या लोकांविषयी माहिती होती, सगळेच काही अगदी वाईट नव्हते. पण जगाचा नियमच असा असतो की काही वाईट लोकांमुळे चांगल्या लोकांचे गुणही झाकोळल्यासारखे होतात. ही खरं तर फार दु:खाची बाब होती, पण त्याला काही इलाज नव्हता.

"तर तो सहा महिन्यांपूर्वी आमच्याकडे आला," हेक्टरनं पुढे बोलायला सुरुवात केली, "त्याला मशीनवर काम करणं चांगलं जमायचं हे पाहून मी त्याची आमच्या कारखानातल्या नवीन मशीनवर नेमणूक केली. हे मशीन मी एका डच माणसाकडून विकत घेतलं होतं. त्याचं काम मला आवडलं म्हणून मी त्याचा पगार दरमहा पन्नास पुलांनी वाढवला अन् एकदम अगदी अचानक त्यानं काम सोडलं आणि गायबच झाला."

"काही कारण सांगितलं असेल ना त्यानं?" प्रेश्यसनं प्रश्न केला.

हेक्टरच्या कपाळावर एक सूक्ष्मशी आठी उमटली, "मला तरी काही समजलं नाही. नेहमीप्रमाणे एका शुक्रवारी त्यानं त्याचा आठवड्याचा पगार घेतला आणि घरी गेला. त्यानंतर तो कामावर आलाच नाही. ही गोष्ट दोन महिन्यांपूर्वीची. त्यानंतर त्याच्याविषयी मला समजलं ते महालप्पेच्या एका वकिलाकडून. त्यांनी मला एक पत्र लिहिलं. त्याचा मतितार्थ असा की, त्याचे अशील मि. सॉलोमन मोरत्सींना माझ्याविरुद्ध कायदेशीर कारवाई करण्यासाठी एक खटला भरायचा आहे. त्याचं कारण काय तर म्हणे माझ्या कारखान्यात काम करत असताना त्याच्या एका हाताचं एक बोट अपघातात तुटलं. त्याबद्दल त्यांना चार हजार पुलाइतकी नुकसानभरपाई हवी आहे."

दोघांच्या कपांमध्ये पुन्हा एकदा कॉफी ओतल्यानंतर तिनं हेक्टरला विचारलं, "पण खरंच असा अपघात झाला होता का?"

"मी आमच्या कारखान्यात अपघातांच्या नोंदींसाठी एक वही ठेवली आहे. एखाद्या कामगाराला अपघात झाला तर त्यानं त्या अपघाताची सगळी माहिती त्यात नोंदवायची, असा नियमही आहे. त्या वकिलाच्या पत्रानुसार मी ती वही चाळून पाहिली तेव्हा त्यानं आपल्या उजव्या हाताचं एक बोट दुखवल्याचं त्यात लिहिलं होतं. त्यानं हेही लिहिलं होतं की अपघातानंतर त्यानं औषधोपचार करून घेतले होते अन् हातावर पट्टी बांधली होती. त्यानंतर तो हात बरा होतोय, असं त्याला वाटलं होतं. मी त्याच्या आजूबाजूला काम करणाऱ्या कामगारांजवळ चौकशी केली, तेव्हा एक जण म्हणाला, की हाताला जखम झाल्यामुळे थोडा वेळ मोरेत्सीनं मशीनवरचं काम थांबवलं होतं, कारण त्याला मलमपट्टी करणं आवश्यक होतं. त्यांना काहीच कल्पना नव्हती की जखम फार मोठी होती, त्यामुळे त्यांनी विशेष लक्ष दिलं नव्हतं."

"अन् त्यानंतर तो काम सोडून निघून गेला?"

"हो, दुखापत झाल्यानंतर काही दिवसांनी."

प्रेश्यसनं आपल्या मित्राचा चेहरा त्याच्या नकळत न्याहाळला. हा माणूस खोटं बोलणाऱ्यांपैकी वाटत नाही. शिवाय मालक म्हणून तो वागायला चांगला आहे हेही तिला ठाऊक होतं. आपल्या एखाद्या कामगाराला इजा झाली, दुखापत झाली तर ह्यानं नक्कीच वाऱ्यावर सोडलं नसतं, ह्याविषयी तिला खात्री होती, उलट त्याला सर्वतोपरी मदतच केली असती त्यानं.

कॉफीचा एक घोट घेऊन हेक्टर म्हणाला, "माझा त्या माणसावर मुळीच विश्वास नाही. म्हणजे सुरुवातीपासूनच नसावा असं मला आता वाटू लागलंय. मी तुम्हाला सांगतो मॅडम, माझ्या कारखान्यात त्याच्या हाताला इजा झाली, त्याचं बोट तुटलं, ह्यावर माझा तिळमात्र विश्वास नाही. त्याच्या हाताचं बोट तुटलं असेलच तर ते इतरत्र कुठेतरी असेल अन् त्या गोष्टीला मी जबाबदार नाही."

प्रेश्यस किंचित हसली, "तर या तुटलेल्या बोटाचा मी शोध घ्यावा अशी तुझी अपेक्षा आहे? त्यासाठीच इथे बोलावलंयस ना मला?"

हेक्टर मोठ्यानं हसला, "ते एक कारण, दुसरं त्याहून महत्त्वाचं कारण म्हणजे मला तुझ्याबरोबर इथं बसून गप्पा मारायला मनापासून आनंद वाटतोय, म्हणूनच मी तुला लग्नासाठी मागणी घालायचं ठरवलंय. अर्थात तुझं त्यावर काय उत्तर असेल तेही मला चांगलं ठाऊक आहे."

आपुलकीच्या भावनेनं प्रेश्यसनं आपल्या मित्राच्या दंडावर थोपटल्यासारखं केलं, "लग्न करण्यात मला हरकत काही दिसत नाही. पण काय आहे ना, देशातली एकमेव अव्वल क्रमांकाची स्त्री गुप्तहेर म्हणून काम करणं ही गोष्ट वाटते तितकी सोपी नाही. घरी बसायचं, स्वयंपाक करायचा अन् घराची देखभाल करायची हे काम मला जमणार नाही, हे तुला ठाऊक आहे."

हेक्टरनं मान हलवून तिचं मत न पटल्याचं दर्शवलं, "पण मी तुला केव्हाच कबूल केलंय की मी तुला स्वयंपाकासाठी एकच नव्हे तर दोन माणसं देईन. मग तर तुला तुझं काम चालू ठेवायला हरकत नाही."

प्रेश्यसनं नकारार्थी मान हलवली. "नको, म्हणजे त्याचं काय आहे मि. हेक्टर लेपोदिसे, तुम्ही मला कितीही वेळा लग्नाची मागणी घातलीत ना तरी माझं उत्तर तेच राहणार आहे. मित्र म्हणून छान वाटतोस मला तू, पण कुणी नवराबिवरा नकोय. एकदा एका नवऱ्याचा अनुभव घेतला तो मला जन्मभर पुरेल."

प्रेश्यसनं त्यानंतर हेक्टरच्या कारखान्यात जाऊन काही कागदपत्रांची छाननी केली. त्याची केबिन तशी फारच गैरसोयीची वाटली तिला, एक तर तिथे खूप गरम

होत होतं, दुसरं म्हणजे कारखान्यातला खडखडाटही त्या खोलीत फार जाणवत होता अन् तिसरं कारण तिथे मोकळी जागा अशी नव्हतीच. फाईल्स ठेवण्यासाठी असलेली दोन लोखंडी कपाटं अन् दोन टेबलखुर्च्या एवढंच सामान तिथे जेमतेम मावू शकत होतं. तऱ्हेतऱ्हेची कागदपत्रं – पावत्या, बिलं, तांत्रिक माहितीविषयक पुस्तकं टेबलावर अव्यवस्थितपणे पडलेली होती.

"माझं लग्न झालेलं असतं ना तर इथे हा एवढा पसारा पडला नसता. बायकोनं छान रचना केली असती सामानाची, एखादी फुलदाणी ठेवली असती माझ्या टेबलवर. खरंच एका गृहिणीमुळे केवढा फरक पडतो आयुष्यात." किंचित खिन्नपणे हेक्टर म्हणाला.

प्रेश्यस त्याचे शब्द ऐकून किंचित हसली, पण तेवढंच. तिनं समोर ठेवलेली नोंदवही उचलून तिची पानं उलटायला सुरुवात केली. ह्या वहीत अपघातविषयक घटनांच्या नोंदी होत्या. त्यामध्ये एक नोंद मोरेत्सीच्या अपघाताविषयीची होती. स्वत:चं नाव त्यानं मोठ्या अक्षरात लिहिलेलं होतं, पण अक्षराच्या वळणावरून त्याचं शिक्षण फारसं झालं नसावं असं तिला वाटलं. नोंद अशी होती –

> मोरेत्सीचं बोट – अंगठ्यापासून दुसऱ्या क्रमांकाचं – आज कापलं. त्या वेळी तो मशीनवर काम करत होता. उजवा हात. त्यानंच मलमपट्टी केली.
>
> सही – सॉलोमन मोरेत्सी. साक्षीदार – येशू ख्रिस्त.

प्रेश्यसनं वहीतली नोंद परत एकदा वाचली अन् मग वकिलानं पाठवलेल्या पत्रावर नजर टाकली. दोन्ही तारखांचा मेळ व्यवस्थित बसत होता. "माझ्या अशिलाच्या म्हणण्यानुसार गेल्या दहा मेला अपघात घडला. दुसरे दिवशी तो प्रिन्सेस मरीना हॉस्पिटलमध्ये गेला. तिथे त्याच्या हातावरील जखमेवर इलाज करण्यात आले, पण हाडाच्या आतील मगजास सूज येण्याची प्रक्रिया सुरू झाल्याचं निदर्शनास आल्यामुळे शल्यविशारदांनी शस्त्रक्रिया केली आणि बोटाच्या हाताजवळच्या (Proximal Phalangeal) सांध्यापाशी कापून काढलं. (हॉस्पिटलचा अहवाल सोबत जोडण्यात आला आहे) माझ्या अशिलाच्या म्हणण्यानुसार हा अपघात केवळ तुमच्या निष्काळजीपणामुळे घडला. तुम्ही आपल्या कारखान्यातील यंत्रांभोवती अपघातप्रतिबंधक कुंपण केलेलं नसल्यामुळे. त्यामुळे आपल्याविरुद्ध नुकसानभरपाई दावा लावण्यासाठी त्यानं मला आदेश दिला आहे. आपण माझ्या अशिलाचा दावा विचारात घ्यावा व त्वरेनं त्याला नुकसानभरपाईची रक्कम चार हजार पुला देऊन टाकावी हेच आपल्या व इतर सर्व संबंधितांच्या दृष्टीने सोयीचे ठरेल. कोर्टानं आदेश

दिलेल्या नुकसानभरपाईऐवजी वर निर्देशिलेली रक्कम मिळाल्यास माझे अशील आपला दावा मागे घेण्यास तयार आहेत.''

प्रेश्यसनं पत्राचा उर्वरित भागही वाचून काढला, पण त्यात वकील लोक नेहमी वापरतात, तसली क्लिष्ट कायदेशीर भाषाच वापरलेली असल्यामुळे त्यातून त्याला काही महत्त्वाचं सांगायचंय असं तिला वाटलं नाही. ही वकील मंडळी विचित्र असतात, असं तिचं लाडकं मत होतं. बोट्स्वाना विद्यापीठात वकिली विषयावर थोडीशी व्याख्यानं काय ऐकतात तर ह्यांना वाटू लागतं आपण सर्वज्ञ झालो – आपल्याला सर्व विषयातलं सखोल ज्ञान प्राप्त झालं आहे. जीवनाबद्दल त्यांना कितपत माहिती असते? आपल्या व्यावसायिक ज्ञानातून प्राप्त झालेल्या काही ठरावीक शब्दरचनांच्या आधारावर पोपटपंची करायची, लोकांच्या मागे लागून त्यांचा मानसिक छळ करायचा अन् त्यांना नुकसानभरपाईच्या नावाखाली लुबाडायचं, हाच त्यांचा धंदा असतो. लोकांना त्रास देऊन देऊन वैताग आणायचा. शेवटी ते माघार घेतात, तुमचं म्हणणं ऐकतात पण हे लोक मात्र या सगळ्याला व्यावसायिक कौशल्य असं गोंडस नाव देतात. जिथे लोकांच्या भावना जाणून कौशल्यपूर्ण रीतीनं गुंता सोडवण्याचं ज्ञान आणि शहाणपण आवश्यक असतं अशा तिच्यासारख्या व्यवसायात यापैकी फार थोड्या जणांचा टिकाव लागला असता.

मग तिनं वैद्यकीय अहवालांच्या प्रतीवरून नजर फिरवली. त्यामध्येही तीच माहिती होती, जी वकिलांनी साध्या शब्दांत मांडली होती. अहवालावरची तारीख बरोबर होती, पत्राच्या वरती लिहिलेलं हॉस्पिटलचं नावही बरोबर होतं, खाली असलेली डॉक्टरची सहीदेखील व्यवस्थित होती. ह्या डॉक्टरांचं नाव तिनं ऐकलं होतं.

प्रेश्यसनं वरती पाहिलं तेव्हा हेक्टर तिच्याकडेच बघत होता. तिच्या उत्तराची अपेक्षा त्याच्या नजरेत तिला स्पष्ट दिसली.

''मला तरी यामध्ये काही गफलत आहे असं वाटत नाही. मामला साधा, सरळ दिसतोय. या कुणा सॉलोमनच्या बोटाला जखम झाली अन् ती चिघळली. तुमचे विमाकंपनीचे लोक काय म्हणतात यावर?''

''ते दुसरं काय म्हणणार? त्यांचं म्हणणं आहे, मी नुकसानभरपाई म्हणून त्यानं मागितलेली रक्कम त्याला देऊन टाकावी. त्यानंतर ते मला ही रक्कम चुकती करतील की मामला खतम. त्यांच्या मते हाच उपाय शेवटी फायद्याचा ठरेल. तुम्हीदेखील वकील गाठलात की त्या वकिलाची फी इतकी वाढत जाते की शेवटी माणसाला वाटतं, त्यापेक्षा नुकसानभरपाई देणं स्वस्तात पडतं अन् सोयीस्करही. मला या अधिकाऱ्यांनी असंही सांगितलंय की कोर्टात न जातासुद्धा ते आम्हाला दहा हजार पुला द्यायला तयार आहेत. अर्थात याविषयी मी कुणाजवळ वाच्यता करू

नये अशी त्यांची मागणी आहे, नाहीतर लोकांचा असा समज होतो की विमाकंपन्यांना सहजपणे गटवता येतं.

"त्यांचा सल्ला ऐकावा, असं नाही वाटत तुला?" प्रेश्यसनं विचारलं. कारण तिचंही असंच मत होऊ लागलं होतं. कारण दुर्घटना घडली होती हे उघड दिसत होतं, ह्या कामगारानं आपलं बोट गमावलेलं होतं, हेही एक निर्विवाद सत्य होतं. त्यामुळे त्याला नुकसानभरपाई मिळायलाच हवी होती अन् विमाकंपनीही काही काचकूच न करता पैसे द्यायला तयार होती, मग हेक्टरनं तरी या विषयाचं एवढं अवडंबर का करावं?

तिच्या मनातल्या विचारांची कल्पना हेक्टरला आली. "मी पैसे देणार नाही. अगदी साफ नाही म्हणणार आहे मी. हा माणूस मला फसवतोय, ह्याची मला खात्री वाटत असताना का मी त्याला पैसे द्यावेत? मी आज त्याला नुकसानभरपाई दिली तर उद्या तो आणखी कुणालातरी अशाच पद्धतीनं फसवेल. त्याला पैसे देण्यापेक्षा मी हे चार हजार पुला एखाद्या गरजू माणसाला देणं पसंत करेन."

मग त्यानं दरवाज्याकडे बोट दाखवलं. त्यापलीकडे कारखान्याचा विभाग होता. "माझ्याकडे एक स्त्रीकामगार आहे. तिला दहा मुलं आहेत, दहा मुलं." त्यानं पुन्हा एकदा उच्चार केला आणि म्हणाला, "अगदी प्रामाणिकपणे ती काम करते, तिला चार हजार पुला दिले तर बिचारीला केवढी मदत होईल."

"पण तिनं आपल्या हाताचं बोट गमावलेलं नाहीये." प्रेश्यसनं त्याला थांबवत म्हटलं, "बोट गमावल्यामुळे या सॉलोमनला कुठे चांगलं काम करता येत नसेल तर त्याला या पैशांची गरज भासेलच ना?"

"ह्यॅ, तो एक महाबदमाश माणूस आहे. मी कामावरून काढू शकलो नाही कारण त्याच्याविरुद्ध माझ्याकडे काही पुरावा नव्हता. पण तो काय प्रकारचा माणूस आहे, हे मी पुरतं ओळखलेलं होतं. मीच नव्हे तर इतर अनेक जणांना तो आवडत नाही. आमच्याकडे चहा करणारा बिनडोक मुलगादेखील हेच सांगेल तुला सॉलोमनविषयी. अग, तो त्याला चहा नेऊन द्यायलादेखील तयार नसायचा. कधी मला म्हणायचा, 'तो माणूस नाही, कुत्रा आहे अन् कुत्री कुठे चहा पितात?' त्या अर्धवट मुलानंदेखील जोखलं होतं या माणसाचं पाणी."

"पण हे पाहा, मनात एखाद्याविषयी काहीतरी संशय बाळगणं आणि तो सिद्ध करता येणं, या दोन्हीमध्ये बराच फरक आहे." प्रेश्यसनं त्याला समजावण्याचा प्रयत्न करत म्हटलं. उद्या लोबात्सेच्या न्यायालयात खटला उभा राहिला तर तुम्हाला असली कारणं देता येणार नाहीत. न्यायाधीशमहाराज हसतील तुम्हाला अन् त्यांचं त्यात काही चूक नसतं. साक्ष देताना कोर्टात कुणी असा भोंगळ युक्तिवाद केला तर ते हसणारच की."

यावर हेक्टरला काही बोलता आलं नाही, तेव्हा प्रेश्यसनं त्याला परत एकदा समजावलं, ''मी सांगते तुला, हे प्रकरण मिटवून टाक. विमाकंपनीचे लोक जे सांगत आहेत ते ऐक, नाहीतर चार हजार पुलांपेक्षा बरीच मोठी रक्कम तुला खर्च करावी लागेल.''

हेक्टरला मात्र हा युक्तिवाद म्हणजे एक सोयीस्कर पळवाट वाटत होती, ''हे पाहा,'' दातओठ आवळत रागानं त्यानं स्पष्ट सांगितलं, ''ज्या प्रकरणात माझा काहीही दोष नाही किंवा गुन्हा नाही तिथे मी छदामही देणार नाही कुणाला. तूच ऐक मी काय सांगतो ते. ह्या माणसानं काय लफडं केलंय ते तू शोधून काढ. त्यासाठी एक आठवड्याचा वेळ घे हवं तर. त्यानंतर जर तू मला सांगितलंस की चूक माझीच आहे तर अगदी विनातक्रार मी त्याला पैसे देऊन टाकेन. मग तर झालं?''

''ठीक आहे.'' अशा अर्थानं तिनं मान डोलावली. आपला काही दोष असताना कुणीतरी आपल्यावर गुन्ह्याचा आरोप करून आपल्याला लुटण्याचा प्रयत्न करावा, ही गोष्ट हेक्टरला अजिबात मान्य नव्हती अन् त्याची ही भूमिका प्रेश्यसला पटली नाही असं नाही. बरं, या कामासाठी ती जी रक्कम त्याला आकारणार होती ती फार मोठी असणार नव्हती. शिवाय हेक्टर एक पैसेवाला माणूस होता. आपले पैसे त्यानं कशासाठी, कोणत्या पद्धतीनं खर्च करावेत, हे ठरवण्याचा नैतिक अधिकार त्याला नक्कीच होता आणि तो तत्त्वासाठी लढत होता हेही सूर्यप्रकाशाइतकं स्वच्छ होतं. त्याच्या म्हणण्यानुसार जर मोरेत्सीचा हेतू दुसऱ्याची बदनामी करून त्याला लुटण्याचा असेल तर त्याला आपण न बधणं हेच योग्य होतं. आपण त्याच्या धाकदपटशाला बळी पडलो तर आपण त्याच्या दुष्टप्रवृत्तींना खतपाणीच घातल्यासारखं होईल, ही सगळी विचारसरणी तिला पटली अन् तिनं हेक्टरचं काम करायचं कबूल केलं. आपल्या छोट्या पांढऱ्या व्हॅनमधून परत जात असताना तिच्या मनात विचार आला, आपण हे काम अंगावर घेतलंय खरं, पण आता ही गोष्ट सिद्ध कशी करायची की मोरेत्सीचं बोट तुटलं होतं पण ते कारखान्यात काम करताना नव्हतं? गाडी ऑफिससमोर उभी करून ती आपल्या ऑफिसमध्ये शिरली तेव्हा थंड हवेच्या झोतानं तिचं शरीर अन् मनही प्रफुल्लित झालं. पण मनातल्या प्रश्नाला काही उत्तर सापडलेलं नव्हतंच. 'खरं पाहिलं तर काही अर्थ नाही या केसमध्ये' ती स्वत:शीच पुटपुटली.

त्या रात्री ती काम आटोपून बिछान्यावर आडवी झाली तरी तिला झोप येईना. बराच वेळ असा गेल्यावर ती उठली तिनं पायात आपल्या गुलाबी सपाता घातल्या. काही दिवसांपूर्वी पायाला विंचू चावला होता तेव्हापासून ती सपातांशिवाय घरात एक पाऊलही टाकत नसे अन् स्वयंपाकघरात जाऊन स्वत:साठी एक कप बुश टी बनवला.

रात्रीच्या वेळी घर किती वेगळं भासायचं! तसं पाहिलं तर सगळं काही जागच्या जागी होतं, पण रात्रीच्या अंधुक प्रकाशात तिला घरातलं फर्निचर जास्तीच कंगोरेदार वाटलं आणि भिंतीवर लावलेली चित्रं त्रिमितीदर्शक – अधिक जिवंत भासली. रात्रीच्या वेळी आपण सगळे एकमेकांना अनोळखी वाटतो, अगदी स्वत:ची देखील ओळख पटत नाही असं तिनं कुठेतरी वाचलं होतं ते आत्ता चहा पिताना तिला आठवलं अन् वाटलं, किती तथ्य आहे या विचारात. घरातल्या ज्या वस्तू दिवसा तिला ओळखीच्या वाटत, त्या आत्ता तिला परक्याच्या असल्यासारख्या वाटल्या. तिला वाटलं, या वस्तू कुणातरी प्रेश्यस रामोत्स्वे नावाच्या स्त्रीच्या आहेत, पण ती स्त्री म्हणजे गुलाबी सपाता घातलेल्या आपण नव्हेच! फायरप्लेसच्या वरच्या बाजूला ठेवलेला डॅडींचा फोटोसुद्धा तिला तिच्या वडिलांपेक्षा वेगळा वाटला. फोटोतले निळा चमकदार सूट घातलेले डॅडी – त्यांनी केवढा त्याग केला होता तिच्यासाठी – त्यांची अखेरची इच्छा हीच होती, की तिनं व्यवसायात यशस्वी व्हावं, तिचा उत्तम जम बसावा. आपली मुलगी एका सुप्रसिद्ध गुप्तहेर संस्थेची – स्त्रियांची अव्वल क्रमांकाची गुप्तहेर संस्थाची – मालकीण आहे हे कळल्यावर त्यांना तिचा केवढा अभिमान वाटला असता. प्रेश्यस रामोत्स्वेला आता सरकारदरबारी पण ओळखत होते. सरकारी मंत्री, सचिव यासारख्या मंडळींशी तिची ओळख होती. अगदी अलीकडची गोष्ट. त्या दिवशी हेक्टरला भेटून प्रेसिडेंट हॉटेलमधून ती बाहेर पडत होती, तेव्हा चुकून ती मालावीच्या उच्चायुक्तांना धडकणार होती आणि तिला पाहताच ते चेष्टेनं म्हणाले होते, ''गुड मॉर्निंग मिस रामोत्स्वे. आत्ता पडणार होतो ना मी तुमच्या धक्क्यानं. अर्थात बाकी दुसऱ्या कुणाचा धक्का लागून पडण्यापेक्षा तुमचा धक्का मी केव्हाही पसंत करेन.'' हे सगळं ऐकल्यावर तर त्यांचा ऊर लेकीविषयीच्या अभिमानानं भरून आला असता. एका उच्चायुक्ताबरोबर ओळख असणं, ही काय साधीसुधी गोष्ट आहे का? अन् त्यांची नुसती तोंडओळख नव्हती तर ते तिला तिच्या नावानं ओळखत होते. ही केवढी अपूर्वाईची गोष्ट असती डॅडींच्या दृष्टीनं! अर्थात प्रेश्यसला स्वत:ला मात्र या गोष्टीचं विशेष अप्रूप नव्हतं, अगदी उच्चायुक्तांच्या ओळखीचंदेखील. पण एका पित्याला आपल्या मुलीच्या यशाचं कौतुक वाटलंच असतं अन् ते अगदी स्वाभाविकही ठरलं असतं. चहा पिताना तिला याच गोष्टीची खंत वाटली, की आपले डॅडी आपल्या यशाचे साक्षीदार नाही होऊ शकले.

हातात चहाचा कप घेऊन ती बाहेर आली अन् तिच्या दृष्टीनं जी सर्वांत आरामदायी खुर्ची होती तिच्यावर बसली. हवेत बराच उकाडा होता, रात्रीच्या अंधारातलं कुत्र्यांचं भुंकणं, एकमेकांच्या अंगावर गुरगुरणं तिला स्पष्ट ऐकू येत होतं. खरं सांगायचं तर आता तिकडे लक्ष जाऊ नये इतकं ते सवयीचं झालं

होतं. कायम आपल्याच सावल्यांबरोबर भांडणारे मूर्ख प्राणी असं तिचं प्रामाणिक मत होतं या निशाचरांबद्दल.

तिला हेक्टरची आठवण आली. तसा बराच हेकेखोर माणूस होता तो अन् जनमानसातली त्याची प्रतिमाही तशीच होती, पण त्याच्यामध्ये एक प्रकारचा प्रामाणिकपणाही होता अन् त्यामुळेही असेल, पण तिला त्याच्याबद्दल आदरच वाटायचा. त्याचं म्हणणं काही चुकीचं नव्हतं, काय म्हणून त्यानं सॉलोमनला पैसे द्यावेत? आणखी काय बरं म्हणाला होता तो? आज जर मी त्याला पैसे दिले तर उद्या तो हीच क्लृप्ती वापरून इतरांनाही फसवेल अन् पैसे उकळत राहील. क्षणभर ती स्तब्ध बसली. काहीतरी विचार मनात आला असावा त्यामुळे मग तिनं हातातला चहाचा मग टेबलावर ठेवला. एकदम तिच्या मनात एक कल्पना तरळली – बहुतेकवेळा हाच प्रकार घडायचा. कशावरून त्यानं ह्या क्लृप्तीचा प्रयोग हेक्टरवरच केला नसेल? कदाचित त्यानं या आधीच कुणाकडून तरी पैसे मिळवलेले असतील, हेक्टरच त्याच्या बळीचा पहिला बकरा कशावरून नसेल?

हा विचार तिच्या डोक्यात आल्यानंतर तिच्या मनातली अस्वस्थता कमी झाली. आता झोपेच्या आधीन होणं अवघड नव्हतं. दुसरे दिवशी सकाळी ती जागी झाली, तीच एका नव्या आत्मविश्वासानं. थोड्या आवश्यक अशा चौकशा करायच्या अन् गरज भासली तर महालप्पेला जायचं आणि मोरेत्सीचा डाव उधळून पाडायचा, या विचारासरशी तिच्या अंगातला उत्साह वाढला. तिनं झटपट नाश्ता बनवला. तयार झाली आणि थेट ऑफिसात पोहोचली. हिवाळा आता सरत आला होता, त्यामुळे हवा आल्हाददायक होती आणि आकाशही निरभ्र होतं. कुठूनतरी लाकडांच्या धुराचा मंदसा वास येत होता. तिला मोचुडीत घालवलेल्या बालपणाच्या दिवसांची आठवण आली. रात्रीच्या वेळी पेटवलेल्या शेकोट्या पहाटेच्या सुमारास विझत यायच्या तेव्हा असाच वास यायचा. निवृत्ती घ्यायची ठरवली की परत मोचुडीला जायचा विचार तिच्या मनाला सुखावून गेला. तिथं एखादं घर विकत घ्यायचं किंवा मनासारखं घर बांधून घ्यायचं. आपल्या काही चुलत-मामे भावंडांना आपल्याबरोबर राहायला बोलवायचं. कलिंगडांची शेती करायची अन् गावात एखादं दुकानही विकत घ्यायचं. मग रोज सकाळी घरासमोरच्या अंगणात बसायचं, लाकडाच्या धुराचा वास छातीत भरून घ्यायचा अन् मित्रमैत्रिणींशी गप्पा मारत मजेत दिवस घालवायचा. तिला गोऱ्या लोकांचं अशा वेळी फार वाईट वाटायचं. त्यांना असं काही न करता आरामात स्वस्थ बसून राहणं जमायचंच नाही. बघावं तेव्हा हे लोक कसल्या ना कसल्या तरी घाईतच असायचे अन् अवतीभोवती घडणाऱ्या गोष्टींविषयी उगीचच काळजी करत बसायचे. घडणाऱ्या गोष्टी तर घडणारच होत्या ना? तिला वाटे, आयुष्यभर कष्ट करून पैसा कमवायचा, पण तो उपभोगता येत नसेल तर

उपयोग तरी काय त्याचा? निवृत्तीचे, विसाव्याचे क्षण घालवताना कसं निवांत असावं, गायीगुरं मजेत चरताहेत, ते शांतपणे पाहत राहावं. ह्यालाच तर म्हणतात निवृत्तीतलं सुख. पण त्यापैकी कशाचीच त्या गोऱ्या लोकांना कल्पना नसावी. क्वचित कधी एखादा गोरा माणूस भेटायचा, ज्याला काळ्या लोकांप्रमाणे ह्या सगळ्या गोष्टी समजायच्या. पण अशी माणसं अपवादात्मकच होती अन् त्यामुळेच इतर गोरे लोक त्यांच्याकडे एक प्रकारच्या संशयी वृत्तीनं पाहायचे.

तिचं ऑफिस झाडून साफ करणारी बाई केव्हाच आलेली होती. प्रेश्यसनं तिच्या घरच्यांची चौकशी केली आणि तिनंही मोजक्या शब्दांत प्रेश्यसच्या प्रश्नांची उत्तरं दिली. तिचा एक मुलगा एका तुरुंगात वॉर्डन होता, तर दुसरा सन हॉटेलमध्ये स्वयंपाकविषयक प्रशिक्षण घेत होता. दोघांचंही व्यवस्थित चाललेलं होतं. रामोत्स्वे मादाम तिच्या मुलांची प्रेमानं चौकशी करत, त्याबद्दल तिला फार बरं वाटत असे. आज मात्र प्रेश्यसनं तिला जास्त बडबड करायला वाव दिला नाही, कारण तिला बरीच कामं उरकायची होती.

प्रेश्यसनं व्यवसाय माहितीपुस्तकातून तिला हवी असलेली माहिती काढली. गॅबोरोनमध्ये विमा व्यवसाय करणाऱ्या दहा कंपन्या होत्या. त्यापैकी चार कंपन्या छोट्या होत्या आणि बहुतकरून त्या विशिष्ट प्रकारची कामंच करत असाव्यात. उरलेल्या सहा कंपन्यांची नावं प्रेश्यसला ऐकून माहिती होती. त्यांच्यापैकी चारांसाठी तिनं हेरगिरीही केलेली होती. त्यांची यादी तिनं तयार केली, फोननंबर टिपून घेतले आणि कामाला सुरुवात केली.

पहिल्या कंपनीचं नाव होतं बोट्स्वाना ईगल कंपनी. त्यांनी मदत करायची तयारी दाखवली, पण प्रेश्यसला हवी असलेली माहिती त्यांच्याकडे नव्हती. त्यानंतर तिनं ज्या दोन कंपन्यांना फोन केले त्या होत्या म्युच्युअल लाईफ कंपनी ऑफ सदर्न आफ्रिका आणि सदर्न स्टार इन्श्युअरन्स कंपनी. दोन्हींनी माहितीबाबत नकारघंटा वाजवली. पण चौथ्या कंपनीनं कलहारी अपघात आणि नुकसानभरपाईनं उत्तर दिलं, ''तुम्हाला हवी असलेली माहिती मिळेल, पण त्यासाठी आम्हाला तास दोन तास वेळ द्या.'' त्यानंतर त्यांनी तिला हवी असलेली माहिती पुरवली. 'चला, पहिली बाजी तर मारली.' तिनं स्वत:चीच पाठ थोपटली.

''आमच्याकडे या नावाच्या एका माणसाचा विनंतीअर्ज आला होता. दोन वर्षांपूर्वी एका मोटारदुरुस्ती गॅरेजकडून आमच्याकडे असा दावा करण्यात आला. त्यांच्या एका कर्मचाऱ्याच्या हाताच्या बोटाला दुखापत झाली होती. पेट्रोल पंपावर पेट्रोलवर दाब ठेवणारी तोटी बसवताना त्याचं एक बोट दुखावलं गेलं होतं. काही दिवसांनी त्यानं ते बोट गमावलं कारण ते सडू लागलं. म्हणून त्याच्या मालकानं आपल्या विमापॉलिसीवर नुकसानभरपाईचा दावा केला.

प्रेश्यसच्या काळजाचा जणू ठोकाच चुकला, "त्यानं चार हजार पुलांची मागणी केली?" तिनं अधीरतेनं विचारलं.

"जवळजवळ तितकीच." क्लार्कनं उत्तर दिलं, "आम्ही त्याला तीन हजार आठशे पुला दिले."

"उजव्या हाताचं अंगठ्यापासूनचं दुसरं बोट?" प्रेश्यसनं प्रश्न विचारणं चालूच ठेवलं.

त्या क्लार्कनं काही कागद उलटले असावेत, असं फोनवरच्या आवाजावरून प्रेश्यसला वाटलं, "हो." ती म्हणाली. "इथे एक वैद्यकीय अहवाल आहे, त्यात लिहिलंय – पण त्या शब्दाचा उच्चार कसा करायचा ते मला माहीत नाही काहीतरी ऑस्टिओमाय...."

"ऑस्टिओमायलायटिस." प्रेश्यसनं पूर्ण शब्द उच्चारला,"त्यामुळे बोट -- - या सांध्यापाशी कापावं लागलं?"

"हो, अगदी तस्संच लिहिलंय या अहवालात." क्लार्कनं उत्तर दिलं.

प्रेश्यसला आणखी एक-दोन मुद्द्यांवर माहिती हवी होती, ती तिनं मिळवली, क्लार्कचे आभार मानले आणि फोन ठेवून दिला. काही मिनिटं ती स्तंभित झाल्या-सारखी एका जागी खिळून राहिली. आपण ही लबाडी इतक्या पटकन उघडी पाडू शकलो, या गोष्टीचं तिला समाधानही वाटलं. अर्थात, अजून बऱ्याच गुंतागुंतीची उकल करायची बाकी होती आणि त्यासाठी तिला महालप्येला जावं लागणार होतं. या मोरेत्सीला तर तिला भेटायचं होतंच, पण त्या वकीलमहाशयांबरोबरच्या भेटीचा विचारही तिला उत्तेजित करत होता, त्यासाठी दोन-तीन तास गाडी चालवण्याचे कष्ट तिला घ्यावे लागणार होते, तेही त्या भयानक फ्रान्सिसटाऊन मार्गावर. पण जर तिला त्या वकिलाचे अन् त्याच्या अशिलाचे वाभाडे काढता आले तर या सगळ्या त्रासाची पुरेपूर वसुलीही होणार होती.

तिनं वकिलाला फोन केला, तेव्हा त्याच्या आवाजावरून तिला असं वाटलं की तिला भेटण्यासाठी वकीलमहाशय आतुरच होते. त्यामुळे त्यांनी त्याच दिवशी दुपारची वेळ ठरवली. हेक्टरनं तिची नुकसानभरपाईची बोलणी करण्यासाठी नेमणूक केलीय, असं त्यानं गृहीत धरलं. एका बाईला पटवणं म्हणजे आपल्यासारख्या अनुभवी वकिलाच्या डाव्या हाताचा मळ असाही विचार त्याच्या मनात आला. आता तर आपण चार हजार पुलापेक्षाही थोडी जास्तच रक्कम मागायची. तिला म्हणायचं, 'काही नवीन मुद्दे उजेडात आले आहेत, ते विचारात घेता चार हजार पुला योग्य नुकसानभरपाई होत नाही.' आपण तिच्याशी बोलताना अपेक्षित रक्कम हा शब्द-प्रयोग करायचा. तो शब्द लॅटिन भाषेतील आहे असं त्याला वाटत होतं. शिवाय हायकोर्टानं अलीकडेच दिलेल्या एका निर्णयाचा उल्लेख करायचा. इतकंच

नव्हे, तर ब्लोअेमफाँटेनमधील अॅपेलेट डिव्हिजनचा दाखलाही द्यायचा. मग अशी घाबरेल बाई, की ज्याचं नाव ते. सुतासारखी सरळ येईल. 'हो, मोरेत्सीपण येईल त्या वेळी' असंही त्यानं तिला फोनवर सांगितलं – म्हणजे तसा तो रिकामा नाहीये. पण छे, असं नाही चालणार, ''तो सध्या बेकारच आहे. हाताला झालेल्या इजेमुळे बिचारा काम कसा करू शकणार? मी त्याला बोलावून घेतो.'' तो स्वत:ला सावरून घेत म्हणाला.

फोन खाली ठेवताना प्रेश्यस स्वत:शीच हसली. खुषीत येऊन 'हा मोरेत्सी कुठल्यातरी दारूच्या गुत्त्यात दारू ढोसत बसला असणार आणि तिथूनच त्याला वकीलसाहेब निरोप पाठवून बोलावून घेतील. तिनं अंदाज केला, की त्याला 'लवकरच चार हजार पुला मिळणार आहेत' असा विचार करून स्वारी ते पैसे हातात पडण्यापूर्वीच उडवायलाही सुरुवात करेल, पण बच्चमजी, तुम्हाला कुठे ठाऊक आहे, तुमच्या भविष्यात काय लिहून ठेवलंय ते अन् तुझी अखेरही माझ्याच हातून होणार आहे – या मिस रामोत्स्वेच्या हातून!

तिनं आपल्या सेक्रेटरीला ऑफिसकडे लक्ष द्यायला सांगितलं आणि ती बाहेर पडली. आपल्या छोट्याशा पांढऱ्या व्हॅनमधून ती आता महालप्पेला निघाली होती. सकाळचा गारवा केव्हाच गायब झाला होता. हवेतला उष्मा क्षणाक्षणाला वाढत होता. आणखी काही महिन्यात हवा इतकी गरम होईल की दुपारच्यावेळी बाहेर पडणं मुष्किल होईल. तिनं आपल्या बाजूची खिडकी उघडी ठेवली त्यामुळे व्हॅन थोडी गार झाली. शुष्कविभाग संशोधनकेंद्रावरून तिनं गाडी पुढे घेतली. थोड्याच अंतरावर एक रस्ता मोचुडीकडे जात होता. ती मोचुडीच्या पूर्वेला असलेल्या टेकड्यांना मागे टाकून पुढे गेली. त्यापुढे एक खोल, विस्तीर्ण अशी दरी होती. तीही तिनं पार केली. ह्या भागात वैराणपणाशिवाय दुसरं काही नव्हतं. खुटयाळ गवताच्या या प्रदेशाच्या एका बाजूला कलहारी वाळवंट होतं. दुसऱ्या बाजूला लिम्पोपोचा सपाट प्रदेश. तुरळक दिसणाऱ्या गायी, क्वचित कुठेतरी 'करकर' असा आवाज करत फिरणारी पवनचक्की – तहानलेल्या गुरांसाठी या पवनचक्कीमुळे थोडंफार पाणी मिळायचं. तिच्या मनात आलं, केवळ उजाडपणाच मुबलक प्रमाणात दिसतो. आपल्या देशात धरणीचं रितंपण हीच जणू तिची दौलत होती.

महालप्पेला पोहोचायला अर्धा तास उरला असेल तेवढ्यात अचानकपणे रस्त्यावर एक साप प्रेश्यसच्या दृष्टीस पडला. काळ्याभोर डांबरी रस्त्यावर तो गर्द हिरवा साप अगदी उठून दिसला. प्रेश्यसनं प्रथम पाहिला तो त्याचा फणा. रस्त्यावर आलेला त्याचा निम्माअर्धा भाग, पण पुढच्याच क्षणी तिची गाडी त्या सापाच्या जवळून गेली. साप गाडीच्या खाली आला. तिनं श्वास रोखून धरत गाडीचा वेग कमी केला. त्याच वेळी समोरच्या आरशातून मागे पाहिलं, पण आता तो साप

तिला कुठे दिसेना. कुठे गेला साप? इतक्या कमी वेळात त्यानं रस्ता पार केला असेल? छे शक्यच नाही. तिनं त्याला गाडीखाली जाताना पाहिलं होतं. पुढच्याच क्षणी एक ठप्पसा आवाज झाला होता.

रस्त्याच्या कडेला गाडी थांबवून तिनं परत एकदा समोरच्या आरशात पाहिलं. पण साप कुठेच दिसत नव्हता. तिनं स्टिअरिंग व्हीलकडे बघून हातानं त्यावर ठेका धरल्यासारखं केलं. ती विचारात पडली साप अतिशय वेगानं धावतात त्यामुळेच तो आपल्याला दिसला नसेल असं मानलं क्षणभर. पण ते कसं शक्य आहे? आपलं लक्ष होतंच की! सापही काही अगदी लहानसा नव्हता की क्षणार्धात तो अदृश्य होऊ शकेल. मग तिला शंका आली, नव्हे तिची खात्रीच पटली, की साप गाडीत घुसला असणार, एकतर इंजीनमध्ये कुठेतरी असणार, नाहीतर तिच्या सीटखाली. ह्या अशा गोष्टी अनेकदा घडतात असं तिनं ऐकलं होतं. काही वेळा तर इतक्या झटकन असा एखादा साप शेजारच्या सीटवर अवतरतो की ड्रायव्हरची बोबडीच वळते, पुढल्या क्षणी साप त्याला दंश करतो की खेळ खल्लास! गाडी चालवत असताना काही लोक सर्पदंशामुळे स्टिअरिंग व्हीलवर डोकं ठेवलेल्या मृतावस्थेत आढळलेले तिनं ऐकलं होतं. अशा प्रसंगातसुद्धा ते साप रस्त्यावरून गाडीत उडी मारावी तसे घुसायचे. ते गाडीच्या खालच्या बाजूला असलेल्या एखाद्या पाईपमधून किंवा एखाद्या दांड्याला धरून.

'या क्षणी गाडीतून बाहेर पडावं' अशी तीव्र इच्छा प्रेश्यसच्या मनात उफाळून आली. तिनं हळूच गाडीचं दार उघडलं. सुरुवातीला काहीसं दबकतच. मग तिनं ते एकदम ढकलल्यासारखं करून गाडीतून उडीच मारली. त्याक्षणी तिचा ऊर धपापत होता. आपल्या या छोट्याशा व्हॅनमध्ये खालच्या बाजूला तो हिरवा साप कुठेतरी दडून बसलाय, ह्याची तिला खात्री वाटू लागली; पण आता तो साप बाहेर कसा काढायचा? तो कुठल्या प्रकारचा साप होता, हेही तिला आठवेना. त्याचा हिरवा रंग तिला आठवला म्हणजे तो माम्बा जातीचा साप तर नक्कीच नव्हता. अर्थात हिरव्या रंगाच्या माम्बा सापांविषयी तिनं वाचलेलं, ऐकलेलं होतं. पण ते बोट्स्वानातल्या या भागात कधीच आढळून येत नाहीत, हेही तिला ठाऊक होतं. हे हिरवे माम्बा साप बहुतेक वेळा झाडांवर राहतात. खुरट्या गवताळ प्रदेशात ते कधीच दिसून येत नाहीत. मग तो नाग तर नसेल? शक्य आहे. नागाप्रमाणेच तो मोठा होता आणि हिरव्या रंगाचे, भरपूर लांबीचे नाग बऱ्याच ठिकाणी आढळतात.

काहीही हालचाल न करता ती स्तब्ध उभी राहिली. साप आपल्याकडे पाहत असेल, ती जवळ आली की तो तिला दंश केल्याशिवाय राहणार नाही ह्याची तिला खात्री होती. कुणी सांगावं, आत्तापर्यंत हळूहळू सरपटत तो गाडीच्या आत घुसला असेल अन् तिच्या सीटखालीच दबा धरून बसला असेल. तिनं खाली वाकून साप

गाडीखाली आहे का ते पाहिलं. पण नुसतं ओणवं होऊन तिला गाडीचा खालचा भाग नीट दिसेना. त्यासाठी तिला गुडघ्यावरच बसायला हवं होतं, पण ती तशी बसलेली असताना सापानं तिच्यावर हल्ला केला तर तिला पटकन उठून उभं राहता आलं नसतं. ती ताठ उभी राहिली अन् तिच्या मनात हेक्टरचा विचार आला. ह्या अशा प्रसंगात नवऱ्याची खरी गरज भासते. पूर्वीच तिनं त्याची लग्नाची मागणी स्वीकारली असती, तर आजच्या प्रसंगी ती महालप्पेला एकटीच जात नसती. तिच्याबरोबर गाडीत एक पुरुष असता. एव्हाना त्यानं गाडीखाली जाऊन सापाला कशानंतरी ढोसून बाहेरही काढलं असतं.

पण या क्षणी ती एकटीच होती, हेच वास्तव होतं. जिकडेतिकडे सामसूम होती. खरं म्हणजे त्या रस्त्यावरून अधूनमधून एखादा ट्रक किंवा गाडी जायला हवी होती. पुढच्याच क्षणी महालप्पेकडून येणारी एक गाडी तिच्या दृष्टीपथात आली. तिला पाहून ड्रायव्हरनं गाडीचा वेग कमी केला. गाडी थांबवली. गाडीचा चालक एक पुरुष होता. त्याच्या शेजारच्या सीटवर एक लहान मुलगा बसला होता.

"काही अडचण आलीय का मॅडम?" त्यानं सौजन्यपूर्वक विचारलं, "गाडीत काही बिघाड वगैरे?"

प्रेश्यसनं रस्ता ओलांडला अन् ती त्याच्या गाडीजवळ जाऊन उभी राहिली. उघड्या खिडकीतून त्याच्याकडे बघत तिनं घडलेला सगळा प्रकार सांगितला, तेव्हा त्यानं गाडीचं इंजीन बंद केलं अन् मुलाला न उतरण्याची आज्ञा देत तो खाली उतरला.

"हे साप अनेकदा गाडीखाली येतात अन् खालच्या बाजूनं गाडीच्या आत घुसतात. फार धोकादायक ठरू शकतात ते. तुम्ही गाडी थांबवलीत ते अगदी योग्यच केलंत."

काहीसा दबकतच तो तिच्या गाडीजवळ गेला. गाडीच्या उघड्या दारातून डोकं आत घालून त्यानं बॉनेट उघडण्यासाठी असलेली कळ जोरात खेचली. त्याबरोबर बॉनेट उघडत असल्याचा खट्ट असा आवाज झाला. त्यानं त्याला समाधान वाटलं. म्हणजे साप बॉनेटमध्ये तरी अडकून बसला नव्हता. तो सावकाश चालत गाडीच्या पुढच्या भागाजवळ आला. अतिशय काळजीपूर्वक त्यानं बॉनेट उघडायला सुरुवात केली. प्रेश्यसनं त्याच्या खांद्यावरून डोकावून पाहिलं, पण गरज भासली तर (अर्थात साप नजरेला पडला तर!) धूम ठोकायचा इरादाही तिच्या मनात होताच.

इतक्यात, तो माणूस गोठल्यासारखा जागीच उभा राहिला. मग ओठांवर बोट ठेवत तो तिला अगदी हळू आवाजात म्हणाला, "एकदम मोठी हालचाल करू नका. साप इथेच आत आहे; तो पाहा."

प्रेश्यसनं इंजिनाच्या आत डोकावून पाहिलं. सुरुवातीला तिला काही वेगळं जाणवलं नाही. तेवढ्यात त्या सापानं थोडी हालचाल केली, त्यामुळे तिच्या लक्षात आलं की तो नागच होता. तिचा अंदाज बरोबर ठरला होता. त्यानं इंजिनाला विळखा घातला होता. हळूहळू तो आपला फणा डावीकडे-उजवीकडे असा हलवत होता; जणू काही तो काहीतरी शोधत होता.

तो माणूस अजिबात हालचाल न करता उभा होता. मग त्यानं प्रेश्यसच्या दंडाला हलकेच स्पर्श केला व म्हणाला, ''अगदी हळूहळू काळजीपूर्वक दाराकडे जा, गाडीत बसा आणि इंजीन सुरू करा. कळलं का मी काय म्हणतोय ते?''

तिनं मान हलवली. त्यानं सांगितल्याप्रमाणे ती अगदी हळूहळू दाराकडे गेली. तितक्याच शांतपणे आपल्या सीटवर बसून तिनं किल्लीच्या साहाय्यानं इंजीन सुरू केलं.

इंजिनाचा आवाज येऊ लागला. तिची गाडी सुरू होताना कधीच वेळ लावत नसे. ''गाडीचा वेगनियंत्रक दाबा आणि इंजिनाचा दाब वाढवा.'' तो माणूस मोठ्यानं ओरडला. प्रेश्यसनं त्याची आज्ञा लगेच अमलात आणली. इंजिनाचा घरघर असा आवाज येऊ लागला. गाडीच्या समोरच्या बाजूनं कसलातरी आवाज येऊ लागला. मग काहीतरी आदळण्याचा आवाज आला. त्याबरोबर त्यानं इंजीन बंद करण्याची खूण केली. प्रेश्यसनं ही आज्ञादेखील पाळली. पुढच्या इशाऱ्याची वाट पाहत ती तशीच बसून राहिली, धोका टळला की उतरायचं या विचारानं.

''आता तुम्ही गाडीच्या बाहेर यायला हरकत नाही. नागाचा अंत झालाय.''

त्याचे शब्द ऐकताच प्रेश्यसचा जीव भांड्यात पडला. गाडीतून उतरून ती पुढच्या बाजूला चालत गेली. इंजीनमध्ये डोकावून पाहताच तिला त्या नागाचे दोन तुकडे झालेले दिसले. अगदी थंड आणि निर्जीव.

''नागानं पंख्याच्या पात्यांभोवतीच विळखा घातला होता,'' किळस आल्या-सारखा भाव त्या माणसाच्या चेहऱ्यावर तिला अगदी स्पष्ट दिसला. अशाप्रकारे मरण यायला नको होतं बिचाऱ्याला. अगदी साप झाला म्हणून काय झालं! पण तो केव्हाही आत शिरण्याची शक्यता होती. तसं झालं असतं तर त्यानं नक्कीच तुम्हाला दंश केला असता. त्यामुळे आपलाही नाईलाज होता. तुमच्या सुदैवानं तुम्ही जिवंत आहात, आणखी काय हवं?''

त्यानं नागाचे तुकडे उचलले आणि रस्त्याच्या कडेला फेकून दिले. प्रेश्यसनं त्याचे मनापासून आभार मानले आणि ती आपल्या मार्गानं निघाली. एकूण प्रवास चांगलाच आठवणीत राहणार होता तिच्या!

''या, तुमचं स्वागत करतो माझ्या ऑफिसात.'' मि. जेम्सन मोपोत्स्वाने हे

नाव असलेल्या वकीलसाहेबांनी प्रेश्यसला म्हटलं आणि ते आपल्या खुर्चीत स्थानापन्न झाले. त्यांच्या ऑफिसवरून त्यांच्या व्यावसायिक यशाबद्दल तिला सहज कल्पना करता आली. एका खाटिकखान्याजवळ असलेलं हे ऑफिस फारसं व्यवस्थित, आकर्षक वगैरे नव्हतं. ''माझ्या अशिलाला यायला थोडा वेळ लागेल, कारण अर्ध्या एक तासापूर्वी मी त्याला निरोप पाठवला आहे. अर्थात तोपर्यंत आपण दोघं नुकसानभरपाईची रक्कम ठरवण्याबाबत बोलणी करू शकतो.''

प्रेश्यस रामोत्स्वे या क्षणाचीच वाट पाहत होती. खुर्चीत मागे रेलून बसत तिनं त्याच्या साध्यागबाळ्या ऑफिसवरून एक नजर फिरवली, ''हल्ली वकिलीचा व्यवसाय काही फार उत्तम चालत नसावा, असं वाटतं मला. निदान या इथेतरी.'' तिनं शेवटच्या शब्दावर जरा जास्तच भर दिला.

तिच्या या शब्दांनी जेम्सन मोपोत्स्वाने एकदम सावरून बसला. संभाषणाची सुरुवात तरी विशेष सुखकारक वाटली नाही.

''असं काही नाही. उलट, मी तर कामाच्या ओझ्याखाली पार वाकून गेलोय. सकाळी सात वाजता मी इथं हजर असतो, तो एकदम संध्याकाळी सहा वाजता मोकळा होतो.''

''अगदी रोज?'' तिनं निष्कपटपणे विचारलं.

त्यानं रागीट नजरेनं तिच्याकडे पाहिलं, ''अर्थातच!'' तो ठासून बोलल्याप्रमाणे सांगू लागला. ''अगदी रोजच. शनिवारीसुद्धा अन् क्वचित प्रसंगी रविवारीदेखील.''

''च्, च्, खरंच. खूपच काम करावं लागतंय तुम्हाला.'' प्रेश्यसच्या शब्दांमध्ये त्याला सहानुभूती जाणवली. त्यामुळे त्याचा राग थोडा कमी झाला. किंचित हसून तो काही बोलणार एवढ्यात प्रेश्यस रामोत्स्वेच पुढे बोलू लागली, ''हे अगदी खरं बोलतात बघा. आपले अशील जे काही खोटंनाटं बोलतात याची शहानिशा करायची म्हणजे केवढं कष्टाचं काम असतं. बहुतेक वेळा ही मंडळी खोटंच बोलतात, नाही का?''

जेम्सन मोपोत्स्वानेनं हातातलं पेन खाली ठेवलं. पुन्हा एकदा त्याच्या मनातला राग उफाळून वर आला. या आगाऊ बाईला धडा शिकवायलाच हवा. त्याच्या अशिलांबाबत अशाप्रकारे बोलायचा तिला काय अधिकार होता? असली नाटकं करणार असेल ही बाई, तर आपणही ताणून धरायचं, कोर्टाबाहेर नुकसानभरपाईची बोलणी करायला साफ नकार द्यायचा. कोर्टात गेल्यानं त्याला त्याची फी मिळाली असतीच. नुकसान झालं असतं तर ते त्याच्या अशिलाचं, कारण त्याला पैसे मिळायला वेळ लागला असता.

प्रत्येक शब्दावर जोर देत तो म्हणाला, ''हे पाहा, माझे अशील खोटं बोलत नाहीत. म्हणजे इतर वकिलांच्या अशिलांपेक्षा जास्ती खोटं तर ते नक्कीच बोलत नाहीत आणि असले आरोप करण्याचा तुम्हाला काही एक अधिकार नाही.''

एक भुवई उंचावून प्रेश्यसनं त्याच्याकडे प्रश्नार्थक नजरेनं पाहिलं. "अस्सं? इतकी खात्री वाटते तुम्हाला अशिलाबद्दल? आता उदाहरणादाखल हा मोरेत्सीच घ्या. त्याच्या हातांना एकूण किती बोटं आहेत ते तुम्ही मला सांगाल का?"

तिरस्कारभरल्या नजरेनं जेम्सन मोपोत्स्वानेनं तिच्याकडे बघितलं अन् म्हणाला, "एखाद्या दुर्दैवी माणसाची अशी चेष्टा करणं शोभत नाही तुम्हाला. चांगलं ठाऊक आहे तुम्हाला, की त्याला नऊ बोटं आहेत. अगदी शब्दश: बोलायचं तर साडेनऊ बोटं आहेत."

"फार छान उत्तर दिलंत तुम्ही माझ्या प्रश्नाचं," प्रेश्यसनं त्याला त्याच्याच शब्दात पकडत पुढे विचारलं, "तुम्ही म्हणता त्याप्रमाणे त्याला साडेनऊ बोटं आहेत असं मानलं, तर त्यानं दोन वेळा एकाच बोटाबद्दल नुकसानीचा दावा कसा काय केला? त्यानं पहिला दावा लावला होता एका पेट्रोलपंपाच्या मालकावर – तीन वर्षांपूर्वी. त्याच्या बोटाला तेव्हा दुखापत झाली होती व ते बोट कापण्यात आलं होतं. तीन वर्षांनंतर त्यानं त्याच बोटासाठी तसाच दावा लावला, कलहारी ॲक्सिडेंट अँड इन्डेम्निटी या विमाकंपनीवर. ह्याचं स्पष्टीकरण देऊ शकाल तुम्ही?"

आश्चर्यचकित झाल्यासारखा जेम्सन मोपोत्स्वाने स्तब्ध झाला.

"तीन वर्षांपूर्वी? एका बोटासाठी?" त्यानं अस्फुट स्वरात प्रश्न केला.

"अगदी बरोबर." प्रेश्यस तितक्याच ठामपणे म्हणाली, "त्यानं चार हजार पुलांची मागणी केली. (किती गमतीचा योगायोग ना?) आणि तीन हजार आठशे पुलांवर तयार झाला. त्या कंपनीनं मला मागणी दाव्याचा क्रमांकही दिला आहे. तुम्हाला तपासून बघायचा असेल तर देते मी. ह्या विमाकंपन्या नेहमीच अशा-प्रकारची मदत करायला तयार असतात. विशेषत: जेव्हा नुकसानभरपाईच्या आकारणीत त्यांना गडबडघोटाळ्याचा संशय येतो. तेव्हा फारच तत्पर असतात या कंपन्या."

जेम्सन मोपोत्स्वानेनं काहीच उत्तर दिलं नाही. एकाएकी प्रेश्यसला त्याची कीव आली. खरं तर, वकीलमंडळींबद्दल तिला कधीच विशेष आदरभाव वाटत नसे, पण ते बिचारे तरी काय करणार? इतरांप्रमाणे त्यांनाही पोटासाठी काहीतरी व्यवसाय करावा लागतो. कदाचित या समोर बसलेल्या वकिलाबाबत तिचा दृष्टिकोन फारच कठोर असेल? त्यालाही आपल्या कुटुंबीयांची पोटं भरावी लागत असणार. कुणी सांगावं, त्यामध्ये त्याच्या वृद्ध मातापित्यांचा समावेश असेल.

"तुमच्याकडे असलेला वैद्यकीय अहवाल मला दाखवाल का? मला तो डोळ्यांखालून घालायचाय." तिच्या स्वरात एक प्रकारचा सौम्यपणा आला.

जेम्सन मोपोत्स्वानेनं टेबलावरची एक फाईल उचलली. त्यातून एक वैद्यकीय अहवाल बाहेर काढून तिच्यासमोर धरला. "हा घ्या. मला तरी तो मूळ अहवालच वाटला."

प्रेश्यसनं त्याच्या हातातून अहवालाचा कागद घेतला. त्याच्या अग्रभागी हॉस्पिटलचं नाव वगैरे माहिती छापलेली होती. त्याच्याकडे पाहताच सगळा घोटाळा तिच्या लक्षात आला.

"वाटलंच होतं मला." तिनं त्याचं लक्ष त्या अहवालाकडे वेधलं. "इथे लिहिलेल्या तारखेकडे बघा. मूळ तारीख पुसून टाकण्यात आली आहे आणि त्यावरच नवी तारीख टाईप केलीय. याचा अर्थ तुमच्या अशिलानं पूर्वी एकदा आपलं बोट निश्चितपणे गमावलेलं होतं आणि त्यावेळी एखादा अपघातच कारणीभूत झाला असेल. आता या माणसानं काय केलंय तर त्यानं टंकलेखनातील चुका दुरुस्त करण्यासाठी जे पांढरं द्रावण वापरतात, तेच वापरून मूळ तारीख पुसून टाकलीये आणि नवीन तारीख टाकलीये. नव्या अपघाताचा पुरावा निर्माण केला त्यानं. किती सोपा मार्ग योजला त्यानं. खरं की नाही?"

वकिलानं कागद प्रेश्यसकडून घेतला आणि खिडकीतून येणाऱ्या नैसर्गिक प्रकाशासमोर धरला. हे करायचीही काही गरज नव्हती. कारण एका दृष्टिक्षेपातच दुरुस्ती करण्याचं द्रावण लावल्याचं स्पष्ट दिसत होतं.

"ही गोष्ट तुमच्या ध्यानी आली नाही, ह्याचं मला नवल वाटतं." प्रेश्यसनं आपलं मत व्यक्त केलं. पुढे म्हणाली, "हे सगळं सिद्ध करण्यासाठी न्यायवैद्यक प्रयोगशाळेची काही गरजच नाही."

वकिलाला आपल्या भोळसटपणाची लाज वाटत असतानाच मोरेत्सीनं त्याच्या ऑफिसात प्रवेश केला आणि अतिशय आत्मविश्वासानं मादाम रामोत्स्वेसमोर हस्तांदोलनासाठी आपला हात पुढे केला. त्याच्या हाताकडे बघताच तिला तुटलेल्या बोटाचा खुंट दिसला. तिनं हस्तांदोलन करायचं नाकारलं.

"खाली बस." जेम्सन मोपोत्स्वानेनं त्याला थंड सुरात आज्ञा केली. त्याच्या त्या सुरानं मोरेत्सी चपापला, पण काही न बोलता तो खाली बसला.

"तुम्ही नुकसानभरपाईची रक्कम घेऊन आला आहात ना?" त्याचं वाक्य पुरं व्हायच्या आधीच त्याच्या वकिलानं त्याला कठोर शब्दात सुनवायला सुरुवात केली. "गॅबोरोनहून ह्या मादाम आल्या आहेत ते तुला विचारण्यासाठी की पुन:पुन्हा तू आपल्या गमावलेल्या बोटासाठी नुकसाभरपाई कशी मागू शकतोस?"

हे शब्द ऐकत असताना मोरेत्सीच्या चेहऱ्यावरचे भराभरा बदलणारे भाव प्रेश्यस बारकाईनं न्याहाळत होती. त्याचा चेहरा क्षणार्धात पडला. तिला वाटलं, दुसरा काही पुरावा नसला तरी मोरेत्सीत झालेला बदल हाच एक भरभक्कम पुरावा होता. तिची त्यामुळे खात्रीच पटली, की या माणसानं बनवाबनवी केलेली आहे. सर्वसामान्य माणसं अनेक वेळा खोटं बोलतात पण त्यांचं पितळ उघडं पडलं की ते त्यांना झाकता येत नाही, हेच खरं. फारच थोडे लोक अशावेळी निगरगट्टपणा दाखवू शकतात.

"पुन:पुन्हा दावा करतोय मी?" त्यानं विचारलं.

"होय." आता प्रेश्यसनं सूत्रं आपल्या हाती घेऊन बोलायला सुरुवात केली. "आत्तापर्यंत तू तुझ्या हाताची तीन बोटं गमावली असल्याचा दावा केलायस, पण आत्ता मी पाहतेय तर त्या तीन बोटांपैकी दोन बोटं जणू चमत्कार झाल्याप्रमाणे पूर्ववत झाली आहेत. हे एक नवलच आहे, असं म्हणायला हवं. तुला एखादं औषध सापडलंय का, की ज्याच्यामुळे हाताची तुटलेली बोटं पूर्ववत होतात?"

"तीन बोटं?" वकिलानं गोंधळून विचारलं.

प्रेश्यसनं मोरेत्सीकडे पाहातच त्याला सांगितलं, "हं, कलहारीत एक अपघात घडला. त्यानंतर आणखी एक अपघात... आठवत नाही मला नक्की. तू सांगशील, कुठे घडला दुसरा अपघात? अर्थात मीही कुठेतरी नोंद ठेवलीय त्याची."

मोरेत्सीनं वकिलाकडे पाहिलं, तो आपली बाजू घेईल या आशेनं, पण जेम्सन मोपोत्स्वाने त्याच्याकडे संतापानं पाहत होता.

"स्टार इन्श्युअरन्स." त्यानं शांतपणे उत्तर दिलं.

"अस्सं, अस्सं." प्रेश्यसनं त्यानं दिलेल्या या माहितीबद्दल त्याचे आभार मानले.

वकिलानं अहवाल उचलला आणि मोरेत्सीसमोर नाचवत त्याला रागानं म्हणाला, "या प्रकारची मूर्खासारखी बदलाबदली करून तू मला फसवू पाहत होतास. तुला वाटलंच कसं की तुझा बनेलपणा उघडकीला येणार नाही?"

मोरेत्सीनं काहीच उत्तर दिलं नाही. तीही गप्पच राहिली. अर्थात तिला वकिलाच्या वागण्याचं मुळीच आश्चर्य वाटलं नाही. हे लोक असेच असतात. या बोटावरली थुंकी त्या बोटावर करण्यातच त्यांचं आयुष्य गेलेलं असतं. कायद्याची पदवी आपल्या नावासमोर लावतात खरे, पण नीतिमत्ता नावाची चीज त्यांना माहीतच नसते.

"ते ठीक आहे," जेम्सन मोपेत्स्वाने त्याला म्हणाले, "अखेर तुझ्या या लबाड्या उघडकीला आल्या. आता तुझ्यावरच फसवाफसवीचे आरोप केले जातील आणि तुझा बचाव करण्यासाठी तुला दुसरा एखादा वकील शोधावा लागेल. मी तरी हे काम करणार नाही."

मोरेत्सीनं प्रेश्यसकडे पाहिलं. तिनं त्याच्या नजरेला नजर भिडवत त्याला विचारलं, "का केलंस तू हे सगळं? आपली लबाडी उघडकीला येणार नाही असं तुला वाटलं तरी कसं?"

मोरेत्सीनं खिशातून रुमाल काढला अन् त्यात आपलं नाक शिंकरलं. "मला माझ्या आईवडिलांचा सांभाळ करावा लागतो. मला एक बहीणही आहे. अलीकडे ज्या दुर्धर रोगानं हजारोंना ग्रासलंय, त्याचा ती पण बळी ठरली आहे. मी त्याविषयी

तुम्हाला अधिक सांगण्याची गरज नाही. तिला मुलंही आहेत, त्यांची देखभालही मलाच करावी लागते.''

प्रेश्यसनं त्याच्याकडे परत एकदा पाहिलं. त्याचे डोळे खोटं बोलत नव्हते, हे तिनं जाणलं. यापूर्वीही तिनं या गोष्टीचा अनुभव घेतलेला होता. माणसं खरं बोलताहेत की खोटं हे जाणण्याची क्षमताही तिच्यात होतीच. तिनं पटकन विचार केला, या माणसावर फसवाफसवीचे आरोप करून त्याला तुरुंगात पाठवायचं, यात काही अर्थ नव्हता. त्यातून काहीच साध्य झालं नसतं. उलट, अनेक जणांच्या – त्याच्या आईवडिलांच्या, बिचाऱ्या बहिणीच्या दुर्दैवात भरच पडली असती. त्याचं म्हणणं तिला समजलं आणि पटलंदेखील.

''ठीक आहे, मी पोलिसांकडे जाणार नाही. माझे अशील तुझ्याविरुद्ध तक्रार नोंदवणार नाहीत. पण त्याच्या बदल्यात तूही एक वचन द्यायला हवंस. यापुढे अशा प्रकारचे गैरव्यवहार तू करणार नाहीस. कळतय का तुला मी काय म्हणतेय ते?''

मोरेत्सीनं तिचं म्हणणं पटतंय हे दर्शवण्यासाठी जोरजोरात मान हलवली. गहिवरल्या स्वरात तो म्हणाला, ''खरंच, तुम्ही एक दयाळू, ख्रिश्चन स्त्री आहात. स्वर्गातही देव तुमचं भलंच करेल.''

''अशी आशा करू या.'' प्रेश्यस उद्गारली, ''पण मी कधीकधी फार वाईटही वागते, हे लक्षात ठेव. पुन्हा असला प्रकार तू विमाकंपन्यांच्या बाबतीत केलास तर मात्र गाठ माझ्याशी आहे.''

''मी लक्षात ठेवीन तुमचे शब्द.'' त्यानं वचन दिलं.

''पाहिलंत?'' आपला मोहरा वकीलमहाशयांकडे वळवत प्रेश्यस म्हणाली, ''आपल्या देशातल्या काही पुरुषांना वाटतं, की बायका नेहमी गरीब, बिचाऱ्या असतात. त्यामुळे आपण त्यांना बोटांच्या इशाऱ्यावर नाचवू शकतो, आपल्याला हवं तसं. निदान मी तरी त्या स्त्रियांपैकी नाही. केवळ तुमच्या माहितीखातर म्हणून सांगते, आजच दुपारी इकडे येत असताना मी एक भलामोठा नाग सरळ मारून टाकला.''

''बापरे!'' जेम्सन मोपोत्स्वानेनं घाबरून विचारलं, ''ते कसं काय बुवा?''

''त्यात काय, सरळ एक घाव दोन तुकडे केले. बस्स!'' उठून उभी राहत रामोत्स्वे मॅडमनी उत्तर दिलं.

हाताचं तिसरं बोट

मोरेत्स्वेची लबाडी अपेक्षेपेक्षा फारच लवकर उघडकीला आली, त्यामुळे प्रेश्यसला फार बरं वाटलं. विशेषत: त्याची बाजू कळल्यामुळे आपण त्याच्याबाबतीत फार कडक दृष्टिकोन ठेवला नाही, ह्याचंही तिला समाधान वाटलं. याहून महत्त्वाची गोष्ट अशी होती की हेक्टरलाही आपल्या तत्त्वांबाबतीत तडजोड करावी लागली नव्हती.

'हे सगळं ठीकच आहे.' ती स्वत:शीच पुटपुटली, 'आपण आपल्या मनाला मूळ प्रश्नापासून दूर ठेवायचा प्रयत्न करतोय, हे पण नाकारता येणार नाही. आपल्या टेबलाच्या खणात एक छोटं तपकिरी रंगाचं कागदाचं पाकीट आहे. त्यातल्या वस्तूंचा आपल्याला विसर पडता कामा नये, कारण दुर्लक्ष करण्याजोग्या त्या वस्तू नाहीत, हे आपल्याला चांगलं ठाऊक आहे.'

व्यवस्थित खबरदारी घेत तिनं ते पाकीट खणातून बाहेर काढलं. माकुत्सीबाईंच्या नजरेला ते पडून चालणार नव्हतं. एरवी तिचा आपल्या सेक्रेटरीवर पूर्ण विश्वास होता, पण ही भानगड जरा वेगळीच होती. ह्याबाबतीत फार वेगळीच गुप्तता पाळणं गरजेचं होतं, नाहीतर प्रकरण बरंच धोकादायक ठरू शकलं असतं.

आपण बँकेत जातोय, असं सांगून ती ऑफिसातून बाहेर पडली. बरेच चेक्स आले होते ते बँकेत भरणं आवश्यक होतं, पण तिनं आपला मोहरा बँकेकडे वळवला नाही. प्रिन्सेस मरीनाच्या हॉस्पिटलच्या आवारात तिनं आपली व्हॅन उभी केली अन् थेट तिथला चिकित्साविभाग गाठला.

एका परिचारिकेनं तिला अडवलं अन् विचारलं, "एखाद्या मृत देहाची ओळख पटवण्यासाठी तुम्ही इथे आला आहात का?"

नकारार्थी मान हलवत प्रेश्यस म्हणाली, "मला डॉ. गुलुबानेंना भेटायचंय.

आमची भेटायची वेळ ठरलेली नाही आधी, पण ते माझ्यासाठी वेळ काढतील. माझे शेजारी आहेत ते.''

संशयाच्या नजरेनं नर्सनं तिच्याकडे पाहिलं अन् म्हणाली, ''तुम्ही थांबा इथेच. मी बोलावून आणते त्यांना.'' पाचएक मिनिटांनी ती परत आली आणि तुटकपणे तिनं प्रेश्यसवर हुकूम सोडला, ''बसा इथेच, डॉक्टरसाहेब येतील इतक्यातच.''

मग नाराजीच्या सुरात तिनं आपलं मत मांडलं, ''तुमच्यासारख्या लोकांनी इथे येऊन डॉक्टरांचा वेळ घेऊ नये. त्यांना पुष्कळ काम असतं.''

प्रेश्यसनं क्षणभर तिच्याकडे नजर रोखून पाहिलं, काय वय असेल ह्या नर्सचं? एकोणीस फार फार तर वीस. काही वर्षांपूर्वी, म्हणजे तिच्या वडिलांच्या काळी, ह्या वयाच्या पोरीनं प्रेश्यससारख्या वयानं जवळजवळ दुप्पट असलेल्या स्त्रीबरोबर अशा पद्धतीनं बोलायचं धाडस केलं नसतं. जणू काही ती प्रेश्यसबरोबर न बोलता एखाद्या सतत किरकिर करणाऱ्या पोराबरोबर बोलत होती, त्याला दटावत होती, असा तिचा एकूण आविर्भाव होता. पण हल्ली काळ बदललाय, हेच खरं! आजकालच्या तरुणांना आपल्यापेक्षा वयानं, अधिकारानं (अन् आकारानंदेखील!) मोठ्या माणसांबरोबर कसं बोलावं, वागावं ह्याची समजच नसते. आपण एक खाजगी गुप्तहेर आहोत, ही गोष्ट सांगावी का या पोरीला? काही नको. तिच्यासारख्या पोरीबरोबर बडबड करायला वेळ अन् शक्तीही नाही आपल्याजवळ, त्यापेक्षा सरळ दुर्लक्ष करावं हे उत्तम!

डॉ. गुलुबाने आले, तेव्हा त्यांच्या अंगावर हिरव्या रंगाचा एप्रन होता. देव जाणे, कसली चिरफाड करत होते ते! त्यांना तरी प्रेश्यसला पाहून आनंदच झालेला दिसला. म्हणजे कामात व्यत्यय आणल्याबद्दल ते नाराज तरी नक्कीच दिसत नव्हते.

''या, माझ्या ऑफिसमध्ये बसू. तिथे शांतपणे बोलता येईल आपल्याला.''

प्रेश्यस त्यांच्या मागोमाग चालू लागली. एका मार्गिकेच्या दुसऱ्या टोकाला त्यांचं ऑफिस होतं, तिथे एक पूर्णपणे रिकामं टेबल होतं, त्यावर एक टेलिफोन होता अन् टेबलाला लागूनच फाईल्स ठेवण्यासाठी एक जुनंपुराणं कपाट होतं. ऑफिसचं एकूण रूप कुठल्याही सरकारी कचेरीत दिसतं तसंच अनाकर्षक होतं. एका शेल्फवरची वैद्यकीय विषयावरची पुस्तकं बघून मात्र कळत होतं, की हे ऑफिस एका डॉक्टरचं होतं.

''तुम्हाला ठाऊकच आहे, डॉक्टर.'' प्रेश्यसनं बोलायला सुरुवात केली, ''मी एक खाजगी गुप्तहेर आहे.''

डॉ. गुलुबानेंच्या चेहऱ्यावर मस्त प्रसन्न असं स्मित उमटलं, 'ह्यांच्या कामाचं स्वरूप पाहता डॉक्टरसाहेब खरोखरच खूप आनंदी वृत्तीचे दिसताहेत,' ती स्वत:शीच म्हणाली.

"पण माझ्या रुग्णांविषयी तुम्ही काही प्रश्न विचारणार नाही ना? म्हणजे ते आता जिवंत नाहीत तरीही..."

त्यांचा विनोद तिला आवडला नाही. "त्यासाठी नाही आलेय मी तुमच्याकडे." स्पष्टीकरण देत तिनं सांगितलं, "माझ्याकडे काहीतरी वस्तू आहे. ती नक्की काय आहे, हे तुम्ही मला सांगावं, एवढीच माझी अपेक्षा आहे. ही पाहा मी घेऊनच आलेय." असं म्हणत तिनं ते कागदाचं पाकीट पर्समधून काढलं अन् टेबलावर उपडं केलं.

ती वस्तू पाहताच डॉक्टरांच्या चेहऱ्यावरचं स्मित मावळलं. त्यांनी ते हाड उचललं अन् आपल्या नाकावरचा घसरलेला चष्मा वर ढकलला.

"हाताचं तिसरं बोट. लहान मुलाचं वय साधारण आठ किंवा नऊ वर्षं. साधारणपणे तेवढ्याच वयाच्या मुलाचं."

आपला श्वास वेगानं चाललाय, हे प्रेश्यसच्या लक्षात आलं.

"माणसाच्या मुलाचं?" तिनं पटकन प्रश्न केला.

"अर्थातच! आत्ताच म्हटलं नाही का मी 'लहान मुलाचं' असं? मोठ्या माणसाचं हाड ह्याहून मोठं असतं आकारानं. एकदा बघितल्यावर समजतं. आठ-नऊ वर्षांच्याच मुलाचं आहे हे. कदाचित थोडं मोठंही असेल मूल, पण फार नाही." असं म्हणत, त्यांनी ते हाड टेबलावर ठेवलं आणि तिच्याकडे रोखून पाहत तिला विचारलं, "तुम्हाला कुठे मिळालं हे?"

प्रेश्यसनं नुसतेच खांदे उडवले अन् मग म्हणाली, "कुणीतरी दाखवलं मला हे." मग किंचित तिरकसपणे तिनं प्रश्न केला, "आता माझ्या अशिलाबद्दल तुम्ही काही माहिती विचारणार नाही ना मला?"

डॉ. गुलुबानेंनी कडवट चेहरा केला अन् तुच्छतेच्या स्वरात ते म्हणाले, "असल्या वस्तू इकडून तिकडे जाऊ नयेत अशा पद्धतीनं. लोक मग तुमच्याबद्दल आदर दाखवत नाहीत."

रामोत्स्वे मॅडमनी त्यांचं मत ग्राह्य मानलं, "तुम्ही मला आणखी काही माहिती देऊ शकाल? म्हणजे असं की ते मूल केव्हा मेलं असावं?"

डॉक्टरांनी टेबलाचा खण उघडून एक बहिर्गोल भिंग काढलं अन् हाडांची अधिक काळजीपूर्वक तपासणी केली. आपल्या तळहातावर त्यांनी ते हाड एक-दोनदा फिरवलं अन् म्हणाले, "फार काळ गेला नसावा. त्याच्या एका टोकाला अजूनही काही मांसपेशी चिकटलेल्या दिसताहेत मला. पूर्णपणे सुकलं नाहीये हे, काही महिने झाले असावेत. कदाचित त्याहून कमी काळ गेला असेल. नक्की सांगता येणार नाही."

प्रेश्यसच्या अंगावर तिच्या नकळत काटा उभा राहिला. हाड हाताळणं वेगळं,

पण माणसाचा मांसपेशींना हात लावणं म्हणजे अगदीच काहीतरी असं तिला वाटलं.

"आणखी एक गोष्ट," तिची विचारशृंखला थांबवत डॉ. गुलुबाने म्हणाले, "पण तुम्हाला नक्की कसं माहीत की हे हाड ज्या मुलाचं आहे ते मूल आता जिवंत नाही म्हणून? तुम्ही एक गुप्तहेर आहात असं आत्ताच सांगितलंत मला. तुमच्यासारख्या व्यावसायिक गुप्तहेराला कमीत कमी एवढं तरी माहीत असायला हवं की हातापायाची बोटं म्हणजे शरीराचा अगदी टोकाचा अवयव – आमच्या परिभाषेत असं म्हणतो आम्ही. अनेक वेळा अपघातांमध्ये लोक आपली बोटं गमावतात, पण तेवढ्यानं कुणी मरत नाही. तेव्हा गुप्तहेरमॅडम, अशी शंका तुम्हाला का बरं यावी? निदान मला तरी तुमच्या ज्ञानाबद्दल शंका नाही म्हणून म्हटलं हं."

त्या रात्री प्रेश्यसनं मि.जे.एल.बी. मातेकोनींना आपल्या घरी जेवायला बोलावलं आणि जेवत असताना डॉ. गुलुबानेंनी दिलेली माहिती तिनं त्यांना दिली. त्यांनी तिच्या आमंत्रणाचा आनंदानं स्वीकार केला होता. प्रेश्यसनं एक मोठं भांडं भरेल एवढा मटनाचा रस्सा आणि भात व कलिंगडाचा एक खास पदार्थही बनवला. डॉ. गुलुबानेंनी दिलेली माहिती ऐकताच ते जेवायचे थांबले, "एका मुलाचं बोट?" त्यांच्या आवाजात दु:ख अन् उद्वेगाचं स्पष्ट प्रतिबिंब जाणवलं तिला.

"असं डॉक्टरांचं मत आहे. वयाबद्दल अगदी ठामपणे ते काही सांगू शकले नाहीत, पण साधारण आठ ते नऊ वर्षं असं म्हणाले."

मि. मातेकोनींनी मोठा आवंढा गिळला. त्यांना वाटलं, तो बटवा आपल्याला सापडला नसता तर किती बरं झालं असतं. हे सगळे प्रकार अधूनमधून घडतच असतात – आपल्याला त्याविषयी ऐकून माहीतही असतं, पण आपण त्यापासून नेहमी दूरच असतो. असल्या भानगडीशी आपला दूरान्वयानंदेखील संबंध येऊ नये, असं प्रत्येकाला वाटतं, कारण तसं काही घडणं म्हणजे 'असंगाशी संग' असाच प्रकार असतो. त्यातून चार्ली गॉट्सोची भानगड म्हणजे तर विचारायलाच नको.

"आता आपण काय करायचं पुढे?" प्रेश्यसनं विचारलं.

मि. मातेकोनींनी डोळे गच्च मिटून घेतले अन् एक दीर्घ उसासा टाकला. "आपण पोलिसात जाऊ शकतो. तसं केलं आपण तर चार्ली गॉट्सोला कळेल, की मला त्याच्या बटव्याविषयी समजलंय. ह्याचाच दुसरा अर्थ असा की माझे दिवस भरलेत किंवा तसंच काहीतरी, आणखी काय?"

प्रेश्यसला त्यांचं म्हणणं तंतोतंत पटलं. एकूणच असं चित्र दिसतं की पोलिसांना गुन्ह्यांच्या तपास करण्यात विशेष रस नसतो, त्यातून असल्या प्रकारच्या गुन्ह्यांच्या बाबतीत, जिथे कुख्यात गुंडांचा संबंध असतो, त्यांना मुळीचच रस नसतो. आजच्या काळात बोट्स्वानासारख्या प्रगतीशील देशातही जादूटोणा करणाऱ्या

लोकांचा गुंडगिरीशी फार जवळचा संबंध असतो, त्यामुळे पोलीस त्यांच्यापासून दूर राहणंच पसंत करतात.

"मला नाही वाटत, आपण पोलिसांकडे जावं." तिनं आपलं मत व्यक्त केलं.

"मग काय हे सगळं प्रकरण नजरेआड करायचं?" तिच्यावर नजर रोखत त्यांनी तिला विचारलं, तेव्हा तिला त्यांच्या डोळ्यांत याचनाभाव स्पष्ट दिसला.

"छे छे, तसं नाही करता येणार आपल्याला. सर्वसामान्य लोक तिकडे गेली बरीच वर्षं कानाडोळा करताहेत, पण आपण तसं करता कामा नये."

मि.जे.एल.बी. मातेकोनींनी नजर खाली वळवली. या विषयामुळे त्यांची जेवणावरची इच्छाच उडाल्यासारखी झाली. त्यांच्या ताटातला रस्साही थंड झाल्यामुळे घट्ट झाला होता.

"माझ्या डोक्यात एक कल्पना आलीये." प्रेश्यस म्हणाली, "पहिली गोष्ट म्हणजे आपण चार्ली गॉट्सोच्या गाडीची पुढच्या बाजूची काच फोडायची व्यवस्था करायची. मग तुम्ही चार्लीला फोन करायचा अन् सांगायचं की हे काम चोरांनी त्यांची गाडी गॅरेजमध्ये असताना केलं. तुम्ही त्यांना हेही सांगा की गाडीमधून काही वस्तू चोरीला गेलेल्या नसाव्यात, असं तुम्हाला वाटतंय. शिवाय हेही सांगा की नव्या काचेचा खर्च तुम्हीच करणार आहात. मग बघू आपण तो काय करतोय."

"काय करतोय म्हणजे?"

"म्हणजे असं की आपण वाट पाहायची तो कशाप्रकारे वागतो ह्याची. एखादे वेळी तो तुमच्याकडे येईल अन् म्हणेल की त्याची कोणतीतरी वस्तू गहाळ झालीय. तसा तो आला तर सांगा त्याला, 'तुझी वस्तू परत करायची जबाबदारी मी घेतो. माझ्या ओळखीत एक खाजगी महिला गुप्तहेर आहे त्या अशा प्रकारची चोरीची मालमत्ता परत मिळवण्यात फार हुशार आहेत.' ही महिला गुप्तहेर म्हणजे अर्थातच मी."

मि.जे.एल.बी. मातेकोनी तिच्याकडे 'आ' वासून बघतच राहिले. चार्ली गॉट्सोकडे जायचं? असं काहीतरी कारण घेऊन? इतकं सोपं नसतं ते. त्यासाठी बराच वशिला लावावा लागतो. सहजासहजी कुणाला भेटता येत नाही चार्लीला. पण यातलं काहीच ते बोलले नाहीत.

"आणि मग काय होईल?"

"तुम्ही काहीच नाही करायचं. मी तो बटवा घेऊन त्याच्याकडे जाईन. पुढचं सगळं काम तुम्ही माझ्यावर सोडा. मी त्याच्याकडून त्या मांत्रिकाचं नाव काढून घेईन. मग काय करायचं ते आपण ठरवू."

ती ते सगळं अशाप्रकारे सांगत होती त्यांना, की जणू काही त्यात अवघड असं काहीच नव्हतं. क्षणभर त्यांचीही खात्री पटली की हा सगळा अगदी साधा,

सोपा, सरळ मामला आहे. खरंच, आत्मविश्वास ही चीजच अशी असते, की त्याची लागण समोरच्या व्यक्तीला फारच लवकर होते.

मि.जे.एल.बी. मातेकोनींना परत एकदा भूक लागल्याची जाणीव झाली. त्यांनी ताटातला रस्सा तर संपवलाच, पण पुन्हा एकदा मागूनही घेतला आणि त्यानंतर ते एक भला भोठा कपभर चहाही प्यायले. त्यांनी प्रेश्यसचा निरोप घेतला त्यावेळी ती त्यांच्याबरोबर चालत त्यांच्या गाडीपाशी आली.

त्यांची गाडी हळूहळू दूर गेली, दिवेही दिसेनासे झाले तरी प्रेश्यस तिथेच उभी राहिली. अंधारातही तिला डॉ. गुलुबानेंच्या घरातला दिव्याचा उजेड दिसला, त्यांच्या बैठकीच्या खोलीचे पडदे उघडे होते. डॉ. गुलुबाने खिडकीपाशी उभे होते. बाहेर अंधार असल्यामुळे ते तिला पाहू शकत नव्हते, तरीपण तिला उगीचच वाटलं, ते आपल्याकडेच पाहताहेत, आपल्यावर त्यांचं बारीक लक्ष आहे.

खोट्यावर खोटं

मि.जे.एल.बी. मातेकोनीकडे काम करणाऱ्या दोघा मेकॅनिकांपैकी लहान असलेल्याला एक वाईट सवय होती. मालकाशी बोलण्याची सुरुवात करण्यापूर्वी तो त्यांच्या खांद्यावर हातानं टकटक करत असे. या गोष्टीचा त्यांना फार राग यायचा. कारण त्याच्या हातावरच्या वंगणामुळे त्यांच्या शर्टावर काळे तेलकट डाग पडत असत.

"हे बघ, माझं लक्ष वेधून घ्यायचं असेल तर सरळ माझ्याशी बोलायला सुरुवात कर." त्यांनी अनेक वेळा त्याला सांगितलं होतं अन् पुढे म्हणाले होते, "मला एक नाव आहे – मि.जे.एल.बी. मातेकोनी. कुणी त्या नावानं हाक मारली तर मी त्याला प्रतिसाद देतो, तेव्हा माझ्या खांद्यावर तुझ्या कळकट हातांनी टकटक करायची जरुरी नाही. समजलं?"

त्या पोरानं त्याबद्दल त्यांची माफी मागितली अन् दुसऱ्याच दिवशी पुन्हा तीच चूक केली. 'जित्याची खोड मेल्यावाचून जात नाही हेच खरं!' दात-ओठ आवळून ते स्वत:शीच पुटपुटले.

"साहेब, तुम्हाला भेटायला कुणीतरी माणूस आलाय. तुमच्या ऑफिसमध्ये थांबलाय तो तुमची वाट पाहत," त्यानं सांगितलं.

त्यांनी हातातला स्पॅनर खाली ठेवला अन् कापडानं हात पुसले. ते एक काहीसं गुंतागुंतीचं काम करण्यात गढले होते. मिसेस ग्रेस मापोने या बाईच्या गाडीच्या इंजिनाचं ते फाईन ट्युनिंग करत होते. या बाईंना भरधाव गाडी हाकण्याचं वेड होतं अन् प्रत्येक वेळी इंजीन प्रचंड मोठा आवाज करायचं. 'या गाडीची दुरुस्ती फक्त मि. मातेकोनीच करू जाणे,' असं लोक कौतुकानं म्हणत. त्याचा त्यांना अभिमान वाटायचा. शिवाय त्यांच्या कौशल्याची त्यामुळे विनाखर्च जाहिरात व्हायची. पण या भन्नाट वेगामुळेच बाईंनी गाडीची पार वाट लावली होती. त्या

थंडावलेल्या इंजिनाला पुन्हा ताळ्यावर आणायचं काम दिवसेंदिवस जिकिरीचं होत चाललं होतं, ही गोष्टही तितकीच खरी होती.

त्यांना भेटायला आलेला माणूस त्यांच्याच खुर्चीवर बसून टायरविषयीचं जाहिरात-पत्रक चाळत होता. मि.जे.एल.बी. मातेकोनींना पाहताच त्यानं ते टेबलावर फेकलं अन् तो उठून उभा राहिला.

क्षण दोन क्षणातच मि. मातेकोनींनी त्याचं निरीक्षण केलं. एखाद्या सैनिकाप्रमाणे त्यानं खाकी रंगाचा पोशाख घातलेला होता. त्याच्या कमरेला सापाच्या कातडीचा महागडा पट्टा होता, मनगटावरचं घड्याळही नवीन फॅशनचं होतं. त्यामध्ये अनेक डायल्स होत्या आणि सेकंद काटादेखील अगदी ठळक दिसेल असा होता. ज्या लोकांना मिनिटच काय, सेकंददेखील अतिशय महत्त्वाचे वाटतात असे लोकच अशा प्रकारची घड्याळं वापरतात, असं मि.जे.एल.बी. मातेकोनींचं मत होतं.

"मि. गॉट्सोनं पाठवलंय मला. तुम्ही आज सकाळी त्याला फोन केला होतात?"

मि. मातेकोनींनी मान हलवली. गाडीच्या दर्शनी भागातील काच तोडणं आणि तिचे तुकडे गाडीभोवती पसरतील हा उद्योग करणं अवघड नव्हतं, मि. गॉट्सोला त्याच्या घरी फोन करून चोरीविषयी सांगणंही कठीण नव्हतं. पण आता जे काही घडणार होतं ते मात्र सोपं नव्हतं, कारण आता कुणाच्यातरी तोंडावर असत्य फेकायचं होतं. 'ही त्या प्रेश्यस रामोत्स्वेची चूक' त्यांच्या मनात विचार आला. 'आपण आपले एक साधे गरीब कारमेकॅनिक, असल्या वेडपट गुप्तहेरगिरीच्या लफड्यात आपल्याला पडायचंच नव्हतं मुळात, तसली आपली पात्रताच नाही.'

अन् ती गोष्ट खरीच होती. ते खरंच अगदी दुबळे होते, विशेषत: प्रेश्यस रामोत्स्वेच्या बाबतीत तर नक्कीच. तिनं काहीही करायला सांगितलं त्यांना तरी तिला नाही म्हणणं शक्यच व्हायचं नाही. प्रामाणिकपणे सांगायचं तर त्यांच्या मनात एक काल्पनिक प्रसंग ते नेहमी चितारत. त्याचा उच्चार ते कुणाजवळच करू शकत नव्हते, पण तो डोळ्यांसमोर रेखाटणं मात्र त्यांना मनापासून आवडायचं. ह्या काल्पनिक प्रसंगात ते तिला मदत करायचे. एकदा ते दोघंच कलहारीमध्ये असताना एका सिंहानं प्रेश्यसवर चाल केली. त्या वेळी मोठ्ठ्यानं ओरडून त्यांनी सिंहाचं लक्ष आपल्याकडे खेचून घेतलं अन् प्रेश्यसला पळून जाण्याची संधी मिळाली. मि. मातेकोनींनी केवळ हातातल्या चाकूनिशी एका सिंहाला पळवून लावलं. आता हे दिवास्वप्न खरंच अगदी साधंभोळं आणि रंजकही होतं असं कुणालाही वाटलं असतं. तसं समजण्यात फक्त एकच अडचण होती – रामोत्स्वे मादाम अनावृत्त होत्या.

खरंच, प्रेश्यसचं सिंहापासून रक्षण करायला त्यांना मनापासून आवडलं असतं, मग ती निर्वस्त्र अवस्थेत असो किंवा नेहमीच्या अवस्थेत; पण आत्ताचा हा प्रसंग

जरा वेगळाच होता. त्यांना पोलिसांकडे चोरी झालीये, अशी खोटीच तक्रार नोंदवावी लागली होती अन् त्या गोष्टीची मात्र त्यांना फार भीती वाटत होती. (पोलिसांनी तपासकामाविषयी काहीही पाऊल उचललेलं नसलं तरीही.) पोलिसांच्या नजरेत तरी ते गुन्हेगारच होते अन् हे सगळं घडलं होतं ते त्यांच्या स्वभावातील दुबळेपणामुळे. आपण स्पष्टपणे 'नाही' म्हणायला हवं होतं मॅडमना. एवढंच नव्हे तर तिला ताकीदही द्यायला हवी होती, की असल्या जादूटोणाप्रकारात धर्मयोद्धा बनण्याची तिलाही काही गरज नव्हती.

"मि. गॉट्सो भयंकर चिडलेत." तो माणूस बोलू लागला, "एक तर आमची गाडी तुम्ही दहा दिवस दुरुस्तीसाठी ठेवून घेता अन् मग आम्हाला फोन करून सांगता की चोरांनी तिची मोडतोड केली म्हणून. मग तुमच्या इथली सुरक्षा व्यवस्था काय करते? मि. गॉट्सोचे शब्द आहेत हं की तुमची सुरक्षा व्यवस्था काय करते?"

आपल्या पाठीवरून घामाचा एक ओघळ वाहतोय, ह्याची जाणीव मि.जे.एल.बी. मातेकोनींना झाली. हे प्रकरण एकूण भयानकच वळण घेऊ लागलं होतं.

"मला या चोरीप्रकरणाविषयी फार वाईट वाटतं साहेब, पण मी तरी काय करू? गाडीच्या बाहेरची दुरुस्ती करणाऱ्यांनी फार वेळ लावला, त्यानंतर नवा पार्ट मिळेपर्यंत मला थांबावं लागलं. हल्लीच्या या महागड्या गाड्यांमध्ये कुठल्याही साध्या कंपनीनं बनवलेला पार्ट बसवून चालात नाही."

'आपला किती वेळ फुकट जातोय ह्या गॅरेजवाल्याशी बोलण्यात' अशा अर्थानं गॉट्सोच्या माणसानं आपल्या घड्याळात पाहिलं. "ठीक आहे, ठीक आहे. तुम्ही लोक किती दिरंगाई करता आपल्या कामात हे मला चांगलं ठाऊक आहे, आता मला आमची गाडी दाखवा म्हणजे झालं." असं म्हणत पुन्हा एकदा त्यानं घड्याळाकडे नजर टाकली.

मि.जे.एल.बी. मातेकोनी त्याला गॅरेजकडे घेऊन गेले. आता त्यांना त्या माणसाची विशेष भीती नव्हती वाटत. खरंच का एखाद्याचा राग घालवणं इतकं सोपं असतं?

गॅरेजमध्ये दोघं जण गाडीसमोर येऊन उभे राहिले. त्यांनी गाडीला नवी काच बसवली होती. पण आधीची फुटकी काचही एका भिंतीला टेकवून ठेवली होती. एवढंच नव्हे, ड्रायव्हरच्या सीटवर त्यांनी मुद्दामच थोडे काचेचे तुकडे राहू दिले होते. गॉट्सोच्या माणसानं दार उघडून आत डोकावून पाहिलं.

तो माणूस यावर काहीच बोलला नाही. आता गाडीच्या आत वाकून त्यानं हातमोजे ठेवायचा कप्पा उघडला, तेव्हा शांतपणे मि. मातेकोनी त्याच्याकडे पाहत राहिले.

काही वेळात गॉट्सोचा माणूस गाडीतून बाहेर आला अन् त्यानं आपले हात पँटवर घासून साफ केले. काचेच्या एका छोट्या तुकड्यामुळे त्याच्या हाताला बारीकशी जखम झाली होती.

"या कप्प्यातली काहीतरी वस्तू गायब झालेली दिसतेय, त्याबद्दल तुला काही समजलंय का?"

"नाही, नाही साहेब." म्हणत मि. मातेकोनींनी तीन-तीनदा मान हलवली.

त्या माणसानं हात तोंडाजवळ नेला अन् रक्त येत होतं तो भाग चोखला.

"मि. गॉट्सो याआधी तुम्हाला सांगायला विसरले होते, की ते गाडीत काहीतरी वस्तू विसरले होते. तुम्ही चोरीविषयी सांगितलंत तेव्हाच ही गोष्ट त्यांच्या ध्यानात आली. ही वस्तू गायब झाल्याबद्दल ते आता तुम्हालाच जबाबदार धरतील."

मि. मातेकोनींनी त्याला एक जुनं फडकं दिलं हात पुसण्यासाठी. "तुमचा हात कापला त्याबद्दल माफ करा मला. समोरची काच फुटली की तिचे तुकडे इतस्ततः पसरतातच."

त्यानं तुच्छतादर्शक हुंकार भरला अन् म्हणाला, "माझ्या हाताचं बाजूला राहू दे. महत्त्वाची गोष्ट ही आहे की मि. गॉट्सोंची वस्तू कुणीतरी चोरलीय."

मि. मातेकोनींनी डोकं खाजवलं, "आपल्याकडचे पोलीस अगदीच कुचकामी असतात. आलेदेखील नाहीत तपास करायला, पण माझ्या ओळखीत एकजण आहे. ती व्यक्ती हे काम करू शकेल."

"खरंच? कोण आहे हा माणूस?"

"एक महिला गुप्तहेर आहेत. त्यांचं ऑफिस त्या तिकडे क्गाले हिलजवळ आहे. तुम्ही पाहिलं असेल कदाचित."

"माहीत नाही. म्हणजे बघितलं असेलही किंवा नसेलही." त्यानं बेफिकिरपणे उत्तर दिलं.

मि. मातेकोनी हसून म्हणाले, "फार हुशार आहेत ह्या बाई. कुठे काय चाललंय, ह्याची बित्तंबातमी त्यांना असते. तुम्हाला हवं असेल तर मी विचारेन त्यांना. त्या तुमची चीजवस्तू असेल ती बरोबर शोधून काढतील. पण आहे काय त्या पिशवीत?" भोळसटपणाचं नाटक करत त्यांनी विचारलं.

"चार्ली गोट्सो यांची काहीतरी महत्त्वाची वस्तू आहे."

"अस्सं होय." विषय संपवल्यासारखं करत मि. मातेकोनी म्हणाले.

चार्ली गोट्सोच्या माणसानं हातावरच्या जखमेची चिंधी काढून जमिनीवर फेकली अन् म्हणाला, "तुम्ही त्या बाईंना विचारून पाहा आणि मि. गॉट्सोंना ती वस्तू देऊन टाकायला सांगा."

"जरूर." मि. मातेकोनी म्हणाले, "आज संध्याकाळी मी बोलतो त्यांच्याशी.

मला खात्री आहे त्या काम फत्ते करतील. मधल्या काळात मि. गॉट्सोंना सांगा, तुमची गाडी तयार आहे. केव्हाही घेऊन जायला हरकत नाही. मी पुन्हा एकदा आतून साफ करून घेतो म्हणजे काचेचे काही तुकडे असतील तर तेही राहायला नकोत गाडीत.''

''करूनच घ्या हे काम.'' तो घुश्श्यातच म्हणाला, ''मि. गॉट्सोंना आपला हातबित कापलेला मुळीच खपणार नाही.''

'मि. गॉट्सोंना आपला हातबित कापलेला खपणार नाही काय बच्चमजी, तुला बरंच काही ठाऊक नाही.' मि. मातेकोनी स्वत:शीच म्हणाले, 'लेको, एखाद्या तापट, चिडखोर लहान मुलासारखा आहेस तू. तुझ्यासारख्यांना मी चांगलं ओळखतो. फार पूर्वीच भेटलोय मी तुम्हा लोकांना. मोचुडी सरकारी शाळेच्या खेळाच्या मैदानावर तुझ्यासारखी मुलं भेटलीयेत मला – इतर मुलांवर दादागिरी करणारी, वस्तूंची मोडतोड करणारी. आपण कुणाच्या बापाला जुमानत नाही, असा भाव आणणारी, शिक्षकांनी तुम्हाला छडीनं बडवलं तरी तुमच्या डोळ्यांत तुम्ही टिपूस येऊ द्यायचे नाहीत. शूर असल्याचं नाटक वठवायचं असे ना तुम्हाला. अन् हा तुझा मि. चार्ली गॉट्सो – भल्या मोठ्या महागड्या गाडीतून हिंडत असतो. त्याचे सगळे प्रताप ठाऊक आहेत जगाला – पण तोही तुझ्यासारखाच, एखाद्या लहान मुलाप्रमाणेच.'

मि.जे.एल.बी. मातेकोनींनी एक गोष्ट मनाशी पक्की ठरवली, 'यापुढे रामोत्स्वे मॅडमची दादागिरी चालू द्यायची नाही. बाईंना वाटतं, त्या जे जे सांगतील ते ते मी मुकाट्यानं ऐकेन. मला साधं विचारतही नाहीत, की बाबा रे तुला हे करायचंय की नाही. माझ्या हेरगिरीच्या कामात मला मदत करशील का वगैरे. अन् आतापर्यंत त्यांनी खरोखरच अगदी गरीब गायीसारखी प्रेश्यसची दादागिरी चालवून घेतली होती हीच तर मोठी अडचण होती. मॅडमना वाटतं, की त्यांचं सगळं काही मी नेहमीच ऐकेन, कारण मी कधी त्यांना विरोध केलाच नाही, पण आता मात्र आपण त्यांची ही जुलूमजबरदस्ती खपवून घ्यायची नाही. हा सगळा हेरगिरीसंबंधीचा बाष्कळपणा आपण थांबवायलाच हवा.' आतल्या आत धुमसतच त्यांनी आपल्या ऑफिसमध्ये प्रवेश केला. आपण तिला काय सांगायचं, कोणत्या शब्दात सांगायचं वगैरे वगैरे मनात उजळणी करत.

'मादाम रामोत्स्वे, तुम्ही मला खोटं बोलायला लावलंत, या खुळसट आणि धोकादायक प्रकरणात तुम्ही मला अडकवलंत, ज्याचाशी माझा काडीमात्र संबंध नाही. मी आपला साधा तंत्रज्ञ आहे, माझं काम गाड्या दुरुस्त करायचं. लोकांच्या आयुष्याशी मला काही देणंघेणं नाही.'

शेवटचं वाक्य – 'लोकांच्या आयुष्याशी मला काही देणंघेणं नाही.' त्यांना

फार आवडलं, कारण ते कसं जोशपूर्ण वाटत होतं. त्या एका वाक्यातूनच त्या दोघांच्या कामातला फरक स्पष्ट होत होता. तिचं काम होतं लोकांच्या आयुष्यातले घोटाळे निस्तरायचं. बऱ्याच स्त्रिया हेच करत असतात म्हणा! पण ते मात्र निर्जीव गाड्या दुरुस्त करायचे. हा फरक आपण तिला समजावून सांगायचा आणि तिला तो मानावाच लागेल. मैत्रीच्या जागी मैत्री ठीक आहे, पण हे असलं नाही, ते सोंग वठवणं यापुढे बंद! आत्तापर्यंतच्या आयुष्यात त्यांनी कधीही असत्य वचन उच्चारलेलं नव्हतं. अगदी मोठ्यात मोठं प्रलोभन समोर उभं ठाकलेलं असतानादेखील आणि आत ते केवढ्या मोठ्या गडबडघोटाळ्यात गळ्यापर्यंत बुडालेले होते. त्यामध्ये त्यांना पोलिसांनाच नव्हे तर बोट्स्वानातल्या एका अत्यंत कुख्यात, धोकादायक असामीला तोंड द्यायची वेळ आली होती.

आपल्या द नंबर वन लेडिज डिटेक्टिव्ह एजन्सीच्या दारातच प्रेश्यस त्यांना भेटली. त्यांची गाडी तिच्या आवारात शिरली, तेव्हा ती चहाच्या किटलीतला चोथा बाहेर टाकत होती.

"काय?" तिनं उत्सुकतेनं विचारलं, "सगळं व्यवस्थित पार पडलं?"

"मादाम रामोत्स्वे, मला मनापासून वाटतंय..."

"चार्ली गॉट्सो स्वत:च आला होता तुम्हाला भेटायला की आपल्या एखाद्या चेल्याला पाठवलं होतं त्यानं?"

"त्याचा माणूस आला होता. पण आता माझं ऐका, काय आहे, तुमचं काम आहे लोकांच्या आयुष्यातले प्रश्न सोडवण्याचं. मी मात्र..."

"आणि तुम्ही त्याला सांगितलंत, मी त्यांची हरवलेली वस्तू त्याला मिळवून देईन असं? मग तो काय म्हणाला? त्याला कल्पना आवडली का?"

"हे पाहा, मी गाड्या दुरुस्त करतो. मला हे जमणार नाही. अहो, आजपर्यंतच्या आयुष्यात एकदाही खोटं बोललो नाही. मी अगदी लहान होतो तेव्हादेखील मी खोटं बोलायचा प्रयत्न केला की माझी जीभच जड व्हायची, तोंडातून शब्दच फुटायचा नाही माझ्या..."

प्रेश्यसनं परत एकदा चहाची किटली उपडी केली.

"खूपच छान काम केलंय तुम्ही. अहो, खोटं बोलण्याचं एवढं काय घेऊन बसला आहात तुम्ही? एका चांगल्या हेतूनं खोटं बोलता आहात तुम्ही. ह्याचा शोध लावणं, हे मोठं पवित्र कार्य नाही का? खुनाइतकं तर खोटं बोलणं वाईट नाही ना? तुम्हाला काय वाटतं?"

"खून करणं अधिक वाईट पण..."

"झालं तर मग, मला वाटलंच होतं, हा एवढा सगळा विचार तुम्ही केला नसणार. खरं सांगा, नव्हता ना केलात या दृष्टीनं विचार तुम्ही?"

तिनं त्यांच्याकडे हसून पाहिलं, तेव्हा त्यांच्या मनात विचार आला 'खरंच भाग्यवान आहे मी. माझ्याकडे पाहून तिला आनंदानं हसावंसं वाटतंय. नाहीतरी या जगात माझ्यावर मनापासून प्रेम करणारं कोण आहे? प्रेश्यसला मी आवडतो म्हणूनच तिच्या चेहऱ्यावर खुशीचं हसू उमटतं अन् ती जे म्हणतेय खुनाबद्दल ते बरोबरच आहे. एखाद्याचा खून करणं ही गोष्ट खोटं बोलण्यापेक्षा कितीतरी जास्त वाईट.'

"या आत, या चहा प्यायला." प्रेश्यस ऑफिसमध्ये शिरत म्हणाली, "मिस माकुत्सीनं चहासाठी पाणी उकळलंय, चहा पितापिता पुढचा विचार करू."

मि. चार्ली गॉट्सो. बी.ए.

मि. चार्ली गॉट्सोनं प्रेश्यसकडे बघितलं. त्याला लठ्ठ स्त्रियांबद्दल आदर वाटत असे. इतकंच नव्हे, तर पाच वर्षांपूर्वी एका अशाच स्त्रीबरोबर त्यानं लग्नही केलं होतं. सतत कटकट करण्याच्या तिच्या स्वभावाला कंटाळून त्यानं शेवटी तिची रवानगी लेबात्सेजवळच्या आपल्या शेतावर केली होती. तिथे साधा फोनही नव्हता आणि पावसाळ्यात तर इतका चिखल व्हायचा त्या भागात, की त्या रस्त्यावर गाडी चालवणं अशक्यच होऊन जायचं. त्याची अनेक स्त्रियांबरोबर लफडी होती. त्या-विषयी ती नेहमी आपल्या कर्कश आवाजात सतत तक्रार करत असे. पण तिची अपेक्षा तरी काय होती? चार्ली गॉट्सोसारखा माणूस फक्त एका बायकोबरोबर? तसं करायला तो काय सरकारी खात्यात नोकरी करणारा कारकून होता की काय? त्याच्याजवळ पैसा होता, अख्ख्या बोट्स्वानात त्याचा दबदबा होता अन् शिवाय बी.ए.ची पदवीदेखील होती. अशिक्षित बाईबरोबर लग्न करण्यात हाच तर तोटा होता. त्याची थोरामोठ्यांमध्ये ऊठबस होती, हे त्या अडाणी बाईला कसं समजणार? तो नैरोबीला जाऊन आला होता, लुसाकाला जाऊन आला होता. तिकडे लोक कसे राहतात, वागतात हे त्यानं पाहिलेलं होतं. एखाद्या बुद्धिमान स्त्रीला, बी.ए.सारखी पदवी असलेल्या स्त्रीला त्याचं वागणं समजू शकलं असतं, पण दुसरी जमेची बाजू अशी होती, की ह्या त्याच्या लठ्ठ बायकोनंच त्याला पाच मुलंही दिली होती आणि नाही म्हटलं तरी ही गोष्ट नजरेआड करणं योग्य ठरलं नसतं. त्याचं म्हणणं एवढंच असायचं की तिनं त्याला त्याच्या इतर स्त्रियांबरोबरच्या संबंधांबद्दल सतत दूषणं देऊ नयेत.

"मातेकोनीनं पाठवलेली बाई तुम्हीच का?"

त्याचा आवाज तिला आवडला नाही. एकतर तो अतिशय खरखरीत होता अन् दुसरी गोष्ट म्हणजे तो शब्दांचे उच्चार स्पष्ट करायचा नाही. जणू काही इतरांना

समजेल अशा पद्धतीनं बोलावं, हे त्याच्या गावीच नव्हतं. समोरच्या व्यक्तीबद्दल तुच्छता, तिरस्कार वाटत असला की माणूस त्याला अशी वागणूक देतो, असं तिला वाटलं. 'मी एवढा सामर्थ्यवान आहे. माझं समाजात 'वजन' आहे मग सर्वसामान्यांची पर्वा मी कशाला करावी? तुम्हाला काय हवंय ते इतरांना समजलं अन् त्यांनी ते केलं की पुरे आहे, असा त्याचा एकंदर दृष्टिकोन असावा.

"मि.जे.एल.बी. मातेकोनींनी मला तुम्हाला मदत करण्याविषयी सांगितलं. मी एक खाजगी गुप्तहेर आहे."

काही न बोलता गॉट्सोनं तिच्याकडे बघितलं, तेव्हा त्याच्या चेहऱ्यावर एक छद्‌मी हास्य होतं.

"बघितलंय तुमचं ऑफिस मी. एकदा त्या बाजूनं जात होतो गाडीनं तेव्हा पाटी दिसली, 'स्त्रियांसाठीची खाजगी गुप्तहेर संस्था', किंवा असंच काहीतरी नाव आहे ना?"

"फक्त स्त्रियांसाठीच नाही आहे. माझी संस्था, सर." प्रेश्यसनं त्याची चूक दुरुस्त करत म्हटलं. "आम्ही महिला गुप्तहेर आहोत हे खरं आहे, पण काही पुरुषदेखील आमचे क्लायंट्स आहेत. उदाहरण द्यायचं झालं तर मि. पटेलांनीही एकदा माझा सल्ला घेतला होता."

आता गॉट्सोच्या चेहऱ्यावरचं स्मित अधिकच रुंदावलं, "पुरुषांनादेखील तुम्ही सल्ला देऊ शकता, असं वाटतं तुम्हाला?"

प्रेश्यस रामोत्स्वे त्याच्या कुत्सितपणाला बळी पडण्याइतकी मूर्ख नव्हती. अगदी शांतपणे तिनं उत्तर दिलं, "कधी कधी परिस्थितीवर अवलंबून असतं, पण काही पुरुषांना फार गर्व असतो स्वत:च्या कर्तृत्वाबद्दल. अशा प्रकारच्या माणसाला आम्ही काही सांगू नाही शकत."

डोळे बारीक करून गॉट्सोनं तिच्याकडे रोखून पाहिलं. तिचा शेरा थेट त्याला लागू होईल असा नव्हता, पण कदाचित तोच गर्विष्ठ आहे, असं सुचवायचंही असेल तिला. एखादेवेळी ती इतर कुणा पुरुषांबद्दलही बोलत असेल, असतात काही पुरुष फार गर्विष्ठ...

"ठीक आहे, ठीक आहे." तो म्हणाला, "माझी चीजवस्तू माझ्या गाडीतून चोरीला गेली. मातेकोनींना वाटतं तुम्हाला तिचा पत्ता कसा लावायचा हे ठाऊक आहे. तुम्हाला हे काम करता येईल?"

प्रेश्यसनं आपली मान एका बाजूला झुकवली त्यातून तिला होकार सुचवायचा होता. "ते काम मी आधीच केलंय, सर. तुमच्या गाडीतली वस्तू ज्यानं चोरली त्या माणसाला मी शोधून काढलंय. ती तरुण मुलं होती. एक-दोघं मुलंच..."

मि. गॉट्सोची भुवई उंचावली. "त्यांची नावं? मला सांगा त्या मुलांची नावं."

"ते मला करता येणार नाही."

"मी त्यांना चांगला झोडपून काढणार आहे, तुम्हाला त्यांची नावं सांगावीच लागतील."

प्रेश्यसनं आपली नजर त्याच्या चेहऱ्यावर रोखली. क्षणभर कुणीच काही बोललं नाही, मग तिनं बोलायला सुरुवात केली, "मी त्यांना वचन दिलंय की त्यांनी तुमची वस्तू माझ्याकडे सुपूर्द केली तर मी त्यांची नावं गुप्त राखेन. आमच्यातला एक करार होता तो."

हे सागत असताना तिनं आपली नजर त्याच्या ऑफिसवरून फिरवली. एका मॉलच्या मागच्या बाजूला एका छोट्याशा गल्लीत असलेल्या या ऑफिसच्या बाहेरच्या बाजूला एक मोठी पाटी होती. त्यावर लिहिलेलं होतं – 'गॉट्सो होल्डिंग एंटरप्राइजेस'. खोलीतलं फर्निचर अतिशय साधं होतं. भिंतीवरचे फोटो वगळल्यास ते ऑफिस इतक्या सामान्य रूपाचं होतं की गॉट्सोसारखा 'शक्तिमान' माणूस इथून आपली सूत्रं हलवतो हे कुणालाही सांगता आलं नसतं. फोटोंमध्ये मात्र गॉट्सोच्या सामर्थ्याचं स्पष्ट प्रतिबिंब दिसत होतं. एका फोटोत गॉट्सो आणि बसोथोचा राजा मोओशूशू दिसत होते तर आणखी एका फोटोत गॉट्सो, हेस्टिंग्ज बांडाबरोबर होता. तिसऱ्या फोटोत सोबुझा द्वितीयबरोबर गॉट्सो दिसत होता. थोडक्यात सांगायचं तर त्याचं साम्राज्य बोट्स्वानाबाहेरही पसरलेलं होतं.

"माझ्या वतीनं तुम्ही वचन दिलंत?" त्यानं आश्चर्यानं विचारलं पण त्यातही त्याचा गुर्मीचा स्वर स्पष्ट जाणवला तिला.

"हो, नाहीतर तुमची वस्तू त्यांनी दिलीच नसती."

मि. गॉट्सो क्षणभर विचारात पडल्यासारखा स्वस्थ बसून राहिला. प्रेश्यसनं तेवढ्यात भिंतीवरच्या एका फोटोकडे अधिक निरखून पाहिलं, फोटोत गॉट्सो कुठल्यातरी सामाजिक कार्यासाठी चेक देताना दिसत होता अन् इतरजणांच्या, चेहऱ्यावर खुषीचं स्मित दिसत होतं. 'धर्मादाय कार्यासाठी मोठ्या रकमेचा चेक' कुठलाशा वर्तमानपत्रात छापून आलेल्या बातमीचं ते शीर्षक ठळक अक्षरात चिकटवलेलं होतं.

"छान केलंत, मला वाटतं तुम्हाला तेवढंच करणं शक्य झालं असावं. आता माझी वस्तू देऊन टाका मला."

प्रेश्यसनं आपल्या पर्समधून ती बटवेवजा पिशवी काढून टेबलवर ठेवली अन् म्हणाली, "ही वस्तू दिली त्यांनी मला." त्यानं हात पुढे करून बटवा उचलला आणि म्हणाला, "अर्थातच, ही वस्तू माझी स्वत:ची नाही. माझ्या एका सहकाऱ्याची आहे. त्यानं ती माझ्याकडे ठेवली होती इतकंच. काय आहे त्यात कुणास ठाऊक?"

"मुटी आहे सर त्यात, कुणा मांत्रिकानं दिलेली."

तो शब्द ऐकताच गॉट्सोची नजर एकदम भेदक बनली. "होय का? आपल्या-कडचे अंधश्रद्धाळू लोक काहीतरी मंतरलेली वस्तू जवळ ठेवतात तसला प्रकार आहे का?"

प्रेश्यसनं 'नाही' अशा अर्थानं मान हलवली, "नाही सर, तो प्रकार नसावा. ही वस्तू अधिक शक्तिशाली असावी. किंमतही बरीच पडली असणार त्यासाठी."

"शक्तिशाली?" त्यानं जराही हालचाल न करता विचारलं. त्याचे ओठच थोडेसे हलले शब्द उच्चारताना.

"होय सर, खूप उपयोगी असते अशी गोष्ट. मला स्वत:साठीदेखील विकत घ्यायचीये मुटी, पण ती कुठे मिळू शकते ते मला माहीत नाही."

खुर्चीत बसल्याबसल्या गॉट्सोनं थोडी हालचाल केली आणि त्याची नजर तिच्या शरीरावरून फिरली.

"तुम्हाला हवं असेल तर मी मदत करू शकेन, मॅडम."

तिनं एका झटक्यात काहीतरी विचार केला अन् उत्तर दिलं, "खरंच? फार आभारी होईन मी तुमची अन् त्या बदल्यात मीही मदत करू शकेन तुम्हाला."

त्यानं पुन्हा एकदा हात लांब केला, सिगारेट्सची पेटी जवळ केली, त्यातून सिगारेट काढून शिलगावली. पण हे सगळं करत असताना त्याचं मस्तक मात्र पूर्णपणे स्थिर होतं.

"अन् ती कशी काय, मॅडम? तुम्हाला असं वाटतंय का की मी एकाकी आहे?"

"तुम्ही एकाकी नाही, हे मला ठाऊक आहे. तुमच्या पुष्कळ मैत्रिणी आहेत, हेही मला माहीत आहे. तेव्हा तुम्हाला आणखी एका मैत्रिणीची नक्कीच गरज नाही."

"पण ही गोष्ट मी ठरवणं अधिक योग्य होणार नाही का?'

"नाही, तुम्हाला काय हवंय ते मला चांगलं ठाऊक आहे. तुमच्यासारख्यांना माहिती हवी असते, त्यामुळे तुमचं सामर्थ्य वाढतं. तुम्हालाही मुटीची गरज आहे. हो की नाही?"

गॉट्सोनं तोंडात धरलेली सिगारेट काढून टेबलावरच्या मोठ्या रक्षापात्रावर ठेवली.

"अशा गोष्टींबद्दल बोलताना नेहमी थोडी काळजी घ्यावी," तो म्हणाला, या वेळी त्याचे शब्दोच्चार स्पष्ट होते. याचा अर्थ त्याला जेव्हा गरज भासत असे तेव्हा तो स्पष्ट बोलत असे. "दुसऱ्यांवर जादूटोण्याचा आरोप करणारी माणसं नक्कीच गोत्यात येऊ शकतात. त्यांना पश्चात्ताप करायची वेळ येऊ शकते."

"पण मी तुमच्यावर कसलेच आरोप करत नाहीये. मी स्वत:च मुटीचा वापर करायचे हे मीच तुम्हाला सांगितलं नाही का? मला काय म्हणायचंय, तुमच्यासारख्या पुरुषाला गावात कुठे काय चाललंय, ह्याची माहिती आवश्यक असते. तुमचे कान बंद असले तर तुम्हाला काही ऐकू येईल का?"

त्यानं पुन्हा सिगारेट उचलली. एक मोठा झुरका मारल्यानंतर त्यानं विचारलं, "तुम्ही मला माहिती पुरवू शकाल?"

प्रेश्यसनं मानेनंच 'हो' म्हटलं. "माझ्या व्यवसायामुळे मला बऱ्याचदा काही गुपित समजतात. अगदी साधं उदाहरण द्यायचं म्हटलं तर मी म्हणेन, मॉलमधल्या तुमच्या दुकानाशेजारी ज्याचं दुकान बांधलं जातंय, त्या माणसाविषयी बरीच माहिती मी तुम्हाला देऊ शकेन. तुम्हाला आहे काही माहिती त्याची? इथे गॅबोरोनमध्ये येण्यापूर्वी तो काय करत होता, हे ऐकायला तुम्हाला आवडेल, की नाही? त्याला स्वत:ला तरी ती माहिती गुप्त ठेवावी असंच वाटत असणार."

मि. गॉट्सोनं तोंड उघडलं अन् दातात अडकलेला तंबाखूचा बारीकसा तुकडा बाहेर काढला.

"मोठ्या गमतीशीर स्त्री आहात तुम्ही, असं मला वाटू लागलंय. मी तुम्हाला तरी समजू शकलोय. मला हवी असलेली ही माहिती तुम्ही मला द्या अन् मी तुम्हाला मांत्रिकाचं नावगाव सांगतो, कसा काय वाटतो हा सौदा?"

प्रेश्यसनं जिभेनं 'क्लिक्' असा आवाज काढला अन् खुषीत म्हणाली, "अर्थातच उत्तम. या मांत्रिकानं मला एखादी गोष्ट दिली तर माझ्या व्यवसायासाठी ती मला चांगलीच उपयुक्त ठरेल अन् मला आणखी काही माहिती मिळाली तर मी आनंदानं ती तुम्हाला देईन."

"फार आनंद झाला तुमच्यासारख्या चांगल्या स्त्रीला भेटून." असं म्हणत गॉट्सोनं एक छोटी कागदाची वही उचलली. "ह्याच्यावर मी तुम्हाला एक नकाशा काढून दाखवतो. हा मांत्रिक गवताळ प्रदेशात राहतो. मोलेपोलोलेपासून जवळच आहे त्याचं घर पण जरा अवघडच आहे शोधून काढणं. ह्या नकाशामुळे तुम्हाला कळेल तिथे कसं जायचं ते, पण मी आधीच सांगून ठेवतोय तुम्हाला हे प्रकरण स्वस्तातलं नाहीये. पण माझं नाव सांगून तुम्ही म्हणालात, 'मी मि. चार्ली गॉट्सोची मैत्रीण आहे.' तर तो तुम्हाला वीस टक्के सवलत देऊ शकेल किमतीत. ते ठीक होईल तुमच्या दृष्टीनं, हो की नाही?"

वैद्यक व्यवसायाविषयी

गॉट्सोकडून प्रेश्यसनं आवश्यक ती माहिती तर मिळवली. खुन्याचा पत्ता शोधून काढण्यासाठी हवा असलेला नकाशाही आता तिच्या हातात होता, त्यामुळे आपण त्याला पकडू शकू, याची तिला खात्री वाटू लागली. पण ही एकच केस हाताळून तिचं भागणार नव्हतं. तिच्याकडे असलेल्या इतर केसेसही तिला सोडवायच्या होत्याच. त्यातली एक होती एका डॉक्टरांसंबंधी. एका हॉस्पिटलमध्ये नोकरी करणारा हा डॉक्टर फार वेगळ्याच प्रकारचा होता.

हॉस्पिटल या विषयासंबंधी तिच्या मनात विशेष प्रेम नव्हतं, खरं सांगायचं तर काहीसा तिटकाराच होता. तिथले ते वास, बाहेर बाकावर बसून उन्हं खाणारे आजारानं वैतागलेले रुग्ण आणि फक्त औषधं घेण्यासाठी येणारे क्षयरोगी बाह्यरुग्ण – त्यांना हॉस्पिटलमध्ये शिरताच गुलाबी रंगाचे पायजमे घालायला दिले जायचे – ते दृश्यच तर प्रेश्यसच्या मनाला फारच क्लेशदायक वाटायचं. तिच्या मते हॉस्पिटल्स म्हणजे दगडाविटांची स्मृतिस्थानं. आपला शेवट काय प्रकारचा असणार आहे ह्याची एक छोटीशी झलक दाखवणारी वास्तू, पण प्रेश्यस एरवी त्यांच्याकडे बघणंदेखील टाळत असे.

डॉक्टरांबद्दल मात्र तिच्या मनात नितांत आदरभाव असायचा. त्यांच्या कामानं ती प्रभावित व्हायची. विशेषत: ज्याप्रकारे ते रुग्णांविषयी, त्यांच्या व्यथावेदना, आजारांविषयी गुप्तता पाळायचे. त्यावरून तिला वाटायचं, धर्मगुरूंप्रमाणे डॉक्टर मंडळीदेखील तुमची गुपितं तुमच्याबरोबर जमिनीत गाडत असावीत. उलट वकील मंडळी बढाया मारण्यात पटाईत. आपल्या अशिलांबद्दल लंब्याचौड्या गप्पा मारायच्या, त्यांची गुपितं वेशीवर टांगायची अन् हे करताना त्यांना अजिबात लाज वाटून घ्यायची नाही. काही प्रमाणात लेखापाल देखील अशिलांच्या उत्पन्नाविषयीची गुपितं उघडपणे बोलायचे. डॉक्टर मात्र त्यांच्या रुग्णांविषयी 'ब्र' ही काढणार

नाहीत. तुम्ही अगदी खोदूनखोदून विचारलंत तरी!

डॉक्टरांचं ह्या प्रकारचं वागणं अगदी योग्यच होतं असं तिला वाटत असे. उद्या माझ्या एखाद्या आजाराबद्दल त्यांनी कुणा तिऱ्हाइताला काहीतरी सांगावं हे मला कसं आवडेल? तसा तिला असा कुठलाच आजार नव्हता, की ज्याबद्दल बोलायला तिला चारचौघात संकोच वाटला असता. हं, ती खूप लठ्ठ होती ही गोष्ट खरी होती; पण त्यात लपविण्यासारखं काही नव्हतं किंवा ती गोष्ट लपवणं शक्यही नव्हतं. खरं म्हणजे तिला नेहमी बरंच वाटायचं की ती सर्वसामान्य आफ्रिकन स्त्रीप्रमाणे दणकट बांध्याची होती. नाहीतर जाहिरातीत दिसतात त्या काठीसारख्या लुकड्या बायका! आणखी एक वैगुण्य होतं तिच्यात – तिच्या पायांच्या बोटांवर बरेच घट्टे होते अन् सँडल्समधून ते सहजपणे दिसायचे. पण त्यात शरमण्यासारखं नक्कीच काही नव्हतं. तात्पर्य, तिच्यामध्ये लपवण्यासारखं असं काहीच नव्हतं.

आता बद्धकोष्ठतेसारखी समस्या असणं ही वेगळी गोष्ट झाली. ह्याबद्दल शक्यतो कुणाला काही कळू नये, अशी प्रत्येकाचीच इच्छा असते. अशा माणसां-बद्दल तिला मनापासून वाईट वाटायचं. बऱ्याच लोकांना ही समस्या छळत असते हेही तिला ठाऊक होतं. गमतीनं ती कधीकधी स्वत:लाच म्हणायची, ह्या लोकांची संख्या इतकी प्रचंड असते की त्यांना एखादा राजकीय पक्षही काढता येईल, इतकंच काय, एखादेवेळी सरकारही स्थापन करता येईल. पण पुढे काय? छे, काही नाही! त्यांना साधे कायदेसुद्धा करता येणार नाहीत.

मनातलं हे विचारचक्र थांबवून तिनं हातातल्या कामाकडे लक्ष वळवलं. डॉ. माकेत्सींनी – तिच्या जुन्या मित्रानं – तिला हॉस्पिटलमधून फोन केला होता. आणि विचारलं होतं, "आज संध्याकाळी घरी जाताना तुमच्या ऑफिसकडे चक्कर टाकली तर काही हरकत नाही ना तुमची?"

"हरकत कसली? अवश्य या." डॉ. माकेत्सी तिच्यासारखेच मोचुडी गावातले होते. तसे दहा वर्षांनी मोठे होते तिच्यापेक्षा, पण दोघांच्या वयातला फरक तिला कधी जाणवायचा नाही. त्यांच्या भेटीखातर तिनं आपली संध्याकाळची ब्युटी पार्लर-मधली भेट रद्द केली. डॉ. माकेत्सींची वाट पाहत असताना तिनं काही कंटाळवाणी, नित्याची कामं हातावेगळी केली. तेवढ्यात डॉ. माकेत्सी "हॅलो, काय कसं काय?" म्हणत आत शिरलेच.

चहा पिताना सुरुवातीला त्यांच्या कौटुंबिक गप्पा झाल्या. मग गेल्या काही वर्षांत किती अन् कसे बदल झालेत याची उजळणी झाली. प्रेश्यसनं डॉ. माकेत्सींच्या मावशीची चौकशी केली. या बाई निवृत्त शाळाशिक्षिका होत्या. गावामध्ये त्यांचं नाव होतं ते त्याच्या अनुभव, ज्ञानासाठी. अर्धं गाव त्यांच्याकडे यायचं आपल्या

अडी-अडचणींच्यावेळी सल्ला मागायला. ''हो, अजूनही ताठ आहेत आमच्या मावशीबाई! पहिल्याइतक्याच उत्साहीदेखील आहेत. आता तर लोक त्यांना लोकसभेच्या निवडणुकीला उभ्या राहण्याचा आग्रह करताहेत.'' हे सांगून झाल्यानंतर डॉ. माकेत्सी म्हणाले, ''आपल्याकडच्या सार्वजनिक कार्यात स्त्रियांनी मोठ्या संख्येनं भाग घ्यायला हवा. कारण त्या पुरुषांच्या मानानं अधिक व्यवहारी वृत्तीच्या असतात.''

''अगदी बरोबर आहे तुमचं म्हणणं.'' तिनं त्यांच्या सुरात सूर मिळवला, ''स्त्रियांनी मोठ्या संख्येनं राजकारणात भाग घेतला तर सगळ्यात आधी त्या युद्धं थांबवतील. त्यांना हे लढणंबिढणं मुळीच आवडणार नाही. आमच्या दृष्टीनं युद्धाचा अर्थ शेवटी एकच – अमुक इतके लोक मेले अन् मागे राहिल्या त्यांच्या आक्रोश करणाऱ्या आया.''

डॉ. माकेत्सींनी यावर काही मत व्यक्त केलं नाही. कारण त्यांना आठवल्या दोन कर्तृत्ववान स्त्रिया – श्रीमती गांधी – त्यांनी युद्धाला संमती दिली होती, अन् गोल्डा मायर, त्याही इंदिरा गांधींसारख्याच. त्यानंतर होत्या...

''नेहमी म्हणता येणार नाही, पण बहुतेक वेळा स्त्रिया पुरुषांपेक्षा अधिक सौम्य, मृदू आणि दयाळू अंत:करणाच्या असतात, पण गरज पडते तेव्हा त्या कणखरपणाही दाखवतात.''

आता हा विषय थांबवावा असं डॉ. माकेत्सींना वाटू लागलं, कारण त्यांना मनातून भीती वाटू लागली की यानंतर या गुप्तहेरबाई विचारतील 'काय हो डॉक्टर, तुम्हाला स्वयंपाक करता येतो की नाही?' पूर्वी एकदा एका तरुण स्त्रीबरोबर झालेलं संभाषण त्यांना आठवलं. ही बाई एक वर्ष अमेरिकत राहून आल्यामुळे तिच्या मनावर तिकडच्या स्त्री-पुरुष समानतेचा पगडा होता. आपल्यापेक्षा बऱ्याच मोठ्या असलेल्या डॉक्टरांच्या वयाचा मुलाहिजा न बाळगता तिनं त्यांना ठणकावलं होतं तेही अतिशय स्पष्ट शब्दांत, ''तुम्हाला जेवायला लागतं ना, मग तुम्हाला जेवण बनवायलाही आलंच पाहिजे. अगदी साधी गोष्ट आहे ही.'' ह्या असल्या कल्पना नेहमी अमेरिकेतूनच येतात इकडे. तत्त्वज्ञान म्हणून ते सगळं ठीक आहे, पण त्याचा काही फायदा होतो का? या स्त्रीपुरुष समानतेमुळे झालेत का तिथले लोक जास्त सुखी किंवा समाधानी? कुठल्याही सुधारणा झाल्या तरी त्यांनाही काहीतरी मर्यादा हवीच. सगळेच बदल चांगले नसतात. काही बदल आयुष्यात उलथापालथ घडवू शकतात. अलीकडे तर त्यांनी असंही ऐकलं होतं की, हल्ली काही बायका आपल्या नवऱ्यांना मुलांचे लंगोटपण बदलायला लावतात. ह्या विचारानंच त्यांच्या अंगावर काटा उभा राहिला. आफ्रिका तरी त्या सगळ्या खुळचटपणाला सामोरं जायला अजून तयार नाही, असं त्यांना

वाटलं. इथल्या काही जुन्या चालीरितीच अधिक योग्य व सोयीस्कर आहेत. तुम्ही पुरुष असाल तर तुम्हाला तसंच वाटेल अन् डॉ. माकेत्सी तरी अगदी ह्याच मताचे होते.

"पण ते जाऊ दे. याहूनही काही मोठे प्रश्न आहेत. ते सोडवायला तर पाहिजेत. भोपळ्यांविषयी कितीही चर्चा केली तरी त्यामुळे काही ते शेतात निर्माण होत नाहीत. खरं की नाही?" ते विनोद करण्याच्या हेतूनं म्हणाले, "असं आमच्या सासूबाईंचं मत बरं का. (गंमत अशी होती की प्रत्येक बाबतीत ते सासूबाईंचं मत खोडून काढत अन् तरीही त्यांची गतं गातत ऐकवत असत.)

प्रेश्यस त्यावर हसली व म्हणाली, "आता सांगा कशासाठी आलात माझ्याकडे? तुमच्यासाठी एखादी नवीन बायको शोधायला हवीय का मी?"

लटका विरोध दाखवण्यासाठी त्यांनी जिभेनं 'च्यक्' असा आवाज काढला व म्हणाले, "ते जाऊ दे हो, मी एक गहन समस्या घेऊन आलोय तुमच्याकडे. बायको शोधण्यापेक्षा गंभीर."

त्यानंतर त्यांनी प्रेश्यसला त्यांच्यासमोर असलेला 'नाजूक' प्रश्न सविस्तरपणे सांगितला, तेव्हा तिनं त्यांना आश्वासन दिलं, "तुम्ही काळजी करू नका डॉक्टर, या कानाचं त्या कानाला समजणार नाही याविषयी. अगदी माझ्या सेक्रेटरीला पण मी याविषयी कुणकुण लागू देणार नाही."

"छान! मलाही अगदी तेच हवंय." डॉ. माकेत्सी म्हणाले, "काय आहे, माझा अंदाज चुकीचा असेल अन् त्याबद्दल कुणाला काही कळलं तर मला तोंड दाखवायला जागा राहणार नाही. आमच्या संपूर्ण हॉस्पिटलवरच ठपका आल्यासारखं होईल. मंत्रिमहाशयांनी माझी खरडपट्टी काढायला नकोय मला."

"मला कळतेय तुमच्या मनातली चिंता." प्रेश्यस म्हणाली, पण तिची चौकसबुद्धी मात्र खूपच चाळवली गेली. त्यांच्या या प्रस्तावनेमुळे आपल्या मित्राला कोणत्या समस्येनं ग्रासलंय, हे जाणून घेण्याची तीव्र इच्छा तिच्या मनात निर्माण झाली. आणखीही एक कारण होतंच. अलीकडच्या काही दिवसात तिच्याकडे आलेल्या केसेस अगदीच साध्या, सरळ होत्या. त्यातली एक तर अशी होती की एका श्रीमंत माणसाच्या कुत्र्याचा पत्ता तिला शोधून काढावा लागला होता. कुत्रा बरं का. देशातल्या एकमेव महिला गुप्तहेरावर एका य:कश्चित कुत्र्याचा शोध लावण्याची पाळी यावी? हे काही चांगलं लक्षण नव्हतं, पण काय करणार? पोट भरण्यासाठी माणसाला कायकाय करावं लागेल ह्याचा नेम नाही, हेच खरं! खरं म्हणजे 'कशासाठी? पोटासाठी' असा प्रश्न नव्हता तिच्यापुढे; 'कशासाठी? तर पांढऱ्या व्हॅनसाठी' असा होता. गेले काही दिवस तिच्या व्हॅनच्या इंजिनातून खडखडल्यासारखा आवाज येत होता. मि.जे.एल.बी. मातेकोनींनी इंजिन उघडून

पाहिलं होतं अन् तिला म्हणाले होते, ''इंजीन दुरुस्तीसाठी यावेळी मोठा खर्च येणार आहे तुम्हाला.'' पैसे तर उभे करावेच लागणार होते, म्हणून तिनं ते कुत्र्याविषयीचं काम स्वीकारलं होतं. बापरे! काय भयानक कुत्रा होता तो अन् त्यांच्या अंगाला येणारा वास! ज्या पोरांनी तो कुत्रा चोरला होता, त्यांनी त्याच्या गळ्याभोवती एक दोरा बांधली होती आणि फरफटत त्याला ती कुठेतरी घेऊन जात होती. प्रेश्यसनं त्याची सुटका केली तर नंतर तो तिलाच घोट्यापाशी चावला होता.

''आमच्या एका तरुण डॉक्टरांविषयी मला चिंता वाटतेय. त्याचं नाव आहे डॉ. कोमोती. मूळचा नायजेरियाचा आहे.''

''अस्सं?''

तिच्या मनातला विचार जाणून ते म्हणाले, ''नायजेरियातल्या लोकांविषयी इतरांच्या मनात संशय असतो, हे मला ठाऊक आहे.''

''खरं आहे तुमचं म्हणणं. काही लोक असतात खरे असे.'' हे म्हणताना तिनं डॉक्टरांकडे पाहिलं, पण दुसऱ्याच क्षणी काहीतरी अपराधीपणाची जाणीव झाल्या-सारखी आपली नजर हटवली.

''थांबा, मी सविस्तरच सांगतो या डॉक्टरांविषयी.'' चहाचा मग खाली ठेवत डॉक्टर म्हणाले, ''अगदी तो मुलाखतीसाठी आला त्या वेळेपासूनच त्याची मुलाखत घेण्याचं काम हॉस्पिटलप्रमुख या नात्यानं माझ्याकडे आलं. खरं म्हणजे मुलाखत हा एक निव्वळ उपचार होता. आमच्याकडे तेव्हा डॉक्टरांचा इतका तुटवडा होता, की अपघातविभागात मदत करू शकेल असा एक डॉक्टर आम्हाला हवाच होता. आम्हाला एरवीदेखील विशेष निवडस्वातंत्र्य नसतंच, हेही मी तुम्हाला सांगतो आणि तसं पाहिलं तर त्याच्या अर्जातली माहिती आमच्या दृष्टीनं पुरेशी होती. शिवाय, त्यानं बऱ्याच जणांकडून शिफारसपत्रंही आणली होती. काही वर्षं त्यानी नैरोबीत नोकरी केली होती. म्हणून मी त्या हॉस्पिटलमध्ये फोन करून चौकशी केली, तर त्यांनी त्याच्याविषयीची माहिती बरोबर असल्याचं सांगितलं म्हणून मी त्याची कामावर नेमणूक केली.

''सुमारे सहा महिन्यांपूर्वी तो कामाला लागला. अपघात विभागात तो नेहमी कामात बुडालेलाच असायचा. तुम्हाला ठाऊकच आहे अपघातविभागाविषयी – किती प्रकारचे अपघात घडत असतात. रस्त्यावरचे अपघात, मारामाऱ्या, शुक्रवारी संध्याकाळी मद्यप्राशनामुळे घडणारे अपघात – एक ना दोन. अर्थात बऱ्याच वेळा डॉक्टरला काही मोठं काम वगैरे नसतं. जखमा साफ करायच्या, रक्तस्राव थांबवण्यासाठी उपाययोजना करायची, क्वचितच कृत्रिम श्वासोच्छ्वास करायला लागणं वगैरे वगैरे.

"सगळं काही ठीक चाललंय, असं पहिले काही दिवस वाटलं मला, पण डॉ. कोमोतीनं काम सुरू केल्यानंतर तीनच आठवड्यांनी एकदा त्या विभागाचे प्रमुख माझ्याकडे आले. त्यांना काहीतरी सांगायचं होतं. ते मला म्हणाले, 'डॉ. कोमोतीचं वैद्यकीय ज्ञान कधीकधी पार गंजून गेलंय असं मला वाटतं. काहीकाही वेळा त्याच्या कामामुळे मी अगदी चाट पडतो. अहो, कित्येक वेळा त्यांनी रुग्णांच्या जखमा इतक्या वाईट पद्धतीनं शिवल्या होत्या, की सगळे टाके काढून टाकून जखमा पुन्हा शिवाव्या लागल्या होत्या.

"पण इतर वेळी त्याचं काम अतिशय छान असतं. दोन आठवड्यांपूर्वी एक स्त्री रुग्ण आपल्याकडे आली होती तिला न्युमोथॉरॅक्स (Pneumothorax) ही समस्या होती. ही एक बऱ्यापैकी गंभीर समस्या असते. काय होतं, फुप्फुसांच्याभोवतीच्या रिकाम्या पोकळीत हवा भरते अन् त्यामुळे फुप्फुस काम करेनासं होतं. एक उदाहरण देऊन सांगतो. एखाद्या फुग्यातली हवा काढून घेतली की तो जसा सपाट होऊन जातो ना तसं होतं. अशावेळी आम्हाला ही हवा लवकरात लवकर काढून टाकावी लागते. म्हणजे मग फुप्फुस पुन्हा पूर्ववत प्रसरण पावतं.

"हे काम फक्त अनुभवी डॉक्टरच करू शकतो. अननुभवी डॉक्टरच्या दृष्टीनं फार अवघड बाब असते ही. कारण मोठ्या कुशलतेनं हे काम करावं लागतं. जराशी चूक झाली तर हृदयाला भोक पण पडू शकतं किंवा असाच काहीतरी गंभीर प्रकार घडू शकतो आणि पेशंट मरूही शकतो. काही वर्षांपूर्वी मी हे काम करत असताना माझा एक रुग्ण मरतामरता वाचला होता त्यामुळे माझ्या मनानं तर त्याविषयी धसकाच घेतलाय.

"डॉ. कोमोतींनी ही शस्त्रक्रिया फार छान केली. त्यामुळे त्या स्त्रीचे प्राण वाचू शकले. त्या दिवशी ते सल्लागार अगदी शेवटच्या टप्प्यात तिथे आले आणि त्यांनी डॉ. कोमोतींनाच प्रक्रिया पूर्ण करायला सांगितली. ते डॉ. कोमोतींच्या कार्यक्षमतेनं प्रभावित झाले अन् त्यांनी मला तसं सांगितलंही होतं. पण गंमत अशी की हा इतका हुशार डॉक्टर या घटनेच्या आदल्या दिवशीच एक साधंसं निदान बरोबर करू शकला नव्हता. त्या रुग्णाची प्लीहा अवाजवी वाढली होती अन् ते ओळखणं अगदी सहज शक्य होतं; पण ते डॉ. कोमोतीला जमलं नाही."

"तुमच्या म्हणण्याप्रमाणे त्याच्या वागण्याची संगती लागत नाही?"

"अगदी बरोबर बोललात. एक दिवस अगदी उत्तम काम करतात अन् दुसरे दिवशी त्यांच्या अकार्यक्षमतेमुळे एखादा दुर्दैवी जीव मरणाच्या खाईत लोटला जातो."

प्रेश्यस विचारात पडली. 'द स्टार' या वृत्तपत्रातली एक बातमी तिला आठवली. ती म्हणाली, "मला आठवतंय, मी जोहान्सबर्गमधल्या एका शल्यविशारदाबद्दल वाचलं होतं. तो एक भोंदू शल्यविशारद होता. त्यानं दहा वर्षं शल्यविशारद म्हणून व्यवसाय केला. कुणाला समजलंही नाही की त्याच्याजवळ शैक्षणिक पात्रता नव्हती. मग एकदा कुणाला तरी शंका आली आणि त्यांनी त्याची लबाडी उघडकीला आणली."

"गंमत आहे." डॉ. माकेत्सी म्हणाले, "अधूनमधून अशा गोष्टी उघडकीला येतच असतात आणि त्यापूर्वी अनेक वर्षं त्यांची लबाडी चालू असते. अगदी वर्षानुवर्षं."

"तुम्ही त्याची शैक्षणिक पात्रता नीट तपासून पाहिली होतीत का?" प्रेश्यसनं अधिक माहितीसाठी प्रश्न केला, "काय आहे, हल्ली फोटोकॉपी तंत्र, लेझर प्रिंटरमुळे सर्टिफिकेटांच्या बनावट कॉपी काढणं सोपं झालंय. कुणालाही ते सहज करता येतं. कदाचित तो डॉक्टर नसेलही. हॉस्पिटलमध्ये साधा सामानवाहक असेल नाहीतर असल्याच प्रकारचं काम करत असेल."

डॉ. माकेत्सीनं नकारात्मक मान हलवली, "आम्ही हे सगळं नीट तपासलं. त्याच्या नायजेरियातल्या वैद्यकीय विद्यालयात चौकशी केली. तुम्हाला खरं सांगतो, आमच्यादृष्टीनं तरी ती एक लढाईच होती. शिवाय आम्ही ब्रिटनमधल्या जनरल मेडिकल कौन्सिलकडेही चौकशी केली, कारण तिथे त्यानं दोन वर्षांपूर्वी नाव नोंदवलेलं होतं. नैरोबीहून आम्ही या नावाच्या डॉक्टरचा फोटो मागवला तर तोही आमच्या डॉ. कोमोतीचाच आहे, तेव्हा मला त्याच्या खरेखोटेपणाविषयी शंका नाही."

"तुम्हाला त्याच्या ज्ञानाची काही चाचणी वगैरे घेता येणार नाही का? काही अवघड, गुंतागुंतीचे प्रश्न विचारायचे आणि पाहायचं, तो व्यवस्थित उत्तरं देऊ शकतो की नाही ते."

डॉ. माकेत्सी हसले अन् म्हणाले, "ते सगळं यापूर्वी करून झालंय. एक-दोनदा डॉ. कोमोनींबरोबर मी काही अवघड केसेसबद्दल चर्चा केली. पहिल्या वेळी त्याला छान उत्तर द्यायला जमलं. त्याची उत्तरं मला अगदी समाधानकारक वाटली. म्हणजे 'आपण कशाबद्दल बोलतोय' ह्याची त्याला व्यवस्थित माहिती होती, पण दुसऱ्या-वेळी मला वाटलं, की तो गुळमुळीत उत्तरं देतोय. एकदा तर म्हणाला, 'मला यावर विचार करावा लागेल,' त्याचा मला राग आला म्हणून मी आधी चर्चिलेल्या विषयावर बोलायला सुरुवात केली. तर त्याला काहीच बोलणं जमेना. एकदमच असंबद्ध असं उत्तर दिलं त्यानं. त्याच्या बोलण्यावरून मला वाटलं, की तीन दिवसांपूर्वीच

त्यानं मला जे सांगितलं होतं ते तो पार विसरून गेला होता.''

प्रेश्यसनं आपली नजर छताकडे वळवली. विसराळूपणा हा काही तसा अगदी दुर्मिळपणे आढळणारा गुण नव्हता. तिचे डॅडीसुद्धा त्यांच्या शेवटच्या दिवसात खूप गोष्टी विसरायचे अन् तिलादेखील ते क्वचित ओळखायचे. वयस्क लोकांच्या-बाबतीत आपण विसराळूपणा समजू शकतो, पण हा डॉ. कोमोती तर चांगला तरुण होता. अर्थात त्याला काही आजार वगैरे असला तर गोष्ट वेगळी होती. आजारामुळे स्मृती जाणं शक्य असतं.

जणू काही तिच्या मनातली ही शंका जाणल्याप्रमाणे डॉ. माकेत्सी म्हणाले, ''त्याची मानसिक अवस्था पूर्णपणे ठीक आहे आणि माझ्या इतक्या वर्षांच्या अनुभवांच्या आधारे मी हेही सांगू शकतो, की हा काही वार्धक्यपूर्ण मनोदौर्बल्याचा प्रकार नाही, पण मला एक भीती वाटते – हा माणूस काही अमली पदार्थांचं सेवन तर करत नसेल ना? मला वाटतं, अमली पदार्थांच्या सेवनामुळे त्याचं मानसिक संतुलन बिघडलेलं असावं, त्यामुळेच रुग्णांना तपासत असताना बऱ्याचवेळा त्याला 'आपण काय करतोय' ते कळतच नसावं.

डॉ. माकेत्सी बोलायचे थांबले. ''जी काही धक्कादायक गोष्ट सांगायची होती, ती सांगून झाली होती. आता ते खुर्चीत मागे टेकून बसले. आपण जरा जास्तच बोललो असलो तर त्याचे परिणाम गंभीर होतील, अशी भीती त्यांना वाटू लागली. त्यांचा संशय खरा असेल तर या सगळ्याचा अर्थ एकच होता, एका पात्रता नसलेल्या डॉक्टरला ते रुग्णांना तपासू देत होते. उद्या जर मंत्र्यांना कळलं, की अमली पदार्थांच्या प्रभावाखाली असलेला एक डॉक्टर त्यांच्या अधिपत्याखालील हॉस्पिटलमध्ये रुग्णांवर उपचार करत होता तर ते डॉ. माकेत्सीच्या जबाबदारपणा-संबंधी संशय घेतील.''

त्यांच्या डोळ्यांसमोर तो काल्पनिक प्रसंग उभा राहिला. ''आता मला सांगा डॉ. माकेत्सी, या माणसाच्या वागण्यावरून तुम्हाला जराही संशय आला नाही की तो अमली पदार्थ सेवन करत असावा? तुमच्यासारख्या डॉक्टरांना तरी ही गोष्ट लगेच समजायला हवी. रस्त्यानं चालताना मी एखाद्या माणसाला नुसतं पाहिलं तरी मला कळतं की हा माणूस डग्गा ओढत असणार. तर तुम्हाला समजू नये का ही गोष्ट? का माझी केवळ अशी गोड समजूत आहे की तुम्ही लोक माझ्यापेक्षा अधिक संवेदनक्षम असता?''

त्यांना धीर देण्याच्या दृष्टीनं प्रेश्यस म्हणाली, ''तुमच्या चिंतेचं कारण मी समजू शकते, पण मी कशी काय मदत करू शकणार तुम्हाला याबाबतीत, ते माझ्या ध्यानात येत नाहीये. अमली पदार्थांविषयी मला फारशी काही माहिती नाही. ते खरं म्हणजे पोलिसांच्या अखत्यारीत येतं ना?''

तिची सूचना त्यांनी एकदम धुडकावून लावली, “पोलिसांचं तर तुम्ही नावदेखील काढू नका. त्यांना तपास करायला सांगितला रे सांगितला की ती गोष्ट गावभर पसरलीच म्हणून समजा. मला माहीत आहे, मी त्यांच्याकडे गेलो ही समस्या घेऊन तर ते सरळ ती अमली पदार्थाविषयीची चौकशी झाल्याशिवाय राहणार नाही. थोड्याच दिवसात सगळं गाव बोलू लागेल, ‘डॉ. कोमोती अमली पदार्थांचं सेवन करतो.’ ” ते अचानक बोलायचे थांबले. ‘आपल्या बोलण्यावरून रामोत्स्वे मॅडमना अंदाज येईल की हा सगळा मामला फार नाजूक आहे आणि अतिशय कौशल्यानंच तो हाताळायला हवा.’ समजा, डॉ. कोमोती नशाबाज नसेल तर? मीच त्याच्यासंबंधी चूक करत असेन तर? म्हणजे असं होईल की मी एका डॉक्टरांचं नाव कारण नसताना धुळीला मिळवलं. काहीकाही वेळा अकार्यक्षमपणा दाखवत असला तरी त्याला मी अशाप्रकारे नष्ट करणं योग्य ठरणार नाही.

“पण समजा, आपल्याला खात्रीलायकपणे समजलं की तो नशा करतो तर? अर्थात हे कसं सिद्ध करायचं ते मला माहीत नाही. तर काय तुम्ही त्याला नोकरीवरून काढून टाकणार का?” प्रेश्यसनं मनातली शंका बोलून दाखवली.

डॉ. माकेत्सींनी जोराजोरात मान हलवली. “आम्ही अमली पदार्थाचा विचार त्या दृष्टीनं नाही करू शकत म्हणजे अमली पदार्थ सेवन करणारा माणूस वाईट अन् न करणारा माणूस चांगला अशी वर्गवारी आमच्याकडे नसते. तो जर नशा करत असेल तर माझ्यामते ती एक वैद्यकीय समस्या आहे. म्हणून मी त्याला मदत करायचा प्रयत्न करेन. त्याची समस्या सोडवायचा प्रयत्न करेन.”

“पण नशाबाजांना तुम्ही अशाप्रकारे मदत करू शकत नाही. माझ्यामते, डग्गा ओढणं आणि अमली पदार्थाच्या गोळ्या किंवा त्यासारखे प्रकार सेवन करणं ह्या दोन्ही पूर्णपणे भिन्न गोष्टी आहेत. नशाबाजांना मुक्त करणं फार अवघड असतं. मला तुम्ही एखादा तरी असा माणूस दाखवा की जो या व्यसनाच्या विळख्यातून बाहेर पडलाय, ज्याची संपूर्ण मुक्ती झालीय. अगदी एक माणूस दाखवलात तरी मी तुमचं म्हणणं मानेन. कदाचित कुठेतरी असतीलही असे लोक, पण माझ्यातरी पाहण्यात आलेले नाहीत.”

डॉ. माकेत्सींनी खांदे उडवले, “मलाही ठाऊक आहे, ही माणसं फार वस्ताद असतात. कुठलाही अमली पदार्थ मिळवण्यात ती फार हुशार असतात. पण काही जण मात्र मिळवतात विजय या व्यसनावर. मी दाखवू शकेन अशी उदाहरणं तुम्हाला.”

“असतील बाई, किंवा नसतीलही. आपल्याला काय करायचंय? पण आता मी काय करावं अशी अपेक्षा आहे तुमची?”

“त्याच्याबद्दल माहिती मिळवा. काही दिवस त्याचा पाठलाग करा. तो खरंच अमली पदार्थ घेतो का, घेत असेल तर ते कुठून मिळवतो वगैरे गोष्टी शोधून काढा. त्यानंतर हेही शोधून काढा की तो स्वत:च इतर कोणाला ड्रग्ज पुरवत नाही ना, कारण तसं असेल तर आम्हा मंडळींना आणखी एक समस्या ठरू शकते. आमच्याकडे काही ड्रग्ज औषधं म्हणून वापरली जातात. त्यावर आम्ही अगदी कडक नियंत्रण ठेवून असतो, पण त्यापैकी काही ड्रग्ज नाहीसे होऊ शकतात. अन् आमच्यापैकी एखादा डॉक्टर नशाबाजांना ड्रग्ज पुरवण्याचे हे उद्योग करत असेल, तर आमची भयंकर नाचक्की होऊ शकते अन् आम्हाला ते व्हायला नकोय.”

“तसं आढळलं तर तुम्ही त्याला नोकरीतून काढून टाकणार ना? अशा परिस्थितीत तुम्ही त्याला मदत करायचा प्रयत्न करणार नाही ना?” प्रेश्यसनं डॉ. माकेत्सींना डिवचलं.

डॉ. माकेत्सी हसले, “अर्थातच नाही. मग मात्र आम्ही त्याला कायमचा डच्चू देणार.”

“छान मला तेच ऐकायचं होतं.” प्रेश्यस खुषीत म्हणाली. मग काहीशा गंभीर आवाजात तिनं मोबदल्याचा विषय काढला, “आता मला सांगा, माझ्या मोबदल्याचं काय?”

तिचे ते शब्द ऐकताच त्यांचा चेहरा पडला. “ह्याच गोष्टीची मला चिंता वाटत होती. हा सगळा विषय इतका नाजूक आहे की हॉस्पिटलला तर मला सांगता येणार नाही पैसे देण्याबद्दल.”

प्रेश्यसनं त्यांची अडचण तिला समजतेय या अर्थी मान हलवली. “तुमची एक जुनी मैत्रीण या नात्यानं मी तुमच्याकडून फी घेणार नाही असं तुम्हाला वाटतं ना?”

“हो.” शांतपणे डॉ. माकेत्सी म्हणाले, “मला वाटतं, तुम्हाला पूर्वीचे दिवस आठवतील. तेव्हा तुमच्या डॅडींना खूप बरं नव्हतं अन् त्यावेळी...”

प्रेश्यस ते सगळं कसं विसरू शकणार होती? त्या दिवसांत, अगदी रोज न चुकता डॉ. माकेत्सी संध्याकाळी येऊन तिच्या डॅडींना तपासत असत. जवळजवळ तीन आठवडे त्यांनी ओबेद रामोत्स्वेंना अशाप्रकारे मदत केली आणि मग हॉस्पिटलमध्ये दाखल करून घेतलं. स्वतंत्र खोली दिली. हे सगळं केलं होतं एक पैसाही न घेता.

“मला सगळं आठवतंय डॉक्टर. मी मुद्दाम फीचा विषय काढला तो हेच सांगण्यासाठी की तुम्हाला काहीही फी द्यायला लागणार नाही.”

डॉ. कोमोतींविषयी तपास करण्यासाठी आवश्यक ती सर्व प्राथमिक माहिती प्रेश्यसकडे होती. तो कौंडा वे या ठिकाणी राहात असे. तिथला त्याचा पत्ता तिच्याजवळ होता, त्याचा एक फोटोही डॉ. माकेत्सींनी तिला दिला होता आणि त्याच्या हिरव्या स्टेशनवॅगन गाडीचा नंबरही. या व्यतिरिक्त त्याचा टेलिफोन नंबर तसंच त्याच्या पत्रपेटीचा नंबरही तिच्याजवळ होताच. अर्थात तिला त्याची बहुतेक गरज भासली नसती. आता त्याच्यावर नजर ठेवायची आणि लवकरात लवकर हवी ती माहिती काढायची. हेच तिचं काम होतं.

डॉ. माकेत्सींनी आणखी एक चांगली गोष्ट केली होती. त्यांनी तिला डॉ. कोमोतीचं पुढल्या चार महिन्यांसाठीचं अपघातविभागातल्या कामाचं वेळापत्रक दिलं होतं. त्यामुळे प्रेश्यसला नक्की ठाऊक असणार होतं की डॉ. कोमोती कोणत्या दिवशी, किती वाजता काम संपवून घरी जाण्यासाठी हॉस्पिटल सोडणार. तसंच तो कोणत्या दिवशी रात्रपाळी करणार, हेही तिला आधीपासूनच माहीत असणार होतं. त्यामुळे कारणाशिवाय तिला गाडीत बसून त्याच्या हॉस्पिटलमधून बाहेर पडण्याची वाट पाहावी लागणार नव्हती.

दोन दिवसांनंतर तिनं कामाला सुरुवात केली. पहिल्या दिवशी दुपारी डॉ. कोमोतीनं हॉस्पिटलमधल्या कर्मचाऱ्यांसाठी असलेल्या कारपार्कमधून गाडी बाहेर काढली. त्यावेळी प्रेश्यस त्याची वाट पाहत तिच्या गाडीत बसून होती. डॉ. कोमोतीनं गाडी गावाच्या दिशेनं घेतली आणि एका जागी कारपार्कमध्ये उभी केली. प्रेश्यसनं योग्य अंतर ठेवून त्याचा पाठलाग केला, त्याच्या गाडीपासून काही अंतरावर आपली पांढरी व्हॅन उभी केली आणि गाडीतून उतरतानाही व्यवस्थित काळजी घेऊन ती बाहेर पडली. त्यानं एकदोन दुकानात खरेदी केली, बुकसेंटरमधून वृत्तपत्र विकत घेतलं आणि तो आपल्या गाडीकडे परतला, घरी गेला आणि घरीच राहिला. दहा वाजता त्याच्या घरातले दिवे बंद झाले तेव्हा प्रेश्यस आपल्या घरी परत आली. अशाप्रकारे आपल्या छोट्याशा गाडीत बसून कुणावर तरी तासन्तास नजर ठेवणं हे काम अतिशय कंटाळवाणं होतं, पण तिला त्या कामाची सवय होती आणि मुख्य म्हणजे एखादं काम अंगावर घेतलं की ती त्याबद्दल कधीच तक्रार करत नसे. डॉ. माकेत्सींचं काम करण्यासाठी तिला महिनाभर गाडीत बसून राहावं लागलं असतं, तरी तिनं ते आनंदानं केलं असतं. डॉ. माकेत्सींनी तिच्या डॅडींवर केलेल्या उपकारांची ती एक छोटीशी परतफेड झाली असती इतकंच.

पहिल्या दिवशीच्या संध्याकाळी काहीच घडलं नाही. दुसऱ्या दिवशीही नाही, तेव्हा प्रेश्यसला वाटू लागलं की ह्याच्या दिनक्रमात कधी काही बदल होतात की नाही. इतकं साचेबंद आयुष्य कुणी कसं जगू शकतं. अशी शंका मनात यायला

आणि अचानक त्यात बदल व्हायला जणू एकच गाठ पडली. शुक्रवारी दुपारी नेहमीप्रमाणे ती हॉस्पिटलच्या आवरात आपल्या गाडीत बसून डॉ. कोमोतीची वाट पाहत होती. त्यादिवशी त्याला थोडा उशीर झाला, पण शेवटी एकदाचा तो अपघातविभागाच्या प्रवेशद्वारातून बाहेर पडला. त्यावेळी त्याच्या अंगावरील पांढऱ्या कोटाच्या खिशातून त्याचा स्टेथोस्कोप बाहेर डोकावत होता. त्यानं गाडी सुरू केली.

प्रेश्यसनं त्याच्या मागून आपली गाडी घेतली. दोन्ही गाड्यांमध्ये व्यवस्थित अंतर ठेवल्यामुळे त्याला कसलाही संशय येण्याचं कारण नव्हतं. नेहमीप्रमाणे वृत्तपत्र विकत घेण्यासाठी तो बुकसेंटरकडे आपली गाडी घेईल हा तिचा कयास चुकीचा ठरला. या वेळी गावाच्या दिशेनं गाडी न घेता त्यानं विरुद्ध दिशेला गाडी वळवली. 'आज काहीतरी वेगळं घडणार बहुतेक, या विचारानं प्रेश्यसला आनंद वाटला. तिनं सगळं लक्ष गाडी चालवण्यावर केंद्रित केलं, कारण तिला आपल्या कामात कसूर व्हायला नको होती. रस्त्यावर बरीच रहदारी होती. महिन्याअखेरचा शुक्रवार असल्याने त्यादिवशी रस्त्यावर नेहमीपेक्षा जास्त वाहनं होती. लोकांना शुक्रवारी पगार मिळत असे. 'आज संध्याकाळी इतर दिवसांपेक्षा अपघातही अधिक होणार त्यामुळे डॉ. कोमोतीऐवजी हॉस्पिटलमध्ये काम करणाऱ्या डॉक्टरला आज जास्ती काम पडणार – दारूच्या नशेत गाडी चालवणारे अपघात करणार, जखमी होणार हे चित्र तिच्या डोळ्यांसमोर उभं राहिलं. जखमींच्या शरीरांवरच्या जखमांवर टाके घालणं, त्यांच्या शरीरात घुसलेल्या गाडीच्या समोरच्या काचेचे तुकडे काढणं, अशी जिकिरीची कामं असत.

डॉ. कोमोती लोबात्से पथाच्या दिशेनं जाऊ लागला तेव्हा प्रेश्यसला आश्चर्य वाटलं. हा माणूस अमली पदार्थांचा व्यापार करत असेल, तर नक्कीच तो लोबात्से-मधून आपली सूत्रं हलवत असणार. या कहाणीतलं हे वळण तिला रंजक वाटलं. लोबात्से गाव बोट्स्वानाच्या सरहद्दीजवळ होतं. ह्याचाच अर्थ तो इकडचे अमली पदार्थ दक्षिण आफ्रिकेत विकत असावा किंवा तिथून इकडे आणत असावा. ते काही असलं तरी गोष्टीतल्या या बदलामुळे तिला बरंच वाटलं. हा माणूस काहीतरी वेगळं वागतोय हीच गोष्ट तिच्या दृष्टीनं – एका गुप्तहेराच्या दृष्टीनं महत्त्वाची बाब होती.

व्हॅनसारख्या एका छोट्या गाडीतून डॉ. कोमोतीचा पाठलाग करणं ही अवघड गोष्ट होती. कारण त्याची गाडी मोठी होती. साहजिकच तिचा वेगही प्रेश्यसच्या गाडीपेक्षा अधिक होता. पण रहदारी असल्यामुळे डॉ. कोमोतीला कुणीतरी आपल्या मागावर आहे अशी शंका येण्याची शक्यता कमी होती. अर्थात लोबात्सेत शिरल्यावर तिला अधिक जास्त काळजी घेणं आवश्यक होतं, कारण रहदारी कमी झाल्यावर तिची पांढरी व्हॅन तो सहज टिपू शकला असता.

पण लोबात्सेतही तो थांबला नाही, तेव्हा तिला काळजी वाटू लागली. हा असाच पुढे गेला तर याचा अर्थ असा होईल की हा लोबात्सेच्या बाजूला असलेल्या एखाद्या खेड्यात शिरणार. तशी शक्यता जरा कमीच होती. कारण गावाच्या त्या बाजूला विशेष महत्त्वाचं असं काही नव्हतं. निदान डॉ. कोमोतींसारख्या माणसाला तरी तिथे जाण्यात काही रस नसणार. पण एक गोष्ट निश्चितपणे खरी होती. लोबात्सेनंतर पुढे काही मैलांवरच बोट्स्वानाची हद्द संपत होती. ह्याचा अर्थ तो माफिकेंगला जाणार असावा. आपलं लक्ष्य दुसऱ्या देशात जातंय, हे लक्षात येताच प्रेश्यसला स्वत:च्या मूर्खपणाचा मनस्वी संताप आला, कारण ती स्वत:चा पासपोर्ट बरोबर ठेवायला विसरली होती आणि पासपोर्टशिवाय माफिकेंगमध्ये प्रवेश मिळणं अशक्य होतं. यापुढे माफिकेंगमध्ये हा माणूस काय करणार, ह्याचा तिला पत्ताच लागणार नव्हता.

त्यानं गाडी सरहद्दीवरच्या चेकनाक्यापाशी थांबवली, तेव्हा प्रेश्यसला परत फिरावं लागलं. एखाद्या शिकाऱ्याला बऱ्याच पाठलागानंतर आपल्या सावजाला सोडून द्यावं लागल्यावर जी खंत वाटते, तीच भावना तिच्या मनात निर्माण झाली. आता सुट्टीचे दोन दिवस डॉ. कोमोती कसे घालवणार, ह्याचा थांगपत्ता तिला लागणार नाही. पुन्हा सबंध आठवडा तिला सगळ्या प्रकारची पुनरावृत्ती करावी लागणार होती आणि प्रत्येक वेळी ती स्वत:लाच दूषण देणार होती, की सुट्टीच्या दिवसात त्यानं काही गैरप्रकार केले तरी आपल्याला त्याची माहिती मिळणार नाही. ह्याचाच दुसरा अर्थ तिच्या दृष्टीनं आर्थिक नुकसान असाही होता. ह्या फुकटच्या हेरगिरीसाठी तिला लाभदायक कामांवरचं लक्ष कमी करावं लागणार होतं. तिच्या गाडीच्या दुरुस्तीसाठी पैशाची तजवीज करणं आणखी लांबणीवर पडणार होतं.

गॅबोरोनला प्रेश्यस परत आली, तेव्हा तिची मन:स्थिती अतिशय वाईट होती. ह्याच उद्विग्न अवस्थेत तिनं रात्रीचं जेवण उरकलं आणि लवकर झोपी गेली. परंतु दुसरे दिवशी सकाळीही तिचं मन शांत झालेलं नव्हतंच. शनिवारी सकाळी ती प्रेसिडेंट हॉटेलमध्ये बसून आरामात कॉफी पीत असे, त्यावेळी ग्रेस गाकात्स्ला या मैत्रिणीबरोबर तिच्या मनसोक्त गप्पाही होत. ग्रेसचं ब्रॉडहर्स्ट मॉलमध्ये तयार कपड्यांचं दुकान होतं. तिच्याकडे येणाऱ्या गिऱ्हाइकांच्या गमतीजमती ती अगदी रंगवून खुलवून सांगत असे. त्यामुळे प्रेश्यसचा वेळ छान जायचा. एकदा म्हणे एका सरकारी मंत्र्यांच्या बायकोनं शुक्रवारी संध्याकाळी एक पोशाख ग्रेसच्या दुकानातून विकत घेतला आणि लगेच सोमवारी सकाळी परत केला. का तर म्हणे तो तिच्या मापाचा नव्हता. गमतीची गोष्ट म्हणजे ग्रेसनं स्वत:च तिला एका समारंभात शनिवारी त्याच पोशाखात पाहिलेलं होतं. त्यावेळी तो पोशाख अगदी व्यवस्थित बसला होता.

"आता मी तिला तोंडावर स्पष्ट सांगू शकत नव्हते की ती एक नंबरची खोटारडी आहे किंवा माझं कपडे भाड्यानं देण्याचं दुकान नाहीये, की कुणीही एक-दोन दिवसांसाठी कपडे घेऊन जावेत अन् काम संपलं की परत करावेत. मग मी एक युक्ती केली. मी तिला विचारलं, 'परवाच्या लग्नात मजा आली की नाही?' हसून तिनं उत्तर दिलं, 'हो, खूप मजा आली.'

"हो ना, मीपण धमाल केली. मी पाहिलं तुम्हाला दुरून, पण तुमचं लक्ष नव्हतं.' माझे शब्द ऐकल्यावर मात्र तिच्या चेहऱ्यावरचं हसू एकदम मावळलं अन् चेहरा पण असा काही पडला की ज्याचं नाव ते! मग बाईसाहेब म्हणतात कशा, 'ठीक आहे, मी परत एकदा घालून बघते तो ड्रेस, बहुतेक होईल मला.'

"बाई कसली ग, साळिंदर आहे बया," प्रेश्यसनं आपलं मत व्यक्त केलं. खोटं बोलणाऱ्या माणसांचा तिला भयंकर राग येत असे.

"साळिंदर नाही, हाइना म्हण किंवा लांब नाकवाली हे अधिक योग्य होईल." ग्रेस काही मागे हटणार नव्हती. दोघीजणी मग बराच वेळ खोखो हसत राहिल्या.

थोड्या वेळानं ग्रेस हॉटेलमधून बाहेर पडली अन् प्रेश्यसच्या मनावर पुन्हा एकदा खिन्नतेचं मळभ पसरलं. ही सबंध सुट्टी – शनिवारी रविवारची – अशीच जाणार बहुतेक. नव्हे, डॉ. कोमोतीचं पितळ उघडं पडेपर्यंत आपली मनोवस्था अशीच राहणार. 'ही केस आपण सोडवू शकू ना.' अशी काळजी तिच्या मनाला कुरतडू लागली.

कॉफीचे पैसे चुकते करून प्रेश्यस हॉटेलमधून बाहेर पडली. पायऱ्या उतरत असताना तिला अगदी अनपेक्षितपणे समोर तो दिसला – डॉ. कोमोती!

थिजल्यासारखी प्रेश्यस जागच्या जागीच उभी राहिली. काल रात्री सातच्या अगदी थोडंच आधी या माणसानं बोट्स्वाना देशाची सरहद्द ओलांडून दक्षिण आफ्रिकेत प्रवेश केला होता. आठ वाजता सरहद्द बंद होत असे. म्हणजेच डॉ. कोमोतीला माफिकेंगमध्ये जाण्यापुरेसा वेळच मिळालेला नव्हता. कारण सरहद्दीपासून माफिकेंग चाळीस मिनिटांच्या अंतरावर होतं, त्यामुळे आठ वाजायच्या आत परत बोट्स्वानात प्रवेश करणं केवळ असंभव होतं. मग तिनं असा विचार केला, 'कालची रात्र ह्यानं माफिकेंगमध्ये काढली असेल अन् सकाळी उठल्याउठल्या परत येण्यासाठी निघाला असेल.'

त्याला बघून तिला जे आश्चर्य वाटलं होतं त्यातून ती सावरली अन् तिनं ठरवलं, आज ह्याचा पाठलाग करायची संधी मिळालीय तिचा पुरेपूर उपयोग करायचा आणि तो काय करतो, कुठे जातो ते शोधून काढायचं. डॉ. कोमोती

हार्डवेअरच्या दुकानात शिरला. त्याच्या बाहेर येण्याची वाट पाहत प्रेश्यस बाहेर रेंगाळली तेवढ्या वेळात तिनं दुकानांच्या खिडक्यांमधल्या वस्तू निरर्थकपणे न्याहाळल्या. थोड्या वेळानं तो बाहेर पडला. गाडीत बसला अन् गाडी सुरू केली. प्रेश्यसनंही त्याच्या मागून आपली गाडी बाहेर काढली.

तो संपूर्ण दिवस डॉ. कोमोतीनं घरातच बसून घालवला. संध्याकाळी सहा वाजता सन हॉटेलमध्ये त्यानं दोन मित्रांसमवेत मद्यप्राशन केलं. ते दोघंही नायजेरियाचे रहिवासी होते. त्यातला एक जण लेखापालांच्या ऑफिसमध्ये नोकरी करायचा तर दुसरा कुठल्यातरी प्राथमिक शाळेत शिक्षक असावा. त्यांच्या या भेटीत संशयास्पद असं काही तिला जाणवलं नाही. कारण अशाप्रकारे नोकरीनिमित्त एका देशाचे नागरिक दुसऱ्या देशात गेले की एकमेकांच्या गाठीभेटी घेण्यासाठी ते असे हॉटेलमध्ये किंवा बारमध्ये भेटत, चार घटका गप्पा मारत अन् आपापल्या मार्गानं निघून जात.

डॉ. कोमोतीदेखील तासाभरानं उठला अन् घरी गेला. त्याचा साप्ताहिक सुट्टीतला तेवढाच कार्यक्रम असावा. रविवार संध्याकाळपर्यंत आणखी विशेष असं काही घडलं नाही तेव्हा प्रेश्यसनं ठरवलं, पुढच्या आठवड्यात डॉ. माकेत्सींना चौकशीविषयी सांगून म्हणायचं, "मला तरी डॉ. कोमोती नशाबाजांबरोबर वेळ घालवतो, असं आढळलं नाही. उलट, त्याचं वागणं संयम आणि आदरणीय वागणुकीचा नमुना म्हणावं इतकं चांगलं होतं. तो कुणा स्त्रीबरोबर दिसला नव्हता. त्यानं घरात कुणा बाईला ठेवलं असलं तर गोष्ट वेगळी, पण तिची नजर होती त्याच्यावर. त्या दरम्यानतरी कोणी स्त्री त्याच्याकडे आली नव्हती किंवा त्याच्या घरातून बाहेर पडली नव्हती. प्रामाणिकपणे बोलायचं तर नजर ठेवण्याच्या दृष्टीनं तो अगदीच साधासीधा, सरळमार्गी माणूस होता.

पण मग त्याच्या माफिकेंगला जाण्यामागचं कारण काय होतं? अन् इतक्या कमी वेळात तो तिथून परत तरी का आला होता? माफिकेंगला भरणाऱ्या ओ.के. बाजारात खरेदीसाठी जर तो गेला असेल (तसं बरेच लोक करत, कारण त्यामुळे पुष्कळ बचत होत असे.) तर त्यासाठी शनिवारची सकाळ तरी त्यानं माफिकेंगमध्ये राहायला हवं होतं, पण तो जर शुक्रवारी रात्रीच किंवा शनिवारच्या भल्या पहाटे माफिकेंगहून परत निघाला असेल तर त्याला जे काही काम करायचं होतं ते त्यानं शुक्रवारी संध्याकाळी आठच्या आतच केलं असणार. एखादी स्त्री गोंडस, गुबगुबीत दक्षिण आफ्रिकन नटवी तर नसेल, जिच्या रूपावर पुरुष विनाकारण भाळतात? प्रेश्यसला वाटलं, असंच काहीतरी कारण असणार. पण मग शनिवारी सकाळी इतक्या घाईघाईनं तो परत का आला होता? तिच्याबरोबर आणखी काही वेळ का नाही घालवला त्यानं? निदान तिला घेऊन एखाद्या

माम्बा बाथोसारख्या हॉटेलमध्ये जेवायला गेला असता तर ते पटण्यासारखं होतं. प्रेश्यसचं मन अस्वस्थ झालं. डॉ. कोमोतीचं वागणं तर्कसंगत वाटत नव्हतं, एवढं खरं! त्यावर एकच उपाय होता – पुढल्या शुक्रवारी पुन्हा एकदा डॉ. कोमोतीचा माफिकेंगपर्यंत पाठलाग करायचा अन् तो काय काय करतो ह्याची नोंद घ्यायची. त्या तपासाअंती हाती काहीच लागलं नाही तर शनिवारी सकाळी माफिकेंगमध्ये काहीतरी खरेदी करायची अन् दुपारी परत यायचं. नाहीतरी बरंच दिवसांपासून असा एखादा बेत आखण्याचं तिच्या मनात होतंच. या निमित्तानं एकाच दगडात दोन पक्षी मारता आले असते.

जणू मनकवडेपणानं तिच्या मनातली इच्छा डॉ. कोमोतीनं जाणली. पुढल्या शुक्रवारी मागच्याच घटनांची पुनरावृत्ती घडली. सरहद्द ओलांडणं तिच्या दृष्टीनं थोडं अवघड काम होतं. कारण डॉ. कोमोतीचा पाठलाग पुरेसं अंतर ठेवूनच करणं आवश्यक होतं. त्याला या पाठलागासंबंधी संशय येऊन चालणार नव्हतं. तसंच चेकनाक्याजवळ पोहोचायला तिला जास्त वेळ लागला तर त्याचा माग सुटण्याची शक्यताही नाकारता येत नव्हती. चेकनाक्यावरच्या माणसानं खरोखरच तिचा पासपोर्ट बघताना भयानक थंडपणा दाखवला. प्रत्येक पानावरचा माफिकेंगमध्ये प्रवेश घेतानाचा व माफिकेंगमधून परत येतानाचा शिक्का बारकाईनं न्याहाळला. मग तिरसटपणे तिला विचारलं, "या पासपोर्टमध्ये व्यवसाय – गुप्तहेर असं लिहिलंय. एक बाई कधी गुप्तहेर असू शकते का?"

संतापानं धुमसत प्रेश्यसनं त्याच्याकडे पाहिलं. चिडून काही उत्तर दिलं तर ही तपासणी लांबेल आणि आपण डॉ. कोमोतींचा माग घालवून बसू, ही भीती तिच्या मनात दाटून आली. कारण त्यावेळी पलीकडच्या बाजूला तिथला ऑफिसर डॉ. कोमोतींच्या पासपोर्टवर शिक्का मारत होता. 'आत्ता काही मिनिटांत डॉ. कोमोती सरहद्द ओलांडेल मग आपण त्याचा पाठलाग करण्याची ही संधीही गमावून बसू.' ती स्वत:शीच पुटपुटली.

"पुष्कळ स्त्रिया गुप्तहेर म्हणून काम करतात. तुम्ही ॲगाथा ख्रिस्तींची पुस्तकं वाचली नाहीत का?"

त्या कारकुनानं नजर वर करून तिच्याकडे पाहिलं. तो रागानं थरथरत होता, "तुम्हाला काय वाटलं मी शिकलेला नाहीये? ॲगाथा ख्रिस्तीची पुस्तकं वाचली नसावीत वगैरे?"

"छे छे, माझा मुळीच तसा गैरसमज नाहीये, उलट तुम्ही लोक खूप शिकलेले असता, कार्यक्षम असता याबाबतीत मला अजिबात शंका नाही. अर्थात कालचीच गोष्ट – तुमच्या देशांतर मंत्र्यांच्या घरी मी गेले होते तेव्हा त्यांनादेखील मी हेच म्हटलं, सरहद्दीवर काम करणारे तुमचे अधिकारी अत्यंत कार्यक्षम एवढंच

नव्हे, तर विनम्रदेखील आहेत. जेवताना आम्ही बराच वेळ याचविषयी बोलत होतो.''

तो माणूस गारठल्यासारखा ताठ झाला. क्षणभर त्याच्या मनाची चलबिचल झाली, पण दुसऱ्याच क्षणी तिच्या पासपोर्टवर शिक्का मारून तो नम्रपणे म्हणाला,

''थँक यू मॅडम, तुम्ही जाऊ शकता.''

प्रेश्यसला खोटं बोलणं आवडत नसे. पण कधीकधी हे जरूरीचं ठरायचं. विशेषत: या ऑफिसरसारख्या माणसाची गाठ पडली म्हणजे एखाद्याच्या पात्रतेपेक्षा वरची जागा त्याला मिळाली की तो असाच इतरांना तुच्छ लेखतो. अशा वेळी सत्यावर थोडा मुलामा चढवणं आवश्यक ठरतं. आता हेच पाहा ना, या मंत्र्यांना ती ओळखत होती, पण त्यांच्या घरी जेवायला जाण्याइतकी दाट ओळख निश्चितच नव्हती दोघांमध्ये, पण थोडं तिखटमीठ लावलं, की माणसं बरोबर ताळ्यावर येतात अन् ही गोष्ट त्या व्यक्तीच्या दृष्टीनं आवश्यकच असते. एका स्त्रीवर अशाप्रकारची मूर्ख अरेरावी करणाऱ्याला इतपत शिक्षा द्यायलाच हवी.

चेकनाक्यावरून सुटका होताच प्रेश्यस पुन्हा आपल्या पांढऱ्या व्हॅनमध्ये बसली. तिनं सरहद्द ओलांडली, पण तोपर्यंत डॉ. कोमोती गायब झाला होता. आपली व्हॅन शक्य तितक्या वेगानं ताबडत प्रेश्यसनं गाडी चालवली. तेव्हा कुठे तिला डॉ. कोमोतीला गाठणं शक्य झालं. तसा तो संथ गतीनंच जात होता, म्हणून तिनंही गाडीचा वेग कमी केला. वाटेत मंगोपेच्या राजधानीचे अवशेष अन् त्यांचं चिमुकलं रिपब्लिक ऑफ बोफुथाट्स्वाना लागलं. तिथलं स्टेडियम बघताच तिला आठवलं याच ठिकाणी बोफुथाट्स्वानाच्या राष्ट्राध्यक्षांना त्यांच्याच सैनिकांनी घेराव घातला होता. आता नव्या रिपब्लिकचे अधिकारी प्रेटोरियातून या भग्नावस्थेतील राज्याचा कारभार चालवत असत. ह्या सगळ्या प्रकाराला मुळीच अर्थ उरला नव्हता. सैनिकांचे उठाव म्हणजे निव्वळ वित्तहानी, एक पराकोटीचा मूर्खपणा एवढाच अर्थ लोक काढत. काही दिवसांनी हे उठाव आपोआप थंडावत आणि त्यांचा मागमूसही उरत नसे. एकूणच वर्णभेदाच्या सर्वव्यापी खेळखंडोबाचा हा एक भाग होता. दुसऱ्या शब्दात व्हर्वोअर्डचं राक्षसी स्वप्न. सर्वसामान्य जनता मात्र या प्रकारात कमालीची भरडून निघत असे. आफ्रिकाखंडात जे अनेक अमानुष प्रकार घडले होते, त्यात आणखी एकाची भर, एवढंच म्हणता आलं असतं.

अकल्पितपणे डॉ. कोमोती उजवीकडे वळला. आता ते माफिकेंगच्या वेशीवर पोहोचले होते. हे उपनगर व्यवस्थितपणे वसवलेलं होतं. त्यामुळे इथली घरं समोर प्रशस्त बागबगीचा असलेली अशी होती. रस्त्यांची आखणीही चांगली होती. अशाच एका मोठ्या घराच्या समोरील ड्राईव्ह वेवर त्याची गाडी शिरली

तेव्हा पटकन प्रेश्यसनं आपली गाडी थोडी पुढे नेऊन थांबवली नाहीतर त्याला संशय आला असता. अर्थात त्याच्या घराच्या आपण किती पुढे आलो, हे तिनं लक्षात ठेवलं. बरोबर सातव्या घरासमोरील झाडाखाली तिनं आपली व्हॅन थांबवली.

अशा प्रकारच्या घरांच्या मागील बाजूला एक अरुंदशी गल्ली असते. तिला सर्वसाधारणपणे सफाई गल्ली असं म्हणतात. प्रेश्यस आपल्या व्हॅनमधून उतरली आन् सफाई गल्लीच्या टोकापर्यंत गेली. या जागेपासून डॉ. कोमोतीचं घर आठव्या क्रमांकाचं होतं. कारण गल्लीचा शेवट आठव्या घरानंतर होता. डॉ कोमोतीच्या घरापाशी उभं राहून तिनं बागेत डोकावून पाहिलं. पूर्वी कधीतरी ह्या बागेची निगराणी होत असावी, पण अलीकडच्या काळात कुणा माळ्यानं तिथे प्रवेश केला नसावा. झाडंझुडपं अस्ताव्यस्तपणे वाढलेली होती. तुतूची झाडं, बोगनव्हिलाची झुडपं आता प्रचंड मोठी झाली होती. त्यांच्यावर उमललेली जांभळी फुलं आता थेट आकाशाकडे नजर लावल्यासारखी वाटत होती. पपयांच्या झाडांवरची फळं आता पिकून झाडावरच सडूही लागली होती. सापांना वावरायला इथे भरपूर सांदीकोपरे होते. इथल्या गवतात माम्बांना लपायला पुष्कळ जागा होती. कदाचित बूमस्लँग सापांनी झाडां-भोवती वेटोळे घातलेही असतील. अशा ठिकाणी प्रवेश करणाऱ्या मूर्खाला त्यांच्यापैकी एखाद्यानं सहज दंश करण्याची शक्यता होती.

तिनं सावधपणे फाटक उघडलं. त्याच्या करकरण्यावरून तिच्या लक्षात आलं की बराच काळ ते बंदच असावं. त्याच्या लोखंडी बिजागऱ्या पार गंजून गेल्या होत्या. तिला फाटकाच्या करकरण्याची भीती वाटली नाही. कारण बागेत झाडांचं इतकं छान रान माजलं होतं की त्यापलीकडे कुठलाही आवाज पोहोचणं शक्यच नव्हतं. शिवाय हे फाटक घरापासून जवळजवळ शंभरएक यार्डावर होतं. त्यामुळे फाटका-जवळ उभं राहिलेल्या व्यक्तीला घर दिसूही शकत नसे. त्या दृष्टीनं ती सुरक्षित होती कारण घरातल्या माणसांनाही झाडाझुडपाच्या पलीकडचं काही दिसण्याची सुतराम शक्यता नव्हती. बागेतल्या सापांची गोष्ट मात्र वेगळी होती. त्यांच्यापासून तिला भीती होतीच.

दबकी पावलं टाकत प्रेश्यस पुढे निघाली. प्रत्येक पाऊल खाली ठेवताना तिला भीती वाटत होती. एखादा साप फुत्कारून फणा वर काढेल की काय अशी, पण तिच्या सुदैवानं तसं काही घडलं नाही. घराच्या जवळ पोहोचताच ती एका तुतूच्या झाडाखाली पाठीत पोक काढून वाकली, कारण या ठिकाणाहून तिला घराचं मागचं दार, तसंच स्वयंपाकघराची उघडी खिडकी व्यवस्थित दिसत होती, पण घरातलं मात्र काहीही दिसू शकत नव्हतं. कारण घर जुन्या ब्रिटिश वसाहतकाळात बांधलेलं होतं. कडक उन्हापासून

संरक्षण व्हावं तसंच उन्हाळ्यात घर थंड राहावं म्हणून घराची उतरती वळचण खूप रुंद केलेली होती. प्रेश्यसच्या मनात त्या घराची तुलना हल्लीच्या नव्या फॅशनच्या घरांबरोबर झाली. अलीकडचे वास्तुशास्त्रज्ञ घरांची आखणी करताना उन्हाच्या झळा, उजेड या गोष्टींचा विचार करत नसावेत. त्यामुळे या काचेच्या घरात राहणाऱ्या माणसांना आपण पारदर्शक भांड्यात ठेवलेल्या माशांप्रमाणे आहोत, असं वाटत असणार. कुणीही मोठ्या खिडक्यांमधून आत डोकावू शकतं.

'आपण आता इथवर आलोत तर खरे, पण यापुढे काय करायचं हा प्रश्न आहेच.' ती स्वत:शीच म्हणाली. कुणीतरी दारातून बाहेर येईल, ह्याची वाट पाहत झाडाखाली उभं राहणं सहज शक्य होतं तिला; पण घरातलं कुणी या बाजूला, असल्या भुक्कड बागेत येईलच कशाला? अन् समजा, कुणी आलं, त्यानं तिला पाहिलं तर काय करायचं, हाही प्रश्न होताच!

तेवढ्यात घराच्या मागच्या बाजूची एक खिडकी उघडली आणि एक माणूस बाहेर वाकला. तो डॉ. कोमोती होता.

"ए, कोण आहे रे तिकडे? ए जाडी बाई! आमच्या तुतूच्या झाडाखाली कशासाठी बसली आहेस?"

उत्तर देण्याऐवजी आपण खांद्यावरून मागे नजर टाकावी अन् दुसरं कुणीतरी माणूस झाडाखाली आहे असं भासवावं अशी इच्छा तिच्या मनात दाटून आली. फळं चोरताना किंवा एखादी करू नये ती गोष्ट करताना पकडले गेल्यावर एखाद्या शाळकरी मुलीला जशी भीती वाटेल तसं तिला वाटलं. आता यापुढे नाटक करून काही उपयोग नव्हता. तो आपल्याशीच बोलतोय हे मान्य करायलाच हवं होतं.

ती उठून उभी राहिली अन् झाडाच्या सावलीतून बाहेर आली.

"खूप गरम होतंय." ती मोठ्या आवाजात म्हणाली, "प्यायला पाणी द्याल का थोडंसं?"

लगेच खिडकी बंद झाली अन् स्वयंपाकघराचं दार उघडलं गेलं. पायरीवर डॉ. कोमोती उभा राहिला. त्याच्या अंगावर या वेळी वेगळेच कपडे होते. घरात शिरल्याशिरल्या ह्यानं कपडे बदलले की काय? असा प्रश्नही तिच्या मनात उमटला. त्याच्या हातात पाण्याचा मग होता, तो त्यानं तिला दिला. तेव्हा खूप तहानलेल्या माणसाप्रमाणे गटागट आवाज करत तिनं सगळं पाणी संपवलं. तिला खरोखरच खूप तहान लागली होती. त्यामुळे पाणी हवंच होतं, पण त्याक्षणीदेखील तिच्या लक्षात आलं, की तिनं हातात धरलेला मग अगदी अस्वच्छ होता.

"इथे आमच्या बागेत काय करते आहेस तू? चोरबीर तर नाहीस ना?" डॉ कोमोतीनं विचारलं.

"नाही हो," असं म्हणताना तिनं चेहऱ्यावर खूप दु:खी भाव दाखवला.

त्यानं एकवार थंडपणे तिच्याकडे बघितलं, "चोर नाहीस असं म्हणतेस तर मग कशासाठी इथे आली होतीस? काही कामबीम हवं असेल तर ते शक्य नाही, कारण आमच्याकडे कामाला बाई येते. ती स्वयंपाकपण करते. तेव्हा आम्हाला कुणी नोकर नकोय."

त्यावर ती काही उत्तर देणार, तेवढ्यात डॉ. कोमोतीच्या मागे कुणीतरी येऊन उभं राहिलं आणि त्यानं डॉ. कोमोतीच्या खांद्यावरून डोकावून पाहिलं – तो डॉ. कोमोतीच होता.

"काय चाललंय इथे?" दुसऱ्या डॉ. कोमोतीनं विचारलं, "या बाईला काय हवंय?"

पहिल्या डॉ. कोमोतीनं उत्तर दिलं, "मी तिला बागेत पाहिलं, पण 'मी चोर नाही' असं ती म्हणतेय."

"मी नाहीच आहे चोर." प्रेश्यस फणकाऱ्यानं म्हणाली, "मी फक्त तुमच्या घराकडे पाहत होते."

दोघांच्या चेहऱ्यावर गोंधळल्याचा भाव स्पष्ट दिसला, "पण का?" त्याच्यापैकी एक जण म्हणाला, "आमच्या घराकडे पाहायचं कारणच काय? त्यात एवढं विशेष काय आहे? आणि आम्हाला घर विकायचंही नाहीये."

एकदम मान मागे करून प्रेश्यस जोरात हसली, "अरे देवा, अहो मी घर विकत घेण्यासाठी आले नाही इथे. माझ्या लहानपणी मी इथेच राहायची. त्या वेळी मि. व्हॅन डर हीवर आणि त्यांची पत्नी इथं राहत असत. ते बोअर लोकांपैकी होते. माझी आई त्यांच्याकडे जेवण बनवायची. आम्ही नोकरांसाठी असलेल्या मागच्या बाजूच्या घरात राहायचो. त्या तिकडे बागेच्या मागच्या बाजूला माझे वडील बागेची देखभाल करायचे, माळी होते ते. खूप छान ठेवायचे ते ही बाग." असं म्हणून तिनं रागानं त्याच्याकडे पाहिलं. "तेव्हा ही बाग किती छान स्थितीत होती. छान काळजी घेतली जायची ना?"

"नक्कीच देखणी असणार तेव्हा. दोघांपैकी एक जण म्हणाला, "आम्हालाही ती परत एकदा नीटनेटकी करायचीय, पण सध्या वेळच मिळत नाही. आम्ही खूप कामात असतो. दोघेही डॉक्टर आहोत, त्यामुळे आमचा सगळा वेळ हॉस्पिटलमध्येच जातो."

"अस्सं होय." आवाजात एकदम आदरभावना दाखवत तिनं पुढं विचारलं, "इथल्या हॉस्पिटलमध्येच काम करता का?"

"नाही." पहिल्या डॉ. कोमोतीनं उत्तर दिलं, "माझा रेल्वेस्टेशनजवळ दवाखाना आहे अन् माझा भाऊ..."

"मी तिकडे वरच्या बाजूला काम करतो." असं म्हणत दुसऱ्या डॉ. कोमोतीनं उत्तर दिशेकडे बोट दाखवलं. "ठीक आहे. तुम्ही आमच्या बागेकडे हवं तितकं पाहू शकता, मदर. तुमचं चालू दे. चहा घेणार असाल तर करतो तुमच्यासाठी."

"थँक यू. खरंच फार दयाळू अंतःकरण आहे तुमचं, पण नको, मी चलते." त्या बागेतून बाहेर पडणं म्हणजे सुटका झाल्यासारखं वाटलं तिला. इतक्या दयनीय अवस्थेतली बाग तिनं यापूर्वी कधीच पाहिली नव्हती. अस्ताव्यस्त वाढलेली झाडं अन् माजलेलं गवत असलेल्या त्या आवराला बाग म्हणायला कुणी धजावलं नसतं. तरीही तेथून काढता पाय घेण्यापूर्वी तिनं काही झाडं निरखून बघायचं नाटक केलं. बाहेर पडताना तिच्या डोक्यात विचारांचा गोंधळ माजला होता. कारण त्या दोघा डॉ. कोमोतींनी दिलेली माहिती जरा विचित्र वाटत होती – म्हणजे हे दोघं जुळे भाऊ आहेत तर! अन् दोघंही डॉक्टर आहेत. अगदी एकसारखे दिसणारे दोन जुळे भाऊ. अर्थात त्यातही काही जगावेगळं असं नव्हतं. अनेक वेळा जुळी भावंडं अगदी सारख्या गोष्टी करतात – एकमेकांचं अनुकरण करतात. म्हणूनच दोघांनी डॉक्टर असणं ह्यात विचित्र म्हणण्यासारखं काही नव्हतं. तिनं तर असंही ऐकलं होतं की कधी कधी जुळे भाऊ दोन बहिणींशी लग्न करतात. ते काही असलं तरी या कहाणीत काहीतरी वेगळं, खास असं होतंच, असं तिचं मन तिला सांगत होतं. काहीतरी निराळं नक्कीच आहे या कहाणीत, ते आपल्याला खुणावतंय पण आपल्या ध्यानी येत नाहीये अन् तेच आपण शोधून काढायला हवंय, असा निश्चय तिनं मनाशी केला.

गाडी सुरू करून प्रेश्यसनं आपला मोहरा शहराच्या मध्यवर्ती भागाकडे वळवला. दोघा डॉक्टरांपैकी एकानं सांगितलं की त्याचा दवाखाना रेल्वेस्टेशनजवळ होता. तिनं त्याच्या दवाखान्यावर एक नजर टाकायचं ठरवलं. अर्थात मुख्य दरवाज्यावरच्या पितळीच्या नामफलकावरून काही अंदाज बांधणं शक्य झालं नसतं ही गोष्टही खरी होती.

रेल्वेस्टेशननजिकचा भाग तिला अगदी अपरिचित नव्हता. जुन्या जमान्यातल्या आफ्रिकेची आठवण करून देणाऱ्या या भागात थोडा वेळ भटकंती करायला तिला मनापासून आवडायचं. तिला आठवलं, पूर्वी गाड्यांना भरपूर गर्दी असायची. त्यामुळे नकोशा वाटणाऱ्या घामट प्रवाशांच्या संगतीत प्रवास करायला लागायचा. संथ गतीनं रेल्वेगाड्या विस्तीर्ण गवताळ प्रदेशातून धावत राहायच्या. दोन्ही बाजूंना उसाचे मळे असायचे. गाडीतले प्रवासी वेळ घालवण्यासाठी ऊस खायचे.

रस चोखून झाल्यावर चोथा खिडकीबाहेर फेकायचे. या भागात अजून त्या आठवणींचा दरवळ रेंगाळत होता. केपटाऊनकडून येणाऱ्या गाड्या वेग कमी करत इथला प्लॅटफॉर्म मागे टाकत बोट्स्वानाकडे कूच करायच्या अन् पुढे बुलावायोत त्यांचा प्रवास संपायचा. ह्याच भागात काही भारतीयांची दुकानं अजूनही होती. स्वस्तातली ब्लँकेट्स, पक्ष्याचं पीस खोचलेल्या हॅट्स तिथे मिळायच्या.

प्रेश्यसच्या मनात विचार आला, आपली लाडकी आफ्रिका पूर्वीसारखीच राह्यवी. इथल्या लोकांनी आपल्या परंपरा, चालीरिती, सवयी टाकून देऊ नयेत. इतर देशातले लोक जसे त्यांचा आत्माच हरपून बसले होते, स्वार्थी बनले होते, तसं आफ्रिकनांचं होऊ नये. आपण इतरांचं अंधानुकरण करू नये आणि आपल्या देशाची, खंडाची लाजतर मुळीच बाळगू नये. तिला अगदी तीव्रतेनं वाटलं. मला स्वत:ला आफ्रिकन म्हणून घेण्यातच अभिमान आहे. उद्या कुणी माझ्याकडे आलं माझ्या हातावर एखादी औषधाची गोळी ठेवून म्हणालं, 'ही घे, अगदी नवी औषधी आहे, तिच्या सेवनाने तू अमेरिकन होशील.' तर मी म्हणेन, 'नको, मी आहे तशीच उत्तम आहे. तुमचं औषध तुम्हालाच लखलाभ.'

तिनं आपली पांढरी व्हॅन रेल्वेस्टेशनबाहेर उभी केली आणि ती गाडीतून खाली उतरली. हा भाग नेहमीच गर्दीचा, गजबजलेला असा असायचा. भाजलेली मक्याची कणसं, गोड पेयं विकणाऱ्या स्त्रिया, मोठमोठ्यानं गप्पा मारणारे पुरुष, प्रवासाला निघालेली कुटुंबं, त्यांच्या पुठ्ठ्याच्या पेट्या, ब्लँकेट्सच्या वळकट्या. एक ना दोन. एक लहान मुलगा साधीशी खेळण्यातली गाडी दोरीच्या साहाय्यानं ओढत होता. तो आपल्याच नादात येऊन प्रेश्यसला धडकला. ही बाई आता आपल्यावर ओरडणार ह्या भीतीनं बिचाऱ्यानं धूम ठोकली.

प्रेश्यस एका विक्रेतीजवळ गेली अन् तिच्याशी सेत्स्वाना भाषेत बोलू लागली,

"कशी आहेस बाई तू?" तिनं नम्रपणे विचारलं.

"छान आहे बाई मी. अन् तुम्ही कशा आहात?" तिनं हसून विचारलं.

"छान आहे मीपण. रात्रीची झोपही छान झाली माझी."

"छान."

सुरुवातीची औपचारिक चौकशी झाल्यानंतर प्रेश्यसनं तिला विचारलं, "मी ऐकलंय, इथे एक खूप चांगले डॉक्टर आहेत. त्यांचं नाव डॉ. कोमोती आहे. त्यांचा दवाखाना कुठे आहे ते माहीत आहे का तुला?"

"तो काय तिथे, त्या गोऱ्या माणसानं आपल्या ट्रक थांबवलाय ना तिथेच आहे. खूप लोक जातात उपचारासाठी त्यांच्याकडे."

प्रेश्यसनं या माहितीबद्दल तिचे आभार मानले, एक कणीस तिच्याकडून विकत घेतलं आणि ते खातखात ती पुढे निघाली. डॉ. कोमोतींचा दवाखाना

एका डबघाईला आलेल्या पत्र्याचं छप्पर असलेल्या इमारतीत होता. एकूण तो सगळा भागच तिला अगदी जुनाट, कळाहीन वाटला, पण तिला वाटलं होतं त्याप्रमाणे दवाखाना बंद नव्हता. तिनं दार ढकलून उघडलं तेव्हा समोरच एक स्त्री उभी होती.

"माफ करा. पण डॉक्टरसाहेब आता नाहीयेत." तिनं तुटक स्वरात माहिती दिली. "मी इथली परिचारिका आहे. तुम्ही सोमवारी दुपारी या, तेव्हा डॉक्टर असतील."

"अस्सं होय." आवाजात किंचित खेद आणत प्रेश्यस पुढे म्हणाली, "शुक्रवारी दुपारी सगळेजण आपापली काम संपवून मजा करायला बाहेर पडतात, अशा वेळी इथे आवराआवर करत बसावं लागतंय ना तुम्हाला. मला खूप वाईट वाटतंय तुमच्यासाठी."

परिचारिकेनं नुसतेच खांदे उडवले, "मला काही वाटत नाही त्रास. माझा मित्र थोडा उशिरा येणार आहे इथे, मग आम्ही बाहेर जाऊ. मला सोमवारसाठी दवाखाना सज्ज ठेवायला लागतो. ते काम शुक्रवारी बाहेर पडण्यापूर्वी उरकलेलं असलं की मनाला शांती असते."

"खरं आहे तुमचं म्हणणं." मनात काहीतरी विचारांची जुळणी करत प्रेश्यस म्हणाली, "खरं तर मी डॉक्टरांकडे काही उपचारासाठी आलेली नाही. मला काही झालेलं नाही. काय आहे, डॉक्टर नैरोबीत राहायचे तेव्हा मी हॉस्पिटलमध्ये त्यांच्या विभागात काम करायची. आज सहजच त्यांना भेटायला आले."

प्रेश्यसची ही नवी ओळख समजताच त्या परिचारिकेच्या वागण्यात फरक पडला. ती अधिक मोकळेपणानं म्हणाली, "बसा ना तुम्ही, मी तुमच्यासाठी चहा बनवते. खूप उकडत असेल ना बाहेर?"

ती चहा घेऊन येईपर्यंत प्रेश्यस मनात विचारांची जुळणी करत बसून राहिली.

"तुला दुसरे डॉ. कोमोती माहीत असतील ना? त्या डॉक्टरांचे जुळे भाऊ."

"हो, नसायला काय झालं? इथे येतात ना ते डॉक्टरांना मदत करायला आठवड्यातून दोन-तीन दिवस?"

प्रेश्यस विचारात पडल्यासारखी झाली. तिनं सावकाशपणे कप ओठांपासून दूर केला. तिच्या छातीतली धडधड वाढली. आता आपल्याला बित्तंबातमी मिळणार या विचारानं ती अधीर झाली. 'हळूच मुख्य मुद्द्याला हात घालायला हवा.' ती स्वत:शीच म्हणाली. मग आपण अगदी सहज बोलतोय, अशा पद्धतीनं ती म्हणाली, "हो बरोबर आहे तुझं. तिकडे नैरोबीत पण ते दोघं तेच करायचे." तिनं हे बोलताना अशा प्रकारची हातांची हालचाल केली की कुणाला वाटावं, 'त्यात नवीन काही नाही.'

"एक भाऊ दुसऱ्याला मदत करायचा अन् बहुतेक वेळा रुग्णांना हे जाणवायचं नाही, की दुसरा कुणीतरी आपल्यावर उपचार करतोय."

परिचारिका हसली, "इथेही अगदी तोच प्रकार चालतो. रुग्णांच्या दृष्टीनं विचार केला तर कधीकधी वाटतं, हे योग्य नाही, त्यांच्यावर अन्याय होतोय पण खरं सांगायचं तर रुग्णांना कळतच नाही की ती दोन वेगळी माणसं आहेत. त्यामुळे त्यांच्या दृष्टीनं काही फरक पडत नाही."

प्रेश्यसनं आपला रिकामा कप आणखी एक कप चहासाठी परिचारिकेसमोर धरला अन् विचारल, "पण तुमचं काय? तुमच्या लक्षात आलाय की नाही दोघांमधला फरक?"

परिचारिकेनं प्रेश्यसच्या कपात चहा ओतला व म्हणाली, "येतो कधी कधी. विशेषतः त्यांच्या काम करण्याच्या पद्धतीमुळे. दोघांपैकी एक जण खूप हुशार आहे तर दुसरा तितकाच कुचकामी. या माणसाला काही वैद्यकीय ज्ञान आहे की नाही अशीच शंका मला येते. वाटतं, हा डॉक्टरी परीक्षा पास तरी कसा झाला?"

'मलाही तुझ्यासारखंच वाटतंय. नव्हे, मला खात्री आहे. तो डॉक्टर नाहीच आहे.' प्रेश्यस म्हणाली पण मनातल्या मनात.

ती रात्र तिनं माफिकेंगमधल्या स्टेशन हॉटेलमध्ये काढली. हॉटेलमध्ये आणि आजूबाजूच्या परिसरातही गडबडगोंधळ होता. तरीही तिला स्वस्थ झोप लागली. महत्त्वाची चौकशी, तपास पूर्ण झाला की तिला नेहमीच शांत झोप लागत असे. दुसरे दिवशी सकाळी तिनं ओके बाजारात थोडीफार खरेदी केली. तिच्या दृष्टीनं अतिशय छान, आनंदाची गोष्ट म्हणजे तिच्या प्रशस्त देहाच्या मापाचे ड्रेसेस तिला मिळाले अन् तेही स्वस्तात, म्हणून तिनं एकदम तीन ड्रेसेस विकत घेतले. खरं म्हणजे गरज नसतानाही. पण तिनं असा विचार केला, आपण एका गुप्तहेरसंस्थेच्या – स्त्रियांच्या अग्रगण्य गुप्तहेरसंस्थेच्या मालक आहोत. त्यामुळे एका विशिष्ट दर्जा-प्रमाणे आपल्याला राहावंच लागतं. त्यासाठी थोडाफार खर्च करावाच लागणार.

दुपारी तीनच्या सुमारास ती गॅबोरोनला घरी परतली. लगेच तिनं डॉ. माकेत्सींना आपल्या ऑफिसमध्ये बोलावलं, तिनं मिळवलेली सर्व माहिती लगोलग त्यांच्या कानावर घालणं अतिशय महत्त्वाचं होतं. दहा मिनिटांच्या आत ते हजर झाले. तिच्या समोरच्या खुर्चीत बसल्यानंतरही त्यांच्या चेहऱ्यावरील अस्वस्थता ते लपवू शकले नाहीत. ती त्यांच्या हालचालीतूनदेखील स्पष्ट दिसत होती.

"पहिली गोष्ट म्हणजे त्याचा अमली पदार्थांशी काहीही संबंध नाही." प्रेश्यसनं

लगेचच सांगितलं. ते ऐकताच डॉ. माकेत्सींनी सुटकेचा नि:श्वास टाकला. ''देवाचे आभार मानायला हवेत त्यासाठी. ह्याच एका गोष्टीची मला भयंकर काळजी वाटत होती.''

''इतक्यात खूष होऊ नका. मी जे सांगणार आहे तेही तितकंच धक्कादायक वाटेल तुम्हाला कदाचित.'' प्रेश्यसनं साशंक आवाजात त्यांना सावध केलं.

''त्याच्याकडे वैद्यकीय पदवी नाही, खरं ना?'' हे म्हणतानाही डॉ. माकेत्सींचा ऊर धपापत होता.

''एकाकडे आहे.''

''एकाकडे आहे म्हणजे काय?'' त्यांचा चेहरा अजूनही गोंधळलेलाच वाटला तिला.

''सांगते सगळंच.'' असं म्हणून ती खुर्चीत किंचित रेलून बसली. आता आपण काहीतरी मोठ्ठं गूढ उकलणार आहोत या आविर्भावात.

''त्याचं काय आहे, ते दोघं जुळे भाऊ आहेत. दोघांपैकी एक वैद्यकीय कॉलेजातून डॉक्टर झाला, पण दुसरा विशेष काही शिकला नाही. आता या डॉक्टर झालेल्या माणसाला पैशाची हाव सुटली. एकाऐवजी दोन नोकऱ्या का करू नयेत? दुप्पट पैसे मिळतील अन् कुणाला काही पत्ताही लागणार नाही. अर्थातच त्यानं दोन नोकऱ्या धरल्या अन् दोन्हींना निम्मानिम्मा वेळ दिला. तीन दिवस इथल्या हॉस्पिटलमध्ये अन् तीन दिवस तिकडे माफिकेंगमध्ये. तो तिकडे असायचा तेव्हा त्याचा भाऊ इथे असायचा. डॉक्टर भावाकडून मिळवलेल्या जुजबी, ऐकीव ज्ञानावर अन् भावानं दिलेल्या सल्ल्याच्या आधारावर तो इथे निभावून न्यायचा. कुणाच्या काही लक्षात यायचं नाही. एवढा मोठा घोटाळा असेल अशी शंका येणं तर अवघडच होतं. हीच त्या डॉ. कोमोतीची कहाणी अन् त्याच्या माफिकेंगमधील भावाची देखील!''

डॉ. माकेत्सी थिजल्यासारखे स्तब्ध बसून राहिले. प्रेश्यस बोलत असताना त्यांनी आपल्या हातांच्या ओंजळीत आपलं डोकं धरून ठेवलं होतं. त्यांच्या एकूण आविर्भावावरून तिला वाटलं, आता हे बहुतेक रडणार.

''याचा अर्थ इथे हॉस्पिटलमध्ये दोघेही काम करत होते. कधी खरा डॉक्टर असायचा तर कधी त्याचा अडाणी जुळा भाऊ.''

''खरं आहे. असं म्हणता येईल. आठवड्यातले तीन दिवस खरा डॉक्टर इथे असायचा, तेव्हा त्याचा अपात्र भाऊ तिकडे दवाखाना चालवायचा. मग ते अदला-बदल करायचे. डॉक्टर महाशय तिकडे जायचे, आपल्या भावाकडून दवाखान्यात आलेल्या रुग्णांविषयी माहिती घ्यायचे अन् त्या आधारावर त्यांच्यावर औषधोपचार करायचे.''

''एका वैद्यकीय पदवीच्या किमतीत दोन नोकऱ्या.'' स्वत:शीच बोलल्यासारखे डॉ. माकेत्सी म्हणाले, ''इतका धूर्त बनाव मी आत्तापर्यंतच्या आयुष्यात कधीच पाहिला नाही.''

''मीसुद्धा चाट पडले, हे मी कबूल करते.'' प्रेश्यस म्हणाली. ''आतापर्यंत मनुष्यस्वभावातला तऱ्हेतऱ्हेचा खोटेपणा अनुभवला. मी माझ्या व्यवसायानिमित्त, पण मला वाटतं प्रत्येक वेळी एक नवी झलक मिळते.''

विचारात असल्यासारखी डॉ. माकेत्सींनी हनुवटी चोळली. मग ते म्हणाले, ''ही गोष्ट पोलिसांना सांगायला हवी मला. त्याच्यावर खटला भरला जाईल. असल्या माणसांपासून आपण सामान्य जनतेला वाचवायलाच हवं.''

''किंवा असं केलं तर...'' प्रेश्यसनं नवा पर्याय सुचवण्यासाठी बोलायला सुरुवात केली.

''सांगा ना, दुसरा काही पर्याय असेल तर.'' बुडत्यानं काडीचा आधार घ्यावा, त्या अधीरतेनं डॉ. माकेत्सींनी विचारलं, ''तुम्हाला सांगू का, ही गोष्ट लोकांपर्यंत पोहोचली तर त्यांच्यात घबराट निर्माण होईल. अफवांना ऊत येईल. काही विघ्न-संतोषी माणसं इतरांना आमच्याकडे येण्यापासून परावृत्त करतील. आमचे सार्वजनिक आरोग्यविषयक कार्यक्रम जनतेच्या विश्वासावर चालतात. तुम्हाला ठाऊकच आहे हे सगळं.''

''म्हणूनच म्हणते,'' प्रेश्यस म्हणाली, ''आपण हा सगळा गोंधळ दुसरीकडेच ढकलू. मी तुमच्याशी सहमत आहे. सामान्य जनतेला ह्या प्रकारापासून दूरच ठेवलं पाहिजे अन् डॉ. कोमोतीला कामावरून हटवलंही पाहिजे. जी काही तुमची पद्धत असेल त्याप्रमाणे. पण हीच गोष्ट आपण दुसऱ्याच्या अंगणात करायची.''

''म्हणजे माफिकेंगमध्ये, असं म्हणायचं तुम्हाला?''

''हो.'' प्रेश्यसनं उत्तर दिलं, ''नाहीतरी दक्षिण आफ्रिकेतही हा गुन्हा घडतोच आहे. मग त्यांनाच हाताळू दे की हे प्रकरण. इथल्या वृत्तपत्रांना त्याचा सुगावाही लागणार नाही. 'डॉ. कोमोतींनी एकाएकी राजीनामा दिला' एवढीच गोष्ट आपल्या लोकांना समजेल, पण त्यात आश्चर्य वाटण्यासारखं काही नाही. बऱ्याचदा लोक तडकाफडकी नोकरी सोडतात, कारणं काहीही असोत.''

''हंऽ'' डॉ. माकेत्सी म्हणाले, ''हे सगळं प्रकरण मंत्र्यांपासून दूरच ठेवायला हवं. त्यांना त्याचा वासही आला ना तर, ते काय म्हणतात ना, मंत्रिमहोदय अस्वस्थ वगैरे वगैरे...''

''अगदी खरं. त्यांना कळून काही फायदाही नाही. त्यापेक्षा मी माझ्या मित्राला फोन करून कळवते. बिली पिलानी तिकडे पोलीसप्रमुख आहे. या भोंदू डॉक्टरच्या हातात बेड्या ठोकायला त्याला अगदी मनापासून आवडेल.''

"तेवढं काम तुम्ही कराच." हसत डॉ. माकेत्सी म्हणाले. ह्या सगळ्या प्रकरणावर हा एक व्यवस्थित तोडगा होता. रामोत्स्वे मॅडमच्या अक्कलहुशारीवर ते बेहद्द खूश झाले.

"तुम्हाला सांगतो, माझी मोचुडीतली मावशी आहे ना, जिच्याबद्दल मी तुम्हाला बऱ्याच वेळा सांगितलंय, तिलादेखील ही समस्या तुमच्यासारखी हुशारीनं सोडवता आली नसती."

आपल्या या मित्राच्या वक्तव्यावर खूश होऊन प्रेश्यस हसली. डॉ. माकेत्सी तिचे बऱ्याच वर्षांपासूनचे मित्र होते. तिला वाटलं, असे जुने मित्र हीच आयुष्यातली खरी मोठी कमाई! नवनव्या ओळखी होतच असतात – दरवर्षी, दर महिन्यालादेखील. पण त्याची सर या बालपणीच्या मैत्रीला येत नाही. हे जुने बंध असे लोखंडी कड्यांप्रमाणे भरभक्कम असतात, कधी न तुटणारे, कधी न झिजणारे...

तिनं हात लांब करून त्यांच्या हाताला हलकेच स्पर्श केला. त्यात मैत्रीची आश्वासकता होती – शब्दांमध्ये व्यक्त न करता येण्यासारखी.

मांत्रिकाची पत्नी

मि. चार्ली गॉट्सोनं दिलेला नकाशा घेऊन प्रेश्यस रामोत्स्वे मांत्रिकाच्या शोधात निघाली. गाव मागे पडलं आणि आता रस्ता खडकाळ प्रदेशातून वाटचाल करू लागला. त्याला रस्ता म्हणणंही योग्य ठरलं नसतं. त्या धूळभरल्या कच्च्या रस्त्यावरून फारच कमी ये-जा होत असावी, गाडीच्या स्टिंग्ज सहजपणे तोडू शकतील असे मोठे दगड, खडक मधूनच एखादी टेकडी, इतस्तत: पसरलेले गोटे असा तो एकूण प्रदेश होता. चार्लीनं दिलेल्या नकाशावरून ह्या सगळ्याची कल्पना येत होतीच. सोबतीला होतं वरती पसरलेलं अथांग आकाश, पायतळीच्या जमिनी-इतकंच उजाड, ओकंबोकं. या क्षितिजापासून त्या क्षितिजापर्यंत पसरलेलं, अमर्याद...

आपली चिमुकली पांढरी व्हॅन प्रेश्यसला फार काळजीपूर्वक चालवावी लागत होती, मार्गातले खडक चुकवावे लागत होते. हे करताना तिच्या मनात सतत एक प्रश्न येत होता, या बाजूनं कधीच कुणी येत नव्हतं की काय? हा सगळा परिसर अगदी मृतप्राय वाटत होता – इथे गायीगुरं नव्हती, शेळ्यामेंढ्या नव्हत्या. थोडंफार तुरळक गवत अन् खुरटलेली काटेरी झाडं अशा या वैराण प्रदेशात – खेड्यापासून, मनुष्यवस्तीपासून दूर दूर अशा ठिकाणी कुणाला राहावंसं वाटतं, ही गोष्ट तिच्या आकलनापलीकडची होती. इथे धरणीमातादेखील शेवटच्या घटका मोजतेय, असा भयानक विचार तिच्या मनाला स्पर्शून गेला.

अचानक तिला ते घर दिसलं. झाडांच्यामागे दडलेलं, टेकडीच्या सावलीत उभं असलेलं. अगदी साधं, मातीचं ते घर म्हणजे पारंपरिक पद्धतीची एक झोपडीच होती. तिच्या भिंती तपकिरी मातीच्या होत्या. खिडक्यांना काचेची तावदानं नव्हती, घराभोवती गुडघाभर उंचीची भिंत होती. आधीच्या मालकानं अनेक वर्षांपूर्वी भिंतीवर चित्रं रंगवलेली होती, पण इतक्या वर्षांनंतर चित्रातले

रंगच नव्हे तर टवकेही उडालेले होते त्यामुळे त्यांच्या अस्पष्ट खुणा तेवढ्या उरल्या होत्या.

प्रेश्यसनं गाडी थांबवली अन् एक दीर्घ श्वास घेतला. आत्तापर्यंत तिनं अनेक घोटाळेवाल्यांना तोंडघशी पाडलं होतं, संशयी बायकांना तोंड दिलेलं होतं, इतकंच काय, तर तिनं चार्ली गॉट्सोसारख्या माणसाला प्रत्यक्ष भेटण्याचं धाडस केलं होतं. पण आत्ताची ही भेट वेगळी होती. एका दुष्ट प्रवृत्तीशी तिला आता उघडपणे सामना द्यायचा होता. मनुष्यरूपातला सैतान, कृष्णकृत्यं करणारा राक्षस, बेशरमपणाचं अगदी मूलभूत रूप, अशा शक्तीला सामोरं जायचं होतं. त्याच्या त्या जारण-मारणामागे, मंत्रामागे दडलेल्या खुनी माणसाशी लढत द्यायची होती.

गाडीचं दार उघडून ती बाहेर आली. सर्व शक्तीनिशी सूर्य आकाशात तळपत होता. तो आपली त्वचा भाजून काढतोय, असं तिला वाटलं. कलहारीचा अगदी नजीकचा हा प्रदेश बोट्स्वानाच्या पश्चिमेला होता. तिच्या मनाची उलाघाल अचानक वाढल्यासारखी झाली. ज्या प्रेमळ, उबदार आफ्रिकेत ती लहानाची मोठी झाली होती, त्या भूमीपासून ही आफ्रिका जणू सहस्त्र योजनं दूर असावी, ही आफ्रिका निर्दय होती – पाण्याचा टिपूसही नसलेली, कोरडी, ठणठणीत रुक्ष आफ्रिका!

ती घराच्या दिशेनं पावलं टाकू लागली, तेव्हा कुणीतरी आपल्यावर नजर रोखलीये असा भास तिला झाला. तशी काहीही हालचाल दृष्टीस पडत नव्हती, पण घरातून कुणीतरी आपल्यावर डोळे रोखलेत या विचारानं तिचं अंग शहारलं. घराभोवतीच्या भिंतीशी येताच तिनं नेहमीच्या पद्धतीनं ओरडून आपल्या येण्याची सूचना दिली. "कुणीतरी पाणी देईल का मला? खूप तहान लागलीये."

घरातून काही प्रतिसाद आला नाही, पण डावीकडे असलेल्या झुडपात काहीतरी सळसळ उमटली. तिनं मान वळवून बघितलं, उगीचच तिला अपराधी वाटलं, बघितलं तर तो एक मोठा टणक पाठीचा खेकड्यासारखा किडा होता. नुकत्याच मेलेल्या एका किड्याला तो मोठ्या कष्टानं ढकलत होता. किडा बहुतेक पाण्याविना तडफडून मेला असावा. बारीकसारीक अपघात घडतात, पण इतरांच्या दृष्टीने ते लाभदायक विजय ठरतात. माणसाच्या आयुष्यातदेखील असंच नाही घडत? परमेश्वराच्या दृष्टीनं आपण मानवसुद्धा त्या किड्यासारखेच असतो – क्षुद्र, य:कश्चित!

"मॅडम?"

तो शब्द कानी पडताच प्रेश्यस गर्रकन वळली. घराच्या दारामध्ये एक स्त्री कमरेला बांधलेल्या फडक्याला हात पुसत उभी होती.

घराभोवतालच्या भिंतीत फाटक असं नव्हतंच, फक्त थोडी मोकळी जागा होती, त्यातून प्रेश्यसनं आत पाऊल टाकलं.

"नमस्कार मॅडम, मी मादाम रामोत्स्वे." प्रेश्यसनं स्वत:ची ओळख करून दिली.

मान हलवून ती स्त्री म्हणाली, "असं का, मी मादाम नोत्शी."

प्रेश्यसनं तिला न्याहाळलं. पन्नाशीतल्या, खरं तर साठीकडे झुकलेल्या त्या स्त्रीच्या अंगावर एक पायघोळ स्कर्ट होता. साधारणपणे हेरेरो जमातीच्या स्त्रिया तसले कपडे वापरत, पण तिच्याकडे पाहाताच ही बाई हेरेरो नाही हे प्रेश्यसनं जाणलं.

"मी तुमच्या पतीकडे आलेय. मला त्यांना काहीतरी विचारायचंय."

ते शब्द ऐकताच ती स्त्री दारातून पुढे झाली अन् प्रेश्यसच्या समोर येऊन उभी राहिली. तिनं नजर रोखून प्रेश्यसकडे पाहिलं. "काही हवंय तुला? काहीतरी विकत घ्यायचंय का तुला त्याच्याकडून?"

"हो, ते खूप हुशार डॉक्टर आहेत असं मी ऐकलंय. मला एक स्त्री फार सतावतेय बरेच दिवस, माझ्या नवऱ्याला नादी लावून पळवलंय म्हणेनास. तिच्या नाकात वेसण घालायचीये मला."

ती स्त्री समजल्यासारखं हसली, "काळजी करू नकोस, ते तुला नक्की मदत करतील. त्यांच्याकडे तुझ्या समस्येवर इलाज असेल, पण आत्ता ते इथे नाहीत. शनिवारपर्यंत ते लोबात्सेत राहणार आहेत. त्यानंतरच यावं लागेल तुला."

प्रेश्यसनं एक दीर्घ नि:श्वास सोडला. "खूप दुरून आलेय मी. मला भयंकर तहान लागलीये. पाणी द्याल का मला तुम्ही?"

"हो देते ना, या घरात या. आरामात बसून घ्या पाणी."

ते घर म्हणजे एक छोटीशी खोली होती. एक जुनं मोडकं टेबल, दोन खुर्च्या, कोपऱ्यात एक अशा घरांमध्येच असते तशी एक धान्याची कणगी होती अन् पोचे आलेली एक जुनी पत्र्याची ट्रंकही होती. घराची मालकीण पाणी घेऊन येईपर्यंत प्रेश्यस खुर्चीत स्थानापन्न झाली होती. एका पांढऱ्या एनॅमलच्या मगमधून तिनं प्रेश्यसला पाणी दिलं. पाण्याला कुबटसा शिळा वास येत होता, पण उन्हानं कोरडा पडलेल्या प्रेश्यसच्या घशाला त्यामुळे थंडावा मिळाला. मग खाली ठेवताना प्रेश्यसनं तिच्याकडे पाहिलं अन् म्हणाली, "मी आत्ता तुम्हाला म्हणाले की मला काहीतरी हवंय डॉक्टरांकडून. ते खरंच आहे, पण एक दुसरंही कारण आहे. तुम्हाला धोक्याची सूचनाही द्यायला आलेय मी."

"मला धोक्याची सूचना?" खुर्चीत बसकण मारत ती स्त्री म्हणाली.

"हो. मी एक टायपिस्ट आहे. टायपिस्ट म्हणजे काय ते तुम्हाला ठाऊक आहे ना?'' प्रेश्यसनं विचारलं.

तिनं नुसतीच मान हलवली.

प्रेश्यस पुढे बोलू लागली, ''मी पोलीसखात्यात नोकरी करते. अलीकडेच मी तुमच्या पतीबद्दल काहीतरी टाईप केलं. तुमच्या पतीनं बोट्स्वानातल्या एका लहान मुलाला मारलंय, हे त्यांना ठाऊक आहे. त्यांना हेही ठाऊक आहे की मुटी मिळवण्यासाठी त्यांनी त्या मुलाला पळवलं आणि ठार मारलं. लवकरच तुमच्या नवऱ्याला पोलीस अटक करतील अन् फाशी देतील. मी धोक्याची सूचना द्यायला आले, कारण तुम्हालादेखील फाशीची शिक्षा होऊ शकते. त्यांच्या मते तुमचादेखील ह्या प्रकरणात हात आहे. तुम्हीपण अशा गोष्टी करता, असं त्यांना वाटतं. मला स्वत:ला असं वाटतं, की स्त्रियांना फाशी दिलं जाऊ नये. मी इथे आले त्याचं कारण तुम्ही माझ्याबरोबर आलात तर हे सगळं तुम्हाला थांबवता येईल ताबडतोब. त्यांना सरळ सांगून टाका काय झालंय ते. तुमच्यावर नक्की विश्वास ठेवतील अन् तुमचा जीव वाचू शकेल, नाहीतर तुम्ही काही फार काळ जगणार नाही. बहुतेक पुढच्या महिन्यात तुम्हाला फाशी होईल.''

प्रेश्यसनं बोलणं थांबवलं, तेव्हा विस्फारलेल्या डोळ्यांनी ती स्त्री तिच्याकडे पाहत होती. तिच्या हातातलं फडकं गळून पडलं होतं. त्या बाईच्या रोमारोमातून येणारा भीतीचा एक दर्प त्या खोलीला व्यापून राहिला होता.

"तुझ्या लक्षात येतंय ना मी काय म्हणतेय ते?''

मांत्रिकाच्या बायकोनं डोळे मिटले अन् ती म्हणाली, ''मी त्या मुलाला ठार मारलं नाही.''

"मला ठाऊक आहे ग ते,'' प्रेश्यस तिला धीर देत म्हणाली. ''स्त्रिया इतकं दुष्टासारखं कधीच वागणार नाहीत, पण पोलीस थोडेच विश्वास ठेवणार तुझ्या सांगण्यावर? त्यांच्याकडे तुझ्याविरुद्ध पुरावा आहे आणि सरकारला पण तुला फासावर चढवायचंय. आधी तुझ्या नवऱ्याला अन् मग तुला. सरकारला हे जारण-मारण वगैरे अजिबात आवडत नाही हे तुला माहीत आहे. त्यांना अशा गोष्टींची लाजच वाटते. हल्ली असलं काही कुणी करत नाही ना?''

"पण तो मुलगा मेला नाहीये.'' ती एकदम ओरडली, ''माझा नवरा त्याला गुरांच्या कळपाच्या शेजारी घेऊन गेला. तिथेच आहे तो अन् जिवंतही आहे.''

प्रेश्यसनं मांत्रिकाच्या बायकोसाठी गाडीचं दार उघडलं. ती आत बसल्यावर

ते धाडदिशी बंद केलं अन् मग ती स्वतःच्या सीटवर बसली. दुपारच्या कडक उन्हामुळे सीट तापल्या तव्यासारखी गरम झाली होती. अंगावरच्या कपड्यांतूनही तिला उन्हाचा चटका जाणवला, पण आत्ता या क्षणी तिला हा त्रास विशेष जाणवला नाही. तिच्यासमोर आता एकच उद्दिष्ट होतं – चार तासांचा खडतर प्रवास करून मुलापर्यंत पोहोचायचं आणि त्याची सुटका करायची. दुपारचा एक वाजला होता. तिथे पोहोचेपर्यंत सूर्यास्ताची वेळ होईल. पोहोचताक्षणी पोराला उचलायचं आणि परतीच्या प्रवासाला लागायचं असं तिनं मनाशी पक्कं केलं. वाटेत कुठे आडरस्त्याला थांबावं लागलंच तर व्हॅनमध्ये मागच्या बाजूला झोप काढायची, असंही तिनं ठरवलं. मुलाला परत मिळवणं, हेच सर्वांत मोठं काम होतं.

प्रवासात दोघीही गप्पच होत्या. मांत्रिकाच्या बायकोनं प्रेश्यसशी बोलायचा प्रयत्न केला, पण प्रेश्यसनं तिच्याकडे पूर्ण दुर्लक्ष केलं. आता बोलण्यासारखं काय उरलं होतं? अन् त्या बाईबरोबर काही बोलायची तिची इच्छादेखील नव्हती.

"तुम्ही दयाळू अंतःकरणाच्या बाई नाही वाटत मला." शेवटी मांत्रिकाची बायको म्हणाली, "मी केव्हापासून तुमच्याशी बोलायचा प्रयत्न करतेय पण तुम्ही माझ्याकडे सतत दुर्लक्ष करताय हे माझ्या लक्षात आलंय. स्वतःला कुणीतरी मोठी व्यक्ती समजता ना? म्हणजे माझ्यापेक्षा?" तिच्या शब्दांतून तिचा राग स्पष्ट व्यक्त होत होता.

प्रेश्यसनं तिच्याकडे अर्धवट वळून बघत उत्तर दिलं, "तू आता मला त्या मुलाकडे घेऊन चाललीस त्याचं एकमेव कारण आहे तुझ्या मनातली भीती! त्याला त्याच्या आईवडिलांकडे जायला मिळावं, असं तुला वाटत नाहीये. तुला या गोष्टीची मुळीच पर्वा नाहीये. आहे का सांग ना? तू एक दुष्ट बाई आहेस आणि मी तुला आधीच एक धोक्याची सूचना देऊन ठेवतेय. तू आणि तुझ्या नवऱ्यानं ही कृष्णकृत्यं थांबवली नाहीत तर पोलीस तुम्हाला तुरुंगात टाकतील अन् समजा, पोलीस नाहीच आले तर माझे गॅबोरोनमधले मित्र येतील आणि पोलिसांचं काम करतील. मी काय म्हणतेय ते नीट समजतंय ना तुला?"

असाच आणखी काही वेळ गेला. एकूण प्रवास खडतरच होता. जो काही रस्ता नावाचा प्रकार होता तो दरीखोऱ्यातून, दगडगोट्यांनी भरलेल्या प्रदेशातून जात होता. काही वेळानं त्यांना गुरांचे गोठे दिसले. एक-दोन झोपडीवजा घरं दिसली. त्यांच्या आजूबाजूला असलेली झाडंझुडुपं एवढाच काय तो डोळ्यांना विसावा, बाकी सगळा रणरणता, वैराण प्रदेश!

"हीच ती गायीगुरांची गोठावजा जागा." ती बाई म्हणाली, "इथे दोन

बासर्वा – एक स्त्री आणि एक पुरुष राहतात. आणि तो मुलगा त्यांच्याकडे काम करतो.''

''तुम्ही त्याला ठेवलात कसा? तुम्हाला खात्री होती तो पळून जाणार नाही ह्या गोष्टीची?''

''जरा आजूबाजूला बघा म्हणजे कळेल तुम्हालाच, किती उजाड, वैराण, निर्मनुष्य प्रदेश आहे हा. त्या मुलानं पळून जायचा विचार केला असता, तसा प्रयत्न केला असता तरी त्याला यश आलंच नसतं. त्या बासर्वांनी केव्हाच गाठलं असतं त्याला.''

प्रेश्यसला एकदम कसली तरी आठवण झाली – बोटाचं हाड! तो मुलगा जर अजूनही जिवंत होता तर ते हाड आलं कुठून?

''गॅबोरोनमध्ये एक माणूस आहे, त्यानं तुझ्या नवऱ्याकडून एक हाड विकत घेतलं होतं. ते हाड तुम्हाला कुठून मिळालं?''

तुच्छता अन् तिरस्काराचं मिश्रण असलेल्या नजरेनं तिनं प्रेश्यसकडे पाहिलं, ''हाड? ती काय जोहान्सबर्गमध्येदेखील मिळतात. एवढीशी गोष्टही तुला माहीत नव्हती का? ती काही फार महाग नसतात.''

ते दोघं बासर्वा नवराबायको झोपडीच्या बाहेर दगडावर बसून कसलीशी खीर खात होते. दोघेही लहानखुरे, सुरकुतलेल्या कातडीचे होते. कुणी नवखं माणूस दिसलं की दोघंही एखाद्या शिकाऱ्याच्या तीक्ष्ण नजरेनं आजूबाजूला पाहत असत. त्यातल्या पुरुषानं दोघींना पाहताच उठून सलाम केला, पण तो मुख्यत: त्या मांत्रिकाच्या बायकोला होता.

''गुरं ठीक आहेत की नाहीत?'' तिनं सटकन प्रश्न विचारला.

त्या माणसानं जिभेच्या साहाय्यानं क्लिक् असा आवाज केला. ''ठीकच आहेत. कुणी मेलेलं नाही. ती तिथली गाय भरपूर दूध देते.''

तो सेत्स्वाना भाषेतच बोलत होता, पण त्याच्या शब्दांचा अर्थ प्रेश्यसला कान टवकारून ऐकावा लागत होता, जास्त करून तो कलहारीतल्या लोकांप्रमाणे क्लिक् आणि शिट्ट्यांच्या भाषेतच बोलत होता.

''मुलगा कुठाय?'' तिनं पुन्हा एकदा एक सणसणीत वाटावा असा प्रश्न केला.

''त्या तिकडे आहे.'' त्याच्या हाताच्या दिशेकडे पाहताच त्यांना तो मुलगा दिसला. झाडामागून तो या दोघींना पाहत होता. त्याच्या चेहऱ्यावर अनिश्चिततेचे भाव होते. अंगावरच्या फाटक्या, मळकट कपड्यांमुळे अन् हातातल्या काठीमुळे असेल, प्रेश्यसला तो अगदी दयनीय वाटला.

मांत्रिकाच्या बायकोनं त्याला हाक मारून बोलावलं, ''इकडे ये रे लवकर.''

खालमानेनंच तो मुलगा तिच्याजवळ आला. त्याच्या मनगटाच्या वरच्या बाजूला एक व्रण स्पष्ट दिसत होता. एक जाडसा चट्टाही स्पष्टपणे जाणवत होता. तो बघताच प्रेश्यसला त्यामागचं कारण समजलं. चाबकानं त्याला फटके मारण्यात आले होते.

तिनं हळुवारपणे त्याच्या खांद्याला स्पर्श केला अन् विचारलं, ''नाव काय तुझं बाळ? कात्साना खेड्यातल्या शिक्षकाचा मुलगा ना तू?''

तो मुलगा थरथर कापू लागला, पण तिच्या डोळ्यांमध्ये त्याला काळजी, करुणा दिसली अन् त्याला एक प्रकारचा धीर आला.

''हो, मीच तो मुलगा. आता मी इथे काम करतो. ही माणसं मला त्यांची गुरं राखायला लावतात.''

''आणि तो माणूस तुला मारायचा, झोडपायचा ना?'' प्रेश्यसनं अगदी पुटपुटल्यासारख्या आवाजात विचारलं.

''नेहमीच. तो मला भीती दाखवायचा, म्हणायचा. 'पळून जाण्याचा प्रयत्न केलास तर याद राख. अणकुचीदार काठी घालीन तुझ्या शरीरात.' ''

''आता तू काळजी करू नकोस. मी आलेय तुला घेऊन जायला. माझ्याबरोबर चल तू. अगदी ह्याक्षणी. माझ्यापुढे चालत राहा. कुणी काहीही करणार नाही तुला.''

त्यानं एक क्षण बासर्वांकडे पाहिलं अन् तो गाडीच्या दिशेनं चालू लागला.

''जा सरळ गाडीकडे जा. मी पण येतेच आहे.'' प्रेश्यसनं त्याला धीर दिला.

तिनं त्याला ड्रायव्हरशेजारच्या सीटवर बसवलं आणि दार बंद केलं. तेवढ्यात मांत्रिकाची बायको ओरडून तिला म्हणाली, ''थोडा वेळ थांबा. मी ह्या दोघांबरोबर गुरांविषयी बोलते अन् मग आपण निघू.''

प्रेश्यस व्हॅनला वळसा घालून ड्रायव्हरकडील दाराकडे वळली अन् दार उघडून आत बसली.

''थांबा ना.'' पुन्हा ती ओरडून म्हणाली, ''येतेच मी लगेच.''

किंचित पुढे झुकून प्रेश्यसनं इंजीन सुरू केलं. मग गिअर बदलून तिनं सर्रकन स्टिअरिंग व्हील वळवलं आणि गाडीचा वेगनियंत्रक दाबला. त्याबरोबर मोठमोठ्यानं हाका मारत, ओरडत मांत्रिकाची बायको गाडीमागून धावू लागली. गाडीच्या वेगानं धुळीचा लोट उठला, तिच्या डोळ्यांत माती गेल्यामुळे तिला दिसेनासं झालं अन् ती अडखळून पडली.

प्रेश्यसनं मान वळवून मुलाकडे पाहिलं. त्याच्या चेहऱ्यावर भीती उमटली होती. या झटपट घडलेल्या घटनेमुळे तो खूप गोंधळून गेला होता.

"मी तुला आता तुझ्या घरी घेऊन जाणार आहे." तिनं आश्वासक सुरात सांगितलं, "प्रवास लांबचा आहे म्हणून रात्री कुठेतरी मुक्काम करावा लागेल. सकाळ झाली की पुन्हा निघू अन् लवकरच पोहोचू तुझ्या गावात."

तासाभरानंतर तिनं एका पाणी आटलेल्या नदीकाठी गाडी थांबवली. आजूबाजूला मनुष्यवस्ती तर नव्हतीच, पण चिटपाखरूही नव्हतं. रात्रीच्या अंधारात दूरवरदेखील कुठे शेकोटीचा विस्तव नजरेस पडत नव्हता. अशा शेकोट्या गुराखी पेटवत असत, ह्याचा अर्थ तो सगळा प्रदेश पूर्णपणे निर्मनुष्य होता. चांदणं पडलं होतं, तेवढाच काय तो मंद उजेड होता. तिनं पाहिलं तर तो मुलगा अगदी गाढ झोपी गेला होता. गाडीच्या मागच्या भागात असलेलं एक पोतं काढून त्याच्या अंगावर घातलं. झोपेत त्याचं मस्तक तिच्या दंडावर झुकलं. त्याचा एक हातही तिच्या दंडावर हलकेच विसावला होता. प्रेश्यसनं वरती आकाशाकडे पाहिलं. लुकलुकणाऱ्या ताऱ्यांकडे एकटक पाहत असताना तिच्या डोळ्यांवर झापड आली. दिवसभराचं शिणलेलं शरीर झोपेच्या आधीन झालं.

दुसरे दिवशी बोट्स्वाना खेड्यात राहणाऱ्या त्या शिक्षकांनी खिडकीबाहेर पाहिलं, तेव्हा त्यांना एक छोटी पांढरी व्हॅन दारात थांबताना दिसली. एक स्त्री गाडीतून उतरली. तिनं दाराकडे पाहिलं अन् मग गाडीकडे. त्यानं बघितलं तर गाडीत एक लहान मुलगा दिसला त्याला. त्या मुलाची आई असावी, बहुतेक त्याला शिकवणी लावण्यासाठी चौकशी करायची असेल, असं त्यांना वाटलं.

ते दार उघडून बाहेर गेले, तेव्हा ती बाहेरच्या भिंतीजवळ उभी होती.

"तुम्ही शिक्षक आहात ना दादा?"

"हो, काय काम आहे तुमचं माझ्याकडे?" त्यानं नम्र सुरात विचारलं.

तिनं गाडीकडे तोंड वळवून मुलाला कसली तरी खूण केली. दार उघडून मुलगा खाली उतरला. एका क्षणात वडिलांनी आपल्या मुलाला ओळखलं अन् धावतच ते गाडीपाशी गेले, मग थांबून ते मागे वळले अन् प्रश्नार्थक नजरेनं त्यांनी प्रेश्यसकडे पाहिलं. प्रेश्यसनं होकारार्थी मान हलवताच ते पुन्हा एकदा धावू लागले. जोरात धावताना ते पाय अडखळून खाली पडणारच होते, इतक्यात त्यांनी तोल सावरला अन् मोठमोठ्यानं ओरडत, किंचाळतच त्यांनी मुलाला मिठी मारली. त्यांच्या किंचाळण्यात त्यांच्या मनातला आनंद ओसंडून वाहत होता. आपला हरवलेला मुलगा सापडला, घरी परत आला ही बातमी जणू ओरडून साऱ्या जगाला ऐकवायची होती त्यांना.

त्यांच्याबरोबर अधिक काही न बोलता प्रेश्यसनं आपली पावलं गाडीकडे वळवली. पितापुत्राच्या ह्या विलक्षण भेटीत तिला अडथळा बनायचं नव्हतं. तिच्याही डोळ्यांतून अश्रू वाहत होते, पण ते तिच्या बाळासाठी होते. तिला तो क्षण आठवला. शेवटचा श्वास घेताना त्या चिमुकल्या जिवानं तिची बोटं घट्ट पकडायचा एक केविलवाणा प्रयत्न केला होता अन् मग त्याचा श्वास थांबला होता.

या माझ्या आफ्रिकेत किती प्रकारची दुःखं भरली आहेत. कधी कधी भीती वाटते, आपण आपल्या संवेदना गुंगवून टाकू, नुसते खांदे उडवू क्षणभर अन् तो विषय मनातून काढून, भिरकावून देऊ अन् दूर निघून जाऊ आपल्या सुरक्षित जगात...

"नाही, नाही तसं करणं शक्य नाही." ती स्वत:शीच पुटपुटली, "दुःखाकडे अशी पाठ फिरवता येत नाही, ते शक्यच नसतं."

मि.जे.एल.बी. मातेकोनी

वाळवंटासारख्या रुक्ष, वैराण प्रदेशात साम्राज्य असतं ते फक्त एकाच गोष्टीचं – धुळीचं, बारीक वाळूचं. ही वाळू माणसाच्या डोळ्यांत, नाकात, तोंडात जाते, त्याच्या त्वचेवरच्या रंध्रारंध्रात शिरते. हीच वाळू गाड्यांच्या इंजिनांमध्ये शिरते अन् गाड्या बिघडतात. प्रेश्यसची व्हॅन या धुळीमुळेच बिघडली होती. एरवी मैलोन्‌मैल न कुरकुरता धावणाऱ्या तिच्या व्हॅनला धुळीनंच बेजार केलं होतं. मांत्रिकाच्या बायकोला भेटायला प्रेश्यस गेली, त्यावेळी जातानाच्या प्रवासात व्हॅननं कुरकुर केली नाही, पण परतीच्या प्रवासात मात्र ती गचके देऊ लागली. 'हा त्या धुळीचाच प्रताप, दुसरं काय?' प्रेश्यस स्वत:शीच म्हणाली.

तिनं त्लॉक्वेंग रोड स्पीडी मोटर्सचा फोन नंबर फिरवला. मि.जे.एल.बी. मातेकोनींना त्रास द्यायची तिची इच्छा नव्हती, पण नेमकी त्याच वेळी त्यांची स्वागतिका जेवणासाठी बाहेर गेली असल्यामुळे फोन त्यांनीच उचलला. तिनं गाडीची समस्या सांगताच ते म्हणाले, "तुम्ही काही काळजी करू नका. उद्या शनिवारी मी तुमच्या घरी येतो अन् तिथल्यातिथेच दुरुस्त करून टाकतो. काहीतरी किरकोळ बिघाडच असणार."

"मला नाही तसं वाटतं," प्रेश्यसनं मनातली शंका बोलून दाखवली. "माझी व्हॅन आता बरीच जुनी झालीये. मला वाटतं एखाद्या म्हाताऱ्या गायीसारखी झालीये. ती त्यामुळे बहुतेक विकूनच टाकावी लागेल मला."

"काही विकावीबिकावी लागणार नाही. कसलीही मोडतोड असली तरी ती दुरुस्त करता येते, कितीही मोठी असली तरी. तेव्हा चिंता करायची जरुरी नाही."

'एखादं हृदय भंग पावलेलं असेल तरी?' त्यांनी स्वत:लाच प्रश्न विचारला. भग्न हृदयाचे अवशेष सांधता येतात? केपटाऊनमधल्या प्रो. बर्नाडनी हृदयारोपण

यशस्वीपणे केलं. त्यांना एखाद्या माणसाचं एकाकीपणामुळे आक्रंदत असलेलं हृदय ठीक करता येईल?''

शनिवारी सकाळी प्रेश्यस तिच्या नेहमीच्या सवयीप्रमाणे बाजारहाटासाठी बाहेर पडली. सामान खरेदीपेक्षा तिला महत्त्वाची वाटायची ती तिची मनसोक्त केलेली भटकंती, मनासारख्या घालवलेल्या चार घटका. आधी मॉलमधल्या सुपरमार्केट-मधून वाणसामान घ्यायचं, मग केमिस्टच्या दुकानाबाहेर फुटपाथवर बसणाऱ्या भाजीवालीकडून भाज्या विकत घ्यायच्या, त्यानंतर प्रेसिडेंट हॉटेलमध्ये बसून मैत्रिणीं-बरोबर गप्पा मारत कॉफी प्यायची अन् सगळ्यात शेवटी, घरातल्या व्हरांड्यात बसून अर्धा ग्लास लायन बिअरचे घुटके घेत वृत्तपत्रं वाचायची. सुट्टीचा मनसोक्त उपभोग घ्यायचा. आनंद लुटायचा. गुप्तहेर असल्यामुळे गावात कुठे काय चाललंय, ह्याची माहिती असणं तिच्या दृष्टीनं महत्त्वाचं होतं. काही महत्त्वाच्या घटनांची नोंद मनात करायला लागायची, त्यानंतर राजकारण्यांची प्रेडिक्टेबल भाषणं वाचायची आणि सगळ्यात शेवटी चर्चच्या नोटिसा, नवीन लग्नाविषयीच्या. गावातल्या घडामोडींपैकी एखादी घटना तिच्या तपासकार्यात कधी अन् कशी उपयोगी पडेल ते सांगता यायचं नाही.

साधं उदाहरण द्यायचं झालं तर ज्यांना पोलिसांनी पकडलं होतं त्या हिरेचोरांची नावं तिला तोंडपाठ होती – आर्ची मोफोबे, पिक्स नगुवे, मोल्सो मोबोले आणि जॉर्ज एक्सलन्स तांबे. त्यांच्याविषयी तिला इत्थंभूत माहिती होती, कारण तिनं त्यांच्या-वरच्या खटल्याविषयी अन् त्यांना झालेल्या शिक्षेविषयी वृत्तपत्रातच वाचलेलं होतं. पहिल्या दोघांना प्रत्येकी सहा वर्षं, तिसऱ्याला दहा वर्षं अन् चौथ्याला दहा महिने – ह्याची नोंद तिनं आपल्या डोक्यात करून ठेवली होती. एवढंच काय, जुन्या नालेदी भागातलं मटणाचं दुकान – त्वरित मटन विक्री केंद्राच्या मालकाचं नावही तिला ठाऊक होतं –गॉड्फ्रे पोटोवानी. तिला गॉड्फ्रेचा वर्तमानपत्रात आलेला फोटो चांगला आठवत होता. उद्‌घाटनाच्या समारंभप्रसंगी गॉड्फ्रेनं शेतकीमंत्र्यांबरोबर फोटो काढून घेतला होता. आता हे मंत्रीमहाशय कशाला हजर होते, एक साध्या मटनाच्या दुकानाच्या उद्‌घाटनाला? तर त्याचं उत्तर होतं – मंत्रिमहोदयांची पत्नी मॉडेला पोटवानी कुटुंबातली एका स्त्रीची कोणीतरी बहीण लागत होती. तिनं स्टोकस लोफिनालेच्या लग्नात भरपूर तमाशा केला होता. तिला येनकेन प्रकारेण खूश करण्याच्या हेतूनंच मंत्रिमहाशयांना आमंत्रण दिलं होतं. दुसरं काय?

असल्या भानगडींपासून गावातले काही लोक दूर राहणंच पसंत करायचे पण प्रेश्यसला वाटायचं, आपण ज्या गावात राहतो, तिथल्या लोकांबद्दल माहिती नको

आपल्याला? (त्यातली काही माहिती आपल्या व्यवसायाच्या दृष्टीनं उपयोगी पडू शकते.)

चार वाजून गेल्यानंतर मि.जे.एल.बी. मातेकोनी त्यांच्या गॅरेजमधल्या निळ्या ट्रकमधून आले. त्याच्यावर एका बाजूला त्यांच्या गॅरेजचं नाव मोठ्या ठळक अक्षरात रंगवलेलं होतं. त्यांच्या अंगावर गाडीदुरुस्तीच्या वेळी घालायचा पेहराव होता. पण नेहमीपेक्षा त्याची इस्त्री अगदी कडक होती अन् पेहरावही अगदी स्वच्छ होता. प्रेश्यस त्यांना आपल्या व्हॅनकडे घेऊन गेली. त्यांनी आपल्या ट्रकमधून एक मोठा जॅक काढला.

"मी तुमच्यासाठी चहा बनवते. गाडी नजरेखालून घालताना तुम्ही पिऊ शकाल."

स्वयंपाकघराच्या खिडकीतून त्यांच्याकडे बघत प्रेश्यस उभी राहिली. त्यांनी इंजिनाचा भाग उघडला अन् नेहमीच्या सवयीनं वेगवेगळ्या भागांवर ठोकून चाचपणी केली. मग ते गाडीत बसले अन् त्यांनी इंजीन सुरू केलं. खाक्खुक् करून थोडं गुरगुरून शेवटी इंजीन बंद पडलं. मग त्यांनी इंजिनातला एक मोठा भाग काढला. त्यातून अनेक तारा आणि पाईप बाहेर डोकावत होते. हाच बहुधा त्या इंजिनातला सगळ्यात महत्त्वाचा भाग होता – तिच्या गाडीचं हृदय – त्या बिचाऱ्या प्रामाणिक नोकरानं वर्षानुवर्षं तिच्यासाठी कष्ट सहन केले होते. स्वत:ला झिजवलं होतं. आता बाहेर काढल्यानंतर तो भाग किती केविलवाणा वाटत होता.

मि.जे.एल.बी. मातेकोनी आपल्या ट्रकपासून तिच्या गाडीपर्यंत मागेपुढे करत राहिले. तेवढ्या वेळात त्यांचा दोन वेळा चहा पिऊन झाला अन् तिसऱ्या कपाची ऑर्डर देऊन झाली कारण हवेत उष्मा खूपच होता. मग प्रेश्यस स्वयंपाकघरात गेली अन् तिनं भांड्यात भाज्या शिजवायला ठेवल्या, खिडकीत ठेवलेल्या रोपांना तिनं पाणी घातलं. संध्याकाळ व्हायला आली होती. दिवसाची ही वेळ प्रेश्यसला नेहमीच आवडायची – पक्षी यावेळी त्यांच्या घरट्याकडे परतत असायचे, रातकिड्यांची किरकिर सुरू झालेली असायची. संध्याकाळच्या मंद प्रकाशात गायीगुरं संथ गतीनं आपापल्या गोठ्यांकडे परत यायची, झोपड्यांबाहेर बायका लाकडाच्या चुली पेटवून स्वयंपाकाला लागायच्या.

मि.जे.एल.बी. मातेकोनींना आणखी एखाद्या दिव्याचा उजेड हवा आहे का हे विचारण्यासाठी ती बाहेर गेली तेव्हा ते तिच्या व्हॅनजवळ उभे राहून हातातल्या फडक्यानं आपले हात स्वच्छ करत होते.

"ठीक केलंय तुमच्या गाडीचं इंजीन मी. आता काही अडचण येणार नाही. त्याचं व्यवस्थित ट्युनिंग केलंय. त्यामुळे इंजीन आता कसं मधमाशीसारखं मंजुळ आवाज काढतंय."

तिनं खुषीत येऊन टाळी वाजवली, ''मला भीती वाटत होती की गाडी आता भंगारमध्ये काढावी लागतेय की काय?''

त्यावर ते हसले, ''पण मी तुम्हाला सांगितलं होतं ना, कितीही बिघाड झाला तरी तो दूर करता येतो, अगदी जुन्यापुराण्या व्हॅनमधलादेखील.''

तिच्यापाठोपाठ ते घरात शिरले. तिनं दोघांसाठी ग्लासांमध्ये बीअर ओतली मग दोघंजण व्हरांड्यात तिच्या आवडत्या जागी बसले. तिथून जवळच बोगनव्हिलाची फुलांनी डवरलेली वेल दिसत असे. शेजारच्या कुठल्यातरी घरातून आफ्रिकन संगीताचे सूर येत होते. ते पारंपरिक आफ्रिकन संगीत कानाला गोड वाटत होतं.

थोड्याच वेळात सूर्यास्त झाला अन् रागळीकडे अंधार पसरला. दोघंजण अंधारातच बसून राहिले. आजूबाजूचे दिवसा ऐकू येणारे आवाज, लोकांच्या बोलण्याचे आवाज मंदमंद होऊ लागले. कुठेतरी कुत्र्यांचं भुंकणं चालू होतं. आगगाडीच्या इंजिनाचा आवाज आला अन् हळूहळू तोही ऐकू येईनासा झाला. काटेरी झुडपांवरून वाहत येणाऱ्या कोमट धूळभरल्या वाऱ्याचा स्पर्शही त्यांना जाणवला.

अंधारातच मि. मातेकोनींनी प्रेश्यसकडे नजर वळवली. ही स्त्री त्यांना त्यांचं सर्वस्व वाटायची. तिच्यात त्यांना त्यांच्या आईचं रूप दिसायचं. शहाणपणाचं, समजूतदारपणाचं, आफ्रिकेचं, खाण्यातल्या चांगल्या पदार्थांचं, भोपळ्याचं, कोंबडीचं, गायींच्या अंगाला येणाऱ्या वासाचं, विस्तीर्ण माळरानावर छत धरून उभ्या असलेल्या पांढऱ्या आकाशाचं प्रतिबिंब दिसायचं, मूकपणे रडणाऱ्या जिराफाचं आक्रंदन त्यांना तिच्यामध्ये जाणवायचं. बोट्स्वाना, माझा देश, माझी जन्मभूमी, माझी कर्मभूमी ह्या सगळ्या गोष्टी अन् ही स्त्री ह्यात काही फरक नाही.

मनात तिच्याबद्दलचे हे सगळे विचार उचंबळत होते, पण ते व्यक्त कसे करणार आपण? ज्या ज्या वेळी आपण आपल्या मनातल्या भावना तिला सांगण्यासाठी तोंड उघडतो, तेव्हा तोंडाबाहेर पडणारे शब्द फारच थिटे पडतात, आपलं मन व्यक्त करायला अपुरे पडतात, पण काय करणार? आपला पण नाईलाज असतो. मी पडलो एक साधा मेकॅनिक. मला कवीसारखं बोलता येत नाही आणि आता यापुढे ते शक्यही नाही. म्हणून अगदी साध्या शब्दात त्यांनी त्यांचं मन तिच्याजवळ मोकळं केलं.

''तुमची गाडी मी दुरुस्त करू शकलो ह्याचा मला खूप आनंद झालाय. दुसऱ्या एखाद्या गॅरेजवाल्यानं तुम्हाला सांगितलं असतं, 'गाडी आता दुरुस्त होण्यासारखी राहिलेली नाही, तेव्हा भंगारमध्ये विकून टाका.' तर मला फार वाईट वाटलं असतं. आमच्या गाडीदुरुस्तीच्या व्यवसायात असे पुष्कळ लोक आहेत.''

''मला माहीत आहे अन् तुम्ही त्यापैकी नाही हेही मला ठाऊक आहे.'' त्यावर

ते काही बोलले नाहीत. खरं तर हीच वेळ होती आपलं मन व्यक्त करायची. ती वेळ हातातून निसटली तर पुढलं सगळं आयुष्य खेद व्यक्त करण्यातच घालवावं लागेल पण आत्तापर्यंत तरी त्यांना स्वत:च्या भावना बोलून दाखवण्याच्या कामात अपयशच आलं होतं. त्यांनी तिला लग्नाबद्दलही विचारलं होतं, पण नकाराशिवाय दुसरं काही पदरात पडलेलं नव्हतं. त्यांच्या मनात विचार आला, गाड्या दुरुस्त करण्याचं काम वेगळं अन् लोकांना आपलं म्हणणं पटवणं ह्या दोन अगदी भिन्न गोष्टी आहेत. आपल्याला गाड्या व्यवस्थित हाताळता येतात पण...''

''इथे तुमच्याशेजारी असं शांतपणे बसून राहायला फार बरं वाटतंय.''

तिनं त्यांच्याकडे मान वळवून पाहिलं, ''काही म्हणालात तुम्ही?''

मी म्हटलं, ''मिस रामोत्स्वे, माझ्याशी लग्न कराल का? मी आपला एक साधासीधा माणूस –मि.जे.एल.बी. मातेकोनी, गॅरेजमालक एवढीच माझी ओळख. पण माझ्याशी तुम्ही लग्न केलंत तर खरोखर मी खूप सुखी होईन.''

''नक्कीच करेन मी तुम्हाला सुखी.'' प्रेश्यसनं उत्तर दिलं.

About the Book

General Knowledge of Assam is essential for the competitive examinations of the State. For the same purpose this book (Know Your State Assam) is designed to serve as a reference book for the students who appear in Assam Public Service Commission (APSC) and other state level competitive examinations.

The book provides comprehensive information about Assam to familiarise the readers about the state. This book provides detailed study of History, Geography, Polity, Economy, Cinema, Caste and Tribes, Cultural Heritage, etc. of Assam. A systematic chapter by chapter study will result in marked improvement in the performance of the students. Box, Tables, Map, Figures are also used to make the presentation more clear.

At the end of each chapter Multiple Choice Questions (MCQs) are given to test the candidates understanding of the subject from the examination point of view. The book provides the most relevant, authentic and upto date information on various aspects of Assam.

We invite and welcome any feedback or suggestion for the further improvement of this book in subsequent editions.

Authors
Atul Mahanta
Rohan Bora

Inside the Book

CURRENT AFFAIRS 1-8

Assam : AT A GLANCE 1-4
- Basic Information 1
- Demography of Assam 2
- Famous National Parks of Assam 2
- Famous Wildlife Sanctuaries in Assam 2
- Famous Universities in Assam 3
- Famous Satra Institutions of Assam 3
- First Facts Related to Assam 3
- State Symbols 4

1. Ancient History of Assam 5-13
- Sources to reconstruct the History of Assam 5
- Pre-historic Period of Assam 6
- Ancient Dynasties of Assam 7

2. Medieval History of Assam 14-30
- Muslim Invasions in Assam 14
- Kamata Kingdom 15
- Chutiya/Sutiya Kingdom 16
- Kachari Kingdom 17
- Ahom Dynasty in Assam 20
- Moamaria Rebellion 25
- Burmese Invasion 1817 AD 26
- Treaty of Yandaboo, 1826 26
- The Ahom Administration 26

3. Modern History of Assam 31-45
- British Rule in Assam 31
- Anti-British Uprising 32
- Phulaguri Peasant Uprising 1861 33
- Political Associations in Assam 35
- National Movement in Assam 36
- Freedom Fighters of Assam 40

4. The Assam Accord **46-50**
- Movement for Assam Accord 46
- The Assam Accord 47
- Important Clauses of Assam Accord 47
- Implementation of Assam Accord 48

5. Geographical Features of Assam **51-61**
- Location and Extent of Assam 51
- Boundaries of Assam 51
- Physiographic Division of Assam 52
- Mountain Ranges and Hills in Assam 56

6. Soil Resources of Assam **62-66**
- Types of Soil in Assam 62
- Soil Erosion in Assam 64

7. Climate and Natural Calamities of Assam **67-72**
- Factors Affecting the Climate of Assam 67
- Climatic Seasons in Assam 68
- Natural Calamities in Assam 69
- Disaster Management in Assam 70

8. Drainage System and Wetlands in Assam **73-85**
- River System of Assam 73
- Wetlands in Assam 80

9. Forest Resources and Biodiversity of Assam **86-95**
- Recorded Forest Area of Assam 86
- Types of Forest in Assam 87
- Biodiversity of Assam 90

10. National Parks and Wildlife Sanctuaries **96-108**
- National Parks in Assam 96
- Wildlife Sanctuaries in Assam 100

11. Agriculture and Irrigation in Assam **109-119**
- Agro-Climatic Zones of Assam 109
- Cropping Seasons in Assam 110
- Major Crops of Assam 110
- Horticulture in Assam 112
- Irrigation in Assam 115

12. Animal Husbandry in Assam **120-125**
- Livestock 120
- Dairy Development in Assam 121
- Government Initiatives in Animal Husbandry 122

13. Industries in Assam **126-136**
- Key Industries of Assam 126
- Oil Industries in Assam 128
- Handicraft Industries in Assam 129
- Industrial Infrastructure in Assam 131
- Government Initiatives for Industrial Development in Assam 133

14. Mineral and Energy Resources of Assam **137-147**
- Mineral Resources of Assam 137
- Energy Resources in Assam 140
- Rural Electricity in Assam 142
- Government Energy Initiatives 143

15. Transport and Communication in Assam **148-157**
- Transport System in Assam 148
- Communication in Assam 153

16. Reorganisation and Administrative Structure of Assam **158-169**
- Historical Background of Assam Legislature 159
- Assam Executive 161
- Autonomous Councils in Assam 164

17. Judiciary of Assam **170-174**
- Historical Background of High Court of Assam 170
- Subordinate Courts in Assam 172
- Foreign Tribunal of Assam 172

18. Local Self-Government in Assam **175-182**
- History of Panchayati Raj System in Assam 175
- Panchayat and Rural Development Department of Assam 178
- Projects under Local-Self Government 180

19. District Profile of Assam **183-202**
- Barak Valley Division 184
- Central Assam Division 186
- Lower Assam Division 188
- North Assam Division 193
- Upper Assam Division 195

20. Architecture and Sculpture **203-209**
- Architecture of Ancient Period 203
- Medieval Architecture of Ancient Assam 204
- Modern Architecture of Assam 206
- Sculpture in Assam 206

21. Assam Tourism **210-223**
- Famous Tourist Places in Assam 210
- Historical Monuments 210
- Religious Centres of Assam 211
- Cemetery/Dargah/Shrines in Assam 217
- Hill Stations in Assam 218
- Assam Tourism Development Corporation Limited 219

22. Music and Dance of Assam **224-236**
- Folk Songs of Assam 224
- Folk Musical Instruments of Assam 226
- Folk Dances of Assam 229
- Some Famous Artists from Assam 233

23. Sattriya Dance and its Institutions **237-242**
- History of Sattriya Dance 237
- Some Famous Sattriya Dance Artists 238
- Sattriya Institutes 239

24. Arts, Crafts and Cultural Institutions **243-254**
- Handicrafts of Assam 243
- Handlooms Craft 246
- Pottery Work in Assam 246
- Jewellery Craft 247
- Brass and Bell Metal Craft 248
- Paintings of Assam 249
- Cultural Institutions in Assam 250

25. Religious Beliefs and Cultural Heritage of Assam **255-262**
- Traditional Dresses of Assamese People 257
- Cuisines of Assam 258

26. Fairs and Festivals of Assam **263-269**
- Festivals of Assam 263
- Fairs of Assam 266

27. Caste, Tribes and Ethnic Groups **270-280**
- Major Tribes of Assam 271
- Ethnic Groups of Assam 276

28. Assamese Newspaper, Magazines and Cinema **281-292**
- History of Newspaper 281
- Some Famous Magazines of Assam 282
- Assamese Cinema 285
- Famous Personalities of Assam Cinema 286
- Film Institutions in Assam 288

29. Assamese Language and Literature **293-308**
- Language of Assam 293
- Literature of Assam 296
- Famous Literary Personalities of Assam 301

30. Education and Health in Assam **309-323**
- Primary Education in Assam after Independence 310
- Secondary Education in Assam 312
- Higher Education in Assam 313
- Technical Education in Assam 316
- Health Scenario of Assam 317

31. Demographic Profile of Assam **324-330**
- Decadal Growth Rate in Assam 324
- Population Density of Assam 325
- Sex Ratio in Assam 325
- Literacy Rate in Assam 326
- The Child Sex Ratio 326
- Rural and Urban Population in Assam 326
- Religion Based Census in Assam 327
- Population of Scheduled Castes and Scheduled Tribes in Assam 327

32. Sports in Assam **331-345**
- Traditional Games of Assam 331
- Contemporary Games of Assam 332
- Some Famous Sports Personalities of Assam 333
- Sports Tournaments in Assam 337

33. Awards and Honours **346-356**
- Cultural Awards 347
- National Awards 348

34. Social Welfare Schemes in Assam **357-367**
- Welfare Schemes in Assam 357
- Child Welfare Schemes in Assam 359
- Education and Health Schemes in Assam 359
- Welfare Schemes for Women and Girl Child in Assam 361
- Schemes for Elderly People in Assam 363
- Autonomous Bodies of Social Welfare in Assam 363

Current Affairs

First-ever Witness Protection Scheme for Better Justice Delivery

- Assam Chief Minister Himanta Biswa Sarma on June 27, 2024 gave approval to the state's first-ever witness protection scheme for ensuring fair justice delivery system.
- The cabinet has cleared the Assam Witness Protection Scheme, 2024 to ensure adherence to Section 398 of Bharatiya Nagarik Suraksha Samhita, 2023, to ensure protection of witnesses against imminent threats during the course of the investigation and trial of any cases.
- According to the scheme, a witness in any case could apply for Witness Protection in prescribed form before a competent authority through its member secretary for seeking Witness Protection Order.

Foundation Laid for 25-MW Solar Project

- Assam Chief Minister Himanta Biswa Sarma on June 14, 2024 laid the foundation stone for a 25-MW solar power generation project at the premises of the Namrup Thermal Power Station in Dibrugarh district.
- The project was approved by the State Cabinet on August 19, 2022.The upcoming solar project will span approximately 108 acres and cost an estimated 115 crore rupees.
- It is a joint venture between the Assam Power Generation Corporation and Oil India Limited. The project will produce 50 million units of electricity annually. The construction is completed by July 2025.

Mukhya Mantri Nijut Moina Scheme Launched

- The Assam government started the Mukhya Mantri Nijut Moina (MMNM) scheme on June 12, 2024.
- This is a big step to help girls go to school and stop them from getting married young. The initiative aims to promote financial independence and education, providing varying amounts based on academic level.
- The sole aim of this scheme is to delay the marriage of a girl so that she can be financially independent and start earning for herself and her family.
- The scheme offers monthly stipends to girls from class 11th to post-graduation to deter child marriages. The scheme will increase the gross enrollment ratio of girls substantially. All girls studying in classes 11th and 12th will get ₹ 1000 every month, it will be ₹ 1250 for degree students and ₹ 2500 for girls doing post-graduation.

- The scheme has been launched with an estimated ₹ 1500 crore allocated over five years for around 10 lakh girls, excluding married girls unless enrolled in post-graduation programmes.

Assam Disaster Reporting and Information Management System Unveiled

- Assam Chief Secretary Dr. Ravi Kota on May 15, 2024 unveiled the Disaster Reporting and Information Management System (DRIMS), a digital platform revolutionising disaster damage reporting.
- The DRIMS is a state-of-the-art initiative of the Assam State Disaster Management Authority (ASDMA) for accurate reporting and assessment of damages caused by disasters and disbursal of aid to those affected by them.
- Developed with UNICEF collaboration, the DRIMS efficiently records critical impact indicators to expedite relief efforts. It tracks damages to crops, livestock, and infrastructure, facilitating faster post-disaster restoration.
- As per UNICEF India's Deputy Representative for Programmes Arjan De Wagt, the new system is an efficient system of data verification and compilation, which helps save precious time of field workers on ground.

Assam's 19 Iconic Items Awarded GI Tag

- Nineteen traditional products and crafts from Assam have been awarded the prestigious Geographical Indication (GI) tag, from which 13 are attributed to the Bodo community. The news was announued by Assam Chief Minister Himanta Biswa Sarma on April 1, 2024.
- Six prestigious GI Tags have been granted to traditional crafts. This includes iconic items like Assam Bihu Dhol, Japi, Sarthebari Metal Craft, and more. These products, deeply rooted in history, support nearly one lakh people directly.
- Aside from these itmes, Jotha, Gongona, Gamsa, Sifung, Serja, Khardwi, Kham, Gongar Dunjia, Thorka, Keradapini, Jwmgra, Dokhona, and Eri Silk are among newest GI tagged items. These include both agricultural products and musical instruments.

3D Printed Dummy Ballot Unit Introduced by IIT Guwahati

- Together with SVEEP, IIT Guwahati unveiled a 3D-printed mock ballot unit on April 30, 2024, with the goal of empowering people to vote more responsibly and democratically.
- Through a hands-on experience with voting, the campaign hopes to increase voter knowledge and involvement, especially among new voters and senior residents.
- The purpose of creating the 3D-printed mock ballot unit was to raise public awareness of the difficulties involved in voting, allay anxieties, and promote more voter participation.

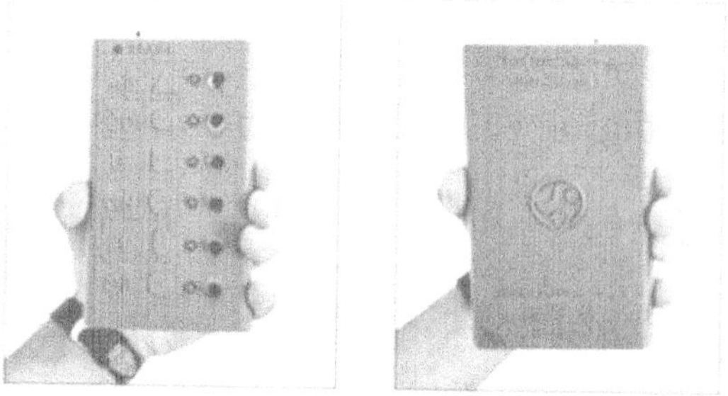

AFSPA Extended in 4 Districts

- The Armed Forces (Special Powers) Act was extended by the Assam government on March 29, 2024, for a period of six months beginning on 1st April in four districts within the state.
- The Home and Political Department said that Tinsukia, Dibrugarh, Charaideo, and Sivasagar districts are now included in the AFSPA's "Disturbed Area" designation.

- The AFSPA has been extended to September 30, 2024.
- The state's general level of law and order has improved, according to the Assam Police. Nonetheless in these districts, one violent group is still active.

Lachit Borphukan Statue Unveiled

- PM Narendra Modi dedicated a 125-foot bronze statue in the honour of Ahom general Lachit Borphukan on March 11, 2024.
- The renowned Ahom general Lachit Borphukan was buried in the Jorhat area of Eastern Assam.
- This festival pays honor to Borphukan's courage and leadership in Assamese history.
- The 125-foot statue created and built by renowned sculptor Ram Vanji Sutar, stands on a 41-foot plinth, making the overall construction 125 feet tall.

Majuli Mask of Assam got GI Tag

- The Centre on March 4, 2024 given a Geographical Indication (GI) tag to the traditional Majuli masks in Assam. Majuli manuscript painting also got the GI label.

- The masks have been made in Assam's sattras, or monasteries, since the 16th century. Now, efforts are on to give them wider exposure and a commercial boost.
- A GI tag is conferred upon products originating from a specific geographical region, signifying unique characteristics and qualities. Essentially, it serves as a trademark in the international market.

Muslim Marriages Act Repealed

- The Assam government has repealed the Muslim Marriages Act, 1935, paving the way for a Uniform Civil Code (UCC).
- Following a meeting on February 23, 2024, it was announced that the state Cabinet has decided to repeal the Assam Muslim Marriage and Divorce Registration Act of 1935. In the meeting, the Cabinet approved the 'Assam Repealing Ordinance 2024' which will repeal the 89-year-old Act.
- This act contained provisions allowing marriage registration even if the bride and groom had not reached the legal ages of 18 and 21, as required by the law. This move marks another significant step towards prohibiting child marriages in Assam.

Largest Drone Pilot Training Institution in Guwahati

- The largest Remote Pilot Training Organisation in India was opened on February 23, 2024 by the Indian Institute of Technology Guwahati and EduRade.
- Covering an area of eighteen acres, this project is a leader in drone technology training since it can operate nine medium-class drones concurrently.
- The establishment of IIT Guwahati's RPTO is a testament to the institution's unwavering dedication to transforming drone education in India.

- In order to provide people with the necessary knowledge, the RPTO will begin with a Medium Class Drone Pilot Training Course that is certified by the DGCA.

'Kazi Nemu' Designated as State Fruit of Assam

- Assam's native lemon variety, kazi nemu (Citrus limon), has been formally designated as the "State Fruit" by the state government on February 14, 2024.
- In Assam's agricultural landscape, kaji nemu, renowned for its juicy, aromatic quality and enormous nutritional content, has a special place.
- This citrus fruit, which is only found in Assam and some areas of the Northeast, is well-known for its distinct scent and antioxidant qualities.

Assam Budget 2024-25

- The Finance Minister of Assam, Ms. Ajanta Neog, presented the Assam Budget for the financial year 2024-25 on February 12, 2024.
- The Gross State Domestic Product (GSDP) of Assam for 2024-25 (at current prices) is projected to be ₹ 6,43,089 crore, amounting to growth of 13% over 2023-24.

- Expenditure (excluding debt repayment) in 2024-25 is estimated to be ₹ 1,36,699 crore, a decrease of 9% from the revised estimates of 2023-24. In addition, debt of ₹ 7,192 crore will be repaid by the state.
- Receipts (excluding borrowings) for 2024-25 are estimated to be ₹ 1,14,165 crore, a decrease of 5% as compared to the revised estimate of 2023-24.
- Revenue surplus in 2024-25 is estimated to be 0.3% of GSDP (₹ 1,852 crore), as compared to a revenue deficit of 0.2% of GSDP (₹ 1,396 crore) at the revised estimate stage in 2023-24. Assam had budgeted a revenue surplus of 0.5% of GSDP in 2023-24.
- Fiscal deficit for 2024-25 is targeted at 3.5% of GSDP (₹ 22,534 crore). In 2023-24, as per the revised estimates, fiscal deficit is expected to be 5.2% of GSDP, higher than the budgeted 3.7% of GSDP.

Policy Highlights

- **Mukhya Mantri Nijut Moina** One-time incentives of ₹ 10,000, ₹ 12,500, and ₹ 15,000 will be paid to 10 lakh girl students for joining class 11th, graduation (first year), and post-graduation (first year), respectively.

This will be available for students taking admission in government colleges and institutions.

- **Mukhya Mantri Mahila Udyamita Abhiyaan** A minimum amount of ₹ 47,500 will be provided to each woman member of self-help groups in rural and urban areas. This will be provided by a combination of grant, subsidy, and loan.
- **Mukhya Mantri Awaas Yojana (Gramin)** Under the scheme, 13000 houses each will be allocated to eligible beneficiaries from tea garden communities and poorest of poor beneficiaries who were not included under the socio-economic caste census.
- **Rooftop Solar** All new private and public buildings constructed in Assam will have to mandatorily install rooftop solar facility.
- **Farm Mechanisation** The state government will distribute power tillers, tractors, threshers, and other farm equipments to support agricultural activities.

Assam Cabinet Approved Bill to Ban 'Magical Healing'

- The Assam government on February 10, 2024 gave its nod to a bill to prohibit and eliminate practices of "magical healing" in the name of treatment, proposing strong punitive action against the "healers". The Assam Cabinet approved the 'Assam Healing (Prevention of Evil) Practices Bill, 2024'.
- The proposed bill seeks to prohibit and eliminate practices of magical healing in the name of treatment of some congenital diseases such as deafness, dumbness, blindness, physical deformity and autism.
- It will prohibit such healing sessions completely and provide strong punitive action against 'healers' extorting the poor and downtrodden people in the name of treatment.

Assam Public Examination Bill, 2024 Introduced

- Chief Minister Himanta Biswa Sarma on February 5, 2024 introduced the Assam Public Examination (Measures for Prevention of Unfair Means in Recruitment) Bill, 2024 in the State Assembly.
- It proposes stringent punishment of up to 10 years in jail and a maximum fine of ₹ 10 crore on any person, including examinees, indulging in any attempt to leak, produce, sell, print, or solve question papers directly or indirectly to assist a candidate.
- As per the Bill, a conspirator will be imprisoned for a minimum of five years, extendable up to 10 years, and shall also be liable to be fined at least ₹ 10 lakh, which can go up to ₹ 10 crore.
- In case of default of payment of fine, such a person shall also be liable to be punished with imprisonment of either description for a term of two years.

PM Modi Unveiled Projects Worth ₹ 11000 Crore in Assam

- Prime Minister Narendra Modi on February 4, 2024 launched various development projects worth around ₹ 11,600 crore at the Veterinary College playground in Khanapara, Assam.

- PM Modi inaugurated and laid foundation stones for various projects aimed at enhancing infrastructure, sports, and medical facilities in Assam.

- The projects encompass a wide array of initiatives, including the enhancement of road infrastructure amounting to over ₹ 3,400 crore, and the augmentation of sports and medical facilities.
- Among the notable projects, the PM laid the foundation stone for the Maa Kamakhya Divya Lok Pariyojana, aimed at enhancing pilgrim experience and accessibility to the revered Kamakhya temple. Additionally, significant emphasis was placed on the upgradation of roadways, with projects such as the South Asia Subregional Economic Cooperation (SASEC) Corridor Connectivity receiving substantial funding.

Kamakhya Temple Corridor Project Initiated

- A temple corridor project called the Kamakhya Divyalok Pariyojana was initiated in the Kamakhya temple in Guwahati, Assam, as of February 4, 2024.
- The project would guarantee a total renovation of the Shakti shrine's pilgrimage experience. It is anticipated to draw a sizable following and support North-Eastern tourism.
- It would have extensive renovation of the temple complex's surrounding infrastructure, including gardens and services for worshippers.

Northeast's First Naturopathy Hospital in Dibrugarh

- The Union Minister of Ports, Shipping & Waterways and Ayush, Sarbananda Sonowal along with the Chief Minister of Assam, Dr. Himanta Biswa Sarma laid the foundation stone of the Central Research Institute of Yoga & Naturopathy (CRIYN) along with a 100 bedded Yoga & Naturopathy hospital at Dihing Khamtighat in Dibrugarh on January 29, 2024.
- The institution will be developed over a land parcel of nearly 15 acres (45 bighas) at an approximate investment of ₹ 100 crore, with an aim at bringing a scientifically valid and useful synergy between traditional knowledge of Yoga and Naturopathy and modern tools of technology.
- It will establish benchmark standards in education, Preventive healthcare and research in the field of Yoga and Naturopathy.
- This institute will focus on fundamental aspects, scientific validation of traditional systems of medicine and practices through evidence based research, apart from functioning as an international collaboration centre for global promotion and research in Yoga and Naturopathy.
- The institute will also serve as incubation centres in startups in the field of Yoga and wellness sector.

Mukhyamantri Mahila Udyamita Abhiyaan Unveiled

- The Assam government introduced the Mukhyamantri Mahila Udyamita Abhiyaan (MMUA) on January 19, 2024.
- It is a financial assistance scheme, with the aim of empowering rural women entrepreneurs. The programme is designed to provide financial assistance to women who aspire to embark on their entrepreneurial journey independently, beyond their association with Self-Help Groups (SHGs).
- This initiative introduces unique conditions, focusing specifically on the number of eligible children for the beneficiaries.

- In the inaugural phase of the MMUA, each eligible applicant will receive a grant of ₹ 10,000 in the first year.
- This seed funding is intended to facilitate the initiation of various business ventures, chosen from a curated list of 145 business plans prepared by the government.
- The financial allocation for this scheme is unprecedented, with ₹ 3,900 crore earmarked in the state's annual budget, making it the most substantial initiative of its kind in Assam.

Traditional Bull Fights Revived after Nine Years

- The Assam Government on January 16, 2024 revived the traditional buffalo fight (Moh-Juj), 9 years after it was stopped following the Supreme Court's ban on Tamil Nadu's Jallikattu and bullock cart races in Maharashtra.
- This traditional buffalo-fight is now conducted for the first time under stringent government guidelines, ensuring a delicate harmony between animal welfare and the celebration of our ancient culture.

- The Supreme Court in 2014 outlawed jallikattu and bullock-cart races in Tamil Nadu and Maharashtra and later stayed a 2016 central government order to permit the traditional bull-fights. However, in May 2023, a five-judge bench of the SC upheld the amendments made by the legislatures of Tamil Nadu, Maharashtra, and Karnataka to the Prevention of Cruelty to Animals (PCA) Act, 1960 and allowed bull-taming sports like jallikattu, kambala, and bullock-cart races.

Council of Ministers of Assam

Name	Portfolio
Dr. Himanta Biswa Sarma	Chief Minister of Assam, Home, Personnel, Health and Family Welfare, Medical Education and Research, Indigenous and Tribal Faith and Culture (except Directorates of Library & Museum and Directorate of Archaeology), Public Works, Any other Department not allotted to any other Minister
Shri Ranjeet Kumar Dass	Panchayat & Rural Development Food & Civil Supplies and Consumer Affairs General Administration
Shri Atul Bora	Agriculture Department, Horticulture, Animal Husbandry & Veterinary, Border Area Protection and Development, Implementation of Assam Accord
Shri Urkhao Gwra Brahma	Handloom & Textile, Soil Conservation, Welfare of Bodoland
Shri Chandra Mohan Patowary	Environment & Forests, Act East Policy Affairs, Welfare of Minorities
Shri Keshab Mahanta	Transport, Fisheries, Excise, Science and Technology, Climate Change, Information Technology Department
Dr. Ranoj Pegu	Education (Higher, Secondary and Elementary), Tribal Welfare, Indigenous & Tribal Faith and Culture Department (Directorates of Library and Museum)
Shri Ashok Singhal	Housing & Urban Affairs, Irrigation
Shri Jogen Mohan	Revenue & Disaster Management, Hills Area Development, Mines and Minerals
Shri Sanjoy Kishan	Welfare of Tea Tribes, Labour Welfare
Smt Ajanta Neog	Finance, Women & Child Development
Shri Pijush Hazarika	Water Resources, Information & Public Relations, Parliamentary Affairs, Social Justice & Empowerment
Shri Bimal Bora	Industries & Commerce and Public Enterprises, Cultural Affairs
Shri Jayanta Mallabaruah	Public Health Engineering, Skill, Employment & Entrepreneurship, Tourism
Smt. Nandita Gorlosa	Power, Cooperation, Sports and Youth Affairs, Indigenous & Tribal Faith and Culture (only the Directorate of Archaeology)

* *As on July 2024*
* ***Source :*** *www.assamassembly.gov.in*

Important Officials of Assam

Designation	Name
Governor	Gulab Chand Kataria
Chief Justice	Justice Vijay Bishnoi
Chief Electoral Officer	Anurag Goel
Speaker of Legislative Assembly	Biswajit Daimary
Chief Information Commissioner	Bhaskar Jyoti Mahanta
Director General of Police	Gyanendra Pratap Singh

* *As on July 2024*

Assam

AT A GLANCE

Basic Information

Establishment	26th January, 1950
Area Wise Rank of the State	16th
Old Name	Kamrupa and Pragjyotisha
Capital	Dispur
Latitude	24° N - 28° N (413 Km)
Longitude	90° E - 96° E (460 Km)
Area	78,438 sq. km (2.93% of Geographical Area of India)
International Boundaries	Bhutan and Bangladesh
State Boundaries	West Bengal, Arunachal Pradesh, Nagaland, Manipur, Mizoram, Tripura, Meghalaya.
Lok Sabha Seats	14
Rajya Sabha Seats	7
Classical Dance Form of Assam	Sattriya
Most Popular Folk Dance	Bihu
State Festival	Bihu
State Song	O Mur Apunar Dekh
Largest City (in terms of Area)	Guwahati
Smallest City (in terms of Area)	South Salmara (Mankachar)
Hill Station	Haflong
Highest Peak	Namcha Barwa
World's Biggest River Island	Majuli
Main Airport	Lokpriya Gopinath Bordoloi International Airport
World Heritage Sites	**Kaziranga National Park** on the Bank of Brahmaputra River **Manas Wildlife Sanctuary** near the Border with Bhutan
Bharat Ratna Awardees	Gopinath Bordoloi (1999) and Bhupen Hazarika (2019)

Demography [Census 2011] of Assam

Total Population	31205576
-Male Population	15939443
-Female Population	15266133
Rural Population	26807034
Urban Population	4398542
Population Density (Per sq. km)	398
Sex Ratio	958
Literacy Rate (%)	72.19
-Male Literacy Rate (%)	77.85
-Female Literacy Rate (%)	66.27
Scheduled Castes Population	2231321
Scheduled Tribes Population	3,884,371

Famous National Parks of Assam

Name	Year	Location
Kaziranga National Park	1974	Golaghat, Karbi Anglong and Nagaon
Manas National Park	1990	Chirang and Baksa
Nameri National Park	1998	Sonitpur
Orang National Park	1999	Darrang and Sonitpur
Dibru Saikhowa National Park	1999	Dibrugarh and Tinsukia
Raimona National Park	2021	Kokrajhar
Dehing Patkai National Park	2021	Dibrugarh and Tinsukia

Famous Wildlife Sanctuaries in Assam

Name	Year	Location
Laokhowa	1979	Nagaon
Chakrasila	1994	Kokrajhar
Panidehing	1996	Sivasagar
Bardoibam Beelmukh	1996	Lakhimpur, Dhemaji
Sonai Rupai	1998	Sonitpur
Nambor	2000	Karbi Anglong
East Karbi Anlong	2000	Karbi Anglong
Nambor-Doigurung	2003	Golaghat
Barail	2004	Cachar, Karimganj

Famous Universities in Assam

Gauhati University (1948)	Guwahati
Dibrugarh University (1965)	Dibrugarh
Assam University (1994)	Silchar
Tezpur University (1994)	Tezpur
Assam Women University (2013)	Jorhat

Famous Satra Institutions of Assam

Batadrava Satra (1468)	Nagaon
Barpeta Satra (1505)	Barpeta
Sri Auniati Satra (1575-1576)	Majuli
Sri Dakhinpat Satra (1584)	Majuli
Samaguri Satra (1663)	Majuli

First Facts Related to Assam

First Governor	Sir Muhammad Saleh Akbar Hydari
First Chief Minister	Lokpriya Gopinath Bordoloi
First Female Chief Minister	Syeda Anwara Taimur
First IAS	Achyut Saikia
First Chief Justice of Assam High Court	Sir R.F. Lodge
First Daily Newspaper in Assam	Dainik Batori
First Assamese Sahitya Akademi Award Winner	Jatindranath Dowara
First Speaker of Legislative Assembly	Late Babu Basanta Kumar Das
First University	Gauhati University (1948)
First College	Cotton College (1901)
First High Court	Gauhati High Court
First Bridge Over Brahmaputra	Saraighat
First Printing Press	Mission Press, Sivasagar
First Radio Station	Guwahati and Shillong

Assam

State Symbols

State Animal : One Horned Rhino

One Horned Rhino is the State Animal of Assam. One Horned Rhino or Indian One Horned Rhino *(Rhinoceros Unicorns)* is a vulnerable species. Locally it is known as Ekhingiya Gorh. The largest population of One Horned Rhino is found in Assam with more than 90% in Kaziranga National Park. According to the recent data, there are around 3000 One Horned Rhinos in the whole world. Assam alone has more than 2000 of them.

State Bird : White Winged Wood Duck

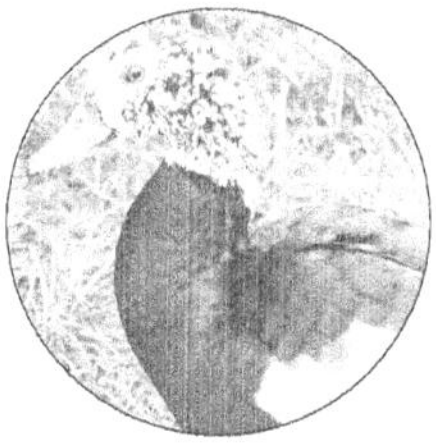

White Winged Wood Duck *(Asarcornis Scutulata)* or White Winged Wood Duck is the State Bird of Assam. Locally it is known as Deohaanh. It is an endangered species of duck. According to the recent data, around 800 of these birds are present. In India, White Winged Wood Duck is found mainly in Eastern Assam and nearby areas of Arunachal Pradesh.

State Tree : Hollong

Hollong *(Dipterocarpus Macrocarpus)* is the State Tree of Assam. Hollong is a medium hardwood, timber tree. It grows naturally in forests of Upper Assam and Arunachal Pradesh.

Hollong is a sacred tree for Moran Community of Assam. Today, Hollong is used in plywood industries.

State Flower : Foxtail Orchid

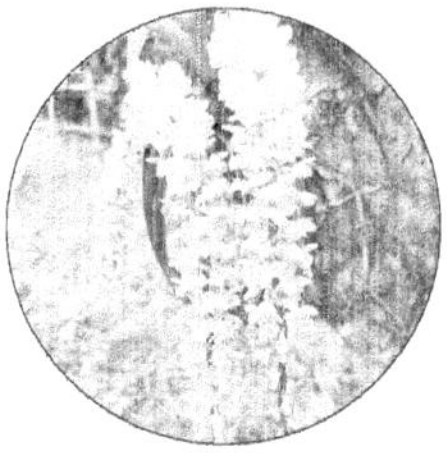

Foxtail Orchid or Kopou Phool is the State Flower of Assam. Foxtail Orchid *(Rhynchostylis Retusa)* is an integral part of Bohag Bihu in Assam. The female Bihu dancers decorate their hair with this orchid. Among the youths of Assam, this orchid is regarded as symbol of love, fertility and merriment. It is also used in marriage ceremony of the Assamese. Foxtail Orchid grows naturally in Assam forests. But due to destruction of forests and piracy, it is on the verge of extinction.

State Festival : Bihu

Bihu is the State Festival of Assam. Bihu is a set of three festivals celebrated in the months of January, April and October. **Bohag or Rongali Bihu** is celebrated during April as the New Assamese Year begins. The **Kongali** or **Kati Bihu** is celebrated during October. **Bhogali Bihu** is a harvesting festival.

CHAPTER 01

Ancient History of Assam

- The name Assam is derived from the Sanskrit word 'Assama' which means 'Unparalleled'.
- The term is also believed to come from the 'Ahoms', who ruled Assam for about 600 years.
- The existence of Assam is described in details in Assamese folklore, Vedic literature and Buddhist literature.
- In the earliest literatures of ancient India, Assam is referred as the **Land of Mlechchhas** and **Asuraj**.
- Assam in ancient period was also called **Kamarupa** and **Pragjyotishpura**.

Sources to Reconstruct the History of Assam

- In the ancient Sanskrit literature, the names **Pragjyotishpura** and **Kamarupa** were used for Assam. Both the names are also mentioned in the great epics *Mahabharata* and *Ramayana*.
- There are several theories regarding the origin of the name Pragjyotishpura.
- In ancient Sanskrit literature Pragjyotisha is mentioned as the **Land of Astrology and Sun Worship**.
- According to the famous Assamese scholar Banikanta Kakti, the name Pragjyotisha originated from the Austric language.
- According to **Kalika Purana**, Brahma made the first calculation of stars in Pragjyotishpura. Thus it is associated with astronomical importance.
- Historian **Edward Gait** mentioned that Pragjyotishpura may be taken as the 'City of Eastern Astrology', as *Prag* means, 'Former' or 'Eastern' and *Jyotisha* means a 'star' or 'astrology'.
- **Vedic literature** also associates the land of Assam with the solar cult and the planetary worship. Therefore, Assam has a number of astronomical works.
- The reference of Kamarupa are found in Puranas and Tantras Epigraphs.
- According to **Jogini Tantras**, Kamarupa extended from Karatoya river in the West to Dikhu river in the East and from Karmagiri Mountain in the North to Brahmaputra and Lakhya river in the South.
- According to **Kalika Purana**, Kamarupa associates with the word 'Kamakhya' which is the productive organ of Sati and hence considered as regarded sacred.
- Historically the term Kamarupa was first mentioned in Samudragupta's Allahabad Pillar Inscription (350-375 AD) and also in Kalidasa's Raghuvansham.
- According to **Jogini Tantra**, there were four main divisions of Kamarupa kingdom. Ratnapitha, Kamapitha, Swaranapitha, Saumarpitha. These are discussed below
  - ***Ratnapitha*** It was from the Sonakosh river to the Rupahi river.
  - ***Kamapitha*** It was from the Karatoya river to the Sonakosh river.

- *Ivarnapith* It was from the Rupahi river to Bharali river (Central Assam).
- *Saumarpith* It was from the Bharali river to Dikarang river (Eastern Assam). It become clear that Kamarupa kingdom was spread to present Brahmaputra valley, **Bhutan**, **Rangpur**, **Caoch-Behar** and the adjoining areas.

Pre-historic Period of Assam

- In Assam, there is lack of pre-historic archaeological evidences of human settlements. As per the historians, no human bones or skulls of pre-historic period have yet been discovered in the land.
- They explain that the climate and ecology of the region may not support the preservation of bones.
- However, studies on pre-history of this region indicates that some forms of human settlement during Neolithic period were present in the region covering different areas of Assam.
- According to some studies, the Neolithic culture of Assam fall into six distinct zones, namely **Cachar Hills Zone, Sadiya Frontiers Zone, Naga Hills Zone, Khasi Hills Zone, Garo Hills Zone** and **Brahmaputra Valley Zone.**
- Very few material is available in the Brahmaputra valley that relates to **Neolithic** era. Only two cults were discovered from **Dibrugarh** and **Sivasagar.** Other tools were found from **Tezpur** which were discovered by **Mr. W Penny.**
- So, it can be assumed that the culture of Assam precedes historical period.

Earliest Inhabitants of Assam

- The earliest inhabitants of Assam were Austro-Asiatic people called **Austries.** They are believed to have migrated from Austronesian and other islands of the Pacific Ocean. They spoke the **Monkhmer language.**
- They started cultivation and also started the cult of **Phallic worship.** The Kamakhya temple which is located in Guwahati is said to be carrying the same tradition.
- The **Khasis** and **Jaintias** are believed to be their desendants of the Austries of ancient Assam. They also erected beautiful megaliths or columns of stone over the graves of their dead whose evidences are found in different parts of Assam.
- The earliest inhabitants also include the **Tibeto-Burman** tribes of the Mongolian race and the Bodo tribes. The Bodos are considered to be the largest ethnic and linguistic group of the Brahmaputra valley and they reside in the North-Western part of Assam.
- The earliest inhabitants of Assam were **non-Aryan tribes.** Their dialects belong to the Tibeto-Chinese family and mainly to its Tibeto-Burman sub-family.

Origin of the Name Assam

- The name of Assam has a recent origin i.e., around 15th-16th century AD and there are several opinions to the origin of this name.
- The term **Assam** was first used in Assamese literature by **Srimanta Sankardeva.**
- **Banikanta Kakati** states that the term **Asama** is sanskritised form of the term **Acham.**
- It is believed that the name Assam was given by seeing the uneven nature of this land. i.e., Assam.
- It is also believed that the name 'Ahom' or 'Asom' was given by the Ahoms who came to Assam in 1228 AD. The first Ahom King **Sukapha** conquered the region and conciliated the people.
- Seeing Sukapha imparalleled way of conquest and rule, the name 'Asama' was given. This opinion is supported and accepted by the Assamese scholar and historian Edward Gait.
- The name also seemed to be derived from 'Ha-Chom' which in Bodo language means 'the low level country'. Its present name is an adapted form of the name 'Asom'.
- There are some other names of Assam too. The Ahoms called Assam as Moung-dunshoun Kham which means the 'Land of Golden Gardens'. In the old days, Assam was known as Vaisali to the Burmeses and the tribes living beyond the Patkai ranges.

Ancient Dynasties of Assam

Information about the earliest dynasties that established in Assam is derived from mythological texts. These were the Danava Dynasty and the Asura Dynasty of Pragjyotisha.

Danava Dynasty

- This dynasty was established by a non-Aryan **Mahiranga Danava** in Pragjyotisha. His non-Aryan name was probably 'Mairang'.
- His capital was at Mairanga on a hill called Mairang Parvat.
- The people in this dynasty were called **Kiratas** as they were Mongolian Immigrants.
- According to some scholars Kiratas were the Bodo tribes.
- The successor of Mairang were **Hatakasura**, **Sambarasura**, **Ratnasura** and **Ghatakasura**. Ghatakasura was the last king of this dynasty.

Asura Dynasty (Bhauma Dynasty)

- This dynasty is the **second legendary dynasty of Pragjyotisha**, after Danava Dynasty.
- Narakasura established the Asura Dynasty by killing the last king of Danava Dynasty 'Ghatakasura'.

Narakasura

- His rule extended from Karatoya river in the West to Dikarang river in the East.
- His mention is found in various stories of Puranas and Tantras.
- According to legends, Narakasura was the child of Vishnu and Prithvi, the Earth Goddess. He was also called Bhauma (born of Earth).
- He was brought up by King Janak of Videha or North Bihar. He made **Pragjyotishpura** (modern Guwahati) the capital city of **Kamarupa**.
- He asked Devi Kamakhya to be his wife.
- He was the worshipper of Vishnu and he married Maya, the daughter of the Aryan Chief of Vidarbha. He was taught by Vishnu to worship Goddess Kamakhya.
- Narakasura's end came when the incarnation of Vishnu as Krishna killed him. His son **Bhagadatta** ascended the throne after his death.
- There is a hill near Guwahati which is still known as the hill of Narakasura.

Bhagadatta

- He was the son of Narakasura and second king of Naraka dynasty.
- The evidence of this fact are found in Kalika Purana.
- The 'Harshacharita' states that Bhagadatta married his daughter Bhanumati to Duryodhana, the eldest son of Dhritarashtra.
- He was a powerful warrior and called **the mightly king of Mlechchhas** and ruled over the kingdom of Pragjyotishpura, after the death of Narakasura.
- In the battle of Mahabharata, he fought bravely inspite of his old age from the Kaurava side.
- He was attacked by Arjuna and with the intervention of Krishna he was killed on the eighth day of the battle.
- **Vishnu Purana** also contains references about Bhagadatta.

Vajradatta

- He was the son and successor of the King Bhagadatta. He studied four Vedas along with Angas and the Nitishastra of Brihaspati and Shukra.
- He was as powerful as **Indra** who performed hundred sacrifices in the battle.
- **Aswamedha Parva** of Mahabharata provides the account of Vajradatta. According to the text, he was defeated by Arjuna, after a long battle.

Bhismaka

- The Bhagavata and Vishnu Purana narrates the story of another traditional ruler Bhismaka. His kingdom was called **Vidarbha** which was located in the Sadiya region.
- His capital was Kundina situated on the bank of **Kundil river** between the Gorges of Dikarang and Dibang rivers.
- He had five sons and a daughter. His beautiful daughter name was Rukmini who wanted to marry Krishna but one of his brother arranged her marriage with a prince Sishupala. Krishna, on receipt of a secret message from Rukmini, appeared on the spot of marriage and carried her off to Dwarka.

Asura Kingdom

- It is also known as **Sonitpura Kingdom** mentioned in Hindu epics.
- It was established by the ruler **Marichi** in the Iron Age. The capital of his kingdom was **Tezpur**. It was contemporary of Pragjyotisha.
- The name Tezpur is mentioned in two puranas i.e., Bhagavata and Vishnu Purana. The place is described as 'City of Blood'.
- The other important rulers of this dynasty are Marichi, Kasyap, Hiranyakasipu, Prahlada, Bali, Banasur.

Banasura

- He was the last ruler of Asura kingdom. In **Kalika Purana**, he was described as an anti-Brahmanical character. He succeeded his father Bali.
- Banasura is also mentioned in the **Bhagvatageeta** and the **Vishnu Purana**. He was a contemporary of Narakasura.
- His kingdom extended from Lakhimpur in the East till North Bengal in the West. He made his capital was **Sonitpur**.
- Banasura was a non-Aryan king. He had only one daughter named Usha.
- Assamese poetical work **Kumara Harana** by Shankaradeva describes the love between Banasura's daughter **Usha** and Krishna's grandson **Aniruddha**.
- The battle between Banasura and Krishna was fought on the modern site of Tezpur hill.

Varman Dynasty

- This dynasty is regarded as the first historical dynasty of Kamarupa and it was ruled from 350-650 AD.
- The evidences of this dynasty are found in Umachal Rock Inscriptions of 5th century AD, Nidhanpur Copper Plates Grant and Doobi Plates.
- Pushyavarman was the founder of Varman Dynasty of Kamarupa in 350 AD.

Pushyavarman

- He was the descendent of the Naraka Dynasty. He was called king of kings and his rule lasted for about three centuries. He adopted the title of **Maharajadhiraja**.
- He encouraged Vedic culture and also influence the Brahmanical. He maintained cultural, political and diplomatic relationship with other states under Gupta empire most notably with Samudragupta.
- He was credited for raising Kamarupa to an important place during his rule.

Other Rulers of Varman Dynasty

- ***Samudravarman*** He was succeded by his father Pushyavarman and ascended the throne in about 380 AD.

  According to **Nidhanpur Copper Plates Grant,** he is mentioned as the 5th Samudra (Ocean) and his reign was free from any troubles.
- ***Balavarman*** He succeeded Samudravarman. He also adopted the **title of Maharajadhiraja.** His name was mentioned in **Allahabad Pillar Inscription.**

- ***Kalyanavarman*** He became the next ruler after Balavarman. He brought the Kapili valley under his control and named it Davaka. The **Allahabad Pillar Prasasti** mentions about Kamarupa as a separate kingdom from the Gupta empire, in the Kapili valley of modern Nagaon district which was called **Davaka.**
- ***Mahendravarman*** He succeeded his father Ganapativarman for the first time successfully start battle against Guptas. He was the first Varman ruler who performed Ashwamedha Yajna.
- ***Narayanvarman*** He succeeded Mahendravarman. He was famous for his intimate knowledge about military and political affairs.
- ***Mahabhutivarman*** He succeeded Narayanvarman and his reign is regarded as the landmark in early history of Kamarupa as he annexed territories in Paundravardhana during late Gupta period.

  According to Badganga rock inscription he is credited to perform Ashwamedha Yajna.

  As per **Doobi** and **Nidhanpur Grants** of Bhaskaravarman, he donated lands to Brahmins during his rule.
- ***Bhutivarman*** He was the grandson of Mahendravarman. He extended the Varman rule with his military conquest.

  The other important rulers of this dynasty are Chandramukhavarman, Sthitavarman, Susthitavarman, Supratisthitavarman and Bhaskaravarman.

Kumar Bhaskaravarman

- He was the most famous and last ruler of Varman dynasty (594-650 AD).
- He was the son of **Susthitavarman** and ascended the throne at a young age due to the death of his brother Supratisthitavarman.
- His reign brought glory and power to Kamarupa, therefore his rule is considered the **Glory of Assam.**
- In Harshacharita, the name Kumara is mentioned in the expression Atra Devana Abhisiktah Kumara.
- Chinese scholar Yuan Chwang mentions that the other name of Bhaskara was Kumara due to his early succession of the throne.
- On ascending the thorne Bhaskaravarman formed a powerful alliance with Harshavardhana which was proof disastrous for Shashanka (ruler of Northern and Central Bengal). Bhaskaravarman attacked Shashanka and occupied Karnasuvarna capital of Gauda which was near to Kamarupa. Shashanka was defeated and fled to Odisha.
- **Nidhanpur Copper Plate Grant** was issued from Bhaskaravarman's victorious camp at Karnasuvarna.
- The author of Harshacharita compares the alliance of Bhaskara and Harsha with Krishna and Arjuna, Karna and Duryodhana and between Kubera and Shiva.
- Chinese traveller Hiuen Tsang visited Kamarupa in 640 AD during the reign of Bhaskaravarman.
- In Yogini Tantra, Bhaskarvarman's Kingdom included Kamarupa, considerable portion of Bengal and some areas of Bihar (the Nalanda region).
- With the death of Bhaskaravarman, the Varman dynasty came to an end.

Salasthamba Dynasty/Mlechchhas

- This dynasty was established by Salasthamba in around 670 to 900 AD in Assam.
- The other important ruler of this dynasty are Vigrahasthamba, Palaka, Kumara, Vajradeva, Sri Harsadeva, Balavarman II, Sri Jivara, Diglekhavarman, Salamba, Harjjarvarman, Vanamala-Varman, Balavarman III and Tyagasimha.

Sri Harsadeva

- Among all the kings of the Salasthamba dynasty, **Sri Harsadeva** (725-50 AD) acquitted himself as virtuous ruler.
- He extended his kingdom upto Gauda (Bengal), Kalinga (Orissa) and Kushal (Bihar).
- He was defeated by Karnataka King Kirtivarman. It has been mentioned in the copper plate inscription of Rashtrakuta King Dantidurga (753 AD).
- As per Bargaon plates of Ratnapala, the Salasthamba dynasty came to an end with the death of **Tyaga Singha.**
- Important sources of this dynasty are Hayungthal Plates of **Harjjarvarman, Deopani Vishnu Inscription, Hari-Hara** and **Sankara Narayana Stone Image Inscriptions**.
- Other evidences of this dynasty are **Tezpur Rock Inscription of Harjjarvarman** and **Bargaon Plates of Ratnapala**.

Pala Dynasty

- This dynasty was founded by **Brahmapala** (900-1100 AD) with its capital at Harruppeshvar, Tezpur.
- The accession of Brahmapala to the Kamrupa depicted in inscriptions of Ratanpala.

Some famous rulers of Pala dynasty were as follow

Ratnapala

- He was the greatest king of the Pala dynasty was who ruled from 920-960 AD.
- He renamed the city of Harruppeshvar, as Hadapyaka or Durjaya and fortified it.
- He adopted the title of Paramadaivata Paramabhattaraka Maharajadhiraja.
- He defeated the Gauda King Rajyapala and established his empire strongly in Kamarupa.
- During his rule he encouraged learning, education, trade and commerce.
- **Belava Copper Plate Grant** inscriptions provide evidence of the rule of Ratnapala, Indrapala, Gopala, Dharampala.
- The important rulers of this dynasty are Jayapala, Ratnapala, Purandarapala, Indrapala, Gopala, Harsapala, Dharmapala.

Dharamapala

- He was the grandson of Indrapala. The **Khonamukhi, Subhankarapataka** and **Pushpadhara** Copper Grants of Dharamapala confirms that he extended his kingdom to the West of Karatoya river. By the end of his rule, he shifted his capital from Pragjyotishpura to Kamarupanagara.

Famous Ancient Rulers (According to Jogini Tantra)

- According to Jogini Tantra, **Debeswar**, a Shudra was ruling during the beginning of Saka era in Assam. It mentions about **Nara Shankar** or **Nagakhya** who ruled during the end of **4th century** at **Pratapgarh** in **Biswanath**.
- It also mentioned about four other kings, namely **Mimang, Gajang, Sribang** and **Mrigang** who had ruled for **two hundred years at Lohityapur**.

Multiple Choice Questions

1. What is Assam referred in earliest literatures?
   (a) Land of Mlenchchhas
   (b) Land of Asuras
   (c) Land of Austro-Asiatic people
   (d) Both (a) and (c)
2. Who were the earliest inhabitants of Assam?
   (a) Aryans (b) Austries
   (c) Non-Aryans (d) Tibetians
3. Which groups are said to be descendants of Austro-Asiatic people of Assam?
   (a) Khasis (b) Jainties
   (c) Garo (d) Both (a) and (b)
4. As per the scholars, the Neolithic Cultures of Assam fall into how many distinct zones?
   (a) Four (b) Five
   (c) Six (d) Seven
5. Which of the following statements is incorrect regarding the Pre-historic period of Assam?
   (a) There is lack of pre-historic archaeological evidence of human settlements.
   (b) Evidence of rice agriculture has been found in the low valley.
   (c) The Culture of Assam precedes historical period.
   (d) Few Tools and materials were available in the Brahmaputra valley for study.
6. Which of the territory is mentioned as 'the Land of Astrology and Sun Worship' in ancient Sanskrit literature?
   (a) Kamtapur (b) Kamarupa
   (c) Pragjyotisha (d) Sonitpur
7. Pragjyotishpura is taken as the city of Eastern Astrology by whom?
   (a) Edward Gait
   (b) Charle Donne
   (c) William Turner
   (d) None of the above
8. Which of the following ancient Hindu scripture mentioned about the account of 'Kamarupa'?
   (a) Puranas and Tantras
   (b) Vedas
   (c) Upnishadas
   (d) Smritis
9. Which of the following writing of Kalidasa gives first details about Kamarupa?
   (a) Raghuvamsham
   (b) Kumarasambhava
   (c) Shakuntala
   (d) Malvikaangnimitra
10. Which consort of Shiva is associated with the mythological story of Kamakhya?
    (a) Parvati (b) Uma
    (c) Sati (d) Kali
11. Which hills, the Kamakhya temple is located?
    (a) Nilgiri hills (b) Nilanchal hills
    (c) Vindhya hills (d) Sahyadri hills
12. Mention the name of Assamese literature that used the term 'Assam' for the first time.
    (a) Hema Saraswati
    (b) Padmanath Gohain Baruah
    (c) Bhattadeva
    (d) Srimanta Sankardeva
13. The Ahoms came to Assam in the year .... and they ruled the state for nearly 600 years.
    (a) 1220 AD (b) 1225 AD
    (c) 1228 AD (d) 1229 AD
14. Who was the first Ahom king to establish his empire in Assam?
    (a) Suparna (b) Sutapa
    (c) Sukapha (d) Mahiranga
15. Which of the following is not a name of Assam?
    (a) A-Sam (b) Aham (c) Asom (d) A-Sum

16. In the old days Assam was know to Burmese by the name of ....
(a) Moung-dunshoun Kham
(b) Vaisali
(c) Kamarupa
(d) Pragjyotishpura

17. The earliest King of Assam was ***[APSC 2001]***
(a) Mahiranga Danava
(b) Narakasura
(c) Bhaskaravarman
(d) Naranarayana

18. Mairanga was the capital of which dynasty in Assam?
(a) Danava (b) Asura
(c) Varmanas (d) None of these

19. What were the people of Danava dynasty called as?
(a) Ratnasura (b) Kiratas
(c) Khasi (d) Jaintias

20. Who established the Asura dynasty in Assam?
(a) Banasura (b) Ghatakasura
(c) Narakasura (d) Mahirange

21. Who made Pragjyotishpura the capital city of Kamarupa in the Ancient Assam?
(a) Ratnasura (b) Narakasura
(c) Sambarsura (d) Mahirang Danav

22. Which among the following was the King of Sonitpur?
(a) Ratnaasura (b) Mahirang Danav
(c) Banasura (d) Sambar Asur

23. According to mythology, who asked Goddess Kamakhya to be his wife?
(a) Banasura (b) Narakasura
(c) Sambarasura (d) None of these

24. How was Bhagadatta associated with the epic Mahabharata?
(a) Duryodhana's father-in-law
(b) Duryodhana's brother-in-law
(c) Karna's friend
(d) Duryodhana's brother

25. Name the ruler of ancient Assam who studied four Vedas along with Angas.
(a) Bhagadatta (b) Vajradatta
(c) Marichi (d) Pushyavarman

26. According to Aswamedha Parva of Mahabharata, who defeated the king Vajradatta after a prolong war?
(a) Bhima (b) Krishna
(c) Duryodhana (d) Arjuna

27. Which king ruled in the banks of Kundil river in the Sadiya region?
(a) Bhagadatta
(b) Banasura
(c) Bhismaka
(d) Pushya varmana

28. In Hindu epics, Asura Kingdom was also known as
(a) Kamatapur Kingdom
(b) Sonitpura Kingdom
(c) Pala Kingdom
(d) Gauda Kingdom

29. In Kalika Purana, which of the following ruler was described as an anti-Brahmanical charater?
(a) Mairang (b) Ratnasura
(c) Bhismaka (d) Banasura

30. Who wrote the Assamese poetical work 'Kumara Harana'?
(a) Shankaradeva (b) Aniruddha
(c) Banamira (d) Bhismaka

31. The earliest histroical dynasty of Assam was that of the .... ***[APSC 2011]***
(a) Palas (b) Varmans
(c) Narakas (d) Salastambhas

32. Varman dynasty ruled Assam for how many years?
(a) 200 years (b) 300 years
(c) 1000 years (d) 500 years

33. Mention the name of Varman dynasty ruler whose name is mentioned on Allahabad Pillar Inscription?
(a) Balavarman (b) Pushyavarman
(c) Samudravarman (d) Narayanvarman

34. Hiuen Tsang visited Kamarupa in 640 AD. He was received by the king ***[APSC 2017]***
(a) Bhagadatta
(b) Kumar Bhaskaravarman
(c) Swargadeo Rudra Singha
(d) Kumar Rudravarman

35. Hayungthal copper plate was issued by ***[APSC 2018]***
(a) Bhaskaravarman
(b) Susthitavarman
(c) Banamalavarman
(d) Harjjarvarman

36. Who was the founder of Pala dynasty? *[APSC 2018]*

(a) Brahmapala (b) Viradutta
(c) Indrapala (d) Dharmapala

37. Which present city was the capital of Pala Dynasty?

(a) Tezpur (b) Guwahati
(c) Lakhimpur (d) Dibrugarh

38. Mention the name of source that highlights about the rule of a Shudra king Debeswar of Kamarupa during Saka period.

(a) Kalika Purana
(b) Jogini Tantra
(c) Mahabharata
(d) Raghuvamsham

39. Match the epigraphs in List-I with the rulers who issued them in List-II and select the correct answer by using the codes given below the lists. *[APSC 2022]*

List I (Epigraph)	**List II** (Ruler)
A. Barganga	1. Bhaskaravarman
B. Nidhanpur	2. Bhutivarman
C. Hayunthal	3. Gopalavarman
D. Gachtal	4. Harjjarvarman

Codes

	A	B	C	D		A	B	C	D
(a)	4	3	1	2	(b)	4	2	3	1
(c)	2	1	3	4	(d)	2	1	4	3

40. Which of the following Puranas contains(s) reference to Ancient Assam? *[APSC 2022]*

(i) Markandeya (ii) Skanda
(iii) Naradiya (iv) Vishnu

Codes

(a) (i) and (iv) (b) only (iv)
(c) (ii), (iii) and (iv) (d) All of these

41. 'Bhaskarabda' which has been added to the official Calendar of the government of Assam, is counted from *[APSC 2022]*

(a) the date of ascension of Bhaskaravarman
(b) the date of birth of Bhaskaravarman
(c) the date of death of Bhaskaravarman
(d) None of the above

42. Consider the following statements about the Varman dynasty. *[APSC 2022]*

(i) Mahendravarman was the founder of the dynasty.
(ii) Pushyavarman performed two horse sacrifice rituals
(iii) Chinese pilgrim Hiuen-Tsang visited Kamarupa during the reign of Bhaskaravarman.

Codes

(a) (i), (ii) and (iii) (b) (i) and (iii)
(c) (ii) and (iii) (d) only (iii)

43. With reference to the Charaideo Maidams, consider the following statements: *[APSC 2023]*

(i) These are mounds containing the remains of the royalty of the Varman dynasty.
(ii) They are located along the foothills of the Patkai range.
(iii) Charaideo is not a UNESCO World heritage site.
(iv) The first king who was buried after death here was Swargadeo Gadadhar Singha.

Select the correct answer using the codes given below

(a) (i) and (iii) only
(b) (i), (ii) and (iv) only
(c) (ii) only
(d) (i), (ii) and (iii) only

Answers

1. (a)	2. (b)	3. (d)	4. (c)	5. (b)	6. (c)	7. (a)	8. (a)	9. (a)	10. (c)
11. (b)	12. (d)	13. (c)	14. (c)	15. (b)	16. (a)	17. (a)	18. (a)	19. (b)	20. (c)
21. (b)	22. (c)	23. (b)	24. (a)	25. (b)	26. (d)	27. (c)	28. (b)	29. (d)	30. (a)
31. (b)	32. (b)	33. (a)	34. (b)	35. (d)	36. (a)	37. (a)	38. (b)	39. (d)	40. (d)
41. (a)	42. (d)	43. (b)							

CHAPTER 02

Medieval History of Assam

- At the end of 11th century, Pal dynasty started declining, as a result many small feudatories emerges and became independent.
- The head of these feudatories were called 'Bhuyans' (Landlords).

Early 13th Century

- Buranjis of Ahoms provide a valuable account about the internal condition of the state, East of Karatoya river. Buranjis are a type of historical chronicles and manuscripts written initially in Ahom language and afterwards in Assamese language.
- The disintegration of Pal dynasty resulted in the emergence of independent, semi- independent kingdoms or feudatory rulers of the Mongoloid chiefs. The landlords became powerful and attained political status.
- These landlords gradually rose to power about the middle of the 13th century. The Western part of the kingdom retained the name Kamrupa.
- In the year 1228, the Tai-Shans also laid their foundation in the South-Eastern part of the Brahmaputra valley. They were known as the 'Ahoms' and they set-up the most powerful dynasty in Assam.

Muslim Invasions in Assam

- The Muslim invasions came from the West of the region. The invasions were led by **Bakhtiyar Khalji**, the Governor of Bihar under Delhi Sultanate.

Invasions of Muhammad-bin-Bakhtiyar Khalji

- He was the first Muslim who invaded Kamrupa in 1206 AD.
- According to **Tabaquat-i-Nasiri** chronicle of Minhaj-i-Siraj, the destination of Bakhtiyar Khalji was Tibet and the region beyond the Himalaya.
- His invasion in Kamrupa was unintentional because it was on the way to Bakhtiyar's final destination.
- Under the guidance of Ali Mech, Bakhtiyar went through the country inhabited by the Koch, the Mech and the Tharo tribes and entered the kingdom of Kamrupa.
- At that time, Prithu was the king of Kamrupa. He was not in a position to fight and surrendered.
- His soldiers started plundering the villagers but at last he was stopped by an army of Mongol horsemen and compelled to retreat his steps.
- The return journey of Muhammad-bin-Bakhtiyar was disastrous. The soldiers of Kamrupa blocked their way and cut their food supplies.
- A large number of Bakhtiyar's soldiers were killed. He somehow managed to reach the opposite bank of Teesta and returned to Devokot and soon died there.

Ghiyasuddin Bakhtiyar and Nasiruddin Invasion

The second Muslim invasion of Kamrupa was led by **Ghiyasuddin Bakhtiyar**. His another name was Hisamuddin Iwaj.

During his invasion to Kamrupa he was defeated by Raja Prithu's army. After him Nasiruddin invaded Kamrupa and killed Raja Prithu. However, he did not annex the kingdom. He appointed Prithu's successor to Kamrupa throne.

Malik Ikhtiyaruddin Yuzbak Tughril Khan(1251-57 AD)

- In 1257, third Muslim invasion took place in Kamrupa. This invasion took place due to not paying the annual tribute as promised by Kamrupa king to the Delhi Sultanate.
- Yuzbak invaded to Kamrupa region and Koch Hajo (now both in Assam).
- At that time King Sandhya was the ruler of Kamrupa. He was defeated by Malik Yuzbak. Malik Yuzbak looted the Kamrupa and became the ruler of Kamrupa.
- He constructed a Mosque in Kamrupa.

Expeditions of Sultan Ilyas Shah and Sikandar Shah

- Kamrupa had been conquered by both Sultan Ilyas Shah and his son Sikandar Shah.

Ghiyasuddin Azam Shah

- He overthrew and killed his father Sultan Sikandar Shah at the Battle of Goalpara in 1390 AD.
- He conquered and occupied Kamata by taking the advantage of the ongoing war between the Ahoms and king of Kamata.

Kamata Kingdom

- The Kamata kingdom emerged in 1257 AD in the region of Kamrupa with its capital in Kamatapur. **Sandhya** was the first ruler of this dynasty.
- The other rulers were Sindhu Rai (1260-85), Rup Narayan (1285-1300), Singhadhwaja (1300-05), Pratapdhwaja (1305-25), Dharma Narayan (1325-30), Durlabh Narayan (1330-50) and Indra Narayan (1350-65).
- According to **Guru Charita** and **Sankara Charita**, there was a peace treaty signed post-war between Durlabh Narayan, the ruler of Kamatapur and Dharma Narayan, popularly known as **Lord of Gaur**.
- The peace treaty was concluded by sending seven Brahmins and seven Kayastha families to Durlabh Narayan, who settled them as wardens of the marches and provided lands and slaves.
- Chandivara was the ablest amongst the Kayasthas, so he settled down at Bordowa in Nagaon.

Durlabh Narayan

- The most powerful ruler of this dynasty was Durlabh Narayan.
- He established his capital of Garia near the modern city of Cooch Behar.
- He was a great patron of culture, literature and learning. Assamese court poets **Ram Saraswati**, **Harihar Vipra** and **Hem Saraswati** were in his court.
- Hem Saraswati mentions Durlabh Narayan as unequalled king of the Kamata Mandala in his work Prahlad Charita.
- Sankaradeva wrote about him in his poetic work 'Rukmini Harana'.
- The invasion of Sikandar Shah weakened the rule of **Indra Narayan**, the last ruler of Kamata kingdom.
- The Bhuyans who were the powerful landlords of Assam, resisted the attack. **Sasanka** (Arimatta) was the first Baro-Bhuyan ruler that succeeded the Kamata rule.

Khen Dynasty

- The Khen dynasty was unable to extend their rule. Niladhwaja Khen, by removing the last ruler Arimatta's successors, Mriganka founded this dynasty. According to historical evidences it had only three Khen rulers namely, **Niladhwaja** (1440-60 AD), **Chakradhwaja** (1460-80 AD) and **Nilambar** (1480-98 AD).
- The last ruler of this dynasty Nilambar expanded the kingdom to Koch Bihar, undivided Kamrupa and Darrang district of Assam.
- He was removed by Alauddin Husain Shah in 1498 AD. However the Muslims were unable to extend their rule over the kingdom.
- In 1505, Bhuyan Chieftains with the help of Ahom king Suhungmung were able to defeat the invaders. Later Koch dynasty ruled the Kamata kingdom.

Baro-Bhuyans

- The Baro-Bhuyans were the warrior chiefs and landlords (zamindars) in medieval Bengal and Assam.
- Their original homeland was **Kannauj** when the city was occupied by Muslims they migrated to Western Assam.
- They came from Gauda and made peace agreement with **Gauda King Dharma Narayan** and **Kamata King Durlabh Narayan** in 1330 AD.
- Their settlements were in Lengaigaon, Maguri, Bhomarabari and Dimu.
- However, they could not stay for long at Lengamaguri and were shifted by Durlabh Narayan to Bordowa in district of Nagaon.

Chutiya/Sutiya Kingdom

- The Chutiya kingdom was established by Birpal, a Chutiya Chieftain in 1187 AD in areas incorporating the present Indian states of Assam and Arunachal Pradesh.
- Birpal claimed his descent from the Bhishmaka and ruled over sixty families on a hill called Sonagiri.
- It was considered as **the largest kingdom in Assam after the fall of Kamrupa** and before the rise of Ahom Kingdom.
- The Assamese name for the king of the Chutiyas was **Swadhyadhipati/ Sadhayapuriswar**. The capital and the name of the kingdom was Sadiya.
- It governed the present districts of Assam i.e., **Lakhimpur, Dhemaji, Tinsukia** and parts of **Jorhat, Dibrugarh, Sonitpur** and **East Siang, Subansiri, Lower Dibang, Lohit** districts of Arunachal Pradesh.
- The Sutiyas dynasty came to an end when they had a conflict with Ahom in the year 1673.

Gauri Narayan

- Gauri Narayan was the son and successor of Birpal. He established a capital at Rathnapur and adopted title **Ratandhwaja Pal.**
- In 1224, he defeated Bhadrasena, the King of Swetagiri and conquered the area between Subansiri and Sissi rivers (presently Dhemaji district).
- In 1228, he went on to further expand his kingdom and defeated the Chutiya King Nyayapal (ruling present day Biswanath and Lakhimpur districts).
- He marched towards Kamatapur, there he formed an alliance with the Kamata ruler by marrying a princess and then moved towards Dhaka and made friends with the Gauda ruler.

Nityapal

- Nityapal was the last Chutiya king. He was incapable king and could not rule his kingdom efficiently. In 1524, due to Nityapal's incapable rulership, the Ahoms attacked the Chutiya kingdom.
- His wife Sati Sadhani managed the administration of the kingdom.

Sati Sadhani

- She was the daughter of Chutiya king Dharmadhwajapal and married to Nityapal.
- She was a frontier officer and played a vital role in the fight against the Ahoms and was asked to marry Sadiya Khowa Gohain.
- She however, preferred death to dishonour and sacrificed her own life by jumping from the top of Chandragiri hills near Sadiya in 1524 AD.

Kachari Kingdom

- The Kacharis were the earliest inhabitats of the Brahmaputra valley.
- They belongs to Dimasa Bodo Kachari group and called themselves descendants of Ghatotkacha the son of Pandava Prince Bhima.
- Some historians believed that they were the remnants of the Mlechchha dynasty of Kamrupa kingdom.
- By the end of 15th century Kacharis surrendered their capital Hidimbapur and adjoining areas to Ahoms.
- It is suggested that the actual name of the Kacharis was Hidimba and capital Dimapur was the changed version of Hidimbapur.

Kacharis' Hostilities with Ahom Dynasty

- Kachari's first confrontation with the Ahoms took place in 1490, in which the Ahoms were defeated.
- The Ahoms appealed for the peace and an Ahom princess was offered to the Kachari king.
- King **Suhungmung** or **Dihingia Raja** could not bear this humiliation and attacked the Kacharis in 1526 AD in which they latter were defeated.
- The land was controlled by the Kachari beyond the Dhansiri. On the other hand, the Ahoms were getting powerful and they pushed the Kacharis back towards the West.
- In 1531, the Ahoms shifted to Dimapur (capital of Kachari kingdom) and removed Khunkhara, the Kachari king and appointed Detsung (a relative of Khunkhara) in his place.
- Detsung was suppressed by Ahoms for 5 years and in 1536 he was defeated by Ahoms.
- The Kacharis left Dimapur and went towards the South to set-up their new capital in Maibang on the banks of river Mahur. Maibang is the original dialect of Dima Kachari.

Kachari's Conflicts with Kochs

- In 1562 AD, during the reign of Durlabh Narayan, Kacharis had a war with the Kochs.
- Chilarai, the Koch ruler attacked the Kachari and as a result Koch kingdom became a tributary state.

King Satrudaman

- Satrudaman was a powerful Kachari king who resisted all the attacks and also invaded Jayantias in the beginning of 17th century.
- He won the Ahoms by destroying their garrison at Raha in 1618. He won over the Jaytantia King **Dhan Manik**.
- He assumed the title of Pratap Narayan and changed the name of Maibang to Kirtipur.
- King **Jasa Manik** of Jayantia recognised the leadership of Satrudaman but in turn appealed to Ahoms to overthrow the Kacharis.
- After many conflicts, the Kacharis won under the rule of Satrudaman and extended their rule in North Cachar, Dhansiri valley, plains of Cachar and parts of Eastern Sylhet. King Satrudaman also struck coins in his name.

Disintegration of the Kacharis

- Regular invasion from Ahoms forced Kacharis to shift their capital.

- Ahoms invaded Maibang and destroy Kachari kingdom in 1706. King of Kacharis took shelter in Khaspur.
- Later, last ruler **Gopichandran** established their capital at Khaspur.

Koch Kingdom

- After the decline of Kamata kingdom of Kamrupa, the Koch kings succeeded the Khen kings in Southern Assam. The Koch dynasty was founded in 1515 AD by Biswa Singha.
- Koch kingdom was ruled by two main dynasties namely, Koch Bihar (Cooch Behar) and Koch Hajo.
- Koch Bihar was associated with Mughal and Koch Hajo became an Ahom ally.
- There were also minor branches of Koch at Khaspur, Darrang, Beltala and Bijni.
- Chronology of Darrang kings along with the Buranjis provides the detailed accounts of Koch kings.
- Some of the famous Koch rulers are discussed below

Hariya Mandal

- He was from Chikangram in Goalpara district of Assam and also known as the ancestor of Koch kingdom.
- He was the head of twelve leading Meches or Koches.
- He married two sisters Hira and Jira at the same time. Hira gave birth to Bisu while Jira gave birth to Sisu. Bisu became Biswa Singha.

Biswa Singha

- Bisu was the most powerful ruler of Koch dynasty.
- His administration extended upto river Mara Dhansiri in the Darrang region to Nagaon district in Assam.
- He established Koch dynasty and took the name Biswa Singha and his brother Sisu took the name Siva Singha. The followers of Biswa Singha abandoned their old tribal designation and called themselves Rajbangsi.
- He was the contemporary of Ahom king Suhungmung or Dihingia Raja.
- Biswa Singha shifted his capital from Chikangram to Koch Bihar.
- Biswa Singha appointed his brother Siva Singha as the Yuvaraj (crown prince) who looked after the defence of the country.
- He married a number of wives and had 18 sons including Malladeva, Sukhladhwaja, Nara Singha and Gohain Kamal.
- Biswa Singha was a patron of Hinduism. He brought Brahmanas from **Kannauj**, **Mithila, Navadwip**, **Gauda** and **Benaras** to his kingdom. He worshipped Shiva, Durga and Vishnu.
- In the year 1540, he died of an illness without declaring his accession to the throne.

Nara Narayan and Chilarai

- During the death of Biswa Singha his two sons namely **Malladeva** and **Sukhladhwaja** were at Banaras.
- Taking the advantage of their absence Nara Singha succeeded the throne of Koch kingdom.
- After hearing the news both Malladeva and Sukhladhwaja together formed an army and defeated Nara Singha.
- After defeating Nara Singha, Malladeva became the ruler of Koch and adopted the title of **Nara Narayan** (1540-1587).
- His brother Sukhladhwaja was made Commander-in-chief and was renamed as Sangram Simha. He also nicknamed as **Kite King** or Chilarai for his military skills.
- During the battle of Gauda, Nara Narayan's able general and brother **Sukhladhwaja** was attacked by small pox and died in between 1572-75.

- Sukhladhwaja left behind a son named Raghu. Nara Narayan got married late and later he had a son named Lakshmi Narayan. After this, Nara Narayana stopped all warfare and devoted himself to public welfare.
- He also established hospitals for animals.
- Narayani coin was the medium of trade in Jaintia, Khasi, Kachar, Manipur and Tripura with South-East Asia.
- Narayani coins remained in circulation till 1866 when British government stopped the circulation of the same.
- Ralph Fitch, an English traveler visited during his reign.
- He was the first ruler of Koch Bihar to introduce coin in 1555 AD.

Nara Narayan's Contribution to Culture

- He became a chief patron of Neo-Vaishnavite movement.
- He re-built the temple of Kamakhya with bricks.
- He gave shelter and support to religious teacher and saint. **Sankaradeva**, who started the **Satra** to propagate his teachings.
- He gave patronage to **Ram Saraswati** who translated entire Mahabharata to early Assamese from Sanskrit and to **Ananta Kandali**, the translator of Bhagavata.
- Under his patronage, Purushottam Vidyabgish compiled the Assamese grammar, Sridhar and Bakul Kayastha compiled astrological works.

Conflict Between Kochs and Ahoms

- Nara Narayan came into conflict with Ahom king **Suklengmung** (1539-52) and **Sukhampha** or **Khora Raja** (1552-1603).
- Three battles were fought between the two kingdoms from 1546 onwards. The first battle was faught the North bank of the Brahmaputra river at the mouth of Dikarai river in the Darrang district of Assam.
- The second and third battles were fought on the South bank of Brahmaputra at Kaliabor and at Sola respectively.
- Nara Narayan built the 350 miles long road under the supervision of Gohain Kamal Ali (brother of Nara Narayan) to keep the flow of his army provisions. The road was known as Gohain Kamal road.
- He constructed the **Fort Pichala** after the completion of this road. However he was defeated in the **Battle of Pichala** and the fort was taken over by Ahoms.
- In 1562, Nara Narayan again organised an army.
- Ahom king Sukhampha was not in a position to fight such a huge army. So, he made a plan and sent his soldiers dressed as Brahmans who rode on the back of cows. Being a huge believer in Hinduism, Koch general Sukhladhwaja didn't strike the Brahmans.
- But in 1563, he attacked the Ahoms at the mouth of Dikhou river and defeated them.

Disintegration of the Kingdom

- There emerged a conflict between Raghudeva and Lakshmi Narayan for the throne. Nara Narayan divided his kingdom but the conflicts didn't stop.
- After the death of Nara Narayan, Lakshmi Narayan ascended to the throne of Western kingdom.
- He agitate Raghu's son Parikshit to revolt against his father. Parikshit was failed in the revolt and joined Lakshmi Narayan.
- In 1603, Raghu was died and in order to get the throne Parikshit killed his step brother Indra Narayan.
- Afghans and Mughals took advantages of this situation and annexed this kingdom in 1615 AD.

- However, Bali Narayan brother of Parikshit and ruler of Koch Bihar, with the help of Ahoms became able to get back the region between Bharali and Barnadi.
- In return, Bali Narayana accepted suzerainty of Ahoms and took up the title 'Dharma Narayan' as a vassal king.
- This led to war between Mughals and Ahom in 1637 AD. During the course of war Bali Narayan was defeated and killed by Mughals. The Ahom on the other hand maintained suzerainty over him.
- After the death of Bali Narayan, his son Sundar Narayan became the ruler with the support of Ahoms. He made his capital at **Mangladai.**
- The Ahom on the other hand maintained suzerainty over him.

Ahom Dynasty in Assam (1228-1826)

- Ahom came to Assam in the year 1228 AD and ruled for 600 years with the reigns of more than 40 kings.
- This period has great significance with far-reaching political, economic and social implications in the historical development of Assam.

Some of the important Ahom rulers are as follows

Chaolung Sukapha

- He was the founder of Ahom dynasty in Assam and was a member of royal dynasty of Mau-Lung.
- He had a disagreement with his brother about the succession to Mau-Lung throne. Being deprived of the throne, he left Mau-Lung in 1215 AD.
- In 1228, after crossing Daikham hill he entered the Naga country, near Khamjang in the Patkai region. On his way, he countered with several tribes whom he successfully defeated.
- After that, he moved towards Daikaorang (a collection of nine hills) and conquered the Nagas there. Then he conquered Namruk and Tipan. Here he established his first headquarter.
- He makes his capital at **Charaideo.**
- He established several provinces (Mong), and finally in 1254 A.D, he laid the foundation of Ahom kingdom at **Charaideo** in the South-Eastern corner of Sivasagar.
- During the arrival of Sukapha in the Brahmaputra valley there were two tribes living their namely Maran and Barahis. He conquered both tribes. Sukapha's was died in 1268 AD.

▲FIRST AHOM KING CHAOLUNG SUKAPHA

Suteuphaa

- He was the second king of Ahom kingdom who ruled from (1268-1281 AD). He succeeded his father Sukapha.
- During his period the Ahom kingdom Western boundary was extended upto river Namdang.
- He also had a conflict with the Shan kingdom in Burma.

Sukhangpha

- Sukhangpha fought against Kacharis, Chutiyas and rulers of Kamata during his reign.
- He had four sons namely Sukhrangpha, Sutupha, Tyao Khamti and Chao Pulai.
- He succeeded his father Sukhangpha. He became a victim of conspiracy planned by his brother Chao Pulai.

Sutupha

- He succeeded his brother Sukhrangpha. During his rule, frequent disputes with Chutiyas took place. He was killed by a Chutiya king.
- As there was not a single abled ruler after Sutupha, for 4 years, Bar Gohain and Bura Gohain independently carried on their administration.

Tao Khamti

- He became the ruler in 1380 AD. He defeated Chutiyas and avenged the death of his brother Sutupha.
- Later, he was assassinated by the nobles of Ahom dynasty in 1389 AD due to his irresponsible behaviour towards his kingdom.

Sudangpha

- He was also known as **Bamuni Konwar** and ruled from 1397 to 1407. He established his capital at Charguga.
- He introduced the worship of Lakshmi Narayan-Salagram or the God Vishnu.
- He introduced Hinduism among the Ahoms. The worship of Ahom deity Chom-Cheng (Chomdeo) also continued.
- He was died in 1407 AD. After him Sujanpha (1407-1422), Suphakpha (1422-1439), Susenpha, Suhnpha (1488-1493), Supirapha (1493-1497) became the rulers of Ahom kingdom.

Chao Suhungmung

- He was also called **Napoleon of Assam.**
- His capital was at Chargoya. He was also known as **Dihingia Raja** as he shifted his capital to Bakota on the bank of Dihing river.
- He was the first Ahom King to adopt a Hindu title of **Swarga Narayan.**
- Suhungmung took a census of the population and reorganised the society on the basis of clans.
- He created a new minister's post in 1504 and called it **Barpatra Gohain.**
- Nagas were defeated during his reign. In 1512 AD, he annexed Habung country.
- In 1523, Suhungmung annexed the Chutiyas kingdom and placed an officer called **Sadiya Khowa Gohain** to administer the kingdom.
- He annexed the Kachari Kingdom in 1536 and extended his rule upto the Kalang river. There he placed a minister called Marangi Khowa Gohain.
- During the rule of Suhungmung two invasion took place. The first invasion was led by Viri a Mohammedan in which he was defeated by Ahoms. They were known as 'Morias' or 'Marias'.
- Again in 1532 Turbak, the Muslim commander from Bengal invaded Assam but was ultimately defeated by Ahoms.

Suklenmung

- According to some beliefs, Suklenmung himself was behind the conspiracy of assassinating his father.
- He made Garhgaon as his capital and was called **Garhgayan Raja.**
- He never liked the idea of worshipping two sects at one place so he built separate temples of the Ahom deity, Chom-Cheng, outside the palace.

- He defeated Koches during his lifetime for which he performed the 'Rikkhuvan' ceremony.
- During his reign, he buil Naga Ali Road and and also constructed the embankments at Kahikuchi and Changinimukh.
- Garhgaon Tank in Assam was excavated during his reign.
- He was the first Ahom ruler who strikes coins.

Rikkhuvan Ceremony

It was an Ahom ceremony conducted at the installation of a new king or in time of danger, or after a victory. Holy water is being poured by the priests on the Ahom king who had to sit in full dress and therefore, he is purified.

Sukhampha

- Sukhampha was the son of Suklengmung who ruled from 1553 to 1603.
- He was known as **Khora Raja** or **Lame Raja**. It is because he hurt his feet while hunting on an elephant back before his accession to the throne.
- He lost the battles fought between the Koches and Ahom near the Dikhu and Handia rivers in 1562. He was died in 1603 AD.

Susenghpha

- Susenghpha is regarded as one of the greatest Ahom ruler. He ruled the Ahom kingdom from 1603-1641.
- He was known by many names such as **Pratap Singha, Buddha Swarga Narayan** or the old king.
- He constructed the Shiva temple at Biswanath and Dergaon.
- During his reign, **Treaty of Asurar Ali** was signed between Ahoms Commander-in-Chief Momai Tamuli Borbarua and Mughals Allah Yar Khan in 1639 AD at Kaliabor.
- As a result, Barnadi on the North and Asurar Ali on the South were fixed as the boundary between the Ahoms and the Mughals.
- He created the posts of **Bar Barua** and **Bar Phukan** to lookafter the affairs of his kingdom. **Momai Tamuli** was made the first Bar Barua and **Langi Panisiya** was made the first Bar Phukan.

Sutamla

- Sutamla succeeded his father Sutyinpha. After ascending the throne he adopted the Hindu name Jayadhwaja Singha.
- Because of his fight with Mir Jumla, he is considered as **Bhagania Roja** in the record of Ahom history.
- During his reign enmity between Nagas and Miris was one of the significant event. Mir Jumla's invasion also took place during Sutamla's reign.

Invasion of Mir Jumla

- Mir Jumla started his invasion on 4th January, 1662.
- Ahom King Jayadhwaja Singha tried to stop the war and expressed his desire for peace through his envoys **Sanatan** and **Madhab Charan**.
- At the request of Jayadhwaja Singha, Mir Jumla sent his general Rashid Khan to recover the Mughal territory in Kamrupa.
- The Assamese army abandoned Dhubri and retreated upto Manaha. This angered the Ahom King Jayadhwaja and he appointed Baduli Phukan as the chief and fortified Jogighopa fort.
- He ordered to construct a new fort on the Pancharatna hill on the opposite bank of Brahmaputra.
- Ahom King sent a large force to Saraighat and Pandu. But newly appointed officers could not conduct the warfare properly and Assamese soldiers left Saraighat and Pandu in utter chaos.
- Mughal army made a night attack and conquered the **Beltola Fort** and massacred the army. Soon on 4th February, 1662 they conquered Guwahati.

- After taking over the Guwahati, Mir Jumla headed towards Garhgaon, the capital of Ahom kingdom.
- Ex Barphukan **Raja Sahur** at Chamdhora and **Bhotai Deka** of Nagaon deceived the Ahom King and helped the Mughals for their easy entry into the capital.
- On 17th March, 1662, **Mir Jumla** conquered Garhgaon. He opened a mint and minted coins in the name of Aurangzeb. He occupied all the adjoining areas.
- However due to the terrible floods in Assam, epidemic of fever and dysentry broke out in Mughal camp in August 1662.
- To made peace on 23rd January, 1663 Ghilajharighat treaty was signed in which Jayadhwaja Singha's (Sutamla) daughter Ramani Gabhoru Singha's (Sutamla) got married to Muhammad Azam Shah, son to Mughal emperor Aurangzeb.

Supungmung

- After the death of Jayadhwaja Singha, Supungmung became the ruler of Ahom kingdom.
- He adopted the Hindu name Chakradhwaja Singha.
- During his rule there were strained relation between Ahom and Mughal due to not following the terms of treaty of **Ghiladhari Ghat**.
- Mughal army was defeated by Lachit Barphukan, son of Momai Tamuli Barphukan. Mughal emperor Aurangzeb became furious at the defeat and appointed **Raja Ram Singha** to the Commander-in-Chief for restarting the invasion of Assam. He was accompanied by Rashid Khan.
- The army reached Rangamati in February 1669 and camped at Hajo.
- Jayadhwaja Singha sent his army from Chamdhara to Saraighat with the help of Lachit Borphukan.
- The Borphukan was ill at that time thus the Assamese soldiers were demoralised and Mughals were winning initially.
- But with renewed strength, the Barphukan inspired the soldiers to save Saraighat.
- On April 1671 Mughal Navy was beaten and Ahoms gained a second major victory. The entire events of this win is known as the **Battle of Saraighat**.

Udayditya

- Sunyatpha or Udayditya was succeeded to the throne after killing his brother Suklampha or Ramadhwaja Singha.
- He ascended to the throne by a conspiracy made by Debera whose nickname was Lachai, the Bar Barua.
- Debera was responsible for the death of three kings namely Suklampha, Suhung and Gobar Raja.
- His reign witnessed the end of Ahom-Mughal War.

Sujinpha

- He was nominated as successor to Gobar Raja by the nobles because he was the descendant of Suhungmung.
- Under the leadership of his Bura Gohain (Aton Buragohain), many revolted against him and killed him.

Sudaipha

- Bura Gohain nominated Sudaipha as a king who adopted Hindu title 'Parvatia Raja' as he resided at Charaideo Parvat (hill).
- His reign is remarkable for the development of Boka town and the construction of Sil Sako (stone bridge).

Sulikpha

- Sulikpha ascended the throne and adopted the name Ratnadhwaja Singha.
- He was also known as 'Lora Raja' (boy king).
- Borphukan has become powerful by then and assumed highest position which was enjoyed earlier by Bura Gohain.
- He killed descendants of former kings but failed to do so with Gadapani.

Gadadhar Singha

- Ahom king **Gadapani or Godadhar Singha** ascended the throne in 1681. His Ahom name was Supatpha. He adopted the Mughal system for land survey and measurement.
- He established the rule of Tungkhungia clan of Ahom Kings. He made his capital at **Barkola.**
- He also persecuted the preachers of Neo-Vaishanava sects.
- During his reign the battle of Itakhuli took place between Ahom and Mughal.
- He constructed the roads of **Dhodar Ali, Aka Ali** and many stone bridges.

Battle of Itakhuli

- In 1682 AD, Gadadhar revolted against Mughals. He sent an army to capture Guwahati and conquered Kajali in that process.
- The Mughals retreated to Itakhuli near Sukleswar in Guwahati. The battle of Itakhuli was fought and won by the Assamese army.
- **Manasa** was then accepted as the boundary line between the Ahoms and Mughals.
- Gadadhar recovered Kamrupa from the Mughals.
- An account of the battle was recorded in the inscription on the canon captured from the Mughals which was obtained in 1682 AD.

Rudra Singha

- Rudra Singha was the son of Gadadhar Singha. His Ahom name was Sukrungpha.
- He reversed his father Gadadhar Singha's policy about Vaishnava Gosains and allowed to resume their old positions. He let them set-up a headquarters at Majuli which became a principal seat of the Vaishnava Gosains in Assam.
- The most important events during his reign was wars against Kachari and Jayantia kings.
- He introduced five khels or classes for better administration. These were Kakati, Kotoky, Bairagi, Khound and Dolai.
- He was a great patron of art and culture. He had numerous poets and scholars at his court. The notable poet and scholar **Kabiraj Chakravorty** was the court poet of Rudra Singha.

Sutanpha (Siva Singha)

- Sutanpha succeeded his father Rudra Singha.
- He was not as abled ruler. Therefore, he declared his chief queen Phuleswari Devi who assumed Hindu name 'Pramateswari' as Bar Raja. She was died in 1731 AD.
- Siva Singha then married her sister Deopadi and made her 'Bar Raja' with the name of Ambika.
- She constructed Shiva Doul at Sivasagar. She died in 1738. Siva Singha then married Sarbeswari and she too was granted the similar position. Thus, he was the only Ahom King who shared the power of throne with his wives.
- Four Europeans namely Bill, Godwin, Lister and Mill visited him at Rangpur in 1739 AD.

Pramatta Singha

- His Ahom name was Sunenpha.
- He built Masonry gateways at Garhgaon and Ranghar at Rangpur.
- During his reign, Rudreshwar Temple and Sukhleswar Temple was constructed in Guwahati.

Rajeswar Singha

- Rajeswar Singha is also known as Surampha. He was the fourth son of Rudra Singha.
- He stopped the atrocities of Daflas and Miris and also extended support to the Manipuri king to fight against the Burmese.
- He sent Haranath Senapati Phukan with the force to help the Manipuri king. This expedition is known as 'Lata Kata Rann' (creeper cutting Expedition).
- He constructed Basistha Ashram, Navagraha Mandir, Monikarneswar Mandir and Har-Gouri Devalaya at Guwahati.

Lakshmi Singha

- He is also known by his Ahom name 'Sunyeopha'.
- The great Rudra Sagar Tank was excavated during his rule. During his reign, he faced the Moamaria Rebellion.

Gaurinath Singha

- Gaurinath Singha succeeded Lakshmi Singha.
- He was the most incompetent, blood-thirsty and disreputable amongst all Ahom Kings.
- Captain Welsh described him as 'a poor debilitated man'.

Moamaria Rebellion, 1769-1805

- In 1769 AD, the Moamarias occupied Rangpur by revolting against Ahoms and captured Lakshmi Singha and murdered Kirti Chandra Barbarua.
- Moamaria placed their nominee Ramakanta on the throne. But he was incapable and after a year, Lakshmi Singha was recaptured the post of king.
- The second phase of revolt took place during the reign of Gaurinath Singha.
- In 1782 AD, Moamarias attacked Ahom capital Garhgaon and forced Gaurinath Singha to flee to Rangpur.
- Later, Gaurinath was able to suppress the second rebellion of Moamarias.
- The third phase of Moamarias rebellion started in 1786 AD in which Gaurinath forced to flee Guwahati.
- Purnananda Buragohain fought with great courage and tried to save Rangpur.
- In the end, Gaurinath Singha pleaded for help from British to oust the Moamarias. This marked the entry for the advent of the British.
- Gaurinath appealed for the help to Mr. Lumsden, collector of Rangpur.
- In 1792 AD, Captain Thomas Welsh of EIC came to the help with 550 troops.
- Captain occupied Guwahati on 24th November, 1792 and on 18th March, 1794 he restored Rangpur to Gaurinath Singha.

Kamaleshwar

- Kamaleshwar is also known as 'Kinaram'. His Ahom name is Sulingpha.
- He appointed his father to the post of Saring Raja.
- During his ruling period, Har Datta and Bir Datta from Kamrupa with the secret help from the rulers of Koch Bihar and Bijni revolted against him.
- The revolt was suppressed by Purnananda Buragohain.
- Kamaleshwar due to small pox, died in 1810 AD.

Chandrakanta Singha

- Chandrakanta's Ahom name was Sudinpha. He was the brother of Kamaleshwar Singha.
- Bura Gohain (Purnananda) nominated him as a king.
- In 1816 AD, an army of about 8000 men invaded to his region from Burma.
- Chiefs of Mungkang, Hukong and Manipur gave the aid to Burmese side.

Burmese Invasion, 1817

- The further weakening of the Ahom empire led to three Burmese invasions between 1817 and 1826.
- Ahom kingdom was divided into two groups-one was headed by Badan Chandra Borphukan and the other by Purnananda Buragohain.
- In 1816, Badan Chandra sought help of Burmese king Bodawpaya to defeat Purnananda. The Burmese king agreed to help and send his army in January 1817.
- The first Burmese invasion took place on 27th March, 1817 at **Ghiladhari**.
- The Ahoms were defeated but again fought at Kathalbari, East of Dihing river. The Burmese attack continued and captured Jorhat.
- Purnananda died and his son Ruchinath became the next Buragohain and Chandrakanta Singha became the next Ahom king after Lakshmi Singha. Both suspected each other for their secret alliance with Burmese army.
- This confusion led to the win of Burmese army in April 1817 at Kathalbari. Ahom princess **Hemo Aideo** was married to the King of Burma and sent to Burma along with 50 elephants and a heavy dowry.
- The second Burmese invasion took place on 15th February, 1819 at Phulpanisiga near Janji. The invasion continued till January 1820.
- Chandrakanta Singha was bring back to the throne by paying heavy presents, money and his daughter Upama Aideo in marriage along with officials and attendants. A fort was constructed at Joypur (Dighalighat).
- The third Burmese invasion of Ahom took place in 1821 AD. King Chandrakanta Singha was defeated by the Burmese forces in April 1822.
- The Burmese declared **Mingimaha Tilwa** the ruler of Assam in June 1822 and made Assam the Burmese province thus ending the 600 year old Ahom rule.
- Chandrakanta Singha fled to Bengal which was a British territory. Common people also fled to Bengal due to atrocities committed by the Burmese soldiers.
- The invasion came to an end in 1826 by the treaty of Yandaboo.

Treaty of Yandaboo, 1826

- It was the Peace Treaty that ended the 1st Anglo-Burmese war.
- The Treaty of Yandaboo took place in 24th February, 1826 between the Burmese king and the Britishers.
- General Sir Archibald Campbell from British side and the governor of Legaing Maha Min Hla Kyan Htin from Burmese side signed the treaty. Burmese king agreed to leave his claim over Assam, Cachar, Jayantia and Manipur, to the British Government which was headquartered in Calcutta.
- Gambir Singha was recognised as the king of Manipur.
- The treaty marked the end of the Burmese rule and the beginning of the British rule in Assam.

The Ahom Administration

The Ahom dominion was slow in the initial three centuries; it reached the turning point by the beginning of the 16th century.

The administration of Ahom period is discussed as follows

- The Ahom kings were believed to have a divine origin whose functions were assumed to be appointed by the divinity.
- The assumption of the title of Chao-Pha or Heavenly king and later, of the Hindu name Swarga Narayan, all highlighted the celestial status of the Ahom kings.

- The monarchy was the monopoly of the descendents of Siu-Ka-Pha, who in course of time got divided into seven collateral families after the places of their establishment- Charingia, Tipamiy, Dihingi, Chamaguriya, Tunkhungia, Parvatiya and Namrupiya.
- The right of succession to the Ahom kingship was generally hereditary on the male line. But in the absence of a legal claimant, the throne was offered to the king's brother or his nearest relative.
- The king was the head of every department of the State and distributed honours, titles and offices.
- The nobles played a very important role in the Ahom polity. The two original counsellors were the **Buragohain** and the **Bargohain**.
- A third, the **Barpatra Gohain** was added by Siu-Hum-Mong. Pratap Singha created the offices of the **Barbarua** and the **Barphukan**.
- These together constituted the council of five called the **Patra-Mantris**. However, the three Gohains represented the permanent and hereditary councellors of the state and were filled only from the descendents of the nobles who accompanied Siuka-Pha to Assam.
- The **Barbarua** was the Chief Executive Officer and Head of the Judiciary and Commander of Upper Assam, administering the territory East of Kaliabor, outside the jurisdiction of the three Gohains.
- The **Barphukan** was the viceroy of the territory, West of Kaliabor upto Goalpara. He conducted diplomatic relations with Bengal, Bhutan, Chieftains of the Assam passes and could also nominate the Rajas of vassal states in exceptional cases.
- The princess and the near relatives of the reigning king were appointed as Governors in certain areas with the title of the 'Raja' such as the 'Charing Raja'.
- Maidans are the elaborate burial tanks of Ahom nobility and kings.
- Besides, there were other officers like the Hazarikas, Saikias, Boras, Tekelas (Messengers).
- The Ahoms introduced 'Posa' system to facilitate its neighbouring Miri, Nagas, Daflas, Abor and Akas for establishing friendly relationship.
- The Rajkhowas, were Governors of small areas with three thousand Paiks. They exercised jurisdiction over the territories.

Paike System

- The Paike system was introduced by the first Barbarua Mumai Tamuli.
- In this system, the Ahom kings rendered services to the people and also obtained services in return.
- Male adults were called Paiks. They provided their services in the form of military and in return received a piece of land.
- The most important Paiks were the archers who fought in the battle field and worked as cultivators in peace time.
- The Paiks were organised into various classes known as Khels according to their work and prod uctive activities.

Multiple Choice Questions

1. The Buranjis are *[APSC 2013]*
   (a) Autobiographical writings of the Ahom rulers
   (b) Diaries written by the monarchs
   (c) Chronicles
   (d) None of the above
2. What were the landlords called in early 13th century in Assam?
   (a) Bhuyans (b) Kamrupas
   (c) Barbhandari (d) Gohains
3. When did Muhammad-bin-Bakhtiyar Khalji proceeded Eastwards into Assam?
   (a) 1204 (b) 1205 (c) 1206 (d) 1207
4. In which year, Yuzbak commenced an expedition to Kamrupa region and Koch Hajo?
   (a) 1250 AD (b) 1307 AD
   (c) 1257 AD (d) 1249 AD
5. Which of the following ruler was popularly known as 'Lord of Gaur'?
   (a) Durlabh Narayan (b) Dharma Narayan
   (c) Chandibar (d) Chilarai
6. Who was the first ruler of Kamata Kingdom in Kamrupa?
   (a) Sindhu rai (b) Pratapdhvaj
   (c) Sandhya (d) Durlabh Narayan
7. King Durlabh Narayan established his capital in which place of Assam?
   (a) Jorhat (b) Garia
   (c) Cachar (d) Sadiya
8. Ram Saraswati, Harihar Vipra and Hem Saraswati were the court poets of which Kamata ruler?
   (a) Indra Narayan (b) Dharma Narayan
   (c) Rup Narayan (d) Durlabh Narayan
9. Which of the following were not the rulers of Khen dynasty of Kamatapur during 15th century AD?
   (a) Niladhwaja (b) Chakradhwaja
   (c) Nilambar (d) Nityapal
10. The settlements of Lengaigaon, Maguri, Bhomarabari and Dimu were occupied by which group?
    (a) The Kamatas (b) The Kochs
    (c) Baro-Bhuyans (d) None of these
11. The Sutiya Kingdom was established by Birpal in
    (a) 1187 AD (b) 1185 AD
    (c) 1188 AD (d) 1189 AD
12. The Sutiya Kingdom comprised of the areas of present Indian states of .... and ....
    (a) Nagaland and Manipur
    (b) Assam and Arunachal Pradesh
    (c) Mizoram and Manipur
    (d) Nagaland and Assam
13. Sutiyas came to an end when they fell under the domination of the Ahoms in the year
    (a) 1673 (b) 1674 (c) 1675 (d) 1676
14. Who was the last Chutiya king?
    (a) Nityapal (b) Birpal
    (c) Satrudaman (d) Ratnadhwajapal
15. Sadiya Khowa Gohain was a *[APSC 2013]*
    (a) Zamindar (b) King
    (c) Frontier officer (d) Naval commander
16. Who sacrificed her own life by jumping from the top of Chandragiri hill near Sadiya in 1524 AD?
    (a) Ambika (b) Sati Sadhani
    (c) Kamala Priya (d) Deopadi
17. Which Kachari King destroyed the Ahoms and Jayantia in 1618?
    (a) Satrudaman
    (b) Megha Narayan
    (c) Dhirnarayan
    (d) Khun-Khara
18. The Koch dynasty was founded in the year
    (a) 1514 AD (b) 1515 AD
    (c) 1516 AD (d) 1517 AD

19. Who is known as the ancestor of Koch Kingdom?
(a) Hariya Mandal (b) Biswa Singha
(c) Nara Singha (d) Malladeva

20. During 1540 and 1587, King Nara Narayan ruled over the undivided Koch Kingdom of Kamata, and subsequently subjugated the entire Brahmaputra Valley, including the Ahom, Kachari, Tripura and Mainpur Kingdoms. What was the real name of King Nara Narayan? ***[APSC 2021]***
(a) Nara Singh (b) Sukhladhwaja
(c) Malla Deb (d) Parikshit

21. Mention the name of Koch King who established hospitals for animals?
(a) Biswa Singha (b) Raghudev
(c) Nara Narayan (d) Bali Narayan

22. Gohain Kamal Ali from-Koch Behar to Narayanpur was constructed during the reign of ***[APSC 2013]***
(a) Nara Narayan (b) Parikshit Narayan
(c) Viswa Singha (d) Raghu Dev

23. The Ahoms came to Assam in the year ...... and they ruled the state for nearly 600 years.
(a) 1220 AD (b) 1225 AD
(c) 1228 AD (d) 1229 AD

24. Who among the following is the founder of Ahom dynasty?
(a) Sukapha (b) Gadadhar Singha
(c) Suteuphaa (d) Subinphaa

25. The founder of the Ahom Kingdom, Chaolung Sukapha ruled Assam from 1228 to 1268. After his death, who succeeded him? ***[APSC 2021]***
(a) Sutuephaa (b) Subinphaa
(c) Sukhaangphaa (d) Sutuphaa

26. Chao Suhungmung was the first Ahom King to adopt a Hindu title, indicating a move towards an inclusive polity. Which Hindu name did he take? ***[APSC 2021]***
(a) Swarga Narayan (b) Durlabh Narayana
(c) Udayaditya Singha (d) Jayadhwaja Singha

27. The last independent Ahom King was
(a) Chandrakanta Singha ***[APSC 2013]***
(b) Kamaleswar Singha
(c) Jogeswar Singha
(d) Purandar Singha

28. Chutiya Kingdom annexed Ahom Kingdom under Suhungmung in the year
(a) 1522 (b) 1523
(c) 1524 (d) 1525

29. Who performed 'Rikkhuvan' ceremony after defeating Koches?
(a) Sukhlenmung (b) Tyao Khamti
(c) Sushenghpha (d) Suhungmung

30. Who created the posts of Bar Barua and Bar Phukan to look after the affairs of the Ahom kingdom?
(a) Sukampha (b) Siukapha
(c) Sushengpha (d) Sudangpha

31. The king nicknamed as Bhagaraja was ***[APSC 2013]***
(a) Sutiyampha (b) Sutamla
(b) Surampha (d) Sunytpha

32. The Battle of Saraighat between Ahom and Mughals was fought in the year
(a) 1670 (b) 1671
(c) 1672 (d) 1673

33. Which of the following Ahom ruler was known as 'Lora Raja' (boy king)?
(a) Sulikpha (b) Sujinpha
(c) Suklampha (d) Sudaipha

34. The Battle of Itakhuli took place between Mughals and which Ahom king?
(a) Gadadhar Singha
(b) Chakradhwaja Singha
(c) Rama Singha
(d) Rudra Singha

35. Which of the following Chief Queen of Ahom dynasty was constructed Shiva Doul at Sivasagar?
(a) Phuleswari Devi (b) Deopadi
(c) Joymoti Konwari (d) None of these

36. Which one of the following is a profusely illustrated treatise on elephants, dated 1734? ***[APSC 2018]***
(a) Chitra-Bhagavata (b) Hastividyamava
(c) Kadambari (d) Parijatharan

37. The title of the overall administrative head of Lower Assam region during the Ahom Rule was ***[APSC 2013]***
(a) Barphukan (b) Rajkhowa
(c) Borpatragohain (d) Khongea Barua

38. Maidans are **[APSC 2013]**

(a) elaborate burial tanks of Ahom nobility and kings
(b) large fields
(c) temples
(d) enclosure for sporting activities

39. Match with List-I with List-II and select the correct answer by using codes given below the lists. **[APSC 2022]**

List I (Events)		List II (Years)	
A.	Treaty of Yandaboo	1.	1848
B.	First Assamese magazine 'Orunodoi' published	2.	1826
C.	Establishment of Assam Medical College	3.	2005
D.	Annulment of the IMDT Act, 1983 by the Supreme Court	4.	1947

Codes

	A	B	C	D		A	B	C	D
(a)	2	1	3	4	(b)	2	1	4	3
(c)	4	3	1	2	(d)	3	2	4	1

40. Which statement regarding the office of the Barbarua and Barphukan are correct? **[APSC 2022]**

(i) The past of Barbarua and Barphukan were created during the 16th century to control the newly acquired territory of Ahom Kingdom.
(ii) The posts aided in decentralisation of power.
(iii) They were as much agents of the central government as autonomous head of the areas under their jurisdiction.

Codes

(a) (i) and (ii) (b) (ii) and (iii)
(c) (i) and (iii) (d) All of these

41. Arrange the following external invasions of Assam in chronological order. **[APSC 2022]**

(i) Invasion of Bakhtiyar Khilji
(ii) Invasion of Turbak
(iii) Invasion of Mir Jumla
(iv) Invasion of Sikandar Shah

Codes

(a) (i), (ii), (iii), (iv) (b) (i), (iv), (ii), (iii)
(c) (ii), (i), (iv), (iii) (d) (i), (ii), (iv), (iii)

42. During 1540 and 1587, king Naranarayana ruled over the undivided Koch kingdom of Kamata, and subsequently subjugated the entire Brahmaputra Valley, including the Ahom, Kachari, Tripura and Manipur kingdoms.

What was the real name of king Naranarayana? **[APSC 2021]**

(a) Nara Singh (b) Sukhladhvaj
(c) Malla Deb (d) Parikshit

43. As a great patron of Shakta Hinduism, an Ahom king built the Umananda temple on Peacock Island of Guwahati around 1694 AD. Who was he? **[APSC 2018]**

(a) Siva Singha (b) Rudra Singha
(c) Gadadhar Singha (d) Rajeswar Singha

44. Chao Suhungmung was the first Ahom king to adopt a Hindu title, indicating a move towards an inclusive Polity. Which Hindu name did he take? **[APSC 2018]**

(a) Swarganarayana (b) Durlabh Narayana
(c) Udayaditya Singha (d) Jayadhwaj Singha

45. The brave Assamese lady warrior Mula Gabharu died fighting against **[APSC 2018]**

(a) Mir Jumla (b) Det Chung
(c) Turbak Khan (d) Mirza Nathan

Answers

1. (c)	2. (a)	3. (c)	4. (c)	5. (b)	6. (d)	7. (b)	8. (d)	9. (d)	10. (c)
11. (a)	12. (b)	13. (a)	14. (a)	15. (c)	16. (b)	17. (a)	18. (b)	19. (a)	20. (c)
21. (c)	22. (a)	23. (c)	24. (a)	25. (a)	26. (a)	27. (d)	28. (b)	29. (a)	30. (c)
31. (b)	32. (b)	33. (a)	34. (a)	35. (b)	36. (b)	37. (a)	38. (a)	39. (b)	40. (b)
41. (b)	42. (c)	43. (c)	44. (a)	45. (c)					

CHAPTER 03

Modern History of Assam

- The Ahom empire was the most important empire that ruled Assam for 600 years. During medieval period, it faced several invasions from nearby kingdoms, tribal groups, Mughals and the Burmese.
- The Burmese invasions led to the downfall of Ahoms. However the last Burmese invasion resulted in the Anglo-Burmese war in 1824 and the annexation of Assam by the **British East India Company** in 1826 AD.
- After the Burmese army was defeated by the British in 1826 Treaty of Yandaboo was signed between the British East India Company and the Burmese King of Ava on 24th February, 1826.
- After signing the treaty, Assam came under the control of East India Company.
- During this period, Assam, became politically a part of India as the Britishers consolidated the country into one single dominion.
- The **Manas river** became the boundary line between the Burmese who were now confined to a very small region and the Mughal territories.
- The entire region was now controlled by the Britishers and they placed their own representations.

British Rule in Assam

- Before this, the Britishers had acquired the Deewani rights from the Mughals on 12th August, 1765 for the undivided district of Goalpara.
- The colonial rule was established in Assam in 1826.
- The period from **1826 to 1858 AD** is known as **Company Raj** in Assam.
- Britishers annexed the Kachari Kingdom in 1828 by the rule of **Doctrine of Lapse** when King Govinda Chandra died without a legal heir.
- In Assam, the regular army of East India Company was dissolved in 1828 AD.
- In 1830, there emerged some local leaders who tried to revolt against the Britishers to free their land from the clutches of British Raj.
- Haranath, Rupchand, Deoram and Bon Singpho were imprisoned in Dacca jail to crush the rising revolts against British rule.
- In 1835 the kingdom of Jayantia was also annexed by the Britishers and by 1838 all of North-East region became, part of the **Bengal Presidency of British India**.
- In 1838, Ahom King **Purandar Singha** was made the tributary ruler in Upper Assam. But the Britishers annexed his kingdom in 1838 owing to mismanagement and failure to pay taxes.

- British Government had stopped slavery in Assam in 1843.
- The commercialisation of the tea plantations in Assam also started and tribal people from **Bihar**, **Bengal** and **Odisha** were transported in large numbers to work in the tea plantation in 1859.
- The Colonial exploitation of Assam gave rise to income inequality and social aggression against the British rule. It also led to various revolts and movements.

Anti-British Uprising

- The British annexed the Lower Assam which increased the concerned of annexation of Upper Assam among the Ahom rulers.
- British rule paved the way for loot and corruption in Assam. Due to huge loss of wealth in the State Anti-British sentiment was formed among the Ahom rulers.
- This led to three Anti-British uprising within a period of 2 years (1828-30).

First Anti-British Uprising

- The first Anti-British revolt was started in 1828 under the leadership of former Borgohain Dhananjay.
- **Gomdhar Konwar**, a Ahom rule made the first attempt in Assam to region his lost kingdom.
- He declared king at Bassa which was located in South-West of Jorhat.
- The rebelions started to march at Jorhat.
- As soon as British knew about the movement Lieutenant Rutherford moved with British force to suppress the rebels. Gomdhar Konwar was imprisoned for 7 years.

Second Anti-British Uprising

- The second Anti-British uprising took place in 1829 by Gadadhar Singh. He claimed to be descendant of erstwhile Ahom King **Jogeshwar Singha**. He started collecting the soldiers at Sadiya for the revolt.
- However his plan was disclosed by Jalim Khan and he was arrested by British in Guwahati.

Third Anti-British Uprising

- This was formed by the Dhananjay Borgohain.
- In 1829, he entered a Moamariya village called Legee without informing the British.
- In this Anti-British uprising, he was joined by his sons Harkanta and Harnath as well as his son-in-law Jiuram Dulia Barua.
- He also joined powerful Ahom rulers Piyali Phukan, Deuram Dihingia Barua, Krishna Nath and others.
- However they did not succeed and in the mid of 1830 the revolt was ended by British captain **Neufville**.

Sepoy Mutiny in Assam and Revolt of 1857

- The period of pre-1857 was generally called the mutiny. In 1857, Indian soldiers who were recruited by the British army declared mutiny against the British which famously known as 'The Sepoy Mutiny'.
- There was a acquisition of regular army of East-India company in 1828 due to which in 1857. The **Assam Light Infantry Battalion** was formed in **Dibrugarh** and **Guwahati**.
- Also small groups of soldiers were placed in the areas which were important from the military perspective. After the outbreak of Sepoy mutiny still two battalions and group of soldiers were loyal to British.
- The strength of soldiers was very less in Assam and the army was mostly made up of Gorkhas, Manipuri and Singphou soldiers. Hence the situation in Assam was peaceful during the mutiny.
- After the mutiny the revolt of 1857 was organised by **Maniram Dewan** with the help of **Piyali Baruah** and **Kandeswar Singha** the deprived king of Ahom dynasty in Assam.

- The Britishers got hold of two letters of Maniram Dewan and seeing his revolutionary activities, he was hanged along with **Piyali Baruah** on 20th February, 1858.
- His accomplices Madhu Malik, Morongi Gohain and Dutiram Barua were sent to Kalapani.
- Kamala Mayaram, Luki Barua were imprisoned for 14 years. Bahadur Goanburha and Farmud Ali were also sent to Kalapani.

Causes for the Failure of 1857 Revolt in Assam

- Maniram Dewan's support base was only limited to **Jorhat** and **Sivasagar** districts.
- The revolt was **unorganised**.
- British Government had **ample time for the defence**.
- Main leaders of this revolt such as **Maniram Dewan** and others were far away from the actual place of revolt.
- Less participation from all sections of the society, particularly the middle class.
- Lack of co-operation among the rebels.
- Breakdown of secret plans among the leaders.
- Lack of access to arms and ammunitions for the rebel side.

Phulaguri Peasant Uprising 1861 (Phulaguri Dhawa)

- It was the first peasant movement in the Indian freedom movement.
- Between 1854 to 1870 AD, there was hundred per cent increase in taxes.
- In 1857 revolt had led to a pitiable economic condition of the British rule. This resulted in the **burden of taxation** on the Indian masses along with Assam.
- **Income tax** and **grazing tax** on various items were introduced in 1860 AD.
- **Excise duties** were also imposed in **Kamrup, Darrang** and **Nagaon** district of Assam.
- The British administration in association with the tea planters of Assam imposed heavy taxes on the farmers.
- The **tea planters** were suffering from the shortage of labourers as local people were not willing to work in plantations due to unhygenic conditions.
- Hiring labourers from other states increased the cost of tea planters. So by imposing taxes, the planters and British administration wanted to pressurise the farmers to take up job in tea plantations instead of practising cultivation.
- The incidence of taxes was so high that it became impossible for the farmers to pay taxes anymore.

Peasant Revolt in Assam

- Peasant revolt was started in Assam in 1861. It was the first ever peasant movement in the context of **Indian Freedom Movement**. Hundreds of peasants, tribal and non-tribal, marched to the district headquarters to submit their petition to the Deputy Commissioner (DC) Herbert Sconce regarding their grievances.
- But the Deputy Commissioner refused to accept their requests. The infuriated peasants met at a series of traditional **Raij Mel** (people's assemblies) to deliberate on the future course of action.
- On 18th October, 1861, an English officer Lt. Singer was killed by the protesting peasants.
- The peasants got support from every section such as aristocratic class, middle class, elites and others as well. British Government after this uprising never **imposed tax on Tamul Paan**.

- As a result the police killed 39 people and injured several others. Three leaders namely **Lakhan Deka, Songbor Lalung** and **Pongbor Deka** were hanged, 6 people were sent to Kalapani and 60 peasants were imprisoned.
- The peasants of **Darrang** and **Kamrup** also stood against the increase in land revenue by the British.
- In another revolt, 140 peasants lost their lives in police firing at Rangia.

Raij Mel

- Raij Mel were the people's assembly, which led the peasant uprising in Assam during second half of 19th century.
- It was largely a social outfit rather than any political organisation.
- These public assemblies grew under the supervision of the society such as Gaonbura, Doloi, Gosain, etc. and worked under their directions.
- These assemblies comprised of many villages which were unlike the Panchayat.

Patharughat Uprising

- In 1893 AD, Sir William Ward, Chief Commissioner of Assam increased the taxes to 70-80%.
- Patharughat is a place in **Darrang** district of Assam where a revolt broke out in **1894 AD**.
- On 28th January, 1894, peasants gathered in a protest meeting at **Patharughat** against the increased land tax levied by the British Government.
- Thousands of people from various villages came forward to participate in Raij Mel.
- As a result, it was decided by the peasants that no tax would be paid to the British Government, until their issue was not resolved.
- Deputy Commissioner of Darrang district, **JD Anderson**, Superintendent of Police, Barrington and Sub-divisional Officer, Remington arrived along with full police forces at the venue where protest meeting was going on.
- On the order of **Barrington**, the police started firing on the gatherings without giving prior warning.
- Hundreds of people were injured and around 140 people were killed on the spot.
- This revolt is known as **Patharughat uprising**.
- This revolt is also popularly known as **Assam's Jallianwala Bagh.**

▲MARTYR'S MEMORIAL PATHARUGHAT

Rangia Revolt

- The people of Rangia in Kamrup followed the foot-steps of Phulaguri peasants and started protesting.
- The cause of this protest gathering was a hundred per cent increase in land revenue tax.
- The protest began on 24th December, 1893 when the people raided the Rangia market.
- On 10th January, 1894 AD, people staged a demonstration in which they raised the slogan of not paying the increased tax.
- On the same day, **McCabe**, Deputy Commissioner of Kamrup imposed a ban on organising any Raij Mel.

- All the leaders of this revolt were soon arrested by the police. Thus, revolt lost its edge.

Political Associations in Assam

From the end of 19th century, many political associations were formed in Assam. These associations were formed as there were influences of new thinkers, writers and philosophers from Bengal. Patriotic poems written by Ambikagiri Raichoudhary helped people of Assam to fight unitedly against Britisher.

Many Assamese people got educated in British schools and colleges, which changed their mindset. They started understanding the concept of freedom.

Some of the associations formed in Assam were as follows

Gyan Pradayini Sabha

- It was formed around 1857-59 by **Anandaram Dhekiyal Phukan** and **Gunaviram Barua**.
- Its aim was to **spread advanced knowledge** among the people of Assam.
- In **1836 AD**, British Government introduced **Bengali language in the place of Assamese language** in schools, offices and courts.
- To mobilise the masses, an organisation called **Gyan Pradyani Sabha** took initiative under the leadership of **Anandaram Dhekiyal Phukan** and **Gunaviram Barua** in 1857 AD.
- This measure had been opposed by Assamese speaking people.
- As a consequence, **Assamese language was re-introduced in 1873 AD**.

Sarvajanik Sabha

- It was a political organisation established in **1884** and founded by **Jagannath Barua** in Jorhat.
- The Sabha opposed to the cultivation of opium and protested against Assam land revenue regulations of 1886.

Assam Literary Society

- Under banner of this society, students from Assam took initiatives to improve Assamese language and literature at Calcutta in 1872 AD.
- Devicharan Barua and Ganga Gobinda Phukan were the prominent leaders of this society.
- In the same year, Jagannath Barua and Manik Chandra Barua submitted a memorandum to the Viceroy, Lord Northbook.
- They appealed to Viceroy about development of natural resources of Assam and a railway link between Assam and Bengal.

Assam Desh Hitaisini Sabha

- It was a socio-cultural organisation formed in 1885 in Sivasagar district of Assam.
- It represented the intellectuals of Guwahati. Certain demands like the introduction of Municipal administration in Guwahati was demanded.

Asomiya Bhasa Unnati Sadhini Sabha

- In **1888 AD**, Asomiya Bhasa Unnati Sadhini Sabha was established under the student's leadership of **Hemchandra Goswami, Lakshminath Bezbarua, Kanaklal Barua, Ramakanta Barkakati** and **Chandrakumar Agarwala**.
- This Sabha used to publish a journal named **Jonaki**.
- Due to the efforts of this Sabha, British Government took cognizance of Hemchandra Barua's **Hemkosh**.

Assam Association

- This was formed in 1903 by Manik Chandra Barua. It pursued constitutional methods for **addressing the grievances of local people**.
- In **1905 AD**, the first session of this association took place in **Dibrugarh**.

- **Prabhat Chandra Barua** as President, **Jagannath Barua** as Vice President and **Manik Chandra Barua** as General Secretary was elected in this session.
- Until World War I, this association was very influential as Indian National Congress was yet to make in Assam.
- In **1905 AD**, it opposed the incorporation of Assam into a single province, named as Eastern Bengal and Assam.
- In **1907 AD**, it submitted a memorandum to Secretary of State for India to separate Assam from Eastern Bengal.
- In **1916 AD**, it sent a delegation in **Lucknow session of Indian National Congress**.
- The association also demanded the implementation of **Montague-Chelmsford reforms of 1919** in Assam.
- In **1917 AD** it sent Nabin Chandra Bordoloi and Prasanna Kumar Barua to London and a team of seven members to Calcutta.
- In **1920 AD**, it demanded the establishment of University in Assam.
- In **1921 AD**, this association was merged with Assam Provincial Congress Committee.

Assam Provincial Congress Committee (APCC)

- It was formed on 5th June, 1921 with Kuladhar Chaliha as its President.
- It was formed with the aim to support the Non-Cooperation movement started by Gandhiji.
- In 1926 AD, 41st All India Congress Committee session was hosted by APCC at Pandu in Guwahati.
- This session was presided by Srinivasa Iyengar.
- Its first official President elected in 1930 was **Bishnuram Medhi**.
- Under his leadership, APCC opposed the Cabinet Mission's proposal to merge Assam and entire North-East into 'C' group with East Bengal and established Assam's separate identity within Union of India.

Assam Chhatra Sanmelan

- It was the first student organisation of Assam. Its first session was held on 25th December 1916 under the presidentship of Lakshminath Bezbarua.
- This organisation became politically motivated as its members participated in Swadeshi and Boycott Movements.

National Movement in Assam

With the arrival of Mahatma Gandhi in Assam in August 1921, Assam was brought to the mainstream of National Movements. These Movements in the context of Assam are discussed as follows

Partition of Bengal in 1905 AD

- Due to partition of Bengal in 1905, a new province was formed which included Eastern Bengal and Assam.
- Lieutenant Governor of **Dacca JB Fuller** was appointed as Chief Commissioner of Assam.
- However, people of Assam protested against the partition of Bengal.
- The newly formed province was first named as 'Eastern Bengal' and the name 'Assam' was dropped from the title of the province.
- **European Tea Planter's Association** in Assam protested against this and argued that the name 'Assam' was associated with tea in international market and therefore, the name of Assam must be there in new province.
- Thus, the name of Assam was put there in the name of province i.e., Eastern Bengal and Assam.

- Capital of Assam was shifted from Shillong to Dhaka.

Swadeshi Movement in Assam

- This movement was a response to partition of Bengal in 1905 AD.
- In Brahmaputra Valley, the movement was largely confined to urban and semi-urban areas.
- In towns of Assam, people used 'Khar' instead of salt manufactured in Liverpool in England.
- The head priest of Kamakhya Temple appealed not to purchase or sell foreign products.
- In Surma Valley, the movement was widespread under the banner of Surma Valley Association.
- National schools were set-up at Sylhet, Habiganj, Srimangal, Banaichang, Lakhai, Karimganj, Silchar and other places.
- Padmanath Gohain Barua, Ambikagiri Raichoudhary, Triguna Barua, Raktim Bora, etc., were the prominent revolutionary of this movement.
- Asom Kesari, Ambikagiri Raichoudhary and Govinda Lahiri formed revolutionary organisation among the students of Guwahati.
- Mukunda Das wrote many Swadeshi songs and drama. He visited Guwahati in 1905 AD.
- Ambikagiri Raichoudhary wrote a revolutionary drama **Bandini Bharat**. He also formed 'Seva Sangha' along with revolutionary activists.
- He was also taken as a prisoner at Barpeta till 1914 AD on the charge of planting a bomb to kill JB Fuller on 7th September, 1906 AD.

Morley-Minto Reforms of 1909 and Assam

- Lord Hardinge proposed the reconstitution of Eastern Bengal and Assam and shifted the capital from Calcutta to Delhi.
- In December 1911, the partition of Bengal of 1905 was annulled by a royal proclamation at Delhi.
- Thus, Assam including Cachar, Sylhet, Goalpara and the Hills were granted their previous status as Chief Commissioner's province with a Legislative Council.
- **Shillong** became the capital of this province.

Montague-Chelmsford Reforms of 1919 and Assam

- This reform established the dual Government system or Diarchy.
- Imperial Legislative Council now consisted of two houses i.e., Central Legislative Assembly and Council of State.
- Chief Commissioner of Assam, Beatson Bell and European community opposed the inclusion of Assam in this reform.
- Several organisations of Assam put forward their claim for representation in case Assam was included under this reform.
- **Nabin Chandra Bordoloi** met Parliamentary Committee at Calcutta to include Assam in the reforms.
- He along with **Prasanna Kumar Barua** was present in London on May 1919 AD and thus Assam was included in the reform.

Non-Cooperation Movement in Assam

- Gandhiji's call for Non-Cooperation on 1st August, 1920 left a huge imprint on the younger generation.
- Ganga Govind Barua, Tara Prasad Chaliha, Ghanashyam Barua and Chandradhar Barua wanted the Assam Association to stay away from the Non-Cooperation Movement in order to discuss and resolve issue with the British.
- They announced full support to the Non-Cooperation Movement. They disbanded the Assam Association and founded the Assam Provincial Congress in 1921.

- Chandranath Sharma, Nabin Chandra Bordoloi, Tarun Ram Phukan, Gopinath Bordoloi and others took the leadership of the freedom struggle in Assam.
- Strikes were organised, English goods were boycotted, sale of opium was opposed.
- Tea garden workers of Chandpur and Assam-Bengal railway workers also joined Non-Cooperation movement.
- The **Assamese women** also participated in the movement through the **Assam Chatra Sanmilan** (Assam Student Association) and the **Assam Sahitya Sabha** (Assam Literary Society) till the formation of the **Assam Mahila Samiti** (Assam Women Association) in 1926 which was a provincial women association. Bidyut Prabha Devi and Hemanta Kumari Devi were active women participants.
- Gandhiji's suspension of the Non-Cooperation movement after the Chauri-Chaura incident led to the formation of **Swaraj Party** in Assam.

Role of Assamese Women in Non-Cooperation Movement

- Large number of women participated in Non-Cooperation Movement in Assam. Prominent women leaders were Bidyut Prabha Devi, Girija Devi, Nalini Bala Devi, Pushpalata Das, Guneswari Nath, Chandraprabha Saikiani, etc.
- Mungri was the first martyr of Non-Cooperation Movement from Assam.
- In Gobedori of Kamrup district, **Bhanumati Talukdar** left her home to join Congress party. She was also known as **Voluntariny Baai**. Gandhiji gave her the title of 'Sarojini of Assam'.
- Pramila Medak from Golaghat was ex-communicated by her society because of her participation in the movement.

Swaraj Party in Assam

- In Assam, Swaraj Party was formed, whereas Tarun Ram Phukan became the President and Rohini Kumar Choudhary elected as Secretary.
- **Gopinath Bardoloi** was its Assistant Secretary. In November 1921 AD, Legislative Council elections were held in Assam.
- Swaraj Party contested in almost all the seats but failed to secure majority.

Protest Against Simon Commission in Assam

- In Assam, first protest gathering against Simon Commission took place at Sylhet in November 1927.
- A meeting at Jorhat suggested for the appointment of a parallel Commission comprising of Indians and condemned Simon Commission.
- Anjuman-i-Islamia welcomed this Commission. However, pro-Jinnah faction, led by Abdul Matin Choudhary boycotted the Commission.
- The Simon Commission decided to visit Assam on January 1929 whereas British Government constituted a seven member committee of Assam Legislative Council to cooperate with it.

Impact of Lahore Session in Assam

- Tarun Ram Phukan resigned from the Central Legislative Assembly and along with him, 14 others resigned from the Assam Legislative Council.
- He along with Gopinath Bordoloi and RK Choudhary formed the Assam Swaraj Party and decided to contest elections.
- On 26th January, 1930 the first Independence Day was celebrated in Assam.

Civil Disobedience Movement

- After the abrupt ending of the **Non-Cooperation Movement**, Gandhiji launched the **Civil Disobedience Movement** on 12th March, 1930.

- This movement was opposed by many Assam revolutionaries like Tarun Ram Phukan, Rohini Choudhary and Nabin Chandra Bordoloi.
- However Hem Chandra Barua, Bishnu Ram Medhi, Siddhinath Sharma and Ambikagiri Raichoudhary were in favour of movement.
- But due to economic crisis they were fail to prepare congress volunteers for the movement.
- The Assam Congress Party was reorganised to launch Civil Disobedience Movement in Assam. A new congress committee was formed and **Bishnu Ram Medhi** was appointed its President.
- Blocks Committees were formed in Guwahati, Nalbari, Tihu and Rangia.
- People of Assam extended their moral support by organising meetings in different places and took part in symbolic processions and violated Government orders and law. Gandhiji was arrested on 5th May and whole Assam revolted against the Britishers.
- In May 1930, students in Brahmaputra Valley demonstrated their protest and boycotted colonial institutions.
- British officer JR Cunningham issued a circular to provide written undertaking guarantee about not to participate in any movement. This circular was known as **Cunninghum Circular**.
- In 1930 AD, Pushpalata Das, only six years old Satyagrahi from Assam joined Banar Sena to propagate Khadi.
- Along with her, Punya Prabha Barua and Jyotsna Mazumdar formed **Mukti Sangha** to mobilise women to participate in the movement.
- They came forward to disobey the orders of the British. They closed the opium, wine and ganja shops.
- Other attempts were made to hoist the flag in Guwahati court and Dhubri court at Habiganj.
- Assam Pradesh Congress Committee and Assam Youth League were banned in August 1930 as they were mobilising people to join the movement.
- Many of the revolutionary were arrested and given inhuman punishments. Despite these measures the movement continued with many leaders.

Satyagraha in Assam

- With the starting of World War II and Britain taking part in it, the **All India Congress Committee** started its **Satyagraha Movement** again. Gopinath Bordoloi was the Chief Minister of Assam at that time. In compliance with the congress, he resigned from his position.
- Sir Muhammad Saadulla came into power and started collecting war fund to aid the British Government.
- This was opposed by many students of **Cotton College (Guwahati)**, other student unions and common people. This led widespread protests. The Saadulla ministry resigned following the events on 12th December, 1941.
- Gopinath Bordoloi raised Anti-War slogans in front of Kamrup district court for which he was imprisoned.
- Seeing this, a large number of Congress workers in Assam started Satyagraha in the Brahrmaputra valley region.

Quit India Movement in Assam

- In 1942, **Sir Stafford Cripps** came to India with the Cripps Mission. His proposal was refused by the Congress after which Gandhiji started the Quit India Mission on 8th August, 1942.

- The movement gained momentum in Assam in places like **Tezpur**, **Sootea**, **Gohpur**, **Dhekiajuli** and **Jamuguri**. People of Darrang district contributed significantly to the movement.
- On 9th August Gandhi and other Congress leaders were arrested. **Gopinath Bordoloi** and **Siddhinath Sharma** came to Guwahati on 10th August after attending the Quit India Movement march in Mumbai.
- All the major committees such as APCC were banned and declared illegal.
- As prominent male leaders were arrested, women came out of their houses and took active part in demonstrations during the Quit India Movement in Assam.
- During this situation Saadullah was empowered to rule and on 5th August, 1942, he was invited to form Government which was accepted by him.
- **Kanaklata Barua** from Morigaon district was shot dead by British police while she was unfurling the national flag. Her companion **Mukunda Kakati** also was gunned down. 12 year old **Tileswari Barua was also shot dead when she was unfurling the flag at Dhekiajuli police station.**
- There were violent protest all over Assam, railway lines were disrupted in Kamrup, Nagaon, Darrang, Sivasagar and Golaghat districts.
- British police and Gorkha army were deployed to control the movement.
- Leaders like Mahendra Nath Hazarika, Sankar Prasad Barua, Lakshmi Prasad Goswami also played active roles in **Quit India Movement** in Assam.
- **Mahendra Nath Hazarika** formed the **Mrityu Bahini** which played a massive role in the freedom movement in Assam.
- The Quit India Movement was the last freedom movement in India after which the British Government drafted the Cabinet Mission to free India. India got its freedom from colonial rule in 1947. Assam was added as a North-Eastern State of India with a unicameral Legislature in 1947.

Independence, Partition and Assam

- In 6th July, 1947, referendum was conducted in Sylhet.
- 56% people supported Sylhet to become the part of East Pakistan and 43% people were in favour of undivided Assam to a be part of India.
- After Independence, three police stations of Sylhet namely Pathar Kandi, Ratabari, Badarpur and half part of Karimganj were included in Assam.

Freedom Fighters of Assam

Ambikagiri Raichoudhury

- He is also known as **Asom Kesari**. He was born on 18th December, 1885 at Barpeta.
- He was elected as president of 'Assam Sahitya Sabha' in 1950.
- He was the founder of 'Asom Songrokhini Sobhaa' and 'Axom Jaatiyo Mahaaxobhaa'.
- He went to jail during Civil-Disobedience Movement.
- He was put under police vigilance for about 8 years until 1915. He was died on 2nd January, 1967.

Maniram Dewan

- He was born on 17th April, 1806 AD in Rangpur. His full name was Maniram Dutta Barua. He was an aristocratic noble and an ally to the britishers initially but later he become a freedom fighter.

- He was hanged by the British against conspiring them during the uprising of 1857 on 26th February, 1858 in Jorhat prison.
- He was among the first people to establish tea gardens in Assam. He was popularly called **Kalita Raja** by the people of Upper Assam.

Bhogeswari Phukanani

- She was born in Nagaon district in 1885. She was an activist and took part in the Satyagraha called by Gandhiji.
- She was active in **Berhampur**, **Babajia** and **Barpujia** areas of Nagaon and also helped to set-up offices of India National Congress in Assam.
- She played **active roles in Civil Disobedience Movement** and **Quit India Movement** in Assam. She was shot dead during non-violent protest marches against British rule in September 1942.

Piyoli Phukan

- He was the son of Badan Chandra Borphukan who was the chief of Ahom forces. Piyoli Phukan made a large scale preparation for a massive armed attack to expel British forces from Assam. But he was caught by the Britishers and hanged in 1830.
- He is among the **first Assamese Martyr of Indian freedom struggle**.

Kushal Konwar

- He was born on 21st March, 1905 at Balijan in the district of Golaghat in Assam. He was inspired by Gandhiji's **Non-Cooperation Movement** and **Satyagraha**. He became a prominent leader from Assam during the Quit India Movement.
- He was caught and hanged on 15th June, 1942 in Jorhat Prison for being involved in destroying Barpathan rail accident.

Kanaklata Barua

- She was born on 22nd December, 1924 in undivided Darrang district of Assam. She was the **leader of All India Student Federation** in Assam and an Indian independence activist.
- She led a procession with bearing the national flag during the **Quit India Movement** of 1942 when she was shot dead by the British police.

Tarun Ram Phukan

- He was born on 22nd January, 1877 in Guwahati, Assam. He was popularly called **Deshbhakta**. He was a prominent leader in forming the Assam branch of Indian National Congress in 1921.
- He toured Assam to spread the message of Mahatma Gandhi's Non-Cooperation Movement. He also became the President of Assam Provincial Congress Committee in 1921. He died on 28th July, 1939.

Bhimbor Deori

- He was born on 16th May, 1903. He was a lawyer by profession. **Deori helped in forming the Assam Backward Plains Tribal League** in 1933 and worked for the indigenous Assamese people to join the mainstream freedom movements.
- With his efforts Assam Province was included in republic of India otherwise it considered to be included in East Pakistan.

Syed Muhammad Saadullah

- He suggested that the entire Assam should be connected to East Bengal and it should be included in Pakistan.
- He headed the first coalition Government of Assam from 1st April, 1937 to 18th September, 1938 AD.
- He joined Muslim League of Surma Valley in 1937 AD.

Gopinath Bordoloi

- He formed its coalition Government on 19th September, 1938 AD.
- He was supported by Tribal League, independent members and 22 members of a faction of Muslim League.
- He made some important reforms like action against ban on Opium, reduction of land tax, prohibition in migration, etc.
- In 1939 AD, he withdrew his Government following an appeal Gandhiji to do so during World War II.

Bordoloi Government of 1946-50 AD

- After World War II in 1946, Congress formed the Government in Assam. Congress won (61) seats out of 108 seats in legislative.
- Gopinath Bordoloi was elected as the first Prime Minister of Assam on 11th February, 1946 AD.
- He decided to evict the illegal immigrants from Assam that was opposed by Muslim League.
- In 1946 AD, M A Jinnah visited Assam and he was in favour of merging Assam into East Bengal.
- On 1st April, 1946, Bordoloi met with the members of Cabinet Mission and objected the inclusion of Assam into Group C.
- He also favoured separation of Sylhet from Assam and rejected Jinnah's demand for Pakistan.

Multiple Choice Questions

1. Anglo-Burmese war in Assam took place in which year?
(a) 1817 (b) 1824 (c) 1832 (d) 1857

2. In which year Assam become a colony of the East India Company?
(a) 1819 (b) 1824 (c) 1830 (d) 1826

3. Which river was taken as the boundary line between the Burmese and the English in Assam?
(a) Brahmaputra (b) Teesta
(c) Manas (d) Jaldhaka

4. When did the regular army of East India Company dissolve in Assam?
(a) 1830 AD (b) 1829 AD
(c) 1828 AD (d) 1835 AD

5. Which Ahom king was made the tributary ruler by the Britishers in upper Assam?
(a) Jogeshwar Singha (b) Sudingphaa
(c) Sukaphaa (d) Purandar Singha

6. The slavery was abolished in Assam in the year ....
(a) 1841 (b) 1842 (c) 1843 (d) 1844

7. Who was the first Assamese to fight against the British? ***[APSC 2021]***
(a) Piyali Phukan
(b) Gomdhar Konwar
(c) Dhananjay Burhagohain
(d) Bon Singpho

8. When did 'Assam Light Infantry Battalion' set-up by British in Assam?
(a) 1855 AD (b) 1857 AD
(c) 1858 AD (d) 1851 AD

9. Who among the following is the leader of 1857 Revolt in Assam?
(a) Kamala Miri
(b) Kushal Konwar
(c) Maniram Dewan
(d) Kanaklata Barua

10. Which of the following is correct about the failure of 1857 revolt in Assam?
(a) The revolt was unorganised
(b) Lack of Co-operation among rebels
(c) Lack of access to arms and ammunitions
(d) All of the above

11. After the Phulghari peasant uprising which districts stood up against the oppressive British revenue system?
(a) Kamrup and Darrang
(b) Karimganj and Darrang
(c) Kokrajhar and Karimganj
(d) Golaghat and Kamrup

12. Revolts against Britishers were first started by which groups in Assam?
(a) Peasants (b) Traders
(c) Middle class (d) Aristocracy

13. What was the 'Raij Mel' during 19th century Assam?
(a) People's Assembly
(b) King's Council
(c) Landlord's Association
(d) Political Outfit

14. Who was the Chief Commissioner of Assam during 'Assam Riots of 1893'?
(a) JD Anderson (b) Barrington
(c) William Ward (d) E A Gait

15. The popular uprising in Assam known as Patharughat Battle took place in the year. ***[APSC 2013]***
(a) 1893 (b) 1894
(c) 1895 (d) 1905

16. Which of the following revolt is also known as 'Assam's Jallianwala Bagh'?
(a) Rangia Revolt (b) Patharughat Revolt
(c) Phulaguri Revolt (d) Assam Riots of 1893

17. Mention the name of British officer who banned the functioning of any Raij Mel in Assam?
(a) Mc Cabe (b) Barrington
(c) William John (d) J B Fuller

18. Whose patriotic poems help the people of Assam to fight unitedly against the British rule?
(a) Ambikagiri Raichoudhury
(b) Gunabhiram Barua
(c) Chandra Kumar Agarwala
(d) Bin Baragi

19. When did British introduce Bengali language in the place of Assamese language in public institutions?
(a) 1835 AD (b) 1836 AD
(c) 1873 AD (d) 1875 AD

20. When did Assamese language re-introduce by British Government in Assam?
(a) 1873 AD (b) 1845 AD
(c) 1836 AD (d) 1895 AD

21. When did 'Asomiya Bhasa Unnati Sadhini Sabha' establish?
(a) 1878 AD (b) 1898 AD
(c) 1879 AD (d) 1888 AD

22. Mention the name of Journal that was published by Asomiya Bhasa Unnati Sadhini Sabha?
(a) Jonaki
(b) Asom Bhandhva
(c) Bandini Bharat
(d) Asom Eka

23. The 'Assam Association' came to the force in
(a) 1903 (b) 1901
(c) 1906 (d) 1905

24. Assam Association was set-up in 1905 AD. Where did the first session of this association take place?
(a) Guwahati
(b) Dibrugarh
(c) Shillong
(d) Sylhet

25. Which of the following went to London along with Nabin Chandra Bordoloi in 1917 AD?
(a) Ambikagiri Raichoudhury
(b) Hemchandra Barua
(c) Prasanna Kumar Barua
(d) Jagannath Barua

26. Which organisation was merged with Assam Provincial Congress Committee in 1921 AD?
(a) Assam Association
(b) Asomiya Bhasa Unnati Sadhini Sabha
(c) Gyan Pradyani Sabha
(d) Assam Desh Hitaisini Sabha

27. When was Assam Provisional Congress formed? ***[APSC 2013]***
(a) 1920 (b) 1930
(c) 1921 (d) 1931

28. Where did the 41st Congress session, hosted by APCC, held in Assam?
(a) Pandu (b) Nagaon (c) Sivasagar (d) Jorhat

29. Who became the president of Assam Provincial Congress Committee in 1930 AD?
(a) Ambikagiri Raichoudhury
(b) Manik Chandra Barua
(c) Bishnuram Medhi
(d) Gopinath Bordoloi

30. Which among the following association was a provincial association formed in 1916?
(a) Assam Chhatra Sanmelan
(b) Gyan Pradayini Sabha
(c) Swadeshi Movement
(d) None of the above

31. Who was appointed as Chief Commissioner of Assam after Partition of Bengal in 1909?
(a) JB Fuller (b) Klilliam Ward
(c) Richard Harte (d) AD Moore

32. Who went to meet Parliamentary Committee at Calcutta regarding the inclusion of Assam in the 1919 reforms?
(a) Gopinath Bordoloi
(b) Prasanna Kumar Barua
(c) Nabin Chandra Bordoloi
(d) Tarun Ram Phukan

33. Which party was formed in Assam with the suspension of Non-Cooperation Movement in Assam?
(a) Assam Chatra Sammelan
(b) Assam Mahila Samiti
(c) Swaraj Party
(d) Assam Sahitya Sabha

34. Who was the first martyr of non-cooperation movement from Assam?
(a) Mungri (b) Bhanumati Talukdar
(c) Guneswari Devi (d) Pramila Medak

35. Who was popularly known as 'Voluntariny Baai' during Non-cooperation Movement in Assam?
(a) Chandraprabha Saikiani
(b) Pushpalata Das
(c) Nalini Bala Devi
(d) Bhanumati Talukdar

36. Gandhiji gave her the title 'Sarojini of Assam'. Mention the name of female leader of Assam.
(a) Pramila Medak (b) Bidyut Prabha Devi
(c) Bhanumati Talukdar (d) Girija Devi

37. Who became the president of Swaraj Party in Assam?
(a) Rohini Kumar Choudhary
(b) Gopinath Bordoloi
(c) Tanuram Phukan
(d) Jagannath Barua

38. Which of the following outfit had welcomed Simon Commission in Assam?
(a) Swaraj Party (b) Anjuman-i-Islamia
(c) Congress Party (d) Muslim League

39. Who joined Banar Sena to propagate Khadi in 1930 AD?
(a) Jyotsna Mazumdar
(b) Punya Prabha Barua
(c) Pushpalata Das
(d) Girija Devi

40. Which freedom fighter was shot dead while unfurling the national flag during Quit India Movement?
(a) Kanaklata Baruah (b) Kushal Konwar
(c) Piyoli Phukan (d) Bhimbor Deori

41. When did referendum take place in Sylhet?
(a) 6th July, 1947
(b) 15th August, 1947
(c) 26th January, 1948
(d) 5th April, 1947

42. Which of the following regions were included in Assam after Independence?
(a) Pathar Kandi (b) Ratabari
(c) Badarpur (d) All of these

43. When Saadullha became the first coalition government of Assam?
(a) 1st April, 1937
(b) 1st September, 1938
(c) 1st June, 1937
(d) 1st July, 1938

44. The Congress Party swept the polls of Assam Assembly elections by winning ...... number of seats in 1946 general election.
(a) 54 (b) 55
(c) 56 (d) 61

45. Who withdrew his government following an appeal by Gandhiji to do so during World War II in Assam?
(a) SM Saadullah
(b) Gopinath Bardoloi
(c) Hemchandra Barua
(d) Abdul Matin Choudhary

46. When did Gopinath Bordoloi become the first Prime Minister of Assam?
(a) 11th February, 1946 (b) 12th April, 1946
(c) 26th January, 1946 (d) 15th August, 1946

47. Arrange the following anti-British uprisings in chronological order: ***[APSC 2022]***
(i) Patharughat uprising
(ii) Phulaguri uprising
(iii) Rangiya uprising

Codes
(a) (i), (ii), (iii) (b) (ii), (iii), (i)
(c) (ii), (i), (iii) (d) (iii), (i), (ii)

48. In which year, Assam region was separated from the Bengal Presidency? ***[APSC 2022, 2021]***
(a) 1871 (b) 1870 (c) 1876 (d) 1874

49. Consider the following events about the year 1926 in the context of Assam : ***[APSC 2022]***
(i) Birth of Dr. Bhupen Hazarika
(ii) Annual session of the INC at Pandu
(iii) Formation of Assam Pradeshik Mahila Samiti

Codes
(a) (i) and (ii) (b) Only (ii)
(c) (i) and (iii) (d) All of these

50. Who was the first Assamese to fight against British? ***[APSC 2021]***
(a) Kushal Konwar (b) Piyoli Phukan
(c) Maniram Dewan (d) Gomdhar Konwar

51. Consider the following statements : ***[APSC 2023]***
(i) Assam was formed into a chief Commissioner's Province in 1874.
(ii) Assam was declared as a Governor's Province in 1921.

Select the correct statement/statements using the codes given below.
(a) (i) only (b) (ii) only
(c) Both (i) and (ii) (d) Neither (i) nor (ii)

52. Gaurinath Singha entered into an agreement with the East India Company on which of the following terms? ***[APSC 2023]***
(i) All imports into Assam were to be subjected to a duty of 10%.
(ii) The duty on exports was to be 10%.
(iii) Rice and grains were to be exempted from any duty.
(iv) Two custom houses were to be established at Kandehar and Hadira.

Select the correct answer using codes given below.
(a) (i) and (ii) only
(b) (i), (ii) and (iii) only
(c) (i), (ii) and (iv) only
(d) (i), (ii), (iii) and (iv)

53. Which of the following sessions of Asom Sahitya Sabha was/were presided over by Sitanath Brahma Chaudhary? ***[APSC 2023]***
(i) Tinsukia (ii) Diphu
(iii) Sivasagar (iv) Tezpur

Select the correct answer using the codes given below.
(a) (i) only (b) (i) and (ii) only
(c) (i) and (iii) only (d) (iii) and (iv) only

54. What is/are the factor/factors that has/have promptly the colonial rulers to initiative jute cultivation in Brahmaputra valley? ***[APSC 2023]***
(i) Saturation of land suitable for jute in Bengal.
(ii) High demand of jute in the world market.
(iii) Abundant labour supply in Brahmaputra valley.

Select the correct answer using the codes given below.
(a) (i) only (b) (ii) only
(c) (i) and (ii) only (d) (i), (ii) and (iii)

Answers

1. (b)	2. (d)	3. (c)	4. (c)	5. (d)	6. (c)	7. (b)	8. (b)	9. (c)	10. (d)
11. (a)	12. (a)	13. (a)	14. (c)	15. (b)	16. (b)	17. (a)	18. (a)	19. (b)	20. (a)
21. (d)	22. (a)	23. (a)	24. (b)	25. (c)	26. (a)	27. (c)	28. (a)	29. (c)	30. (a)
31. (a)	32. (c)	33. (c)	34. (a)	35. (d)	36. (c)	37. (c)	38. (b)	39. (c)	40. (a)
41. (a)	42. (d)	43. (a)	44. (d)	45. (b)	46. (a)	47. (b)	48. (d)	49. (d)	50. (d)
51. (c)	52. (b)	53. (a)	54. (d)						

CHAPTER 04

The Assam Accord

Movement for Assam Accord

- The **Assam Movement** was started in the year 1979. It was a popular movement against the illegal immigrants coming from Bangladesh.
- This movement was started by **All Assam Students Union** (AASU), in the leadership of Prafulla Kumar Mahanta, and joined by **All Assam Gana Sangram Parishad** (AAGSP).
- In 1978, during the re-election of Mangladoi a Lok Sabha Constituency, it was seen that there is sudden increase in the number of registered voters.
- This movement was started as reaction to the fear of large scale encroachment of resources, civil and political rights by illegal immigrants.
- On **27th November, 1979**, **AASU** and **AAGSP** (All Assam Gana Sangram Parishad) combined and jointly called for the closure of educational institutions and picketing in the State and Central Government offices.
- In Brahmaputra Valley, candidates were not allowed to file nominations in elections.
- On 10th December a statewide bandh was declared on the last submission date of nomination papers.
- **Khargeswar Talukdar** who was General Secretary of AASU at Barpeta was beaten to death and thrown into a ditch at Bhabanipur for protesting and leading the movement at Barpeta. He was honoured as the first martyr of Assam movement.
- The Parliament passed the **Illegal Migrant** (Determination by Tribunals) **Act in October 1983** to protect Assam from illegal immigration from 1971.
- However this illegal act was struck down by the Supreme Court of India in 2005.
- The act was applicable to Assam only . In other states detection of foreigners was done under **The Foreigners Act, 1946**. This act made it difficult to detect and deport illegal immigration in Assam.
- The agitators demanded that the process of detection of illegal immigrants should cover all migrants who had entered India since 1951 and not from 1971 because illegal immigrants had largly impacted the demography of the state.
- The agitations and movements continued even after the passing of the Act. In 1985, this movement was ended after **Prafulla Kumar Mohanta of AGP** (Assam Gana Parishad) won the elections.
- When Rajiv Gandhi Government came to power in Delhi and on 15th August, 1985, the **Assam Accord** was signed.

The Assam Accord

- The Assam Accord was a **Memorandum of Settlement** (MOS) signed between representatives of the Government of India and the leaders of the Assam Movement.
- It was signed on **15th August, 1985**, in the presence of the Prime Minister Rajiv Gandhi in New Delhi.
- The Government agreed to identify and deport all refugees and migrants coming to **Assam after 25th March, 1971**. This was because, people from Bangladesh (then called East Pakistan) fled in fear of a civil war to Assam, West Bengal, Tripura.
- The Assam accord also stated to give citizenship to people who came from East Pakistan after 1951 and before 1971.
- The Government also agreed to deploy special forces on land and river routes along the border for patrolling.
- However till today, all the clauses of the accord have not been implemented fully and Assam continues to face the problem of illegal immigration.

Important Clauses of Assam Accord

This Accord marked the end of a six-year agitation initiated by AASU in 1979, demanding the identification and deportation of illegal immigrants.

Key Provisions

The notable clauses of the Assam Accord are as follows

- Issue of Foreigners (Clause 5)
- Safeguards and Economic Development (Clauses 6 and 7)
- Restoration of Normalcy (Clauses 13 and 14)
- In 1986, the Government of Assam established a new Department, named "Implementation of Assam Accord Department", to implement the various clauses of the Memorandum of Settlement.

Clause 5: The Foreigners Issue

- It was agreed that "for purposes of detection and deletion of foreigners, 1st January 1966 shall be the base data and year" and that "all persons who came to Assam prior this date", including those amongst them whose names appeared on the electoral rolls used in 1967 elections shall be regularised.
- Foreigners who "came to Assam after 1st January 1966 (inclusive) and upto 24th March, 1971 shall be detected in accordance with the provisions of The Foreigners Act, 1946, and The Foreigners (Tribunals) Order, 1964", and their names "will be deleted from the electoral rolls in force".
- As per Clause 5.8, "Foreigners who came to Assam on or after March 25, 1971 shall continue to be detected, deleted and practical steps shall be taken to expel such foreigners."
- The same cut-off date was used in updating the National Register of Citizens (NRC) .
- Such persons, it was agreed, will be required to register themselves before the Registration Officers of the respective districts in accordance with the provisions of
- The Registration of Foreigners Act, 1939, and
- The Registration of Foreigners Rules, 1939.
- After a period of ten years from the date of detection, the names of all such persons that have been deleted from the electoral rolls shall be restored. All persons who were expelled earlier, but have since re-entered illegally into Assam shall be expelled.

Clause 6

- Clause 6 is about the safeguards for the Assamese people. It states that, constitutional, legislative and administrative safeguards, as may be appropriate, shall be provided to protect, preserve and promote the culture, social, linguistic identity and heritage of the Assamese people.

Clause 7

- Government will take necessary measures for speedy all round economic development of Assam, especially education, Science and technology.

Clause 13 : Restoration of Normalcy

- The All Assam Students Union (AASU) and the All Assam Gana Sangram Parishad (AAGSP) will call-off the agitation, assure full co-operation and dedicate themselves towards the development of the country.

Clause14. The Central and the State Government have agreed to

(a) review with sympathy and withdraw cases of disciplinary action taken against employees in the context of the agitation and to ensure that there is no victimisation;

(b) frame a scheme for ex-gratia payment to next of kin of those who killed in the course of the agitation;

(c) give sympathetic consideration to proposal for relaxation of upper age.

- limit for employment in public services in Assam, having regard to
- exceptional situation that prevailed in holding of academic and
- competitive examinations, etc. in the context of agitation in Assam;

(d) undertake review of detention cases, if any, as well as cases against persons charged with criminal offences in connection with the agitation, except those charged with commission of heinous offences;

(e) consider withdrawal of the prohibitory orders/notifications in force, if any.

The Assam Accord brought an end to a period of severe violence and uncertainty in the contemporary history of Assam.

Implementation of Assam Accord

There are some important initiatives taken as a part of implementation measures for Assam Accord, which are as follows

- **A high level committee** is formed, which is headed by **Justice BK Sharma** to suggest the measures for implementing clause 6 of the Assam Accord.
- **Srimanta Sankardeva Kalashetra Society** was set-up under clause 6 of Assam Accord to work for preservation and upliftment of the culture of the people of Assam.
- Financial assistance has been accorded to **Sattras** (monastic institutions) and other historical monuments.
- On 12th December, 1989 **Anandaram Barua Institute of Language, Art and Culture** has been set-up with the financial assistant of Government of Assam.
- Railway cum Road bridge over Brahmaputra river near **Bogibeel** were constructed.
- **On 9th July, 1999 Numaligarh Refiner Limited** was dedicated to Nation by then, Prime Minister Shri **Atal Bihari Vajpayee.**
- **On 5th February, 2016 Assam Gas Cracker Project** has been set-up at **Lepatkata** in **Dibrugarh.**
- **One IIT College** at **Guwahati** and two central universities namely **Tezpur University** at **Tezpur** and **Assam University** at **Silchar** has been established.

Assam Official Language Act, 1960

- From 1950 onwards, a series of political activities started that demanded the recognition of Assamese language as the official language of the state.
- In Assam there was the use of Bengali language as the language of the courts. This was resented by the Assamese people.
- The **States Reorganisation Act** came in 1956, according to which, states were reorganised on the basis of language. The **Assam Sahitya Sabha** pressurised the demand for the use of Assamese language.
- In 1960, Assam Official Language Act was passed that recognised Assamese as an official language in Assam.
- Assamese was introduced in the Eighth Schedule of the Constitution of India.

Multiple Choice Questions

1. The Assam movement was a popular movement witnessed during the period from ....
(a) 1971-79 (b) 1979-85
(c) 1985-89 (d) 1987-90

2. Assam faced the problem of illegal immigration coming from which neighbouring country?
(a) Bhutan (b) Nepal
(c) Myanmar (d) Bangladesh

3. The Assam movement was started under the leadership of
(a) AASU (b) AAGSP
(c) Both (a) and (b) (d) None of these

4. How is Kharegeswar Talukdar associated with the Assam Movement?
(a) Started the Assam Movement
(b) Became the first martyr of the movement
(c) Signed the Assam Accord
(d) All of the above

5. In which year, the parliament passed the illegal migrants determination by Tribunals act?
(a) October 1983 (b) December 1981
(c) August 1985 (d) January 1979

6. Under which act, state detection of foreigners is done in other states?
(a) The Foreigners Act, 1946
(b) The Foreigners Act, 1964
(c) The Foreigners Act, 1959
(d) None of the above

7. The Assam Accord was signed on
(a) 15th August, 1984
(b) 15th August 1987
(c) 15th August, 1985
(d) 15th August, 1986

8. The Assam Accord was signed under whose Prime Ministership?
(a) Rajiv Gandhi (b) Indira Gandhi
(c) V. P. Singh (d) H. D. Devegowda

9. Clause 5 of Assam Accord talks about ....
(a) constitutional safeguards of the Assamese people
(b) the foreigners issue
(c) issue of citizenship certificates
(d) undertake review of detention cases

10. As per the Tripartite Assam Accord signed among the Government of India, the Government of Assam and the Leaders of the Assam Agitation (AASU and All Assam Gana Sangram Parishad) cut-off date for detection and deportation of illegal migrants to Assam? ***[APSC 2021]***
(a) Ist January, 1951
(b) 15th August, 1967
(c) 26th January, 1970
(d) 24th March, 1971

11. Clause 6 of the Assam Accord asserts about
(a) Constitutional safeguards of the Assamese people.
(b) Undertake review of detention cases.
(c) Issue of citizen Certificates.
(d) International border shall be made secured against future infiltration.

12. The provision of Indian citizenship certificate is provided under
(a) clause 5 (b) clause 6
(c) clause 7 (d) clause 8

13. Clause 9 of the Assam Accord deals with
(a) International border shall be made secured against futures, infiltration.
(b) Issue of citizen certificates.
(c) Undertake review of Detention cases.
(d) The Foreigners issue.

14. Which of the following clauses deals with the protection of lands in tribal belts?
(a) clause 8
(b) clause 11
(c) clause 10
(d) clause 6

15. Clause 12 of the Assam Accord deals with ....
(a) Birth and Death Registers are duly maintained.
(b) Constitutional safeguards of the Assamese people.
(c) Undertake review of Detention cases.
(d) None of the above

16. Which of the following is the nodal ministry regarding the Assam Accord?
(a) Ministry of defence
(b) DONER
(c) Ministry of rural development
(d) Ministry of home affairs

17. As on 31st December, 2021, how many people have been declared as foreigners by foreign tribunals in Assam?
(a) 1.43 lakh (b) 1.23 lakh
(c) 1.19 lakh (d) 1.29 lakh

18. When did Anandaram Barua Institute of Language, Art and Culture set-up in Assam?
(a) 15th August, 1986
(b) 26th January, 1985
(c) 12th December, 1989
(d) 19th April, 1989

19. Mention the name of the Prime Minister of India who dedicated Numaligarh Refinery Limited in Assam to the nation.
(a) Rajiv Gandhi (b) AB Vajpayee
(c) VP Singh (d) PV Narasimha Rao

20. Where did the Assam Gas Cracker Project establish on 5th February, 2016?
(a) Jorhat (b) Dibrugarh
(c) Silchar (d) Guwahati

21. A high level committee has been formed to suggest the measures for implementing clause 6 of Assam Accord on 25th February, 2020. Who headed this committee?
(a) Justice BK Sarma
(b) Justice HK Sarma
(c) Justice NV Ramana
(d) Justice Ranjan Gogoi

22. Assam official language act was passed in which year?
(a) 1960 (b) 1962
(c) 1964 (d) 1968

23. In which schedule of the constitution of India, the Assamese was introduced?
(a) 6th (b) 7th
(c) 8th (d) 10th

24. Consider the following statements.
(i) Illegal immigrants act made it difficult to detect illegal immigration in Assam.
(ii) The act was applicable all over India.
(iii) As per the act, people entering India after 1951 shall be deployed.

Which of the above statements is true about the Illegal Migrants Determination by Tribunals Act 1983?
(a) Only (ii) (b) Only (i) and (ii)
(c) Only (iii) (d) Only (i)

Answers

1. (b)	2. (d)	3. (c)	4. (b)	5. (a)	6. (a)	7. (c)	8. (a)	9. (b)	10. (d)
11. (a)	12. (d)	13. (a)	14. (c)	15. (a)	16. (d)	17. (a)	18. (c)	19. (b)	20. (b)
21. (a)	22. (a)	23. (c)	24. (d)						

CHAPTER 05

Geographical Features of Assam

Assam is the **largest state in the North-East** India. It lies in the middle reaches of the Brahmaputra and Barak rivers.

Assam and the entire North-East India is a transitional zone between South Asia and South-East Asia. The roughly shape of Assam is like the letter 'Y'. Assam is considered the **heart of North-East**.

Location and Extent of Assam

- Assam is located in the North-Eastern part of India.
- It lies between 24°07′ N and 28°00′ N Latitudes and 89°42′ E and 96° 12′ E Longitudes.
- The extent of the state from North to South is 413 km and from East to West is 460 km.
- It extends over an area of 78438 sq km, which is 2.93% of the total geographical area of India. In terms of area, it is the **16th largest state of India.**
- Assam is surrounded by the mountains and hills on its three sides of North, South and East. In West it merges with the plains of Bangladesh and West Bengal.
- In the North and South, two major rivers Brahmaputra and Barak creates deep valleys which comprises of the major part of the state.
- The strategic position of Assam makes the state a gateway to rest of the **6 North-Eastern states of India.**

Boundaries of Assam

Assam share inter-state boundary with West Bengal and Meghalaya in West; Arunachal Pradesh in the North; Nagaland and Manipur in the East and Tripura and Mizoram in the South.

The length of boundary of Assam with neighbouring states is as follows

(i) Assam – West Bengal – 127.00 km
(ii) Assam – Arunachal Pradesh – 804.10 km
(iii) Assam – Meghalaya – 884.90 km
(iv) Assam – Tripura – 46.30 km
(v) Assam – Nagaland – 512.10 km
(vi) Assam – Manipur – 204.10 km
(vii) Assam – Mizoram – 164.60 km

- Assam shares its international boundary with **Bhutan** in the North and **Bangladesh** in the West.
- The total length of **International Boundary of Assam is 533 km**. The international boundary of Assam lies in the following sector.
  - Indo (Assam)– Bhutan: Total 265.8 km
  - Indo (Assam)– Bangladesh: Total 267.5 km

- There are total 8 districts of Assam that lies in the international border. Four districts of Assam share their boundary with Bhutan. These are given below

Districts of Assam	Total Length of International Boundary with Bhutan
Baksa	82.9 km
Udalguri	50.8 km
Chirang	70.7 km
Kokrajhar	61.4 km

- Four districts of Assam share their boundary with Bangladesh. These are given below

Districts of Assam	Total Length of International Boundary with Bangladesh
Dhubri	90 km
Cachar	70 km
South Salmara Mankachar	63 km
Karimganj	3 km

- **Dhubri** district of Assam has the longest international boundary.

Geological Structure of Assam

- Assam is located on the frontal part of the Indian plate and the Asian plate.
- Based on geological profile, the formations in Assam can be classified into **Archaean group of rocks, Pre-Cambrian rocks, Lower Tertiary sediments, Upper Tertiary sediments** and **Quaternary Alluvial sediments.**

Physiographic Division of Assam

- The physiography of Assam broadly consists of three physical divisions. These are
  1. Plains
  2. Karbi Plateau
  3. Tertiary Folded Hills of North Cachar (Dima Hasao).

1. Plains

- This region of Assam is formed by the alluviation process of the main rivers, Brahmaputra, Barak and their tributaries and sub-tributaries some of which are rainfed and some are snowfed.
- The two major alluvial plains of Assam are the **Brahmaputra plains** and the **Barak plains.** These are discussed as follows

  I. Brahmaputra Plains II. Barak Plains

I. Brahmaputra Plains

- The Brahmaputra plains is the **largest plain region in North-East India.** It extends over an area of 58315 sq km.
- The plain has an altitude of 174 m from mean sea level in Sadiya region and 58 m in **Guwahati.**
- It is surrounded by the **Arunachal** and **Bhutan Himalayas** in the North, **Patkai** and **Arunachal hills** in the East and **Naga hills, Karbi** and **Meghalaya Plateaus** in the South. Its Western side is open and joined to the **Ganga plain.** Thus, it is recognised as the easternmost part of the vast **Indus-Ganga-Brahmaputra plain.**
- Brahmaputra plain is a narrow valley which is extended from the Lohit plain in the East to the Sankosh river in the West.
- During its course in Assam valley from Kobo to Dhubri river it joined by 20 North and 13 South bank tributaries.
- The Brahmaputra plain has **the highest drainage frequency** in the world.
- The Brahmaputra plains are divided into three parts. These are as follows

(i) **Upper Brahmaputra**

The Northern part of the plains is also called **Upper Brahmaputra Valley.** It is relatively wider of about 90 km between the Himalayas and the Naga hills. **Dibrugarh** and **Sivasagar** districts of Assam lies in this region.

(ii) **Middle Brahmaputra**

The middle part is about 40-50 km wide and lies between Numaligarh in Golaghat and Jakhalabandha in **Nagaon** districts of Assam.

(iii) **Lower Brahmaputra**

- The plains lying on the Southern bank of the Brahmaputra river are called **Lower Brahmaputra Valley. Kamrup, Goalpara** and **Dhubri** districts lies in this region.
- The plains become narrow near Guwahati and extends upto 70 km near the Meghalaya plateau. Again it widens upto 90 km in **Kokrajhar-Goalpara-Dhubri** region.

Geomorphologic Variation in Brahmaputra Plains

There are some geomorphologic variation within the Brahmaputra plains. These are discussed below

Bhabar Zone

- This zone lies in the Northern part of the Brahmaputra plain along the foothills of Shivalik ranges. Here ground seems to be speedly develop from foothills to plain. It is narrow fertile belt and composed of older alluviam called alluvial fans (4-5 km wide).
- These alluvial fans have merged together to build up bhabar zone.
- The **porosity** is the most unique feature of bhabar. It is because of deposition of huge number of pebbles and rock debris which have been caried down by the river stream.
- Due to its porosity, stream disappear once they reach the bhabar zone. This is one of the reason, this zone is not suitable for crops and only big trees are able to survive. This zone in normally densely forested.

Tarai Zone

- This zone is located in the South of the Bhabar zone. It is about 10-15 km wide.
- The water after flowing down the surface of Bhabar zone again re-emerge in this zone. Therefore, this zone usually form damp (marshy) and sometimes swampy areas.
- Tall grasses and trees grow in Tarai zone as water from the Bhabar zone gets collected here.
- It is good for the cultivation of sugarcane, rice, wheat, maize, pulses, oilseeds and fodder.

Built-up-Zone

- It lies in the Southern part of Tarai zone.
- It is active flood plains that are made up of alluvial deposits brought down by the river Brahmaputra. It merges towards the South with the Brahmaputra flood plain zone.
- It is about 15 km wide. It is wider in Western Assam in undivided Kamrup and Goalpara district and narrow in Sonitpur, Lakhimpur and Dhemaji districts of Assam. It is good for agriculture.
- This zone has high population density and has a good network of roads and railways.

Brahmaputra Flood Plain Zone

- It extends to the North in about 8-10 km from the right bank of the Brahmaputra river.
- It extends upto Bishwanath, Tezpur, Singari, North Guwahati, Amingaon, Joggihopa, etc. In some areas where few tributaries of Brahmaputra join together to find their common way to Brahmaputra it become extensive.

Hillocks in Brahmaputra Plains

Hillocks	Length
Bhairabi Pahar	498 m
Dirgheswari	329 m
Biswakarma	320 m
Tokrabandla	258 m
Hatimura	228 m
Chakrashila	216 m
Dudhnath	210 m
Agailthuri	205 m
Jogighopa and Mahadeo	110 m
Rakshasini	93 m

Riverine Islands in Brahmaputra Plains

- When the water of Brahmaputra river recedes then it forms braided channels which gives rise to riverine islands. These islands are called **Chars** or **Chaparis.**
- These islands are a major feature of the Brahmaputra river plains. In the Eastern part of Brahmaputra plain lies, **Majuli Island.** It is the largest riverine island of Assam and the world with a total area of 352 sq kms.
- In the river Brahmaputra, there is the **Umananda Island flowing** through the city of Guwahati in Assam, which is considered as the smallest riverine island of the world.
- These islands are fertile and support agricultural activities.

Advantage of Brahmaputra Plains

- Valuable timber trees like **Sal** and **Teak** grow abundantly on the foothills of the Southern part of this region.
- The Central portion of the lower Brahmaputra Valley region is well known for the cultivation of rice.
- National Parks and Wildlife Sanctuaries are situated in the plains of North and South bank of the Brahmaputra river. The Eastern part of valley has vast tea gardens.

> **Brahmaputra River Valley**
>
> The Brahmaputra river valley gently slopes from North-East to South-West i.e from **Dibrugarh** to **Guwahati.** The slopes merges into plains.
>
> Brahmaputra valley is divided into three parts. These are the Uttarpar or Uttarkula, the Dakhinpar or Dakhinakula, the Majuli and other river island.
>
> The depositional and degradational activities of the Brahmaputra river has resulted in the formation of Brahmaputra river valley and the fertile Brahmaputra plains.
>
> The valley is intersected by large number of tributaries of the Brahmaputra river.
>
> Western Brahmaputra valley covers regions of **Goalpara** and **Kamrup.** Central valley covers **Darrang, Nagaon** and Eastern valley consists of **Sonitpur, Lakhimpur, Dibrugarh** and **Sivasagar** district of Assam.

II. Barak Plains

- The Barak plains lie in the Southern part of Assam. It is the second largest plain in North-East India which is extended over an area of about 6,962 sq km.
- In the North, the region is surrounded by the Southern belt of **Barail range** (also known as North Cachar hills).
- The region is characterised by hillocks (locally known as **Tillas**), wide plains and low-lying waterlogged areas (locally called as **Beels**).
- On the Eastern front lay the Manipur hills. Lushai or Mizo hills lie on the South and the Sylhet plains of Bangladesh lie in the West.
- Barak plains extends for 85 km from East to West and is in the shape of a **horse-shoe.** The width of the plain is 80 km.
- The plain gradually rises towards the North and South and merges with foothills. The hill slopes in this region are ideal for **tea plantations.**
- Barak plains form a lowland area that is good for agriculture.
- These plains lie on the ancient alluvial deposits done by river in the Barak valley. They are still in the process of formation.

2. Karbi Plateau

- It is the extended part of Meghalaya Plateau, which itself is a part of the ancient Chota Nagpur Plateau.
- It lies to the North of adjoining North Cachar Hills, which covers the whole of Karbi Anglong (formerly Mikir Hills) district.
- The plateau covers more than 15% of the total geographical area of Assam.
- The Karbi Plateau is separated by Hojai-Lanka Plains and Lumding and from North Cachar-Naga Hills by Dhansiri, Golaghat.
- The plateau is divided into two divisions by the river Kapili and its tributaries.
- These divisions are **Hamren plateau** and **Central Karbi plateau**. These are discussed as follows

Hamren Plateau

- Hamren plateau is an uninterrupted portion of Jaintia hills in Meghalaya. It originates from Lanka, Hojai, Jogijan and Sahari foothills of Nagaon district towards South of Jaintia hills.
- The plateau has a general slope from South-West to South-East.
- The plateau is drained by Kapili river and its tributaries. The river later joins the Brahmaputra river.
- All the rivers in this plateau region flow from South-West to North-East.
- **Umlaper** is an important peak found in this region.
- Important rivers flowing through the region are **Umiam** or **Kiling, Karbi Langpi, Barapani** or **Umkhen, Umud, Amlong** or **Kolonga, Amrin** and **Kapili.**

Central Karbi Plateau

- The Central Karbi plateau region extends over an area of 7400 sq km. It is the Easternmost part of the plateau region.
- The plateau is separated from Hamren plateau by the Kapili river and its tributaries. The Dhansari river and its tributaries separates it from the Naga hills.
- The base of the plateau extend towards North upto the banks of Brahmaputra river near Kaziranga.
- **Dhansiri** (Golaghat) plain lie in its East and Kalong Kapili (Nagaon) plain in the West. The Southernmost Karbi hills and North Cacher hills lies to the South the Southern boundary of the plateau.
- This plateau region is made up of sedimentary rocks like limestone, sandstone, silt, etc. of Upper Mesozoic age.
- The central part of this plateau is known as **Rengam ranges**. The Rengma ranges is formed by the hard crystialline rocks with a height of 1363 m. These ranges lie to the South with an average height of 900. The highest peaks of this region are **Dambuksu** (1363 m), **Singhason** (1359 m) and **Khunbaman_Parbat** (1307 m).
- The Northern extensions reaches upto 735 m in Southern Kamrup and 565 m in Southern Goalpara.
- The Central Karbi Plateau slopes down on all sides and thus the streams also flow in all direction and develop the **radial drainage pattern**.
- Important rivers flowing through this region are Misa, Diju, Chapanala, Deopani, Kaliani, Diphalu and Hariahjanm Kapili, Gamuna being the main tributary of Kapili.

- The Central Karbi Plateau has two important geomorphic features. These are as follows
  - There is a series of waterfalls and hotsprings in this region. These extend over a distance of about 80 km. It includes Garampani and Fatasil waterfalls in the East and the Champawati falls in the West.
  - In this plateau another series of waterfalls lies along the Eastern side of the highest part.This part lying parallel to the Dhansiri river where coal and limestone get deposits.
  - East-West corridor in the middle part of this plateau is 90 km long corridor created by the erosion of Jamuna river, a major tributary of Kapili. It is known as **Davaka-Dimapur** corridor.

3. **North Cachar Hills** (Dima Hasao)

- These are **tertiary folded hills** and form the Southern extension of the Himalayas.
- Patkai hills is the part of folded mountain hills.
- In the North of Cachar hills various ranges of Barak valley are found. These ranges are known as **Barail ranges**. The main Barail range act as the common catchment basin of Brahmaputra and Barak rivers.
- The highest peaks of the Barail range are **Theipibung** (1,866 m), **Hamlopet** (1,867 m), **Mahadeo** (1,739m), **Kaukaha** (1,736 m) and **Sherpai** (1,656 m) in **North Cachar hills** border.
- Due to hot, humid climate weather, erosion and weathering are more common in this region which leads to form gorges, deep valleys and steep slopes.
- Narrow valleys along the streams are the main inhabited areas of this region for example, the Jatinga valley.
- These hills form the part of the Meghalaya plateau and also considered as an extension of the ancient **Gondwanaland**. The hills are a part of the Indian sub-continent.
- The North Cachar hills have a rugged topography and generally have a Northward slope.
- The average elevation of the hills ranges from about 450 m to 1000 m.

Mountain Ranges and Hills in Assam

Assam Himalayas

- Assam Himalayas is that part of the Himalayas that runs between the Eastern border of Bhutan in the West and the great bend of the Tsangpo river in the East.
- This range is also extended upto an area of South-Eastern Tibet, parts of Assam, Sikkim and Arunachal Pradesh.
- It runs Eastwards for 720 km from upper Tista river to the bend of Brahmaputra river.
- **Subansiri, Manas, Sankosh, Raidak** and **Jaldhaka** rivers rise from these ranges.
- The highest peak of Assam Himalayas is **Namcha Barwa**. It's height is 7,782 m and is the highest Easternmost peak of this section. It is situated in Pemako in South-Eastern Tibet. The mountain peak lies in the great bend of the **Tsangpo river**.
- The second highest peak of Assam Himalayas is **Gyala Peri**. It's height in 7,294 m. It is situated just North of the great bend of the Tsangpo river in South-Eastern Tibet.
- Other peaks include **Kangto** (7,090 m) and **Nyegyi Kansang** (7,047 m).

Purvanchal Range

- Purvanchal range or Eastern range is a sub-mountain range of the Himalayas and runs in the North-Eastern states of Assam, Arunachal Pradesh, Manipur, Tripura, Nagaland, Mizoram and Meghalaya.
- In Assam, it is extended in the district of **Cachar** and in the Haflong region of **Dima Hasao** district.
- **Haflong** is the only hill station in Assam.
- Purvanchal range includes the ranges of **Patkai hills**, **Barail range**, **Mizo hills** and **Naga hills**.

Barail Range

- Barail is the highest hill ranges in Assam. This range is extended between the Brahmaputra and Barak river basins. These ranges are also known as **North Cachar Hills**.
- In Assam, it lies in the district of Dima Hasao and extends upto Meghalaya, Nagaland and Manipur.
- **Doyang river** separates the Barail range from Meghalaya plateau.
- The **Singhason Peak** (1360 m) is the highest peak of Assam. It is located in the Barail range.
- North Cachar Hill Reserve Forest of Cachar district is included in this range.

Patkai Range

- This range extends in the districts of **Dibrugarh** and **Tinsukia** in Assam.

Mikir Hills

- The Mikir hills are extended South of the Kaziranga National Park in Assam in the portion of Karbi-Anglong plateau region.
- Mikir hills region is renamed as **Karbi Anglong** district on 14th October, 1976.
- **Dhansiri**, **Longnit**, **Jamuna**, **Kalioni** and **Nambor** river flows out from these hills.
- The places in Assam where these hills are extended are **Golaghat**, **Morigaon**, **Nagaon** and **Dima Hasao** districts.

Daphla Hills (Dafla)

- Daphla hills is extended on the border of Arunachal Pradesh and Assam.
- It is bounded on the East by Aka hills and on the West by Abor range.
- In Assam, it lies in the districts of North Tezpur and North Lakhimpur.
- Daphla hills are occupied by **Daphla tribes**.

Pangsau Pass

- Pangsau Pass or Pan Saung Pass is a natural pass situated on the crest of the Patkai hills on the border of India-Myanmar.
- This pass is situated at a height of 1,136 m. It offers an easy route from **Assam plains to Myanmar**.
- To the East of Pangsau pass lies the **Chaukan Pass**. These passes were frequently used by the Ahoms who established a strong empire in Assam from 13th century AD.

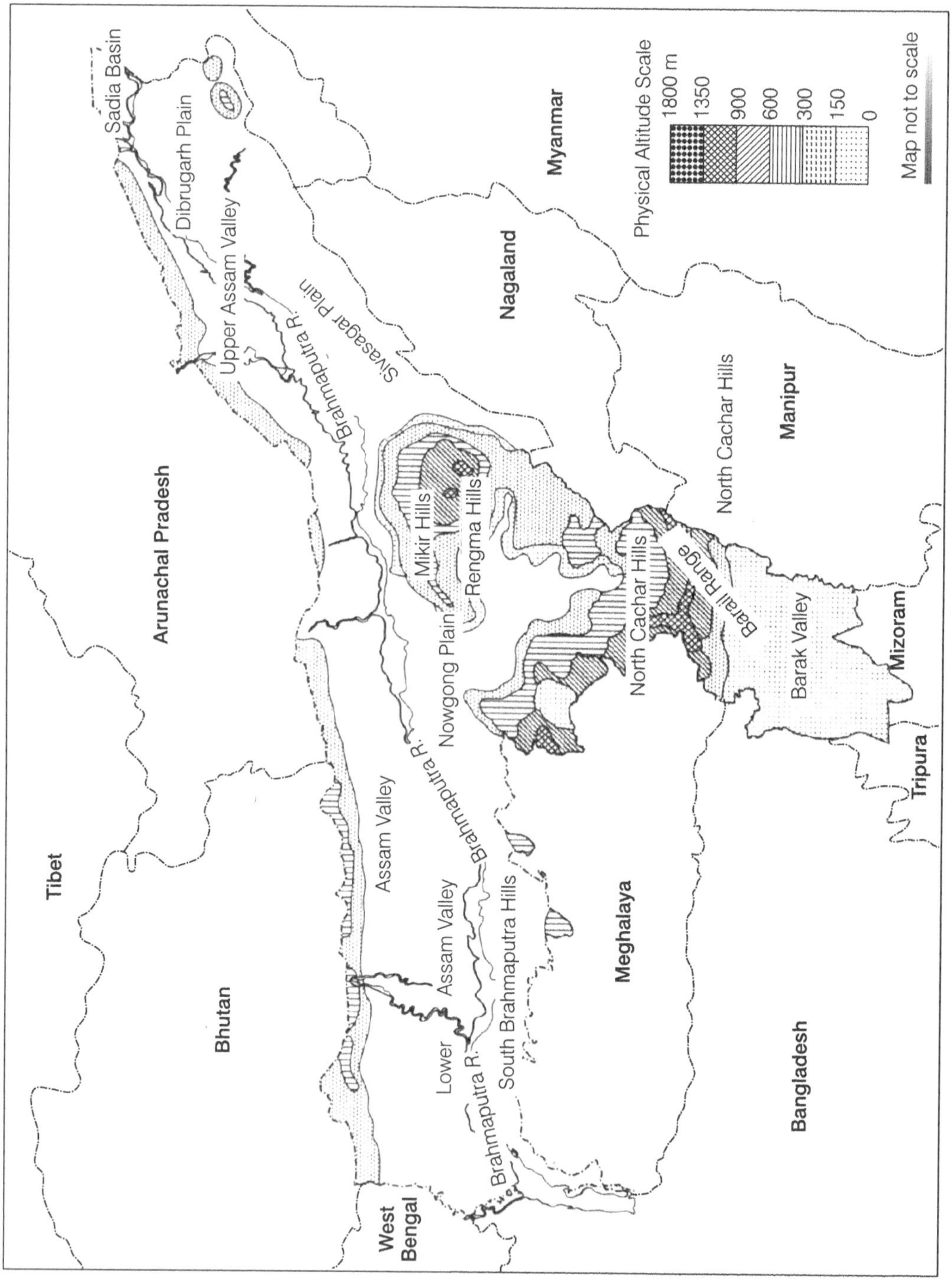

▲ **Physical Map of Assam**

Multiple Choice Questions

1. Which is the largest state in North-East India?
   (a) Assam (b) Arunachal Pradesh
   (c) Mizoram (d) Manipur
2. At which latitude Assam is located?
   (a) 22°19′N and 28°16′N (b) 24°50′N and 28°22′N
   (c) 25°N and 30°N (d) 28°N and 38°N
3. The longitudinal extension of Assam is ....
   (a) 22°19′N and 28°16′N (b) 89°42′E and 96°1′E
   (c) 80°E and 95°E (d) 25°N and 38°N
4. The total area of Assam is ***[APSC 2009]***
   (a) 80,645 km square (b) 78,438 km square
   (c) 79,012 km square (d) 77,901 km square
5. How much percent of the Indian landmass is covered by Assam? ***[APSC 2016]***
   (a) 4.32% (b) 2.23%
   (c) 2.93% (d) 5.21%
6. Assam shares its border with .... states and ..... countries.
   (a) 7, 2 (b) 6, 3 (c) 6, 2 (d) 7, 3
7. Assam is bordered in the North direction with ....
   (a) Nagaland and Manipur
   (b) Bhutan and Arunachal Pradesh
   (c) Tripura and Mizoram
   (d) Meghalaya and Bangladesh
8. The total length of International boundary of Assam is
   (a) 526 km (b) 533 km
   (c) 562 km (d) 426 km
9. Assam shares longest border (International) with which country?
   (a) Bangladesh (b) Bhutan
   (c) China (d) Myanmar
10. Which district of Assam has the longest International boundary? ***[APSC 2009]***
    (a) Kokrajhar (b) Dhubri
    (c) Karimganj (d) Nalbari
11. Which district of Assam shares least/minimum length of its border with Bangladesh?
    (a) Chirang
    (b) Cachar
    (c) South Salmara Mankachar
    (d) Karimganj
12. Based on geological profile, formations in Assam can be classified into which of the following?
    (a) Archaean group of rocks
    (b) Pre-cambrian rocks
    (c) Quaternary alluvial sediments
    (d) All of the above
13. How much area does the Brahmaputra plain covers?
    (a) 54,209 sq km (b) 58,315 sq km
    (c) 53,515 sq km (d) 54,000 sq km
14. Arunachal Himalayas lies on which side of Assam?
    (a) South (b) East
    (c) North (d) West
15. Brahmaputra plain is jointed to the Ganga plain from which side?
    (a) East (b) West
    (c) North (d) South
16. The Upper Brahmaputra Valley consists of districts that are
    (a) Dibrugarh and Sivasagar
    (b) Lakhimpur and Darrang
    (c) Nagaon and Goalpara
    (d) Pagladia and Beki
17. Which part of Brahmaputra plains lies between Numaligarh in Golaghat and Jakhalabandha in Nagaon district of Assam?
    (a) Upper Brahmaputra Valley
    (b) Middle Brahmaputra Valley
    (c) Lower Brahmaputra Valley
    (d) Tarai Zone

18. The Lower Brahmaputra Valley region consists of districts like ....
(a) Lakhimpur and Darrang
(b) Nagaon and Beki
(c) Kamrup and Goalpara
(d) Dibrugarh and Sivasagar

19. Terai zone is situated at Assam's ***[APSC 2009]***
(a) North zone (b) East zone
(c) South zone (d) West zone

20. Which of the following is are the feature(s) of built up zone of Assam?
(a) It is active flood plain made of Alluvial deposits brought down by Brahmaputra river.
(b) It has a width of about 15 kms.
(c) Built up zone is good for agriculture.
(d) All the above

21. Which of the following part of Assam has highest population density and a good network of roads and railways?
(a) Built up zone
(b) Bhabhar zone
(c) Brahmaputra hoodplain zone
(d) None of the above

22. Brahmaputra River valley in Assam is divided into which of the following parts?
(a) Uttarkula
(b) Dakhinkula
(c) Majuli and other river island
(d) All of the above

23. Eastern Brahmaputra Valley consists of which of the following districts of Assam.
(a) Sonitpur and Dibrugarh
(b) Goalpara
(c) Darrang
(d) Nagaon

24. Among the all hillocks on both sides of river Brahmaputra, which is the highest peak?
(a) Dirgheswari (b) Biswakarma
(c) Bhairabi Pahar (d) Tokrabandla

25. Which among the following is the largest riverine island in the middle of Brahmaputra Valley?
(a) Uttarkol (b) Dakhinkol
(c) Majauli (d) Dikhaw

26. The smallest island/riverine island of the world, lies in the river Brahmaputra called
(a) Umananda (b) Gyala Peri
(c) Sherpai (d) Nauru

27. Which valuable timber trees are grown in the Southern part of the Brahmaputra Valley?
(a) Sal and Teak
(b) Deodar and Rosewood
(c) Red Sander and Deodar
(d) Thornless Bamboo and Red Sander

28. The Barak plains lie in which part of Assam?
(a) Northern (b) Southern
(c) Eastern (d) Western

29. Which hills lie on the East of the Barak plains in Assam?
(a) Manipur hills (b) Mizo hill
(c) North Cachar hills (d) Lushoi hills

30. The hill slopes of Barak valley are ideally suited for which plantations?
(a) Coffee (b) Rubber
(c) Sugarcane (d) Tea

31. Which part of Assam is considered as an extension of Chota Nagpur Plateau region?
(a) Brahmaputra plains (b) Barak valley
(c) Karbi plateau (d) North Cachar hills

32. Which of the following plateau in Assam is the continuous part of jaintia hills in Meghalaya?
(a) Karbi plateau
(b) Central Karbi plateau
(c) Hamren plateau
(d) None of the above

33. The Hamren plateau is drained by which of the following river?
(a) Kapili (b) Karbi Langpi
(c) Umkhen (d) Amrin

34. The Rengma ranges lie in which region of Assam?
(a) Brahmaputra valley
(b) Hamren plateau
(c) Central Karbi plateau
(d) North Cachar hills

35. Dambuksu, Singhason and Khunbaman are what?
(a) Rivers of Assam (b) Ranges of Assam
(c) Mountain peaks in Assam
(d) Plains of Assam

36. The North Cachar hills lie in which part of Assam?
(a) Northern (b) Southern
(c) Eastern (d) Western

37. North Cachar Hill is known for ***[APSC 2016]***
(a) Graphite (b) Rock salt
(c) Limestone (d) Coal

38. Which is the highest mountain peak in Assam?
(a) Mahadeo (b) Kaukaha
(c) Sherpai (d) Theipibung

39. Which region of Assam consists of gorges, deep valleys and rugged topography?
(a) Central Karbi plateau
(b) North Cachar hills
(c) Brahmaputra plains
(d) Hamren plateau

40. Which part of Assam is considered to be an extension of ancient Gondwana land?
(a) Alluvial plains (b) Plateau region
(c) River valleys (d) Tertiary folded hills

41. Which is the highest peak of the Assam Himalayas?
(a) Gyala Peri (b) Namcha Barwa
(c) Kangto (d) Kula

42. The only hill station of Assam, Haflong lies in which of the following ranges?
(a) Assam Himalayas (b) Mikir hills
(c) Barail range (d) Purvanchal range

43. Which is the highest mountain range in Assam?
(a) Rengma ranges (b) Barail ranges
(c) Patkai ranges (d) Naga hills

44. The Singhashion peak, the highest peak of Assam is located on ***[APSC 2009]***
(a) Nilachal hills (b) Barail range
(c) Agyathuri hills (d) Rengma hills

45. The drainage that separates the Meghalaya plateau from the Barail range is ***[APSC 2001]***
(a) Killing (b) Doyang
(c) Lubha (d) Digaru

46. Consider the following statements regarding Tarai zone.
(i) It lies on the South border of Bhabhar zone.
(ii) Tall grasses and trees abundantly grow in Tarai zone as water from Bhabhar zone gets collected here.
(iii) It is suitable for growth of crops such as sugarcane, wheat, maize, pulses, etc.

Choose the correct statements from the codes given below
(a) (i) and (ii) only (b) (ii) and (iii) only
(c) (i) and (iii) only (d) (i), (ii) and (iii)

47. Match the following lists

List I (Ranges)	**List II** (Extend upto)
A. Purvanchal Range	1. Dibrugarh and Tinsukia
B. Barail Range	2. Meghalaya and Nagaland
C. Patkai Range	3. Cachar and Dima Hasao

Codes

	A	B	C		A	B	C
(a)	3	2	1	(b)	1	2	3
(a)	2	1	3	(d)	1	3	2

48. Assam shares her borders with ***[APSC 2022]***
(i) Manipur (ii) Tripura
(iii) Sikkim (iv) West Bengal

Codes
(a) (i) and (ii) (b) (ii) and (iii)
(c) (i), (ii) and (iv) (d) All of these

Answers

1. (a)	2. (b)	3. (b)	4. (b)	5. (c)	6. (a)	7. (b)	8. (b)	9. (a)	10. (b)
11. (d)	12. (d)	13. (b)	14. (c)	15. (b)	16. (a)	17. (a)	18. (c)	19. (b)	20. (d)
21. (a)	22. (d)	23. (a)	24. (c)	25. (c)	26. (a)	27. (a)	28. (b)	29. (a)	30. (d)
31. (c)	32. (c)	33. (a)	34. (c)	35. (c)	36. (b)	37. (c)	38. (d)	39. (b)	40. (d)
41. (b)	42. (d)	43. (b)	44. (b)	45. (b)	46. (d)	47. (a)	48. (c)		

CHAPTER 06

Soil Resources of Assam

Soil is one of the most important natural resource and the biodiversity of a region depends greatly on the type of soil.

The diverse geological conditions, climatic situations, topography, etc. are responsible for the formation of four types of soil in Assam.

However the large number of rivers flowing through Assam and heavy rainfall during monsoons has led to large scale soil erosion.

Types of Soil in Assam

There are four types of soil found in Assam.These are **Alluvial soil, Piedmont soil, Hill soil** and **Laterite soil**.

Alluvial Soil

- This soil is extensively distributed over **Brahmaputra** and **Barak plains**.
- It contains both silt and sand. It is very fertile.
- It is formed by the alluvium deposition brought by the rivers Brahmaputra, Barak and their tributaries.
- The alluvial soil in Assam can be divided into two types i.e. **old and new** (also called young) **alluvial soil**.

Old Alluvial Soil

- This soil exists on high grounds and foothills of Assam.
- This soil is found in patches of two narrow belts.
  - The first is in the Himalayan foothill region of **Kokrajhar, Barpeta, Nalbari, Darrang, Sonitpur** and **Lakhimpur** districts upto Subansiri river.
  - The second belt is in the piedmont region of the Southern part of the Brahmaputra valley.
- This soil is also found along the foothills of Cachar and Hailakandi districts.
- The hills near Digboi are formed by the older Alluvial soil.
- This soil is very deep, brownish to yellowish brown with texture of fine loams to coarse loams.
- This is highly acidic, comparatively less fertile as the amount of phosphate and potash is less.
- This soil is very suitable for the cultivation of **tea** and **sugarcane** due to its acidic nature.
- Most of the tea estates of the Brahmaputra and Barak Plains are located in this soil.
- Tea gardens of **Darrang, Udalguri, Sonitpur, Nagaon** and **Golaghat** are located on the terraces formed on the old alluvial soils.
- This soil present in the Lower Assam valley is not so fertile due to low phosphorus content.

New Alluvial Soil

- This soil is found on the river banks.
- It is characterised by recent deposition of alluvium, moderately deep to very deep with grey to molted grey colour. It is acidic in nature.
- New Alluvial soil is traced on the flood plains of Brahmaputra and Barak rivers and their tributaries in the Majuli island ,Char area and in central plains of both North and South bank.
- This soil is sandy near the river banks.
- At some distance from the river bed it tends to be loamy and in areas far from the river, it tends to be clayey. In hilly areas, it is confined to narrow valley bottoms.
- It contains phosphate, potash, calcium, nitrogen and is free of salts. It has organic contents and highly suited for agriculture.
- The soil is suitable for the cultivation of **rice, jute, wheat, maize, oilseeds, pulses, tobacco banana** and **vegetables**, etc.

New alluvial soil in Assam can be further divided into three types

1. **Loamy soil**
   - This soil has higher quantity of silt, low proportion of sand and is rich in nutrients.
   - It is very fertile and favours the growth of almost all types of crops.
2. **Sandy Soil**
   - This soil contains organic matter, high proportion of sand and lower proportion of silt.
   - It is suitable for cultivation of root crops like **potatoes, carrrot**, etc. It is not much suitable for big tree crops.
3. **Clayey Soil**
   - This soil contains high proportion of silt. It has the capacity of water retention.
   - It is suitable for the cultivation of **rice, wheat, oat, jute, sugarcane, maize**, etc.

Piedmont Soil

- This soil is confined to the Northern narrow zone along the Himalayan foothills.
- This soil comprises of **Bhabar soil** and **Tarai soil** and covers the Bhabar and Tarai belt of the Brahmaputra valley.
- The Bhabar soil is found along the Assam-Arunachal border upto Subansiri river in the East. It consists of sand, silt, cobbles, pebbles and boulders.
- This soil is deep and fine to clay loamy in texture.
- The Tarai soil is found in the South of the Bhabar soil upto Dihang river in discontinuous narrow patches.
- This soil varies from sandy to silty loams. It supports tall grasses in a series of swamps.

Laterite Soil

- This soil is dark and finely textured with heavy loams. It is deficient in nitrogen, potash, phosphorous, acid and lime.
- It is brick red in colour due to the presence of iron in it. This soil becomes sticky when wet.
- It is suitable for the cultivation of **jackfruit, orange, potatoes, mangoes, radish** and **cabbage**.

This soil is of two types :

1. **Highland Laterite Soil**
   - This soil is found in highland areas which have warm and moist type of climate.
   - It is low in fertility due to leaching. It is suitable for growth of millets and pulses.
2. **Lowland Laterite Soil**
   - This soil is found in the hilly region of Karbi Anglong, North Cachar and hill slopes located in the Eastern, North-Eastern and Southern borderland of Barak valley.

- Lowland laterite soil is suitable for the cultivation of various crops such as **cotton, wheat, tea, rice, sugarcane, banana,** etc.

Red Loamy or Hilly Red Soil

- This soil is rich in humus, oxygen and acid content but deficient in phosphate and potash.
- This soil is very deep and well drained brownish to yellowish in colour, strongly to moderately acidic with high organic content and nitrogenous materials.
- The soil is loose and gets sticky in the presence of water but develops crack in the absence of water.
- Due to the oxidation of iron content present in it, the colour of this soil is reddish.
- It is generally found on hill tops and slopes and plateau area.
- It is found in Southern parts of Sivasagar, Jorhat, Golaghat, Nagaon, Morigaon, Kamrup, Goalpara, Dhubri and in the hills of Karbi Anglong and North Cachar districts.
- It is suitable for the growth of **rice, cotton maize, millets, wheat, potatoes, vegetables, orange, pear, pineapple,** etc.
- It also supports luxuriant tropical deciduous and semi- evergreen vegetation.

Soil Erosion in Assam

- Assam is naturally prone to soil erosion. This is due to the overflow of the Brahmaputra and Barak rivers during heavy rainfall in monsoon.
- This causes destructive floods and excessive soil erosion that gives a negative impact on Assam's overall development.
- It is reveals that an area of 4.27 lakh hectare of Assam has been erroded by the rivers since 1950 which is 7.40% of the area of state. The average annual erosion is 8000 hectare.
- **River Bank erosion** due to high floods is a regular annual feature of Assam. This makes the fertile cultivable land unsuitable for crop production due to deposition of coarse sand on the surface.
- The state is facing loss of topsoil through surface run-off.

Multiple Choice Questions

1. How many types of soils are found in Assam?
   (a) 4 (b) 2 (c) 6 (d) 3
2. Which soil is found extensively over the Brahmaputra and Barak plains?
   (a) Red soil (b) Laterite soil
   (c) Alluvial soil (d) Piedmont soil
3. Which soil is very deep, brownish to yellowish brown with texture of fine looms to coarse looms?
   (a) Old alluvial soil (b) Piedmont soil
   (c) Laterite soil (d) Hill soil
4. The soil ideally suited for growth of tea plants in Assam is
   (a) old alluvial soil (b) loamy soil
   (c) new alluvial soil (d) sandy soil
5. Which soil is found in the riverine island of Majuli?
   (a) Laterite soil (b) New alluvial soil
   (c) Piedmont soil (d) Old alluvial soil
6. New alluvial soil is rich in
   (a) organic contents (b) phosphate
   (c) potash (d) All of these
7. Name the type of soil in Assam that is suited for the growth of root crops like potatoes, carrot.
   (a) Clayey - Alluvial soil
   (b) Loamy - Alluvial soil
   (c) Sandy - Alluvial soil
   (d) All of the above
8. Which soil is suitable for the cultivation of rice, wheat, oat, sugarcane, etc?
   (a) Alluvial soil (b) Clayey soil
   (c) Hill soil (d) Red soil
9. Which soil in Assam is confined to Tarai and Swamy regions?
   (a) Piedmont soil
   (b) Loamy soil
   (c) Alluvial soil
   (d) Black soil
10. Which soil is found along the border of Assam-Arunchal Pradesh?
    (a) Old Alluvial soil (b) Hill soil
    (c) Piedmont soil (d) Laterite soil
11. Which soil is deficient in nitrogen and potash?
    (a) Piedmont soil (b) Laterite soil
    (c) Loamy soil (d) Old alluvium soil
12. Which soil in Assam is formed as a result of leaching?
    (a) Bhabar soil
    (b) Tarai soil
    (c) New alluvial soil
    (d) Highland laterite soil
13. Which soil is found in the Eastern, North-Eastern and Southern border of Barak valley?
    (a) Sandy soil (b) Lowland laterite soil
    (c) Red loamy soil (d) Alluvial soil
14. Hilly red soils of Assam are
    (a) rich in organic and nitrogenous content.
    (b) deficient of organic matter.
    (c) low in nitrogenous content.
    (d) good for tea plantations.
15. Which of the following soil support tropical deciduous and semi-evergreen vegetation?
    (a) Sandy soil
    (b) Lowland laterite soil
    (c) Alluvial soil
    (d) Hilly red soil
16. Which river is the cause of widespread soil erosion in Assam?
    (a) Barak (b) Brahmaputra
    (c) Subansire (d) All of these
17. Assam is naturally prone to soil erosion due to which two rivers?
    (a) Brahmaputra and Barak
    (b) Narmada and Brahmaputra
    (c) Tapti and Ganga
    (d) None of the above

18. In Assam, red soil is the main feature of *[APSC 2014]*
(a) Bodoland area
(b) North Cachar hill area
(c) Barak valley region
(d) Brahmaputra valley region

19. Consider the following statements regarding Piedmont soil.
(i) This soil is confined to the northern narrow zone along the Himalayan foothills.
(ii) This soil is deep and fine to clay loamy in texture.

Which of the following statements is/are correct?
(a) Only (i) (b) Only (ii)
(c) Both (i) and (ii) (d) None of these

20. Match the following.

	List I (Soils)		List II (Crops)
A.	Old Alluvial Soil	1.	Carrot
B.	Sandy Soil	2.	Cabbage
C.	Clayey Soil	3.	Jute
D.	Laterite	4.	Tea

Codes

	A	B	C	D
(a)	1	3	2	4
(b)	3	1	4	2
(c)	2	1	4	3
(d)	4	1	3	2

Answers

1. (a)	2. (c)	3. (a)	4. (a)	5. (b)	6. (d)	7. (c)	8. (b)	9. (a)	10. (c)
11. (b)	12. (d)	13. (b)	14. (a)	15. (d)	16. (d)	17. (a)	18. (b)	19. (c)	20. (d)

CHAPTER 07

Climate and Natural Calamities of Assam

- Assam has a **sub-tropical climate**. It generally experiences, high humidity, heavy rainfall in summer and drought in winter. It is part of South-East Asiatic monsoon land.
- It gets heavy rainfall from **South-West monsoon** winds in summer and in winter it gets occasional rainfall from Western disturbances.
- According to **Vladimir Koppen**, Assam has Humid Mesothermal Gangetic type of Climate (Dfc).
- The topography and warm humid climate along with the presence of so many rivers, often leads to natural calamities like floods, river bank erosion, heavy landslides and submerging of cultivated lands.

Factors Affecting the Climate of Assam

Some of the factors that affect the climate of Assam are as follows

- **The Physiography and Border Regions of Assam** Both of these play an important role in shaping the climate of Assam.

  The Himalayan range in North and East of Brahmaputra valley protects Assam from extreme cold winds of Tibet and obstructs warm moist winds coming from the South-West in Summer.
- Therefore, the Brahmaputra valley receives so much rainfall from South-West monsoon winds.
- **Geographical conditions of Brahmaputra and Barak valley** During the summer season, the plains become hot and the air over the hills mountains is relatively cool. Thus, low pressure system develop over the valley.
- This phenomenon creates a humid sub-tropical climate and causes heavy rainfall in Brahmaputra and Barak valleys.
- **Impact of the South-West and North-East Monsoon Winds** The South-West monsoon winds causes heavy rainfall from the months of June to September.
- Depression over the Eastern end of the Himalayas in Assam influences the amount of precipitation that is brought by North-East monsoon winds during the past winter months.

Other Factors

- Presence of local winds blowing in the valley regions and mountains in the area also influences the climate of Assam.

- Presence of numerous water bodies like the Bay of Bengal, Brahmaputra and several other rivers along with lot of forests influences the climate of Assam.
- Local winds and pressure system causing cyclonic disturbances are also the factors of rainfall and temperature changes in Assam.
- The mountain and plateau on the North, South and East and the opening on the West plays an important role in shaping the climate of Assam.

Climatic Seasons in Assam

Assam normally experiences four climatic seasons which are as follows

(i) Pre-Monsoon

- The pre-monsoon season in Assam starts from early **March** and continues till the end of **May**.
- In this season specially in March the visibility decreases and temperature increases as well as weather becames dusty as a result humidity in the air decreases.
- It comes from the North-West and develops atmospheric instability. It originates thunderstorm and lightening, sometimes preceeded by dust storms also.
- In the month of April and May the weather of Assam remains cloudy due to the influence of tropical cyclones that occurs along the coast of Bay of Bengal.
- The pre-monsoon showers is known as **Bordoichila** in Assam.

(ii) Monsoon

- The monsoon season start in early **June** and ends in **September** or the first half of **October**.
- The state receives maximum rainfall during the months of June, July and August. It rains from moderate to heavy.
- In this season, the flow of Brahmaputra and Barak rivers along with their tributaries begin to rise which causes extensive floods in the valley regions of Assam.

(iii) Retreating Monsoon

- During the month of **October-November**, the South-West monsoon winds become weaker and starts to retreat this is known as retreating monsoon.
- This is a short season starting from last week of September or the first week of October till the middle of November.
- During this time rainfall decreases along with the number of rainy days.
- The occurrence of fogs in November marks the end of this season as air becomes cooler.

(iv) Dry Winter

- The winter season in Assam starts from the middle of **November** and continues upto the end of **February**.
- The month from November to February also constitute the winter season of Assam.
- The features of this season are low temperature, morning and evening fogs and very low rainfall.
- In this season rainfall occurs due to Western disturbances which are westerly winds originating from the **Mediterranean sea**. They cause rainfall in North, North-Western and few parts of North-Eastern India.
- Fog is more widespread in this season in Southern part of Brahmaputra valley and Cachar region.
- The winds that blows from the mountains from the North bank to South bank causes more fog in lower Brahmaputra valley and makes the weather cooler.
- January is the coldest month of this season while December and January are the driest months.

Rainfall in Assam

- The average annual rainfall in Assam is 230 cm.
- Assam normally receives 2% of total rainfall in the winter season (December-February), 25% in summer season (March-May), 65% in monsoon season (June-September) and 7% in post-monsoon season. (October-December).
- Assam receives maximum rainfall of 146 cm in monsoon season from June to September.
- December, January and February are the month with lesser rain.
- Rainfall distribution is uneven as it increases towards foothills of Himalayas in Assam and decreases eastwards.
- On the basis of nature of distribution of rainfall, Assam is divided into three distinct rainfall belts. These are as follows
  - (i) **Heavy Rainfall Belt** Districts come under this belt are Lakhimpur, Dhemaji, Dibrugarh, Tinsukia, Sivasagar, Jorhat, Dhubri, Kokrajhar, Bongaigaon, Chirang, Goalpara, Cachar, Karimganj.
  - (ii) **Medium Rainfall Belt** Districts comes under this belt are Barpeta, Nalbari, Baksa, Kamrup, Darrang, Udalguri, Sonitpur, Morigaon, Nagaon, Golaghat, Karbi Anglong.
  - (iii) **Low Rainfall Belt** Districts comes under this belt are Nagaon, Eastern side of Karbi Rengma Hills, Lanka Hojai and Lumding, South Eastern Parts of Kamrup.

Temperature of Assam

- The average temperature of Assam is 30°C. The mean annual maximum temperature ranges from 30°C to 33°C in July-August.
- In December-January, the minimum temperature ranges between 8°C to 15°C.
- The two valleys of Assam i.e. Brahmaputra and Barak valley experience highest temperature in the month of July and lowest in the month of January.
- In Assam the highest temperature is recorded in three different parts. Tezpur in the Central part, **Dibrugarh** in the Esternmost part and **Dhubri** from the Western most part of Brahmaputra valley received highest temperature of 36°C, 37°C and 37°C respectively whereas the lowest temperature of these areas are recorded as 7°C, 6°C and 8°C respectively.

Natural Calamities in Assam

- Every year Assam faces various types of natural clamities like floods, earthquake, storms and landslide along with man- made disasters. Assam has a history of disasters ranging from large earthquakes to severe floods.
- Some of the recent impacts of climate change such as rising temperatures, melting of glaciers, extreme rain events, increased incidences of landslides, cloudbursts and flash floods pose a risk to hydrological regime of the large rivers of the region.
- There are many other activities that have increased the intensity and occurrence of natural hazards in Assam. These are deforestation, construction of dams, reservoirs etc.

Some of the natural calamities faced by Assam are as follows:

Flood

- The region of Assam is mostly a flat-low lying plain under tropical monsoon climate.
- All the rivers in Assam are liable to floods, mainly because they receive heavy rainfall within a short time. These rivers are in their early stage of maturity and are very active agents of erosion.
- The river-waters collect a tremendous amount of silt and other debris and raise the level of the river beds. Therefore, it becomes impossible for the main channel to cope with the vast volume of water received during the rains.

- Though the flood water deposits silt every year and makes the agricultural land fertile, yet it causes massive destruction by siltation of the land areas.
- As assessed by the Rashtriya Barh Ayog, the flood prone area of Assam is 31,500.00 sq km which is about 39.58% of the total land area of Assam and about 9.40% of total flood prone area of the whole country.
- Records show that average annual area affected by flood is 9.31 lakh hectares.
- During the post independence period Assam faced major floods in 1954, 1962, 1972, 1977, 1984, 1988, 1998, 2002, 2004, 2008 and 2014.
- The reasons for the occurrence of flood are
  - Heavy rainfall during the monsoon season.
  - Loss of natural vegetation due to human interference and rapid deforestation.
  - Massive concretisation due to rapid construction of roads, railway lines, bridges, factories and houses.
  - Earthquakes resulting in land slides that may block, obstruct or turn the normal flow of rivers in the state.
  - Lack of appropriate river management systems.

Measures to Control Flood in Assam

After the unprecedented floods in the country in 1954, the Government of India announced a National Policy on flood which comprises three phases viz immediate, short term and long-term measures.

Following are the measures to control flood in Assam

- Construction of embankments and flood walls
- River training and bank protection works
- Anti-erosion and town protection works
- River channelisation with pro-siltation device
- Drainage improvement/Sluices
- Raised platform
- Flood forecasting and warning
- Flood zoning

Earthquakes

- Earthquake is another natural calamities faced by the state of Assam. The region of Assam falls under the plate boundary region of the Himalayan mountain due to which it is tectonically weak and unstable.
- Assam has witnessed many devastating earthquakes, that change the landforms in Assam. For example the earthquake that occurred on 12th June, 1897 with an intensity of 8.7 Richter scale had its epicentre in Meghalaya plateau. Due to this, the South-West portion of **Guwahati** which was a forest area, sank down and **Lake Chand Dubi** was formed in the hollowed region.

Wind and Cyclone

- Assam is situated in the North-Eastern direction of Bangladesh which is highly prone to cyclone/winds. Due to the location aspect, districts like Dhubri, Goalpara, Hailakandi, Chachar and Karbi Anglong of Assam are more prone to cyclone/winds.

Disaster Management in Assam

According to the Disaster Management Act, 2005 and Assam Disaster and Management Rules 2010, Disaster Management of Assam has adopted the following plans to meet the challenges of natural and men-made calamities.

- Identify the vulnerability of different parts of the state to different forms of disasters.
- The measures to be adopted for prevention and mitigation of disasters.
- The manner in which the mitigation measures shall be integrated with the development plan and projects.
- The roles and responsibility of each department of the state government on relation to

prevention, mitigation, preparedness, capacity building, response and rehabilitation.

- The roles and responsibilities of different departments of the state government in responding to any threatening disaster situation or disaster.
- The roles and responsibilities of community based organisations, international and national non-governmental organisations in activities of capacity building, response and relief.

Multiple Choice Questions

1. Assam state enjoys [APSC 2009]
   (a) Sub-Tropical Climate
   (b) Hot Climate
   (c) Warm Climate
   (d) Cold Climate
2. The Brahmaputra valley receives rainfall from
   (a) Sub-North-East winds
   (b) South-West monsoon
   (c) Western disturbances
   (d) Jet streams
3. Which regions of Assam are characterised by orographic laws?
   (a) Brahmaputra valley (b) Barak valley
   (c) North Cachar hills (d) Both (a) and (b)
4. The South-West monsoon wind causes rainfall in Assam during the months of
   (a) June to September (b) March to July
   (c) May to August (d) July to October
5. Which is the pre-monsoon season in Assam?
   (a) January-February (b) April-June
   (c) March-May (d) July-September
6. Which of the following statements regarding physiography and border regions of Assam are true?
   (a) Himalayan range in North and East of Brahmaputra valley protects Assam from extreme cold winds of Tibet .
   (b) It also obstructs warm moist winds coming from South-West in summer.
   (c) Brahmaputra valley receives much rainfall from South-West Monsoon winds.
   (d) All of the above
7. Which of the following factors affect the climate of Assam?
   (a) Influence of Western disturbances from mediterranean sea
   (b) Presence of local winds
   (c) Presence of numerous water bodies like Bay of Bengal, Brahmaputra as well as local winds and pressure systems causing cyclonic disturbances.
   (d) All of the above
8. The pre-monsoon showers in Assam known as
   (a) Bordoichila (b) Mordoichik
   (c) Sordoichila (d) None of these
9. Which rice is cultivated during the monsoon season in Assam?
   (a) Ahu rice (b) Sali rice
   (c) Aus rice (d) All of these
10. Retreating monsoon occurs in which of the following months in Assam?
    (a) September to mid of November
    (b) October to November
    (c) November to December
    (d) August to September
11. In which season, there is fog in Assam?
    (a) Retreating monsoon
    (b) Pre-monsoon
    (c) Monsoon
    (d) Dry winter
12. Which is the driest climate of Assam?
    (a) Dry winters (b) Pre-monsoon
    (c) Monsoon (d) Retreating

13. What is the average rainfall in Assam?
(a) 130 cm (b) 230 cm
(c) 300 cm (d) 400 cm

14. What is the maximum amount of rainfall received by Assam from June to September?
(a) 160 cm (b) 146 cm
(c) 200 cm (d) 180 cm

15. What is the average temperature of Assam?
(a) 30°C (b) 35°C (c) 25°C (d) 20°C

16. Which of the following regions of Assam experience highest temperature in month of July and lowest in month of August?
(a) Brahmaputra valley
(b) Barak valley
(c) Both of the above
(d) None of the above

17. Which of the following are most common natural calamities of Assam?
(a) River bank erosion (b) Soil erosion
(c) Floods (d) All of these

18. Which are flood prone areas of Assam?
(a) Barak Valley
(b) Upper Brahmaputra Valley
(c) Lower Brahmaputra valley
(d) All of the above

19. Which of the following are the reasons for occurrence of flood in Assam?
(a) Heavy rainfall during monsoon season
(b) Loss of natural vegetation
(c) Lack of appropriate river management systems
(d) All of the above

20. Which of the following are the measures undertaken to control the flood in Assam?
(a) Construction of embankments and flood walls
(b) Anti-erosion and town protection works
(c) Flood zoning
(d) All of the above

21. Lake Chand Dhubi was formed due to an earthquake that occurred in which of the following year in Assam?
(a) 1897 (b) 1880
(c) 1890 (d) 1885

22. Which among the following districts of Assam is prone to cyclone?
(a) Kokrajhar
(b) Dhubri
(c) Gaolpara
(d) All of the above

23. The Assam Disaster and Management Rules came into force in
(a) 2005 (b) 2007
(c) 2008 (d) 2010

24. According to Assam Disaster and Management Rules 2010, which of the following plans are introduced by State Disaster Management of Assam?
(a) Identify the vulnerability of different parts of state to different forms of disasters.
(b) Measures to be adopted for prevention and mitigation of diseases.
(c) Roles and responsibilities of community based organisations, NGOs as well as different departments of State Government
(d) All of the above

25. Consider the following statements regarding earthquakes in Assam.
(i) Tectonic region of Assam is dominated by convergence of India, Burma and Eurasian plates.
(ii) Assam falls under seismic zone V making it prone to moderate to high density earthquake.
(iii) Changes in landforms have taken place due to earthquakes in Assam.

Choose the correct statements from the codes given below
(a) (i) and (ii) (b) (ii) and (iii)
(c) (i) and (iii) (d) (i), (ii) and (iii)

Answers

1. (a)	*2. (b)*	*3. (d)*	*4. (a)*	*5. (c)*	*6. (d)*	*7. (d)*	*8. (a)*	*9. (b)*	*10. (d)*
11. (d)	*12. (b)*	*13. (b)*	*14. (b)*	*15. (a)*	*16. (c)*	*17. (d)*	*18. (d)*	*19. (d)*	*20. (d)*
21. (a)	*22. (d)*	*23. (d)*	*24. (d)*	*25. (d)*					

CHAPTER 08

Drainage System and Wetlands in Assam

The drainage system of Assam majorly consist of two rivers the **Brahmaputra** and the **Barak.** There are several tributaries that joins these rivers in the North or South banks. The state also has many freshwater bodies like lakes, swamps, ponds etc.

River System of Assam

In Assam, there are two river systems. These are

(i) Brahmaputra River System

(ii) Barak River System

(i) Brahmaputra River System

- The Brahmaputra is one of the longest river of the world. This river is known as **Yarlung Tsangpo** in Tibet (China), **Siang** or **Dihang** in **Arunachal Pradesh**, the **Brahmaputra** in Assam and **Jamuna** in Bangladesh. It is also known as **Luit** in **Assam.**
- The Brahmaputra river originates from the Kailash ranges of Himalayas which lies at an elevation of 5,300 m.
- After flowing across Southern Tibet it enters India through Arunachal Pradesh and flows through Assam and Bangladesh before it joins Bay of Bengal.
- The entire basin of Brahmaputra river extends over an area of 5,80,000 sq km lying in Tibet, Bhutan, India and Bangladesh.
- It has a total length of 916 km in India. The drainage area of this river in Assam is 70,634 sq km.
- The average width of Brahmaputra river in Assam is 5.46 km but in the monsoon season it expands to 15 km. It is the **widest river** in India and in Asian sub-continent.
- The Brahmaputra is a perennial river fed by both rain and snow. The average gradient of the Brahmaputra within Assam is 18 cm/km. Due to its tendency to flood it is also often called **Sorrow of Assam.**
- In Arunachal Pradesh, it flows Eastward and then it takes a South-West turn and enters in Assam.
- **Subansiri river** is the **longest and largest tributary** of Brahmaputra river.
- As the river enters in India, it's speed decreases due to the sudden drop in the elevation of hills from 4800 m in Tibet to 1700 m in India.
- The slope gets reduced as land is flatter in the Assam valley. Due to this, the river becomes braided in nature .

- The river then deposits silts, sediments and form braided channels. The constant deposition of sediments results in the formation of islands such as **Majuli, Umananda**, etc. It is the **fifth largest river** in the world in terms of water discharge.

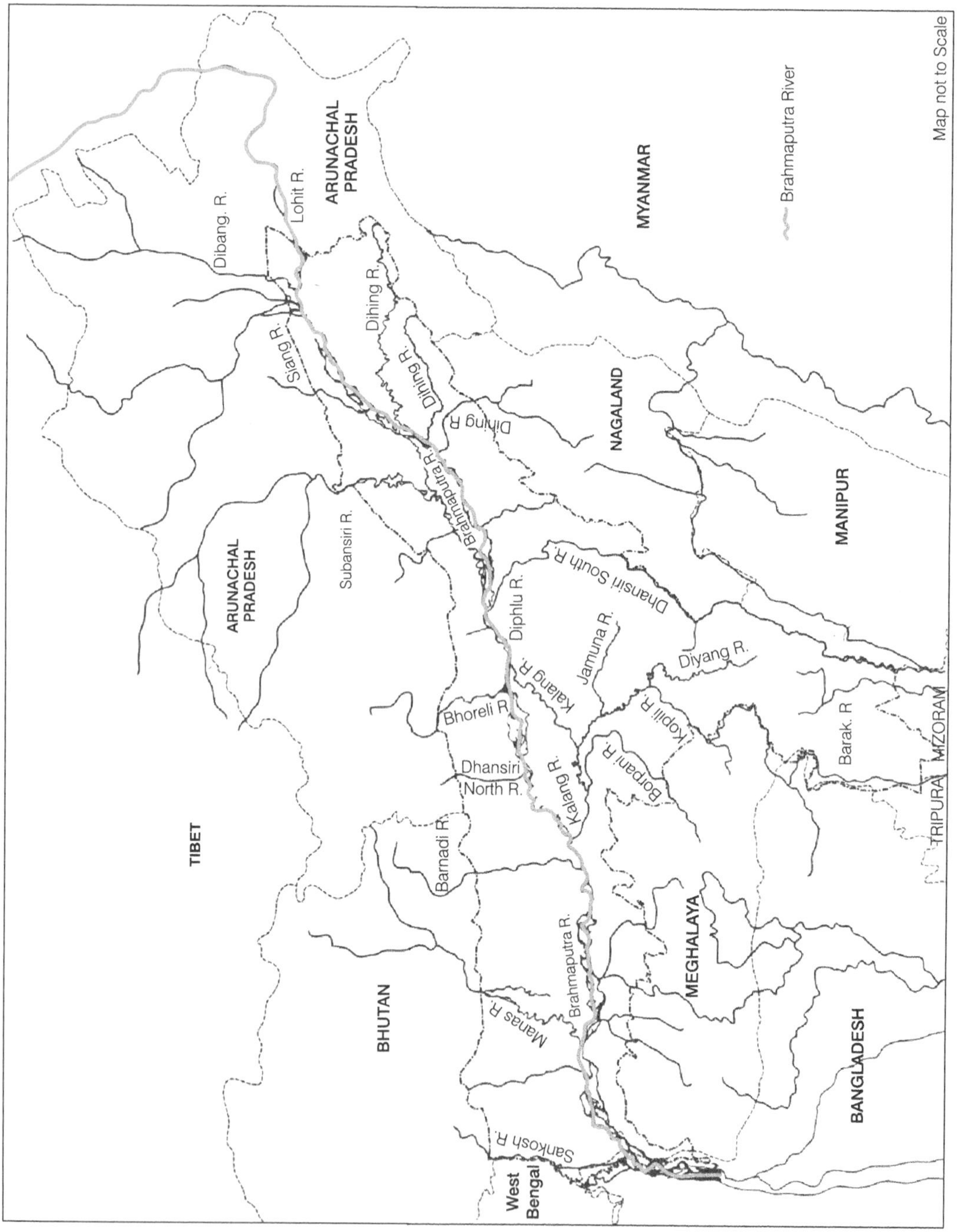

▲ BRAHMAPUTRA DRAINAGE BASIN AND ITS MAJOR TRIBUTARIES

Islands of Brahmaputra River

Majuli

- Majuli is the world's **largest river island with a total area of 352 sq km** and it attracts tourists from all over the world. It is the oldest and largest inhabited riverine island of the world recognised by **UNESCO**.
- The island is formed by the Brahmaputra river in the South and the Kherkutia Xuti, an anabranch of the Brahmaputra, joined by the Subansiri river in the North. Majuli Island is accessible by ferries from the city Jorhat.
- In the year, 2016 it became the **first island to be** made a district in India.

Umananda

- Umananda is the **smallest river island** in the middle of river Brahmaputra flowing through the city of **Guwahati** in Assam. The British officer named the island "Peacock Island" for its structure.
- According to Hindu mythology, Shiva created the island for his wife Parvati's happiness and pleasure. Shiva is said to have resided here in the form of Bhayananda.
- Umananda island is the home to the species of Golden Langur. The island is dotted with tamarind trees.

Anabranch of Brahmaputra

Anabranch is a part of a river that branches out from the main river and later again joins it at some point.

Kolong river is one such river. It diverts away from Brahmaputra river in Hatimura region of Nagaon district at Kolongpar near Guwahati in Assam.

Some Important Facts about Brahmaputra

- The river is navigable for a distance of 1,384 km up to **Dibrugarh** from its mouth and serves as an excellent inland water transport route.
- Brahmaputra bends **Southwards** and enters Bangladesh near **Dhubri**.
- India's **National Waterway No. 2** is on the Brahmaputra river located between **Sadiya in Assam** upto **Dhubri on the Indo-Bangla border**. Its length is 891 km.
- The Brahmaputra river has a male name whereas all other major rivers of India have female names. According to legends, Brahmaputra is the son of **Lord Brahma.**
- The name Brahmaputra is found for the first time in the **Kalika Purana** which was comprised in 10th century AD. It narrates that the Brahmaputra was born from Sage Shantanu's wife **Amogha's** nostrils after consuming the Brahmabeej of Lord Brahma.

Main Tributaries of Brahmaputra

Some of the main tributaries of Brahmaputra river are as follows

Subansiri

- The name Subansiri is derived from the Sanskrit word Swarn which means gold.
- This river originates in the Himalayas near Mount Porom in Tibet.
- It enters Assam at Dulangmukh in **Dhemaji** district and joins Brahmaputra at Jamurighat in **Lakhimpur** district.
- The total drainage area of Subansiri is 32,640 sq km. The total length of Subansiri river is 442 km of which 190 km lies in Assam.
- **It is the largest North bank tributary of Brahmaputra.** It contributes 7.92% of the Brahmaputra's total flow.
- Ranganadi is its tributary which confluences with Subansiri at Johing of Lakhimpur district. **Dikrong** and **Kamala** are its other tributaries.
- It flow upto 208 km in the mountainous terrain of Himalaya and remaining length in Assam.

Lohit

- Lohit river flows through China and India. It rises in the Kangri Garpo range where it is also known as **Zayul Chu**.

- It enters India from **Kibithu** in Arunachal Pradesh where it flows for 200 km before entering Assam.
- It confluences with Brahmaputra in the Brahmaputra valley and is a North bank or right bank tributary of the river.
- Lohit river is also known as the **river of blood** for its reddish water due to the presence of laterite soil in it.
- It connects the North-East states of Assam and Arunachal Pradesh.
- This river flows through thick forested regions where large varieties of medicinal plants are also found.

Ranganadi

- This river originates from Nilam, Marta and Tapo mountain ranges of Himalayan foothills of Arunachal Pradesh.
- It enters Assam at Johing of Lakhimpur district and confluences with the Subansiri river.
- The total length of **Ranganadi river** is 90 miles. The total catchment area is 700 sq km.
- The Ranganadi river is a sub-tributary of the Brahmaputra river in Assam.

Lokhaitora

- This river originates in Bhutan and enters Assam where it divides into two parts.
- One portion meets the **Baralia river** and another portion meets the **Puthimari** river. These rivers then confluences with the Brahmaputra river.
- It flows through the **Bornadi Wildlife Sanctuary** in Northern Assam where it is known as **Barnadi river**.

Champabati

- This river originates with the confluence of three sub tributaries. They are **Bhur** river, **Dholpani** river and **Lopani** river.
- All these tributaries originate in Bhutan and enter Assam in Kokrajhar. When the three tributaries meet then they are known as **Champabati.**
- Champabati river joins the Brahmaputra river near **Chapar** of Dhubri district from its right side.

Borgang

- This river originates from Daphla hills of Arunachal Pradesh.
- Before confluences with Brahmaputra river in Sonitpur district, Naomara and Dikal rivers merges with Borgang river.

Puthimari

- **Puthimari river** originates from the foothills of the Himalayan ranges in Bhutan. It is known as **Ooantang river** in Bhutan.
- It is 112 km long of which 80 km lies in Assam. The total catchment area of the river is 1,787 sq km.
- It is known for its **floods** and **heavy silt.**
- **Suklai** and **Lokhaitora** are its major tributaries.

Dihing or Burhi Dihing

- This river originates from **Eastern Himalayas** (Patkai hills) in Arunachal Pradesh.
- It flows through Tinsukia and Dibrugarh district of Assam and confluences with the Brahmaputra at Dihingmukh.
- This river creates many oxbow lakes. Digboi, Margherita, Ledo and Naharkatia are the small town in its valley.
- **Disang** is a tributary of Dihing river.

Sankosh

- This river originates in Northern Bhutan where it is known as **Puna Tsang Chu.**
- This river forms boundary between Assam and West Bengal and later joins the Brahmaputra river from its right bank.
- **Mochhu** and **Phochhu** are the two tributaries of Sankosh river.

Manas

- This is a transboundary river in the Himalayan foothills between Southern Bhutan and India. It is named after the serpent God Manasa.
- Its total length is 400 km of which 104 km flows in Assam.
- It flows through Bhutan and then enters Western Assam and joins the Brahmaputra river.
- Aie is the major tributary of Manas which joins it in Assam at Bangpari.

Dhansiri

- This river originates from **Laishiang peak** of Nagaland.
- It flows through Golaghat district of Assam. It confluences with Brahmaputra river in **Dhansiri Temera**.
- It forms the boundary between the districts of Cachar, Nagaon and Nagaland. It has a total length of 354 km.
- There are many waterlogged regions locally known as beels in Assam all along the course of this river.

Dikhow

- This river originates from the valley of Yezami village near Zunhebato town of Nagaland.
- It flows through the **Sivasagar** district of Assam and confluences with Brahmaputra at **Dikhowmukh**.

Krishnai

- This originates in the **West Garo hills** of Meghalaya.
- It meets Dudhnoi river at Matia of **Goalpara** district and then flows as Mornoi river.
- This river then confluences with Brahmaputra river in its left side.

Bharalu

- This river originates in the **Khasi hills** of Meghalaya.
- It flows through Guwahati where it confluences with Brahmaputra river at **Bharalumukh**.
- It is one of the most polluted rivers as it carries municipal wastes of Guwahati in Assam.

Kulsi

- This river originates from **West Khasi hills** of Meghalaya.
- It then flows through the **Kamrup** district of Assam and finally join the Brahmaputra river.
- This river in the **habitat of endangered South Asian river dolphin**.

Kopili (Kapili)

- This river originates from the Borail ranges in Meghalaya.
- It is the **largest South bank tributary** of the Brahmaputra in Assam.
- In Assam, it drains the district of **Karbi Anglong, Dima Hasao, Kamrup** and **Nagaon**.
- The river flows through Karbi Anglong plateau region. Several small stream and rivers meet the Kopili river which later confluences with the Brahmaputra river.

Major Tributaries of Brahmaputra River

North Bank/Right Bank	South Bank/Left Bank
Subansiri (Largest tributary of Brahmaputra)	Disang
Gai	Dibru
Jiadhal	Burhi Dehing
Siang Ranganadi	Dikhow
Dikrong	Janji
Buroi	Bhogdoi
Borgang	Kakadonga
Jia Bharali	Dhansiri
Gabharu	Daiyang
Jia Dhansiri	Kalong
Bamadi	Jamuna
Puthimari	Kopili (Largest south bank tributary)

North Bank/Right Bank	South Bank/Left Bank
Pagladia	Barapani
Beki- Manas-Ai	Umiam
Champabati	Digaru
Saralbhanga	Kulsi
Gadadhar	Boko
Gangadhar	Singra
Sankosh	Dudhnai
	Krishnai
	Jinari
	Jinjira

(ii) Barak River System

- The Barak is the **second largest river system** in Assam and is part of the Surma Meghna river system.
- It originates from Japvo mountain of Manipur hills at Liyai Kullen village of Manipur. It flows in Mizoram and finally enters in Assam.
- From there, it flows in South-West direction towards Tipaimukh, where it sharply turns to the North.
- It forms the boundary line between the Cachar district of Assam and Manipur. It enters Assam from Lakhimpur district.
- After that, it turns Westward at Jirimukh and runs through the Cachar plain. Near Karimganj, it divides into the Northern branch of Surma and the Southern branch of Kushiyara.
- Therefore, Barak river is also referred as **Surma river** or **Kushiyara river**. These rivers then join Meghna river in Bangladesh.
- The Barak river has a total length of 900 km out of which 225 km lies in Assam.
- It drains the Southern part of the state which includes the districts of Cachar, Karimganj, Hailakandi and the South of North Cachar Hills.
- This river is navigable between Lakhimpur and Bhanga for 121 km. It was declared National Water Way No. 6 in 2016.
- The Barak river is joined by many tributaries which increases the water flow and sediments in the river.
- The river deposits the silt and sediments along its course forming meander.
- The tributaries of Barak river are mostly rain fed but they are perennial. They have excess water during the monsoon which causes flood problems.

Other Tributaries of Barak River

Some of the important tributaries of Barak river are as follows

Jatinga

- This river originates from Barail hill ranges at Jatinga in Dima Hasao district.
- Jatinga river flows from the Western boundary of **Barail Wildlife Sanctuary**.
- It confluences with the Barak river at Jatingamukh near Chandpur of Cachar district.
- It is a North bank tributary of Barak river.

Katakhal

- This river flows in Southern Assam in the **Hailakandi** district of Assam.
- The river causes flood problem in the monsoon due to heavy siltation.
- It confluences with the Barak river in Hailakandi.
- It is a South bank tributary of Barak river.

Tuirial/Sonai

- This river originates from North Chawilung hills of Mizoram.
- It flows Northwards towards Cachar district of Assam.
- It joins Barak river at **Dungripar village** near Sonai town.

Longai

- This river originates from the Jampui hills of Tripura.
- It is a transboundary river in India and Bangladesh.
- It enters Assam from the **Karimganj** district where it confluences with the Barak river.
- It is a South bank tributary of Barak river.

Tawang

- This river originates in the Zopui hills of Mizoram.
- It enters Assam in the **Cachar** district.
- In Assam it is navigable to a certain extent.
- It was a major means of transportation between **Silchar** in Assam to **Sairang** in **Mizoram**.
- It is a South bank tributary of the Barak river as it joins the river in Bangladesh where it is known as **Dhaleswari**.

Jiri

- This river originates from Boro Ninglo area of **Dima Hasao** district of Assam.
- It flows from the border of Assam-Manipur.
- It confluences with Barak river at **Jirimukh**.
- It is a North bank tributary of Barak river.

Other Major Tributaries of Barak River

North Bank/Right Bank	South Bank/Left Bank
Labak	Rukni
Madhura	Katakhal
Dalu	Dhaleswari
Jatinga	Sonai
Larang	Langai
Jiri	Singla
Chiri	–

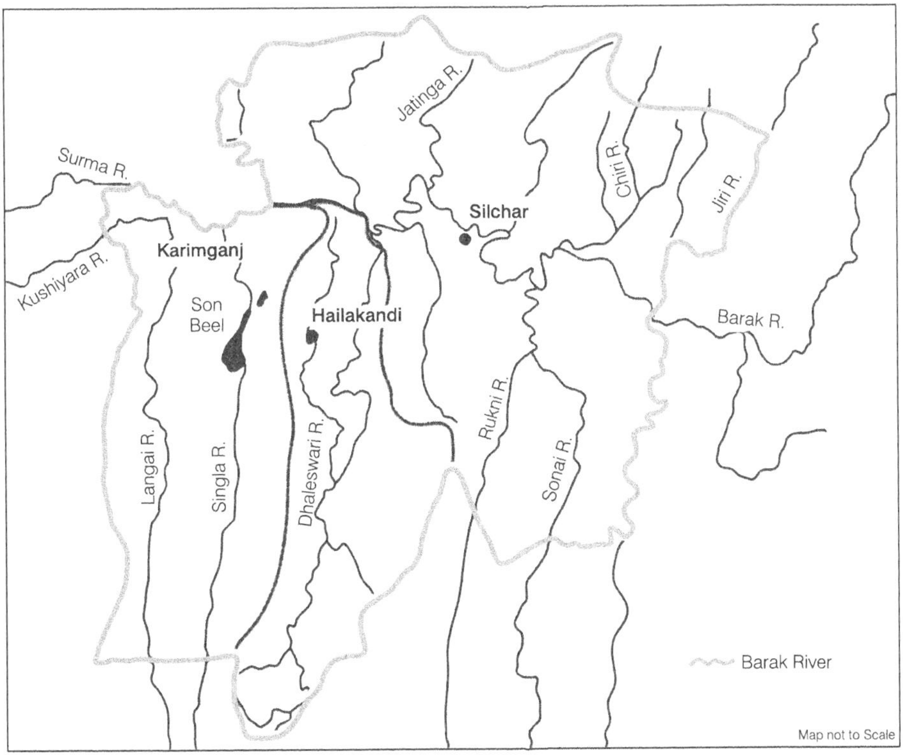

▲BARAK DRAINAGE BASIN AND ITS TRIBUTARIES

Wetlands in Assam

- Wetlands are locally known as **beels**. They contain water throughout the year. They can be in the form of oxbow lakes, waterlogged areas, ponds, reservoirs, tanks and marshy areas.
- Wetlands help in flood control as they soak up the excess water of the rivers that are flooded during the monsoon.
- In Assam, the river system of Brahmaputra and Barak valley provide favourable geo-ecological conditions for the growth and development of wetlands.
- These wetlands provide freshwater sources and offer protection from floods to a certain extent.

Some of the wetlands of Assam are discussed as follows

Lakes and Ponds of Assam

- There are about 690 lakes (As per the Environmental Information System Network, ENVIS) and ponds in Assam.
- The ponds and lakes cover an area of 15,494 hectares which is 0.20% of the total geographical area of Assam.
- **Golaghat** has the highest number of lakes (113) followed by Dhubri (73) and Nagaon (68) districts.
- Some famous lakes (beel) and ponds of Assam are given below

Haflong Lake

- This lake is located in the centre of Haflong town in Assam along the Maibang-Hajadisa road in Haflong in **Dima Hasao** district of Assam.
- It is a popular tourist spot due to its natural beauty and peaceful environment which attracts thousands of visitor every month.
- Boating and hot water spring are the major tourist attractions of this lake.
- The lake is well-maintained and clean as it is protected by **Dima Hasao Tourist Forest Department** and **Dima Hasao Autonomous** Council.

Dora Beel

- This beel is located at Rampur village in **Kamrup** district of Assam.
- Its area was 297.96 acres but now it has shrunk to 278.41 acres.
- It is drained by Kulsi and Basistha river. The lake is the habitat of South Asian dolphin.

Padum Pukhuri Lake

- This lake is located in **Tezpur** district of Assam.
- It has an island and is converted into a beautiful park with a musical fountain.
- It is considered as a wetland site and is home of many varieties of birds.

Kacha Pukhri Lake

- This lake is located near Kamakhya temple at **Guwahati** district of Assam.
- It is a natural pond situated at a height of 160 m above sea level.
- It is home to giant turtles and other amphibians.

Tamranga Lake

- This natural lake is located in **Bongaigaon** district of Assam.
- It is drained by the flood water of the Brahmaputra river.
- Here a large number of migratory birds visit during winters.
- It has paddy fields on one side and hills on the other. It is a famous picnic spot.

Urpad Beel

- This natural lake is located at **Agia** village in Goalpara district of Assam.
- Urpad Beel is one of the biggest natural lakes of Lower Assam.
- The lake is a natural habitat for many varieties of birds and fishes and is also a place of migratory birds during October to March.

Maguri Motapung Beel

- This lake is located in **Tinsukia** district near **Dibru Saikhowa National Park**.
- It is a wetland and home of many varieties of birds.

Chandubi Lake

- This lake is located at the foothill of Garo which is located in the **Kamrup** district of Assam.
- It is one of the most popular lake in North-East India. It was formed in the 1897 earthquake, resulting in the sinking of forests and emergence of this natural lake in the hollow area.
- It has covered an area of 2,000 hectares of land.
- The place is calm and peaceful covered with deep forest, tea garden, small and distinct villages.

Dighalipukhuri Lake

- This is a man-made lake located in **Guwahati** district of Assam. It is rectangular shape which was built during the reign of Ahom dynasty to use this water body as a naval yard.
- However, after the decline of Ahom Empire, the lake remained a tourist spot and its access to Brahmaputra river was also closed.
- It is one of the most beautiful lakes in Assam surrounded by colourful gardens and rich vegetation.

Dipor Beel/Deepor Beel

- This beel is located at a distance of 13 km from Guwahati in the **Kamrup** district of Assam.
- It is **one of the largest freshwater lakes in Assam** with twelve villages settled around the lake.
- It has a total area of 40 sq km out of which 4.14 sq km is declared as a Bird Sanctuary by Assam Government in 1989.
- This lake is also listed as a wetland under the **Ramsar Convention in November 2002** as a site for undertaking conservation measures.
- It harbours as many as 220 species of birds out of which 70 species are migratory.
- It support birds like Spot billed pelican, Lesser adjutant stork, Palas sea eagle, etc.

Son Beel

- This beel is located in **Karimganj** district of Assam.
- Son Beel is **one of the largest fresh water tectonic lakes** in Southern Assam and is the **second largest seasonal wetland in Asia**. It is also called **Shon Bill**.
- It is a Farm-Cum-Lake which gets converted into paddy farms during the winter season.
- Son Beel is famous for its fishery and it is one of the main producers of fish for the entire district in Southern Assam.
- It is house to many **Hizol trees** *(Barringtonia acutangula)*, which offers an amazing view around the lake.
- It is **Rice Bowl of South Assam**.

Kumri Beel

- This beel is a natural lake located at a distance of 11 km from **Goalpara** district of Assam.
- This lake is famous for bird watching as a number of migratory birds come to this place.

Other Important Wetlands

Wetland/Beel	District Name
Bardoloni	Dhemaji
Batha Beel	Darrang
Bhakatgaon Beel	Morigaon
Bhereki Beel	Kamalabari
Bhota Beel	Kamrup Rural
Boralimori Beel	Jorhat
Bordoibam Beel	Lakhimpur
Chatla Haor	Cachar
Danduwa Beel	Morigaon
Deepor Beel	Kamrup Metro
Deobali Beel	Nagaon
Dheer Beel	Dhubri
Dighali Beel	Jorhat
Dinjan Gereki Beel	Tinsukia
Diplai Beel	Kokrajhar
Doloni Beel	Bongaigaon
Haribhanga Beel	Nagaon
Jamjing Sengajan Wetlands	Jonai
Khamti Guwali Beel	Tinsukia
Kurua Beel	Kamrup Rural
Kuzi Beel	Nagaon
Lali river Beel	Morigaon
Mach Bhandar Beel	Kokrajhar
Maguri Beel	Tinsukai
Mer Beel	Golaghat
Misamari Beel	Jorhat
Monoha Beel	Morigaon
Morikolong Beel	Morigaon
Nandini-Karmari Beel	Morigaon
Potakalang Beel	Nagaon
Salmari Beel	Morigaon
Samoguri Beel	Nagaon
Sareshwar Beel	Gauripur
Sariyani Beel	Lakhimpur
Sataryajan Beel	Lakhimpur
Son Beel	Hailakandi
Tamranga Beel	Bongaigaon
Udari Beel	Morigaon
Urpad Beel	Goalpara

Oxbow Lakes in Assam

- These are small lakes that are cut off from the main channel of a river due to the deposition of sediments. In Assam, Oxbow Lakes are very common due to large amount of siltation in the Brahmaputra and Barak river systems.
- In Assam, Oxbow Lakes covers an area of 15,460.60 hectare. It constitutes 0.20% of the total geographical area of Assam. They are cut off from the river and hence considered as a part of the drainage system.
- The highest number of Oxbow Lakes are found in **Golaghat** district (104 in number) of Assam.
- Important Moridibnow Oxbow lakes are **Morikolong** and **Patoli Beel** in Nagaon, **Mer beel** in Golaghat and **Guruajan beel** in Morigaon district. These lakes are sources of freshwater and home to large varieties of flora and fauna in Assam.

Swampy/Marshy Areas

- These swampy/marshy areas constitute another major group of wetlands in Assam. These are identifiable on **satellite imagery** by their reddish tone indicating the presence of vegetation, associated with dark blue tone inferring to the presence of water and their occurrence in the low lying areas.
- Due to the presence of varied quantities of minerals in the water, these swampy/marshy areas are either moderately or highly turbid. In most cases, there is no feeder channel to control the inflow or outflow of water.
- In Assam, around 712 numbers of swampy/marshy areas have been identified from satellite data which cover an area of 43,433.50 hectares.
- It constituting 0.55% of the total geographical area of the state and 42.91 % of the total area under wetlands.

Multiple Choice Questions

1. The river system in Assam consists of which two river?
   (a) Brahmaputra and Barak
   (b) Brahmaputra and Manas
   (c) Brahmaputra and Lohit
   (d) Brahmaputra and Dibang
2. Tsangpho, Siang and Dihang are the other names of which massive river?
   (a) Barak (b) Manas
   (c) Subansiri (d) Brahmaputra
3. The average gradient of the Brahmaputra within Assam is ***[APSC 2009]***
   (a) 18 cm/km (b) 20 cm/km
   (c) 13 cm/km (d) 10 cm/km
4. What is the drainage area of Brahmaputra river in Assam?
   (a) 51,325 sq km
   (b) 70,634 sq km
   (c) 21,110 sq km
   (d) 41,2340 sq km
5. Brahmaputra is the .... largest river in India in term of water discharge.
   (a) first (b) third
   (c) fifth (d) second
6. Majuli island is accessible by ferries from which of the following district of Assam?
   (a) Nagaon (b) Dhemaji
   (c) Jorhat (d) Sonitpur
7. Umananda island is the home to the species of ....
   (a) Golden Langur (b) White Tiger
   (c) Spotted Dear (d) Wild Elephants
8. Which among the following river is Ana branch of the Brahmaputra river?
   (a) Bharalu (b) Jatinga
   (c) Kolong (d) Turial
9. The Brahmaputra river enters Bangladesh from which place in Assam?
   (a) Jorhat (b) Tezpur
   (c) Dhubri (d) Tinsukia
10. Which navigable river is classified as National Waterway No. 2 ?
    (a) Barak (b) Brahmaputra
    (c) Manas (d) Lohit
11. From which places Brahmaputra river enters the state of Assam?
    (a) Guwahati (b) Dibrugarh
    (c) Sadiya (d) Silchar
12. Which of the following is not a feature of the Brahmaputra river system in Assam?
    (a) Large number of tributaries
    (b) Heavy siltation
    (c) Non-perennial rivers
    (d) Braided Channels
13. Which is the largest North bank tributary of Brahmaputra river?
    (a) Ronganadi (b) Subansiri
    (c) Buri Dihing (d) Jaibharali
14. Lohit river is also known as ....
    (a) Baralia (b) River of Blood
    (c) Champabati (d) Kameng
15. The total length of Ronganadi river is .... miles.
    (a) 90 (b) 60
    (c) 80 (d) None of these
16. Lokhaitora river is meet with which two rivers?
    (a) Baralia, Puthimari
    (b) Ganga, Saraswati
    (c) Lohit, Borgang
    (d) None of the above
17. Which place in Assam is the place of confluence of Brahmaputra and Borganga river?
    (a) Lakhimpur (b) Goalpara
    (c) Karbi Anglong (d) Sonitpur
18. Suklai and Lokhaitora are the major tributaries of which of the following rivers?
    (a) Borgang (b) Champabati
    (c) Puthimari (d) Lohit

19. The towns of Digboi, Margherita, Ledo and Naharkatia are situated on the banks of which river?
(a) Dihing (b) Sankosh
(c) Kulsi (d) Aie

20. Which among the following is a North bank tributary of the Brahmaputra river?
(a) Sankosh (b) Noa Dihing
(c) Dudhnoi (d) Kopili

21. Manas river is the tributary of which river?
(a) Brahmaputra (b) Ganga
(c) Teesta (d) Barak

22. Which river flowing through Assam has many waterlogged region known as bills?
(a) Dikhow (b) Dhansiri
(c) Bhegdoi (d) Krishnai

23. Which river originates from Khasi hills?
(a) Bharalu (b) Kulsi
(c) Kopili (d) Lohit

24. The Barak river originates in which of the following mountain ranges?
(a) Kailash range
(b) Kangri Garpo range
(c) Mount Porom in Tibet
(d) Japvo mountain

25. The Barak or Surama river of Cachar originates from ***[APSC 2009]***
(a) Karbi Anglong
(b) Manipur
(c) Tripura
(d) Khasia-Jaintia (Meghalaya)

26. What is the Northern branch of Barak river known as ?
(a) Kushiyara river
(b) Kalatal river
(c) Surma river
(d) Champamati river

27. Tributaries of Barak river are
(a) Jatinga river (b) Longai river
(c) Tawang river (d) All of these

28. Which among the following is the tributary of the Barak river?
(a) Dhaleswari (b) Dibang
(c) Puthimari (d) Dhansiri

29. Which district of Assam has the highest number of lakes?
(a) Kokrajhar (b) Darrang
(c) Golaghat (d) Baksa

30. Which lake is drained by the flood water of the Brahmaputra river?
(a) Dora beel (b) Haflong lake
(c) Tamranga lake (d) Dipor beel

31. .... is one of the biggest natural lakes of Lower Assam.
(a) Urpad Beel (b) Tamranga Lake
(c) Doral Beel (d) Haflong Lake

32. The famous Chandubi lake is located where in Assam?
(a) Nagaon (b) Dima Hasao
(c) Chirang (d) Kamrup

33. Which lake of Assam is listed under the Ramsar Convention Site 2002?
(a) Dipor beel (b) Dighalipukhuri
(c) Joysagar tank (d) Kachapukhuri

34. Which beel (lake) in Assam is also known as Rice Bowl of South Assam?
(a) Dipor beel (b) Chandubi
(c) Son beel (d) Sivasagar tank

35. Kumri Beel is situated in which district of Assam?
(a) Jorhat
(b) Tinsukia
(c) Dhubri
(d) Goalpara

36. Patoli beel, Mer beel and Guruajan beel are which type of wetlands in Assam?
(a) Artificial reservoirs (b) Oxbow lakes
(c) Swampy areas (d) Ramsar sites

37. Consider the following statements about Lohit river
(i) It is also known as Zayu river.
(ii) It is tributary of Manas river.
(iii) It connects the North-East states of Assam and Arunachal Pradesh.
Which of the following is/are true?
(a) Only (i) and (ii)
(b) Only (ii) and (iii)
(c) Only (i) and (iii)
(d) All of the above

38. Match the following lists.

	Rivers		Tributary of
A.	Bharali	1.	South bank of Barak
B.	Tawang	2.	South bank of Brahmaputra
C.	Digaru	3.	North bank of Brahmaputra
D.	Larang	4.	North bank of Barak

Codes

	A	B	C	D
(a)	3	1	2	4
(b)	2	4	1	3
(c)	1	3	4	2
(d)	4	2	3	1

39. Which of the following characteristics makes a braided river different from a meandering river of similar discharge?

(i) Wider and Shallower
(ii) Transports high sediment load
(iii) Erodes riverbanks rapidly
(iv) Deeper

Select the correct answer using the codes given below.

(a) (i), (ii) and (iii) only
(b) (i), (ii) and (iv) only
(c) (i), (iii) and (iv) only
(d) (ii), (iii) and (iv) only

40. Match the rivers (List-I) with the places on their banks (List-II) in Assam and select the correct answer by using the codes given below the lists. ***[APSC 2022]***

	List I (Rivers)		**List II** (Places on their Banks)
A.	Barak	1.	Sivasagar
B.	Brahmaputra	2.	Golaghat
C.	Dikhow	3.	Silchar
D.	Dhansiri	4.	Goalpora

Codes

	A	B	C	D		A	B	C	D
(a)	4	3	2	1	(b)	1	4	2	3
(c)	3	4	2	1	(d)	3	4	1	2

41. With reference to the tributaries of Brahmaputra and Barak rivers in Assam, which of the following is/are correct? ***[APSC 2022]***

(i) Subansiri, Siabharli, Dikhow, Manas (North Bank tributaries of the Brahmaputra)
(ii) Burhi Dihing, Bhogdoi, Kopili, Krishnai (South Bank tributaries of the Brahmaputra)
(iii) Dhaleswari, Raidak, Longai, Siri (Tributaries of the Barak)

Codes

(a) Only (i)
(b) (i) and (iii)
(c) Only (ii)
(d) All of the above

Answers

1. (a)	*2. (d)*	*3. (a)*	*4. (b)*	*5. (c)*	*6. (c)*	*7. (a)*	*8. (c)*	*9. (c)*	*10. (b)*
11. (c)	*12. (c)*	*13. (b)*	*14. (b)*	*15. (a)*	*16. (a)*	*17. (d)*	*18. (c)*	*19. (a)*	*20. (a)*
21. (a)	*22. (b)*	*23. (a)*	*24. (d)*	*25. (b)*	*26. (c)*	*27. (d)*	*28. (a)*	*29. (c)*	*30. (c)*
31. (a)	*32. (d)*	*33. (a)*	*34. (c)*	*35. (d)*	*36. (b)*	*37. (c)*	*38. (a)*	*39. (a)*	*40. (d)*
41. (c)									

CHAPTER 09

Forest Resources and Biodiversity of Assam

In Assam forest resources are the main source of state economy. The state is enriched with extensive forests area. People of Assam are also depend upon the forest to meet their daily needs. Assam has wide range of forests *viz.* evergreen, moist forest, mixed deciduous, etc.

Recorded Forest Area of Assam

- The term Recorded Forest Area generally refers to all the geographical area recorded in the government records.
- According to **Indian State of Forest Report 2021**, the Recorded Forest Area of Assam is 26,836 sq km which comprises 34.21% of its geographical area. Reserved forest area is 17,864 sq km and 8,968 sq km is unclassed forest area.

Forest Cover in Assam

- As per the State of Forest Report 2021, forest cover area of Assam is 28,311.51 sq km which is 36.09% of the state's geographical area.
- The total tree cover in Assam is 1,630 sq km as per 2021 assessment.
- The state has considerable area under forest cover ranging from very dense, moderately dense, open forests and scrubs.

The table given below summarises the forest cover in the state.

Forest Cover in Assam

Class	Area	% of GA
Very Dense Forest	3,016.67	3.85
Moderately Dense Forest	9,991.02	12.74
Open Forest	15,303.82	19.50
Total	**28,311.51**	**36.09**
Scrub	227.94	0.29

Sources: *According to India State of Forest Cover of Assam report 2021.*

District Wise Forest Cover in Assam

According to the **India State of Forest Report 2021**, the district wise information about forests of Assam is as follows.

District	Geographical Area (GA)	Total Forest Cover	% of GA
Baksa	2457	562.89	22.91
Barpeta	2282	117.70	5.16
Bongaigaon	1093	250.69	22.94
Cachar	3786	2,227.55	58.84
Chirang	1923	702.23	36.52
Darrang	1585	94.08	5.94

District	Geographical Area (GA)	Total Forest Cover	% of GA
Dhemaji	3237	356.68	11.02
Dhubri	2,176	106.65	4.90
Dibrugarh	3,381	758.52	22.43
Dima Hasao	4,888	4,151.92	84.94
Goalpara	1,824	404.61	22.18
Golaghat	3,502	674.20	19.25
Hailakandi	1,327	768.09	57.88
Jorhat	2,851	565.82	19.85
Kamrup	3,105	966.70	31.13
Kamrup Metropolitan	955	462.83	48.46
Karbi-Anglong	10,434	7,833.91	75.08
Karimganj	1,809	856.46	47.34
Kokrajhar	3,296	1,168.86	35.46
Lakhimpur	2,277	310.55	13.64
Morigaon	1,551	176.41	11.37
Nagaon	3,973	914.43	23.02
Nalbari	1,052	112.00	10.65
Sivasagar	2,668	699.99	26.24
Sonitpur	5,204	1,071.36	20.59
Tinsukia	3,790	1,583.38	41.78
Udalguri	2,012	413.00	20.53
Total	**78,438**	**28,311.51**	**36.09**

Types of Forests in Assam

According to the Forest Survey of India with reference to the champion and seth classification, Assam has 18 forests types.

Some of them are discussed below

Tropical Wet-Evergreen Forest

- These forests are mainly found in the districts of Golaghat, Jorhat, Sivasagar, Tinsukia, Dibrugarh and along the foothills of Lakhimpur and Dhemaji.
- These forests also found in the Southern part of the state at lower elevations in Borail Range and in Loharbund, Sonai, Longai and Dholia Reserve Forests in Cachar and Karimganj districts of Assam.
- The main trees found in these forests are Borpat, Jutuli, Sam, Dewa Sam, Nahar, Teeta Chap, Bhelu and Mekai.
- Other trees found in these Southern part of Assam include Nahar, Makari-Sal, Sishu, Teeta Chap, Bolong, Garjan, etc.
- **Hollong** is the tallest tree of Assam and also known as the **State Tree.**
- It is the most predominant species in this type of forest.
- These forests are found in the areas which have more than 200 cm of rainfall and average temperature of 25°C.

Tropical Semi-Evergreen Forest

- These forests are mostly found in Hallangapar, Abhoypur, Haltugaon, Kachugaon, Gali, Pobha, Ranga, Kakoi, Nauduar, Bhuban Pahar, Sonai, Barak and Inner Line Reserve Forests along Northern and Southern parts of the state.
- These are also found in Naga foothills of Jorhat and Golaghat district, Northern foothills of Karbi Plateau and North Cachar Hills (Dima Hasao and Barak valley).
- These forests have mostly medium size trees with few large trees. Shrubs, creepers, climbers, orchids and ferns are grow intensively. Bamboos and canes are also found on the outer edges of the forests.
- The trees found in these forests include Sam, Siris, Sau, Koroi, Kadam, Khakan, Ou-tenga, Jarul, Hiliksha, Bohera, Nahor, etc.
- These forests are found in the area which have annual rainfall in the range of 200-250 cm and temperature between 24°C to 27°C.

Moist Deciduous Forest

- Moist Deciduous Forest can be further described as Sal forest and Moist Mixed Deciduous Forest.
- **Sal Forests** are found in the parts of Central and Lower Assam. These are found in the Nagaon, Morigaon, Kamrup, parts of Nalbari and Barpeta, Darrang, Dhubri, Kokrajhar and Goalpara districts of Assam.
- The trees found in Sal forests are Paruli, Jarul Ajar, Haldu, Sam, Bor, Dimoru, Dhupbor, Bot, Athabor, Tengabor, Lotadioru, Khongaldimoru, Uriam, Gomari, Teeta, Champa, Hilikha, Bhomora, Bohera, Poma, etc.
- **Moist Deciduous Mixed** forests are found at the foothills in Lakhimpur, Dhemaji, Karbi Anglong and North Cachar Hills (Dima Hasao) districts.
- Trees found in these type of forests are mostly deciduous with sprinkling of few evergreen and semi-evergreen species.
- The trees found in these forests include Satiana, Sam, Kumbhi, Sissoo, Medelua, Bot, Bor, Dimoru, Jarul, Ajar, Senduri, Joral, Dudhloti, etc.
- These forests consist of diversity of shrubby and herbaceous ground vegetation.

Sub-Tropical Broad Leaf Hill Forest

- These forests are found in the districts of Karbi Anglong and North Cacher Hills (Dima Hasao) Hills.
- The trees found in these forests are Banhanwalu, Khasi pine, Antidesma Bunius, Cleiclon Speciflorum, etc.
- Khasi pine is mainly found in the Hamren sub-division of Karbi Anglong districts.
- The forests are found in the region which receive annual rainfall between 75 cm to 125 cm and has temperature between 18°-21°C.

Sub-Tropical Pine Forest

- These forests are mainly found in the Karbi-Anglong and North Cachar (Dima Hasao) district.
- **Chir Pine** is the main species of these forests.
- The trees found in these forests are Betula Alnoides, Cleidon Speciflorum, Khasi Pine, etc.
- These forests are found at an elevation between 1,000 to 2,000 metres above the sea level.

Other Important Forest Types

Type of Forest	Features
Littoral and Swamp Forest	• It grows in both fresh and brackish water of Brahmaputra and its tributaries.
	• **Major Vegetation** Salix Tetrasperma, Acer, Putranjiva and Olea.
Grassland and Savannah	• Grass grow upto height of 6 to 12 ft, but the Elephant Grass Major attain a height of even 15 fts.
	• **Major Grasses** Ulu, Khagari, Ikara, Nal, etc.
	• **Major Vegetation** Apluda mutica, Solerastachya fusca saccharum, Phragmatis karka, etc.
	• **Area** Manas, Kaziranga and Orang National Parks and Dibru Saikhowa Wildlife Sanctuary, etc.
Evergreen Forests	• Important features of these forests are broad leafed trees, thick undergrowth at ground and creepers at upper level area experiences rainfall more than 200 cm.
	• River side vegetation is called "Riparian Vegetation. "
	• **Area** Brahmaputra valley, foothills of Himalaya and hill districts of Assam.
	• **Major Vegetation** Sal, Bonsum Khokhan, Hollock, Titasopa, Hollong, Gameri, Ajhar, etc.
Bordering Moist Deciduous Forest	• It is found in rain shadow area, thus called as "Dry Forests".
	• **Area** Lumding, Langting, Mailongdisa Reserve Forests.
	• It is prominently found in Umananda Forests.

Tropical Deciduous Forest	• Trees of these forests shed their leaves during the spring and early summer.
	• Found in areas having rainfall between 80-200 cm.
	• **Area** Nagaon, Morigaon, Kamrup, Udalguri district, etc.
	• **Major Vegetation** Sal, Jarul, Ajar, Ghugra, Sam Paruli, Haldu, Gomari, Poma, etc.
Mixed Deciduous Forest	• Found in area with average rainfall between 80-200 cm. These are basically found on confluence of evergreen and tropical deciduous forest.
	• **Area** Dhubri, Kokrajhar, Chirang, Goalpara, Sonitpur, Karbi Anglong, North Cachar hills, etc.
	• **Vegetation** Sida Jia, Poma, Kuhir, Simul, Bhomora, Sonaru Bajiowe, Hengunia, Jegau and Kusial, etc.
	• Bamboo and Cane are found extensively.
	• In some areas Digalotu, Gochbhedeki, Sorat, Leea, Nal and other species are noticed.

Bamboos and Cane in Assam

- Bamboos have gained considerable importance in the socio-economic life of people in Assam.
- 38 naturally growing species of bamboo are recorded in Assam. The important species of bamboos of economic value are the Muli, Dalu, Khang, Kaligoda and Pecha.
- There are no exclusive bamboo forests in the plains of Assam, bamboo grooves are found mostly along the edge of Reserve Forests.
  The main bamboo growing areas of Assam are the districts of Cachar, Karbi Anglong, North Cachar Hills (Dima Hasao), Nagaon and Lakhimpur.
  Apart from forests, plenty of bamboos are grown in the villages throughout the Assam.

Cane in Assam

- There are 14 species of cane that grown in Assam. **Calamus Flagellum**, Calacmus Floribunadus, Calamus latifolius are major variety distributed throughout Assam.
- **Plectomia assamica** and **Plectomia bractealis** are endemic varieties.

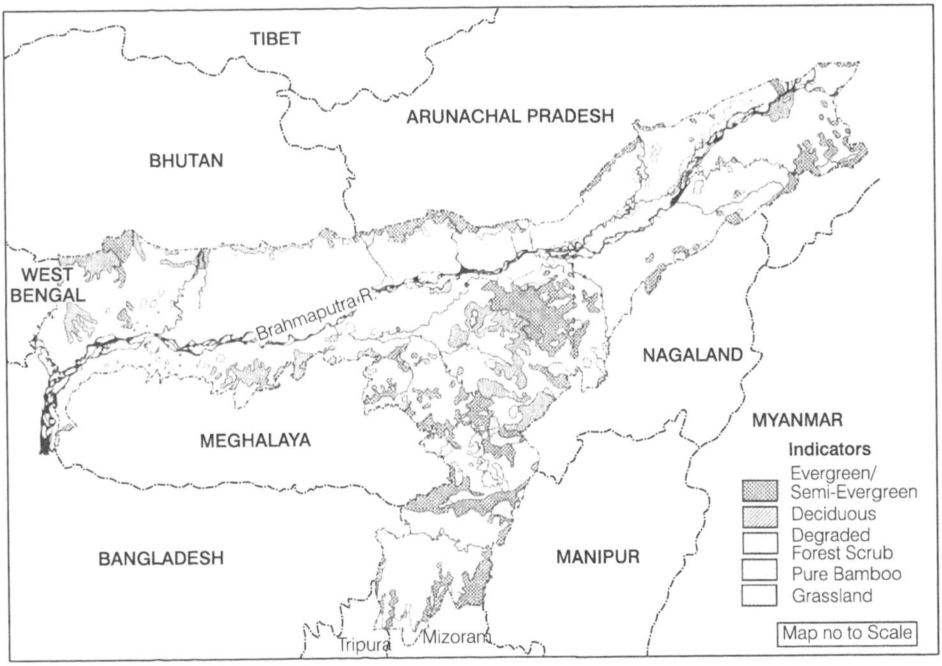

▲VEGETATION OF ASSAM

Biodiversity of Assam

- Biodiversity means the variability among living organism from all sources including terrestrial, marine and other ecological ecosytems and the ecological complexes. This includes diversity within species, between species and in different type of ecosystems.
- India is one of the 17 Mega biodiverse countries in the world. Assam is a constituent of Eastern Himalayan Biodiversity region.
- Assam is also one of the two biodiversity hot spots in India.
- Large number of endemic and primitive varieties of plants and animals have been recorded in the state. As well as Assam has huge potential for finding new varieties of species.
- The factors behind the rich biodiversity in Assam are as follow
  - **Topography** Topographical diversity leads to rich biodiversity. Assam's topography ranges from low lying flood plains to high altitude mountains. Distinct topography promotes different type of flora and fauna.
  - **Climate** Assam has suitable climatic condition for the thriving of different varieties of flora and fauna. It receives ample rainfall and annual mean temperature is also not too much low or high.
- **River System** and **Wetlands** Assam has plenty of river systems and wetlands, which contribute immensely in enriching the biodiversity in the state.

Types of Biodiversity in Assam

Different types of biodiversity are found in Assam. They are discussed below

Plant Diversity

- Assam has a tropical vegetation. It covers different types of forests such as Tropical Evergreen Forest, Deciduous Forest, Grassland and Savannah, etc.
- Most of the plant species are endemic and primitive and with time many new species have been introduced by the humans over the period of time.
- Some of the important species of plants found in Assam are Hollong, Gurfan, Mekai, Kurta, Sisso, etc.

Wetland and Aquatic Plant Diversity

- Due to abundance of lakes and wetlands Assam has large number of wetland and aquatic plant diversity in comparison to other states.
- Deepor Beel, Chandubi, Rata, Sohola, Taralipather, Phokolai, Mer, Sonbeel, Koladuar, etc. are the wetlands of Assam.
- The aquatic plants species of Assam belongs to diverse habits and have distinctive characteristics. There are more than 100 aquatic species found in Assam.

Primate Diversity

- Out of 15 Indian primate species, 9 are found in Assam.
- **Slow Lorries** (called *Lajuki Bandar*) is the only primates found in Assam and North-Eastern regions.

▲SLOW LORRIES

- Most of the primates are arborcal (live on trees) but Rhesus monkey, Assamese macaque and Stump-Tailed macaque are partly terrestrial.

Medicinal Plant Diversity

- Assam is known for a large number of medicinal plants. Many varieties of medicinal plants are used in medical forms or other.
- Some of the medicinal plants are also used by the traditional practitioners of rural areas. These practitioner are also called **Bej**.
- There are 952 plants species has been found in Assam which are usful for medical purposes.

Orchid Species in Assam

- Orchids are a group of flowering plants. They are grown in very specific climatic conditions.
- The tropical evergreen forests and semi-evergreen forest of Assam are considered ideal for the growth of orchids.
- To some extent orchids are also grown in Moist Deciduous forests. The state presents unique habitat and climatic condition for the orchids.
- There are 293 species of orchids found in Assam which 24.42% of total species found in India.
- Many tribal groups in Assam have the tradition to use orchids in festivals and marriages.
- A variety of orchid is called **Kopou Phul** locally (foxtail orchid) is used by women as ornamentation during celebration of **Rongali Bihu** in Assam.

▲KOPOU PHUL

Faunal Diversity

- Assam is rich in Faunal Diversity. The biographic region of Assam is a part of transitional zone between the Indian, Indo-Malayan and Indo-Chinese regions.
- Being in transitional zone, it has many unique species of animals which are rarely seen at other places.

Mammalian Diversity

- Assam has several species of mammals that belong to Indo-Chinese species and the Peninsular Mammalian fauna.
- There are 193 species of mammals have been found in Assam which are widely distributed throughout the state.
- Many mammals in Assam are found in very specific regions only like One horned rhino, Water buffalo, Pigmy hog, Swamp deer, Golden langur, Hoolock gibbon, etc.
- The Ganges River Dolphin is **"State Aquatic Animal of Assam"**, declared in 2008.
- "The Ganges River Dolphin" was notified as **"National Aquatic Animal of India"** in 2009.
- Dolphins are **warm blooded mammals**.

Avian Diversity

- Assam is one of the 'endemic bird areas' in the world.
- There are approx 950 bird species are found in Assam which constitute about 53.5% of the bird species found in the Indian sub-continent. Assam has 17 endemic species of birds.
- Marsh Babbler, Snowy Throated Babbler, Grey Sibia, Blyth's Tragopan, Manipur Bush Quail, are some of the endemic bird species of the Assam. A large number of migratory birds also come to Assam every year.

Amphibian Diversity

- There are 70 species of amphibians found in Assam.
- Among the endemic species from Assam include Gegeneophis Fulleri and Ichthyophis Garoensis (type of snakes).

Reptilian Diversity

- Assam is most favourable Indian state for reptiles due to many river systems and extensive flood plains.
- There are 19 species of tortoises and 77 species of snakes and lizard are found in Assam.

Fish Diversity

- Assam has rich fish diversity due to Brahmaputra and Barak river as well as wetlands in the state.
- Assam is one of the hotspots of freshwater fish diversity.
- Danio, Botia, Chaca, Rohu, Ktla and Magur are some of the important fish species of the state. Important ornamental fish species found in Assam are Colisa, Nemacheilus, Danio, Botia and Chaca.

Molluscan Diversity

- The river systems and extensive flood plains also harbour fresh water Mollusks in Assam.
- There are 39 species of freshwater snails have been found in Assam out of which 10 species are used as food.

Moth and Butterfly Diversity

- In Assam, 387 species of moth have been found and are distributed throughout the state.
- Out of 1500 species of butterflies found in India, around half of it is found in Assam.
- **Swallowtail butterflies** occupy an important place, and the IUCN has identified Assam and North-East region as Swallowtail Conservation Action Plan Area.

Efforts of Assam Government for Biodiversity Conservation

Along with implementation of Central Government's initiative, various initiatives and programmes have been launched by the State Government for conservation and management of the biodiversity in the state.

Some of the important initiatives are discussed below

Assam Project on Forest and Biodiversity Conservation (APFBC)

- Assam Project on Forest and Biodiversity Conservation Society was constituted by Government of Assam and registered under the Societies Registration Act, 1860. The society came into existence on 28th June, 2012.
- The Society has the mandate for planning and implementation, monitoring, coordination and management of all the activities proposed in conservation contexts under the project.
- The activities of the project put special emphasis on creating sustainable livelihood opportunities for forest dependent communities.
- It is funded by the French Development Agency under **Indo-French Development Co-operation.**
- To achieve the goals APFBC adopts participatory micro planning by forming Joint Forest Management Committee (JFMC) and Eco Development Committee (EDC) among the forest dependent communities.

Social Forestry

It refers to the management of forests for the benefits of local communities.

The main objectives of the scheme are as follows

- Regeneration and eco-development of degraded forest and adjoining areas on a watershed basis.

- Securing people's participation in planning and regeneration efforts to ensure sustainability and equitable distribution of forest products from the regenerated lands.
- To promote the partnership concept in the management and administration of forests and common property resources.
- Promote **agro-forestry** and development of Common Property Resources.
- Promotion and encouragement of efficient and optimum use of fuel, wood and to improve the environment.
- Conservation and improvement of non-timber forest produce such as bamboo, cane and medicinal plants.

Biodiversity Management Committees (BMC)

- The **Assam State Biodiversity Board** facilitates Constitution of Biodiversity Management Committees at **Anchalik Panchayat** level in the state.
- These committees shall work for the purpose of promoting conservation, sustainable use and documentation of biological diversity including preservation of habitats, conservation of land races, folk varieties, etc.

Biodiversity Volunteer Initiative Programme (BVIP)

- The purpose of the programme is to encourage voluntary contributions from freelance profession, amateurs, students in the form of published papers, publication, photographs, etc.
- Its main objective is to provide a common platform for collection and circulation of knowledge, expertise, experiences of environment to biodiversity lovers, activists and other concerned citizens.

People's Biodiversity Registers

- Assam's Biodiversity Board has launched the **People's Biodiversity Registers** (PBR) initiative to involve local community in forest conservation.
- This register shall contain comprehensive information on availability and knowledge of local biological resources, their medicinal or any other use or any other traditional knowledge associated with them.

Biodiversity Research Programme

- This programme was launched to inculcate scientific temper amongst young talent in the state of Assam.
- It prepares people about the present day challenges in promoting conservation and sustainable use of biodiversity.

Note *The data used in this chapter is taken from the website of Assam State Biodiversity Board. (https ://asbb.assam.gov.in)*

Multiple Choice Questions

1. According to India State of Forest Report 2021, what is the total recorded forest area of Assam?
(a) 26,836 sq km (b) 25,431 sq km
(c) 31,245 sq km (d) 20,864 sq km

2. As per the State of Forest Report 2021, the total forest area of Assam is
(a) 37,033 sq km (b) 14,900 sq km
(c) 21,000 sq km (d) 28,311.51 sq km

3. As per the State of Forest Report 2021, what percentage of forest cover does the state constitutes of its geographical area?
(a) 36.09% (b) 27.12%
(c) 30.00% (d) 5.13%

4. Which district of Assam has lowest area under forest cover?
(a) Dhubri (b) Barpeta
(c) Darrang (d) Dhemaji

5. In the context of total percentage of area under forest cover, which district of Assam is on the topmost position?
(a) Hailakandi (b) Chirang
(c) Karbi Anglong (d) Dima Hasao

6. Which of the following districts of Assam has highest area under forest cover?
(a) Karbi Anglong (b) Dima Hasao
(c) Cachar (d) Kokrajhar

7. In terms of area, the smallest district of Assam is which one of the following? ***[APSC 2015]***
(a) Chirang (b) Baksa
(c) Kamrup Metro (d) Udalguri

8. Name the forest type from the following which are mainly found in the foothills area of the Lakhimpur and Dhemaji district of Assam.
(a) Tropical Semi-Evergreen
(b) Moist Deciduous
(c) Tropical Wet-Evergreen
(d) Sub-Tropical

9. The most important tree of Tropical Wet-Evergreen Forest is
(a) Nahar (b) Hollong
(c) Bhelu (d) Chap

10. Naga foothills Jorhat and Golaghat is known for which of the following forests?
(a) Sub-Tropical Pine Forest
(b) Tropical Moist Deciduous Forest
(c) Sub-Tropical Broadleaf Forest
(d) Tropical Semi-Evergreen Forest

11. Which of the following is the main species of Tropical Semi-Evergreen Forests?
(a) Bhelw (b) Ou-tenga
(c) Teeta Chap (d) Mekai

12. Moist Deciduous Forests are found in which of the following regions of Assam?
(a) Dhubri (b) Kokrajahar, Barak Valley
(c) Goalpara, Sonitpur
(d) All of the above

13. Identify the forest type, which grow in the district of Barpeta, Dhubri, etc., includes trees like sam, Ajar, Jarul, etc.
(a) Tropical Moist Deciduous
(b) Tropical Semi-Evergreen
(c) Tropical Wet-Evergreen
(d) Savannah

14. Sub-tropical broad leaf hill forests are found in which of the following districts of Assam?
(a) Karbi Anglong (b) North Cacher Hills
(c) Both (a) and (b) (d) None of these

15. Which of the following is the main species of Sub Tropical Pine Forests?
(a) Chir Pine (b) Khasi Pine
(c) Betula (d) None of these

16. The Littoral and Swamp Forests have lost their identity (Area) in the state of Assam because of which reason?
(a) Urbanisation (b) Population explosion
(c) Both (a) and (b) (d) None of these

17. The Elephant Grass is mainly found in......... forest types.
(a) Grassland and Savannah
(b) Evergreen Forests
(c) Deciduous Forests
(d) Semi-Evergreen Forests

18. In Assam, which region is famous for the Grassland vegetation?
(a) Tarai Region (b) N.C. Hills
(c) Karbi-Anglong Hills (d) None of these

19. Which forests are found in the Dihing-Patkai region of Assam?
(a) Sub-Tropical Pine Forests
(b) Tropical Deciduous Forest
(c) Tropical Rain Forests
(d) Littoral and Swamp Forest

20. Bordering Moist Deciduous Forests is found in which region of Assam?
(a) Lumding (b) Langding
(c) Umananda Island (d) All of these

21. Tropical Deciduous Forests are found in which regions of Assam?
(a) Nagaon (b) Morigaon
(c) Kamrup (d) All of these

22. Which one of the following is/are main trees of the Tropical Deciduous Forests in Assam?
(a) Ghugra (b) Haldu
(c) Gomari (d) All of these

23. What factors make bamboo an essential part of Assam?
(a) Provides employment
(b) Houses are made on bamboo stilts
(c) Bamboo shoots are eaten
(d) All of the above

24. The variability among living organism is known as
(a) diversity
(b) biodiversity
(c) species
(d) genera

25. Assam is a part of which biodiversity hotspot?
(a) West Himalaya Hotspot
(b) Indo-Burma Hotspot
(c) East Himalaya Hotspot
(d) Western Ghat

26. Which factors(s) has/have contributed in rich biodiversity of Assam?
(a) Topography (b) Climate
(c) River system (d) All of these

27. Assam has rich aquatic plant diversity due to
(a) lake (b) wetland
(c) river system (d) All of these

28. Which among the following primate is only found in Assam in India?
(a) Hoolock Gibbon (b) Assamese Macaque
(c) Pigtail Macaque (d) Golden Langur

29. Biodiversity Management Committees have played very critical role in the conservation of biodiversity in Assam. Its main function includes
(a) documentation of biological diversity
(b) creating awareness
(c) sustainable use of resources
(d) All of the above

30. Which of the following are the main aim of Biodiversity Volunteer Initiative Programme?
(a) Provide common platform for collection and circulation of knowledge.
(b) Encourage voluntary contributions from freelance profession, amateurs, students in the form of published papers, photographs etc.
(c) Extended knowledge base for planners and executives.
(d) All of the above

31. Which initiative is launched by the Assam State Government to make biodiversity a people led movement?
(a) Community Development
(b) Citizens Movement
(c) People's Biodiversity Registers
(d) Let's Save Nature

Answers

1. (a)	*2. (d)*	*3. (a)*	*4. (a)*	*5. (c)*	*6. (a)*	*7. (c)*	*8. (c)*	*9. (b)*	*10. (d)*
11. (b)	*12. (d)*	*13. (a)*	*14. (c)*	*15. (a)*	*16. (a)*	*17. (a)*	*18. (a)*	*19. (c)*	*20. (d)*
21. (d)	*22. (d)*	*23. (d)*	*24. (b)*	*25. (c)*	*26. (d)*	*27. (d)*	*28. (a)*	*29. (d)*	*30. (d)*
31. (c)									

CHAPTER 10

National Parks and Wildlife Sanctuaries

Assam has 7 national parks, 18 wildlife sanctuaries, 4 tiger reserves, 2 biosphere reserves and 5 elephant reserves. These protected areas are the home of one-horned rhinoceroses, wild buffaloes, Asian elephants, barking deers and other wildlife animals.

National Parks in Assam

The National parks of Assam are discussed below

1. Kaziranga National Park

- Kaziranga National Park is located in the parts of **Golaghat, Nagaon, Biswanath** and **Sonitpur** districts of Assam.
- It was declared as Reserve forest on 3rd January, 1908 on the recommendation of **Mary Curzon,** wife of Lord Curzon.
- On 10th November, 1916, it was declared as **Kaziranga Game Sanctuaries.** After that it was renamed as Kaziranga Wildlife Sanctuary in 1950 by **PD Stracey.**
- In 2006, it also listed as **National Tiger Reserve.**
- It is a home of **One-Horned Rhinoceros.**
- It also has the world's largest population of Asiatic wild buffalo and consist nearly 500 species of birds.
- The park is recognised as an important bird area by **Birdlife International** for the conservation of avian and faunal species.
- Bird families which can be seen here are **Great Indian Hornbill, Wreathed Hornbill** and many others.
- **Important flora** found here are Alluvial Inundated Grasslands, Alluvial Savanna Woodlands, Tropical Moist Mixed Deciduous Forests and Tropical Semi-evergreen Forests.
- **Important fauna** found here are Lesser White-fronted Goose, Ferruginous Duck, Baer's Pochard Duck, Black-necked Stork, Asian Openbill Stork, etc.

Important Facts

Established on	11th February, 1974
Area	858.98 sq km
Location	Galaghat, Nagaon, Biswanath and Sonitpur
Famous for	One horned rhinoceros
Governing Body	Government of Assam, Government of India
River passes through	Brahmaputra, Diphu, Dhansiri
Declared as UNESCO World Heritage Site in	1985

2. Manas National Park

- Manas National Park is located in the foothills of Himalaya on the Eastern bank of Manas river of Assam. Its name originated from Manas river.
- It is declared a **Project Tiger Reserve, an Elephant Reserve** and a **Biosphere Reserve** in Assam.
- It covers the area of Chirang, Kokrajhar, Darrang, Udalguri and Baska districts of Assam.
- It was declared a sanctuary on 1st October, 1928 with an area of 360 sq km.
- In 1973 it became a biosphere reserve and a tiger reserve in 1974.
- It was declared as **World Heritage Site** by UNESCO in 1985.
- Due to heavy poaching and terrorist activities it was declared as a world heritage site in danger by the UNESCO in the year 1992.
- On 21st June, 2011 the park was removed from the list of World Heritage in danger.
- About half of the park is covered by grasslands of Terai and Bhabar. The thick woodlands are called Eastern Moist Deciduous Forests of various types.
- This park is known for its rare and endangered endemic wildlife such as Roofed turtle, Hispid hare, Golden langur and Pygmy hog, etc.
- **Important flora** found here are Simul, Oxi, Sissoo and Khai Gemini.
- **Important fauna** found here are Asiatic Elephant, Tiger, Indian One-horned Rhinoceros, Leopards, Barking Deers, Hoolock Gibbons, etc.
- Gassland biomes and forest biomes are also found in Manas National Park.

▲MANAS NATIONAL PARK

Important Facts

Established in	1990
Area	500 sq km
Location	Chirang, Kokrajhar, Darrang, Udalguri and Baksa
Famous For	Wild Water Buffalo
Governing Body	Ministry of Environment and Forest, Government of India
River passes through	Manas

3. Nameri National Park

- Nameri National Park is located in the foothills of Eastern Himalaya in **Sonitpur** district of Assam. It covers an area of 200 sq km.
- It shares its Northern boundary with the Pakhni Wildlife Sanctuary of Arunachal Pradesh.
- It was declared as Reserve Forest on 17th November, 1978 as before its name was changed to **Naduar Forest Reserve**.
- Nameri National Park was declared as 2nd tiger reserve of Assam in the year 2000.
- Jia Bhoroli river flows along the boundary of the park form North-West to South-East. It is also called the **lifeline of Nameri park**.
- **Golden Masheer** fish is very famous in this region. This fish measures 3 to 9 feet.
- It is famous for orchids like **Dendrobium, Cymbidium** and **Cypripedioideae**, etc.
- This park is important for the commutation of elephants.

- This reserve is considered as **Birdwatcher's Paradise**. Various species of birds such as endangered duck (deohanh) wood duck, four species of hornbill, butterflies and reptiles are found here.
- **Important flora** found here are Gmelina Arborea (Gamhar), Michelia Champa, Ajar, Urium Poma, Bhelu, Agaru, Rudraksha, Hollock and Nahor, etc.
- **Important fauna** found here are Elephant, Tiger, Leopard, Hog Deer, Sambar, Dhole, Clouded Leopard, Black Bear, Pangoline, Indian Wild Dog, Civet Cat, Jackals, Capped Langur, Indian Giant Squirrel, etc.

Important Facts

Established on	15th November, 1998
Area	200 sq km
Location	Sointpur
Famous For	Golden Masheer
Governing Body	Ministry of Environment and Forest, Government of India
River passes through	Jia Bhorali

3. Dibru Saikhowa National Park

- Dibru Saikhowa National Park is located in **Dibrugarh** and **Tinsukia** districts of Assam.
- This park is bounded by the Brahmaputra and Lohit rivers in the North and Dibru river in the South.
- It was declared as Dibru Reserved Forest in the year 1890.
- In 1920, additional area was added to the Dibru Reserve.
- It was declared as **Dibru Saikhowa Reserve** forest in the year 1929.
- In the year 1986, it was declared as a Wildlife Sanctuary.
- It was declared as a **Biosphere Reserve** in July 1997 with an area of 340 sq km.
- On 9th March, 1999, sanctuary area of 340 sq km was declared as National park.
- It is the only forest area of world where **Wild Horses** are found.
- It is mainly famous for **White Winged Wood Duck**.
- It is the longest swamp forest in North-Eastern India with a tropical monsoon climate.
- The park is identified as **Important Bird Area** (IBA). Birds like Asian Open, the Greater Adjutant, Bengal Florica, etc. are found here.
- This park is also home to some restricted range of bird species.

▲FAMOUS WHITE WINGED WOOD DUCK

- **Important flora** found here are Mixed Semi-evergreen Forests, Moist Mixed Deciduous Forests, Canebrakes and Grasslands. Major trees in this park are Bombax Ceiba, Dischofia Javanico, Mesua Berra, etc.
- **Important fauna** found here are Royal Bengal Tiger, Hoolock Gibbons, Indian Leopard, Clouded Leopard, Jungle Cat, Sloth Bear, Small Indian Civet, Malayan Giant Squirrel, Wild Boar, Sambar Deer, Asiatic Water Buffalo, Feral Horses, etc.

Important Facts

Established in	1999
Area	340 sq km
Location	Dibrugarh and Tinsukia
Famous For	Wild Horses and White Winged Wood
Governing Body	Government of Assam, Government of India
River passes through	Brahmaputra and Lohit

5. Rajiv Gandhi Orang National Park

- Rajiv Gandhi Orang National Park is located in **Darrang** and **Sonipur** district of Assam. It covers an area of 78.81 sq km.
- In the year 1914 British declared it as Orang Game Reserve.
- It is the **oldest game reserve of Assam**. It was established as a Wildlife sanctuary on 20th September, 1985.
- It was renamed as Rajiv Gandhi Orang Wildlife Sanctuary in 1992. Finally, the sanctuary was declared as National Park on 13th April, 1999.
- It is also known as **Mini Kaziranga National Park**, since these two national parks have similar landscapes and flora and fauna.
- The Rajiv Gandhi Orang National park has adopted the **Project Rhino Vision india** for relocation and to increase population of one-horned rhinoceros in the park.
- This park is also famous for Bengal tigers.
- **Important flora** found here are Moist Deciduous Forest, Eastern Seasonal Swamp Forest, Eastern Alluvial Grassland Savana Grassland, etc. Around 60% part of this park has grassland.
- **Important fauna** found here are Rhinoceros, Pigmy Hog, Elephants, Water Buffaloes, Gangetic Dolphin Leopards, Civets, Porcupines, etc.
- **Birds** like Spot Billed Pelican, White Pelican, Greater Adjutant Stork, Lesser Adjutant Stork, Brahminy Duck, Pintail Duck, Fishing Eagle are found here.
- **Reptiles** like Indian Rock Python, Black Krait, King Cobra and Monitor Lizard are found here.

▲ORANG TIGER RESERVE

Important Facts

Established in	13th April, 1999
Area	. 78.81 sq km
Location	Darrang and Sonitpur
Famous For	Bengal Tigers
Governing Body	Government of Assam, Goverment of India

6. Dihing Patkai National Park

- Dihing Patkai National Park is located in the **Dibrugarh** and **Tinsukia** districts of Assam. It covers an area of 234.26 sq km of rainforest.
- It is 7th National Park of the state declared by Government of Assam. Assam now becomes the second state having highest national park in the country followed by 12 in Madhya Pradesh.
- It was declared a Wildlife Sanctuary on 13th June, 2004 and on 13th December, 2020, Government of Assam upgraded it into a National Park.

- On 9th June, 2021 it is officially notified it as a National Park by the Forest Department of Assam.
- This park is famous for major elephant habitat and 310 species of butterflies, tiger and clouded leopard.
- **Important flora** found here are Hollong, Mepai Dhuna, Uriyam, Nahar Tras, etc.
- **Important fauna** found here are Slow Loris, Assamese Macaque, Stump-tailed Macaque, Pig-tailed Macaque, Dhesus Monkey, etc.

Important Facts

Established in	2020
Area	234.26 sq km
Location	Dibrugarh and Tinsukia
Famous For	Elephant, Tiger, Clouded Leopard, Butterflies
Governing Body	Government of Assam, Forest Department of Assam

7. Raimona National Park

- Raimona National Park is located in the **Kokrajhar** districts under Bodoland Territorial Region (BTR) combining part of Ripu Chirang Reserve forest in Assam.
- It covers an area of 422 sq km. It was declared as latest National Park on 5th June 2021, on the occasion of World Environment Day.
- It became the **6th National Park** of Assam named after the historical capital of Bijni estate, Raimone.
- It is a home of legendary elephant, rare butterfly and also **Gee's Golden Langur**, the one of the most endangered primates of the world.
- **Important flora** found here are Semi-evergreen Forest, Moist Deciduous.
- **Important fauna** found here are Slow Loris, Assamese Macaque, Rhesus Monkey and Capped Langur.

▲RAIMONA NATIONAL PARK

Important Facts

Established in	2021
Area	422 sq km
Location	Kokrajhar
Famous For	Legendary Elephant, Gee's Golden Langur, Butterfly
Governing Body	Government of Assam, Goverment of India

Wildlife Sanctuaries in Assam

In Assam, there are 18 wildlife sanctuaries. These are discussed below

Garampani Wildlife Sanctuary

- Gurampani Wildlife Sanctuary is located in **Karbi Anglong** district of Assam. It is famous for its hot springs and waterfalls.
- It was established in 1952. It falls under tropical semi-evergreen forest. It covers an area of 6.05 sq m.
- It is surrounded by **Nambor Sanctuary** having 51 rare species of Orchids.

- **Important fauna** found here are Tiger, Elephant, Gaur, Bear, Sambar, Barking Deer, Rhesus Macaque, Hoolock Gibbon, Wild Pig, etc.
- **Birds** like Great Pied Hornbill, Hill Myna, etc. are found here.

Bornadi Wildlife Sanctuary

- Bornadi Wildlife Sanctuary is situated on the foothills of Himalayas, bordering Bhutan in the North and Udalguri in **Baksa** district of Assam. It covers an area of 26.22 sq km.
- This sanctuary is named after the river **Bornadi** which flows on its Western border. It was established in 1980.
- This sanctuary was established especially for the protection and conservation of **Hispid Hare** and **Pigmy Hog** (smallest member of the pig family).
- **Important flora** found here are Elephant, Gaur, Tiger, Leopard, Small Indian Civet, Jungle Cat, Chinese Pangolin, Porcupine, Himalayan Black Bear, Barking Deer, etc.
- **Birds** like Peafowl, Swamp Partridge, Bengal Florican, White Capped Water Redstart and Red-billed Blue Magpie are found here.

Pabitora Wildlife Sanctuary

- Pabitora Wildlife Sanctuary is located in **Morigaon** district of Assam. It covers an area of 38.81 sq km out of which 16 sq km area is effective with rhino habitat. It was established in 1987.
- It has **the world's highest density of one Horned rhinoceros.**
- **Important fauna** found here are Leopard Cat, Fishing Cat, Jungle Cat, Wild Buffalo, Wild Pigs, Chinese Pangolins, etc.

▲ ONE HORNED RHINOCEROS

Deepor Beel Wildlife Sanctuary

- Deepor Beel Wildlife Sanctuary is located in the South-West part of **Guwahati** in Kamrup district of Assam. It is a picturesque wetland which covers an area of 4.14 sq km.
- The name Deepor Beel is believes to be derived from Sanskrit word 'dipa' which means elephant and 'beel' that means large aquatic body inhabited by elephants.
- It was declared as a bird sanctuary in 1989.
- In the year between 1990-2002 the wetland area of this Sanctuary is reported to reduce to 14.1%.
- In the year 2002 it is designated as the Ramsar site. It is the **only Ramsar site of Assam.**
- **Important fauna** found here are Greater Adjutant Stork, Whistling Teal, Open Billed Stork, Shoveler, Pintail, Garganey and Pheasant Tail Jacans, etc.

Burachapori Wildlife Sanctuary

- Burachapori Wildlife Sanctuary is located on the Southern bank of river Brahmaputra in the **Sonitpur** district of Assam. It covers an area of 44.06 sq km on the South bank of Brahmaputra river.
- It was declared as Wildlife Sanctuary in 1995. It is a part of **Laokhowa-Burachapori Ecosystem.**

- **Important flora** found here are a Mosaic of Wet Alluvial Grassland, Riparian and Semi-evergreen Forests dotted by wetland and river system.
- **Important fauna** found here are Tiger, Leopard, Wild Buffalo, Hog Deer, Elephants, etc.
- **Birds** like Bengal Florican, Swamp Partridge (fancolin), Wood Cock, Water Hen, Parakeets, etc. are found here.

Hollongpar Gibbon Wildlife Sanctuary

- Hollongpar Gibbon Wildlife Sanctuary is located in **Jorhat** district of Assam.
- It lies in the semi-evergreen forests and evergreen patches amidst tea gardens and human settlements.
- It covers an area of 20.98 sq km. It became a reserve forest on 27th August, 1881.
- The sanctuary is named after the Hoolock Gibbon the only Ape found here in India. It was established in **1997**.
- It was named as Hollongapar Gibbon Sanctuary on 25th May, 2004.
- **Important flora** found here are Sassi, Gomari, Bhelu, Nahar, etc.
- **Important fauna** found here are Elephant, Leopard, Tiger, Assamese Macaque, Slow Loris, Jungle Cat, Wild Pig, etc.
- **Birds** like Indian Pied Hornbill, Hill Myna Kaliz Pheasant, etc. are found here.
- **Reptiles** like Indian Python, Common Monitor Lizards, Indian Tent Turtle, Indian Cobra etc., are found here.

Marat Longri Wildlife Sanctuary

- Morat Longri Wildlife Sanctuary is located in **Karbi Anglong** district of Assam.
- It covers an area 451 sq km. It was declared as Wildlife Sanctuary on **17th April, 2003**.
- It lies under **Dhansiri-Lungding Elephant Reserves**.
- There are 4 reserve forest lies in this sanctuary i.e., Miyungdise District Council Reserve forest, Disama Reserve forest, Kaki Reserve forest, Englongkiri District Council Reserve forest.
- **Important fauna** found here are Elephant, Tiger, Leopard, Lesser Cat, Barking Deer, Slow Loris, Pangolin, etc.
- **Reptiles** like Branded Krait, Rock Python, Monitor Lizard, Brown Hill Tortoise, etc. are also found here.

Amchang Wildlife Sanctuary

- Amchang Wildlife Sanctuary is located in the Eastern fringe of Guwahati city in **Kamrup** district of Assam. It covers an area 78.64 sq km.
- It was established as a Wildlife Sanctuary on 19th June, 2004 by putting together South Amchang forests reserve, Amchang reserve forests and Khanapara reserve forests.
- **Important fauna** found here are Chinese Pangolin, Flying Fox, Slow Loris, Assamese Macaque, Rhesus Macaque, Capped Langur, Hoolock Gibbon, Elephant, Leopard, Wild Pig, Sambar, Gaur Porcupine, etc.
- **Birds** like Lesser Adjutant, White-baked Vulture, Slender-billed Vulture, Green Imperial pigeon, Less Pied Hornbill, etc. are also found here.
- **Reptiles** like Python, Monitor lizard, Indian Cobra, etc. are also found here.

Bherjan-Borajan-Padumoni Wildlife Sanctuaries

- This sanctuary is located in **Tinsukia** district of Assam. It covers an area of 7.22 sq km.
- This sanctuary is the combination of three separate forests namely Bherjan, Borajan and Padumoni.

- **Important fauna** found here are Slow Loris, Assamese Macaque, Pig, Capped Langur, Hoolock Gibbon, Leopards, Wild Pigs, Giant Flying Squirrel, etc.
- **Birds** like Osprey, Kingfisher, Indian Pied Hornbill, Lineated Barbet, Woodpecker, Drongo, Common Mynah, Bulbul and varieties of Woodland Birds, etc. are found here.

Other Wildlife Sanctuaries in Assam

Name of the Wildlife Sanctuaries	Location (District)	Area in sq km	Establishment	Important Facts
Laokhowa	Nagaon	70.13	1979	• **Fauna** Rhinoceros, Wild Buffalo, Hogdeer, Barking Deer, Royal Bengal Tiger, etc.
Chakrasila	Kokrajhar	45.56	1994	• **Fauna** Indian Short Tailed Moll, Indian Flying Fox, Short Nosed Fruit-bat, etc. • **Birds** Lesser Whistling, Duck, Indian Pond, etc.
Panidehing	Sivasagar	33.93	1996	• **Birds** Bar-headed Goose, Grey-leg Goose, Spot Billed, Duck-mallard, Gadwall, etc.
Bardoibam Beelmukh	Lakhimpur, Dhemaji	11.25	1996	• **Flora** Tropical Moist Evergreen and Semi-evergreen Forests. • **Birds** Kingfisher, Teal, Pheasant Tailed, etc.
Sonai Rupai	Sonitpur	220.00	1998	• **Fauna** Tiger, Lesser Cats, Elephant, Gaur, etc. • **Birds** White-winged Wood Duck, Hornbill, Pelican, etc. • **Reptiles** Python, Russell's Viper, etc.
Nambor	Karbi Anglong	37.00	2000	• **Flora** Poma, Nahur, Bhelu, Gomari, Bonsom, etc. • **Fauna** Tiger, Elephant, Gaur, Bear, Sambar, etc. • **Birds** Quals, Hawk, Pigeon, etc. • **Reptiles** Python, Cobra, Monitor Lizards, etc.
East Karbi Anlong	Karbi Anglong	221.81	2000	• **Flora** Tiger, Elephant, Gaur, Sambar, Bears, etc. • **Birds** Woodland, etc. • **Reptiles** Python, Cobra, Monitor Lizards, Hill Tortoise, etc.
Nambor-Doigurung	Golaghat	97.15	2003	• **Fauna** Elephant, Stumped Tailed Macaque, Pig Tailed Macaque, Slow Loris, etc. • **Birds** White Winged Duck, Great Pied. • Hornbill, Wreathed Hornbill, Adjutant Stork, etc. • **Reptiles** Tortoise, Monitor Lizard, Python, etc.
Barail	Cachar, Karimganj	326.25	2004	• **Flora** Lachan Tropical Moist Evergreen and Semi-evergreen Forest. • **Birds** Lesser Adjutant Stork, White-backed Vultures, White-cheeked Hill Partridge, Mountain Bamboo Patridge, etc. • **Reptiles** Rock Python, King Cobra, Brown Hill Tortoise, Asian Leaf Turtle, etc.

Elephant Reserves in Assam

Elephant reserves in India are declared by the Government of India to demarcate large landscapes that hold elephants and their movements. There are 33 Elephant reserves in India, among which 5 are situated in Assam. These are as follows

Name	District	Area	Date of Declaration
Chirang-Ripu	Kokrajhar, Chirang, Baksa, Udalguri	2600.00	06-03-2003
Sonitpur	Sonitpur	1420.00	07-03-2003
Dining Patkai	Dibrugarh and Tinsukia	937.00	07-04-2003
Kaziranga-Karbi Anglong	Sonitpur, Nagoan, Golaghat and Karbi Anglong	3270.00	17-04-2003
Dhansiri-Lungding	Karbi Anglong, Nagoan and N.C.Hills	2740.00	19-04-2003

Wildlife Conservation

Wildilife conservation programmes running in Assam are as follows

Rhino Protection in Assam

- Kaziranga is the home land of world famous one-horned Rhinos in Assam. In order to protect the rhinoceros in Assam many strong steps have been taken by the Government of Assam.
- These steps are Constituting of Fast Track Courts, Formation of Anti Rhino Poaching Task Force, Deployment of Additional Forces, Used Unmanned Arial Aircraft (Drone), Modernisation of Arms and Ammunitions and Creation of Special Rhino Protection Force, etc.
- By these strong steps the poaching of one-horned Rhino in the state has decreased.
- In the year 2005, the Government of India launched Indian Rhino Vision, 2020. Kaziranga, Manas, Dibru Sikhowa and Orang National Parks, Pabitora, Laokhowa and Burachapori Wildlife Sancturies were the protected areas under this vision.

Project Elephant

- There are 33 Elephant Reserve located in India which are spreading in 15 states. As per Ministry of Environment and Forest and Climate Change there are 5 Project Elephant lies in Assam. They are located in Sonitpur, Dihing Patkai, Kaziranga, Dhanshiri, Lamding and Chirang Ripu.
- **Project Elephant** was launched in 1992 by the Government of India to provide financial and technical support of wildlife management.
- The project aims to ensure long-term survival of elephant in their natural habitats.

Project Tiger

- Assam has four tiger reserves namely Orang, Kaziranga, Manas and Nameri.
- Project Tiger was launched on 1st April, 1973 by the Government of India.
- The project aims at ensuring a viable population of Bengal tigers in their natural habitats.

Tiger Reserves in Assam

Tiger Reserve	Description
Manas Tiger Reserve	• Located on the bank of river Brahmaputra. • Established in 1990. • Located in Kamrup district of Assam. • **Fauna** Tiger, one-horned Rhino, Elephants, Goldon Langur, Gaur, Hispid Hare, etc.
Kaziranga Tiger Reserve	• Located on the bank of river Brahmaputra. • Located in Golaghat and Nagaon districts of Assam • It was declared as T. R. in 2007. • **Fauna** One-horned Rhino, Tiger, Gaur, Wild Buffalo, etc.
Nameri Tiger Reserve	• Located in foothills of Himalaya in Sonitpur district. • Kameng river flows in the South. • It share boundary with Pakke Tiger Reserve. • Nameri National Park and Sonai rupai Wildlife Sanctuary are the two core areas. • **Major Fauna** Tiger, Leopard, Sambhar, Dhole, Gaur, Clouded Leopard, Barking Dear, etc.
Rajiv Gandhi Orang Tiger Reserve	• Located at the bank of river Brahmaputra. • It is part of Indo-Burma Bio-diversity hotspot. • **Major Fauna** Indian Rhino, Pygmy Hog, Asian Elephant, Wild Water Buffalo, Gangetic Dolphin, Indian Pangalin, etc.

Multiple Choice Questions

1. In which year, Kaziranga Wildlife Sanctuary was elevated to a National Park? ***[APSC 2013]***
   (a) 1974 (b) 1975
   (c) 1976 (d) 1997
2. ...... National Park is famous for one-horned rhinoceros.
   (a) Kaziranga (b) Manas
   (c) Nameri (d) None of these
3. The name of the Manas National Park is derived from
   (a) Devi Manasa (b) Manas river
   (c) a village (d) None of these
4. The two UNESCO World Heritage Site in Assam. ***[APSC 2021]***
   (a) Nameri National Park and Dibru Saikhowa National Park
   (b) Kaziranga National Park and Manas National Park
   (c) Rajiv Gandhi Orang National Park and Hollongapar Gibbon Wildlife Sanctuary
   (d) Deepor Beel Wildlife Sanctuary and Dibru Saiknowa National Park
5. Which fish is known as 'Tiger of the Himalayan Rivers'?
   (a) Golden Masheer (b) Blacktip Shark
   (c) Spotted Seatrout (d) Hogfish
6. Which national park is famous for fishing related activities?
   (a) Nameri (b) Dibru-Saikhowa
   (c) Manas (d) None of these
7. The National Park of Assam where the rare white winged duck (deohanh) is found is ***[APSC 2009]***
   (a) Nameri (b) Dibru Saikhowa
   (c) Manas (d) Orang
8. Dibru Saikhowa National Park was designated as Biosphere Reserve in July ....
   (a) 1990 (b) 1992
   (c) 1993 (d) 1997
9. Dibru Saikhowa National Park is bounded by river Brahmaputra and river(s) ....
   (a) Lohit (b) Dibru
   (c) Dihing (d) Both (a) and (b)
10. Which is the oldest game reserve of Assam?
    (a) Nameri National Park
    (b) Orang National Park
    (c) Manas National Park
    (d) None of the above
11. Which national park is known as 'Mini Kaziranga National Park'?
    (a) Nameri
    (b) Manas
    (c) Orang
    (d) Dibru Saikhowa
12. Which national park has adopted the project 'Rhino Vision India'?
    (a) Manas (b) Kaziranga
    (c) Orang (d) Nameri
13. The Raimona National Park was declared as the latest national park on
    (a) 2nd October, 2020
    (b) 31st December, 2020
    (c) 5th January, 2021
    (d) 5th June, 2021
14. ...... Wildlife Sanctuary is located in the foothills of Himalaya in the Sonitpur district.
    (a) Bherjan-Borajan (b) Deeper Beel
    (c) Sonai-Rupai (d) None of these
15. Name the wildlife sanctuary in Jorhat district.
    (a) Deeper Beel (b) Hollongapar
    (c) Amcheng (d) None of these
16. Panidehing Birds Sanctuary is located in which of the following districts of Assam? ***[APSC 2013]***
    (a) Jorhat (b) Golaghat
    (c) Sivasagar (d) Dhemaji

17. Name the wildlife sanctuary which is the breeding ground of large whistling teal.
(a) Bordoibam Bilmukh Bird Wildlife Sanctuary
(b) Deeper Beel Wildlife Sanctuary
(c) Bornadi Wildlife Sanctuary
(d) None of the above

18. Which wildlife sanctuary is a part of Laokhowa Burachpori Ecosystem and is located in Sonitpur district of Assam?
(a) Chakrasila Wildlife Sanctuary
(b) Burachapori Wildlife Sanctuary
(c) East Karbi Anglong Wildlife Sanctuary
(d) Garampani Wildlife Sanctuary

19. Chakrasila Wildlife Sanctuary is famous for ....
(a) Bengal Tiger (b) Wild Buffalo
(c) Golden Langur (d) Hog Deer

20. The only Ramsar Site in Assam is ....
(a) Burha Chapori Wildlife Sanctuary
(b) Bornadi Wildlife Sanctuary
(c) Deeper Beel Wildlife Sanctuary
(d) None of the above

21. ....Wildlife Sanctuary harbours the world's highest density of one-horned rhinoceros.
(a) Pabitora (b) Hollongapar
(c) Panidehing (d) None of these

22. Which of the following wildlife sanctuaries is located in Udalguri district? ***[APSC 2018]***
(a) Chakrashila (b) Bornadi
(c) Amchang (d) Burachapori

23. ...... Wildlife Sanctuary is situated in the district of Nagaon and is a part of ecosystem of the region.
(a) Amcheng (b) Garampani
(c) Laokhowa (d) None of these

24. Which wildlife sanctuary is famous for waterfall and hot water spring?
(a) Borali (b) Bornadi
(c) Garampani (d) Dehing Patkai

25. Which wildlife sanctuary is located in Guwahati city, Kamrup district of Assam?
(a) Amchang Wildlife Sanctuary
(b) Barail Wildlife Sanctuary
(c) Bardoibann Bilmukh Bird Wildlife Sanctuary
(d) Bornadi wildlife sanctuary

26. ...... is under Dhansiri Lungding Elephant Reserve.
(a) Marat Longri Wildlife Sanctuary
(b) Deeper Beel Wildlife Sanctuary
(c) Hollongapar Wildlife Sanctuary
(d) None of the above

27. In which did Assam Government declare East Karbi Anglong as a wildlife sanctuary?
(a) 2001 (b) 2010
(c) 2000 (d) 2015

28. Which wildlife sanctuary is extremely important for the survival of the animals of Kaziranga National Park during floods?
(a) North Karbi Anglong Wildlife Sanctuary
(b) East Karbi Anglong Wildlife Sanctuary
(c) Sonai Rupai Wildlife Sanctuary
(d) None of the above

29. Name the wildlife sanctuary in Tinsukia district which is an ideal habitat for the primate species.
(a) Amcheng
(b) Borali
(c) Bherjan-Borajan
(d) Bornadi

30. Which of the following initiatives are a part of Rhino Protection in Assam?
(a) Constituting fast track courts
(b) Formation of anti rhino poaching task force
(c) Used unmanned arial aircraft
(d) All of the above

31. Which one of the following wildlife sanctuaries of North-East India is related with Project Tiger? ***[APSC 2021]***
(a) Dibru Saikhowa Wildlife Sanctuary
(b) Nameri Wildlife Sanctuary
(c) Sonia Rupai Wildlife Sanctuary
(d) Manas Wildlife Sanctuary

32. How many elephant reserves are located in Assam?
(a) 10 (b) 5
(c) 3 (d) 1

33. Which amongst the following are the Elephant Reserves in Assam?
(a) Chirag Ripu
(b) Sonitpur
(c) Dining Patkai
(d) All of the above

34. Which of the following statements are correct regarding Barail wildlife sanctuary of Assam?
(a) It is the combination of Borail Reserve forest and North Cachar Reserve forest.
(b) It is located in Cachar Dima Hasao district of Assam.
(c) Serow, Himalayan Black Bear, Langur, Gibbon, etc. are some important fauna found here.
(d) All of the above

35. Which of the following statements are true regarding Nambor wildlife sanctuary?
(a) It is located in Karbi Anglong district of Assam.
(b) Poma, Nahur, Bhelu, Gomari are important fauna found here.
(c) It covers an area of 37 sq km.
(d) All of the above

36. Match the following.

	List I		List II
A.	Amcheng Wildlife Sanctuary	1.	Dhubri
B.	Bherjan-Borajan Wildlife Sanctuary	2.	Guwahati
C.	Bordoibam Bilmukh Bird Wildlife Sanctuary	3.	Tinsukia
D.	Chakrasila Wildlife Sanctuary	4.	Dhemaji, Lakhimpur

Codes

	A	B	C	D
(a)	2	3	4	1
(b)	1	2	3	4
(c)	2	1	3	4
(d)	4	1	3	2

37. Match the following.

	List I		List II
A.	Hollongapar Wildlife Sanctuary	1.	Guwahati
B.	Laokhowa Wildlife Sanctuary	2.	Jorhat
C.	Nambor Wildlife Sanctuary	3.	Nagaon
D.	Pabitora Wildlife Sanctuary	4.	Karbi Anglong Autonomous District Council

Codes

	A	B	C	D		A	B	C	D
(a)	1	2	3	4	(b)	2	3	4	1
(c)	2	4	3	1	(d)	4	3	2	1

38. Which of the following national parks in India are World Heritage Sites? ***[APSC 2023]***
(i) Keoladeo National Park
(ii) Manas National Park
(iii) Nanda Devi Biosphere Reserve
(iv) Great Himalayan National Park

Select the correct answer using the codes below
(a) (i) (ii) and (iii) only (b) (ii) (iii) and (iv) only
(c) (i) (iii) and (iv) only (d) (i), (ii), (iii) and (iv)

39. Match the "Wildlife Sanctuaries (WLS) of Assam" (List-I) with the districts where these are located (List-II): ***[APSC 2023]***

	List I		List II
A.	Bordoibam Bilmukh Wildlife Sanctuary	1.	Lakhimpur
B.	Pabha Wildlife Sanctuary	2.	Dhemaji
C.	Pani Dihing Wildlife Sanctuary	3.	Sivasagar
D.	Gibbon Wildlife Sanctuary	4.	Jorhat

Codes

	A	B	C	D		A	B	C	D
(a)	1	2	3	4	(b)	2	3	4	1
(c)	2	1	3	4	(d)	3	2	1	4

Answers

1.	(b)	2.	(a)	3.	(b)	4.	(b)	5.	(a)	6.	(a)	7.	(a)	8.	(d)	9.	(d)	10.	(b)
11.	(c)	12.	(c)	13.	(d)	14.	(c)	15.	(b)	16.	(c)	17.	(a)	18.	(b)	19.	(c)	20.	(c)
21.	(a)	22.	(b)	23.	(c)	24.	(c)	25.	(a)	26.	(a)	27.	(c)	28.	(a)	29.	(c)	30.	(d)
31.	(d)	32.	(b)	33.	(d)	34.	(d)	35.	(d)	36.	(a)	37.	(b)	38.	(d)	39.	(a)		

CHAPTER 11

Agriculture and Irrigation in Assam

- Assam is predominantly an agrarian state as more than 70% of state's population is dependent over agriculture either directly or indirectly. Therefore, it is the backbone of the state's economy.
- As per Economic Survey 2021-22, the agriculture in Assam contributes about 20% revenue to the Gross State Domestic Product (GSDP).
- Assam occupies a geographical area of 7.8 million hectares, of which total land area under cultivation include is 29.77 lakhs hectares. Therefore people in Assam are engaged in intensive agricultural activities.

Agro-Climatic Zones of Assam

Assam is divided into six agro-climatic zones on the basis of **climatic elements, soil, cropping pattern** and **rotation**, etc. They are discussed below

- **Upper Brahmaputra Valley** This agro-climatic region include districts of Golaghat, Jorhat, Sivasagar, Dibrugarh and Tinsukia. It has a cropping intensity of 131% and has net cropped area of 6,20,320 hectare.
- **Central Brahmaputra Valley** This region includes only 2 districts which are Nagaon and Morigaon. The net cropped area in this region is 3,27,637 hectare. It has cropping intensity of 126%.
- **Lower Brahmaputra Valley** This region has the highest net cropped area i.e. 9,29,757 hectare. This region include districts of Dhubri, Kokrajhar, Bongaigaon, Goalpara, Borpeta, Nalbari, Baska and Kamrup. It has a cropping intensity of 150%.
- **North Bank Plain Zone** This region include district of Lakhimpur, Dhemaji, Sonitpur and Darrang. The net cropped area under agriculture is 5,36,598 hectare. It has a cropping intensity of 163%.
- **Barak Valley Zone** This region include districts of Cachar, Karimganj and Hailakandi. The net cropped area in this region is 2,41,715 hectare.
- **Hill Zones** This region include of Karbi Anglong and North Cachar Hills. This region has lowest net cropped area i.e. 1,54,570 hectare. However, it has the highest cropping intensity of 165%.

Cropping Seasons in Assam

Cropping season plays an important role in agricultural development of a region or a state as it is an important indicator to know the area under different crops at a particular period of time.

Cropping seasons of Assam are kharif, rabi and zaid. These are discussed below

- **Kharif Season** It starts with the onset of South-West monsoon in different parts of the country. The kharif crops are grown with onset of monsoon and these are harvested in autumn from July to October. The major kharif crops of Assam are sali and bao rice, jute and sugarcane.
- **Rabi Season** It begins in autumn and coincides with winters. Rabi crops are sown in winter from October to March and harvested in summer from April to June. The major rabi crops of Assam are ahu and boro rice, mustard, pulses and tobacco.
- **Zaid Season** It is a short summer cropping season in between the rabi and kharif seasons. In this season crops grown in between March to June after the harvesting of rabi crops. The major zaid crops of Assam are peas, potato, onion, cabbage, watermelon, pumpkin and cucumber.

Land Utilisation Statistics

Year	Gross Cropped area in hectare	Net area in lakh hectare	Intensity crop (%)
2017-18	40.45	27.23	148.54
2018-19	40.04	27.23	147.04
2019-20	40.05	27.09	147.84
2020-21	38.88	27.24	142.77
2021-22	38.72	27.49	140.83

**As per Economic Survey 2023-24*

Area and Production of Important Crops

Crop	**Area** (hect.)	**Production** (tonn.)
Autumn Rice	168	228
Winter Rice	1861	3767
Summer Rice	408	1132
Total Rice	2467	5127
Wheat	17	23
Pulses	146	108
Maize	31	91
Other cereals small millets	5	3
Total food grains	2667	5353
Oil seeds	338	204
Sugarcane	31	1207
Jute	75	803

Major Crops of Assam

As per the Economic Survey 2023-24, the food grain production in the state is showing increasing trend since 2011-12.

The total food grain production was 4678 thousand tonnes in 2021-22, which has increased to 6612 thousand tonnes in the year 2022-23.

Food Crops

Major food crops of Assam are discussed below

Rice

- Rice (Paddy) is the most important crops of Assam. As per Economic Survey 2023-24, the total area under rice is 23.08 lakh hectare.
- Assam is renowned worldwide due to its unique qualities of rice.
- It is grown in three hill districts of Assam i.e., Karbi Anglong East, Karbi Anglong West and Dima Hasao.

- In Assam, rice cultivation is done in different seasons and multiple varieties namely Autumn (Ahu) rice, winter (Sali) rice, Summer (Boro) rice are grown in the state.
- **Joha** rice is known for its aroma, delicate and excellent taste.
- **Bora** rice is very sticky and is used for preparing traditional dishes like Pitha, Hurum, etc.
- **Hybrid Rice** The Agricultural Department of Assam, has put special efforts to develop hybrid variety of rice in Assam. Different varieties of HYV rice grown in the state are Mala, IR-36, Lachit, Masuri, Joya, Ranjit, Ratna, China, Biplob, Krishna, etc. This is done on experimental basis.

Maize

- It is a crop which is used both as food and fodder. It is a kharif crop grown under semi-arid conditions and inferior soils.
- It requires deep loamy soil that is enriched with nitrogen.
- It grows well in plain areas and in plains with gentle slopes.
- As per Economic Survey 2023-24, the total Maize production in Assam was 429 thousand tonnes in the year 2022-23.

Pulses

- Pulses are grown in kharif as well as rabi seasons.
- Being leguminous crops all pulses crops except arhar help in restoring soil fertility by fixing nitrogen from the air. Therefore, these are mostly grown in rotation with other crops.
- Assam's share in India's pulses production is very negligible.

Cash Crops

Major cash crops of Assam are discussed below

Tea

- Assam is the single largest tea-growing region in India. It is known for producing high quality tea leaves.
- It requires warm and moist, frost free climate with temperature of more than 30°C. It requires rainfall of over 150-200 cm that is well distributed throughout the year in the most suitable factor for the growth of tea in Assam.
- According to Economic Survey of Assam 2023-24, total production of tea in Assam was 698.38 million kg during 2022-23.
- It is grown in 22 districts of the Assam. **Tinsukia**, **Dibrugarh**, **Golaghat**, **Sivasagar** and **Sonitpur** are main tea producing districts of Assam.
- In Assam, both orthodox as well as CTC (Crush, Tear, Curl) variety of tea is grown.
- The Black Tea produced in Assam is famous for its strong, bold, brisk, malty flavour and dark liquor.

Coffee

- Coffee is mainly cultivated in two districts of Assam namely Karbi Anglong and Dima Hasao. Arabica coffee is grown in Haflong and Robusta coffee is mostly cultivated in other districts.
- As per Economic Survey 2023-24, 37.50 metric coffee was produced in the year 2022-23.

Jute

- In India, after West Bengal, Assam is most favourable state for the cultivation of jute.

- In Assam, jute is mainly cultivated in **Nagaon**, **Morigaon**, **Goalpara**, **Dhubri** and **Barpeta** districts.
- Jute crop grows well in rainfed, moderate, warm humid atmosphere and sunshine conditions.
- The ideal temperature requirement for the growth of jute is 20° C to 40° C.
- It requires about 160-200 cm rainfall.
- Alluvial and loamy soils are best for jute cultivation.
- The stem of mature jute are kept generally under stagnent water for about 20 days.

Rubber Cultivation

- Rubber Cultivation is increasing in Assam as rubber has identified Assam as a 'Potential State' from the 'Productivity' point of view.
- Tropical climate with annual rainfall of 200-300 cm is suited for cultivation.
- The temperature required for the growth of rubber is ranged from 25°C-34°C with 80% of relative humidity.
- The main rubber producing districts of Assam are Goalpara, Karbi Anglong and Karimganj.

Horticulture in Assam

- Assam has a wide variety of horticultural crops such as fruits, vegetables, spices, potato and other tropical tuber crops, mushroom, ornamental, medicinal and aromatic plants, plantation crops, cashew, etc.
- The climatic conditions of Assam are conducive for the growth of these crops in the state.

Fruits and Vegetables in Assam

- Major fruit crops of the state are Banana, Pineapple, Papaya, Assam Lemon, Orange, Guava, Jack fruit and Mango.
- Good quality planting material for fruit crops is produced at **Byrmihat Nursery** in Guwahati.
- High value crops like Strawberry, Passion fruit and Apple ber are also becoming popular in the state.

Banana

- Assam is one of the most important banana producing state of India.
- Banana is produced in the districts of Goalpara, Nagaon, Sonitpur and foothills of Garo hills of Assam.
- At higher altitude of Assam, Hill banana is produced which is known as **Saapkal**. Other varieties of Banana grown in Assam are **Malbhog**, **Garo Moina**, **Kanaibansi**, **Jahaji** and **Bar Jahaji**.

Potato

- **Barpeta**, **Kokrajhar**, **Goalpara**, **Dhubri**, **Kamrup**, **Nalbari**, **Nagaon**, **Dibrugarh**, **Jorhat**, **Sivasagar**, **Darrang**, **Lakimpur** and **Sonitpur** are main potato producing districts of Assam.
- The most popular varieties of potato cultivated in Assam are **Kufri Jyati** and **Kufri Pukharaj**.

Mushroom

- Scope of Mushroom farming is huge in Assam. Shiitake (Lentinula Edodes) variety of mushroom only grows in the North-East region.
- Spawn production units are also started to provide quality spawn to mushroom growers.

Spices in Assam

- Turmeric, coriander and black pepper are the spices grown in Assam.
- As per Economic Survey 2023-24, the total production of spices was 4.29 metric tonnes in 2022-23.

- Black pepper cultivation is encouraged in the state as a cash crop.
- Under **Mini Mission II Scheme**, Horticulture Mission for North-East and Himalayan State (HMNEH) farmers growing black pepper are given financial aid.
- Black pepper cultivation is done in **Jorhat**, **Sivasagar**, **Dibrugarh** and **Karimganj** districts of Assam.

Floriculture

- Flowers like Marigold, Gerbera, Anthurium, Lilium and Tuber Rose, etc. are grown in Assam.
- Cultivation of Orchids is also encouraged since farming of flowers gives better returns.
- Assam government also implement 'State Floriculture Mission' with the outlay of 150 cr. It includes
  - area expansion
  - open flower cultivation
  - flower cultivation under protected condition

Coconut Cultivation

- Coconut cultivation is done in Assam on large scale.
- **Coconut Development Board** under the Laying Out of Demonstration Plot (LODP) Scheme is implemented to assist the coconut growers in Assam.

Honey Bee Rearing

- It is one of the important horticulture activity of Assam. In the last few years, as the demand of honey has increased in the national and international markets, the trend of beekeeping has spread across Assam, from low lying areas to hilly areas.
- Production of foods such as mustard, coconuts, areca nuts, litchis and mangoes has increased due to enhanced amount of bee rearing. Hence, beekeeping is helpful to beekeepers as well as other farmers.
- For increasing the rearing of honeybee colonies, Horticulture Department is advancing assistance to the honeybee keepers under HMNEH and National Bee Board Schemes.

Sericulture

- Sericulture in the Assam has been practised from the ancient times. The state produces the Muga, Eri, Mulberry and Oak Tassar silk.
- As per Economic Survey 2023-24, the total production of silk was 5549.61metric tonne in the year 2022-23.
- Muga is mainly produced in the districts of Kamrup, Goalpara, Udalguri, Kokrajhar, Tinsukia, Dibrugarh, Sivasagar, Jorhat, Golaghat, Lakhimpur and Dhemaji.
- Eri silk is produced across the state especially in Kamrup, Goalpara, Udalguri, Darang, Tinsukia, Dibrugarh, Sibsagar, Jorhat, Golaghat, Lakhimpur, Dhemaji, Nagaon, Morigaon, Darrang, Cachar, Karbi Anglong, N.C. Hills, Kokrajhar and Dhubri districts.
- Production of Mulberry silk has declined over the years and restricted to Jorhat, Golaghat, Sibsagar, Darrang, etc.
- Oak Tasar is confined to a very limited scale in North Cachar hills and Karbi Anglong districts.

Schemes to Promote Agriculture

In Assam, many schemes have been launched to promote agricultural productivity and double farmer's income. The schemes are as follows

Mukhya Mantri Krishi Sa Sajuli Yojana (MMKSSY)

- This scheme was launched by the Assam Government in 2018-19.
- It aims to increase the farm productivity in the limited land to meet the expanding demand of farm produce and ensure higher income for farmers.

Assam Farmers' Credit Subsidy Scheme

- Assam Farmers' Credit Subsidy Scheme (AFCSS) was launched in December 2018. It provided 25% reimbursement (subsidy) on short-term crop loans upto maximum cap of ₹ 25000.
- The objective of this scheme is to ease the burden on farmers to pay back loans and contributes towards the economic and social development of the farmers.

Assam Farmers' Interest Relief Scheme

- The Assam Farmers' Interest Relief Scheme (AFIRS) was launched in December 2018.
- Under this scheme, the government provided special support to the farmers by providing interest subvention of 4% on short-term crop loans up to a limit of ₹ 2 lakh.

Chief Minister Samagra Gramya Unnayan Yojana (CMSGUY)

- This scheme was launched by the then Chief Minister Sarbananda Sonowal on 5th February 2017 in Guwahati.
- The scheme is aimed at bringing the revolutionary changes in the villages of the state by doubling the farm income.
- This scheme is implemented through saturation model by covering each revenue village through focused interventions.
- Direct economic activities, logistic support including market linkages, and community support.
- Above focused intervention are aimed at in nine critical areas- Fishery mission, milk mission, organic mission, land management and conservation mission, road and broadband connectivity, semi-processing, processing and market linkage, youth-yoga sport mission and e-Gram mission by developing village knowledge centres.

Pradhan Mantri Fasal Bima Yojana (PMFBY)

- This scheme was launched in 2016-17 with an aim to benefit over 5.5 lakh farmers.
- The scheme started to provide insurance coverage and financial support to the farmers in the event of failure of any of the notified crops due to natural calamities, pests and diseases.
- In the year 2021, the scheme covered Kharif area of 311914.02 hectare and 606515 farmers.

National Mission on Oilseeds and Oil Palm (NMOOP)

- This mission has two sub-missions : Mini Mission I : Oil seeds and Mini Mission II : Oil palm.
- This mission is implemented in Assam since 2014-15 for the cultivation of oil seeds.
- Oil palm has been introduced on pilot basis in the districts of Kamrup and Goalpara.

Weather Based Crop Insurance Scheme (WBCIS)

- This scheme is implemented from 2013-14 in 20 states, including Assam.
- It provides protection to farmers against deficit or excess rainfall, humidity, very high or low temperature leading to crop damage.

Chief Ministers Special Floriculture Mission

- This scheme is specially launched for the small and marginal farmers of Assam.
- It was formulated in 2013-14 by the then Chief Minister Tarun Gogoi.
- Under the scheme, the area of flower cultivation is to be increased upto 5000 hectares and initate commercial cultivation of **Orchids, Anthurium, Gerbera, Marigold, Tuber Rose**, etc.

Bring Green Revolution to Eastern India (BGREI)

- This scheme was launched in Assam in 2010-11 as a sub scheme of Rashtriya Krishi Bima Yojana (RKBY) to achieve self sufficiency in production of food grains.
- For this several agricultural inputs are provided such as supply of improved seeds, fertilisers, technology equipment, etc.

National Agriculture Insurance Scheme

- It is implemented from 1999-2000 and covers the crop insurance of autumn, winter and summer rice, wheat, jute, oilseeds, potato and sugarcane.
- As per the scheme, the Agriculture Insurance Company of India Limited (AICIL) pays 100% permium amount.
- The scheme provides 10% subsidy to small and marginal farmers.

Organic Farming

- Department is encouraging organic farming for production of horticultural crops through the schemes HMNEH and MOVCD (Mission Organic Value Chain Development).
- Farmers are encouraged to adopt technologies and certification of organic farming.

Irrigation in Assam

- Agriculture is the most dominant economic activity in the state, therefore, irrigation becomes quite important. Assam receives sufficient rainfall throughout the year still due to topographical and infrastructural issue people face shortage of water for irrigation.
- The importance of irrigation was felt by the Government of Assam during 1970s and separate Irrigation Department was created in the year 1974 by bifurcating it from the erstwhile department.
- As per Economic Survey 2023-24, out of the total geographical area of 78.44 lakh hectare the gross cropped area of the state is 3872 lakh hectare and the net sown area is 2749 lakh hectare for 2021-22. The ultimate irrigation potential of the state is estimated at 27 lakh hectare.

Sources of Irrigation in the State

In Assam, different system of irrigation are practised across the state, depending on the requirement and topography of the region.

Some popular irrigation source of the state are discussed below

Surface/Flow Irrigation System

This type is done by constructing diversion across the river to pass water through canal system by surface gravity flow.

Lift Irrigation System

This type is also taken up on surface water sources by lifting of water by pump from river, lake or pond, etc. and water is passed through canal system.

Ground Water Irrigation System

This type is done on lifting ground water by installing Deep Tube wells or Shallow Tube wells and drawing water to the crop field through canal or through over ground flow or underground network of pipe.

Drip Irrigation System

Drip irrigation system delivers water to the crop using a network of mainlines, sub-mains and lateral lines with emission points spaced along their lengths. It is considered as the most efficient method of irrigation in the state of Assam.

Dug-well

It covers ordinary open wells of varying dimension dug or sunk from the ground surface into water bearing stratum to extract water for irrigation purposes.

Shallow Tubewell

It consists of a bore hole built into ground with the purpose of tapping ground water from porous zones.

Deep Tubewells

These are located in an area where groundwater conditions are not suitable for suction mode.

Major Medium and Minor Irrigation Projects

In Assam, out of the gross cropped area of 40.87 lakh hectare of the state, 10.07 lakh hectare (24.64%) are covered as irrigation potential by the Irrigation Department till 2020 under the ongoing irrigation schemes.

Out of 10.07 lakh hectare of irrigation potential created, 2.85 lakh hectares are covered through both major and medium irrigation projects and the rest 7.38 lakh hectare through minor irrigation schemes.

Tanks in Assam

- Tanks in Assam are artificial lakes and ponds that are owned by individuals or community.
- The highest number of tanks are observed in **Sivasagar** district followed by Kamrup and Sonitpur.

Some of the important tanks are discussed below

Joysagar Tank

- It is also known as Joysagar Borpookhuri located in Sivasagar district of Assam.
- It is believed to be **one of the largest man made tanks** and covers an area of 318 acres.
- It was constructed by Ahom King Rudra Singha in memory of his mother Joymoti Konwari.

Sivasagar Tank

- This tank is also known as **Borpukhri** or large pond and is a historic landmark of Sivasagar district. It is spread over an area of 130 acres.
- It was constructed by **Queen Ambika**, wife of Ahom King Shiva Sangha in 1734.
- The migratory birds come here during the winter season.

Government Initiatives to Promote Irrigation

- Apart from implementing Union Government schemes, the State Government has also launched many initiatives to promote irrigation facilities.
- Some of the important irrigation promoting schemes are discussed below

Har Khet Ko Pani

- This scheme is launched in 2015 by the Irrigation Department of the Government of Assam. It has improved farm productivity and ensured better utilisation of water resources.
- The scheme provides irrigation facilities to around 1.4 lakh agricultural lands in the state.

Assam Bikash Yojana

- This project is in progress, it was taken up in 2016-17.
- Under this scheme, medium irrigation project i.e. **Rupahi irrigation project** and several minor irrigation projects were selected for improvement.
- This scheme was taken up at a cost of 2.47 crore to restore lost potential of 5668 hectares.

Command Area Development and Water Management (CADWM)

- It is a centrally sponsored programme launched in state in 1974-75.

- Its main objective is to bridging the gap between potential created and potential utilised through efficient transportation of irrigation water upto farmer's field.

Minor Irrigation Sectors

- In 2016-17, Accelerated Irrigation Benefit Programme (AIBP), received a sanction to improve 267 number of minor irrigation projects to achieve a target of 6775 hectares.

Pradhan Mantri Krishi Sinchayee Yojana

- It was launched on Ist July, 2015 by the Government of India. Under this scheme, the Centre- States will contribute 75:25 per cent. In the case of the North-Eastern region and hilly states, it will be 90:10.
- Assam Government has implemented this scheme with the aim of achieving remarkable success in improving efficiency of irrigation in the state.

Per Drop More Crop

- It was launched on 1st July, 2015. It focuses on enhancing water use efficiency at farm level through Micro Irrigation technologies i.e. **Drip** and **Sprinkler** irrigation systems.
- Drip micro irrigation technique not only helps in water saving but also in reducing fertiliser usage, labour expenses and other input costs.

Multiple Choice Questions

1. Assam is divided into how many climatic zones on the basis of climatic elements, soil, cropping patterns and rotation etc?
(a) 6 (b) 4
(c) 2 (d) 3

2. The agro-climatic zones are mainly categorised on the basis of ....
(a) cropping pattern
(b) climate
(c) soil
(d) All of the above

3. The agro-climatic region of upper Brahmaputra valley includes which of the following districts?
(a) Golaghat
(b) Jorhat
(c) Sivasagar
(d) All of the above

4. Nagaon and Morigaon districts of Assam are included under which one of the following agro-climatic zones?
(a) North Bank Plain Zone
(b) Upper Brahmaputra Valley
(c) Central Brahmaputra Valley
(d) Barak Valley Plain

5. In the given agro-climate zones of Assam, which one has highest net cropped area?
(a) Lower Brahmaputra Valley
(b) Central Brahmaputra Valley
(c) Upper Brahmaputra Valley
(d) Barak Valley Zone

6. Which of the following districts are included in North bank plain zone?
(a) Karimganj (b) Lakhimpur
(c) Dhubri (d) Hailakandi

7. Which one of the following districts is included under Hill Zone?
(a) Chirang (b) Goalpara
(c) Barpeta (d) Karbi Anglong

8. Which of the following agro-climatic zones of the Assam has lowest area under agriculture?
(a) Barak Valley Zone
(b) North Bank Plain Zone
(c) Hill Zone
(d) Upper Brahmaputra Valley

9. The Cropping intensity in Assam is highest in which agro-climatic zone?
(a) Central Brahmaputra Valley
(b) Hill Zone
(c) Upper Brahmaputra Valley
(d) Barak Valley Plain

10. There are how many cropping seasons?
(a) 1 (b) 2 (c) 3 (d) 4

11. In which of the following seasons, peas, potato and onion are grown in Assam?
(a) Kharif (b) Rabi
(c) Zaid (d) None of these

12. Which is the most important crop of Assam?
(a) Wheat (b) Rice
(c) Barley (d) Pulses

13. What amount of mean annual rainfall is required for the cultivation of rice crop?
(a) Less than 100 cm
(b) More than 200 cm
(c) Between 150-180 cm
(d) 125 cm to 200 cm

14. Sali, Ahu and Bao are varieties of which crop?
(a) Rice (b) Jute (c) Wheat (d) Pulses

15. .... rice is known for its aroma, delicate and excellent taste.
(a) Bora (b) Joha
(c) Sali (d) Bao

16. Which of the following crops is used as both food and fodder and is a Kharif crop grown under semi-arid conditions and inferior soils in Assam?
(a) Barley (b) Pulses
(c) Wheat (d) Maize

17. Which of the following crops are grown as both Kharif as well as Rabi crops in Assam?
(a) Maize (b) Wheat
(c) Pulses (d) Barley

18. Name the main cash crop of Assam is ....
(a) Jute (b) Tea
(c) Both (a) and (b) (d) Oil seeds

19. .... is the single largest tea growing region in India.
(a) Assam (b) West Bengal
(c) Karnataka (d) Uttarakhand

20. Coffee is produced in which of the following districts of Assam?
(a) Dima Hasao and Karbi Anglong
(b) Golaghat
(c) Dibrugarh
(d) Tinsuka

21. Which of the following climatic conditions is/are required for the cultivation of jute?
(a) Warm humid temperature
(b) Alluvial and loamy soil
(c) 160-200 cm rainfall
(d) All of the above

22. Which of the following crop has identified Assam as a potential state from productivity point of view?
(a) Pulses (b) Tea
(c) Coffee (d) Rubber

23. Which of the following are the main rubber producing areas of Assam?
(a) Goalpara (b) Karbi Anglong
(c) Karimganj (d) All of these

24. Which of the following is not important potato producing district of Assam?
(a) Barpeta (b) Jorhat
(c) Karbi Anglong (d) Darrang

25. Which of the following spice is grown as cash crop in Assam?
(a) Turmeric (b) Black Pepper
(c) Coriander (d) Chilli

26. Which of the following types of silks are produced in Assam?
(a) Muga (b) Eri
(c) Mulberry (d) All of these

27. Eri silk is produced in which of the following regions in Assam?
(a) Kamrup (b) Goalpara
(c) Dibrugarh (d) All of these

28. Assam farmer's credit subsidy scheme was launched in which year?
(a) 2018 (b) 2020
(c) 2015 (d) 2019

29. Assam's Farmers' Interest Relief Scheme was launched by the Assam Government in which year?
(a) 2018 (b) 2019
(c) 2020 (d) 2017

30. How much loan is granted unders the Assam Farmers' Interest Relief Scheme?
(a) ₹ 1 lakh (b) ₹ 2 lakh
(c) ₹ 3 lakh (d) ₹ 4 lakh

31. How much subsidy is provided to small and marginal farmers under national agriculture insurance scheme
(a) 10% (b) 20%
(c) 30% (d) 15%

32. Weather based crop insurance scheme was launched in which year in Assam?
(a) 2010 (b) 2013-2014
(c) 2015 (d) 2020

33. In which year, separate department for irrigation was created by Assam Government?
(a) 1770 (b) 1974
(c) 1980 (d) 1982

34. Which one of the following irrigation systems is considered as most efficient?
(a) Lift Irrigation System
(b) Drip Irrigation System
(c) Flow Irrigation System
(d) Tubewell Irrigation System

35. Pradhan Mantri Krishi Sinchayee Yojana was launched in which year?
(a) 2014 (b) 2015
(c) 2016 (d) 2017

36. Which of the following irrigation scheme focuses on enhancing water use efficiency through drip and sprinkler irrigation systems?
(a) Per Drop More Crop
(b) Pradhan Mantri Krishi Sinchayee Yojana
(c) Har Khet ko Pani
(d) Participatory Irrigation Management

37. Har Khet Ko Pani scheme was launched in which year?
(a) 2020 (b) 2015
(c) 2010 (d) 2017

38. How many minor irrigation projects has been sanctioned to accelerated irrigation benefit programme in Assam in 2016-17?
(a) 260 (b) 267
(c) 250 (d) 300

39. Command Area Development and Water Management (CADWM) was launched in which year?
(a) 1970-71 (b) 1971-72
(c) 1972-73 (d) 1974-75

40. Which of the following statements are correct regarding the production of bananas in Assam?
(a) Assam is one of the most important bananas producing state of India.
(b) Hill banana known as Saakpal.
(c) Banana is produced in districts of Goalpara, Nagaon, Sonitpur.
(d) All of the above

41. Consider the following statements regarding coconut and mushroom production in Assam.
(i) Coconut Development Board under the Laying Out Demonstration Plot scheme is implemented to assist coconut cultivators in Assam.
(ii) Shiitake variety of mushroom grows only in North-East region.
(iii) Spawn production units are also started to provide better quality spawn to mushroom growers.

Choose the correct statements from the codes given below
(a) (i) and (ii) (b) (ii) and (iii)
(c) (i) and (iii) (d) All of these

Answers

1. (a)	*2. (d)*	*3. (d)*	*4. (c)*	*5. (a)*	*6. (b)*	*7. (d)*	*8. (c)*	*9. (b)*	*10. (c)*
11. (c)	*12. (b)*	*13. (d)*	*14. (a)*	*15. (b)*	*16. (d)*	*17. (c)*	*18. (c)*	*19. (a)*	*20. (a)*
21. (d)	*22. (d)*	*23. (d)*	*24. (c)*	*25. (b)*	*26. (d)*	*27. (d)*	*28. (a)*	*29. (a)*	*30. (b)*
31. (a)	*32. (b)*	*33. (b)*	*34. (b)*	*35. (b)*	*36. (a)*	*37. (b)*	*38. (b)*	*39. (d)*	*40. (d)*
41. (d)									

CHAPTER 12

Animal Husbandry in Assam

- Animal husbandry is one of the important sector of Assam. It create opportunities for boosting up major livestock products.
- The Animal Husbandary Department of Assam has been implementing various development and health oriented schemes in the state.

Livestock

- Animal rearing is one of the most important economic activities in the rural areas of Assam, which contributes significantly to the state's economy. The livestock of Assam act as a source of protein in the form of milk, egg and meat.
- As per Economic Survey 2023-24, 1070 million litres milk and 57.78 million tonnes of meat produced in the state.

20th Livestock Census

Livestock	Population
Total Cattle	109.09
Crossbreed Cattle	07.69
Indigenous Cattle	101.40
Buffaloes	04.22
Sheep	03.32
Goat	43.15
Pigs	20.99
Duck	120.19
Poultry	331.06
Horse and Poines	0.127

Poultry

- As per the 20th Livestock Census, Assam has 7th largest poultry population in the country.
- The famous breeds of birds in Assam are **Miri, Daothaigir, Kamrupa, Kalinga Brown, Pati Duck** and **Vanaraja.**
- Duck farming is traditionally popular in Assam. The hot and humid climatic condition of Assam along with extensive availability of waterbeds like ponds, river, marshy wetlands, etc. provide different natural foods for ducks.

Pigs

- Assam is the largest producer of pigs in India.
- The population of pigs in the state is **20.99 lakh** as **per the 20th Livestock Census.**
- Pigs are reared predominantly by the Mishing and Bodo communities.
- In Assam Desi, Doom and Local Pigs are found.
- The 'Desi' pigs are poor in productive and reproductive efficiency. There is tremendous scope of improvement of this 'Desi' pigs by crossing with exotic pigs like Hampshire, Berkshire, etc. in Assam.
- Doom pigs are found in Dhubri, Bongaigaon and Kokrajhar districts of Assam.
- Local pigs are small sized but are highly adaptable to the harsh management conditions.

Goats

- In Assam, goat farming is famous in the plains of the Brahmaputra and Barak valley and in the hilly tract of Dima Hasao and Karbi Anglong.
- Goat farming is highly profitable in Assam as the feed coast is low. Apart from local breeds, **Sirohi** and **Beetal breed** goat is also reared in Assam.
- In Assam, hill goats are also found which are mostly white with occasional black patches on backline and legs.
- These goats are short legged with small body. These goats are reared mainly for meat.

Fisheries

- Fishery sector occupies a major place in state's economy due to the state's vast water resources which includes two major river systems, wetlands, tanks, ponds and marshy areas.
- As per Economic Survey 2023-24, the production of fish in the state is 4.44 lakh metric tonnes.
- The riverine fisheries are managed under Assam Fisheries Development and Corporation Limited, Fisheries Administrative Departments and Cooperative societies.
- Eight hygenic fish markets have been constructed at **Sulung** (Nagaon), **Cachar** (Silchar), **Adabari,** (Guwahati), **Jorhat, Lakhimpur, Karimganj** and **Darrang** district of Assam.

Fishery Infrastructure in Assam

Eco Hatcheries Department	22
Private Hatcheries	500
Department Farms	107
Fisheries Training Centre	9
Hygenic Fish Market	8

Sources Assam Economic Survey 2023-24

Fisheries Scheme in Assam

- **Pradhan Mantri Matsya Sampada Yojana (PMMSY)** This scheme was started in 2015-16 by the Government of India. The components of this scheme are construction of new pond (Government and Private), Renovation of existing pond, establishment of fish seed hatchery, fish feed mill, supply of inputs, fishery related infrastructure development.
- **Kisan Credit Card (KCC) To Fish Farmers** The Union Government, in the budget of 2018-19 had announced their decision to extend the facility of Kisan Credit Card.
- They decided to help them in providing loan from commercial bank, RRBs, Small Finance Banks and Cooperatives for readily purchasing pisciculture inputs such as fish seed, fish feed, lime, medicines, etc to the farmers of animal husbandry and fisheries.

Fishery Mission Society

- It is an autonomous Society under the administrative control of Mega Mission Society for Chief Minister Samagra Gramya Unnayan Yojana (MMSCMSGUY) and Fisheries Department, Government of Assam.
- It is formed with an objective to contribute to achieve the goal of double the farm income of fish farmers in Assam in terms of fish and fish seed production by developing existing water resources.

Dairy Development in Assam

- Dairy development projects in Assam were initiated from the Second Five Year Plan. Its aim was to generate rural employment opportunities and to provide quality milk at reasonable price in Urban areas.

- The dairy development projects were carried by the Department of Animal Husbandry and Veterinary Department till 1982. After that a separate department, called Directorate of Dairy Development was created.
- Some of the project based on dairy development are discussed below

Integrated Dairy Development Project Phase-I

- Under Integrated Dairy Development Project (IDDP), Phase-I, **Tezpur Dairy Plant, Silchar Dairy Plant** and **Sarbhog Chilling Plant** have been completed.

Intensive Dairy Development Project Phase - II

- It is a centrally sponsored project for the upper Assam districts.
- This scheme is implemented in **Jorhat, Dibrugarh** and **Tinsukia** districts of Assam.
- The project has a 100% grant from Department of Animal Husbandry and Dairying, Ministry of Agriculture, Government of India.
- The proposal for implementation of this project is also sent in Jorhat, Golaghat, Nalbari and Kamrup (Metro) by West Assam Milk Union (WAMUL).

WAMUL

- West Assam Milk Producers Co-operative Union Ltd. (WAMUL), is the largest and most active dairy units in the North-East India.
- It came into existence in 1976 in the districts of **Nagaon, Marigaon, Goalpara, Nalbari** and **Kamrup** of Assam.
- It was set up under the **Operation Flood Program** of National Dairy Development Board for dairy development in Assam. It sells its milk and dairy products under the brand name **Purabi**.

Government Initiatives in Animal Husbandry

The Government has taken various initiative in the field of animal husbandry in Assam which are as follows

Co-ordinated Cattle Breeding Project

- This project is run by Central Government in Assam.
- It was launched to infuse superior germ plasm into the indigeneous breeds having low productivity.
- By artificial insemination, its aim is to raise high yielding varieties of livestock specially cattle to reduce the gap between demand and supply of milk.

Frozen Semen Stations

- To upgrade the local indigenous cattle, frozen semen station, is operating in Khanapara near Guwahati since 1968-69.

Rural Backyard Poultry Development Programme

- This scheme was launched in North-Eastern states in 1999-2000.
- Under this scheme, one time asistance is provided to strengthen the farms for hatching, breeding and rearing of the birds.

Assistance to Poultry Farms

- The aim of this scheme is to give 100% assistance to state run poultry and duck farms.
- Under this scheme, provision of feed mill, hatching, breeding, rearing of birds, quality monitoring and in house disease diagnostic facilities are given.

Integrated Sample Survey

- This scheme is started to estimate the total production of milk, egg and meat in the state of Assam.
- Under this scheme, grants in the proportion of 90:10 is provided to the state.

National Livestock Mission (NLM)

- It was launched in Assam in 2014-15 for the development of animal husbandry.
- This scheme is formulated by merging seven centrally sponsored schemes which are Central Fooder Development Organisation, Central Sheep Breeding Farms, Poultry Development, Piggery Development, Poultry Venture Capital Fund, Salvaging and Rearing of Male Buffalo Calves and Integrated Development of small Ruminants and Rabbits.

Assistance to States for Control of Animal Diseases (ASCAD)

- This is a joint scheme of Government of India in Assam on 75:25 basis. It is started to eradicate the diseases of birds and animals in the state.

Foot and Mouth Disease-Control Programme (FMD-CP)

- This program is implemented in Assam from 2017-18 for prevention of economic losses due to foot and mouth disease and to develop herd immunity.
- It is implemented in 15 districts of Assam and also aims to expand it in other districts also.
- Under this scheme, special emphasis is given on half yearly vaccination of cattle and buffalo population.

Rashtriya Krishi Vikas Yojana

- This scheme was launched in the year 2007-08 under the Department of Agriculture and Cooperation.
- The objective of this scheme is to increase the productivity of agriculture crops, increase farm income with the aim of minimum 4% annual growth in agriculture. Under this following are the services that provided
  - Cattle breeding
  - Goatery development
  - Piggery development

Assam Dhenu

- This is an Integrated Department Management System that is automating functional and administrative activities.
- This helps in fast tracking of animal diseases, provide effective animal health care services, improve breeding techniques and ensure better animal husbandry practices.

Assam Livestock Development Agency (ALDA)

It is a state agency of Assam, set up in 2004 with the objective to strengthen and streamline the existing frozen semen and liquid nitrogen distribution network. It also aims to expand the state cattle breeding network. The Assam Livestock and Poultry Corporation (ALPC) is also developed on the same lines as ALDA.

Multiple Choice Questions

1. As per the 20th Livestock Census, Assam has .... largest poultry population in the country.
(a) 4th (b) 7th
(c) 8th (d) 9th

2. Miri, Daothaigir, Kalinga Brown are famous breed of which livestock in the state of Assam?
(a) Pig (b) Goat
(c) Birds (d) Buffaloes

3. .... pigs are found in the Dhubri, Bongaigaon and Kokrajhar districts of Assam. These are black in colour and have a short, concave snout.
(a) Kamrupa (b) Luit
(c) Vanaraja (d) Doom

4. Name the famous goat breed in Assam which are mostly white with occasional black patches on backline and legs.
(a) Hill goat
(b) Valley goat
(c) Sirohi
(d) Vanaraja

5. How many hygienic fish markets have been established in Assam?
(a) 9 (b) 10
(c) 8 (d) 2

6. Which of the following five year plan initiated dairy development in Assam?
(a) 1st five year plan
(b) 2nd five year plan
(c) 3rd five year plan
(d) 4th five year plan

7. Which of the following dairy plants have been completed under phase I of integrated dairy development project?
(a) Tezpur Dairy Plant
(b) Silchar Dairy Plant
(c) Sarbhog Chilling Plant
(d) All of the above

8. The phase II of intensive dairy development project in being implemented in which districts of Assam?
(a) Jorhat (b) Dibrugarh
(c) Tinsuka (d) All of these

9. Which of the following animal husbandry project was launched to infuse superior germ plasm into indigenous breeds having low productivity?
(a) Co-ordinated cattle breeding project
(b) Frozen semen stations
(c) Rural backyard poultry development programme
(d) None of the above

10. Where is the frozen semen station of animal husbandry located in Assam?
(a) Khanapara (b) Dibrugarh
(c) Tezpur (d) Golghat

11. Which of the following facilities are given under Assistance to Poultry farm scheme?
(a) Feed mill
(b) Hatching
(c) Brooding rearing of birds
(d) All of the above

12. In which year National Livestock Mission was launched in Assam?
(a) 2010 (b) 2011-12
(c) 2014-15 (d) 2017-18

13. Foot and Mouth Disease Control Programme is implemented in how many districts of Assam?
(a) 14 (b) 20
(c) 15 (d) 5

14. Which of the following services are provided Assam Dhenu in Assam?
(a) Fast tracking of animal disease
(b) Providing effective animal health care services
(c) Improving breeding technique
(d) All of the above

15. Where have the fish markets been established in Assam?
(a) Sulung
(b) Cachar
(c) Adabari
(d) All of the above

16. Which of the following steps are initiated in Assam for dairy development?
(a) Formation of new dairy cooperation societies.
(b) Enforcement of legal provisions relating to milk and milk products.
(c) carrying out research and development activities.
(d) All of the above

17. What is the share of central government funds in assistance to states for control of Animal diseases?
(a) 75% (b) 50%
(c) 60% (d) 40%

18. Which of the following services are provided under Krishi Vikas Yojana in Assam?
(a) Cattle breeding
(b) Goatery development
(c) Piggery development
(d) All of the above

19. Consider the following statements regarding WAMUL (West Assam Milk producers Cooperative Union Limited).
(i) It was set-up under operation flood program of national dairy development Board.
(ii) WAMUL sells its products under brand name FURABI.
(iii) It was established in 1976.
Choose the correct option from the codes given below
(a) (i) and (ii) (b) (ii) and (iii)
(c) (i) and (iii) (d) All of these

Answers

1. (b)	*2. (c)*	*3. (d)*	*4. (a)*	*5. (c)*	*6. (b)*	*7. (d)*	*8. (d)*	*9. (a)*	*10. (a)*
11. (d)	*12. (c)*	*13. (c)*	*14. (d)*	*15. (d)*	*16. (d)*	*17. (a)*	*18. (d)*	*19. (d)*	

CHAPTER 13

Industries in Assam

Assam has a vibrant industrial base. From the oldest tea industry its industrial infrastructure spreads across large number of industries which consist of tea, rubber, jute, paper, food processing, silk, handicrafts, plastic, information technology, medicinal, small scale units, etc. In order to encourage trade with the neighbouring countries industrial infrastructure have been developed in many districts of Assam.

Key Industries of Assam

The rich natural resources of Assam are ideally suited for the growth of industrial sector. Agro-based, plastic, metal and craft industries are among the key industries of Assam.

Agro-based Industries

Agriculture is the main occupation of the state. Agricultural products act as raw materials for many type of industries like tea, jute, food processing, etc. These are discussed as follows

Tea Industry

- Tea industry is the largest agro based industry of Assam.
- **Assam tea** has deep amber coloured known for its strong and malty taste.
- In 1823, Robert Bruce discovered tea plants growing wild in Upper Brahmaputra Valley. These plant specimens were given to the Botanical garden in Calcutta for testing by David Scott. This led to the discovery of Assam Tea.
- A tea garden was started by the East India Company in 1833 in the erstwhile Lakhimpur district.
- The first Indian tea was sent to London (UK) for public sale in 1838 and with its arrival the commercial circle of the city took a keen interest in tea plantations in Assam and a company known as the **Assam Company** was formed in 1839. It is still functioning.
- It was the first company in India to undertake the commercial production of tea.
- It was officially come into effect in the year 1845.
- The second important tea company namely the **Jorhat Tea company** was formed in 1859.
- The first Indian to start tea plantation was **Maniram Dewan.**
- The first Indian Superintendent of tea industry was **Someswar Sharma** of the Manband Tea Company.
- As per the State Economic Survey 2022-23 the total production of tea was 391910 thousand kg till August 2023.
- **Dibrugarh** is known as the **Tea city of India.**

- Assam has approximately 765 big grower tea estates. **Dibrugarh, Tinsukia, Sivasagar, Sonitpur, Jorhat** and **Darrang** situated in upper Assam are best known as the tea producing districts of Assam.
- In 1911 with a view to carry on research on cultivation and manufacture of tea, the Toklai Research Station was established in Jorhat district of Assam.
- Tea trading in Assam and other North-Eastern states is done by **Guwahati Tea Auction Centre.** It was established in 1970.
- Assam tea is exported to **Europe, Middle East countries, Pakistan, Egypt, Japan** and **Israel.**
- **Tea Research Centre of Assam** (Tocklai) is situated in Jorhat district of Assam.

▲LABOUR WORKING IN A TEA GARDEN OF ASSAM

Rubber Industry

- Rubber plantation has gained popularity in Assam due to pleasant climatic conditions in the state.
- Assam has been identified as the potential state from the rubber's productivity point of view in the state. As per Economic Survey 2023-24, the production of rubber in Assam was 56848 metric tonnes.

First-ever GM rubber planted in Assam

- The world's first Genetically Modified (GM) rubber plant was developed by Rubber Research Institute and it was planted in Assam on 21st June, 2021. The plant was developed at the Kerala-based Rubber Research Institute of India (RRII).
- The rubber plant is the first of its kind developed exclusively for this region and is expected to grow well under the climatic conditions of the mountainous North-Eastern region.
- The GM rubber has additional copies of the gene MnSOD (Manganese containing Superoxide Dismutase) inserted in the plant, which is expected to tide over the severe cold conditions.

Jute Industry

- Jute is mainly produced in **Darrang, Barpeta, Goalpara, Dhubri, Nagaon** and **Morigaon** districts of Assam.
- Assam is the **third largest jute** producing state of India.
- There are two composite jute mills operational in Assam which are **Assam Cooperative Jute Mills Ltd.** and **Atlanta Modular Pvt Ltd.**
- Assam Co-operative Jute Mill Ltd. was commissioned in 1970 at Silghat of Nagaon district of Assam.
- Assam Cooperatine jute mill is the only jute mill in the country in co-operative sector.
- Atlanta Modular Pvt Ltd. was established in 1997 at West Boragaon in Guwahati, Assam.

Paper Industry

- Assam has two paper mills namely Cachar Paper Mill, Panchgram and Nagaon Paper Mill, Jagiroad. Both these mills comes under Hindustan Paper Corporation Ltd. These mills are presently inoperational.

Food Processing Industries

- The potential for food processing industries in Assam is very high. The net cultivable area of Assam is 28.11 lakh hectares out of which 88% of the total land is available for cultivation.
- The economy and employment opportunities of the state has increased through Mega food pack in **Nalbari** district of Assam.

Silk Industry

- Silk industry of Assam is mainly active in homes and it is a major part of the cottage industry.
- **Assam is the largest producer of Muga silk** in the world. Other silk produced in the state are Eri, Mulberry and Oak Tassar.
- Assam contributes 85% and 62% of country's total Muga and Eri production respectively.
- Muga silk was the **state's first product to get Geographical Indication** (GI) **tag in** the year 2007.
- Oak Tassar is also produced in the Karbi Anglong and Dima Hasao district of Assam.
- The Sericulture Department has started **Muga Research Sub-Station** in Dakuakhana to conduct research work on Muga silk.

Oil Industries in Assam

Digboi Refinery

- **This is the first refinery of India** and the oldest running refinery of the world. Digboi refinery lies in the Upper Assam district of Tinsukia.
- Peteroleum was first extracted from Digboi in 1889 with the help of **Assam Railways** and **Trading Company** (AR and T Co.). It was set-up by Assam Oil Company in 1901 at Digboi.
- It is also called 'Gangotri of the Indian hydrocarbon sector.'
- In 1921, it was takeover by Burma Oil Company and refinery was completely rebuilt in 1923. It was due to a major discoveries of crude oil in **Maharpatia**.
- On 14th October, 1981, Digboi refinery along with the marketing function of Assam Oil Company was given to **Indian Oil Corporation Limited** by the Government of India Act. It became Assam Oil Division (AOD) of Indian Oil Corporation Ltd.
- Digboi Oil Centenary Museum is also situated in the oil city Digboi.

▲A VIEW OF OIL CENTENARY MUSEUM

Noonmati Refinery

- It was opened in 1962 in the **Noonmati** area of Guwahati. It was set-up in collaboration with the Government of Romania and Government of India.
- It is now operated by Indian Oil Corporation Limited.
- The refinery produces High Speed Diesel (HSD), Lubricant, Kerosene, Wax, LPG, Nephta, Motor Spirit, Aviation Turbine Fuel, Coke, Sulphur, etc.
- Due to irregular supply of indigenous Assam crude oil, Guwahati refinery now processes low sulphur imported crude along with Assam crude.

- In Guwahati refinery, low sulphur imported crude comes from Barauni refinery of Bihar.
- The main motto of the Guwahati refinery is 'Prakriti Ke Saath-Pragati Ki Or'.
- To keep air pollution in check, Guwahati Refinery has installed one Continuous Ambient Air Quality Monitoring Station with connectivity to give full from server which continuously monitors ambient air quality.

Bongaigaon Refinery

- The Bongaigaon Oil Refinery was registered as a public sector company on 20th February, 1974 as Bongaigaon Refinery and Petrochemicals Limited.
- It produces Petrol, Aviation Turbine Fuel, Diesel, Kerosene, Naphtha, Paraxylene, Orthoxylene, Polyester Staple Fibre, etc.

Numaligarh Refinery Limited (NRL)

- It is located at **Morangi** of **Golaghat** district.
- It was established on 22nd April, 1993 and completed in 1998.
- It was commissioned in April, 1999. It was formed with the provisions made in the historic Assam accord signed on 15th August, 1985.
- This refinery was dedicated to the nation by former Prime Minister of India Shri Atal Bihari Vajpayee on 9th July, 1999.
- Its installed capacity is 3 million metric tonnes per annum.
- The project also includes setting up of a Crude Oil Import Terminal at Pardeep Port in Odisha.
- This refinery produces LPG, Naphtha, Motor Spirit (MS), Aviation Turbine Fuel (ATF) Superior Kerosene Oil (SKO), High Speed Diesel (HSD), Raw Petroleum Coke (RPC) Calcined Petroleum Coke (CPC), Sulphur, Wax, Nitrogen, Mineral Turpentine Oil (MTO), Special Boiling Point Spirit (SBPS) and Liquid Sulphur.

▲NUMALIGARH REFINERY

Handicraft Industries in Assam

Handicraft industries are very essential for the economy as it provides employment and sustainable income to large number of people in rural areas.

In Assam handicraft industries include handloom, bamboo, cane craft, Jewellery craft, bell metal and masks, etc. These are discussed as follows

Handloom Industries

- Handloom weaving is a part of Assamese culture and heritage.
- 'Harsha Charita' mentioned one kind of **Dukula cotton** which was sent as a present to King Harsha by King Bhaskaravarman of Kamrupa.
- Handloom weaving of cotton, muga silk, eri silk is one of the most common industry of Assam.
- As per Economic Survey 2021-22, there were 33 number of yarn banks functioning in the state under the Directorate of Handloom and Textiles.

Bamboo and Cane Craft

- Bamboo, a highly versatile resource of Assam has gained considerable importance in the socio-economic life of people of Assam.
- Assam has probably the maximum resources for the cane and bamboo industry in India. As many as 51 species of bamboo grow in Assam and they are being used for diverse purposes, mainly for buildings, furniture and diverse contraptions.
- Bamboo provides a subsidiary occupation to the cultivators and full-time occupation to the highly skilled artisans.

Bamboo Industrial Park in Dima Hasao

- The Chief Minister of Assam, Himanta Biswa Sarma on 27th July, 2021 has laid the foundation stone of a Bamboo Industrial Park at Manderdisa Village, Dima Hasao district of Assam.
- With the completion of the park, new avenues would open to use bamboo for the production of tiles, incense stick, ceiling, etc., which would bring more economic benefit to the people.

National Bamboo Mission

- Launched in 2018-19
- Main Objectives
  - To increase the area under bamboo plantation in non-forest government and private lands to supplement farm income
  - To rejuvenate the under-developed bamboo industry in India
  - To promote skill development, capacity building, awareness generation for development of bamboo sector from production to market demand
  - To re-align efforts so as to reduce dependency on import of bamboo
  - To improve port- harvest mangement
  - To promote product development keeping in view market demand.

Jewellery Craft Industries

- The art of Jewellery making has gained prominence during the Ahom regime.
- This craft flourished mainly across the region of **Sivasagar**, **Jorhat**, **Goalpara** and **Kamrup** districts of Assam.
- The traditional Assamese Jewellery are made in Barpeta, Jorhat and Ranthali in Nagaon district of Assam.

Brass Metal Industries

- It is one of the oldest cottage industries in Assam.
- It is located in almost all parts of the state apart from Hajo in Kamrup district of Assam.
- The bell metal industry is the second largest handicraft of Assam after bamboo craft.
- Metal industry related to brass, copper, gold and silver is also done on a very small scale.
- **Copper** and brass cups of Goalpara are very popular.

Ivory Industries

- Ivory products like combs, walking sticks, smoking pipes and bangles are made in **Barpeta** district of Assam.
- In 1986, the dwindling elephant population in the country prompted the Government to ban ivory trade under the Wildlife Protection Act (WPA), 1972. Therefore, it is difficult for ivory artist to find raw materials.

Terracotta Industries

- The terracotta industry in Assam is developed in **Dhubri** district of Assam.

Pottery

- Pottery industry in the state of Assam is not very encouraging.

- It is practices in the few districts of Assam which are Asharikandi in Dhubri, Hajo (Chonmaguri) in Kamrup, Majuli in Jorhat, etc.

The Assam Khadi and Village Industries Board

- It was established in Assam through implementation of Khadi and village industries schemes.
- The functions comprise building up of a resource of raw materials and implements for supply to producers, creation of common service facilities for processing of raw materials as semi-finished goods and provisions of facilities for marketing of Khadi and Village Industries (KVI) products.
- It also organises training of artisans engaged in Khadi and Village Industries Board.

Plastic Based Industries

- Daily utility plastic polymer products like consumer household products such as buckets, trays, containers, tiffin boxes, brooms, tooth brushes, water tanks, bottles, molded luggage, furniture, thermoware, toys, footwear, etc. are in great demand in the market of Assam.
- Due to establishment of **Brahmaputra Cracker and Polymer Limited** (BCPL) in Assam a major supplier of raw material for plastic item manufacturing units, there is huge potentiality of plastic based industries in the state.

Other Industries

IT Based Industries

- Assam has a large manpower base that is highly skilled in Information Technology such as opportunities exist for IT enabled services like software development, call centres, back office operations, data entry transcription and translation, content development, animation, engineering and design, market research, consultancy and management.
- The State Government is planning to develop an IT Park in Bangora, Guwahati.

Medicinal and Aromatic Plants Based Industries

- Assam is a leading state in the production of medicinal and aromatic plants. The state has a very favourable environment for the growth and development of allied industries as the state is one of the richest repositories of Medicinal and Aromatic Plants (MAP) in the world.

Small Scale Industrial Units (SSIU)

- The Small Scale Industrial Sector is sub-divided into Micro, Small and Medium Enterprises (MSME) under the Micro, Small and Medium Enterprises Development Act, 2006.
- A number of statutory and non-statutory bodies work under the ageis of Minister of MSME which include Khadi Village Industries Commission (KVIC), the Coir Board of India, National Small Industries Corporation (NSIC).
- As per Economic Survey 2023-24, there are total **45215 Micro**, **6141 Small** and 554 **Medium** enterprises units in the state as of 31st March, 2021.

Industrial Infrastructure in Assam

To develop the industrial sector, it is essential to provide infrastructural facilities. To achieve this goal, the State Government is creating infrastructural facilities.

These are described as follows

- As per Economic Survey 2023-24 there are **24 Industrial Estates**, 7 **Mini Industrial Estates**, **20 Industrial Areas** and **28 Growth Centres** located in Assam.
- In the industrial infrastructure of Assam, Industrial Growth Centre, Bamboo Technology Park, Tea Park, Export Promotion

Industrial Park, Border Trade Centres, Food Processing Industrial Park, North-East Mega Food Park are operational in the state. These are discussed in detail as follows

Industrial Growth Centre, Balipara

- It is set-up by Assam Industrial Development Corporation Ltd. (AIDC) in Sonitpur district of Assam.
- Industries like Patanjali Ayurveda, Dabur, Surya Taap Dachsan Biotech Pvt Ltd, Innovation Tech Park Ltd, etc. are located in this centre.

Industrial Growth Centre, Matia

- It is developed at Matia in Goalpara district of Assam.
- Companies like Everyday Industries India Pvt. Ltd., Cavinkare Pvt. Ltd, VLCC Personal Care Ltd, are located here.

Industrial Growth Centre, Chaygaon-Patgaon and Jambari

- This industrial centre is located in the Kamrup district and is implemented by AIDC.
- The IGC project at Chaygaon-Chatabari and Patgaon locations was completed in 2007.

Bamboo Technology Park (BTP)

- It is located at Chaygaon in Kamrup district, about 60 km from Guwahati city.
- The proposed park is being developed in PPP model with the assistance from the Ministry of Commerce and Industry, Government of India, Government of Assam and private promoters.
- Its objective is to create integrated infrastructure for promotion of bamboo based industries in the state.

Tea Park

- It is located at Chaygaon in Kamrup district. It has an area of 37 acres.
- It offers wide range of common facilities like tea research and development, exhibition hall, convention centre, packaging of tea and tea tasting, etc.
- Assam Industrial Development Corporation Ltd. (AIDCL) is the nodal agency for construction of the tea park.

Export Promotion Industrial Park

- This park is established by the Department of Industries and Commerce at Amingaon in Kamrup district.
- This project was completed in the year 2006. Its objective is to create high standard infrastructure. Total 41 industrial units are functioning in the park.
- It consists of many manufacturing units such as plastic moulded furniture, cosmetic items, steel furnitures, food processing units, etc.

Border Trade Centres

- Assam shares borders with 7 states and 2 countries *viz.* Bhutan and Bangladesh with 2276.3 km inter-state and 529 km international borders.
- To facilitate border trade with these countries Government of India has set-up five border trade centres.
- These are at Sutarkandi in Karimganj district, Mankachar and Golakganj in Dhubri district, Darrang in Baksa and Jagun in Tinsukia district.

Food Processing Industrial Park

- This park is established by Ministry of Food Processing Industries, Government of India.
- It is located at Chaygaon in Kamrup district.
- The major industries in this park are Asian, Thai Food Ltd. and Uma Polymer Ltd.
- The project is completed by ASIDC.

North-East Mega Food Park

- This park is established to interlink farm with markets. It is at Nathkuchi (Tihu) in Nalbari district.
- This park was constructed on 28th May, 2015, as on 2018-19, a total of 14 units are functioning in the park.

▲NORTH EAST MEGA FOOD PARK

Assam Industrial Development Corporation Limited (AIDCL)

- It has been incorporated in the year 1965 and it has been registered under the Companies Act, 1956.
- The objectives of the corporation are to promote, establish and execute industries/ projects or enterprises for manufacture and production of plant and machinery tools, etc. It also includes promoting and operating various schemes for industrial development of Assam.
- The corporation has taken steps to set-up sector specific industrial parks in PPP mode and following parks are in progress of implementation i.e., Plastic Park at Gelapukhuri, Tinsukia, Jute Park at Dhing, Nagaon, Banana Park and Agro Hub at Matia, Goalpara, Tea Park at Kamrup, Commercial and Business Hub at Guwahati, Chemical and Pharmaceutical Hub at Chandrapur, Kamrup and it also implemented three MSME Cluster Development Project at Moran, Dibrugarh at Sonari, Sivasagar and at Pathsala, Barpeta.

Government Initiatives for Industrial Development in Assam

Boneej Scheme

- This scheme is for **micro industries sector**. It was announced on 26th July, 2016.
- It covers all the districts except Karbi Anglong, Dima Hasao and Bodoland Territorial Autonomous district.
- The scheme aims to provide aid of ₹25,000 to industries located in rural areas, whose annual income is less than ₹5 lakh.

Sarothi Scheme

- This programme is initiated to encourage the young entreprenuers and MSME who are facing resource crunch to start new ventures.
- The objective of this scheme is to provide financial assistance in the form of loans.
- The funds for the loans are managed by the Industries and Commerce Department. An amount of ₹10 lakh shall be provided under this scheme.
- Loan so availed by beneficiary will be supported by state government through interest subvention @5% p.a..

Industrial and Investment Policy of Assam, 2019

Assam is a land of 3 P's which are Potentiality, Possibility and Prosperity. Industrial development is a top priority and government is committed to sustainable eco-friendly investment through capital formation, inclusive industrial growth and creation of gainful employment.

Through good governance and policy initiative, State Government is envisaging Assam as a preferred destination for investment. The policy is valid for a period of 5 years.

Multiple Choice Questions

1. In which year Robert Bruce discovered tea growing wild in upper Brahmaputra Valley?
(a) 1821 (b) 1823
(c) 1824 (d) 1825

2. A tea garden was started by the Government in which year in erstwhile Lakhimpur district?
(a) 1833 (b) 1834
(c) 1836 (d) 1837

3. The first tea company established in Assam was *[APSC 2009]*
(a) Jorhat Tea Company
(b) Assam Company
(c) Assam-Bengal Tea Company
(d) None of the above

4. How many tea estates are there in Assam?
(a) 180 (b) 900 (c) 765 (d) 150

5. Which among the following cities is known as the 'Tea City of India'? *[APSC 2021]*
(a) Darjeeling
(b) Dibrugarh
(c) Siliguri
(d) Nainital

6. In which year, the world's first Genetically Modified (GM) rubber plant developed by Rubber Research Institute was established in Assam?
(a) 2020 (b) 2021
(c) 2019 (d) 2015

7. Jute is mainly produced in which the following districts of Assam?
(a) Darrang (b) Goalpara
(c) Dhubri (d) All of these

8. Assam is the largest producer of which of the following types of silks in the world?
(a) Muga (b) Eri
(c) Mulberry (d) Oak Tasar

9. Which of the following product of Assam was first to get Geographical Indication in 2007?
(a) Oak Tassar silk (b) Muga silk
(c) Handicrafts (d) Spices

10. Karbi Anglong and Dima Hasao are known for the production of which of the following silk?
(a) Muga (b) Eri
(c) Mulberry (d) Oak Tassar

11. We often hear the term 'CTC' in the context of Assam Tea. What does CTC stand for?
(a) Crush, Tear, Curl *[APSC 2021]*
(b) Curl, Tear, Crush
(c) Check, Thrash, Curl
(d) Check, Tear, Curl

12. Where has muga silk research sub station been established by sericulture department in Assam?
(a) Dibrugarh (b) Goalpara
(c) Sonitpur (d) Dhakuakhana

13. The traditional Assamese jewellery is found in which of the following districts?
(a) Jorhat (b) Barpeta
(c) Ranthali (d) All of these

14. Which of the following cottage industry workers in Assam suffer most due to the paucity of raw material? *[APSC 2016]*
(a) Brass-smiths
(b) Bell metal-smiths
(c) Ivory artists
(d) Potters and blacksmiths

15. The terracotta industry in Assam has developed in *[APSC 2021]*
(a) Goalpara district
(b) Barak valley
(c) Dhubri district
(d) Tinsukia district

16. The state government is planning to develop an IT Park in Bangora, Guwahati over an area of
(a) 40 hectares (b) 20 hectares
(c) 50 hectares (d) 55 hectares

17. Which of the following industries are located in the industrial growth centre at Balipara?
(a) Patanjali Ayurveda
(b) Dabur
(c) Surya Taap Daschan Biotech Pvt. Ltd.
(d) All of the above

18. Which of the following industries are functioning in industrial growth centre in Matia?
(a) Everyday Industries
(b) Cavinkare Pvt. Ltd.
(c) VLCC
(d) All of the above

19. The industrial growth centre at Chaygaon-Chatabari and Patgaon was completed in which year?
(a) 2008 (b) 2007
(c) 2006 (d) 2005

20. Bamboo Technology Park is located in which region in Assam?
(a) Dibrugarh (b) Chhaygaon
(c) Sonitpur (d) Tezpur

21. Tea Park is located in which district of Assam?
(a) Darrang (b) Cachar
(c) Chirang (d) Karmrup

22. Which of the following common facilities are located in Tea Park in Assam for which Assam Industrial Development Corporation Ltd. is the nodal agency?
(a) Tea Research and Development
(b) Exhibition Hall
(c) Convention Centre
(d) All of the above

23. How many industrial units are functioning under export promotion industrial park in Assam?
(a) 40 (b) 41
(c) 43 (d) 50

24. In which year AIDCL was incorporated?
(a) 1958 (b) 1968
(c) 1955 (d) 1965

25. The AIDCL has proposed to set-up banana park and agro hub in PPP mode at?
(a) Gelapukhuri (b) Dhing
(c) Matia (d) Chandrapur

26. In Assam where is food processing park situated?
(a) Kamrup (b) Guwahati
(c) Tinsukia (d) Lakhimpur

27. North-East Mega Food Park is located in which district in Assam?
(a) Nalbari (b) Dibrugarh
(c) Barpeta (d) Biswanath

28. The new food park is under the process of initiation in which of the following regions of Assam?
(a) Ulupathar (b) Guwahati
(c) Baksa (d) Jagun

29. Bonnej scheme for micro industrial sector was launched in which year?
(a) 2019 (b) 2016
(c) 2020 (d) 2018

30. Which of the following regions do not come under Boneej scheme?
(a) Karbi Anglong
(b) Dima Hasao
(c) Bodoland Territoral Autonomous District
(d) All the above

31. How much amount of money will be provided under Sarothi scheme in Assam?
(a) ₹ 10 lakh (b) ₹ 15 lakh
(c) ₹ 20 lakh (d) ₹ 18 lakh

32. Which of the following statements regarding Assam Bamboo Cane Policy are true?
(a) It aims at sustainable development and utilisation of bamboo and cane resources of state through scientific management and stakeholder's participation.
(b) 50% grant to those machine making units who are developing machines.
(c) This policy valid for 5 years.
(d) All of the above

33. Which of the following benefits are availed under Assam Bamboo Cane Policy, 2019?
(a) Capital investment subsidy at 50% on eligible plant and machinery .
(b) Grant of upto ₹ 5 lakh for innovative ideas.
(c) Distribution of tools and machineries for artisans of bamboo and cane sector.
(d) All of the above

34. Which of the following statements regarding Assam Khadi and Village Industries Board is/are true?
(a) It was established in Assam through implementation of khadi and village industries scheme.
(b) Its aim is to build resources of raw materials and implements for supply to producers.
(c) It also organises training of village artisans.
(d) All of the above

35. The National Bamboo Mission strives to **[APSC 2021]**
(i) increase the area under bamboo plantation in non-forest areas.
(ii) rejuvenate the under developed bamboo industry in India.
(iii) takeover the sick paper mills in India.
(iv) explore the export market for bamboo.

Choose the correct answer
(a) (i) and (ii)
(b) (i) and (iii)
(c) (i), (ii) and (iii)
(d) (i), (ii) and (iv)

36. Which of the following sectors are identified as focus areas by NITI Forum for North-East? **[APSC 2023]**
(a) Bamboo, Dairy, Pisciculture, Tea, Tourism
(b) Tea, Bamboo, Jute, Honey, Wheat
(c) Tea, Tourism, Agar, Rubber, Honey
(d) Tea, Bamboo, Pisciculture, Dairy, Rubber

Answers

1. (b)	2. (a)	3. (b)	4. (c)	5. (b)	6. (b)	7. (d)	8. (a)	9. (b)	10. (d)
11. (a)	12. (d)	13. (d)	14. (c)	15. (c)	16. (a)	17. (d)	18. (d)	19. (b)	20. (b)
21. (d)	22. (d)	23. (b)	24. (d)	25. (c)	26. (a)	27. (a)	28. (a)	29. (b)	30. (d)
31. (a)	32. (d)	33. (d)	34. (d)	35. (a)	36. (a)				

CHAPTER 14

Mineral and Energy Resources of Assam

- Assam is rich in mineral resources. It is also called the Treasure House of Minerals.
- The important mineral resources of Assam are petroleum (crude oil), coal, natural gas, sulphur and limestone. Other minerals found in Assam are silicon, mica, limestone, iron ore, feldspar, etc.
- The state **Directorate of Geology and Mining** and **Geological Survey of India** have been locating and assessing the mineral resources of Assam from mid 19th century.

Mineral Resources of Assam

Some of the important mineral resources of Assam are discussed below

Coal

- Coal is one of the important energy resources of Assam.
- As per Economic Survey 2023-24, 200 metric tonnes coal was produced during the year 2022-23. The coal reserves in the state belong to the **Gondwana** and **Tertiary** ages.
- Tertiary coal belt is located in Tinsukia, Dibrugarh, Sivasagar, Karbi Anglong and Dima Hasao district of Assam.
- **Tinsukia** has huge deposits of coal in comparative to other districts of Tertiary coal belt. The total reserves of all types of coal in tertiary coal field are estimated to be 235.6 million tonnes.
- The major tertiary coalfield of Assam are **Makum, Nazira, Mikir Hills, Dilli-Jeypore** and **Lakuni Naginimora**. These are found in the Upper Assam region.
- **Makum Coalfield** The first coal mining in Assam was started in 1865 at Makum coalfield.
- It is located near Margherita town in Tinsukia. Major mines in Makum coalfield are Namdang, Borgolai, Ledo and Tipong.
- **Dilli-Jeypore Coalfield** It is located partially in **Dibrugarh** and **Sivasagar** districts of Assam.
- **Naginimora Coalfield** It is located in the Mon district of Nagaland. It is a border village of Assam and Nagaland. It has huge coal reserves.
- Coal reserves are also found in Kailajan, Silbheta, Longloe and Kharbhaman of Karbi Anglong districts of Assam.
- Apart from its general uses, Assam coal is highly suitable for the manufacture of **coal near distillation products**.

Petroleum

- Petroleum was first discovered in 1822 in the Upper Assam on the advice of **Mr. HB Medicott**.
- The first oil well was drilled in 1867 by Mr. Goodenough near Namdang river.
- In 1825, **Lt. R Wilcox** wrote about the presence of oil in his report submitted and he also recorded the occurrence of oil seepage in Assam's Burhi-Dihing at Sapkhong.
- In 1865, Mr. Medicott was deputed to visit the coal areas of Assam.
- The first boring for the oil took place in Nahorpung in the year 1866. The initial two wells did not have any oil but the success came in the form of third well on 26th March, 1867 at a depth of 118 feet.
- Another discovery of oil was took place in the year 1882. Assam Railways and Trading company while laying a railway line from Dibrugarh to Margherita found oil near their camp.
- In 1889 AR & T Co. started drilling on that place which is called **Digboi**. This was the first discovery of oil in India.
- In 1890 the first drilling of oil was completed.
- The Oil and Natural Gas Corporation of India (ONGC) undertook the oil exploration activities in Upper Assam and discovered the oil fields like **Rudra Sagar, Lakwa** and **Geleki**.
- In 1893, Assam Oil Syndicate established a small refinery at Margherita to refine the oil drilled at Margherita and Digboi.
- Assam Oil Company Ltd. was established in 1899 and took over the responsiblity of Assam Oil Syndicate.
- In 1901, the Digboi oil refinery was established. In the year 1921, Burma Oil Company was formed. It took over the responsibility of Assam Oil Company Ltd.
- The **Oil India Limited** was formed in 1958. It operates in **Naharkatia**, **Moran** and **Hoogrijan** oil fields.
- The **Oil and Natural Gas Commission** reconstitute in 1959. It started exploration of oil and natural gas from 1960 in **Tengakhat, Moran, Tarajan, Rudrasagar, Geleki, Lakwa, Kingsai, Amguri** and **Barhola**.
- In 1988, new oil fields were found at **Masimpur**, **Panchagram** and **Badarpur** of Barak valley. Till the mid of 1960, Assam was the only oil producing state of India.
- Assam has four major oil refineries namely **Digboi, Noonmati, Bongaigaon** and **Namuligarh refineries**.

Natural Gas

- Natural gas also called methane gas or natural methane gas. It is a type of petroleum that commonly occurs in association with crude oil.
- As per Economic Survey 2023-24, about 2900 metric tonnes of natural gas is produced in the year 2022-23.
- Natural gas is found in almost all the oil producing areas of Assam. It is found in the Upper Brahmaputra valley i.e., **Moran, Naharkatia, Lakwa** and **Rudrasagar**.
- Natural gas produced in Assam is utilised by the OIL,BRPL,ONGC, the fibre plant, tea garden and medical plants.
- Oil India Ltd, the India's **second-largest state** oil producer has made a natural gas discovery in November, 2020 in Tinsukia district of Assam. It is used in the production of electricity, fertilisers, chemicals, tea processing, etc.

Limestone

- Assam has huge reserve of limestone. The limestone reserve are mainly found in Dima Hasao, Silbheta of Karbi Anglong, Dilai, Koilojan, Sainilangshu, Garampani and Umrasgchu of Dima Hasao districts of Assam.
- As per Economic Survey 2023-24, the production of limestone was 1500 metric tonnes in the year 2022-23.
- The vast deposits of high grade limestone are best observed in the **Jowai** area of Assam.
- The high grade fossil limestone or 'nummulitic' limestone deposits of Assam are geologically known as **Sylhet limestone**.
- It is used for the manufacturing of cement and for lime burning purposes.

Other Minerals of Assam

Other minerals of Assam are as follows

Sillimanite

- Sillimanite is mainly found at Chipip Langso, Amtereng, Samelangso, Ram Ingti Gaon in Karbi Anglong district of Assam.
- Its small quantity in also found in Nagaon district of Assam.
- The Sillimanite deposits of the **Nongstoin in the Khasi hills are world famous** from the point of view of quantity and purity of the mineral.
- It is used in the automobile, refractory and glass industries.

Clay

- Assam is rich in Kaolin or China Clay, Fire Clay and Potter Clay.
- **China Clay** It is found in Karbi Anglong, Golaghat and Lakhimpur districts of Assam. It is also found in the **Garo hills**, **Khasi hills**, **Jaintia hills** and **Mikir hills** of Assam. It is used in the manufacturing of pottery, ceramic and sanitary wares.
- **Fire Clay** It is mainly obtained from Makum coalfield. In Assam, it is used in the preparation of firebricks and refractories by Assam Railway Company and Trading Company.
- **Potter's Clay** It is also found in the alluvial area of Assam.

Iron Ore

- Iron ore is mainly found in the Chandardinga hills of Dhubri and Abhayapuri of Bongaigaon district of Assam.
- It is also found in Nalanga beel, Kumri hills, Langupara hills of Goalpara and Hahim of Kamrup district of Assam.
- It is used in pig iron and sponge iron manufacturing industries.

Gypsum

- It is found in the **Karbi hills**, **Cachar** and **Haflong**. It is used in cement and chemical industries.

Quartz and Feldspar

- The traces of these minerals are found at Hahim in **Kamrup** and Silbheta in **Karbi Anglong** district of Assam.
- Quartz is also found in Pancharatna hills of Goalpara district. These are is used in glass and ceramic industries.

Mica

- It is found in the rocks of Meghalaya-Karbi plateau, Dholamara hills of Goalpara, Dhir beel in Dhubri, Kamrup and Karbi hills.
- It is mainly used in electronic industries.

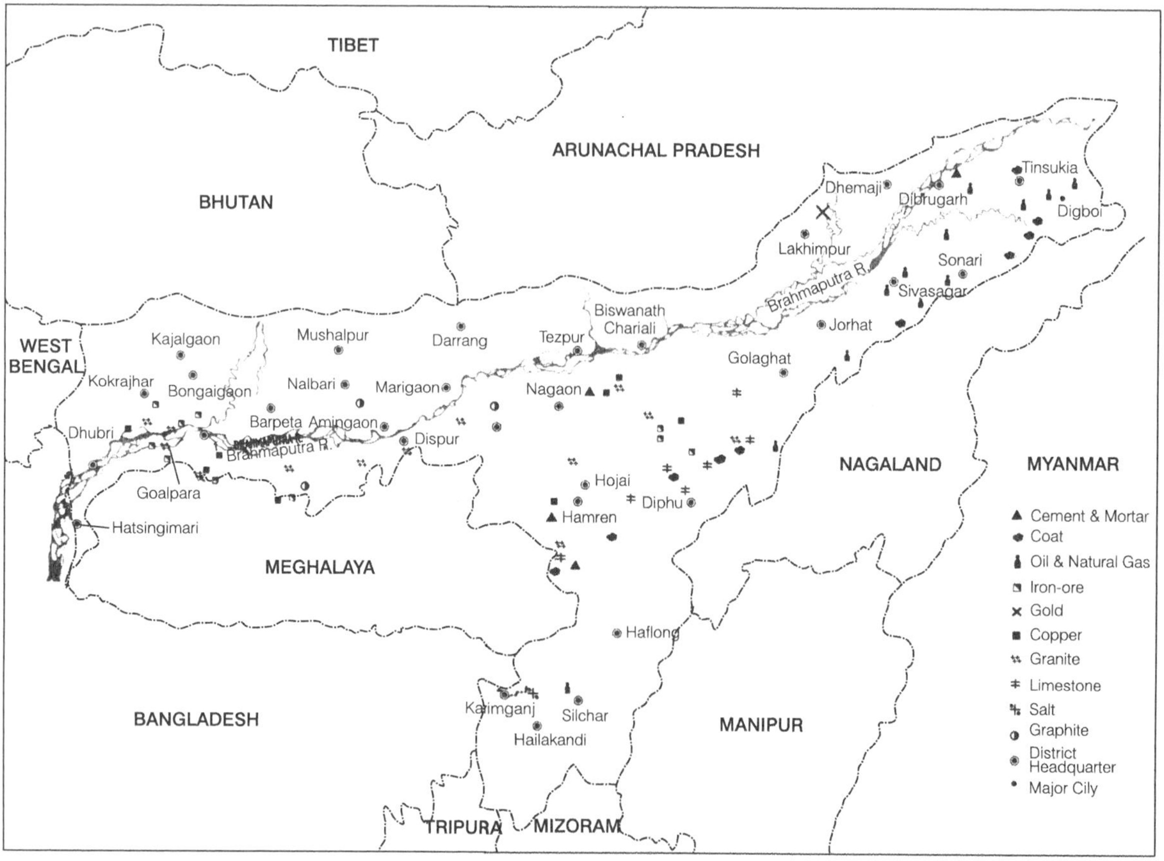

▲IMPORTANT MINERALS OF ASSAM

Energy Resources in Assam

- Energy is an important component of economic growth either in the form of finite resources such as coal, oil and gas or in the renewable form such as hydroelectric, wind, solar and biomass.
- As per state Economic Survey 2023-24, the installed capacity of Assam was 1858.43 MW.

Sources of Energy in Assam

The energy resources of Assam can be divided into two categories. These are as follows

1. Conventional Source of Energy
2. Non-Conventional/Renewable Energy Resources

Conventional Source of Energy

In Assam, sources of conventional energy are available in the form of Thermal Power and Hydro Power. These are discussed below

Namrup Thermal Power Station (NTPS)

- It is located in Namrup, Dibrugarh district of Assam. It was commissioned in 1965 with an installed capacity of 41 MW.
- It is the oldest power station run by **Assam State Electricity Board.**
- It was the **first gas turbine unit** in India. This power station has won the prestigious **fifth India Power Award in year 2012.**

Namrup Replacement Power Project

- It was commissioned in year 2021 to replace the old power plant of NTPS.
- It has total installed capacity of 98.4 MW in combined cycle. Natural gas is used as the fuel for its operation.

Lakwa Thermal Power Station (LTPS)

- It is located in Charaideo district of Assam.
- Its first unit was commissioned on 27th April, 1981. It has total installed capacity of 97.2 MW.
- This power plant has achieved the target of energy certificate under Perform Achieve and Trade (PAT) scheme of Bureau of Energy Efficiency (BEE).

Lakwa Replacement Power Project

- It is located in Mybella village, Sivasagar district of Assam.
- It was commissioned in the year 2018. It has total installed capacity of 69.76 MW.
- In 2018, LRPP was commissioned with 7 × 10 MW no. of Wartsila India Pvt. Ltd.

Hydro Power Plant in Assam

Major Hydroelectric Power plants of Assam are as follows

Karbi Langpi Hydroelectric Plant

- It is located in the Borpani river on Karbi dam in the **West Karbi Anglong** district of Assam.
- It was commissioned in 2007 with a total installed capacity of 100 MW.
- This power plant is owned by the Government of Assam and is managed by Assam State Electricity Board (ASEB).
- It is a concrete gravity dam and the swift flow of the Borpani river is the source of power generation.

Myntriang Small Hydro Electric Plant (MSHEP)

- This project is located in **West Karbi Anglong** district of Assam.
- It has total installed capacity of 13.5 MW. The project is implemented in two stages. In the first stage the capacity is 9 MW and in the second stage the capacity is 4.5 MW.
- The project gets its funding from **Assam Infrastructure Financing Authority.**

Installed Hydro-Power Plants in Assam

Name	District	Type
Bongaigaon Power Station	Bongaigaon	Thermal
Chandrapur Power Station	Kamrup	Thermal
Namrup Power Station	Dibrugarh	Thermal
Lakwa Power Station	Sivasagar	Thermal
Mobile Turbine Units	Kathalguri, Geleki	Gas
Bardidham Power Station	Bardidham	Hydel
Kopili Power Station	Dima Hasao	Hydel

Pipeline Power Project in Assam	Capacity(MW)
Narupi Replacement Power Project Phase II	100
Namrup Gas Engine Project	100
Sonbeel Floating Solar Power Project	70
Karbi Langpi Middle-II Hydro Power Project	24
Karbi Langpi Middle-I Hydro Power Project	22.5
Majuli Solar Power Project	20
Golaghat Ground Mounted and Floating Solar PV Project	40
Namrup Solar PV Projcet	20
Kulsi Hydro Project	55

Source : apgcl.org

Non-Conventional Energy Resources in Assam

- The non-conventional energy resources include solar energy, biogas/biomass and wind energy. It is also known as renewable energy resources.
- Assam has a renewable energy potential of 14487 MW.

Solar Energy

- Among the non-conventional sources, solar energy has the **highest potential in the state** with a capacity of 13760 MW.
- The Government of Assam has allocated budget for the development of community based rural electrification through mini and micro solar plants.
- Rooftop Solar Photovoltaic plants is set-up in Assam.
- **Assam Energy Development Agency** (AEDA) has already achieved a total capacity of 5464.825 km of solar PV plants under 14 MW project and 1529.9 KW of Rooftop Solar PV Project under 8 MW capacities.

Solar Energy Policy, 2017

- The Assam Solar Energy Policy came into force in 2017. The Assam State Government adopted this policy to fulfil its commitments under sustainable development goals by promoting clean, accessible, affordable and equitable solar energy.
- Its main objectives are as follows
  - To invest in the process of targeted solar power capacity expansion of 590 MW by means of multiple models of solar power generation.
  - To encourage adoption of modern solar power technology for residential, commercial and industrial uses.
  - To encourage setting-up solar parks, rooftop solar plants, solar pumps, solar street lights and home lights systems.

Biomass Energy

- Biomass energy refers to wood, straw, biological waste products such as manure and other materials that stored energy.
- The Assam Energy Development Agency is commissioned to set-up biogas plants as there is good availability of biomass in the region.
- The potential of biomass in Assam is 279 MW.

Wind Energy

- There is potential of generating wind energy in the cities of **Guwahati, Dibrugarh** and **Tezpur.**
- Of these, the average wind speed is the highest in Dibrugarh. So, there is huge possibility of wind power generation in Dibrugarh.
- The Assam Energy Development Agency is developing vertical axis wind turbines to generate power.
- The hilly slopes of territories in Assam are considered ideal for putting up wind generated power stations.

Rural Electricity in Assam

- There are 26395 villages in Assam as per Census 2011 out of which 26235 villages have been electrified.
- The Power Department has taken up a number of initiatives to electrify the rural areas of the state under the flagship programme of Rajiv Gandhi Gramin Vaidyutikaran Yojana (RGGVY) and Deen Dayal Upadhyaya Gram Jyoti Yojana (DDUGJY).

Assam State Electricity Board (ASEB)

Assam State Electricity Board was established in 1958 in the composite state of Assam under the Electricity Act, 1948.

It was reconstituted in 1975 after the state was trifurcated into Assam, Meghalaya and Mizoram in 1972.

Assam State Electricity Board (ASEB) was reconstituted on 10th December, 2004 and formed three utilities to meet the power requirement of state.

These are as follows

1. The Assam Power Generation Corporation Ltd. (APGCL)
2. The Assam Electricity Grid Corporation Ltd. (AEGCL)
3. The Assam Power Distribution Company Ltd. (APDCL)

These are discussed below

Assam Power Generation Corporation Limited (APGCL)

- It was operational since August, 2005.
- It currently operating the Namrup and Lakwa **thermal power station** and Karbi Langpi and Myntriang **hydro power projects** in Assam.
- It also generates solar energy through its first solar power plants situated in **Majuli** of **10 MW** capacity.

Assam Electricity Grid Corporation Limited (AEGCL)

- It was constituted after the unbundling of Assam State Electricity Board in 2003 and came into force from 2004.
- It is the largest State Transmission Utility (STU) in the entire North-East.

Assam Power Distribution Company Limited (APDCL)

- It was incorporated on the 23rd October, 2009 and registered under the Indian Companies Act of 1956.
- Its objective is to manage and operate the electricity distribution systems efficiently.
- It supplies power to households as well as to the industrial centres such as Coal India Limited (Ledo, Margherita), Brahmaputra Gas and Polymer (Dibrugarh), Assam Petrochemicals (Namrup), etc.
- It is also implementing off-grid solar projects in Amarpur area of **Chapakhowa** and **Char** areas of Brahmaputra river.

Assam Energy Development Agency (AEDA)

- The Assam Energy Development Agency was constituted in July, 2002 under the Societies Regulation Act, 1860.
- It is a nodal agency in Assam that works under the Ministry of New and Renewable Energy.
- It's objective is to initiate, promote, support and co-ordinate all the activities in the field of non-conventional energy sources like solar, wind, biomass, microhydel and municipal solid waste.
- It aims to develop energy sources in hilly areas, rural areas and places near the border areas of Assam which are not connected with the conventional grid system.
- It is implementing various types of renewable projects in solar field *viz* Rooftop SPV, Solar Street Lights, Floating Solar Power Plants, etc.

Government Energy Initiatives

In order to increases the production of energy and to conserve the existing sources of energy, the Assam State Government and the Ministry of New and Renewable Resources has implemented the following schemes.

- **Saubhagya Scheme** It was launched by the Prime Minister in October 2017. Under this scheme free electricity connections are provided to all households (both APL and BPL) in rural areas and poor families in urban areas.
- **State Renewable Action Plan for Assam** (2017) It is aimed at identifying potential actions, agendas, incentives, regulatory, policy and institutional framework, intra-state power evacuation infrastructure

and balancing requirements to be undertaken to meet target renewable energy capacity addition by 2022, to help India achieve 175 GW reinstalled capacity by 2022.

- **Integrated Power Development Scheme** (IPDS) The scheme was started in 2016. In Assam, a total of 88 statutory towns are declared as eligible towns for the implementation of this scheme.
- **Deendayal Upadhyaya Gram Jyoti Yojana** (DDUGJY) This scheme was started in 2014-15. This scheme strengthens the sub-transmission and distribution network along with help in power supply to rural households and in agricultural sector.
- BPL beneficiaries are provided with free power supply under this scheme.
- **Rajiv Gandhi Gramin Vaidyutikaran Yojana** (RGGVY) This scheme was implemented in April, 2007. Under this, 90% grant is provided by Government of India and 10% as loan by Rural Electrification Corporation.

Multiple Choice Questions

1. Tertiary coal belt is located in which of the following regions of Assam?
   (a) Tinsukia (b) Dibrugarh
   (c) Karbi Anglong (d) All of these
2. Which district has the highest deposits of coal in Assam?
   (a) Tinsukia (b) Dima Hasao
   (c) Sivasagar (d) None of these
3. Which was the first coalfield discovered in Assam?
   (a) Makum coalfields
   (b) Sivasagar coalfields
   (c) Dima Hasao coalfields
   (d) All of the above
4. Namdang, Borgolai, Ledo and Tipong are the mines of which of the following coalfileds?
   (a) Naginimora coalfield
   (b) Dilli Jeypore coalfield
   (c) Mikir hills
   (d) Makum coalfield
5. In Assam, coal is found majorly in ....
   (a) Lakhimpur district
   (b) Garo hills
   (c) Dilli Jeypore
   (d) Jaintia hills
6. Naginimora coalfield is located in which district of Nagaland?
   (a) Mon (b) Dibrugarh
   (c) Cachar (d) Darrang
7. In general, Assam coal is eminently suitable for the manufacture of ....
   (a) coal distillation products
   (b) inland water steamer services
   (c) railways
   (d) household consumption
8. In which year petroleum was first discovered in upper Assam on the advice of Mr. HB Medicott?
   (a) 1820 (b) 1822
   (c) 1825 (d) 1816

9. In which year, the first oil well drilled in Assam by Mr Goodenough near Namdang river?
(a) 1860 (b) 1865
(c) 1864 (d) 1867

10. The occurrence of oil seepage in Assam's Burhi-Dihing Sapkhong in 1825 was recorded by ***[APSC 2008]***
(a) Robert Bruce (b) Sir Goodenough
(c) Lieut R Wilcox (d) Vanier Elwin

11. The first boring for the oil took place in Nahorpung in the year ....
(a) 1866 (b) 1888
(c) 1800 (d) 1891

12. The oldest oilfield in India is located in
(a) Paradeep (b) Haldia ***[APSC 2008]***
(c) Digboi (d) Bombay High

13. In which region of Assam, the discovery of oil took place for the first time in India?
(a) Digboi (b) Dibrugarh
(c) Sonitpur (d) Goalpara

14. The headquarters of Oil India Limited are located in which region of Assam?
(a) Guwahati (b) Tezpur
(c) Dibrugarh (d) Duliajan

15. In which of the following regions of Assam, Oil and Natural Gas Commission started exploring natural gas and oil in 1960?
(a) Tengakhat (b) Moran
(c) Tarajan (d) All of these

16. The oil and natural gas commissioned was reconstitute in which year?
(a) 1959 (b) 1962 (c) 1960 (d) 1964

17. Which place in Assam has the associated natural gas extraction plant along with thermal power plant?
(a) Naharkatia (b) Lakwa
(c) Namrup (d) Rudrasagar

18. Vast deposits of high-grade limestone are best observed in the ....
(a) United Khasi (b) Cachar hills
(c) Jowai area (d) Mikir hills

19. Limestones of the Khasi and Jaintia hills are used for the manufacture of ....
(a) houses
(b) cement
(c) lime-burning purposes
(d) Both (b) and (c)

20. China clay is found in which region of Assam?
(a) Tezpur (b) Dibrugarh
(c) Karbi Anglong (d) Dima Hasao

21. Fire clay is obtained from which of the following coalfields in Assam?
(a) Mikir hills
(b) Makum coalfield
(c) Dilli Jeypore coalfields
(d) None of the above

22. Iron ore is found in which of the following regions in Assam?
(a) Chanderdinga hills, Abhayapuri
(b) Nalanga Beel, Kumri hills
(c) Langupara hills,Hahim
(d) All of the above

23. Where are the deposits of gypsum found in Assam?
(a) Karbi hills
(b) Cachar district
(c) Haflong
(d) All of the above

24. Which mineral is found in the region of Karbi-Anglong?
(a) Kaolin (b) Quartz
(c) Feldspar (d) All of these

25. Which of the following is used in glass and ceramic industries?
(a) Coal (b) Petroleum
(c) Quartz (d) Limestone

26. Kaolin is found in which of the following regions of Assam?
(a) Karbi Anglong (b) Golaghat
(c) Lakhimpur (d) All of these

27. As per Economic Survey Report 2023-24, what is the installed energy generation capacity of Assam?
(a) 1700 MW
(b) 1858.43 MW
(c) 2020.22 MW
(d) 3147.10 MW

28. Which is the oldest power station run by Assam State Electricity Board that has an installed capacity of 41 MW?
(a) Namrup Thermal Power Station
(b) Lakwa Thermal Power Station
(c) Bonaigaon Thermal Power Project
(d) None of the above

29. Lakwa power station which has an installed capacity of 97.2 MW is located in which district of Assam?
(a) Barapeta (b) Sivasagar
(c) Dibrugarh (d) Charaideo

30. Which thermal power station have installed capacity of 97.2 MW?
(a) Namrup Thermal Power Station
(b) Lakwa Thermal Power Station
(c) Karbi Anglong Hydra Power Station
(d) Myntriang Thermal Power Station

31. Karbi Langpani hydroelectric plant is located on which river?
(a) Brahmaputra (b) Subhansiri
(c) Borpani (d) Krishna

32. What is the total installed capacity of Myntriang small hydroelectric plant?
(a) 12.9 MW (b) 13.5 MW
(c) 14.7 MW (d) 16.8 MW

33. Which non-conventional source of energy has no potential in Assam?
(a) Wind energy (b) Tidal energy
(c) Solar energy (d) Nuclear energy

34. Among the North-Eastern states, Assam has the highest potential of producing which renewable energy resource?
(a) Wind energy
(b) Geothermal energy
(c) Biogas
(d) Solar energy

35. Solar energy policy was introduced in which year in Assam?
(a) 2019 (b) 2018
(c) 2017 (d) 2015

36. What is target of solar energy expansion under Solar Energy Policy, 2017 in Assam?
(a) 500 MW (b) 550 MW
(c) 570 MW (d) 590 MW

37. How much is the total potential of biomass energy in Assam?
(a) 230 MW (b) 279 MW
(c) 327 MW (d) 200 MW

38. Which of the following regions of Assam has the highest potential for harnessing wind energy?
(a) Dibrugarh (b) Sonitpur
(c) Digboi (d) Naharkatia

39. Which of the following flagship initiatives are used by Power Department of Assam to electrify rural households?
(a) Rajiv Gandhi GraminVidyutikaran Yojana
(b) Deen Dayal Upadhayay Gram jyoti Yojana
(c) Both (a) and (b)
(d) None of the above

40. ASEB was reconstituted in which year?
(a) 2000 (b) 2004
(c) 2005 (d) 2006

41. Which of the following agency is notified as state transmission utility?
(a) ASEB (b) APDCL
(c) AEGCL (d) APGCL

42. APDCL was incorporated in which year?
(a) 2008 (b) 2009 (c) 2007 (d) 2011

43. APDCL supplies power to which of the following households?
(a) Coal India Limited
(b) Brahmatputra gas and polymer
(c) Assam petrochemicals
(d) All of the above

44. AEDA was established in which year?
(a) 2002 (b) 2004 (c) 2006 (d) 2005

45. In which year Saubhagya Scheme was launched by the Chief Minister in Assam?
(a) 2018 (b) 2020 (c) 2019 (d) 2017

46. Deendayal Upadhyaya Gram Jyoti Yojana was started in which year?
(a) 2014-15 (b) 2016 (c) 2017 (d) 2020

47. Under Rajiv Gandhi Gramin Vidyutikaran Yojana, how much amount of grant is provided by Government of India as a loan for rural electrification?
(a) 70% (b) 90% (c) 50% (d) 60%

48. Which of the following statements is incorrect regarding the minerals of Assam?
(a) Assam is rich in mineral resources which provide raw materials to industries.
(b) The coal found in Assam has a high sulphur content and high volatile matter content.
(c) Limestone with reserves of about 300 million tonnes is available in various grades in Assam.
(d) Decorative stone like granite in Assam has a huge market potential locally and abroad.

49. Which of the following is incorrect regarding the State Renewable Action Plan for Assam?
(a) Undertaken to meet target renewable energy capacity addition by 2022.
(b) Aimed at identifying potential actions, agendas, incentives, regulatory policy and institutional framework.
(c) Aims to provide 24x7 powers for all households.
(d) None of the above

50. Which of the following statements are correct regarding APGCL?
(a) It is currently operating the thermal and hydropower projects in Assam.
(b) It generates solar energy through its first solar power plants situated in Majuli of 10 MW capacity.
(c) It is responsible for maximum energy generation to meet up energy demands of state.
(d) All of the above

Answers

1. (d)	2. (a)	3. (a)	4. (d)	5. (d)	6. (a)	7. (a)	8. (b)	9. (d)	10. (c)
11. (a)	12. (c)	13. (a)	14. (d)	15. (d)	16. (a)	17. (c)	18. (c)	19. (d)	20. (c)
21. (b)	22. (d)	23. (d)	24. (d)	25. (c)	26. (d)	27. (b)	28. (a)	29. (d)	30. (b)
31. (c)	32. (b)	33. (b)	34. (d)	35. (c)	36. (d)	37. (b)	38. (a)	39. (c)	40. (b)
41. (c)	42. (b)	43. (d)	44. (a)	45. (d)	46. (a)	47. (b)	48. (c)	49. (c)	50. (d)

CHAPTER 15

Transport and Communication in Assam

Transport System in Assam

- Assam has a modernised, structured and well-designed transport infrastructure, including both public and private transportation services.
- Due to presence of large number of rivers, waterways also form a major mode of transportation in the state. The transport system of Assam is **divided** into **Road transport, Railway transport, Air transport and Water transport.** These are discussed as follows

1. Road Transport in Assam

- The major towns in Assam and also the rest of India are interconnected by the State Highways and National Highways.
- As per the Assam Economic Survey 2023-24, the road network in Assam comprises of total 65,748.00 km consisting of 3,927.24 km national highways and 61,820.76 km of roads under PWD in Assam as on 31st March, 2023.

Other Road Network in Assam (in Km)

State Highway	2540.36
Major District Road	4309.93
Rural Road	51788.37
Urban Road	3182.10
Surfaced Road	51482.00
Unsurfaced Road	14266.00

National Highways in Assam

- The ministry of Road Transport and Highways is responsible for the development and maintenance of the National Highways in Assam.
- The total number of National Highways in Assam is 38 with total length of 4076.91 km, as on 31st December, 2022.

Some National Highways (NH) of Assam

NH. No.	Route	Length (km)
2	The highway starting from its junction with NH-15 near Dibrugarh in the State of Assam connecting Sivasagar and Amguri in the State of Assam connection Nagaland, Mizoram and Manipur.	112.03
6	The highway starting from its junction with NH-27 near Jorhat in the State of Assam-Mizoram.	117.67
8	The highway starting from its junction with NH-37 near Karimganj in the State of Assam connecting Patharkandi, Churaibari, Ambasa, Teliamura, Agartala, Udaipur, Sabrum and terminating at Indo/Bangladesh Border in the State of Tripura.	61.1
15	The highway starting from its junction with NH-27 near Baihata-Charali connecting Mangaldai, Dhekiajuar, Tezpur, Banderdeva, North Lakhimpur, Dibrugarh, Tinsukia, Dum Duma in the State of Assam and terminating at its junction in Arunachal Pradesh.	586.5
17	The highway starting from Sivok from the State of West Bengal - Golakganj, Bilasipara - North Salmara, Goalpara, Boko and terminating at its junction with NH-27 near Guwahati in the State of Assam.	294.19
29	The highway starting from its junction with NH-27 near Dabaka, (Sutargaon), Amlakhi in Assam - Nagaland.	124
37	Manipur - Jirighat, Lakhipur, Silchar, Badarpur, Karimganj in the State of Assam and terminates at Indo/Bangladesh Border.	110.01
115	The highway starting from its junction with NH-15 near Dum Duma - Saikhowaghat, Kundil Bazar in Assam and terminates at Arunachal Pradesh.	59.12
117	The highway starting from its junction with NH-17 near North Salmara and terminates at the junciton with NH-27 near Bijni in Assam.	15
117A	The highway starting from its junction with NH-17 near Bilasipara - Kokrajhar - junction with New NH-27 near Garubhasa.	39.85
127	The highway starting from its junction with NH-27 near Nagaon connecting Samaguri and terminates at its junction with NH-715 near Jakhalabandha in Assam.	43
127A	Junction with NH-27 near Patacharkuchi - Hajua - Indo/Bhutan Border of Assam.	38
127B	The highway starting from Srirampur on NH-27, Dhubri in the State of Assam, connecting and terminates in the state of Meghalaya.	74
127C	The highway starting from NH-27 in Chirang District of Assam and terminates at India/Bhutan Border in Assam.	40
127D	NH-27 in the district of Kamrup, Assam - India/Bhutan Border.	48.6
127E	Junction with NH-27 near Barama - Baska, Subankhata -Indo/Bhutan Border.	40.85
129	Nagaland - Bokajan, Golaghat - junction with NH-715 near Numaligarh.	106
208A	The highway starting from its junction with 208(NH) near Kailashahar connecting Dharmanagar, Kadamtala, RCC Bridge in the State of Tripura, Kathaltali, Kukital and terminating at its junction with NH- 8 (Old NH-44)near Chankhera in the State of Assam.	17.9

NH. No.	Route	Length (km)
215	The highway starting from Arunachal Pradesh and terminates at the junction with NH-15 near Dibrugarh in Assam.	63.4
217	The highway starting from its junction with NH-17 near Paikan in the State of Assam connecting with Meghalaya and terminating at its junction with NH-17 near Dudhnai in the State of Assam.	30.47
306	The highway starting from its junction with NH-6 near Kanpui in the State of Mizoram and terminating at its junction with NH-37 near Silchar in the State of Assam.	40.3
315	The highway starting from its junction with NH-15 near Makum - Ledo, Lekhapani in the State of Assam, Licok near NH and terminating at India/Myanmar Border.	80.1
315A	The highway starting from Tinsukia on NH-15 connecting Naharkatia in Assam and terminates is Khonsa Arunachal Pradesh.	64.2
329	The highway starting from its junction with NH-29 near Manja - Diphu - junction with new NH-27 near Lumding.	52.79
329A	The highway starting from its junction with NH No-329 near Diphu-Nagaland.	38
415	The highway starting from its junction with NH-15 near Gohpur in the State of Assam connecting Itanagar in the State of Arunachal Pradesh, Daimukh and terminating at its junction with NH-15 near Banderdeva in the State of Assam.	9.7
515	The highway starting from its junction with NH-15 near Kulajan connecting Jonai in the state of Assam and terminates near Posighat Arunachal Pradesh.	73
627	The highway starting from its junction with new NH-27 near Nelle (Amsoi Gate) - Rajagaon, Doyangmukh, Umrangso, Khobak - NH-27 near Harangajao.	244.24
702	The highway starting from its junction with NH-2 near Chantongia connecting Longling, Lonhching, Mon, Lapa, Tizit in the State of Nagaland, Sonari and terminating at its junction with new NH-215 near Sapekhati in the State of Assam.	28.4
702D	The highway starting from its junction with new NH-2 near Mokokchung in the State of Nagaland connecting Mariami and terminating at NH-715 near Jorhat in the State of Assam.	49.59
715	The highway starting from its junction with NH-15 near Tezpur - Jakhalabandha, Bokakhat, Jorhat - junction with NH-2 near Jhanji in the state of Assam.	195.1
715A	The highway starting from its junction with NH-27 near Nakhola - Jagiroad, Marigaon, Kaupati, Rowta, Udalguri, Khoirabari - Indo/Bhutan Border.	142.5

(Source : National Highway Authority of India)

- Union Ministry of Road Transport and Highways on 19th November, 2020 declared the roads connecting with the National Highway-715 near Jorhat with Kamlabari Ghat in Majuli as **National Highway (NH) 715 K.**

ASEAN Highways in Assam

- The road connection to South-East Asian countries is also available along ASEAN Highway network that can be accessed from the existing NH-39 and NH-36 of Assam through Dimapur-Kohima-Imphal to reach Myanmar at the border town of Moreh.

Connectivity to Bhutan

- The NH-152 from Assam has a direct link to the Royal Kingdom of Bhutan. The NH-152 (38 km) has been developed as a two lane highway under Special Accelerated Road Development Programme in North-East (SARDP-NE).

Assam State Transport Corporation

- Assam State Transport Corporation provides bus services within Assam and adjoining states.
- It was started as a State Government Department with four buses to run between **Guwahati** and **Nagaon** and gradually the transport network expanded throughout the state of Assam.
- It was converted to a corporation on 30th March, 1970. All buses have the registration code AS-20. ASTC operates Hi-Tech Luxury buses. It has AC/Non-AC bus services, Hi-Tech, Semi and Deluxe buses also.
- It has two Inter-State Bus Terminus (ISBT), one at Guwahati and the other at Silchar to facilitate Inter-state transportation of passengers. ISBT are also constructed at **Jorhat**, **Dibrugarh** and **Sivasagar**.
- ASTC has taken initiative to construct new bus terminuses at Guwahati city, Bongaigaon, Haflong, North Lakhimpur and Nalbari.

2. Railway Transport

- Assam got its first **railway line in 1881**, when the Assam Railway and Trading Company set-up metre gauge track. This company constructed **Dibrugarh-Saidya Rail line** in 1882.
- By the year 1884 railway tracks were connected with the coal mines. In 1897, railway line was established between Upper and Lower Assam.
- In the year 1902 Dhubri was connected to Kolputa.
- The Railway and Trading Corporation was transferred to Assam Bengal Railways. In 1945 this company was taken over by Government of India.
- As per state Economic Survey 2023-24, Assam has a total railway route length of 2571.19 km.
- The share of Assam in the total road length of India is 3.71%. The state has no electrified route.
- Out of total 8 states of North-Eastern region, rail connectivity is available in 7 states including Assam. Goods, services and passengers light and heavy machineries, etc. are carried via. North Bengal plain via broad gauge railways to all the 7 states.

Road and Rail Bridges in Assam

Following are the railway bridges of Assam

Dhola Sadiya Bridge

- Dhola Sadiya Bridge is also known as **Bhupen Hazarika Setu**.
- It is built across the (Lohit river, a major tributary of the Brahmaputra river).
- It is the longest bridge in India. It becomes operational in 2017.
- It has a length of 9.15 km. It connects the states of Assam and Arunachal Pradesh.

Bogibeel Bridge

- Bogibeel Bridge is located in the Dibrugarh district of Assam. It is a combined road and rail bridge over the Brahmaputra river.
- It was opened for transport services on 25th December, 2018. It's total length is 4.94 km.
- It is the fifth largest bridge of India. It is now become lifeline for the people of North-East region. It connects the two existing railway networks running at North bank and South bank of the river.

- It starts from Chaulkhowa station and Moranhat station at South bank and joins in between Sisibargaon and Siripani station of Rangiya-Murkongselek section of railway in North bank.

Saraighat Bridge

- Saraighat Bridge is located in Guwahati, Assam. **It is the first rail-cum-road bridge** over Brahmaputra river in Assam. It links North-East region with the rest of the country.

Kolia Bhomora Setu

- Kolia Bhomora Setu is located near Tezpur in Assam.
- It is built across the Brahmaputra river which connects the Sonitpur with Nagaon district. It has a length of 3.015 km.

3. Air Transport

- Assam is well-connected with the rest of the country through air transport.
- Assam has **seven** operational civil airports in the state. These are located at **Guwahati, Jorhat, Dibrugarh, Silchar, Tezpur, North Lakhimpur** districts of Assam.
- Helicopter services are also available from Guwahati to Tura, Shillong and Tawang.

Some of the airports in Assam are as follows

- ***Lokpriya Gopinath Bordoloi International Airport*** It is named after Gopinath Bordoloi, freedom fighter and also the first Chief Minister of Assam.
- It is located at Borjhar, 26 km from **Dispur** in Assam.
- It is also known as **Guwahati International Airport** and formerly as Borjhar Airport, situated at Borjhar in Guwahati, Assam.
- It is the only international airport in North-Eastern part of India.
- It serves as an Indian Air Force (IAF) base.
- ***Jorhat Airport*** It is also known as Rowriah Airport. It is the second major airport of Assam.
- The airport was also the first base for the Indian Air Force in East.
- It has one terminal and only operates domestic flights.
- ***Dibrugarh Airport*** It is also known as Mohanbari Airport. It also serves as a base for helicopter services to nearby areas.
- ***Silchar Airport*** It is located at Kumbhirgram Silchar in Assam. It was built by the British in 1944.
- It is also a Civil Enclave Airport which is under the control of **Indian Air Force**.
- The airport is situated on the foothills of the Barail range and is the fourth busiest airport of the North-Eastern.
- ***Tezpur Airport*** It is located in Tezpur, Assam. It is also known as Salonibari Airport.
- It was constructed in 1942 during World War II by the Britishers. The airport contains only one terminal.
- ***Lilabari Airport*** It is located in the Lakhimpur district of Assam. It also serves the state of Arunachal Pradesh.
- ***Rupsi Airport*** The airport has single domestic terminal with a very small peak hour passenger handling capacity.

4. Inland Water Transport

- Assam is a riverine state so the **state has largest inland waterway** network in India.
- Since 7th century during the rule of Bhaskarvarman, Assam has a big navy power.
- The use of boats for trading was also prevalent in the Ahom period.
- With the help of boats, traders (Mudoi or Borundoi, Baishya, etc) used to carry commodities to the near by areas of Bengal.

- The regular water transport was started in 1860 during British period by India stem navigation coming.
- By the year 1947 a regular water transportation was started between Assam and West Bengal which was stopped in 1965 during India Pakistan war. It was again started in 1972.
- The Assam's navigable inland waterways extend to 1,983 km. It is the cheapest mode of transportation and environment friendly in nature.
- Assam's internal waterway network connects it to Bangladesh, giving it access to the ports of **Chittagong, Kolkata** and **Haldia**.
- Assam has total 15 National Waterways (NW), which consist nearly 10% of cumulative navigable length of all 111 National Waterways in India.
- The Brahmaputra has 891 km navigable length of waterways from **Dhubri to Sadiya** in Assam. It was declared as the **2nd National Waterways of the** country.
- Barak has 121 km navigable length of waterways between **Lakhipur** and **Bhanga** as National Highway number 16.
- River cruise services has also been introduced in Assam for development of river tourism. There are 2 luxury AC cruise vessel running from Guwahati.
- There are two state owned organisations in Assam manage the water transport system. These are **Central Inland Waterways Corporation** and **Directorate of Inland water Transport**.
- There are a large number of private operators, operating ferry services across the river **Brahmaputra which are commonly called Bhoot Bhooty services**.

Inland River Port in Assam

- Due to the presence of Brahmaputra river there is enough potential to develop Inland river port on the both side of the bank of Brahmaputra river.
- There are several small river ports established on Brahamputra like Sadiya, Dibrugarh, Disangmukh, Neamati, Tezpur, Pandu-Guwahati, Jogighopa and Dhubri. Barka river also has small ports at Karimaganj and Badarpur.

Communication in Assam

Telecommunication

- The Assam Telecom Circle of Bharat Sanchar Nigam Ltd (BSNL) was formed in January, 1987 after bifurcation of the erstwhile North-Eastern Circle. It is the largest telecom operation in Assam.
- As per the state Economic Survey 2023-24, there are 553 telephone exchanges are working under 7 telecom district in Assam.
- The private company which has highest number of mobile connection in Assam is Reliance Jio.

Postal Communication

- Assam Postal Circle provides various postal services such as Mail services, Financial services and other Premium services in the state.
- As per Economic Survey 2023-24, the number of post offices in Assam are 3,997 and post boxes are 4,408 out of which 3,667 post offices are located in rural areas and 320 in urban areas.
- There are 3 Night Post Offices function in the state which are located at Guwahati GPO, Dibrugarh HO and Silchar HO.

- There are 4 **National Speed Post Centres** and **16 State Speed Post Centres**.
- As per the state Economic Survey 2023-24, Assam Postal Circle has taken initiative to start **Core Banking Solution** (CBS) in 12 selected post offices of Assam under Pilot Project.
- Assam is among the six states across India selected for the Pilot Project. Assam is also selected for the rural ICT project for computerisation and networking of rural post offices (also called branch post offices).
- Air mail services are in Guwahati to Kolkata, Delhi, Imphal and Agartala.

Major Schemes Under Transport and Communication Sector

- ***Asom Mala*** This scheme was started on 31st March, 2021. In line with 'Bharat Mala', the Government of Assam proposes a programme named 'Asom Mala' to undertake the improvement of state highways and major district roads network and the reconstruction and maintenace of roads and rehabilitation of Reinforced Concrete (RCC) bridges.
- It is an umbrella programme with different roads projects from various funding sources including state's own budgetary resources under State- Owned Priority Development (SOPD), Externally Aided Projects (EAP), etc under it.
- Its aim is to develop best quality infrastructure through improvement and upgradation of state highway and major district roads to highway standards meeting road safety norms and developing high speed road corridors for efficient transportation for fostering growth.
- ***Pradhan Mantri Gram Sadak Yojna (PMGSY)*** This scheme is running in Assam by the Central Government.
- It aims to provide connectivity to the rural areas.
- ***Mukhyamantri Grammya Paribahan Achoni*** This scheme is initiated by the State Government in order to provide assistance to entreprenuers, self-help groups to start Light Passenger Vehicle Transport Services.
- It is specially initiated to connect the villages with nearest towns and cities.
- Under this scheme, 10,000 rural areas will be covered. This will also generate self-employment opportunities in these areas.
- ***Chief Minister Grameen Parivahan Yojana*** This scheme was started in 2017 to provide smooth and adequate road transport connectivity in rural area so that there is regional development of backward areas.
- This programme is run by Assam State Transport Corporation (ASTC).
- Modern digital technology like e-ticketing, GPS bus tracking system, integrated public management, etc. is also in the process of installation under this scheme.
- ***Swachh Kamakhya Clean and Green Technology*** This scheme is run by ASTC in 2017.
- It is currently operating a fleet of 8 buses between church field and Kamakhya that runs on diesel.
- The proposal is to replace the buses by environment friendly e-buses which are pollution free.
- ***Rural ICT Project*** Assam is also initating the Rural ICT project for computerisation of 375 branch rural post offices in Sivasagar, Jorhat and Golaghat.

Multiple Choice Questions

1. As per State Economic Survey 2023-24, the total length of road in Assam is .
   (a) 62,986 km (b) 65,748.0 km
   (c) 69,682 km (d) 61,820.76 km
2. What is the length of road maintained by PWD?
   (a) 62,986 km (b) 65,784 km
   (c) 69,682 km (d) 61,820.76 km
3. Which among the following National Highway goes up to Indo-Bhutan border?
   (a) 127 A (b) 127 C
   (c) 127 D (d) All of these
4. Which among the following runs in the state of Assam which is only 9.7 km long?
   (a) National Highway 2
   (b) National Highway 415
   (c) National Highway 152
   (d) National Highway 154
5. Which among the following is a National Highway in the North-Eastern Indian states of Assam and Arunachal Pradesh?
   (a) National Highway 515
   (b) National Highway 715
   (c) National Highway 117
   (d) National Highway 117 A
6. In which year, NH 715 K came into existence?
   (a) 2020 (b) 2021
   (c) 2017 (d) 2019
7. Which highway of Assam connects South Asian countries from Dimapur, Kohima Imphal to reach Myanmar?
   (a) NH 34
   (b) NH 38 and NH 39
   (c) NH 39 and NH 36
   (d) NH 40 and NH 41
8. Which National Highway from Assam has a direct link to the Royal Kingdom of Bhutan?
   (a) 317 (b) 127
   (c) 152 (d) 627
9. Assam State Transport Corporation was converted into a corporation on ....
   (a) 30th March, 1970 (b) 30th March, 1971
   (c) 30th March, 1972 (d) 30th March, 1973
10. How many ISBT (Inter-State Bus Terminus) are located in Assam?
    (a) 1 (b) 4
    (c) 3 (d) 2
11. ASTC has initiated the construction of new bus terminuses at which of the following regions?
    (a) Guwahati city (b) Bongaigaon
    (c) Haflong (d) All of these
12. The first railway line was established in Assam in the year
    (a) 1881 (b) 1882 (c) 1883 (d) 1884
13. The total rail route of Assam is about .... connecting it with the rest of the country.
    (a) 2571.19 km (b) 2400 km
    (c) 2500 km (d) 2700 km
14. Dhola Sadiya bridge having the length of 9.15 km was operational from which year?
    (a) 2017 (b) 2018 (c) 2020 (d) 2021
15. Bogibeel bridge in Dibrugarh district of Assam is built across which river?
    (a) Brahmaputra River (b) Borpani river
    (c) Barak River (d) Kolong river
16. What is the rank of Bogibeel bridge among the largest bridges of India?
    (a) 1st (b) 2nd
    (c) 3rd (d) 5th
17. Which among the following is the first rail cum road bridge over Brahmaputra river?
    (a) Bogibeel bridge (b) Dhola Sadiya bridge
    (c) Saraighat bridge (d) Kolia Bhomora Setu
18. Kolia Bhomora Setu connects Sonitpur to
    (a) Nagaon (b) Majgaon
    (c) Gutlong (d) Tezpur

19. The only International Airport in Assam is
(a) Tezpur Airport
(b) Lokapriya Gopinath Bordoloi International Airport
(c) Dibrugarh Airport
(d) Silchar Airport

20. The second major airport of Assam is in
(a) Shillong (b) Dibrugarh
(c) Jorhat (d) Guwahati

21. Which airport is known as Mohanbari Airport?
(a) Dibrugarh Airport
(b) Silchar Airport
(c) Tezpur Airport
(d) Lokapriya Gopinath Bordoloi International Airport

22. Which airport is also known as Salonibari Airport?
(a) Tezpur Airport (b) Silchar Airport
(c) Lilabari Airport (d) Rupsi Airport

23. The airport which has single domestic terminal with a very small peak hour passenger handling capacity. It is
(a) Tezpur Airport (b) Silchar Airport
(c) Lilabari Airport (d) Rupsi Airport

24. The Assam's navigable Inland Waterways extend to
(a) 1,983 km (b) 1,800 km
(c) 1,717 km (d) 1,919 km

25. Which waterway in Assam is on river Brahmaputra from Dhubri to Sadiya?
(a) NW-10 (b) NW-2
(c) NW-1 (d) NW-5

26. Bhoot-Bhooty services are a type of local ...... services in Assam.
(a) road transport (b) air transport
(c) guise (d) ferry

27. The Assam Telecom Circle was formed in
(a) January, 1987 (b) December, 1987
(c) July, 1987 (d) June, 1987

28. Assam Postal Circle provides various postal services such as
(a) mail services
(b) financial services
(c) premium services
(d) All of the above

29. Which among the following gives the facility of night post office in Assam?
(a) Guwahati (b) Dibrugarh
(c) Silchar (d) All of these

30. Asom Mala scheme was launched in which year?
(a) 2020 (b) 2021 (c) 2019 (d) 2018

31. Which of the following are the aims of Asom Mala project?
(a) Improvement and upgradation of state highways and major district roads to highway standards meeting road safety norms.
(b) Developing high speed road corridors for efficient transportation.
(c) Both (a) and (b)
(d) None of the above

32. Which scheme is initiated by the Government to start light passenger transport services in private sector?
(a) Mukhyamantri Grammya Paribahan Achoni
(b) Pradhan Mantri Gram Sadak Yojana
(c) Chief Minister Grameen Parivahan Yojana
(d) None of the above

33. Chief Minister Grameen Parivahan Yojana was started in which year in Assam?
(a) 2017 (b) 2015 (c) 2019 (d) 2021

34. Swaccha Kamakhya Green Clean technology was started by ASTC was started in which year?
(a) 2018 (b) 2020
(c) 2017 (d) 2021

35. Under Swaccha Kamakhya Green Clean technology how many buses are currently operating between Church field and Kamakhya?
(a) 9 (b) 10
(c) 5 (d) 8

36. Rural ICT project in Assam is being undertaken in which of the following regions?
(a) Sivasagar
(b) Jorhat
(c) Golaghat
(d) All of the above

37. With reference to National Highways of India, which of the following statement(s) is/are correct? ***[APSC 2023]***

(i) Among the Indian states, Maharashtra occupies the top position in terms of total length of National Highways.

(ii) NH-42 between Srinagar and Kanyakumari is the longest National Highway of the country.

(iii) NH-27 is the longest East-West National Highway connecting Porbandar and Silchar

Codes

(a) (i) only (b) (i) and (ii)
(c) (i) and (iii) (d) All of these

38. With reference to railway networks in Assam, consider the following statements. ***[APSC 2023]***

(i) Railway line connecting Bhalukpong in Arunachal Pradesh starts from Balipura in Assam.

(ii) There are two railway bridges across the river Brahmputra in Assam.

(iii) Railway line connecting Naharlagun in Arunachal Pradesh starts from Harmuti in Assam.

Codes

(a) (i) only (b) (i) and (ii)
(c) (i) and (iii) (d) All of these

39. Which of the follwing capital cities of the North-Eastern region is proposed to be connected with Bangladesh via rail route as part of Act East Policy?

(a) Agartala
(b) Guwahati
(c) Imphal
(d) Shillong

40. Which pair of extremely located Indian cities is connected by East-West corridor? ***[APSC 2021]***

(a) Silchar-Porbandar (b) Mumbai-Shillong
(c) Nagpur-Siliguri (d) Mumbai-Kolkata

Answers

1. (b)	*2. (d)*	*3. (d)*	*4. (b)*	*5. (a)*	*6. (a)*	*7. (c)*	*8. (c)*	*9. (a)*	*10. (d)*
11. (d)	*12. (a)*	*13. (a)*	*14. (a)*	*15. (a)*	*16. (d)*	*17. (c)*	*18. (a)*	*19. (b)*	*20. (c)*
21. (a)	*22. (a)*	*23. (d)*	*24. (a)*	*25. (b)*	*26. (d)*	*27. (a)*	*28. (d)*	*29. (d)*	*30. (b)*
31. (c)	*32. (a)*	*33. (a)*	*34. (c)*	*35. (d)*	*36. (d)*	*37. (c)*	*38. (d)*	*39. (a)*	*40. (a)*

CHAPTER 16

Reorganisation and Administrative Structure of Assam

Dispur is the capital city of Assam and it houses the Assam Legislative Assembly or Vidhan Sabha. The Assam Legislature Assembly is an unicameral legislature.

State Government of Assam consists of an Executive led by the Governor of Assam, a Legislature and a Judiciary.

The Chief Minister is the Real Head of the government and is rested with most of the executive powers. He is head of the Council of Ministers.

Assam Reorganisation Act, 1969

- The hill tribes living in the Southern region of Assam wanted a separate identity which was different from the rest of the people of Assam.
- The Assam Reorganisation Act was introduced in 1969 according to which an autonomous **state of Meghalaya** was established within the state of Assam.
- As per the act, Meghalaya comprised of the **United Khasi-Jaintia hill district** and the **Garo hills district**.
- The act also had the provision of inclusion of the **North Cachar hills** or the **Mikir hills** or both if a majority of not less than two-thirds of the members expressed a desire to be included in Meghalaya.
- The act is listed under paragraph **12A of the Sixth Schedule** to the Constitution of India and came into force from 29th December, 1969.
- On 2nd April, 1970, the Autonomous State of Meghalaya was formed. It had a separate legislature from Assam which was formed in accordance with the sixth schedule of the Indian Constitution. The legislature had 37 members.

North-Eastern States Reorganisation Act, 1971

- This act provided for the establishment of North-Eastern states of India.
- Parliament of India decided to grant statehood to **Manipur** and **Tripura** on 3rd September, 1970 for which this act was enacted on 30th December, 1971. It was made by the amendment of the Fourth schedule of the Indian Constitution.
- This act conferred full statehood to **Meghalaya**. Shillong became the capital of

Meghalaya with the legislative assembly coming into force from 21st January, 1972. Now it was completely separated from Assam.

- Dispur was choosen as the capital of Assam in 1972.
- Government decided that Mizo district of Assam and North-East Frontier Agency should be separated from Assam and made into Union Territories to be known as **Mizoram** and **Arunchal Pradesh** respectively.
- The Union Territories of **Arunachal Pradesh** and **Mizoram** were formed from Assam in 1972.
- The Act also provides for the constitution of a common High Court for all states in North-Eastern parts and Common Bar Council.

Historical Background of Assam Legislature

- Assam as a separate province first created in the year 1874 with its capital at Shillong. In 1905 Bengal was partitioned and Assam was merged with East Bengal.
- It was tagged as **Legislative Council of East Bengal and Assam**. The Legislative Council of Eastern Bengal and Assam started functioning from 18th December, 1906.
- In the year 1909, the Council had a strength of 40 members and out of 40 seats, Assam was allotted 5 seats.
- **On 1st April, 1912** Assam was reconstituted into a separate province and granted a Legislative Council in 1913 under the **Government of India Act, 1909**.
- The Assam Legislative Council came with strength of 34 members of which 13 were nominated by the Chief Commissioner and 21 were elected by the people.
- The **first Legislative Council of Assam** met on 6th January, 1913 at Shillong. It was presided by the Chief Commissioner of Assam, **Sir Archdale Easle**.

Government of India Act, 1919 and Assam

- This Act was named after **Edwin Charles Montague** and **Lord Chelmsford**.
- Under this act, the strength of Assam Legislative Council was raised to 53. It came into effect from 1921. Out of 53 members, 41 were elected by the people and 12 were nominated.

Government of India Act, 1935 and Assam

- This act was adopted by the British Parliament on 2nd August, 1935 and implemented in 1937.
- This act made provision for a Legislative Assembly in each province and as a result the Legislature in Assam became bicameral in nature.
- The strength of the Legislative Council (Upper House) was not less than 21 and not more than 22 members.
- Fresh elections for the legislative assembly after 1937, were held on 9th January, 1946.

Formation of Assam Legislative Assembly

- The Assam Legislative Assembly was established on 7th April, 1937 at Shillong. The first assembly had 108 seats for which elections were held in 1937.
- The strength of Legislative Council (Upper House) was not less than 21 and not more than 22 members.
- After the partition of India Sylhet district of Assam was shifted to the then East Pakistan and the strength of Assembly reduced to 71. But on its decline to form the government, Muslim Leagues Leader **Sir Syed Muhammad Saadulla** was invited to form the government.

- He became the first Chief Minister (at that time the post was known as Prime Minister) of Assam 1st April, 1937.
- He remained in office till 10th September, 1938 and after that resigned. The Indian National Congress then came into power and **Gopinath Bordoloi** became the new Chief Minister on 19th September, 1938.
- This government also resigned in 1939 as congress called for a nation wide protest.
- Sir Syed Muhammad Saadulla again formed the Ministry on 19th November, 1939 and remained in power till 1946.
- During this period Assam also went through governor's rule from 24th December, 1841 to 24th August, 1942.
- Indian National Congress became the majority party with 38 elected members.
- The Legislature of Assam remained bicameral till 1946. It became unicameral with the abolition of the Assam Legislative Council in 1947.

▲ASSAM LEGISLATIVE ASSEMBLY

Last Elections before Independence in Assam

- The Indian National Congress won the majority of seats in the elections and Gopinath Bordoloi was again elected as the Chief Minister.
- Under his leadership, Assam province was granted self rule on 1st April, 1946.
- With the declaration of Independence and partitioning of the country on 15th August, 1947 Assam became a part of the Dominion of India.
- **Gopinath Bordoloi** continued as the Chief Minister of Assam and remained in position till 5th August, 1950. After his death, the position was taken over by **Bishnuram Medhi**.

First Elections after Independence in Assam

- Indian National Congress won the elections and **Bishnuram Medhi** was elected as the Chief Minister of Assam till 1957.
- The Bicameral legislature was changed to **Unicameral legislature** as Assam Legislative Council was aboilished.

Term of Legislative Assembly

- The term of the Legislative Assembly is 5 years. But it may be dissolved even earlier than 5 years by the Governor on the request of the Chief Minister.
- The term of the Assembly may be extended during an emergency, But **not more than 6 months** of a time.

Speaker of Legislative Assembly

- The speaker presides over all the meetings of the Legislative Assembly (Vidhan Sabha). All speeches are addressed to the speaker. All Bills passed by the Legislative Assembly are authenticated by his signatures before they are sent to the governor for his assent.
- The decision of the speaker is final or deciding whether a Bill is a Money Bill or not.
- Discipline in the proceedings of the house is enforced by the speaker. He decides on the issue of violating the Anti-Defection law by any member of the legislative assembly.

The Assam Council Bill, 2013

- The Assam Legislative Council Bill, 2013 was introduced in the Rajya Sabha on 3rd December, 2013. It mandates for the creation of a Legislative Council for the state of Assam.
- It was followed by a resolution passed by the Assam State's Legislative Assembly on 14th July, 2013, as required under **Article 169(1)** of the Constitution.
- According to the bill, the total number of seats in the Assam Legislative Council shall be 42.
- It lays down its composition, as stipulated in the Constitution as follow
  - 14 persons shall be elected by the members of municipalities district boards and other local authorities in the state.
  - 4 persons shall be elected by the domicile of Assam, who have been university graduates for at least 3 years.
  - 4 persons shall be elected by persons who have engaged in teaching in secondary schools onwards, for not less than 3 years.
  - 14 persons shall be elected by the members of the Legislative Assembly of the state, from amongst persons who are not members of the Assembly.
  - 6 persons shall be nominated by the Governor. They should be expertised in the areas of literature, science, art, co-operative movement and social service.
- Further the bill states that the President may issue an order for appointing date for the inclusion of the name of the state of Assam into Article 168(1) (a) of the Constitution (after Andhra Pradesh).
- The bill also proposes sequential amendments to the Representation of the People Act, 1950 and the Representation of the People Act, 1951.

Assam Executive

The State Executive consists of the Governor, the Chief Minister and the State Council of Ministers.

Governors

- The Governors of states of India have similar powers and functions at the state level as that of the President of India at Union level.
- The Governor acts as the nominal heads whereas the real power lies in the hands of the Chief Minister of the state and its Council of Ministers.
- The Governor is appointed by the President for a term of 5 years.

Eligibility of Governor

- **Article 151** and **158** of the Constitution of India specify eligibility requirements for the post of Governors.
- He must be a citizen of India, at least 35 years of age, not be a member of the either house Parliament or house of the State Legislature and not hold any other office of profit.

Power and Functions of the Governor

- Under **Article 161**, the Governor of a state shall have the power to grant pardons, reprieves of punishment or to suspend remit commute the sentence of any person.
- Under **Article 164**, the Governor shall appoint the Chief Minister.
- The Governor shall appoint a person who is qualified to be appointed a judge of a High Court to be Advocate-General for the state (Article 165).
- Governor as the Constitutional Head of the State also receives views and representations/ memorandum from different sections of the public on various issues.

- In the case of Presidents rule under **Article 356**, President as an executive head, assisted by the Governor. He administers the state in President's name.
- Assam has witnessed four times President's rule.

Governors of Assam before Independence

- Sir Henry Joseph Twynam (24th February,1938 to 4th October,1939)
- Sir Robert Niel Reid (5th October, 1939 to 3rd May, 1942)
- Andrew Gourlay Clow (4th May,1942)
- Rederick Chalmers Bourne (4th April, 1946)
- Sir Henry Foley Knight (4th September, 1946 to 23th December, 1946)
- Andrew Gourlay Clow (24th December, 1946 to 3rd May, 1947)

List of Assam Governors

Name	Period
Sir Muhammad Salen Akbar Hydari	15th August, 1947 to 28th December, 1948
Ronald Francis Lodge (Acting)	30th December, 1948 to 16th February, 1949
Sri Prakasa	10th August, 1981-28th March, 1984
Jairam Das Daulatram	27th May, 1950 to 15th May, 1956
Saiyid Fazal Ali	15th May, 1956 to 22nd August, 1959
Chandreswar Prasad Sinha	23rd August, 1959 to 13th October, 1959
SM Srinagesh	14th October, 1959 to 12th November, 1960
Vishnu Sahay	12th November, 1960 to 12th January, 1960
SM Srinagesh	13th January, 1961 to 7th September, 1962
Vishnu Sahay	7th September, 1962 to 16th April, 1968
BK Nehru	17th April, 1968 to 7th December, 1970
Justice PK Swami	8th December, 1970 to 4th January, 1971 Acting
BK Nehru	5th January, 1971 to 18th September, 1973
LP Singh	19th September, 1973 to 10th August, 1981
Prakash Mehrotra	10th August, 1981 to 28th March, 1984
TS Mishra	28th March, 1984 to 15th April, 1984
BN Singh	15th April, 1984 to 10th May, 1989
Harideo Joshi	10th May, 1989 to 21st July, 1989
Justice Anisetti Roghuvir	21st July, 1989 to 2nd May, 1990
Devi Das Thakur	2nd May, 1990 to 17th March, 1991
Loknath Misra	17th March, 1991 to 1st September, 1997
SK Sinha	1st September, 1997 to 21st April, 2003
Arvind Dave	21st April, 2003 to 5th June, 2003
Retired General Ajay Singh	5th June, 2003 to 4th July, 2008
Shiv Charan Mathur	4th July, 2008 to 25th June, 2009
K. Sankaranarayanan	26th June 2009 - 27th July, 2009
Syed Sibte Rizvi	27th July, 2009 to 10th November, 2009
Janaki Ballav Pattanaik	11th November, 2009 to 11th December, 2014
P. B Acharya	December, 2014 to 17th August, 2016
Banwarilal Purohit	22nd August, 2016 to 10th October, 2017
Prof. Jagdish Mukhi	10th Oct, 2017 to 14th February, 2023
Gulab Chand Kataria	22nd February, 2023-Incumbent

As in July 2024

Chief Minister of Assam

- The Chief Minister is the real head of the state. As per the Constitution of India the Governor appoints the Chief Minister whose Council of Ministers are collectively responsible to the Assembly.
- The Chief Minister's is elected for five years and is subject to no term limits.
- Assam witnessed two premier from 1937-50. Since 1950 the State is ruled by total 14 Chief Ministers.

Chief Ministers of Assam during and after Independence

Gopinath Bordoloi	26th January, 1950 to 6th August, 1950
Bishnuram Medhi	9th August, 1950 to 27th December, 1957
Bimala Prasad Chaliha	28th December, 1957 to 6th November, 1970
Mahendra Chandra Choudhury	11th November, 1970 to 30th January, 1972
Sarat Chandra Singha	31st January, 1972 to 12th March, 1978
Golap Borbora	12th March, 1978 to 4th September, 1979
Jogendra Nath Hazarika	9th September, 1979 to 11th December, 1979
President's Rule	12th December, 1979 to 5th December, 1980
Sayeda Anwara Taimur	6th December, 1980 to 30th June, 1981
President's Rule	30th June, 1981 to 13th January, 1982
Keshab Chandra Gogoi	13th January, 1982 to 19th March, 1982
President's Rule	19th March, 1982 to 27th February, 1983
Hiteswar Saikia	27th February, 1983 to 23rd December, 1985
Prafulla Kumar Mahanta	24th December, 1985 to 27th November, 1990
President's Rule	28th November, 1990 to 30th June, 1991
Hiteswar Saikia	30th June, 1991 to 22nd April, 1996
Dr Bhumidhar Barman (Acting)	22nd April, 1996 to 14th May, 1996
Prafulla Kumar Mahanta	15th May, 1996 to 17th May, 2001
Tarun Gogoi	18th May, 2001 to 24th May, 2016
Sarbananda Sonowal	24th May, 2016 to 10th May, 2021
Himanta Biswa Sarma	10th May, 2021 to till date

As in July 2024

Premier (Prime Minister) **of Assam** (1937-50)

Before the post of Chief Minister there was a post of preminer in Assam. The office of premier was created under the Government of India Act, 1935. A bicameral legislature was set-up with a Legislative Assembly and a Legislative Council.

The premier of Assam was the head of the government and leader of the Legislative Assembly of Assam province.

The name of the premiers of Assam were as follows

1. Syed Muhammad Saadulla (1st April, 1937 to 6th August, 1938)
2. Gopinath Bordoloi (19th September, 1938 to 17th November, 1939)
3. Syed Muhammad Saadulla (17th November, 1939 to 24th December, 1941)
4. Syed Muhammad Saadulla (25th August, 1942 to 11th February, 1946)
5. Gopinath Bordoloi (11th February, 1946 - 25th January, 1950)

Assam Public Service Commission

- The Assam Public Service Commission came into existence on 1st April, 1937 in accordance with the provision of the Government of India Act, 1935 with **Mr. James Hezelett**, a retired ICS officer from London, as its first Chairman.

- The Assam Public Service Commission (Limitation of Functions) Regulation was promulgated in 1935 to exercise the powers conferred by the provision of clause II of Article 320 of the Constitution.
- **Shri Kameswar Das**, an educationist of repute of Assam, was the first non-official Chairman of the Commission.
- The Chairman and Members of the Commission are appointed by the Governor of the State.
- The Chairman or any other Member of the Commission can hold office for a period of **six years** or till he/she attains the age of **62 years** whichever is earlier.

Autonomous Councils in Assam

- An autonomous body or entity is a sub-national entity under the government that has a certain amount of autonomy.
- Under the **6th Schedule** of Indian Constitution, some tribal areas of Assam are entitled as autonomous districts or regions.
- There are many autonomous councils in Assam, of them three are constituted under the provisions of the Sixth Schedule of the Constitution of India. These are
  1. Bodoland Territorial Council
  2. North Cachar Hills, Dima Hasao Autonomous Council
  3. Karbi Anglong Autonomous Council
- Other Autonomous Councils are Deori Moran, Mising, Rabha Hasong, Sonowal Kachari, Thengal Kachari, Tiwa (Lalung), Matak, Bodo Kachari Welfare and Kamtapur Autonomous Council.

Bodoland Territorial Council (BTC)

- The Bodoland Territorial Council (BTC) is an autonomous district council. The sixth Schedule of the Constitution of India allows for the formation of autonomous administrative divisions, which have been given autonomy within their respective states for the **Bodoland Territorial Region** (BTR).
- The four districts of Assam, viz. Kokrajhar, Baksa, Udalguri and Chirang constitute the Bodoland Territorial Region. Its headquarters is at **Kokrajhar** district of Assam.
- The Bodos, a plains-dwelling tribe, make up the single largest community with Scheduled Tribe status in Assam, accounting for 5-6% of the state's population.
- Beginning in the mid-1980s, they demanded for Bodoland which led to an armed insurgent movement, fought by several militant groups.
- Three accords have been signed among the centre, state and the Bodo groups in 1993, 2003 and latest in January 2020 which led to the end of armed extremism and separate statehood demand.
- The Bodoland Territorial Council was constituted on **10th February 2003** and the first elections were held in 2005. It is headed by a speaker and its executive committee is chaired by a Chief Executive Member.
- **Hagrama Mohilary** was the first Chief Executive Member of Assam.
- After the election in December 2020 twelve members excentive committee was formed with five members from the **United People's Party Liberal** (UPPL) six members from Bharatiya Janata Party (BJP) and one member from the Gana Suraksha Party (GSP).
- The new committee of BTC is valid **up to 2025**.

▲BODOLAND TERRITORIAL COUNCIL

North Cachar Hills/Dima Hasao Autonomous Council

- North Cachar Hills is also known as Dima Hasao. The district headquarters is located at **Haflong**.
- Before British occupation it was a part of Dimasa kingdom that extended at the time up to the Cachar district, Karbi Anglong district, Nagaon district and part of Nagaland.
- The Dimasa Kingdom was annexed to the British empire under the Doctrine of Lapse on the 15th August, 1832 after the assassination of last Dimasa King **Maharaja Govinda Chandra Narayan** in 1830.
- On the 29th April, 1952, North Cachar Hill District Council came into being which marked a new era in the history of North Cachar Hills.

Karbi Anglong Autonomous Council

- On 17th November, 1955 the united Mikir Hills and North Cachar Hills Districts were created as per the provision of Sixth Schedule of the Constitution under the Article 244(2) and 275(1).
- On 23rd June, 1952 the Mikir Hills Autonomous District Council was formed. Later on 14th October, 1976 Mikir Hills District Council was renamed as Karbi Anglong District.
- After signing of M.O.U. between Government of India, Government of Assam and Autonomous State Demand Committee (ASDC) on 1st April, 1995, the Karbi Anglong District Council came to be known as **Karbi Anglong Autonomous Council** (KAAC).
- It was later renamed as North Cachar Hills Autonomous Council on 13th September, 1955.
- It is set-up to provide protection to tribal people of Assam.
- It has administrative functions over two district namely East Karbi Anglong and West Karbi Anglong district.
- Its headquarater is located in **Diphu, Assam**.
- This autonomous council may be described as the 'State in miniature' as having its own legislative, executive and judiciary.
- The population of the district comprises of various tribes and races who maintain their own dialect, culture, customs and usages.
- Among the various tribes, the prominent are Dimasa, Zeme, Hmar, Kuki, Baite, Hrangkhol.
- The Chief Executive member is the head of committee. He is elected through polling system. He had the executive committee along with 14 other elected members.
- The members of council are called Executive Member (EM).
- The members of council consist of 30 member of which 26 are elected on the basis of adult suffrage and 4 members are nominated by the governor. The elections are held after every five years.
- The members also elect the Chairman and Deputy Chairman of Council.
- Their work is to carry out Legislative functions and session of council are held at least three times in a year.

Famous Leaders/Politician of Assam

Personalities	About
Bishnuram Medhi	• He joined the Non-Cooperation Movement in 1921. In 1930, he became the President of the Congress in Assam and continued in office till 1938. • In 1946, he became a Minister in the Gopinath Bordoloi Cabinet in Assam and held the Finance and Revenue portfolios. • In 1950, he became the Chief Minister of Assam and continued till 1958. After a long illness, he passed away on 21st January, 1981. • He died issueless and donated all he possessed for public purposes.
Kanaklata Barua	• Kanaklata Barua is also known as Shaheed and Birbala. • She was born on 22nd December, 1924. She was a leader of the AISF. • She was also an activist for Indian independence. She was shot dead in the Quit India Movement in 1942 while raising the national flag of India when she was just 17 years old.
Gopinath Bordoloi	• He was born on 6th June, 1890. He was a politician and Indian independence activist who served as the first Chief Minister of Assam. • He was a follower of the Gandhian principle of non-violence as a political tool. He was conferred with the title **Lokapriya** by the then Governor of Assam **Jayram Das Doulatram**. • He started his political career by joining Indian National Congress. • He was arrested in 1922 due to active participation in Non-Cooperation for 1 year. He died on 5th August, 1950. • He was awarded Bharat Ratna posthumously in the year 1999.
Mahendra Mohan Choudhary	• He was born on 12th April, 1908 in **Nagaon** undivided Kamrup district of Assam. • He was a a great freedom fighter and true Gandhian. He fought for the Independence of India and went to jail thrice in 1932, 1941 and 1954 respectively. • He was died on 27th December, 1982 in Guwahati Medical College and Hospital.
Bimala Prasad Chaliha	• He was born on 26th March, 1912. He was a leader of Indian National Congress and a freedom fighter. • He participated in Quit India Movement against the British Government for which he was imprisioned at Jorhat in 1942. • He was elected to the post of Chief Minister of Assam for Three Consecutive Terms, once from Badarpur Constituency and twice from Sonari Constituency. • The Assam Official Language Act, 1960 was passed in his chief ministership.. • He was awarded Padma Vibhushan in 1971.He was died on 25th February, 1971.
Tarun Gogoi	• He was born on 1st April, 1936 in Rangamati at Jorhat district of Assam and he died on 23rd November, 2020. He was an Indian politician who served as the Chief Minister of Assam from 2001 to 2016. • He was a member of the Indian National Congress and he was the longest serving Chief Minister of the State. He was posthumously awarded the Padma Bhushan, in 2021. 

Personalities	About
Prafulla Kumar Mahanta	• He was born on 23rd December, 1952 in **Nagaon** district of Assam. • He is an Indian Politician who was the leader of the Assam Movement, a former Chief Minister of Assam and the former President of the Asom Gana Parishad (AGP), of Assam. • He served as the Chief Minister of Assam for two terms. • He is a former President of the All Assam Students Union, an organisation.
Himanta Biswa Sarma	• He was born on 1st February, 1969 in Jorhat district of Assam. He studied at Cotton College and later obtained a Bachelor of Laws degree from Government Law College in Guwahati. • He is often called 'Mama' (maternal uncle) by voters in Assam. He is the 15th and incumbent Chief Minister of Assam. He is a five time Member of the Assam Legislative Assembly from Jalukbari, having first been elected in 2001. He was sworn in as Chief Minister of Assam on 10th May, 2021, succeeding Sarbananda Sonowal. 
Ranjan Gogoi	• He is a former Indian judge of the Supreme Court of India. He was the 46th Chief Justice of India. • He was the first person from Assam and the whole North-East to be a part of the Supreme Court of India. • He also wrote an autobiography which was called **Justice for the Judge**. • He was also nominated for the Rajya Sabha by President Ramnath Kovind.

Multiple Choice Questions

1. The Legislative Council of Eastern Bengal and Assam started functioning from
(a) 1900 (b) 1902
(c) 1905 (d) 1906

2. Assam as a separate province had the capital at
(a) Shillong (b) Itanagar
(c) Guwahati (d) Sylhet

3. Assam was a part of Bengal Presidency from .... to ....
(a) 1826, 1832 (b) 1850, 1905
(c) 1890, 1946 (d) 1910, 1946

4. In .... Assam was reconstituted into a Chief Commissioner's province.
(a) 1910 (b) 1912
(c) 1915 (d) 1920

5. The Legislature of Assam remained bicameral till
(a) 1950 (b) 1955 (c) 1946 (d) 1960

6. On .... the Assam Legislative Council Bill, 2013 was introduced.
(a) 1st December, 2013
(b) 2nd December, 2013
(c) 3rd December, 2013
(d) 4th December, 2013

7. The Assam Council Bill 2013, has stipulated the total number of seats?
(a) 22 (b) 32
(c) 42 (d) 52

8. Assam's first Legislative Assembly had total .... seats.
(a) 107 (b) 110 (c) 109 (d) 108

9. The Muslim League leader, who was invited to form government was
(a) Sir Syed Ahmed
(b) Baddruddin Saleh
(c) Sir Syed Muhammed Saadulla
(d) None of the above

10. The Legislature of Assam remained bicameral from .... to ....
(a) 1930, 1937 (b) 1937, 1946
(c) 1947, 1950 (d) 1920, 1947

11. When was the Upper House Legislative Council abolished?
(a) 14th August, 1947
(b) 10th March, 1946
(c) 10th February, 1945
(d) 15th August, 1950

12. The last elections of Assam state before Independence Assembly were held on
(a) 9th January, 1946
(b) 3rd June, 1946
(c) 1st April, 1946
(d) 15th August, 1946

13. After Gopinath Bordoloi's death, who continued as Chief Minister of Assam?
(a) Bimala Prasad Chaliha
(b) Mahendra Mohan Choudhary
(c) Bishnuram Medhi
(d) Sarat Chandra Sinha

14. Which party among the following won the first elections of the State of Assam after Independence?
(a) INC
(b) Assam United Muslim Party
(c) Janata Party
(d) None of the above

15. The term of the State Assembly of Assam can be extended, not more than
(a) 6 months (b) 3 months
(c) 2 months (d) 3 years

16. .... has the jurisdiction over the Concurrent List.
(a) State
(b) The Union
(c) Both State and Union
(d) None of the above

17. No money can be spent from the state treasury or state exchequer with the authority of
(a) Governor
(b) the President
(c) Legislative Assembly
(d) Legislative Council

18. The Speaker and the Dy. Speaker of the State Assembly are elected by
(a) the Governor
(b) State High Court
(c) Legislative Council
(d) Legislative Assembly

19. Who decides a bill is normal or the Money Bill?
(a) The Speaker (b) Vice President
(c) Leader of the House (d) All of these

20. Who among the following given options, was the first elected Speaker of Assam State Assembly after Independence?
(a) Babu Basanta Das (b) Debeswar Sarman
(c) Laksheswar Baruah (d) Kuladhar Chaliha

21. Who was the first Governor of Assam?
(a) Saiyid Fazal Ali
(b) Ronald Francis Lodge
(c) Sir M. S. Akbar Hydari
(d) None of the above

22. Who was the last Governor of Assam before independence ?
(a) Andrew Gourlay Clow
(b) Henry Foley Knight
(c) Sir Henry Joseph Twynam
(d) None of the above

23. Who was the first Premier of Assam?
(a) Gopinath Bordoloi
(b) Syed Muhammad Saadulla
(c) Bhumidhar Barman
(d) None of the above

24. Name the first Chief Minister of Assam.
(a) Bishnu Ram Medhi
(b) Keshab Chandra Gogoi
(c) Gopinath Bordoloi
(d) None of the above

25. How many times President's rule was imposed in Assam?
(a) 3 (b) 4
(c) 5 (d) 6

26. The .... make up the single largest community with Scheduled Tribe status in Assam.
(a) Bodos (b) Dimasa
(c) Zeme (d) Hmar

27. The Bodoland Territorial Council was Constituted in .... and the first elections were held in ....
(a) 2003, 2005 (b) 2004, 2005
(c) 2005, 2007 (d) 2006, 2007

28. North Cachar Hills is also known as
(a) Darrang (b) Dima Hasao
(c) Hailakandi (d) Karbi Anglong

29. Karbi Anglong Autonomous Council was formed in
(a) 1950 (b) 1952
(c) 1955 (d) 1960

30. The headquarters of Karbi Anglong Autonomous Territorial Council is in
(a) Diphu (b) Chirang
(c) Haflong (d) None of these

31. There are .... Lok Sabha Constituencies in the State of Assam.
(a) 10 (b) 12
(c) 13 (d) 14

32. The Legislative Assembly formed in 2021 is the .... Legislative Assembly of Assam.
(a) 10th (b) 11th
(c) 14th (d) 16th

33. Who was not the Chief Minister of Assam in Independent India? ***[APSC 2006]***
(a) Gopinath Bordoloi
(b) Sir Muhammad Saadulla
(c) Bishnu ram Medhi
(d) Bimala Prasad Chaliha

34. The four districts under the Bodoland Territorial Council (BTC) are ***[APSC 2021]***
(a) Kokrajhar, Barpeta, Chirang and Baksa
(b) Kokrajhar, Barpeta, Chirang and Udalguri
(c) Kokrajhar, Barpeta, Sonitpur and Udalguri
(d) Baksa, Chirang, Udalguri and Nalbari

35. Who was Sir Akbar Hydari? ***[APSC 2006]***
(a) Chief Justice of the High Court
(b) Speaker of Assam Legislative Assembly
(c) Governor of Assam
(d) Chairman of Assam Public Service Commission

36. Autonomous Councils have powers to
(a) levy taxes, fees and tolls on different things
(b) impose general taxes for the maintenance of schools and roads
(c) form courts to hear cases where both parties are members of scheduled tribes
(d) All of the above

Answers

1. (d)	*2. (c)*	*3. (a)*	*4. (b)*	*5. (c)*	*6. (c)*	*7. (c)*	*8. (d)*	*9. (c)*	*10. (b)*
11. (a)	*12. (a)*	*13. (c)*	*14. (a)*	*15. (a)*	*16. (b)*	*17. (c)*	*18. (d)*	*19. (a)*	*20. (c)*
21. (c)	*22. (a)*	*23. (b)*	*24. (c)*	*25. (b)*	*26. (a)*	*27. (a)*	*28. (b)*	*29. (b)*	*30. (a)*
31. (d)	*32. (c)*	*33. (b)*	*34. (b)*	*35. (c)*	*36. (d)*				

CHAPTER 17

Judiciary of Assam

Historical Background of High Court of Assam

- Assam was a part of Bengal Presidency from 1826 to 1873.
- In 1874, the Assam was separated from the Bengal Presidency, Sylhet was added to it and its status was upgraded to a **Chief Commissioner's Province**.
- In the year 1874, Judicial Department was formed as an independent department together with Revenue and General Department under Assam Secretariat.
- The Judicial Department was headed by **BN Rau** who was also the Constitutional Advisor of the Drafting Committee of Indian Constitution.
- On 9th September, 1947 the Assam Legislative Assembly adopted a resolution that a High Court to be established for the province of Assam.
- The High Court of Assam was established which came into effect from 5th April, 1948. **Sir RF Lodge** was **sworn in as the First Chief Justice** of Assam High Court.
- The Assam High Court initially had its sitting at Shillong but shifted to Guwahati from 14th August, 1948. Later on the Assam High Court came to be known as the **High Court of Assam** and Nagaland.
- On re-organisation of the North-Eastern region, by the North-Eastern Area (Re-Organisation) Act, 1971, a Common High Court was established for the five North-Eastern states, *viz.*, **Assam, Nagaland, Manipur, Meghalaya** and **Tripura** and the two Union Territories, *viz.*, **UT** of **Mizoram** and **UT** of **Arunachal Pradesh** and it was called as the Gauhati High Court.
- The main seat of the Gauhati High Court is at Guwahati, Assam. Apart from the principal seat, the High Court has 3 outlying benches, *viz.*,
  - (i) **Kohima bench** (Nagaland) established on 1st December, 1972,
  - (ii) **Aizwal bench** (Mizoram) established on 5th July, 1990,
  - (iii) **Itanagar bench** (Arunachal Pradesh) established on 12th August, 2000.

Gauhati High Court

- The Gauhati High Court has the largest jurisdiction in terms of states, with its area covering the states of Assam, Arunachal Pradesh, Nagaland and Mizoram.
- District Council Courts were established in the Tribal Areas under the provisions of the **Sixth Schedule** of the Indian Constitution. The jurisdiction of the Assam High Court was extended to the Tribal Area *via* Assam High Court (Jurisdiction over District Council Courts) order 1954.

- Three outlying benches of Assam High Court (Kohima, Aizwal and Itanagar) became full-fledged High Court now.

These are

(i) The Imphal bench (established on 21st January, 1972 in Manipur)

(ii) The Agartala bench (established on 24th January, 1972 in Tripura)

(iii) The Shillong bench (established on 4th September, 1974 in Meghalaya)

Important Functions of Judiciary

- It handles matter relating to appointments of Advocate General/Additional Advocate General.
- It suprintends and controls all the subordinate/lower courts. It can transfer any case from one court to another and can also transfer the case to itself.
- It can appoint its administration staff and determine their salaries and allowances, and conditions of services.
- It handles matters relating to conduct of Government cases in Supreme Court and payment of advocate fees.
- It service matters relating to the Assam Judicial Legal Service, Presiding Officers, Labour Court and different Tribunals.

Chief Justices of Assam High Court

Chief Justice	Tenure
RF Lodge	5th April, 1948-7th April, 1949
TV Thadani	8th April, 1949-21st November, 1952
Sarjoo Prasad	10th February, 1953-20th February, 1959
CP Sinha	21st February, 1959-2nd January, 1961
Holiram Deka	3rd January, 1961-29th June, 1961
G Mehrotra	30th June, 1961-6th February, 1967
CS Row Nayudu	7th February, 1967 -7th March, 1968
SK Dutta	8th March, 1968 to 30th January, 1970
MC Pathak	became Acting Chief Justice in 1973
MS Swami	1st January, 1977-1st October, 1977
CM Lodha	6th July, 1978-10th March, 1979
PC Reddy	30th September, 1985-2nd November, 1986
KM Lahiri	3rd November, 1986
TS Misra	12th August, 1983
GM Lodha	1st March, 1988-15th March, 1988
AS Raghuvir	6th May, 1988-21st March, 1991
RK Manisana Singh	27th January, 1994-1st February, 1994
VK Khanna	24th April, 1994-14th February, 1997
M Ramakrishna	18th June, 1997-12th April, 1998
Brijesh Kumar	12th February, 1999-19th October, 2000
NC Jain	20th October, 2000-5th April, 2001
RS Mongia	21st September, 2001-10th June, 2002
PP Naolekar	10th June, 2002-27th August, 2004
BK Roy	21st May, 2005-30th September, 2005
BS Reddy	5th December, 2005-12th January, 2007
Jasti Chelameswar	3rd May, 2007-17th March, 2010
RS Garg	17th April, 2010-18th June, 2010
MB Lokur	24th June, 2010-15th November, 2011
Adarsh Kumar Goel	20th December, 2011-11th October, 2013
Abhay Manohar Sapre	19th October, 2013-13th August, 2014
Ajit Singh	5th March, 2016 to 5th September, 2018
AS Bopanna	29th October, 2018 to 24th May, 2019
Ajai Lamba	7th October, 2019-20th September, 2020
Sudhanshu Dhulia	10th January, 2021-8th May, 2022
N. Kotiswar Singh	9th May, 2022-22nd June, 2022
Rashmin Manharbhai Chhaya	23rd June, 2022-11th January, 2023
Sandeep Mehta	15th February, 2023-8th November, 2023
Vijay Bishnoi	5th February, 2024-Incumbent

**As in July 2024*

Subordinate Courts in Assam

The Subordinate Courts work under the High Court. The structure and jurisdiction of these courts vary from state to state. Subordinate Courts of Assam are discussed below

District and Sessions Courts

- The District Courts administer justice at district level. These courts are under administrative control of the High Court of the concerned state.
- The decisions of District Courts is subject to the appellate jurisdiction of the High Court.
- The District Court is presided over by **District Judge** who is appointed by the Governor in consultation with the Chief Justice of the High Court of the concerned state.
- The District Judge is the highest judicial authority in the district. He/She possesses original and appellate jurisdiction in civil and criminal matters arising in the district.
- When he/she deals with civil cases, he/she is known as the **District Judge** and when he/she hears the criminal cases, he/she is called the **Sessions Judge**.
- In the district the Sessions Court is the highest court. Some other officials in these courts are **Chief Judicial Magistrate** (CJM) and Civil Judge I and II. Civil Judge monitors all the administrative work of the court.

Foreign Tribunal of Assam

- The tribunals are quasi-judicial bodies. It determine if a person staying illegally is a 'foreigner' or not.
- Every individual, whose name does not figure in the final National Register of Citizens (NRC), can represent his/her case in front of the appellate authority i.e. Foreigners Tribunals (FT).
- Assam has set-up foreign tribunals, specifically to handle the cases of 19.06 lakh people left out of the updated NRC.
- Under the provisions of Foreigners Act, 1946 and Foreigners (Tribunals) Order, 1964, only Foreigners Tribunals are empowered to declare a person as a foreigner.
- Judges/Advocates have been appointed as the members of Foreign tribunal under the Foreigners Tribunal Act, 1941 and Foreigners Tribunal Order, 1964 as per the guidelines issued by the Government from time to time.

Lok Adalat

Lok Adalat is a forum where the disputes/cases pending in the court of law or at pre-litigation stage are settled/compromised amicably. Assam Lok Adalats have been given statutory status under the **Legal Services Authorities Act, 1987**.

Nature of cases referred to Lok Adalat are as follow

- Any case pending before any court.
- Any dispute which has not been brought before any court and is likely to be filed before the court. Provided that any matter relating to an offence not compoundable under the law shall not be settled in Lok Adalat.

Multiple Choice Questions

1. When was Assam detached from Bengal Presidency and was made a separate Chief Commissionership? ***[APSC 2021]***
   (a) 1870 (b) 1872
   (c) 1874 (d) 1876
2. In which year, Judicial department was formed as an independent department?
   (a) 1874 (b) 1864
   (c) 1884 (d) 1848
3. The Judicial department was headed by
   (a) TS Mishra (b) BN Rau
   (c) CP Sinha (d) RF Lodge
4. The High Court of Assam was established with effect from
   (a) 10th June, 1948
   (b) 16th August, 1947
   (c) 5th April, 1948
   (d) 10th February, 1946
5. The seat of Assam High Court shifted from .... to ....
   (a) Shillong, Guwahati
   (b) Goalpara, Shillong
   (c) Dispur, Guwahati
   (d) None of the above
6. A common high court was established for how many North-Eastern states?
   (a) 6 (b) 2 (c) 5 (d) 9
7. The Assam High Court has three outlying benches in Kohima, Aizawl and
   (a) Shillong (b) Agartala
   (c) Itanagar (d) All of these
8. Where is Kohima bench located?
   (a) Nagaland (b) Dispur
   (c) Meghalaya (d) Assam
9. In which of the following years Kohima bench established?
   (a) 1961 (b) 1972
   (c) 1964 (d) 1982
10. Where is Aizawl bench situated?
    (a) Meghalaya (b) Nagaland
    (c) Dispur (d) Mizoram
11. In which of the following year Aizawl bench established?
    (a) 1990 (b) 1992 (c) 1964 (d) 1998
12. Where is Itanagar bench situated?
    (a) Arunachal Pradesh (b) Assam
    (c) Manipur (d) None of these
13. In which of the following year Itanagar bench established?
    (a) 2000 (b) 2002 (c) 2004 (d) 2006
14. Gauhati High Court has the jurisdiction over which of the following states?
    (a) Arunachal Pradesh (b) Nagaland
    (c) Mizoram (d) All of these
15. Which of the following former benches of Gauhati High Court became a full fledged High Courts?
    (a) Imphal bench (b) Agartala bench
    (c) Shillong bench (d) All of these
16. When was Imphal bench established?
    (a) 26th February, 1984 (b) 21st January, 1972
    (c) 29th March, 1972 (d) None of these
17. When was Agartala bench established?
    (a) 24th January, 1984
    (b) 24th January, 1972
    (c) 26th January, 1956
    (d) 25th December, 1981
18. On which date Shillong bench established?
    (a) 4th September, 1974
    (b) 5th September, 1974
    (c) 6th September, 1974
    (d) 7th September, 1974
19. What was the name the first Chief Justice of Assam?
    (a) RF Lodge (b) TV Thadani
    (c) CP Sinha (d) None of these

20. Which of the following statements regarding district and sessions courts in Assam are true?

(a) The district courts are subject to appellate jurisdiction of High Court.

(b) The district court is presided over by the district judge and is the highest judicial authority in the district.

(c) District judge is also the sessions judge of the district.

(d) All of the above

21. Foreigners Act as well as Foreigners Tribunal order was introduced in which year?

(a) 1946 (b) 1947

(c) 1950 (d) 1961

22. Which of the following are the cases referred to Lok Adalat?

(a) Any case pending before any court

(b) Any dispute which has not been brought befre any court and is likely to be filed before the court.

(c) Both (a) and (b)

(d) None of the above

23. According to the Indian Constitution, Judical Review in India is based on

(i) Rule of law

(ii) Procedure established by law

(iii) Precedents and Conventions

(a) Only (i) (b) Only (ii)

(c) Only (iii) (d) All of these

Answers

1. (c)	*2. (a)*	*3. (b)*	*4. (c)*	*5. (a)*	*6. (c)*	*7. (c)*	*8. (a)*	*9. (b)*	*10. (d)*
11. (a)	*12. (a)*	*13. (a)*	*14. (d)*	*15. (d)*	*16. (b)*	*17. (b)*	*18. (a)*	*19. (a)*	*20. (d)*
21. (a)	*22. (c)*	*23. (b)*							

CHAPTER 18

Local Self-Government in Assam

- The Local-Self Government or Panchayati Raj i.e. institutions are the grass root units of Self Government.
- The system of Panchayats in Independent India was introduced with the specific mention made in the Directive Principles of the State Policy under **Article 40** of the Indian Constitution.
- Local-Self Government refers to the system introduced by the 73rd Constitutional Amendment Act. Since ancient times, Panchayati Raj institutions in different self government forms have been exist in Assam.
- In Assam, Panchayati Raj system was formally established in the year 1964.

History of Panchayati Raj System in Assam

- The Assam Panchayati Raj Act was passed in 1948 after independence and before the new constitution became operative.
- It was a two-tier structure i.e. Primary and Rural. But this act failed to serve the village satisfactorily.
- Later, a new Panchayat Act was passed in 1959, in Assam in accordance with the **Balwant Rai Mehta Committee Report.**
- This Act provided for a three-tier Panchayati Raj structure with **Gaon Panchayats** (GP) at the village level, **Anchalik Panchayats** (AP) at the block level and **Mahkuma Parishads** (MP) at the sub-divisional or district level which was the apex level.
- The **Assam Panchayati Raj Act, 1972** replaced the 1959 Act, with a new two-tier system abolishing the Anchalik Panchayats. This Act was again replaced by the Assam Panchayati Raj Act, 1986.
- The 1986 Act, again provided for a three- tier system of
  - (i) Gram Panchayats
  - (ii) Anchalik Panchayats
  - (iii) Mahkuma Panchayats.
- In **1994**, the Assam Government enacted the **Assam Panchayat Act**, which is continuing presently.

Assam Panchayat Act, 1994

- With the passing of the 73rd Amendment Act, 1992 of the Indian Constitution the Assam Panchayat Act, 1994 was introduced on 5th May, 1994.
- This act replaced **Mahkuma Parishad** with Zila Parishad in each district of Assam.
- This Act provides for a three-tier Panchayat system, comprising **Gaon Panchayats** (GP) at the village level, **Anchalik Panchayats** at the

block level and **Zila Parishads** at the apex level in accordance with the provisions of the Constitutional Amendment.

- The **first Panchayat election** as per the Assam Panchayat Act, 1994 was held in December, 2001 and constitution of all the three-tier of Panchayats were completed in June, 2002.
- This act was extends over the rural areas of Assam except the autonomous district under the 6th schedule of the Constitution of India and area under autonomous council established under State Legislation.
- It also excluded the area which comes under Municipality or a Town committee or Municipal Corporation.
- The Act has also provided for the constitution of two commissions that are the **State Finance Commission** and the **District Planning Committee**.
- It has assured necessary reservation policy for the SC, ST and women (**not less than 33%**).

Three-tier Panchayat System in Rural Areas of Assam

1. Gaon Panchayat

- The State Government may declare a village or a cluster of villages having population between 6,000 and 10,000 as a **Gaon Panchayat**.
- The Gaon Panchayat is required to meet at least once in two months. It works through three standing committees namely **Development Committee, Social Justice Committee** and **Social Welfare Committee**.
- Under the **Assam Panchayat Act 1994**, the quorum (smallest number of people) for the meeting of Gaon Panchayat is one tenth of the total members or one hundred numbers of voters of the village whichever is less.
- The funds of the Gaon Panchayat consists largely of contributions and grants from the Central and State Governments and higher Panchayat bodies. But it also has power to levy taxes, tolls, rates and fees.
- Gaon Panchayat consist of **President** and **10 members** who are directly elected by the people. The term of the Panchayat is for **5 years**.
- Any dispute relating to the validity of elections of the Vice-President of Gaon Panchayat shall be decided by the Deputy Commissioner.

Functions of the Gaon Panchayat are as follows:

- Preparation of **Annual Plans** for the development of the Gaon Panchayat area.
- Preparation of Annual Budget of Gaon Panchayat.
- Mobilisation of **reliefs** in natural calamities.
- Removal of **encroachments** on public properties.
- Organising **voluntary labours** and contribution for community works.
- Maintenance of **essential statistics** of villages.

Gram Sabha

- Gram Sabha means a body consisting of persons registered in the electoral rolls relating to a village comprised within the area of Gaon Panchayat.
- The Gram Sabha shall meet at least once in three months to discharge the following responsibilities.
- To mobilise voluntary labour and contribution in kind and cash for the community welfare programmes.
- To identify beneficiaries for the implementation of development schemes pertaining to the villages.
- To promote unity and harmony among all sections of the society in the villages.

2. Anchalik Panchayat

- It consists of one member from each Gaon Panchayat area to be directly elected by people.
- President, Vice-President and Members of Anchalik Panchayats are directly elected by the people.
- The President of the Gaon Panchayats falls within the jurisdiction of the Anchalik Panchayat.
- Members of Parliament and Legislative Assembly are also member of Anchalik Panchayat.
- The Anchalik Panchayat shall hold meeting at least **once in two months**.
- For discharging its functions, each Anchalik Panchayat shall have three standing committees namely **Development Committee, Social Justice Committee, Social Welfare Committee.**
- The funds of the Anchalik Panchayat mainly consists of grants made by the Central and State Governments and share of land revenue.
- It may also receive contribution and grant made by the Zila Parishad and raise loans.

The functions of the Anchalik Panchayat are as follows:

- To assist the government in relief operation at the time of natural calamities.
- To maintain agricultural seed, farms and horticultural nurseries.
- To store and distribute insecticides and pesticides, etc.

3. Zila Parishad

- For every district there shall be a Zila Parishad having Jurisdiction over the rural areas of the district.
- The Zila Parishad consists members which are directly elected from the Zila Parishad constituencies of the district.
- Presidents of the Anchalik Panchayats, Members of House of People and member of Legislative Assembly, are also members of Zila/Zilla Parishad.
- The term of the Zila Parishad is five years.
- The President and Vice-President shall be elected from amongst the directly elected members.
- Every Zila Parishad shall meet at least once in every three months.
- The Zila Parishad shall have four standing committees namely **General Standing Committee, Finance and Audit Committee, Social Justice Committee** and **Planning and Development Committee**.

Functions of Zila Parishad are as follows

- To prepare plans for economic development and social justice of the district and ensure the co-ordinated implementation of such plan.
- To open and maintain agricultural farms and marketing agencies and infrastructure.
- To establish and maintain godowns and cold storages.
- To establish veterinary hospitals, dispensaries, breeding farms for cows and pigs, farms for poultry, duck and also for goat farms.
- To promote social and farm forestry.
- To publicise statistical and other information related to activities of Panchayat Institutions.
- To construct and maintain roads other than National and State Highways.
- To establish and maintain hospitals, primary health centres and dispensaries.
- To establish and maintain primary, secondary schools.
- To manage hostels for the benefit of SC and ST students.
- To plan, supervise, monitor and implement poverty allevation programmes.

District Planning Committee

- This committee works as a co-ordinating agency for the local self-government institutions existing in both rural and urban areas.
- The function of this committee is to consolidate the plans prepared by **Zila Parishad, Anchalik Panchayats, Town Committees, Municipalities** and **Municipal Corporations** and prepare a draft development plans for the district as a whole.
- According to the **Assam Panchayati Raj Act 1994**, District Planning Committee shall consist of both ex-officio members and indirectly elected members, local member of Parliament, local member of Legislative Assembly, President of the Zila Parishad and Chairpersons of urban local self-government bodies.

Panchayat and Rural Development Department of Assam

- It largely works to enhance livelihood opportunities, address chronic poverty, provides social security and works for economic inclusion of rural poor families.
- This department has been implementing a number of programmes in the rural area of the state by empowering rural poor through various programmes.
- Rural Development Programmes are being implemented through the Panchayat and Rural Development Department at State level and by the Zila Parishad at the District level.
- The activities of Panchayat and Rural Development Department are implemented through **Panchayati Raj Institutions (PRIs)**. There is no PRI system in the Sixth Scheduled district. The Backward Region Grant Fund (BRGF) in the Sixth Scheduled districts is implemented through District Rural Development Agency.

Urban Local Self-Government in Assam

- In Assam, urban local Government was formed as per the **Municipal Act of 1923.**
- This act provided the provision for the election of the **Chairman, Vice-Chairman** and all the **members of the Municipal bodies.** Under the Act, a number of committees were appointed and the Municipal Board had full freedom to levy taxes.
- This Act continued for 33 years till 1956 and afterthen the Act of 1923 was replaced by the Assam Municipal Act, 1956.
- Presently Assam Municipal Act, 1956, is in force. Municipal administration of urban areas (other than Guwahati) and areas of three autonomous Councils under the 6th Schedule of the constitution is carried in accordance with this act.
- In the areas where autonomous council exist under the 6th schedule of the Constitution, there are Municipal Boards and Town Committees, but they are completely under the purview of autonomous councils.
- The municipal administration of Guwahati is carried under the **Guwahati Municipal Corporation Act, 1969**.
- In 1992, Government of India brought changes in the urban local set-up by **74th Constitutional Amendment Act, 1992,** which came into force in 1993.
- The Government of Assam brought some changes in Assam Municipal Act, 1956 in 1994 following the amendment.
- Presently in Assam, urban local self-government are divided into **Town Committee, Municipal Board** and **Guwahati Municipal Corporation**.

Town Committees

- Town committees are constituted in urban areas which has a population of less than 10,000.

- The State Government may declare specified transitional area, a notified area as 'small towns' where it is not possible to create a Municipal Board but the place may require urban facilities.
- Assam Municipal Act provides the provision of the creation of Town committees.
- Town committee consist of not more than 10 members and not less than 4 members. The State Government may appoint two members from SC and ST to represent them.
- There are reservations for **SC, ST** and **Woman** (one-third) **in every town committee.**
- The State Government appoints the Chairman or Vice-Chairman and fix the term of the office of the members, Chairman and Vice-Chairman.

Municipal Boards

- Municipal Boards are constituted in urban areas having a population of more than 10,000.
- It consist of not more than 30 and not less than 10 members, the members are called **Commissioners.**
- There are municipal boards in most of the districts and sub-divisional headquarters in Assam.
- The seats for SC, ST are reserved in proportion of their total population. One third seat is reserved for women. State Government also nominates persons having special experience in Municipal Board.
- The board may appoint committees to assist in the discharge of any specific task and may delegate the necessary powers.

Guwahati Municipal Corporation

- Assam Legislative Assembly passed the **Guwahati Municipal Corporation Act 1969**, for the composition of the Guwahati Municipal Corporation.
- The Guwahati Municipal Corporation was formed in 1974.
- The Corporation consists of maximum 60 members which are elected by the people for a term of 5 years. They are called **Councillors.** Some members are nominated, they can attend meetings but cannot vote.
- The nominated members can be MPs, MLAs representing the constituencies which comprise fully or partly of the corporation, persons having special knowledge or experience in Municipal Administration etc.
- The seats for SC, ST are reserved in proportion of their population and **one third** seats are reserved for women.

Standing Committees

- There are five standing committees made by the Municipal Corporation.
- Each committee consist of **five members** which are elected by the corporation. The term of office of a member is **one year.**

  The name of the Committees are

  1. Finance Committee
  2. Public Works Committee
  3. Public Health, Conservancy and Water Supply Committee
  4. Assessment, Markets and Trade Committee
  5. Appeals Committee

Some of the Important functions of the ULBs are

- Construction, maintenance and improvement of roads, bridges squares gardens, tanks, ghats, walls, drains, latrine and urinals.
- Supply of water and lighting and watering of roads.
- Establishment and maintenance of a municipal market and the taking of the market on lease.
- Prevention of the spread of dangerous disease.

- Establishment and maintenance of poor houses, hospitals and dispensaries.
- Establishment and maintenance of, or the granting of aid to theatrical institutions and music schools.
- Acquiring, keeping and equipping of open spaces for purposes of ventilation for the promotion of physical exercise and recreation.
- Holding of fair and industrial exhibitions.
- Establishment and maintenance of diaries.
- Preparation of compost manure.
- The municipality is authorised to levy taxes, duties, tolls and fees. It receives grants-in-aid to the consolidated fund of the state.

Projects Under Local-Self Government

The projects undertaken by the Assam state Government in the rural and urban areas for local development are as follows

Mahatma Gandhi National Rural Employment Guarantee Act (MGNREGA)

- In Assam, MGNREGA was introduced in the year 2006-07 in 7 districts in the first phase gradually the coverage was extended to all the districts.
- This Act aims at enhancing the livelihood security of the people in rural areas by guaranteeing hundred days of wage employment in a financial year, to a rural household whose members volunteer to do unskilled manual works.
- **Mobile Monitoring System** has been introduced in Assam under MGNREGA from 2015 -16. By using this application, all the reports have been placed under public domain and can be accessed by the people.
- 36% women have been provided job under MGNREGA.

Pradhan Mantri Awas Yojana

- This is a flagship scheme of Government of India launched in the year 2015.
- Assam Government through this scheme provides assistance to BPL families who are either homeless or having inadequate housing facilities for constructing a safe and durable shelter.

National Social Assistance Programme (NSAP)

- This programme introduced a national policy for social assistance for the poor people. It aims at ensuring minimum national standard for social assistance.
- It represents a significant step towards the fulfillment of the Directive Principles in **Article 41** of the Constitution.
- The components of this programme include **Indira Gandhi National Old Age Pension scheme, Indira Gandhi National Widow Pension scheme, National Family Benefit scheme, Anna Purna scheme**. All these schemes are taken by the local self government in Assam.

Assam Municipal Development Project under World Bank Assistance

- This is a project proposal from Urban Development Department Assam seeking World Bank assistance to the extent of US $ 150 million for Urban development in the State.
- The main objectives of the Assam Municipal Development Project are to fulfill following visions of **Atal Mission for Rejuvenation and Urban Transformation** (AMRUT) and **Swachh Bharat Mission** in Urban Area.
- The main objective of AMRUT project is to ensure proper supply of water and sewerage connection for every household.
- It also maintain open spaces in neighbourhood, reduce pollution by switching to public transport and availing non-motorised transport like walking and cycling.

Multiple Choice Questions

1 In the formal sense, Panchayati Raj was established in Assam in the year ***[APSC 2009]***
(a) 1961 (b) 1962
(c) 1963 (d) 1964

2 When the first Panchayati Raj Act within Assam did enact?
(a) 1947 (b) 1948
(c) 1949 (d) 1950

3 Which among the following Panchayati Raj Act of Assam replaced the 1959 Act with a new two tier system abolishing the Anchalik Panchayats?
(a) Panchayati Raj Act, 1972
(b) Panchayati Raj Act, 1986
(c) Panchayati Raj Act, 1994
(d) None of the above

4 Which of the following is/are not a feature(s) of Panchyati Raj System? ***[APSC 2018]***
(a) Three tier structure (b) Direct election
(c) Reservation of seats (d) All of these

5 When was the first Panchayat election held in Assam?
(a) December, 1999
(b) December, 2000
(c) December, 2001
(d) December, 2002

6 Which of the following are the responsibilities of Gaon Sabha?
(a) To mobilise voluntary labour and contribution in kind and cash for the community welfare programmes.
(b) To promote unity and harmony among all sections of the society in the villages.
(c) Both (a) and (b)
(d) To enhance livelihood opportunities.

7 How much population is inhabited within the Gram Panchayat?
(a) 1000-5000 (b) 6000-10000
(c) More than 10000 (d) Less than 1000

8 The Gram Panchayat is required to meet ....
(a) once in one month
(b) once in two months
(c) twice in three months
(d) thrice in two months

9 What is the proportion of seats reserved for women as a Chairperson in the Gram Panchayat? ***[APSC 2018]***
(a) 1/2 (b) 1/3
(c) 2/3 (d) 1/4

10 Under the Assam Panchayat Act, 1994, the quorum for the meeting of the Gram Panchayat is ***[APSC 2009]***
(a) One-half of the total number of members.
(b) One-half of the total number of members present.
(c) One-tenth of the total number of members.
(d) One-third of the total number of members present.

11 Any dispute relating to the validity of elections of the Vice-President of Gram Panchayat under the Assam Panchayat Act, 1994 shall be decided by ***[APSC 2009]***
(a) BDO
(b) Deputy Commissioner
(c) President of the Gram Panchayat
(d) Members of the Gram Panchayat

12 How many Standing Committees are there in the Anchalik Panchayat?
(a) Two (b) Three
(c) Four (d) Five

13 Zila Parishad shall hold meetings at least once in ....
(a) every three months
(b) every two months
(c) every one month
(d) every four months

14 How many Standing Committees are there in the Zila Parishad?
(a) Two (b) Three
(c) Four (d) Five

15 The Function of District Planning Committee is ....
(a) It will prepare draft development plan for the district as a whole.
(b) It will make recommendations regarding the financial powers.
(c) It will allocate budget as per the requirement of the district.
(d) None of the above

16 Who among the following are the ex-officio members of the District Planning Committee?
(a) President of Zila Parishad
(b) Chairpersons of the Urban Local Self-Government bodies
(c) Local member of the Legislative Assembly
(d) All of the above

17 The Panchayat and Rural Development Department of Assam works to enhance ....
(a) to address chronic poverty.
(b) to provide social security.
(c) economic inclusion of rural poor families
(d) All of the above

18 The 74th Constitutional Act provides reservation of seats in rural bodies for
(a) women
(b) scheduled castes
(c) scheduled tribes
(d) All of the above

19 Which one of the following is an important project taken by the local-self government of Assam?
(a) Mahatma Gandhi National Rural Employment Guarantee Act
(b) Pradhan Mantri Awas Yojana
(c) National Social Assistance Programme
(d) All of the above

20 For urban development Assam seeks world bank assistance to the extent of US $ ...... million.
(a) 100 (b) 150
(c) 200 (d) 250

21 The main objective of Atal Mission for Rejuvenation and Urban Transformation (AMRUT) project is
(a) proper supply of water, sewerage connection for every household.
(b) maintaining parks and open spaces.
(c) reducing pollution by switching to public transport.
(d) All of the above

Answers

1. (d)	*2. (b)*	*3. (b)*	*4. (d)*	*5. (c)*	*6. (c)*	*7. (b)*	*8. (b)*	*9. (b)*	*10. (c)*
11. (b)	*12. (b)*	*13. (a)*	*14. (c)*	*15. (a)*	*16. (d)*	*17. (d)*	*18. (d)*	*19. (d)*	*20. (b)*
21. (d)									

CHAPTER 19

District Profile of Assam

Assam is divided into 35 administrative districts and 78 sub-divisions. On 15th August, 2015, five new districts *viz*, Biswanath, Charaideo, Hojai, South Salmara-Mankachar and West Karbi Anglong emerged and made the number of districts as 32. On 27th June, 2016 Majuli India's first island district was made. On 12th January, 2021 **Bajali** was declared as a district, thus made the total number of districts in the state of Assam as 34. On 25th August, 2023, Tamulpur becomes 35th district of Assam. The district map of Assam is given below

▲ DISTRICTS OF ASSAM

Divisions of Assam

The districts of Assam are further categorised into five regional divisions. These are

1. **Barak Valley Division** Cachar, Hailakandi and Karimganj
2. **Central Assam Division** Dima Hasao, Hojai, Karbi Anglong, West Karbi Anglong, Morigaon and Nagaon
3. **Lower Assam Division** Baksa, Barpeta, Bongaigaon, Chirang, Dhubri, Goalpara, Nalbari, Kamrup Metropolitan, Kamrup, Kokrajhar, South Salmara-Mankachar, Tamulpur and Bajali
4. **North Assam Division** Biswanath, Darrang, Sonitpur and Udalguri
5. **Upper Assam Division** Charaideo, Dhemaji, Dibrugarh, Golaghat, Jorhat, Lakhimpur, Majuli, Sivasagar and Tinsukia

1. Barak Valley Division

Cachar

Brief Information

Area	3,786 sq. km
Headquarter	Silchar
Population	1,73,6617 (Male-8,86,616, Female-8,49,703)
Decadal Growth Rate	20.19%
Sex-Ratio	959
Population Density	459 person/sq km
Boundaries	In the North is Dima Hasao, in the South is Mizoram, Manipur in the East and in the West is Hailakandi and Karimganj.

- It is the **oldest district of Assam** which is located in the Southernmost part of Assam.
- The origin of the name of Cachar is derived from the Dimasa word Kachari.
- It is bounded on the North by Barail and Jaintia hills. There are seven Assembly constituencies in this district.
- The seven constituencies together make-up the **Silchar Lok Sabha** constituency.
- Cachar was created in 1830 after annexation of Kachari Kingdom by British.
- In 1854, North Cachar was annexed and tagged with Cachar. In 1951, erstwhile North Cachar sub-division was made a separate district and taken out of Cachar.
- In 1983 erstwhile Karimganj sub-division.
- The district is mostly made up of plains, but there are a number of hills spread across the district.
- The Barak is the main river of the district.
- The vegetation is mostly Tropical evergreen.
- The official language of Cachar district is **Bengali**.
- **Barail** is the only wildlife sanctuary of the Cachar district.
- Silchar city of Cachar district attracts the polo lovers as the **World's First Polo Club was formed** in this city in 1859.

- The famous tourist places of Cachar district are Kachakanti Temple, Khaspur Rajbari, Baram Baba Mandir, Bhuban Pahar, Kumbha Tea Estate, etc.

▲KHASPUR RAJBARI

Hailakandi

Brief Information

Area	1,327 sq. km
Headquarter	Hailakandi
Population	6,59,296 (Male-3,38,766, Female-3,20,494)
Decadal Growth Rate	21.45%
Sex-Ratio	951
Population Density	497 person/sq km
Boundaries	In the East is Cachar, in the South is Mizoram and in the North is Karimganj district.

- It is one of the oldest sub-divisions of Assam constituted on 1st June, 1869.
- Hailakandi's role in India's freedom struggle started right from the **Sepoy Mutiny in 1857** at a place called **Rontila.**
- In 1989, it was declared as the 24th district of Assam by the Government of Assam.
- The main rivers flowing through Hailakandi district are **Barak**, **Rukni**, **Sonai**, etc.
- **Rice** is the main crop of Hailakandi district.
- The main languages of Hailakandi district are Assamese, Bengali, Hindi, Tripuri, Manipuri and Bhojpuri.
- The famous tourist places of Hailakandi district are Pach Pirr Mukam at South Hailakandi and Siddyashar Bari Shivamandir at Badarpur Ghat, etc.

Karimganj

Brief Information

Area	1,809 sq. km
Headquarter	Karimganj
Population	12,28,686 (Male-6,25,864, Female-6,02,822)
Decadal Growth Rate	21.90%
Sex-Ratio	961
Population Density	679 person/sq km
Boundaries	In the North are Cachar and Bangladesh, in the South are Tripura and Mizoram, in the East is Hailakandi and in the West are Tripura and Bangladesh.

- Nidhanpur copper inscriptions issued by King Bhaskaravarman give evidences that Karimganj was under the Kamrup kingdom.
- Cachar, Hailakandi and Karimganj together form Barak valley in Southern Assam.
- Karimganj is an important centre of trade and commerce in the North-East India.
- **Sutarkandi**, a village in Karimganj district is famous for international trade.
- The main river flowing through Karimaganj district are Kushiyara, Longai and Shingla.
- The main languages of Karimganj are Bengali, Hindi, Bishnupriya, Manipuri, Bhojpuri, etc.
- The famous tourist places of Karimganj district are Chhatachura Range, Badarpur Fort, Maleghar Crematorium, Son Beel, etc.

2. Central Assam Division

Dima Hasao

Brief Information

Area	4,888 sq. km
Headquarter	Haflong
Population	2,14,102 (Male-1,10,566, Female-1,02,963)
Decadal Growth Rate	13.84%
Sex-Ratio	932
Population Density	44 person/sq km
Boundaries	In the East are Nagaland and Manipur, Barak Valley in the South, in the West is Meghalaya and in the North are Hojai and East and West Karbi Anglong.

- Dima Hasao is one of the three hill districts of Assam.
- There are 13 tribal groups inhabiting in the district along with a significant number of non-tribal groups like Bengali, Nepali and Assamese.
- The main languages of Dima Hasao district are Dimasa (Sino-Tibetan language), Bengali, Zeme, Hmon, Nepali, Karbi, Hindi, Khasi and Assamese. The district has a dual system of administration.
- The famous tourist places of Dima Hasao district are Hajong Lake, Benado Baiglai Waterfalls, Stone Monuments in Maibang, Artificial lake in Umrongso and Thumjang tallest peak of Barail range, etc.

▲STONE MONUMENTS IN MAIBANG

Hojai

Brief Information

Area	1,685 sq. km
Headquarter	Sankardev Nagar
Population	9,31,218
Sex-Ratio	956
Population Density	655 sq km
Boundaries	Nagaon in the North, East Karbi Anglong in the East, Nagaon and West Karbi Anglong in the West and in the South are Dima Hasao and West Karbi Anglong.

- Hojai is carved out from Nagaon district of Assam. Agriculture is the main source of livelihood of Hojai people.
- Hojai has abundance of forest-based small-scale industries like **Agar Wood Distillation units, Saw Mills and Bamboo** and **Cane furniture's manufacturing units.**
- The **Kopili** and **Jamuna** are the main rivers of Hojai district. The main languages of Hojai district are Bengali and Assamese.
- The famous tourist places of Hojai district are Samaguri Beel, Bhelughat Waterfall, Harulongpher Shitalabari Temple, etc.

▲HARULONGPHER SHITALABARI

Karbi Anglong

Brief Information

Area	7,366 sq. km
Headquarter	Diphu
Population	6,43,140 (Male-4,90,167, Female-4,66,146)
Decadal Growth Rate	17.58%
Sex-Ratio	956
Population Density	1,310 person/sq km
Boundaries	Golaghat in the East, Hojai in the West, Nagaon and Golaghat in the North and Dima Hasao and Nagaland in the South.

- Karbi Anglong was established and renamed on 14th October, 1976.
- Karbi language is widely spoken in this district.
- The population of the region is predominantly tribal. Some of the tribal ethnic groups of this district are **Karbis, Bodos, Kukis, Dimasas, Garos, Rengma Nagas,** etc.
- **Paddy** is the main crop grown here. Jhum system of cultivation is mainly followed by the people in this district.
- The famous tourist places of Karbi Anglong district are Garampani Wildlife Sanctuary, Kaipholangso waterfall, Deopani Durga Temple, Arboretun Cum Craft Centre Umwang Village, etc.

West Karbi Anglong

Brief Information

Area	3,035 sq. km
Headquarter	Hamren
Population	3,00,320 (Male-1,44,744, Female-1,37,761)
Decadal Growth Rate	17.48%
Boundaries	Dima Hasao in the East, Morigaon in the West, Hojai in North and Meghalaya in South.

- The West Karbi Anglong district is a new district of Assam, formed in 2016.
- It is a part of Karbi Anglong Autonomous Council.
- The major river flowing through the district are Kopili, Amreng, Karbi Langpi, Amtereng and Sinani.
- The famous tourist places of West Karbi Anglong districts are Koka Picnic spot, Kohara Tourist Resort, Amreng Tourist Centre, Shikdamakha Village, etc.

Morigaon

Brief Information

Area	1,551 sq. km
Headquarter	Morigaon
Population	9,57,423 (Male-4,85,328 Female-4,72,525)
Decadal Growth Rate	23.34%
Sex-Ratio	967
Population Density	617 person/sq km
Boundaries	In the North is the river Brahmaputra, in the East is the Nagaon, in the South is Karbi Anglong and Kamrup in the West.

- Morigaon became a fully-fledged district on 29th September, 1989.
- The **Brahmaputra** flows along the Northern boundary of the district.
- **Killing, Kollong** and **Kopili rivers** flow through the Southern part of the district.
- **Mayong,** a village in Morigaon district of Assam is also called Black Magic Capital of India. The place is famous for tantric practices or black magic.
- The famous tourist places of Morigaon district are Sivakunda Waterfall, Sitajakhala Temple, Kachasila Hills, Deosal Shiva Temple, Pobitora Wildlife Sanctuary, etc.

Nagaon

Brief Information

Area	2,550 sq. km
Headquarter	Nagaon
Population	17,747,98 (Male-14,39,112 Female-13,84,656)
Decadal Growth Rate	22%
Sex-Ratio	962
Population Density	742 person/sq km
Boundaries	Sonitpur and the Brahmaputra in the North, Morigaon in West, Hojai and Dima Hasao in South, East Karbi Anglong and Golaghat in the East.

- It was carved out as a separate administrative district unit in the year 1832. It was earlier known as **Khagorijan.**
- Nagaon became a municipality in 1893.
- It is a centrally located district of Assam which is situated on the Southern bank of the Brahmaputra river.
- Kalong river divides it into two parts Haibargaon and Nagaon.
- Agriculture is the backbone of its economy. Rice is the staple food for the inhabitants of the district.
- The famous tourist places of Nagaon district are Kaziranga National Park (Great One Horned Rhinoceros), Lawkhowa Wildlife Sanctuary, Pokhi Tirtha (Samaguri Bill), Ranthali, Raha, Doboka, Lumding, Bordowa (place is famous as the birthplace of Sirimanta Sankaradeva), etc.

▲ BORDOWA

3. Lower Assam Division

Baksa

Brief Information

Area	2,457 sq. km
Headquarter	Mushalpur
Population	9,50,075 (Male-4,81,330, Female-4,68,745)
Decadal Growth Rate	10.74%
Sex-Ratio	974
Population Density	387 person/sq km
Boundaries	Bhutan in the North, Udalguri in the East, Barpeta, Nalbari and Kamrup in the South and Chirang in the West.

- According to Bodo source, the name originated from a kind of rice grain which is known as 'Bagsa'.
- The Baksa district is inhabited by mainly **Bodo-Kachari, Assamese, Sarania-Kachari, Koch-Rajbonshi, Adibashi** (Tea Tribe), **Nepali, Bengali** and **religious minorities.**
- The famous tourist places of Baksa district are Manas National Park, Moina Pukhuri temple, Manas Soushi Khongkhor, Bogamati, Daragaon, etc.

Barpeta

Brief Information

Area	2,243.96 sq. km
Headquarter	Barpeta
Population	16,93,622 (Male-8,67,004 Female-8,26,618)

Decadal Growth Rate	21.43%
Sex-Ratio	953
Population Density	742 person/sq km
Boundaries	Bhutan in the North, Nalbari in the East, Kamrup and Goalpara in the South and Bongaigaon and Chirang in the West.

- The Barpeta district was carved out of erstwhile Kamrup district of Assam in July 1983.
- It was created as a civil sub-division in 1841 by the British administration; **John Batlor was the first administrative officer of erstwhile Civil Sub-Division.**
- It is known as the **Land of Satras.**
- The main rivers flow through Barpeta district are Manas, Beki, Brahmaputra.
- It is also a famous centre for preparation of traditional Assamese ornaments with gold.
- The famous tourist places of Barpeta district are Barpeta Satra, Patbausi Satra, Chinpara Vethi, Sundaridiya Satra, etc.

▲ BARPETA SATRA

Bongaigaon

Brief Information

Area	1,093 sq. km
Headquarter	Bongaigaon
Population	7,38,804 (Male-3,75,818, Female-3,62,986)
Decadal Growth Rate	20.59%
Sex-Ratio	966
Population Density	676 person/sq km
Boundaries	Chirang in the North and Dhubri and Kokajhar in West, Barpeta in the East and Goalpara in the South.

- On 29th September, 1989, Bongaigaon district was created.
- The major portion of the areas of erstwhile **Bijni** and **Sidli** estates.
- This area is famous for its orange fruits.
- The most striking features of this district are the hilly caves and stone carvings of Jogighopa hill-rocks demonstrating the existence of Buddhist culture. Bongaigaon is also well-known for its petrochemical industry.
- The main language spoken here are Assamese, Bengali and Hindi.
- The famous tourist places of Bongaigaon district are Kachugaon Game Reserve endangered species such as gaur, golden Kakoijana Wildlife Sanctuary, Rock Cut Caves, Cave Temple (Jogighopa), Bagheswari Temple, Birjhora Tea Garden, Pancharatna, Taranaki Lake, etc.

Chirang

Brief Information

Area	1,923 sq. km
Headquarter	Kajalgaon
Population	4,82,162 (Male-2,44,860, Female-2,37,320)
Decadal Growth Rate	11.34%
Sex-Ratio	969
Population Density	251 person/sq km
Boundaries	Bhutan in the North, Baksa in East, Bongaigaon in the South, and Kokrajhar in the West.

- The name Chirang is a Garo word which means 'water wealth', as chi means 'water' and rang symbolises 'wealth'.
- It became a full-fledged district on 4th June, 2004.
- The district of Chirang derives its name from the Tsirang district of Bhutan and the place is inhabited mainly by the Bodo people.
- **Agriculture** is one of the main occupations of the people of Chirang district.
- The famous tourist places of Chirang district are Kalamati, Bhumeswar Hill, Laoti Hagrama Bridge and Ghumeswar Hill.

Dhubri

Brief Information

Area	1,511 sq. km
Headquarter	Dhubri
Population	13,94,144 (Male-9,97,848 Female-9,51,410)
Decadal Growth Rate	24.44%
Sex-Ratio	953
Population Density	923 person/sq km
Boundaries	West Bengal and Bangladesh in the West, Goalpara and Bongaigaon in East, Kokrajhar in the North, South Salmara Mankachar and State of Meghalaya in the South.

- Dhubri is also known as the **Gateway of Western Assam.**
- Dhubri district is primarily dependent on agriculture and forest products.
- **Paddy** is the main source of income in this district. On the other hand, Jute and Mustard occupies the major share of cash crops.
- The famous tourist places of Dhubri district are Chakrashila Wildlife Sanctuary, Panch peer Dargah, Florican Garden and Mahamaya Dham, Netai Dhubunir Ghat, Sri Guru Tegh Bahadur Sahib Gurudwara, etc.

▲SRI GURU TEGH BAHADUR SAHIB GURUDWARA

Goalpara

Brief Information

Area	1,824 sq. km
Headquarter	Goalpara
Population	1,008,183 (Male-5,13,292, Female-4,94,891)
Decadal Growth Rate	22.64%
Sex-Ratio	964
Population Density	553 person/sq km
Boundaries	Barpeta in the North, Meghalaya in the South, Dhubri and Dispur in West

- Goalpara district came under British rule in 1765.
- Before this district was under the control of Coach dynasty.
- On 1st July, 1983, Dhubri and Kokrajhar were split from Goalpara.
- The original Goalpara district was first created in 1822 AD by **David Scott.**
- The main languages spoken among the people of Goalpara district are Assamese, Bodo, Garo, Rabha, Bengali and Nepali.
- The famous tourist places of Goalpara district are Sri Surya Pahar, Nandeswar Devalaya, Dadan Hill and Kumri Beel Lake.

Nalbari

Brief Information

Area	1,009.57 sq. km
Headquarter	Nalbari
Population	7,71,639 (Male-3,96,006, Female-3,75,633)
Decadal Growth Rate	11.99%
Sex-Ratio	949
Population Density	733 person/sq km
Boundaries	The North and West side of the district is bounded by Baksa and Barpeta districts while the Southern and Eastern side of the district is bounded by Kamrup district.

- 'Nalbari' means a 'place of reeds'. It is also known as 'Navadivipa of Assam', a famous centre of Sanskrit education.
- Its former names were Slatra, Gowindapur, Khata, etc.
- This district was declared as sub-division of undivided Kamrup district in 1967.
- Later, on 14th August, 1985 this was formally declared as a separate district.
- Kamrup Sanskrit Sanjivani Sabha, a research and preservation institution located in the Nalbari district.
- The famous tourist places of Nalbari district are Hari Mandir, Birshu, Shripur Dewalaya, Billeshwar Temple, Bara Masjid, Ganga Pukhuri and Buddhist Temple.

Kamrup Metropolitan

Brief Information

Area	955 sq. km
Headquarter	Guwahati
Population	12,53,938 (Male-6,47,615, Female-6,06,353)
Decadal Growth Rate	18.34%
Sex-Ratio	936
Population Density	1,313 person/sq km
Boundaries	The district is bounded on the West and North by the Kamrup and in the East by the Morigaon while in the South, lies the state of Meghalaya.

- 'Kamrup' became a more predominant name in the later part of the history.
- The district Kamrup Metropolitan was created bifurcating the old Kamrup district on 3rd February, 2003.
- The district has one sub-division i.e., Kamrup Metropolitan Sadar sub-division.
- The major rivers of Kamrup Metropolitan district are Brahmaputra, Bharalu, Digaru and Kolong.
- The famous tourist places of Kamrup Metropolitan district are Zoological or Botanical Garden, Saraighat Bridge, etc.

Kamrup

Brief Information

Area	3,105 sq. km
Headquarter	Amingaon (Guwahati)
Population	15,17,542 (Male-7,78,461, Female-7,39,081)
Decadal Growth Rate	15.69%
Sex-Ratio	949
Population Density	489 person/sq km
Boundaries	In the North is Udalguri and Baska, in the East are the Darrang and Kamrup Metropolitan, in the South is Meghalaya and in the West are the Goalpara and Nalbari.

- Kamrupa was formed by bifurcating undivided Kamrup district in 2003.
- Assam has been referred to as Kamrup in many of the ancient Indian literature.
- After the Census of 2001, the district has been divided into two parts i.e., Kamrupa Metropolitan and Kamrup.

- The economy of the district is industrialised as well as agrarian in nature.
- The famous tourist places of Kamrup district are Poa Macca, Aswaklanta Temple, Chanda's Merghar at Chaygaon, Doul Gobinda Mandir, Madan Kamdev Temple, Saraighat War Memorial Park, Hayagriva-Madhab Temple and Chandubi Lake.

▲ HAYAGRIVA-MADHAB TEMPLE

Kokrajhar

Brief Information

Area	3,296 sq. km
Headquarter	Kokrajhar
Population	887,142 (Male-4,52,965, Female-4,34,034)
Decadal Growth Rate	5.21%
Sex-Ratio	959
Population Density	269 person/sq km
Boundaries	In the North is Bhutan, in the South are Goalpara and Dhubri district, in the East are Bangaigaon and Barpeta district and in the West is West Bengal.

- Kokrajhar was a part of undivided Goalpara district of Assam.
- It was carved out from the then Dhubri sub-division of Goalpara district in 1957.
- On 1st July, 1983 it was converted into a district.
- Kokrajhar is the headquarter of **Bodoland Territorial Council.**
- This district is a gateway to North-East India and located on North bank of Brahmaputra.
- The economy of the district is agrarian in nature as 80% of the population is engaged in agricultural activities.
- It is also home to Bodo community.
- Bodoland University is located in Kokrajhar district. It is the first university in the Bodoland Territorial Area districts.
- The important rivers within this district are Champamati, Gaurang, Tipkai and Sankosh.
- The famous tourist places of Kokrajhar district are Chakrashila Wildlife Sanctuary, Onthai Gwlao, Thandwi Bineswar Brahma Memorial Park.

South Salmara Mankachar

Brief Information

Area	568 sq. km
Headquarter	Hatsingimari
Population	5,55,114
Sex-Ratio	979
Population Density	835 person/sq km
Boundaries	In the North is Dhubri and Goalpara in the East and Meghalaya in the West and in the South are Bangladesh and Meghalaya.

- It is an administrative district in the state of Assam. It was earlier a sub-division of the Dhubri district.
- This district was created by bifurcating old Dhubri district in 2016.
- It is primarily dependent upon agriculture and forest products for its economy.

- The main languages spoken here are Assamese and Bengali. The famous tourist places of South Salmara Mankachar district are Kamakhya Temple, Tomb of Mir Jumla, etc.

▲ KAMAKHYA TEMPLE

Tamulpur

Brief Information

Area	461.25 sq km
Headquarter	Tamulpur
Population	4, 06, 371 (Male - 2,06,348, Female - 2,00,023)
Sex-Ratio	970
Population Density	440 person / sq km.

- Tamulpur district is an administrative district in Bodoland Territorial Region of Assam.
- On 25th August, 2023, Government in its 100th Cabinet meeting approved the creation of 35th district. The district is agrian based.
- This newly-created district comprising of -Darangajuli, Goibari, Nagrijuli, and Suklai of Bodoland Territorial Council (BTC) becomes the fifth district of council.

Bajali

Brief Information

Area	422.95 sq km
Headquarter	Madan Rauta Nagar
Population	32,47, 739 (Male - 1,65, 085, Female - 1,59, 654)
Sex-Ratio	1002
Population Density	768 person / sq km.
Boundaries	It is bounded on the North by the Baksa district, on the East by the Nalbari district and West & South by the Barpeta district.

- District is mostly made up of plains, but there are a number of hills spread across the districts.
- Agriculture is the mainstay of the economy of the people of the district. Forestry also plays a significant role in the economy of the district.
- The famous tourist places of Bajali district are Parihareswar Devalaya, Jalikhata, Akaya Satra, Bamakhata Satra, Bhugeswar Mandir, Gopal Atar Than, Gomura Satra, etc.

4. North Assam Division

Biswanath

Brief Information

Area	1,415.185 sq. km
Headquarter	Biswanath Chariali
Population	6,12,491
Sex-Ratio	965
Population Density	560 persons/sq km
Boundaries	In the West is Sonitpur, in the East is Lakhimpur, in the North is Arunachal Pradesh and in the South is river Brahmaputra.

- It is situated on the North bank of river Brahmaputra.
- The Biswanath district was the headquarter of the undivided Sonitpur district before it was declared an independent district on 15th August, 2015.
- The main languages spoken here are Assamese, Sadri, Bengali, Nepali, etc.
- The famous tourist places of Biswanath district are Nagsankar Temple, Biswanath Temple, Maa Kalyani Mandir, Green Ashiyana Island

Resort, Monabarie Tea Estate, Nomara Picnic Place, etc.

▲ MAA KALYANI MANDIR

Darrang

Brief Information

Area	1,585 sq. km
Headquarter	Mangaldoi
Population	9,28,500 (Male-4,75,273, Female-4,53,227)
Decadal Growth Rate	22.19%
Sex-Ratio	954
Population Density	586 person/sq km
Boundaries	In the North are Bhutan, Udalguri Arunachal Pradesh, in the East is Sonitpur district and Brahmaputra river in the South, whereas in the West is the Kamrup district.

- The name Darrang was derived from the Bodo word Dourang, which means 'Lilabhumi' (Playground) of Gods.
- According to scholar Dineswar Sharma, Darrang has come from Dauerang meaning Gate. It is said that there was entry to Bhutan and to Nepal, China from Darrang.
- It was created with effect from July 1983.
- Patharughat, a vaillage of Darrang district famous for 1894 agrarian agitation.
- Orange, coconut, pineapple are important horticultural products grown here.
- The famous tourist places of Darrang district are Kamakhya Devalaya, Bar Masjid, Gandhi Smriti Park, etc.

Sonitpur

Brief Information

Area	2,076.70 sq. km
Headquarter	Tezpur
Population	15,33,660 (Male-9,89,919, Female-9,36,056)
Decadal Growth Rate	15.55%
Sex-Ratio	956
Population Density	385 person/sq km
Boundaries	In the North is the Arunachal Pradesh, in the East is Biswanath. The river Brahmaputra is in the South and in the West is the Darrang.

- In the year 2015, Sonitpur district was bifurcated.
- It is the second largest area after Karbi Anglong in terms of area.
- It is third in terms of population after Kamrup and Nagaon.
- The district consists of the Mishings, the Bodo tribes in majority while other tribes like Rabhas, Mechs, Nyishis, Garos, Adis, Apatanis, Lamas, etc. are also settled there.
- The major river of Sonitpur district are Brahmaputra, Ziabharali, Gabharu.
- The famous tourist places of Sonitpur district are Bamuni Hill, Agnigarh Hill, Chitralekha Udyan (Cole Park), Padum Pukhuri, Da Parbatia, Bhairavi Temple, etc.

Udalguri

Brief Information

Area	1,985.68 sq. km
Headquarter	Udalguri
Population	8,31,668 (Male-4,21,617, Female-4,10,051)
Decadal Growth Rate	9.61%
Sex-Ratio	973
Population Density	413 person/sq km
Boundaries	This district is bounded by Bhutan and Arunachal Pradesh in the North, Sonitpur district in the East, Baksa in the West and Darrang in the South.

- This district is located in the Bodoland Territorial region.
- It was formed on 14th June, 2004. It is one of the four districts which come under Bodoland Territorial Autonomous district.
- The district has two sub-divisions i.e., **Udalguri** and **Bhergaon;** and **five revenue circles.**
- The main languages spoken here are Bodo, Assamese, Bengali, Sadri, Nepali, Santhali, Odia, Kurukh, Hindi, Bhojpuri and Mundari.
- The famous tourist places of Udalguri district are Bornadi Sanctuary, Orang Wildlife Sanctuary, Gethsemane Man-made Forest (Bhairabkunda), etc.

5. Upper Assam Division

Charaideo

Brief Information

Area	1,069.15 sq. km
Headquarter	Sonari
Population	4,71,418
Population Density	422 person/Sq km
Boundaries	It is bounded by Dibrugarh in the North-East, Nagaland and Arunachal Pradesh in the South, Sivasagar Sadar sub-division and Nazira Sub-Division of Sivasagar in the West.

- It popularly means 'A shining town situated on a hill top'.
- This district is located on the Eastern part of Sivasagar district.
- It was **the first permanent capital of the Ahom** kingdom established by the Ahom King **Chao Lung Siu-Ka-Pha** in 1253.
- It was declared as a new district on 15th August, 2015.
- The famous tourist places of Charaideo district are Cholapathar Shyamalan Gaon, Buddhist Monastery, Charaideo Maidam, Sri Sri Haridev Bornamghar, etc.

▲ CHARAIDEO MAIDAM

Dhemaji

Brief Information

Area	3,237 sq. km
Headquarter	Dhemaji (Commercial HQ Silapathar)
Population	6,86,133 (Male-3,51,249, Female-3,34,884)
Decadal Growth Rate	19.97%
Sex-Ratio	953
Population Density	212 person/sq km
Boundaries	In the North and East is hilly ranges of Arunachal Pradesh and Lakhimpur in the West and the river Brahmaputra in the South.

- In 1971, Dhemaji was declared as a sub-division including Jonai and Dhakuakhana (presently under Lakhimpur district).
- The Brahmaputra flows from East to West in the Southern part of the Dhemaji district.
- The district is vulnerable to floods and occurrences of floods are a regular feature which creates destruction every year.
- Nearly 27% of the agricultural area is flood prone as well as flood affected.
- The main occupation here is agriculture.
- The famous tourist places of Dhemaji district are Ghuguha Dol, Maa Manipuri Than, Gerukamukh, Malinithan, etc.

Dibrugarh

Brief Information

Area	3,381 sq km
Headquarter	Dibrugarh
Population	13,26,335 (Male-6,76,434 Female-6,49,901)
Decadal Growth Rate	11.92%
Sex-Ratio	961
Population Density	392 person/sq km
Boundaries	It is surrounded by Dhemaji and a part of Lakhimpur in the North, part of Sivasagar and Arunachal Pradesh in the South, Tinsukia in the East and Sivasagar in the West.

- Dibrugarh is situated in the Eastern part of Assam.
- The soil of the district is mostly fertile alluvial soil and this adjourning with the river Brahmaputra are composed sand and clay in varying proportion. It is the plain district.
- Dibrugarh district is considered as an economic hub of North-Eastern region.
- Dibrugarh is the main producer of oil and tea.
- NH-37 is the main highway that runs through Dibrugarh.
- The famous tourist places of Dibrugarh district are Dehing Patkai Wildlife Sanctuary (Orchids and wild Bananas), Joypur Rainforest, Naharkatia, Shri Jagannath Temple Replica of Puri, etc.

▲SHRI JAGANNATH TEMPLE

Golaghat

Brief Information

Area	3,502 sq km
Headquarter	Golaghat Town
Population	10,66,888 (Male-5,43,161, Female-5,23,727)
Decadal Growth Rate	12.75%
Sex-Ratio	964
Population Density	305 person/sq km
Boundaries	In the North is the Brahmaputra river and Nagaland in the South, in the East is Jorhat and in the West is Karbi Anglong and Nagaon.

- It is a district in the Upper Assam area.
- The main communities of the districts are the Ahoms, Kalita, Assamese Brahmins, tea-tribes, Misi, Chutiya and Kachari.
- There is also a small population of Turung and Aiton people living in the district.
- The major languages spoken in this district are Assamese, Bengali, Bodo and Hindi.
- Besides this, there is a large oil refinery in the area namely the Numaligarh Refinery Limited.
- The famous tourist places of Golaghat district are Nambor Wildlife Sanctuary, Deopahar, Neghereting Shiva Temple, Kaziranga National Park, Garampani in Nambor Forest, Uncle Robins Children Museum, etc.

Jorhat

Brief Information

Area	2,851 sq km
Headquarter	Jorhat
Population	10,92,256 (Male-5,56,805 Female-5,35,451)
Decadal Growth Rate	9.31%
Sex-Ratio	962
Population Density	526 person/sq km
Boundaries	In the North is Majuli, in the East is the Charaideo district, Nagaland in the South and in the West are the Golaghat, Nagaon and Karbi Anglong districts.

- It is located in the central part of the Brahmaputra valley.
- The district acts as a Gateway to Upper Assam and to the state of Nagaland.
- It was **the last capital of the Ahom Kingdom.**
- In the North part of the district the Brahmaputra river forms the **largest riverine island of the world Majuli.**
- In 1983, Jorhat district was carved out of Sivasagar district and was made a separate district.
- Jorhat is considered as a seat of learning with a first and only agricultural university in the whole North-Eastern region.
- Jorhat is well-known for its extensive tea gardens and is also known as the 'Tea Capital of India'.
- The famous tourist places of Jorhat district are Dhekiakhowa Bor Namghar, Gibbon Wildlife Sanctuary, Jorhat Gymkhana Club, etc.

▲DHEKIAKHOWA BOR NAMGHAR

Lakhimpur

Brief Information

Area	2,277 sq km
Headquarter	North Lakhimpur
Population	10,42,137 (Male-5,29,484, Female-51,11,160)
Decadal Growth Rate	17.22%
Sex-Ratio	968
Population Density	458 person/sq km
Boundaries	It is bounded in the North by Siang and Papumpare district of Arunachal Pradesh and in the East by Dhemaji and Subansiri River. Majuli in the South and Gahpur in the West.

- The name Lakhimpur is believed to be originated from the word Lakshmi, the Goddess of Prosperity.

- On 2nd October, 1971 Lakhimpur was reorganised with two sub-divisions namely North Lakhimpur and Dhemaji. Later it was reorganised in 1989 with two sub-divisions Dhakuakhana and North Lakhimpur leaving Dhemaji as a separate district.
- It is mainly dependent upon agriculture and paddy. Paddy is locally known as Lakhimi.
- The famous tourist places of Lakhimpur district are Shiv Temple, Devkali and Frog Temple, etc.

Majuli

Brief Information

Area	1,093 sq. km
Headquarter	Garamur
Population	1,67,304
Sex-Ratio	955
Population Density	153 person/sq km

- It is the biggest river island of the world in the Brahmaputra river.
- The island is formed by the Brahmaputra river in the South and the Kherkutia Xuti, a branch of the Brahmaputra, joined by the Subansiri river in the North.
- On 27th June, 2016, **Majuli became the first island** to be made a district in India.
- Majuli is also considered as the nerve centre of **Assamese Vaishnavite culture**.
- It is populated by Deori, Sonowal Kachari, Koch Chutiya and Mising tribes.
- Handloom is also a common occupation here.
- The famous tourist places of Majuli district are Kamalabari Satra, Garmur, Tengapania Golden Temple of the Ahom Dynasty, Chetia Gaon, etc.

Sivasagar

Brief Information

Area	2,668 sq km
Headquarter	Sivasagar
Population	11,51,050 (Male-5,89,216 Female-5,61,834)
Decadal Growth Rate	9.44%
Sex-Ratio	954
Population Density	728 person/sq km
Boundaries	In the North is the Brahmaputra river and Dibrugarh in the East, in the South is Nagaland and Arunachal Pradesh and in the West is the Jorhat.

- Sivasagar was earlier known as Rangpur.
- It earlier was the capital of the Ahoms.
- It is also an important centre for the **tea** and **oil industries.**
- The main rivers of the Sivasagar district are the **Brahmaputra, Dikhow, Darika** and **Janji.**
- The famous tourist places of Sivasagar district are Gaurisagar Tank, Sivasagar Lake, Joysagar Tank, Rang Ghar, Kareng Ghar, Garhgaon Palace, Charaideo, Rudrasagar, Namdang Stone Bridge, Tai Museum, Shiva Dol, Talatal Ghar (Rangpur Palace). Sivasagar tank is one of the popular tourist attraction.

▲SHIVA DOL

Tinsukia

Brief Information	
Area	3,790 sq. km
Headquarter	Tinsukia
Population	1327,929 (Male-6,80,231 Female-6,47,698)
Decadal Growth Rate	15.47%
Sex-Ratio	952
Population Density	350 person/sq km
Boundaries	In the North is Brahmaputra river, in the East is Arunachal Pradesh, Dibrugarh in the West and in the South is Arunachal Pradesh.

- Its ancient name are Bangmara originally known as Changmai Pathar.
- It came into existence on 1st October, 1989.
- The main language of this district are **Assamese, Bengali** and **Hindi**.
- This district houses the biggest railway junction of Assam.
- It is a principal commercial centre of Assam and its economy is based on industrialised sector. The district is also famous for its tea gardens.
- The famous tourist places of Tinsukia district are Dibru Saikhowa National Park, Tilinga Mandir, Stilwell Road, Na-Pukhuri Park, Digboi Centenary Museum, Bell Temple, War Cemetery, Bherjan Borajan-Padumoni Wildlife Sanctuary.

▲ VIEW INSIDE THE DIGBOI CENTENARY MUSEUM

Multiple Choice Questions

1. The state of Assam is divided into how many sub-divisions?
(a) 33 (b) 78 (c) 80 (d) 100

2. Which among the following comes under the Barak Valley Division of the state?
(a) Biswanath, Dima Hasao and Majuli
(b) Goalpara, Nalbari and Kamrup Metropolitan
(c) Cachar, Hailakandi and Karimganj
(d) Hojai, Majuli and Chirang

3. How many Assembly Constituencies are there in the Cachar district of Assam?
(a) Five (b) Six
(c) Seven (d) Eight

4. The district of Cachar was created after annexation of Kachari Kingdom by British in the year
(a) 1826 (b) 1828
(c) 1830 (d) 1831

5. In which year North Cachar district was annexed and tagged to the district?
(a) 1853 (b) 1854
(c) 1855 (d) 1856

6. In which town of Cachar district, World's first Polo Club was formed in 1859?
(a) Dholai (b) Silchar
(c) Lakhimpur (d) Barkhola

7. How much geographical area is covered under Hailakandi district?
(a) 1,327 sq. km (b) 1,324 sq. km
(c) 1,523 sq. km (d) 1,423 sq. km

8. On which day Hailakandi as a sub-division was constituted?
(a) 1st June, 1860 (b) 1st June, 1867
(c) 1st June, 1869 (d) 1st June, 1870

9. Karimganj as an administrative sub division of Assam covers an area of ....
(a) 1,807 sq. km (b) 1,808 sq. km
(c) 1,809 sq. km (d) 1,810 sq. km

10. Which among the following place in the Karimganj district is an International trade centre as well as located at an International Border of India and Bangladesh?
(a) Malegarh Crematorium
(b) Sutarkandi
(c) Son Beel
(d) Badarpur Fort

11. How many tribal groups are inhabited within the Dima Hasao district?
(a) 9 (b) 10
(c) 12 (d) 13

12. Hojai as a district came into existence on
(a) 15th July, 2015 (b) 15th August, 2015
(c) 15th August, 2016 (d) 15th August, 2017

13. Which of the following are the main rivers within the district of Hojai?
(a) The Kopili and Jamuna
(b) Barak and Dihing
(c) Subansiri and Bhogdoi
(d) Manas and Kameng

14. Karbi Anglong was established and renamed in the year
(a) 14th October, 1975
(b) 14th October, 1976
(c) 14th November, 1975
(d) 14th November, 1976

15. On which day the district of Morigaon became a fully-fledged district?
(a) 29th September, 1989
(b) 29th September, 1990
(c) 30th September, 1989
(d) 30th September, 1990

16. Baksa district headquarter is situated at
(a) Mushalpur (b) Katigorah
(c) Barkhola (d) Silchar

17. Nagaon district was carved out as a separate administrative district in which year?
(a) 1830 (b) 1831
(c) 1832 (d) 1833

18. Which sector is backbone of its economy providing livelihood to 78% of the population in the Nagaon district?
(a) Agriculture (b) Industries
(c) Fisheries (d) Transport

19. Which place is famous as the birthplace of Srimanta Sankaradeva?
(a) Silghat (b) Bordowa
(c) Lowkhowa (d) Champanalla

20. When was the Barpeta district carved out of erstwhile Kamrup District of Assam?
(a) July 1982 (b) July 1983
(c) July 1984 (d) July 1985

21. In which year Barpeta was created as a Civil sub-division by the British Administration?
(a) 1839 (b) 1840
(c) 1841 (d) 1842

22. Barpeta is also a famous centre for preparation of Traditional Assamese
(a) ornaments with Gold (b) pottery items
(c) bamboo furniture (d) jute bags

23. The creation of Bongaigaon district was declared by the Government of Assam on
(a) 29th September, 1988
(b) 29th September, 1989
(c) 28th September, 1988
(d) 28th September, 1989

24. For which industry bongaigaon district is famous for?
(a) Handloom Industry
(b) Chemical Industry
(c) Petrochemical Industry
(d) Cottage Industry

25. Which tourist spot in the Bongaigaon district is famous for gaur, golden languor, spotted dear and elephants?
(a) Kakoijana Wildlife Sanctuary
(b) Kachugaon Game Reserve
(c) Pancharatna
(d) Taranaki Lake

26. The district of Chirang came into effect from
(a) June 4, 2004 (b) June 4, 2005
(c) June 4, 2006 (d) June 4, 2007

27. Which among the following is the popular attraction as an orchid and butterfly habitat in the district of Chirang?
(a) Bhumeswar hill (b) Kalamati
(c) Ghumeswar hill (d) None of these

28. The Goalpara district was first created by David Scott in which year?
(a) 1820 AD (b) 1821 AD
(c) 1822 AD (d) 1823 AD

29. The present Goalpara was created in the year 1983 with how many sub-divisions?
(a) One (b) Two
(c) Three (d) Four

30. Kamrupa Metropolitan was created on
(a) 3rd January, 2003 (b) 3rd February, 2003
(c) 3rd March, 2003 (d) 3rd September, 2003

31. How much area is covered under the Kamrup district of Assam?
(a) 3,105 sq km (b) 4,302 sq km
(c) 4,502 sq km (d) 3,205 sq km

32. Kokrajhar district was created on which day?
(a) 10th January, 2003 (b) 1st July, 1983
(c) 10th March, 2003 (d) 10th April, 2003

33. The district of Biswanath is divided into how many revenue circles?
(a) Two (b) Four (c) Six (d) Eight

34. Which of the following district bounded by Arunachal Pradesh in the North, Lakhimpur district in the East and Darrang district in the West?
(a) Sonitpur (b) Darrang
(c) Dhemji (d) Biswanath

35. South Salmara Mankachar was earlier a sub-division of which district?
(a) Darrang (b) Dhubri
(c) Karbi Anglong (d) Sonitpur

36. The district of South Salmara Mankachar was created in which year?
(a) 2015 (b) 2016
(c) 2017 (d) 2018

37. Biswanath district was declared as an independent district in
(a) 2014 (b) 2015 (c) 2016 (d) 2017

38. The district of Darrang was created in
(a) July 1983 (b) July 1984
(c) July 1985 (d) July 1986

39. Name the village of Darrang district that is famous for 1894 agrarian agitation.
(a) Kishanpur (b) Patharughat
(c) Sunitbari (d) None of these

40. Udalguri district of Assam is divided into how many revenue circles?
(a) 5 (b) 6 (c) 7 (d) 9

41. In which year, Dhemji was declared as a sub-division including Jonai and Dhakuakhana?
(a) 1970 (b) 1971
(c) 1972 (d) 1973

42. How much per cent of agricultural area is flood-prone in the Dhemji district of Assam?
(a) 23% (b) 25% (c) 27% (d) 29%

43. What are the two major industries of the Dibrugarh district?
(a) Oil and Tea
(b) Rubber and Cottage
(c) Iron and Steel
(d) Handloom and Handicrafts

44. In which year Jorhat was made a separate district of Assam?
(a) 1982 (b) 1983 (c) 1984 (d) 1985

45. Lakhimpur district was reorganised in which year?
(a) 1989 (b) 1988
(c) 1987 (d) 1990

46. Which among the following is the first river island district of India?
(a) Dima Hasao (b) Cacher
(c) Majuli (d) Hojai

47. Match the following places (List-I) with the districts where these are located (List-II) ***[APSC 2023]***

	List-I		List-II
A.	Sitajakhala	1	Dima Hasao
B.	Silghat	2	Kamrup
C.	Kulsi	3.	Nagaon
D.	Semkhore	4.	Morigaon

Select the correct answer using the codes given below

	A B C D		A B C D
(a)	1 2 3 4	(b)	2 4 1 3
(c)	4 3 2 1	(d)	3 1 4 2

48. Match the following Places of Assam (List-I) with the districts where these are located (List-II) ***[APSC 2023]***

	List-I		List-II
A.	Titabar	1	Sivasagar
B.	Daulasal	2	Barpeta
C.	Nazira	3.	Jorhat
D.	Sarthebari	4.	Nalbari

Select the correct answer using the codes given below :

	A B C D		A B C D
(a)	2 3 1 4	(b)	3 4 2 1
(c)	4 3 1 2	(d)	3 4 1 2

49. Recently, the Assam Cabinet approved the administrative merger of some newly formed district with existing districts. In this context, which of the following is/are incorrect? ***[APSC 2022]***
(i) Merger of Biswanth district with Sonitpur.
(ii) Merger of Hojai district with Nagaon.
(iii) Merger of Bajali district with Bongaigaon.
(iv) Merger of Tamulpur district with Baksa.

Codes
(a) (ii) and (iii)
(b) only (iii)
(c) (i) and (iv)
(d) (iii) and (iv)

Answers

1. (b)	2. (c)	3. (c)	4. (c)	5. (b)	6. (b)	7. (a)	8. (c)	9. (c)	10. (b)
11. (d)	12. (c)	13. (a)	14. (b)	15. (a)	16. (a)	17. (c)	18. (a)	19. (b)	20. (b)
21. (c)	22. (a)	23. (b)	24. (c)	25. (a)	26. (a)	27. (b)	28. (c)	29. (b)	30. (b)
31. (a)	32. (b)	33. (b)	34. (d)	35. (b)	36. (b)	37. (b)	38. (a)	39. (b)	40. (a)
41. (b)	42. (c)	43. (d)	44. (b)	45. (a)	46. (c)	47. (c)	48. (d)	49. (b)	

CHAPTER 20

Architecture and Sculpture

- Assam has a rich heritage of architecture and sculpture from ancient times. The historical monuments, inscriptions, the remains of temples or shrines, churches remind us the rich legacy of the art forms.
- Architecture of Assam was influenced by its cultural contacts with East Pakistan (present day Bangladesh), Burma and main land India.
- There are many archaeological sites in Assam where monuments of architectural importance, temples dedicated to various god and Goddesses and beautiful sculptures are discovered.
- The architecture of Assam belongs to 5th century AD. The architecture style have similarity with the Guptas.
- The architecture of Assam can be divided into **ancient**, **medieval** and **modern** periods.

Architecture of Ancient Period

- The first architecture evidence in Assam was found during the reign of **Varman dynasty** in Kamrupa.
- According to Unanchal Rock Inscription a temple dedicated to Lord Balabhadraswamin was built on Nilachala by **Mahendravarman**.
- Most of the ruin temple in Assam are found in Tezpur, Guwahati, Kamakhya and Hali and among other places.

Tezpur Architecture

- Tezpur architecture remains are belongs to the early Varman dynasty in 5th century to the end of **Salasthmbha dynasty** in 10th century.
- The Tezpur Grant of **King Vanamala**, provide the evidence of temple architecture. According to this grant temple of **Hatakasulin** was rebuilt by **King Vanamala**.

Da-Parbatia

- It is a village near Tezpur, around 140 km from Guwahati. It contains the ruins of two ancient temples. The first ruins temple belongs to 5 to 6 century. The second temple is of Ahom period.
- This site is currently under Archaeological Survey of India.
- The temple ruins consists a square shaped **Garbhagriha** (Sanctum) and a rectangular Mandap. The architecture shows similarity with **Greek Architecture**.
- The stone gate of Da-Parbatia at Sonitpur is the oldest architecture discovery till now.
- It is believed that it is influenced by the Gupta period art form.
- There is a Garbagriha (its base only) square in shape, which is enclosed by a circumambulatory passage leading to a hall of rectangular shape.

- The architecture at Da-Parbratia shows influence of **Sarnath School of Art** and the later Gupta period.

Rock Cut Caves

- Five Rock Cut Caves were discovered at Jogighope in the district of **Bongaigaon** on the banks of the Brahmaputra river.
- One of the cave is best preserved. That cave measures 2.60 m in breadth, 1.8 m deep and 1.90 km height. It has a roughly ceiling, with a 75 cm long and 35 cm broad rounded verandah.
- A platform of brick and mud is built inside the cave. Flight of steps have been put into the rock caves on either side for diversion of rain water.
- The caves do not bear any structural design. These caves are an architecture remain of ancient era.
- Other caves are smaller in size and do not have steps or verandah. All the caves are rock cut and belong to Salasthamba period.

Guwahati Architecture

- The Asvakranta and Umananda temple of **Guwahati** were built by stones during Ahom period.
- The rock cut images of Vishnu and Ganesh have also been discovered in Guwahati.

Goalpara Architecture

- The Goalpara architecture belongs to the Pre-Ahom period. The temples and shrines have been discoved at yogighopa at Goalpara in Assam.

Sivasagar Architecture

- The architecture ruins of Sivasagar belongs to 9th to 10th centuries.
- The ruins are made up of stone images as well as architectural and sculptural fragments.

Surya Pahar Architecture

- Surya Pahar is located in Golpara district of Assam. It contains architectural remains of stupas temple complex and step as of many dieties of Hinduism, Buddhism and Jainism.
- Stupas on a giant single rock, rock out panel of Vishnu, Shiva, Jain Tirthankaras, Panchayatana temple complex, water reservoir, etc. are found there.
- **Panchayatana Temple** in Surya Pahar has a great temple architecture. Besides the main temple, there are four temples built in four directions and all are connected with each other. Altogether, there are five temples, the name in Panch meaning five.
- Surya Pahar also has ruins of a temple, that was built of burnt bricks.

Medieval Architecture of Ancient Assam

- The medieval architecture of Assam was mostly built during the reign of Ahom kingdom, Koch dynasty and Kachari dynasty.

Ahom Architecture in Assam

Kareng Ghar

- **Kareng ghar or royal palace** is also known as the Garhgaon palace, It is located in Garhgaon, Sivasagar district of Assam.
- It is one of the finest example of Ahom architecture. It's earliest construction was started by **Sukhrungphaa** in 1698 AD in present day Sivasagar.
- Its **Swargadeo Rajeshwar Singha** extended structure to seven storeys.
- It is built in **South-Asiatic style** of architecture and is made up of wood and stone.
- The ground floor was made to serve as stables, storerooms and servants quarters.
- It has an octagonal room on the Northern wing that served as **Puja Ghar**.
- Its irregular shape is due to many alternations in its structure.

Talatal Ghar

- Talatal Ghar was built by **Swargadeo Rajeshwar Singha** between 1751-1769. It is an 18th century palace base, which is situated at Rangpur, 4 km from Sivasagar.
- It consists of three floors below the ground and two secret tunnels. One tunnel is 3 km long and connected Talatal Ghar with Dikhow river. The other connects Talatal Ghar to Kareng Ghar. The tunnels were used as escape routes. The floors of the Talatal Ghar have many structures.
- From East to West several room run along a long corridor. The groundfloor served as stables, store rooms and servant's quarters. Talatal Ghar is made in **Mughal Architectural Style.**

▲ TALATAL GHAR

Rang Ghar

- The Rang ghar is a two-storeyed building used as the royal sport pavilion. Here, Ahom kings and nobles watched games like buffalo fights.
- It was particularly used during the celebration of **Rongali Bihu** festival by the royal family.
- It is also mentioned as one of the oldest surviving amphitheatre in Asia. It is built in **Islamic Style of Architecture.**
- It was first built by **Swargadeo Rudra Singha** and later rebuilt by **Swargadeo Pramatta Singha** with brick and mortar in 1744-1751 in Sivasagar.
- It was constructed with bamboo and wood. The roof of Rang Ghar is shaped like an inverted long boat, base has a series of arched entrances. The roof also has a decorative pair of carved stone crocodiles.

▲ RANG GHAR

Koch Architecture in Assam

Kamakhya Temple

- Kamakhya temple was reconstructed by King Naranarayana of **Koch dynasty** on Nilachal hills in 1665 AD.
- The temple was reconstructed many times. The present structure of the temple is believed to be constructed in 1744 AD.
- The temple consists of four chambers i.e., Garbagriha and three Mandapas locally known as Calanta, Panchratna and Natamandira.
- The Western chamber is rectangular and large. The middle chamber is square shaped with sculpted images of Gods and Goddess. Third chamber is very small.
- The Garbagriha is in the form of a cave. It is small and dark and can be reached by narrow steep stone steps.
- The Garbagriha rests on plinth mouldings similar to the Surya temple at Tezpur.
- The dome follows the **Saracenic technique** of round dome. It gives the look of a sixteen sided polygon decorated with horizontal bands. This is unique example of **Nilanchala Style of Architecture**. There are two other temple of this style which were constructed at Hajo in 1583 AD.

- **Jai Dol** or **Kesavanarayan** was built by **Rudra Singha** (1696-1714) in Sivasagar.
- The temple has octagonal Garbagriha topped by a hemispherical dome, adorned with honey comb designs and lotus medallions.
- On the Western side, there is a square Mandapa and is connected with the main sanctum by a passage way.
- **Siva Dol** It was built by Bar Raja Ambika in 1734, at Sivasagar the queen of Ahom King Swargadeo Shiva Singha (1714-1744).
- The height of Siva Dol is 104 ft, perimeter 195 ft and a dome of 8 ft.

Kachari Architecture in Assam

- It is made in **Nilanchal style** of architecture.
- Kachari made a number of monuments, monolithic huts and rock cut temples. These structures resemble a typical Bengal **Do-Chala structure**.
- The Do-Chala style has only two hanging roof tips and each side of roof divided in the middle by a ridge line. The **Chala** word is used for roof.
- The **Kachari Fort** architecture shows a mix of Non-Aryan and Hinduism culture. It is situated in Khaspur, Silchar and was built in 1650 AD. It is a two storey structure. The structure is in ruins now.

Rangamati Mosque

- The Rangamati or Panbari mosque is the oldest in Assam and is situated in Dhubri.
- It was built between 1493 and 1519 AD. It was built by Alauddin Hussain Shah in **Islamic Style of Architecture**.
- The mosque has three domes, one minaret and has a vast paved courtyard. The mosque follows the centrally planned dome structure of architecture.
- There is a deep well and an Idgah, adjacent to the mosque. It has a large seating capacity.

Modern Architecture of Assam

- After the British domination in Assam from 1826, a new style of architecture emerged which is called **Assam type house.** It is also known as **Ikra house**.

Assam Type Houses

- After studying the local environment and local building style, the Britishers designed Assam type houses that were comfortable and beautiful.
- These were usually two storied, symmetrical on both the sides, the first floor connected with a staircase made of timber and open spaces in the front portion (known as chotal) and at the **back side** (known as **Bari**) of the house.
- Roofs are in various levels, multi-cornered and sloping to let rainwater flow off the roof. The houses are made on strong bamboo pillars.
- Walls have timber and bamboo framework and three layers of plaster is done which is a liquid mix of mud and cow dung.
- The Assam type houses built by Britishers were made for rich and affluent families living in Assam and for important government buildings like courts, administrative blocks, hospitals, etc.
- Cities like Guwahati, Dibrugarh and Jorhat have large number of houses built in Assam type style of architecture.

Sculpture in Assam

- The history of sculpture in Assam can be divided into two phases. The first phase is the **pre-Ahom period** and the second is **the Ahom period**.
- The sculptures at pre-Ahom era were mainly created during the ruling period of **Varmanas, Salstambhas** and **Kamarupa-Palas.**

- The Ahom and Koch dynasties ruled during the medieval period. Each of these dynasties constructed magnificent temple sculptures that tells about the prevalent style of sculpture of that period.
- The temple sculpture of Assam follows the **Nagara Style of Architecture**. Ornamental features of Gupta sculpture are evident in the temple sculpture of Assam.
- **Ancient** sculptures of Assam is preserved in the archaeological sites of Dirgheswari, Aswakranta, Manikareneswar, Rudreswar and Kanai Boroshi Bawa of North Guwahati, in Kamrup district.
- The sculptures found in these places comprises of unfinished statues, bull without head, broken pieces of tiger, human figures, sculptures of Kali, Ganesha, Yama, deities, cut marks and inscriptions on rocks and elephant engravings. These are mostly rock cut, unfinished and unpolished.

Sculpture at Surya Pahar

Stone sculptures in large number are found in Surya Pahar located in Goalpara district of Assam. Archaeological excavations were done from 1992 to 2001 for a period of 9 years. The excavations revealed sculptures that shows **Surya Pahar** was a **centre of Buddhism, Jainism** and **Brahmanical Hinduism**.

The sculptures found at Surya Pahar are as follows

- **Dwadash Aditya**, which is a panel having 12 figures of Sun carved in circular manner fixed on a stone slab.
- **Panchayatana temple** complex containing images.
- **Colossal Stupa** is a huge Monolith Stupa and around it, there are 25 votive stupas.

Sculpture at Golaghat

- A stone temple was constructed on the **Deopahar hillock in Numaligarh** situated in Golaghat district in of Assam.
- The stone temple is erected on monolithic floor. There are large number of sculpted stone blocks that carved from Precambrian rocks. The blocks form the base of the temple. The temple has a big ceiling slab engraved with a large lotus. The sculptures on stone slabs are of Kirtimukha, Sridhar Rudra, Lakshmi Narayan, Sarpadevta, Pranayam-dhyana mudra, Ram, Ravana, etc.
- Other many wonderful examples of sculptures are discovered in and around Guwahati. Some of these are Lord Vishnu in his infinite sleep at **Aswaklanta temple**, Urvasi images discovered near Guwahati Panikal, the images of Mahishasur Mandir, Vishnu, Surya, Ganesh found on the bank of Brahmaputra behind the **Sukreswar temple**, etc.

Multiple Choice Questions

1. During the reign of which dynasty, the first architecture evidence in Assam was found?
(a) Koch dynasty (b) Ahom dynasty
(c) Varman dynasty (d) None of these

2. According to Tezpur grant of Hatakasulin temple was rebuilt by which king?
(a) King Vanamala
(b) King Nara Narayan
(c) King Laxmi Narayan
(d) All of the above

3. The stone gate of Da-Parbatia is located at
(a) Sonitpur (b) Guwahati
(c) Darrang (d) Tezpur

4. Five rock cut caves at Jogighopa of Assam belong to which period?
(a) Salasthamba (b) Tri-Ahom
(c) Kamrupa (d) Koch

5. The architecture ruins of Sivasagar belongs to which centuries?
(a) 8th-9th (b) 6th-7th
(c) 15th-14th (d) 9th-10th

6. Architectural remains of stupas found in Surya Pahar lies in which district of Assam?
(a) Dhubri (b) Darrang
(c) Goalpara (d) Sonitpur

7. Kareng Ghar is built in which style of architecture?
(a) South-Asiatic Style
(b) Islamic Style
(c) Mughal Style
(d) European Style

8. Where is Talatal Ghar situated?
(a) Guwahati (b) Rangpur
(c) Tezpur (d) Kamrup

9. In which style of architecture is Rang Ghar of Assam built?
(a) Islamic Style
(b) Mughal Style
(c) Vernacular Style
(d) Gupta Style

10. During whose reign at Rangpur city, an amphitheatre known as 'Rang Ghar' for animal fight was built? ***[APSC 2016]***
(a) Rudra Singha (b) Pramatta Singha
(c) Siba Singha (d) Rajeshwar Singha

11. Rudra Singha first built the Rang Ghar with bamboo and wood. It was rebuilt with brick and mortar by ***[APSC 2021]***
(a) Siva Singha (b) Pramatta Singha
(c) Rajeswar Singha (d) Lakshmi Singha

12. The roof of which monument in Assam is in the shape of an inverted long boat?
(a) Talatal Ghar (b) Kareng Ghar
(c) Jai Dol (d) Rang Ghar

13. Which among the following is a secular architecture of Assam?
(a) Talatal Ghar (b) Kareng Ghar
(c) Rang Ghar (d) All of these

14. Which is the unique feature of Nilanchal style of architecture found in Assam?
(a) Small Garbagriha
(b) Beehive Shikhara
(c) Horizontal Bands
(d) All of the above

15. Kamakhya temple is built in which style of architecture?
(a) Mughal Style (b) Gupta Style
(c) Nilachala Style (d) Dravida Style

16. Jai Dol was built by ....
(a) Rudra Singha (b) Raghu Dev
(c) Pramatta Singha (d) Biswa Singha

17. Siva Dol was built by whom?
(a) Siva Singha (b) Nara Narayan
(c) Lakshmi Singha (d) Raja Ambika

18. The Rangamati mosque in Dhubri district of Assam is made in which architectural style?
(a) Vernacular Style
(b) Mughal Style
(c) Arabic Style
(d) Islamic Style

19. Which style of architecture were designed by the Britishers after studying the local environment of Assam?
(a) Assam type
(b) Indo-European type
(c) Sarsenic Style
(d) European Style

20. Why there are slanting roofs in most of the houses in Assam?
(a) To shed snow
(b) To let rainwater flow off
(c) Used for decoration
(d) To maintain symmetry

21. Ancient sculptures in Assam were found in which of the following places?
(a) Kanai Boroshi Bawa (b) Dirgheswari
(c) Rudreswar (d) All of these

22. Which place in Assam revealed sculptures that belongs to Hinduism, Buddhism and Jainism?
(a) Da-Parbatia (b) Surya Pahar
(c) Deopahar (d) Devi Dol

23. The sculpture of Dwadash Aditya is dedicated to
(a) the Sun (b) Vishnu
(c) Shiva (d) Buddha

24. Match the following.

	List I (Monument)		List II (Place)
A.	Kachari Fort	1.	Bongaigaon
B.	Rock cut caves	2.	Sivasagar
C.	Panchayatana temple	3.	Silchar
D.	Jai Dol	4.	Goalpara

Codes

	A	B	C	D		A	B	C	D
(a)	4	3	2	1	(b)	1	4	3	2
(c)	2	3	4	1	(d)	3	1	4	2

25. Match the following.

List I (Monument)	List II (Place)
A. South-Asiatic Architecture	1. Talatal Ghar
B. Nilanchal Architecture	2. Kamakhya temple
C. Mughal Architecture	3. Kareng Ghar
D. Islamic Architecture	4. Rang Ghar

Codes

	A	B	C	D		A	B	C	D
(a)	4	1	3	2	(b)	3	2	1	4
(c)	2	4	3	1	(d)	3	1	2	4

Answers

1. (c)	*2. (a)*	*3. (a)*	*4. (a)*	*5. (d)*	*6. (c)*	*7. (a)*	*8. (b)*	*9. (a)*	*10. (a)*
11. (b)	*12. (d)*	*13. (d)*	*14. (c)*	*15. (c)*	*16. (a)*	*17. (d)*	*18. (d)*	*19. (a)*	*20. (b)*
21. (d)	*22. (b)*	*23. (a)*	*24. (d)*	*25. (b)*					

CHAPTER 21

Assam Tourism

Assam is one of the 8 states of North-East India which is known as **Gateway of North-East.** The state is famous for its tourism becamse of its natural beauty. Government of Assam had made various initiatives and schemes to develop and promote tourism in the state.

Famous Tourists Places in Assam

With the majestic Brahmaputra river, magnificent hills, its rich flora and fauna, Assam is every tourist's paradise. Tourists places in Assam can be divided into following categories

- Historical Monuments
- Religious Centres
- Cemetery/Dargah/Shrines
- Hill Stations

Historical Monuments

Rang Ghar

- Rang Ghar literally means the **House of Entertainment.**
- It is situated near Rangpur Palace at a distance of 3 km from Sivasagar.
- It is a two-storeyed building built in 1746 AD by the Ahom ruler, **Swargadeo Rudra Singha** in a temporary construction.
- Later its two existing storeys built by **Swargadeo Pramatta Singa** in 1751 AD.
- It is one of the famous historical places in Assam and is often referred to as the **Colosseum of the East.**
- Due to its rich historical importance, Rang Ghar was used as a logo for 33rd National Games held in 2007 in Assam.

Talatal Ghar

- It is one of the best historic palaces in Assam.
- It is located at Rangpur in Sivasagar district of Assam.
- **Raja Swargadeo Rajeswar Singha**, the successor of Swargadeo Rudra Singh added the top floor during his ruling period. It made the palace an elegant and spectacular seven storey royal palace.
- It has **seven storeys**, three of them underground with two secret tunnels. The palace is said to have been connected to the bank of river Dikhow via secret tunnels. One of them is 16 km long.
- The upper ground floor of the Talatal Ghar is known as **Kareng Ghar** which **means Royal Palace.**
- This was used by the royalty of Assam as a **Live-in Palace.**

Sri Surya Pahar

- It is located near Goalpara, about 132 km North-West of **Guwahati.**
- Surya Pahar or 'Hill of the Sun' associated with the cult of Sun-worship.

- It is a hilly terrain where hundreds of rock-cut Shivalingas, Stupas, Deities of Hindu, Buddhist and Jain pantheon are scattered in an area of about 1 km.
- The popular belief is that **99999 Shivalingas** were engraved here by Vyasa in order to build up a second Kashi (where there were 1,00,000 Shiva Lingas).
- Some historians claim that it was Sri Surya Pahar, not Guwahati that was the ancient land of Pragjyotisha kingdom, which was the capital of the kingdom of Kumar Bhaskaravarman.
- Since, Sri Surya Pahar is very close to the bank of Brahmaputra river, it might have been an important administration or trade centre in ancient time.
- This site consisting of seven hills and hillocks which is known as '**Satali Pahar**'.
- The Shivalinga, around nine feet, is the largest sculpture in this site.
- This site belongs to 8th century AD.
- This is a unique site that has presence of Hinduism, Buddhism and Jainism relics and religious articles.

Khaspur Fort

- It is located 20 km from Silchar in Cachar district of Assam.
- Khaspur was conquered by Kachari rulers in 18th century by following death of Koch king without their throne. Then, Kachari rulers made it their capital and constructs this fort.
- In this fort, ruins of the great Dimasa Kingdom are found. The main attractions of this fort are the **Lion Gate**, the **Sun Gate** and aged old King's temple.
- The original palace is in a state of non-existence but its subsidiaries, the main entrance gate, the **Suryadwar** and **Debalaya** are still intact there.
- The entrances are of elephant pattern.

▲KHASPUR FORT

Religious Centres of Assam

Name	Description
Kaveswar Temple	• It is a Shaivite temple, located on the Eastern side of Madhava temple at Hajo. • It was constructed by Ahom king **Pramatta Singha** during 18th century. • The present day temple is probably reconstructed one as it was damaged in the earthquake of 1897 AD.
Hajo Powa Messa	• It is located on top of the **Garurachal hills** at Hajo. It was built by **Mir Lutufullah-i-Shiraji** in 1657 at the time of Emperor Shah Jahan. • The Tomb of **Pir Giasuddin Auliya** is also located here. • It is said that by offering prayers in this mosque, devotees gain one fourth of the God grace that they would have received in the real Mecca.

Name	Description
Hayagriva Madhava Temple	• This temple is located at Manikut hilltop of Hajo in Kamrup district of Assam. • It was constructed by ruler of Koch-Hajo, **Raghudev Narayan** in 1583 AD. • According to Kalika Purana, this temple was established by a sage, '**Ourba**' near a pond known as **Madhav Pukhuri**. • As per Jogini Tantra this temple along with one another name Matsaya Madhava was established by using the holy wood sent by King of Orissa, Indradumna. • This place was the worship place of both Hindu and Buddhists. • The Lamas of Tibet also worship Hayagriva of 1920 as 'Mahamuni' or 'Buddha Deva'. • There are a number of stone sculptures of Lord Hanuman in this temple believed to be built by Sage 'Urva'. • Inscriptions of **Pramatta Singha** and **Kamleshwar Singha** are there inside the temple. • **Fakua Doul** of this temple was constructed by **Pramatta Singha**.
Kedar Temple	• It is located at top of **Madanachala** hill at Hajo in Kamrup district of Assam. • It is a medieval Hindu temple, reconstructed by Ahom king **Rajeswar Singha** in 1753 AD. • The temple dedicated to Lord Shiva. The linga in this temple is considered as **Swayambhu**.
Kamakhya Temple	• It is one of the oldest of the 51 Shakti Peethas in India. • It is situated on the **Nilachal Hill** in Western part of Guwahati city in Assam. • It was built by Koch **King Naranarayan** in 1565 AD. • It is dedicated to the Mother Goddess Kamakhya. • Thousands of tantra devotees come here to attend the annual festivals like Ambubashi Mela, Manasa Puja, Durga Puja, etc. 
Ganesha Temple	• This temple is located in capital complex of Guwahati city. • This temple was also constructed by Ahom **King Pramatta Singha** in 1746 AD. • There is a very big Ganesh Shrine in the temple. It is also known as **Heramba** in Assam.
Dhareswar Temple	• This temple is situated on **Hatimura hill** near Hajo. It was constructed by Ahom King **Shiva Singha**. • **Shivaratri** and **Doul Utsava** are organised every year in this temple.
Bhringeswar Devalaya	• This temple is located on the foothill of Gandhamoan at **Bongshar** near Hajo in Kamrup district of Assam, constructed by **Shiva Singha** in 18th century. • The main shrines in the devalaya are bell metal Lord Shiva with five faces.
Siddheswar Devalaya	• This temple is located on the bank of Brahmaputra River in **Kamrup district** of Assam. The deity of this temple is known as **Mahabhairava**. • It was constructed by Ahom King, **Shiva Singha**. • There are both the images of Lord Shiva and Lord Vishnu, representing **Hari-Hara unity**. • There is also a Durga shrine in the temple that was constructed by Ahom Queen **Phuleswari Devi**. • In this temple, Lord Shiva is worshipped in Vaishnava ways by offering vegetarian sacrifices. • **Shiva Jatra**, **Doul Jatra** and **Durga Puja** are the main religious festivals of this Devalaya.

Name	Description
Agnibaneswar Temple	• This temple is located on the Northern side of **Agyathuri hills** in Guwahati, Assam. • It was believed that this temple was established by Sonitpura **King Bana** in the period of **Narakasura**. • It is also known that it was reconstructed by **King Nagashankara** in the 4th century. • **Shiva Singha** patronised and donated land for this temple in 1730 AD.
Haleswar Temple	• This temple is located in **Tezpur district** of Assam. The temple is also known as **Harupeswara temple**. • It is oldest temple built by **Mlecha King** who established the capital of Kamrupa. • The present temple is known to be with largest area of **devottara lands** coming through the ages. 
Umananda Temple	• This Shiva temple is located in **Umananda** the smallest river island in the middle of river Brahmaputra. • The British named the island **Peacock Island** Forcits structure. • It was built by famous Ahom **King Gadadhar Singh** in 1694 AD under the supervision of **Gargayan Handikoi Phukan**. • The mountain on which the temple has been built is known as **Bhasmacala**. • The island near this temple is home to an endangered species called **Golden Langurs**.
Singri Temple	• It is located in Tezpur district along the bank of Brahmaputra River. • It is a pre-historic temple of Lord Shiva known as **Gupteswar temple** or **Gopeswar temple**. • This temple was established by sage **Rishwashringha**, son of **Bibhandaka Muni**.
Biswanath Temple	• This temple is popularly known as **Gupta Kashi**. • It is located at the confluence of Burigonga with Brahmaputra Rivers in Biswanath district of Assam. • It is a place of worship of Lord Shiva. • The temple was rebuilt in **Mlecha period**. • Later on, **Gadadhar Singha** established a new temple of Biswanath.
Navagraha Temple	• This temple is located in **Chitrachal hill** of Guwahati. This temple was constructed by Ahom King **Rajeswar Singha** in 1752 AD. • This temple is devoted to Navagraha, i.e. the nine (Nava) major celestial bodies (Grahas) of Hindu astronomy. • It is believed that Lord Brahma created stars and Planets in this temple, due to this reason Assam was known as **Pragjyotishpur** during ancient time. • There are nine Shiva Lingams, representing the nine celestial bodies. Each Shiva Lingam is covered with a coloured garment symbolic of each of the celestial bodies with a Shiva-lingam in the centre which symbolises the Sun.

Name	Description
Basistha Ashram Temple	• This temple is located in the South-East corner of Guwahati city. Originally, it is a Shiva mandir. It is believed that Sage Vasistha constructed this ashram and later breathed his last here. • Present day temple was built by Ahom King **Swargadeo Rajeswar Singha** in the mid of 18th century. • Lord Vishnu ordered sage Basistha to bring Sandhya, **Lalita** and **Kanta** rivers to the Earth. • The temple has a **Sunken Garbhagriha** which is believed to have the foot impression of the Sage Basishtha. 
Da-Parbatia Temple	• This temple is located in the village of **Da-Parbatia**, few kms west to the city of Tezpur in Assam. • It is one of the oldest temples of Assam having the early Gupta School of Sculpture. • The doors of the temple are ornamented with the figurines of 2 Hindu Mythological Goddesses **Ganga** and **Yamuna**. • The Lintel is carved with images of Garuda bird, flying geese, male and female human figurines and flower vines.
Kechaikhati or Tamreswar Temple	• This temple is located in **Sadiya district** of Assam. • This temple is dedicated to **Kechaikhati Gosami** a powerful tribal deity who was worshipped by **Deori** people of eastern Assam. • As per folk culture, **Pichaci** or **Kechaikhati** is the daughter of the supreme **Gira-Girachi**. • Ahom and Chutiya ruling families used to worship regularly and offered sacrifices here.
Parashuram Kunda	• This kunda is located at **Sadiya** just beyond the Eastern Himalayan hill. • It is believed that Parashuram, incarnation of Vishnu, washed his axe after killing his mother in this kunda. Thus, since then, it is known as Parashuram Kunda. • Deori people worship Kundi Mama, the Supreme God. • Ritual of human sacrifices was practiced by Deori people in the historical period.
Shiva Doul	• This temple is located on the bank of Barpukhuri River in **Sivasagar district** of Assam. • This Doul was constructed by Ahom **Queen Ambika** during the reign of **Shiva Singha**. • She also constructed **Bishnu Doul** and **Devi Doul** on the same bank of Shivasagar Tank. • Main festival observed here is **Mahashiva Ratri**.  • It has a central tower which is said to be the tallest Shiva temple tower in India at a height of 104 ft. The base of the temple measures 195 ft. • During the month of **August-September (Sawan)**, chanting of Krishna's mantra and kirtans are conducted all over the night, which is also a major attraction for the devotees.
Vishnu Doul	• This temple is located on the bank of Barpukhuri River in **Sivasagar district** of Assam. • The rituals of this temple were performed by disciples in brahmanical tradition.

Name	Description
Devi Doll	• This temple is located on the bank of Barpukhuri river in **Sivasagar district** of Assam. • This Doul is on the western side of Shiva Doul. • The deity of this temple is **Devi Bhagovati** or Devi Durga. • Shrine of this temple is octagonal (Astabhuja). Shikhara of this temple is decorated by a big Kalasi. • The custom of animal sacrifices is offered here.
Shri Aswaklanta Temple	• This temple is located on the bank of the Brahmaputra in North Guwahati. In Assamese language, 'Aswa' means 'Horse' and 'Klanta' means 'tired'. • This temple has two images, one of **Lord Janardana** and other of **Lord Anantasayi Vishnu** who are worshipped by the devotees. • Ahom King **Shiva Singha** constructed two temples in Ashwakalanta during 1720 AD i.e. the **Kurmayanardan** temple and **Anantasai Aswaklanta** temple. • According to legend, when Lord Krishna was searching for Narakasura to kill him, on the way, the horse of Lord Krishna felt tired on the same place where the Aswaklanta temple is located. • Accoding to another legend Arjuna the son of Pandu was persuaded to stay here so that his son Abhimanyu could be killed in the war. Therfore this place got the name of **Abhikranta** in Assamese which later became Aswaklanta. • On the day of **Ashokastami**, a large number of people come here and take bath in Brahmaputra river.
Sukreswar Temple	• This is an important Shiva temple in Assam which is located on the **Sukreswar** or **Itakhuli hills** on the South bank of the river Brahmaputra. • It is believed to be constructed in 1744 by Ahom **King Pramatta Singha**. • **King Rajeswar Singha** (1751-69) who promoted the cause of the Saiva Sect made financial provisions for the Sukreswar temple in 1759. • This temple has one of the largest **Shivalingas** in India. • It is believed that Shivalinga at this temple is the sixth **Jyotirlinga** in India. • According to Kalika Purana, the hillock is called **Hastagiri** as it has a shape like that of the hump of an elephant.
Ugra Tara Temple	• This temple is located at Guwahati. According to legend, the naval area of Sati fell here. Ahom King **Shiva Singha** constructed this temple in 1725. • This temple is dedicated to Goddess Ugra Tara, an incarnation of Goddess Parvati. There is an idol of the Deity made of eight metals in the temple. • There is a pair of ponds near the temple known as **Jorpukhuri**.
Mahabhairav Temple	• This ancient temple is located at Tezpur which was patronised by the Ahom Kings. • It is believed that this temple was constructed by Asura **King Banasura** as he was a Shaivite. • According to a legend, the original Mahabhairab temple was built by Asura King, Banasura out of a stone. The main deity of this temple is Lord Shiva and it houses one of the world's largest Shiva Lingas.
Madan Kamdeva Temple	• This temple is located near **Baihata Chariali** in Guwahati. It is also known as **Khajuraho of Assam**. • Here, idols of various deities are found which scattered in nearly 5 sq km area. • It is believed that these idols were made during the 11th and 12th centuries by **Pala Kings**.

Name	Description
Mahamaya Than	• It is located at **Bogribari** about-30-35 km East Dhubri district of lower Assam. • It is regarded as a greatest Shakti Peethas for Hindu pilgrims in lower Assam. • People visit here to fulfill their wishes.
Dirgheswari Temple	• It is located in the Northern bank of Brahmaputra in Guwahati. • It was built by the Ahom **King Swargadeo Shiva Singha**. • It is considered as a Shakti Peetha. • Here many ancient images made on rocks founded along with temple.
Lankeswar Temple	• This temple is an ancient Shiva temple on top of a hillock in the Western side of Guwahati.
Negheriting Shiva Doul	• It is a Shiva temple located at **Dergaon** in the Golaghat district of Assam. • The place of the temple is located at the habitat of a bird **Negheri**, from this name, the name Negheriting derives. • This temple was first constructed by the Kacharis during 8th-9th century. • In 1687, it was reconstructed by Ahom King **Swargadeo Rajeswar Singha**. • **Pratap Singha** built a Shiva Temple having the Shivalinga in **Sheetal Negheri**. • **Lakhmi Singha** completed the task of placing the Shivalinga in that place after death of Rajeswar Singha. • The main temple is surrounded by four other temples, i.e. Durga, Surya, Vishnu and Ganesha temples. 
Tukreswari Temple	• There are two temples at the top of **Tukreswari Hill**, one is Shiva temple and other is known as Joya-Vijoya temple. • Every year, **Durga puja** and **Basanti puja** are organised here. • According to legend, a portion of (Tukura) of the Goddess Sati, i.e. tongue fell in Goalpara and therefore the temple is knows as Tukreswari temple.
Nandeswar Devalaya	• It is one of the oldest Shiva temples, which is located on the top of **Nandeswar Hill** by the side of river **Dudhnoi**. • This temple was built in 10th or 11th Century AD. • Shivaratri, Durga Puja and Doljatra festivals are celebrated here.
Rudreshwar Devalaya	• This temple is located at **Sindurighopa Mouza** at the Northern bank of Brahmaputra in Guwahati. • It was built by Ahom King Pramatta Singh in 1749 AD in memory of his father **Rudra Singha**. • This temple was constructed by using the architectural design of both **the Ahom** and **Mughal Kings**.
Doul Govinda Temple	• This temple is located in **Rajaduar** at the Northern bank of Brahmaputra river on the foothills of **Chandra Bharati hill**, in North Guwahati. • This temple is devoted to Lord Krishna. The temple is known for its Holi celebrations, in the months of February-March. • Here, Holi is observed for five days with various programmes.

Name	Description
Garakhiya Doul	• This temple is located at **Sivasagar district**. This temple was built by the Ahom King **Swargadeo Pratap Singh** (1603-1648 ??). • This temple is small and octagonal in plan and has a stunted Sikhara. It is also known as **Mai Doul** or **Maheswara Ghar** or **Puja Sil**. • As per legend story, cowherds discovered a deity under the bunch of Birina grass. • Thus, the deity was established in this Doul and since then people started worshiping here.
Athkhelia Naamghar	• It is one of the famous **Naamghars** of Assam which is located in Golaghat. • It is constructed by Ahom King **Gadapani** in 1681 AD. It is a prominent Vaishnav pilgrimage centre. • According to legend, **Mahadeva** and Ahom King **Gadadhar Singh** took shelter here to save themselves from the cruelty of rulers. • Some important festivals organised here are Boroxowah, Panitola Xowah, Namlowa Xowah, Nosaul Xowah, Rax Mahotsav and Boroxa Bhauna, etc.
Dhekiakhowa Naamghar	• This is located in **Jorhat district** of Assam. • It was established by Saint-reformer **Madhavdeva** in 1461 AD. • The death anniversary of both the Gurus, viz, **Srimanta Sankaradeva and Madhavdeva** is celebrated here. 

Cemetery/Dargah/Shrines

Christian Cemetery

- The Christian cemetery of Tezpur was earlier known as the European and Indian cemetery.
- This cemetery came to be known as Christian cemetery after the death of last European **Missionary Re Father Wyld**.
- One of the most important graves in the cemetery is that of **Charles Alexander Bruce**, who discovered the indigenous tea plant in Assam.

Azan Pir Dargah

- Present day mosque was constructed by craftmen brought from Bengal during the reign of Ahom **King Rudra Singha** in 1703 AD.
- This Dargah is located at Saraguri Chapari in Sivasagar.
- Azan Pir original name is Syed Milan Shah Baghdadi, also known as '**Shah Miran**' or 'Shah Milan'.
- He resided at Chunpora, near the Ahom capital Garhgaon, where he built a mosque. He is popularly known as '**Azan Fakir**'. He mastered in Assamese language and understood the Vaishanavism.
- He composed a unique blend of spiritual song, popularised as 'Zikir'. After his death, he buried at a place adjacent to this monument.

Soraguri Chapori

- This Dargah is located at **Sivasagar district**.
- People come here to visit the Tomb of **Azan Fakir Saheb**. He is the Islamic preacher and creator of **Zikir** and **Jaari** Geets in Assamese language. These songs have striking similarities with Borgeets of **Srimanta Sankaradeva**.

- Azan Fakir was a disciple of Khwaja Nizamuddin Auliya in Baghdad who came to Assam with his brother Shah Navi.
- He was a legendary sufi saint who led **Muslim Reform Movement** in Assam.

Churches

Christianity is the third largest religion after Hinduism and Islam in Assam. Guwahati is filled with an extensive number of churches. The important churches are Christ Church, Guwahati Baptist Church, Victory Family, Church, Zion Revival Church, Beltola Church of Christ, St. Claret Church, St. Joseph's Church and St. Anthony Church.

▲GUWAHATI BAPIST CHURCH

Hill Stations

Haflong

- It is one of the best and most popular hill stations near Guwahati.
- It is ideal for a secluded and peaceful holiday, which is also blessed with beautiful orchids and birds. It is a **trekker's paradise** and known for adventure sports like paragliding.

Diphu

- This is located 270 km from Guwahati, it is one of the least known hill stations.
- Its plush green rolling hills and serene surroundings make it the must visit place of Assam.
- It is endowed with beautiful temples like **Deopani Durga Mandir, Shiva Mandir** and **Khanduli**. It is famous for trekking, hiking and other adventure sports.

Umrangso

- This is located located on the border of Assam and Meghalaya, the place has a rustic charm.
- Perched on the spectacular **North Cachar Hill**, it has the most scenic beauty in the hill station of Assam in **Dima Hasao district**.
- It is 104 km from Haflong and famous for the **Garampani**, a hot spring.
- The spring has formed a lake. People come here to avail the medicinal value of the spring and also to enjoy boating in the lake.

Maibang

- It is the former capital of **Kachari Kings**. It is a scenic and mesmeric hill station in Assam.
- Here, we find the relics of Kachari Rajbari and the unique monolithic ancient temple, **EK Patthar Ghar**.
- This little hill station is known for stone carvings and sculpture of the Kachari dynasty.

Dispur

- In 1973, the magnificent hill station became **the capital of Assam**.
- Apart from different administrative buildings, this place has many temples.
- It is also famous for the tea auction market.
- **Shilpagram, Basistha Ashram, Srimanta Shankaradeva Kalakshetra, Cultural institutions** are some of the famous tourist spots here.

Lilabari

- It is a small town which is located close to the bank of Brahmaputra river, North Lakhimpur in Assam. It is famous for its surreal beauty.
- The beauty of the place is enhanced by the beauty of the **Dirang Valley** and **Sela Pass**.
- This place is famous for trekking, mountaineering, rafting and camping.

Morigaon

- It is a breathtakingly beautiful place, which is known for its obscure history, i.e. history shrouded in mystery.
- It has a rich culture and tradition. This region was ruled independently by six rulers.
- From the North of this district, river Brahmaputra flows while the West side of the place is covered by the snowcapped mountains.
- With its beautiful view, this place is famous for the enchanting beauty of nature.

Assam Tourism Development Corporation Limited

The State Government of Assam has promoted and set-up the **Assam Tourism Development Corporation Limited on 9th June, 1988**. The main aims and objectives of the corporation are briefly given below

- To promote and develop tourism in the State.
- To develop and manage the tourist lodges, tourist hotels, restaurants, guest houses, entertainment projects, etc., for the purpose of promotion and growth of tourism.
- To acquire, operate and maintain car, buses, coaches, launches, rope ways and other modes of transport for communication of tourists.
- To provide entertainment to tourists, organise tourism related activities such as cultural shows, fairs, festivals, etc.
- To develop and manage places of tourist interest, parks, lakes, avenues, beaches and recreational places, spots, etc.
- To promote tourism by all desirable means and take up other works for the growth of tourism and enter into agreements with associations, individuals, companies, bodies, etc. for the purpose of conducive growth of tourism.

State Government's Initiatives to Develop Tourism

Over the years, both the Central and State Government of Assam had identified and executed several large, medium and minor tourism projects. All these are taken to promote Assam tourism, which will ultimately boost up the economy of the State.

The schemes for development of infrastructure building have a major impact on promotion of tourism.

The main schemes include

- Development of tourism circuits, tourism complex
- Yatriniwas
- Tourist Reception Centres
- Upgradation and expansion of tourist facilities
- Development of Pilgrim Centres, Water Sports, etc.
- There has been significant progress in most of the projects during the last few years.
- For sustainable growth of tourism, large investment for infrastructure development is required.
- This can be made easier if the private sector comes forward for investment considering the potential of Assam Tourism.

Assam Tourism Policy, 2017

- This policy was launched by Assam Government on 19th October, 2017.

- It aims for increasing tourist inflow in Assam within the next five years.
- It also aimed at creating a policy framework to move tourism into a major economic sector of Assam.
- All facilities and incentives applicable to industries shall be made available to tourism industry.
- This policy primarily emphasises on making the state a destination of film making.
- It also encourages private sector to pro-actively participate and invest in tourist places in Assam.
- As per the policy, State Government offers a range of incentives to movie producers.
- It also provides a range of financial benefits at tourist units.
- State Govterment provides an additional 10% grant if the film's storyline is based on Assam's culture, tourism and heritage.
- According to 2014 data, 45,00,000 domestic and 20,000 foreign tourists visited Assam.
- The new policy is effective from January, 2018 till December, 2022.

Multiple Choice Questions

1. Which building of Assam is referred as the 'Colosseum of the East'?
(a) Rang Ghar (b) Talatal Ghar
(c) Navagraha Temple (d) None of these

2. Satras are first established by
(a) Sankaradeva (b) Pratapadeva
(c) Madavdeva (d) None of these

3. Which is considered as the best impressive monuments of Tai Ahom Architecture?
(a) Rang Ghar
(b) Talatal Ghar
(c) Kamakhya Temple
(d) None of the above

4. Name the site of Assam where hundreds of rock-cut shivlingas, stupas and deities are found.
(a) Sri Surya Pahar (b) Sadiya
(c) Khaspur (d) None of these

5. Which of the following is considered as second Kashi in Assam?
(a) Kamakhya (b) Navagraha
(c) Sri Surya Pahar (d) None of these

6. Ruins of the great Dimasa Kingdom are found in ....
(a) Khaspur (b) Silchar
(c) Jorhat (d) Tinsukia

7. Name the rock inscription from which we know about the invasion of Kamrupa by the Turks in 1205 AD.
(a) Kanai Borosibowa (b) Kajali Chaki
(c) Hajo (d) None of these

8. Persian Rock Inscription is found in ....
(a) Guwahati
(b) Nagaon
(c) Lower Level of Kamakhya Hill
(d) North Cachar Hill

9. Kajali Chaki Archaeological Site is located in ....
(a) Chabua (b) Dergaon
(c) Chandraur (d) Dhekiajuli

10. Hajo is an ancient pilgrimage centre for ....
(a) Hindu (b) Buddhist
(c) Muslim (d) All of these

11. Tamreswari temple is in
(a) Sadiya (b) Golaghat
(c) Sukreswar (d) None of these

12. The roof of which temple is made of copper?
(a) Kamakhya (b) Sukreswar
(c) Aswaklanta (d) Tamreswari

13. Hajo Powa Mecca was built at the time of ....
(a) Akbar (b) Jahangir
(c) Shah Jahan (d) None of these

14. On which hill the Kamakhya temple is situated?
(a) Chitrachal (b) Sandhyachal
(c) Nilachal (d) Bhasmachal

15. ...... is very important pilgrimage destination for Tantric worshippers.
(a) Kamakhya (b) Umananda
(c) Navagraha (d) Sukreswar

16. As a great patron of Shakta Hinduism, an Ahom king built the Umananda Temple on Peacock Island of Guwahati around 1694 AD. Who was he? ***[APSC 2021]***
(a) Siva Singha
(b) Rudra Singha
(c) Gadadhar Singha
(d) Rajeswar Singha

17. ...... temple is found on the top of Chitrasal hill in Guwahati city.
(a) Madan Kamdeva (b) Sukreswar
(c) Navagraha (d) None of these

18. Ahom King Rajeswar Singha constructed the .... temple in mid 18th century.
(a) Basistha Ahram
(b) Tamreshwari
(c) Sukreswar
(d) None of the above

19. ...... is one of the oldest temple of Assam having the early Gupta school of sculpture.
(a) Kamakhya (b) Da Parbatia
(c) Aswaklanta (d) None of these

20. Aswaklanta temple was constructed by
(a) Shiv Singha (b) Pratap Singha
(c) Rajeswar Singha (d) None of these

21. Aswaklanta temple was constructed in
(a) 1720 AD (b) 1620 AD
(c) 1558 AD (d) 1205 AD

22. Aswaklanta temple has images of
(a) Lord Shiva
(b) Lord Janardana
(c) Lord Anantasai Vishnu
(d) Both (b) and (c)

23. Sukreswar temple is located on the
(a) North Cachar hills
(b) Itakhuli hills
(c) Haflong hill
(d) None of the above

24. Sukreswar temple was constructed by ....
(a) Pramatta Singha (b) Rajeswar Singha
(c) Rudra Singha (d) None of these

25. Ugratara temple was constructed in ....
(a) 1738 AD (b) 1438 AD
(c) 1538 AD (d) 1634 AD

26. Jorpukhuri is a part of which historic temple?
(a) Ugratara (b) Navagraha
(c) Kamakhya (d) Shiva Doul

27. Asura King Bana constructed the temple
(a) Ugratara (b) Mahabhairav
(c) Kamakhya (d) None of these

28. Which temple is considered as 'Khajuraho of Assam'?
(a) Mahamaya Than (b) Madan Kamdeva
(c) Kamakhya (d) None of these

29. Mahamaya Dhan is located in Bogaribari of ...... district.
(a) Cachar (b) Dhubri
(c) Barpeta (d) Bongaigaon

30. Dirgheswari temple was built by
(a) Shiva Singha (b) Rudra Singha
(c) Rajeswar Singha (d) None of these

31. Where Sati's tongue was believed to fall?
(a) Kamakhya
(b) Tukreswari
(c) Dirgheswari
(d) None of the above

32. There are two temples in the Tukreswari hill, one is Shiva temple and the other is
(a) Joya-Vijoya
(b) Kali Maa
(c) Manasa
(d) None of the above

33. Negheriting Shiva Doul is located at Dergaon in
(a) Barpeta (b) Cachar
(c) Darrang (d) Golaghat

34. ...... temple was constructed by using the architectural design of both Ahom and Mughal kings.
(a) Rudreswar Devalaya
(b) Nandeswar Devalaya
(c) Doul Govinda Temple
(d) None of the above

35. Doul Govinda Temple in Rajaduar is devoted to
(a) Lord Shiva (b) Lord Krishna
(c) Lord Vishnu (d) Both (a) and (b)

36. Name famous naamghars of Assam.
(a) Athkhelia (b) Dhekiakhowa
(c) Both (a) and (b) (d) None of these

37. The grave of Charles Alexander Bruce is in
(a) Christian cemetery
(b) Charaideo cemetery
(c) Dhemaji cemetery
(d) None of the above

38. Soraguri Chapori is situated at......... district
(a) Sivasagar
(b) Baska
(c) Barpeta
(d) Dima Hasao

39. Who composed Jikir and Jari geet in the Assamese language?
(a) Azan Fakir Saheb
(b) Giasuddin Auliya
(c) Ali Mech
(d) Marzuban Ibn Bakhtiyar

40. Name the sufi saint who led Muslim reform movement in Assam.
(a) Giasuddin Auliya
(b) Azan Fakir Saheb
(c) Nizamuddin Auliya
(d) None of the above

41. The important church in Assam is
(a) Christ Church
(b) Guwahati Baptist Church
(c) Victory Family Church
(d) All of the above

42. ...... is the most popular hill station near Guwahati.
(a) Diphu (b) Maibang
(c) Karimganj (d) Haflong

43. Deopani Durga Mandir is located in
(a) Dhemaji (b) Dhubri
(c) Diphu (d) None of these

44. Umrangso hill station is located in
(a) Baska (b) Charaideo
(c) Dima Hasao (d) None of these

45. Ek Patthar Ghar, the unique monolithic ancient temple is found in
(a) Maibang hill station
(b) Umrangso hill station
(c) Dispur hill station
(d) None of the above

46. ...... is famous for the tea-auction market.
(a) Goalpara (b) Golaghat
(c) Dispur (d) Jorhat

47. Dirang valley and Sela pass are located in the hill station named
(a) Lilabari
(b) Marigaon
(c) Maibang
(d) None of the above

48. The Assam Tourism Development Corporation was set up in
(a) 1980 (b) 1984
(c) 1985 (d) 1988

49. Identify the temple.
According to legend, the naval area of Sati fell here.
The temple is
(a) Tamreshwari
(b) Kamakhya
(c) Sukreswar
(d) Ugratara

50. Consider the following statements about Saraguri Chapori.
1. This dargah is situated at Sivsagar district.
2. Here lies the tomb of Ajan Faquir Saheb.
3. He is a disciple of Alauddin Sabir Kaliyari.
4. Azan Fakir Saheb was a great Islamic preacher.

Codes
(a) Only 1
(b) Only 1, 2, 4
(c) Only 1 and 2
(d) All of the above

51. Match the following lists.

	List I		List II
A.	Largest Ahom Monuments	1.	Khaspur
B.	House of Entertainment	2.	Talatal Ghar
C.	Believed to be ancient land of Pragjyotisha Kingdom	3.	Rang Ghar
D.	Ruins of the Great Dimasa Kingdom	4.	Sri Surya Pahar

Codes

	A	B	C	D		A	B	C	D
(a)	1	3	2	4	(b)	2	3	4	1
(c)	4	3	1	2	(d)	3	2	1	4

52. Match the following lists.

	List I		List II
A.	Sukreswar Temple	1.	Golaghat
B.	Negheriting Shiva Doul	2.	Tezpur
C.	Garakhiya Doul	3.	Nazira
D.	Christian Cemetery	4.	Itakhuli Hill

Codes

	A	B	C	D		A	B	C	D
(a)	1	3	2	4	(b)	3	2	1	4
(c)	4	1	3	2	(d)	1	2	4	3

53. Consider the following pairs

(i) Mahamaya Temple : Dhubri
(ii) Dhekiakhowa Bor Namghar : Golaghat
(iii) Malini Than : Dhemaji
(iv) Deopani Temple : Jorhat

Select the correctly matched pairs using the codes below

(a) (i) and (ii) only
(b) (i) and (iii) only
(c) (ii) and (iii) only
(d) (i), (iii) and (iv) only

54. Match the following lists

	List I		List II
A.	Ghuguha Dhol	1.	Darrang
B.	Patharughat	2.	Dhemagi
C.	Sankhadevi Archaeological site	3.	Nagaon
D.	Baduli Khurung	4.	Hojai

Codes

	A	B	C	D
(a)	2	4	3	1
(b)	2	1	4	4
(c)	1	2	4	3
(d)	2	3	4	1

Answers

1.	(a)	2.	(a)	3.	(b)	4.	(a)	5.	(c)	6.	(a)	7.	(a)	8.	(c)	9.	(c)	10.	(d)
11.	(a)	12.	(d)	13.	(c)	14.	(c)	15.	(a)	16.	(c)	17.	(c)	18.	(a)	19.	(b)	20.	(a)
21.	(a)	22.	(d)	23.	(b)	24.	(a)	25.	(a)	26.	(a)	27.	(b)	28.	(b)	29.	(b)	30.	(a)
31.	(b)	32.	(a)	33.	(d)	34.	(a)	35.	(b)	36.	(c)	37.	(a)	38.	(a)	39.	(a)	40.	(b)
41.	(d)	42.	(d)	43.	(c)	44.	(c)	45.	(a)	46.	(c)	47.	(a)	48.	(d)	49.	(d)	50.	(b)
51.	(b)	52.	(c)	53.	(c)	54.	(b)												

CHAPTER 22

Music and Dance of Assam

- Music and dance is an essential part of Assamese Culture. Each group of people have their own collection of music and dance directly or indirectly contributing to the main stream culture of the state.
- There are also a number of musical instruments that were developed by the ethnic communities living in Assam.
- The tribal communities living in Assam have created different folk music using the musical instruments.

Music in Assam

- In Assam, music was practised in two different types namely Margi (classical) or Desi (folk).
- In Margi style, music is performed on tune, verse and beat. In ancient period, it was performed during religious ceremonies by the royal kings.
- In Desi style, music is performed for the purpose of entertainment. In ancient period, it was performed in the court of kings. Both the form of music were popular in the ancient Kamrupa.
- According to copper plate inscription of Vanamaladeva, music was performed in the temples of Lord Shiva. These temples were located in the capital city of Haruppesvara in the 9th century.
- The evidence of music is also received from the Bargaon copper plate of King Ratnapala, the Kalika Purana and account of Hiuen Tsang.
- Ahom ruler Swargadeo Rudra Singh introduced the hindustani classical music. During his rule instrument **Pakhwaj** became very popular.
- The Ahom rulers made **Gayan Baruas** post to look after the Department of Music and Musical Instruments.

Folk Songs of Assam

- Popular folk music of Assam is classified as **Bihu Geet, Bhawaiya Songs, Goalpariya Lokogeet, Kamrupi Lokogeet** and **Ojapali Music**, etc.
- The folk songs of Assam are described as follows

Bihu Geet

- Bihu Geets are based on the themes of Assamese new year, farmer's daily life, love, seasonal spirit, etc. These songs are popular throughout the Assam.
- These songs are sung by the youth of Assam during the occasion of Bihu festival.
- Another types of Bihu Geet is **Husori**. It is mainly based on religious theme and collective prayer. It is an important part of Rongila Bihu and it is sung on the very first day of Bihu.
- In the Bihu geets, music is played with the help of musical instruments like Dhol, Taal, Gogona, Toka, Baahi, Pepa, Xutuli, etc.

Bhawaiya Songs

- This folk music is popular in **Goalpara** district of Assam. This music is believed to originate in 16th century under Koch ruler **Vishwa Singha**.
- The 'Bhawaiya' name is derived from Bhawa which are low lying areas with shrubs. Buffalo keepers used to sing the songs.
- The derivative meaning of Bhawaiya (Bhav Bhao) is emotionally charged.
- The lyrics of the **Bhawaiya songs** express feelings of separation and loneliness of women folk, when men have gone to work.
- Bhawaiya music uses lengthy tones, longing and deep emotions.
- **Abbas Uddin** is a famous singer and composer of Bhawaiya song.

Goalpariya Lokogeet

- These songs are sung mainly in the Goalpara district of Assam. These are sung by the Koch Rajbongshi community of Assam.
- There are many variants of Goalpariya Lokogeet such as **Bhawaiya**, **Chatka**, **Moishali** and **Maut** songs. The songs are mostly sung in chorus and the musical instrument called **Dotara** is played along with singing.
- Some famous singers of Goalpariya Lokogeet are Pratima Baruah Pandey, Nazmul Hoque, Alauddin Sarkar, Hamida Sarkar, Abdul Jabber, etc.

Kamrupi Lokogeet

- Kamrupi Lokogeet is a popular folk music of Lower Assam region. These songs are derived from ancient Kamrupa.
- The theme of the songs is based on various human emotions, marriage songs, boat race (known as nao khelar), harvest festival, lullabye and even for mosquito drive out.
- The languages of Kamrupi Lokogeet are **Early Assamese dialect**, **Kamrupi dialect** and **Standard Assamese**.

Tokari Geet

- Tokari Geet are based on mythological stories, Ramayana, Mahabharata, stories such as of Sankaradeva and Madhavdeva and the social life of the people.
- Tokari is folk song sung by playing a musical instrument called **Tokari**.
- Other musical instrument used in this type of song are cymbals and flute.
- The songs are mainly sung by males and led by a leader.

Malita (Ballads)

- Malita are kinds of lyrical poems usually sung to accompany music.
- Malita is a short poem, it can be sung, narrated during dance, dramas or simply read.
- Malita (ballads) are based on historic and pre-historic stories.
- Historical Malitas are very popular in Assam. This includes Badan Barfukan's song, Jayamati Kunwari's song, Bakhan Baruvan's song, Nahar Chenamuwar's song, Chikan Saniyahar's song.
- Legendary Malitas include Phulkonwar's song, Manikon war's song, Kanchanmati's song, Kamala Kumari's song, Dubla Shanti's song, Janagavaru's song, etc. These songs are based on legends.
- Malitas in Assam also include birth stories of different ragas.

Ojapali Music

- This is one of the oldest performing art of Assam. This folk music combines narrative singing and dramatic dialogues.
- The Ojapali music has a raga system of classical orientation. It reflects neo-Vaishnavites heritage.
- Ojapali music classify swaras into Ghora, Mantra and Tara.
- The **Oja** is the main narrator-singer. He is assisted by 3 to 4 **Palis** or assistants of them.

- The songs are sung mostly in Sanskrit language and are of two types i.e., **malaci** or **malanci** geets and jagar.
- Mixed songs called 'Patasha Geet' are also sung. The songs were written under Muslim influence.
- The musical instrument **Khutitaal** (Palm sized Cymbal) is played along with singing.
- Some of the famous **Ojapali singers** are **Lalit Chandra Nath** and **Kinaram Nath** (Sangeet Natak Academy Award winners), **Durgabar Kayastha** and **Manka**, etc.

Bianaam

- This is a folk music of Assam popular in both Lower and Upper Assam.
- The songs are sung during marriage ceremonies and are generally fun making of the bride and groom by women folk of the society.
- The theme of the songs are about stories of **King Baana**, his daughter Usha and her marriage to Aniruddha, Grandson of Lord Krishna.

Work Songs

- To reduce the daily boredom of routine work and to raise interest among the manual labours, work songs are sung.
- These are songs of cowboys, songs of fishermen, songs of boat race, **Nisukoni Geet** (lullaby), **Nangeli Geet, Shakuntala Geet, Kuhiyar Pera Geet, Mohohogeet, Ranuwar Geet**, etc.

Sankari Sangeet

- It relates to classical form of music in Assam. It is systematic and musical art form.
- **Srimanta Sankaradeva** is the creator of this type of singing. His work is enriched by his disciples Madhavdeva and Gopal Ata.
- The main Sankari Sangeets include Borgeet, Ankiageet, Naamprasanga and Kirtana-Ghosha.
- Borgeet and Kirtana-Ghosha are sung without any definite beats. They are sung in different speeds of rhythm i.e. slow, medium and high.
- Ankiageet has a fixed style of rhythm. It is the main music in different form of the sattriya dance.
- Naamprasanga are used for spiritual and devotional purpose.

Charyapadas

The Charyapadas were written from the 8th to 11th century AD by Buddhist monks and saints. The Charyapadas were the collection of mystical poem or songs.

These were sung in a number of classical ragas-Patamanjari, Gauda, Aru, Gurjari, Devakri, Deshakha, Bhairavi, Kamod, Dhanasi, Ramakri, Varadi, Baladdi, Shabari, Mallari, Malasi-Gabura, Kahna-Gunjari and Bangal. The Assamese Panchali poets of 16th century made a use of these sets of ragas, similar to the names of Charyapadas ragas.

Folk Musical Instruments of Assam

Folk instruments are widely used in Assam to accompany folk music and folk dance. These are parts of the cultural identity of the state. These instruments are home made with simple tools using all the natural materials. The popular folk instruments of Assam are as follows

Dhol

- It is the most important musical instrument of Assamese folk culture. It is a two faced drum made of wood and animal skin.
- In Assam various types of Dhol are used on different festivals. These are Bihu Dhol, Oja Dhol, Dhepa Dhol, Jay Dhol, Bor Dhol, Kavi Dhol, Madol, Khram, etc. It is mostly used in Bihu Geets and dances.

- **Pati Dhol** is also played in the state. It is smaller in size and produce a loud sound.

Khol

- It is also a two faced instrument but is narrow from the sides. It is also known as **Mridanga**.
- It has a hollow earthen body. One side of the Khol is much smaller than the other.
- The sides of Khol are made of cow or goat skin. The right face of khol produces high pitched metallic sound and the left side produces a lower bass sound.
- Assamese **Saint Sankaradeva** adopted and evolved the playing of Khol in **Gayan-Bayan** (religious dance performances).
- It is also a key musical instrument played during **Sattriya dance**. It is usually played by both hands and hung from the neck of the performer with the string.

Xutuli

- It is an instrument in the shape of half moon and is made of clay or lower end of bamboo tree.
- It is a very small instrument and was initially used by the **Ggorophiya lora** (the cowboys).
- It is played by blowing air into the tiny holes made in Xutuli.
- Xutuli produces a soft flute sound like imitating the sound of birds and animals.
- It is an important part of **Jeng Bihu** and **Bihuwati** dances and predominantly played by girls. People in Assam also believe that sound of Xutuli invites rain.

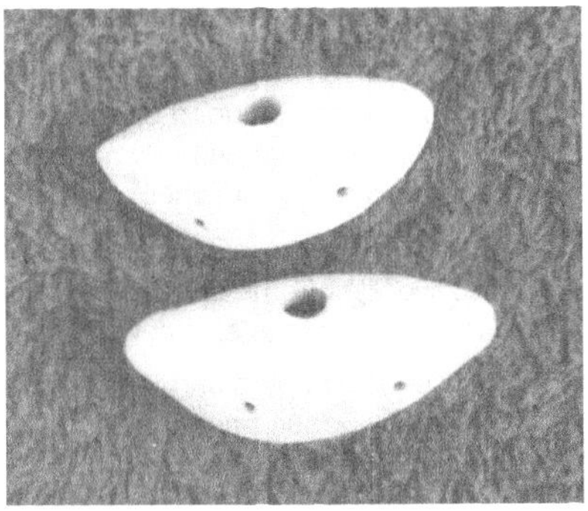

▲XUTULI

Gogona

- It is a traditional folk instrument of Assam in the shape of a long and thin jaw harp.
- It was originally developed in ancient China and now mainly used by **Sadiyal Kacharis tribe.**
- Gogona is made of **bamboo** or **horn**. It is gripped in the mouth to play.
- It is known by different names according to size such as **Lihiri Gogona**, **Ramdhon Gogona**, **Xaliki Gogona**, etc.

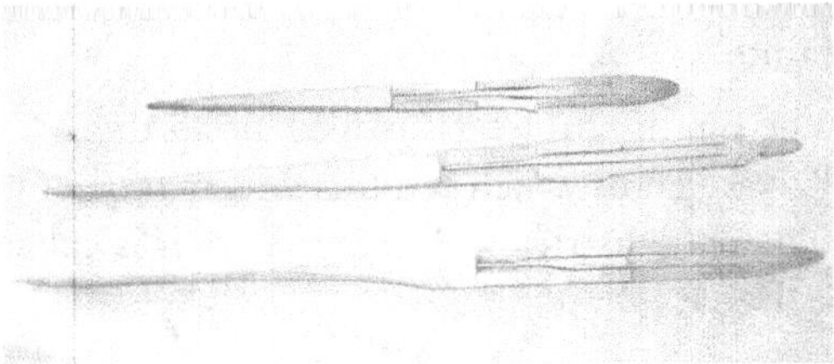

▲GOGONA

- It is used in the **Bihu festival**. Apart from its use in Bihu of Assam, almost all Mongoloid and Kirat tribes of Assam use Gogona in the folk music.
- Gogona is mainly of two types i.e., **Ramdhan Gogona** and **Laohri Gogona**.
- **Ramdhan Gogona** is played by men, it is shorter, wider and heavier.
- **Lahori Gogona** is played by women, it is slightly slimmer and longer than Ramdhan Gogona.

Pepa

- It is one of the most important musical instruments of Assam. Pepa is played during the celebration of Bihu by young **Bihuwas** (male Bihu performers).
- Pepa player is also known as **Pepuwa**. It is a horn pipe usually made with **horns of a buffalo.**
- When the Pepa player, plays the Pepa, then others accompany him by clapping their hands.

- Pepa is known by different names in different tribal communities such as **Pempa** by the Missings, **Xuri** by the Dimasas, **Singra** by the Rabhas and **Pepati** by the tea tribes of Assam.

Bin

- It is one of the oldest traditional instrument of Assam. It is a stringed instrument. Traditionally, Bin was made with a coconut shell attached to a bamboo.
- It is played during the celebration of Bihu festival and by the wandering monks and saints.
- The bin instrument is played along the **Kuxan gaan**, which is a folk music of the Goalpara district of Assam. There it is called as **Bena**.

Toka

- It is a very popular musical instrument of Assam. Toka is played during the celebration of Bihu.
- It is made up of bamboo. The Bodo tribal group of Assam calls it **Thorka.**
- In Assamese folk music, three types of toka are used.
- They are known as **Pati Toka** or **Haat Toka, Bor Toka** or **Maati Toka** and **Jeng Toka** or **Dhutong.**
- They are slightly different in construction from each other.

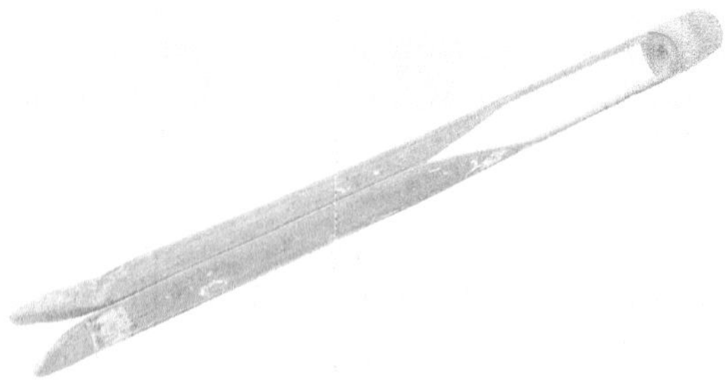

▲TOKA

Nagada

- It is a percussion (beating/striking) instrument made of wood, iron and leather.
- Nagada are kettle drums which are one to two feet in diameter. It is played with the help of sticks.
- The beating of the instruments is accompanied by the **Shehnai** in providing the rhythm.

Baahi

- It is very popular in Assam. It is a flute made of bamboo. It is an instrument of Vaishnavite culture and used extensively in Assamese devotional folk music.
- Baahi is also known as **Muruli, Benu** or **Baxee.**

Other Musical Instruments

Instrument Name	Important Points
Tokari	It is a kind of musical instrument with a single string which is played with fingers. It is mainly used for Tokari geet. It is a tat vadya (stringed instrument) which is played like **Ektara of Bengal**.
Sifung	It is a long bamboo flute having five holes. It is a musical instrument of the **Bodo people**.
Serja	It is a kind of violin used by the people of **Bodos tribe**. It has four strings and traditionally played by a small bow made of bamboo strip. The Sijou (Euphorbia spledens) log is best known for making Serja.
Kham	It is a long drum made of wood and goat skin. It is a percussion instrument used by the **Bodo tribes**.
Bingi	It is a single one stringed blowing instrument. It has a wooden frame body made of bamboo with coconut shell attached at the bottom.
Jab-Khring	It has wooden frame on which are fitted small round pieces of metal sheet. It produces clapping and jingling sound when two wooden frames are struck on one another.

Folk Dances of Assam

Folk dances of Assam consist of different dance that are performed during festivals, marriages and in religious ceremonies. The various folk dances of Assam are as follows

Bhortal Dance

- This dance is said to derive from the classical dance Sattriya. It is developed by **Narahari Burha Bhakat**.
- This dance is an extension of the Sankari culture. It is mainly performed during Bihu celebrations in **Barpeta** and **Guwahati**.
- It is performed in a group of six-seven dancers during **Bihu festival**.
- In this dance, the dancers dance to a very fast beat known as **Zhiya Nom**.
- The dancers dance while holding **cymbals** in their hands.
- It is performed by male dancers. Their dress consist of white dhoti, red bordered cream shawl and white cap.

▲ARTIST PERFORMING BHORTAL DANCE

Ojapali Dance

- This dance is the most distinctive folk dance of Assam which represents the rich tradition and cultural heritage of the state.
- **Oja** and **Pali** are the groups of **chorus dancer**. The leader is called Oja and Pali are the assistants. There can be three to four Palis in a dance performance. Main Pali is called **Daina Pali**.
- It is mainly performed by the males of Assam in parts of **Darrang, Baksa** and is believed to evolve from **Kathakata tradition**.
- It comprises of singing, dancing, gestures and dramatisation.
- The Ojas wear a payjama or a ghuri, bangles, unti, ring, nupur and ties a tangali. The performers wear long sleeved white gowns and silver jewellery.
- Ojapali dance is sub-divided into three types i.e, **Vyasageet Oja, Suknarayani Oja** and **Ramayani Oja** which are described as under

Vyasageet Oja

- This dance is performed mainly to preach **Vaishnava culture** of Assam.
- The themes of this dance form are adopted from the stories of Mahabharata, Harivamsa and Bhagavata.
- The Ojas wear a long white skirt, tight jacket, turban and gold ornaments in their neck and ears.

Suknarayani Oja

- This dance form mainly deals with the tales of **Goddess Maa Mansa.**
- Story of Behula and Lakhindar is the main subject of this dance form.
- Hymas are sung while performing this dance form. The hymns were composed by ancient Assamese poet **Sukabi Narayan Dev.**
- The Ojas in this dance form wear long skirt called **chapkan**, white dhoti, pointed turban and gold ornaments.

Ramayani Oja

- This dance form enacts various scenes and stories from Ramayana.
- This style of dancing was popularised by Barbyahu and Sarubyahu of Koch Kingdom. This form is gradually declining.
- The dress wear in this dance is similar to the costumes of Vyasa Oja.

Bihu Dance

- This is one of the most popular folk dance of Assam. It is said to originate in about 1694 when **Ahom King Rudra Singha** invited Bihu dancers to perform at the Rang Ghar fields during the celebration of Rongali Bihu festival.
- It is a group dance performed by males and females together. Males enter the dancing area first maintain lines and follow synchronised patterns. The females follow stricter line or circle formations and the order of the dance.
- This dance is characterised by specific postures like movement of the arms, wrists, lower body is rhythm, squats and bends.
- **Deori Bihu, Missing Bihu** or **Rati Bihu** are the various dance form of Bihu dance celebrated by Morans of Assam.
- The musical instrument used in this dance are **Dhol, Pepa, Taal, Toka, Baanhi** and **Gogona.**
- Male dancers are dressed in dhoti and gamocha while female dancers are dressed in chador and mekhala.

▲ARTIST PERFORMING BIHU DANCE

Bagurumba Dance

- This folk dance is performed by the people of Bodo tribes in the state of Assam. It is mainly performed by Bodo girls and women.
- This dance is popular in **Kokrajhar, Bongaigaon, Nalbari, Darrang** and **Sonitpur** districts of Assam.

- This dance is performed during **Bwisagu festival of Bodo** in mid-April. The dance focuses on nature and uses plenty of movements to show nature like wave of flowing river or wind, butterfly movements, plant movements, etc.
- The musical instruments used in this dance are **Jota** (made of iron), **Kham** (long drum, made of wood and goat skin), **Serja** (made of wood), **Sifung** (flute made of bamboo), **Tharkha** (piece of split bamboo) and **Gongwa** (made of bamboo).
- The dress worn by women in this dance are dokhna, jwmgra (fasra) and aronai.

▲ARTIST PERFORMING BAGURUMBA DANCE

Jhumur Dance

- This dance is performed by the tea tribes living in Assam. The dance is called **Chah Baganar Jumur Nach**. It is performed in open spaces by both male and female during Autumn season in Assam.
- The dancers hold each other's waist and dance to the tunes of the music and beats. The exact precision of foot work is needed in this dance.
- It is performed on festive occasions, sometimes for prayers and several other occasions. This dance is performed on the rythm of Dhol or Mandar, a drum hung on shoulders of male dancers, a flute and a pair of Taal.
- In this dance form male dancers wear traditional dresses, female dancers wear saree with broad borders.

Bhaona Dance (Ankiya Nat)

- This dance was started by **Srimanta Sankaradeva** of Assam. This form of dance is generally performed at **Namghars** and **Satras** in Assam. There are mainly two types of Bhaona, namely **Mukha** and **Boka**.
- Mukha or masks are used mainly in Mukha Bhaona. It is performed in Majuli island of Assam. In Boka Bhaona artists perform the play and turn over themselves in the dirt to show their love on the birthday of **Lord Krishna**.

- It basically promotes Vaishnavite culture in Assam. It is a theoretical depiction of one-act play, popularly known as **Ankiya Nat**. The staging of play is known as **Bhaona**.
- An integral part of this dance is called **'Sutradhara'** who recites the slokas, sings, dance and explain about the story.
- It includes another form of dance which is called **Natuwa** or **Cali** dance.
- Hajowaliya is a sub-division of this dance form, which is basically a woman's dance and it is the combination of both **Tandava** and **Lasya**.

▲ARTIST PERFORMING BHAONA DANCE (ANKIYA NAT)

Deodhani Dance

- This is a folk dance of Assam generally performed by **Bodo-Kachari tribes**.
- This dance form is associated with worshipping snake Goddess Manasa. Manasa is called **Marei or Maroi**.
- This dance is performed solo or in group of 3-4 women dancers.
- Their is a mythology behind the dance that Behula had to dance before the Goddess Manasa to get her husband' life back.
- It is performed mostly in **Darrang** and **Kamrup** districts of Assam.
- Deodhani dance is accompanied with songs sung by Ojapali, an Assamese traditional Chorus leader.
- It is performed in the Kamakhya temple. It is believed that people who took part in this dance inherit some superficial power from **Goddess Kamakhya**.
- During the performance of dance, dancers takes a sword and a shield honouring various Gods and Goddesses.
- This dance is basically performed by woman who dances to the beats of **Ciphung** (Flute) and **Kham** (Drum).

Dhepa Dhulia Dance

- This is a popular folk dance of Assam. The name of this dance is derived from the musical instrument called **Dhepa dhol**.
- It is usually performed in a group of four to six dancers. On wedding ceremonies and social ceremonies like Durga puja, Lakshmi puja, Kali puja, etc.
- It is mainly performed in the **Darrang** district of Assam.
- This dance form was initially performed by **Bodo-Kacharis** but now it is widely spread in the state of Assam.
- In this dance women dancers wear vibrant gown while male dancers weare colourful shirts. Their dresses carries three colours namely red, green and blue.
- The musical instrument used in this dance are Dhol, Taals (cymbal.)

Some Famous Artists from Assam

- There are some important artists of Assam who laid the foundation of Assamese music with a confluence of indigenous folk music.

Artist	About
Kirtinath Sarma Bardoloi	• He was born in 1878 in Kuruah, Darrang district of Assam. • He was great singer, dramatist and artist of Assam. • He was famous as **Nagara' maestro** who was able to handle at least seven nagara at a time. He was the writer of 'Sur Parichoy' and editor of **Assam Raij**. • He was the President of Sangeet Sanmilon of Asom Sahitya Sabha in 1938. He died in 1952.
Bishnu Prasad Rabha	• He was born on 31st January, 1909 in **Dacca**, **Bengal Presidency**, British India. • He is known for his contributions in the fields of music, dance, painting, literature as well as political activism. He is called Kalaguru by the people of Assam. • His work Bano Kobang portrays the life of various indigenous Assamese communities of Assam. • His other works include **Missing Coneng, Sonpahi, Axomiya Kristir Hamuh Abhakh and Atit Axom**.
Pratima Barua Pandey	• She was born on 3rd October, 1935 in Kolkata. • She was a popular folk singer from the royal family of Gauripur in Assam. She had learned **Rabindra Sangeet** at school. • Her most famous songs include **Aaji Danrao Kala**, **Bail Machhe Kheil Kare**, **Dhick Dhick**, **Dui Diner Bhalobasha**" amongst others. • She was awarded the Padma Shree and Sangeet Natak Akademi award for popularising the Goalpariya geet.
Dipali Barthakur	• She was born on 30th January, 1941 in Nilomoni Tea Estate, Sonari, Sivasagar of Assam. • She is one of the most popular singer of Assam. Her popular Assamese songs are Sonor **Kharu Nalage Muk, Senai Moi Jau Dei**, etc. • She was awarded Padma Shree in 1998.
Parveen Sultana	• She was born on 10th July, 1950 at Nagaon district of Assam. • She was a prominent exponent of classical music. She sung in both Assamese and Hindi films. She is the youngest Assamese to receive Padma Shri at the age of 25 in 1976. • She sang the famous song **Hame Tumse Pyaar Kitna** for the film Kudrat for which she was awarded with filmfare best female singer award in 1981. • She was also awarded Padam Bhushan in the year 2014.
Zubeen Garg	• He was born on 18th November, 1972. • He is the singer of Assamese, Bengali and Hindi language film and music industries. • He is also an instrumentalist and plays 12 instruments including Dhol, Dotara, Drums, Guitar, and Harmonica.
Angaraag Mahanta (Papon)	• He was born on 24th November, 1975. • He was known by his stagename **Papon**. • Papon has sung in many languages apart from Assamese like Hindi, Bengali, Tamil and Marathi. He is the lead singer and founder of the folk-fusion band Papon and The East India Company. Papon started his musical career in 1998 from the album **Snigdha Junak**.
Other Artists of Assam	• Jyoti Prasad Agarwala, Parvati Prasad Barua, Adya Sarma, Bishnu Prasad Rabha, Bhupen Hazarika, Nirmalendu Choudhary, Jayanta Hazarika, Khagen Mahanta and Beuty Sarma Baruah are important personalities of Assam music industries. • Among the new generation, Joi Barua, Kalpana Patowary, Jitul Sonowal and Manoj Bora are well known in and outside Assam.

Multiple Choice Questions

1. Bihu geets are based on the themes of
(a) Assamese New year
(b) Farmer's daily life
(c) Love, seasonal spirit
(d) All of the above

2. Husori music is another type of
(a) Bihu geet (b) Bhawaiya
(c) Tokari geet (d) None of these

3. Which musical instrument is not played during Bihu Geet?
(a) Xutuli (b) Pepa
(c) Gogona (d) Nagada

4. Bhawaiya folk music is popular in which district of Assam?
(a) Kokrajhar (b) Bongaigaon
(c) Goalpara (d) Dibrugarh

5. Chatka, Moishali and Maut songs are variants of
(a) Kamrupi Lokogeet (b) Ojapali
(c) Goalpariya Lokogeet (d) None of these

6. Which musical instrument is played along with the singing of Goalpariya Lokogeet?
(a) Bin (b) Dotara
(c) Khol (d) Dhol

7. Bagurumba is a folk dance performed by ***[APSC 2013]***
(a) Garos (b) Mishings
(c) Bodos (d) Rabhas

8. In Assamese culture, Tokari is a ....
(a) folk music (b) folk instrument
(c) Both (a) and (b) (d) None of these

9. Malaci and Jagar are two types of music.
(a) Ojapali (b) Malita
(c) Tokari (d) None of these

10. Which musical instrument is mostly played while singing Ojapali songs?
(a) Khutitaal (b) Taal
(c) Tokari (d) Pepe

11. Which of the following are the historical Malitas of Assam?
(a) Badan Barfukan's song
(b) Jayamati Kunwari's song
(c) Bakan Baruvan's song
(d) All of the above

12. Which songs are sung by females to seek the kindness of Goddess during illness?
(a) Bianam
(b) Dianaam
(c) Aainam
(d) All of the above

13. .... are songs about the stories of king Baana and his daughter Usha and son in law Aniruddha.
(a) Dihanaam (b) Aainam
(c) Bianaam (d) None of these

14. Which of the following songs are sung in the praise of Narayana Sankaradeva in Assam?
(a) Dihanaam (b) Bianaam
(c) Aainam (d) Sankari Sangeet

15. Which of the following are the work songs sung in Assam?
(a) Shakuntala Geet (b) Nisukoni Geet
(c) Nangeli Geet (d) All of these

16. Sankari Sangeet is created by which amongst the following?
(a) Srimanta Sankardeva
(b) Gopal Ata
(c) Madhavdeva
(d) None of the above

17. The Dhol is a
(a) name of a tribe
(b) ornament
(c) folk dance
(d) musical instrument of Assam

18. In which instrument one side is much smaller than the other?
(a) Dhol (b) Khol (c) Nagara (d) Pepa

19. The playing of Khol was adopted and evolved in Assam by whom?
(a) Saint Sankaradeva
(b) Saint Vallabhacharya
(c) King Sukaphaa
(d) King Purandar Singha

20. Which of the following music instrument of Assam is used by cowboys and is an important part of Jeng Bihu and Bihuwati Dances?
(a) Xutuli (b) Gogona
(c) Pepa (d) Taal

21. 'Gogona' the famous musical instrument of Assam is made from ***[APSC 2006]***
(a) bamboo (b) bronze
(c) clay and bamboo (d) buffalo skin

22. Which among the following is a type of Gogona?
(a) Lahiri Gogona (b) Ramdhon Gogona
(c) Both (a) and (b) (d) None of these

23. Pempa, Xuri, Singra are the other names of ....
(a) Pepa (b) Toka
(c) Taal (d) Bin

24. Jotha, Sengso and Lupi are different varieties of which musical instrument in Assam?
(a) Dhol (b) Bin
(c) Toka (d) Taal

25. Which instrument is played along with Kuxan gaan in Assam?
(a) Toka (b) Pepa
(c) Bin (d) Khol

26. The musical instrument Toka is called Thorka by which tribal group in Assam?
(a) Bodo
(b) Tai Ahom
(c) Sonowal Kachari
(d) Rabha

27. .... are kettle drums which is played with the help of sticks.
(a) Taal (b) Khol
(c) Nagada (d) Dhol

28. The Baahi instrument is of
(a) Pre-Vaishnavite culture
(b) Vaishnavite culture
(c) Both (a) and (b)
(d) None of the above

29. .... dance is developed by Narhari Burha Bhakat.
(a) Sattriya (b) Ojapali
(c) Bhortal (d) Jhumur

30. Which dance of Barpeta district is very popular in Assam?
(a) Sattriya (b) Bhortal
(c) Dhepa Dhulia (d) Bagurumba

31. Which dance form consists of two groups-one leader and the other assistants?
(a) Bihu (b) Sattriya
(c) Ojapali (d) Jhumur

32. The sub-divisions of Ojapali dance is which of the following?
(a) Suknarayani (b) Vyasageet
(c) Ramayani (d) All of these

33. Which popular dance form was started by Ahom King Rudra Singha?
(a) Bihu (b) Sattriya
(c) Bhortal (d) Bagurumba

34. Which folk music of Assam has special songs for mosquito drive out?
(a) Sankari Sangeet (b) Kamrupi Lokogeet
(c) Ojapali Music (d) Tokari Geet

35. Jhumur/Jamur is a .... of Assam.
(a) folk music (b) folk dance
(c) folk instrument (d) None of these

36. Which dance is done by the tea tribes of Assam?
(a) Jhumur (b) Sattriya
(c) Ramayani Oja (d) Bagurumba

37. Which of the following is associated with Bhaona form of dance in Assam?
(a) Kham (b) Mukha
(c) Raga (d) Swars

38. What is the 'Ankiya Nat' in Bhaona form of dance in Assam?
(a) One-Act Play (b) Multi-Act Play
(c) Group Dance (d) None of these

39. The combination of both Tandava and Lasya is required in which from of dance in Assam?
(a) Sattriya (b) Hajowaliya
(c) Bhortal (d) Ojapali

40. Which dance is done to worship the snake Goddess Manasa?
(a) Dhepa Dhulia (b) Ali-ai-Ligang
(c) Deodhani (d) Bihu

41. In which dance, Dhol is the main musical instrument played?
(a) Deodhani (b) Dhepa Dhulia
(c) Bhortaal (d) Ojapali

42. Which dance is also known as Gumrag dance?
(a) Bihu (b) Sattriya
(c) Ali-Ai-Ligang (d) None of these

43. Who was the President of Sangeet Sanmilon of Assam Sahitya Sabha in 1938?
(a) Kirtinath Sarma Bardoloi
(b) Angaraag Mahanta
(c) Zubeen Garg
(d) None of the above

44. Who amongst the following is the Doyen of the Assamese culture?
(a) Zubeen Garg
(b) Bishnu Prasad Rabha
(c) Angaraag Mahanta
(d) None of the above

45. When was Dipali Barthakar born?
(a) 10th February, 1962 (b) 30th January, 1941
(c) 16th March, 1979 (d) 26th April, 1946

46. Which one of the following artist of classical music born in Nagaon district of Assam?
(a) Dipali Barthakar
(b) Pratima Barua Pandey
(c) Parveen Sultana
(d) None of the above

47. Zubeen Garg sings in which of the following languages?
(a) Assamese
(b) Hindi
(c) Bengali
(d) All of the above

48. Which of the following is not associated with Assam folk music and dance?
(a) Angaraag Mahanta
(b) Bishnu Prasad Rabha
(c) Zubeen Garg
(d) Srikanta Acharya

49. Match the following folk dances (List-I) with their corresponding communities of Assam (List-II).

	List-I		List-II
A.	Hacha Kekan	1.	Dimasa
B.	Hanaghora	2.	Karbi
C.	Bisuyo Jama Dance	3.	Rabha
D.	Baidima	4.	Deori

Select the correct answer using the codes given below.

	A	B	C	D
(a)	2	4	3	1
(b)	4	1	3	2
(c)	1	2	4	3
(d)	2	3	4	1

Answers

1.	*(d)*	*2.*	*(a)*	*3.*	*(d)*	*4.*	*(c)*	*5.*	*(c)*	*6.*	*(b)*	*7.*	*(c)*	*8.*	*(c)*	*9.*	*(a)*	*10.*	*(a)*
11.	*(d)*	*12.*	*(c)*	*13.*	*(c)*	*14.*	*(a)*	*15.*	*(d)*	*16.*	*(a)*	*17.*	*(d)*	*18.*	*(b)*	*19.*	*(a)*	*20.*	*(a)*
21.	*(a)*	*22.*	*(c)*	*23.*	*(a)*	*24.*	*(d)*	*25.*	*(c)*	*26.*	*(a)*	*27.*	*(c)*	*28.*	*(b)*	*29.*	*(c)*	*30.*	*(b)*
31.	*(c)*	*32.*	*(d)*	*33.*	*(a)*	*34.*	*(b)*	*35.*	*(b)*	*36.*	*(a)*	*37.*	*(b)*	*38.*	*(a)*	*39.*	*(b)*	*40.*	*(c)*
41.	*(b)*	*42.*	*(c)*	*43.*	*(a)*	*44.*	*(b)*	*45.*	*(b)*	*46.*	*(c)*	*47.*	*(d)*	*48.*	*(d)*	*49.*	*(d)*		

CHAPTER 23

Sattriya Dance and its Institutions

Sattriya Dance is the classical dance form of Assam which represents the Sattriya culture.

The Sattriya dance of Assam is recognised as the **eighth classical dance of India** by the Sangeet Natak Akademi on 15th November, 2000.

History of Sattriya Dance

- The Sattriya Dance of Assam derives its foundation from the ancient drama and music text of India **'Natya Shastra'**, written by ancient scholar **Bharat Muni**.
- The modern form of this dance is attributed to saint and scholar, **Mahapurusha Srimanta Sankaradeva** during the Bhakti movement of 15th century.
- He introduced expressive dancing as a form of emotional devotion to Krishna and propagated **'Ek Sharan, Naam Dharma'** (chanting the name of one God devotedly) through this dance.
- This dance was initially performed in monastery known as Sattra as part of Neo-Vaishnavite movement by male monks only (called Bhokots) as a part of their daily rituals.
- On festivals this dance is also perform by the outer members of sattras. This is performed by both men and women on stages.

Theme

- Sattriya dance is performed as a dance drama with themes related to Krishna's legends stories from **Bhagavata Purana**.
- Sometimes, the themes also relate to Ram and Sita.
- In this dance form, one act plays called **Ankiya Nat** are also performed. These plays combine art and religion through a ballad, dance and drama.

Features

- Sattriya dance consists of three different parts **Guru Vandana**, **Ramdani** and **Geet Abhinaya**.
- This dance form has different stance. For males, the dance stance is called **Purush Pak** and for females it is called **Prakriti Pak**.
- Sattriya dance is accompanied by musical composition called **borgeets** and musical instruments like **khol**, **flute**, etc. Other instruments like the violin and harmonium have been recent additions.

- Borgeets are mainly composed by **Shri Sankaradeva** and **Shri Madhavdeva**.
- The dance uses language of hand gestures called **Hasta**, footwork called Pada Karma, body movement in rhythm and expressions.
- Sattriya dance is performed in three ways **Nritta, Nritya** and **Natya**.
- Nritta is pure dance form and is performed solo.
- Nritya is expressive dance form and is also performed solo.
- Natya is a dramatic play and is a group performances.
- The hand gestures (mudras), footwork (padas), postures, rhythms, training of artists and other aspects of the sattriya dance drama closely follow the rules described in Natya Shastra and other classical Hindu dance texts.
- This dance form is quite similar to Manipuri Odisha, Kathakali, Bharatnatyam etc.
- Sattriya dances are performed in dance community halls called **Namghars** and also practised as modern theatre art on stage.

Two Streams

Sattriya dance has two separate streams.

- One is the **Bhaona** related repertoire. It starts from Gayan-Bhayanar Nach to Kharmanar Nach.
- The other is independent dance numbers such as Chali, Rajagharia Chali, Jhumura, Nadu Bhangi, etc.

Costumes

There are two types of costumes used in the Sattriya dance

- The male costume consists of Dhoti, Chador and Paguri (turban).
- The female costume consists of Ghuri, Chadar and Kanchi (waist cloth).
- The costumes are made of Pat (a silk produced in Assam) and Muga silk which is also known as **golden silk of Assam**.
- Costumes are hand woven and consist of Intricate local motifs, Miri motif, Kolka, etc.
- Ornaments are based on traditional Assamese designs.

Some Famous Sattriya Dance Artists

Some famous sattriya dance artists are Sharodi Saikia, Madhusmita Bora, Prerona Bhuyan, Ranjumoni Saikia and Rinjumoni Saikia.

▲ARTIST PERFORMING SATTRIYA DANCE

Sangeet Natak Akademi Award to Sattriya Dancers

Name	Years
Late Moniram Dutta Muktiyar Barbayan	1963
Late Bapuram Bayan Attai	1978
Late Rajeshwar Saikia Barbayan	1980
Pratima Pandey Barua	1988
Indira P P Bora	1996
Late Pradeep Chaliha	1998
Late Paramanand Barbayan	1999-2000
Ghana Kanta Bora	2001
Jatin Goswami	2004
Gunakanta Dutta Barbayan	2007
Manik Barbayan	2010
Jogen Dutta Bayan	2013
Anita Sarma	2014
Sarodi Saikia	2015
Haricharan Bhuyan Barbayan	2016
Ramkrishna Taluqdar	2017
Tankeswar Hazarika Barbayan	2018

Sattra Institutes

- The Ahom monarch patronised the satras of Assam located in different places of Assam.
- Many ethnic people had converted themselves into Neo-Vaishnavism due to the influence of Srimanta Sankaradeva.
- Some people completely gave up their traditional belief system and took Neo-Vaishnavism.
- Sattra institutions are established by **Sankaradeva** to spread the ideologies of the **Ek Sharan Naam Dharma** (or Neo-Vaishnavism). It is a house devoted to many cultural and religious activities.
- A 'Satradhikar' or a religious leader leads a Satra. A Satra is divided into four structural parts **Entrance, Kirtanghar** (prayer hall), **Mainkut** (inner part) and **Haati** (where the disciples live).
- Sankaradeva first established a Satra at **Bardowa** or **Batadrava** in 1468 AD, which was started as Namghar.
- The Satras of Assam are divided into four sects or Sanghati. These are **Brahma Sanghati, Kaal Sanghati, Purush Sanghati, Nika Sanghati.**

Some of the institute of Sattra are discussed below

Dakhinpat Satra

- This is situated just opposite of **Nemati ferry ghat** in the Northern side of Jorhat.
- It is known as one of the main Satra patronised by **Ahom rulers.**
- It was established by **Sri Sri Vanamalideva** during the rule of Joydhwaja Singha in 1584.
- This Satra follows the Neo-Vaishanavite path founded by **Damodardeva.** The ruling deity of this Satra is **Jadava Rai** or **Sri Sri Krishna.**
- Bhagavata path in Sanskrit is the main feature of this Satra.
- The main religious festival of this Satra is Rasa Mahotsava and **Fagua Puja.** This Satra has sixteen branches throughout the Assam and outside.

▲ENTRY GATE OF DAKHINPAT SATRA

Auniati Satra

- This Satra was established by Sri **Niranjanadeva** with the support of Ahom king **Joydhwaj Singha** in 1653 AD.
- The main deity of this Satra is **Sri Sri Gobinda**.
- This Satra is also known to be of Brahma Sanghati.
- It follows the Bhagavata Shravana Kirtana and Saidha devotional worship.
- Every year, 13 religious festivals and 14 daily prasangas are observed here by this Satra.
- Memorial Day of great Vaishnava saints like Pal Nam, Bhavona and Bairagi Nam are celebrated as their own festivals.

Garamura Satra

- This Satra is one among four Satras that received patronage of kings.
- It was founded by Joy Hari Deva, an adopted son of **Banshigopal Deva**.
- Both **Bar Garamura** and **Saru Garamura** Satras were on the banks of Surjan.
- Later on, descendents of **Kuruabahi Satra** became Satradhikar of Bar Garamura and Saru Garamura.
- During **Pitambar Deva Goswami**, Bar Jadumoni and Saru Jadumoni were united and become one Satra.
- This Satra was one of the richest Satra in Assam during the reign of **Ahom dynasty**.
- In 1836 AD, **David Scott** seized 24, 000 puras of land as **Raaghudeva Satradhikar** refused to accept the dominion of British rule.
- In 1898 AD, **Satradhikar Jogachandra Deva** attained small land of piece where Garamura Satra started to function on the contributions of its disciples only.
- In 1919 AD, **Pitambar Deva Goswami** asked disciples for voluntary contribution to this Satra.
- It became the first powerful Satra that break away from the compulsory subscriptions of the disciples.
- Pitambar Deva was 12th and **Krishna Chandra Deva** was 13th Satradhikar, became freedom fighters of this Satra.

Karuabahi Satra

- This Satra was founded by Banshi Gopal Deva at Majuli.
- He was credited for the expansion of **Neo-Vaishnavite sect** after Shankaradeva, Madhavadeva and Damodardeva.
- He established **45 Medhis** from Charing to Kaliabar and Demaji to Manipur.
- The main festivals of this Satra are Fagua, Maghi Shukla Ekadasi, Palnam, etc.

Multiple Choice Questions

1. When was Sattriya dance of Assam is recognised as the eigth classical dance of India?
(a) 16th October, 1978
(b) 15th November, 2000
(c) 12th December, 2006
(d) 5th June, 2009

2. The modern form of Sattriya dance is attributed to whom?
(a) Saint Sankaradeva
(b) Saint Vallabhacharya
(c) King Sukaphaa
(d) King Purandar Singha

3. What is the main theme of Sattriya dance?
(a) Devotion of Lord Vishnu
(b) Devotion of Lord Shiva
(c) Devotion of Lord Krishna
(d) None of the above

4. In Sattriya dance form, one act plays is known as
(a) Ankiya Nat (b) Bhartal
(c) Ojapali (d) Dhuliya

5. What is/are the different part(s) of Sattriya dance?
(a) Guru Vandana (b) Ramdani
(c) Geet Abhinaya (d) All of these

6. Borgeets are mainly composed by whom?
(a) Shri Sankaradeva
(b) Shri Madhavdeva
(c) Both (a) and (b)
(d) None of the above

7. Sattriya dance are performed in dance community halls known as
(a) Namghars (b) Sattriya hall
(c) Sattriya house (d) None of these

8. How many streams does Sattriya dance have?
(a) 6 (b) 2
(c) 9 (d) 4

9. Paguri, a costume of Sattriya dance is used by whom?
(a) Male (b) Female
(c) Both (a) and (b) (d) None of these

10. Madhusmita Bora, Prerond Bhuyan are famous artist of ______ dance
(a) Sattriya (b) Bhortal
(c) Ojapali (d) Dhepa Bhulia

11. Who is the first Assamese women to receive Sangeet Natak Academy Award? ***[APSC 2016]***
(a) Sudakshina Sarma
(b) Anupama Bhattacharya
(c) Pratima Pandey Barua
(d) Jatin Goswami

12. Which Sattriya dance performer won the Sangeet Natak Academy award in 2018?
(a) Anita Sarma
(b) Tankeswar Hazarika Barbayan
(c) Jatin Goswami
(d) Manik Barbayan

13. Satra institutions are established by whom?
(a) Sankaradeva (b) Madhavdeva
(c) Both (a) and (b) (d) None of these

14. Satra is divided into how many structural parts?
(a) 8 (b) 2
(c) 4 (d) 3

15. Which Satra is also known as main Satra patronised by Ahom rulers?
(a) Dakhinpat Satra (b) Auniati Satra
(c) Garamula Satra (d) Karhabahi Satra

16. Which Satra is also called Brahma Sanghati?
(a) Dakhinpat Satra (b) Auniati Satra
(c) Both (a) and (b) (d) None of these

17. Garamura Satra is founded by whom?
(a) Joy Hari Deva (b) Banshigopal Deva
(c) Govind Deva (d) None of these

18. Festivals like Fagua, Maghi Shukla Ekadasi, Palnam are related to which Satra?

(a) Aainam
(b) Dakhinpat Satra
(c) Auniati Satra
(d) Karuabahi Satra

19. Match the following.

	List I		List II
A.	Indira PP Bora	1.	2004
B.	Jatin Goswami	2.	2001
C.	Sarodi Saikia	3.	1996
D.	Ghana Kanta Bora	4.	2015

Codes

	A	B	C	D		A	B	C	D
(a)	1	2	3	4	(b)	2	4	1	3
(c)	3	1	4	2	(d)	4	3	2	1

20. Consider the following statements regarding Dakhinpat Satra.

(i) It is situated just opposite of Nemati Ferry Ghat in the Northern side of Jorhat.
(ii) It has 16 branches throughout the Assam and outside.
(iii) The ruling deity of this Satra is Jadava Rai or Sri Sri Krishna.

Select the correct answer using the codes given below

(a) Only (i) (b) Only (ii)
(c) Only (iii) (d) All of these

Answers

1. (b)	*2. (a)*	*3. (c)*	*4. (a)*	*5. (d)*	*6. (c)*	*7. (a)*	*8. (b)*	*9. (a)*	*10. (a)*
11. (c)	*12. (b)*	*13. (a)*	*14. (c)*	*15. (a)*	*16. (b)*	*17. (a)*	*18. (d)*	*19. (c)*	*20. (d)*

CHAPTER 24

Arts, Crafts and Cultural Institutions

- Assam has a rich tradition in art and craft. The state is world famous for its unique traditional methods and tribal art forms which attracts the tourists to the state and which have a high demand in the country as well as in abroad.
- Assam is a confluence of a number of tribes and cultures and this is reflected in its traditional handicrafts since the time immemorial.
- Assam has been known for its silks and the bamboo and cane products. Several other handicrafts like metal crafts, pottery, jewellery, painting and woodcrafts have emerged gradually.

Handicrafts of Assam

Wood Crafts in Assam

- Assam leads in wood craft and carpentry. It is an ancient Assamese craft.
- Assam is one of the most forest-covered states in the country and many varieties of timber and wood are available here.
- Wooden crafts are still preserved in Sattra, Namaghars, Ahom royal places which have been constructed with wood.
- Modern day **Khanikar** produces articles of commercial values, including figures of **one-horned rhino** and replicas of the world famous **Kamakhya temple**.
- Decorative panels in the royal Ahom palaces of the past and the 600 years old Sattras or Vaishnavite monasteries are intricately carved in wood.
- The Guru Asanas of **Naamghars** and Singhasanas of **Gosaighars** are made by the craftsmen (Barhois) of Assam.
- A group of artisans who had done these wooden structures and decorations were known as **Khonikors**.
- Their works were highly praised by the rulers that they made a special village 'Khonikorgaon' near Sivasagar.
- In the plains of Assam, the traditional carpenters, known as **Sutradhar**, earn their living by building houses, manufacturing looms, beds furniture, boats, etc.
- '**Tribal villages**' artisans make houses and household items and utensils with wood.

Cane and Bamboo Crafts

- In Assam, cane and bamboo grows in abundance. Both cane and bamboo has multifaceted use.
- Assam produces many useful and daily utilities by furnishing them out of bamboo and cane.
- Some important products are **pasi** (normal basket), **kula** (a flat pot used to cleanries), **chalani** (flat half round shaped and husk), *hats sieve, mats, tools, sofa set,* etc.

- The 'Patikars' of Assam produce different designs like *Fulpata* (flower with leaves), *Dalani, Cup-Plate, Taj Mahal, Aeroplane, Tree, Bird*, etc.

▲BAMBOO CRAFT

Jaapi

- The word Jaap means a bundle of Tokou leaves.
- The **Jaapi hat** is the most prestigious bamboo item of the state. It is made up of bamboo strip and dried palm leave locally known as **Tukow pat**. It is worn in Bihu dance or other ceremonies of Assam.
- It has been in use since the time when the great Chinese traveller **Hiuen Tsang** came to Assam, as he was welcomed with a 'Jaapi'.
- There are many types of Jaapi made in Assam like *Halna Jaapi, Ritha Jaapi, Sorudoiya Jaapi, Boradouja Jaapi*, etc.
- Common Jaapi produced by using the palm leaves in a frame of bamboo are still in use in rural areas.

▲FAMOUS JAAPI HAT OF ASSAM

Transport Vehicles

From time immemorial various transport vehicles of wood, bamboo and cane were produced. These were boat, cart, dola, frame or parts of various asanas including Sinhasan, etc. Boat produced in Assam are of various size, shape to fulfil different utilities. These are:

- **Tulunga Nao** These are small size boat.
- **Gutiya Nao** These boat are made by using one piece of log.
- **Big Sized Boat** These boat are used as transport vehicle and war transport vehicle without any elevated structure.
- **Charo Nao** These are small in size having elevated structure to defend the voyagers from rain, sunshine, etc.

Planks

- **Dookhari Peera** It is small sized and a sitting stool used in every household of Assam.
- **Tamuli Peera** These stools are used for small meeting within the house.
- **Bar Peera** It is a large sized stool, commonly use in the household.
- **Chal Peera** It is elevated big sized made of wood, generally used as a sleeping peera.
- **Murha** It is also a sitting stool made by using a bamboo frame and cane-binded.
- **Chaki** (Chairs) Chaki is made of bamboo, cane and wood. It is a traditional style of chair in Assam.
- **Palanka** Palanka is a sleeping set made by using bamboo, cane and wood. Gold and silver plates were used to decorate this palanka by Kings and Bisayas of Assam.

Agricultural Implements

- **Nangal** In farming activity in Assam, it is done mainly with an **ox-drawn nangal** (plough) which is mainly made of sal tree wood. It is generally operated by male farmer. The basic components of the nangal are a shoe, a body, a handle and a beam.

- **Mwi** It is made of bamboo, measuring almost 2m in length, its a kind of ladder. This tool is used for the purpose of leveling land. This implement is generally operated by male farmers.
- **Khada** It is made up of knotted bamboo stick and it is used for carrying grains of cereals, pulses, etc. This bamboo made basket is plastered by cow dung so that grains or pulses do not fall out from the basket. It is operated by both male and female workers.
- Other agricultural appliances are kathia tum, tomal, mer, duli, sholmari, phoi, jabaka and moitaka, etc.

Bow and Arrow

The Bows and Arrows which were used in olden days are as follows :

- **Chutiya Dhanu** These were mainly used by the Assam soldiers in Ahom period. These are strong with medium length.
- **Karphai Dhanu** These were commonly used by the soldiers.
- **Bagh Dhanu** These are automatic dhanu used to kill enemies including the wild animal.

Sital Mat-Pati

- It is a kind of mat is perhaps the most notable and popular product among the handicrafts of Assam. It is an expensive mat and is made from **Murta cane**.
- The villages renowned for the production of Sitalpati are **Katakhal, Kaliganj, Karimpur, Bashgram, Sridurgapur** in Barak valley and Dubapara in Goalpara district.

Mask Craft

- Masks form an integral part of the Assamese culture and tradition and it adds colour and vibrancy to the state. Mask is locally known as **Mukha**.
- **Bordhuvan** village in the Nagaon district of Assam is the birth place of the craft of mask-making.
- Masks have a religious and spiritual significance in the state of Assam. Keeping in mind the religious significance, craftsmen maintain certain rules to ensure the holiness of the masks while making. Masks are made from a variety of natural materials like **bamboo, wood, pith, metals, cow dung, cloth, mud, jute, coconut sap, natural gum**, etc.
- Organic colours like **Khorimati** (White), **Hengul** (Red), **Charcoal** (Black), **Harital** (Yellow), etc. are also used in the preparation of masks.

Toy Craft

There are four types of toys popuslar in Assam. These are discussed as follows :

- **Clay Toys** These are mainly made in the **Goalpara district** of Assam. Generally, mother and child, figures of Gods and Goddesses, animals are made by the traditional toy makers of Assam. The traditional clay toys in Assam are made by the potters of Hira and Kumar communities.
- **Pith Toys** Goalpara region is famous for making of pith toys. It makes figures of Gods, animals and birds.
- **Wooden Toys** These are made from wood and bamboo.
- **Cloth Toys** These are made of cloth or a mixture of cloth and mud have became a part of the Assamese toy-making culture. These toys are used for puppet shows in Assam.

▲ FOLK TOYS OF ASSAM

Handlooms Craft

- Handloom is an important part of Assamese culture. It is well-known for its rich texture and designs.
- Assam is home to several types of silk which is used in handloom as a raw material.
- Mahatma Gandhi during his visit in 1946 saw Assamese women working on looms in **Suwalkuchi**. He said that Assamese women weave dreams on their looms.
- In Ancient times weaving was the primary education of a young girl for the eligibility of her marriage.
- In Assam power loom is only used for business purposes. The most common loom is handloom.
- In rural area looms are kept in a separate house, which is called **Tatorghar**. The instrument of handlooms are **tolotha, mako raas, goroka, bo-sunga, mohura, jotor, nachoni-jori**, etc.
- **Sualkuchi,** near Guwahati is the biggest centre of silk production and weaving in the state. It is also considered as the **Manchester of the East**.

The Gamocha

- The Gamocha (Gamucha/Gamcha) is a unique cultural symbol of Assamese society. It is an integral part of almost all **socio-religious ceremonies.**
- Different types of Gamochas are **fulam, tongali, bihuwaan** and **mokcha.**
- It is an **honorary piece of cloth** commonly used for felicitation in Assam.
- It is a **white rectangular piece of handwoven cotton cloth**, usually with a **red border** on three sides and red woven motifs.
- It has multiple usages and is usually seen used as a waist cloth, lion cloth and towel.
- A Bihu dancer wraps it around the head with a knot.

▲ FAMOUS GAMOCHA OF ASSAM

- It is hung around the neck and used to cover the Altar or holy scriptures at the Naamghar (prayer hall) and to honour guests on special occasions as a token of respect. It is also known as **Bihuwans.**

Knowledge Plus

- The Assamese traditional scarf, "Gamocha" has received the Geographical indication (GI) tag from the Geographical Indication Registry Office, Chennai.
- This feat was achieved on 13th december, 2022.
- Total 8 items of Assam has been given GI Tag so far.

Silk Mekhela Chador

- It is a traditional Assamese dress worn by the women of Assam. They are beautifully designed by the weavers of the state.
- Ornamental designs on the Mekhela chadors are traditionally woven, never printed.
- Sometimes a woven pattern called the 'paari', is stitched along the sides of a chador, or along the bottom of a mekhela.

Pottery Work in Assam

- Pottery in Assam can be trace back to many centuries.
- Some of the evidences of oldest poetry of Assam are still located in Guwahati Museum.
- **Kumars** and **Hiras** are the potter communities of Assam.

Kalasi (Earthen Pots)

- These are usually big sized pots and have a hard built. These are used as a storing utensil to preserve crops.
- Kalasi is also used as cooking utensil and people also use it as reservoir of drinking water.
- In ancient times, people used to design or draw diagram or write scripts on these earthen plates.
- The evidences of many earthen plates are found in the temples of medieval times and Ahom age in Assam.
- During Saiva and Shapta period the images of **God Shiva, Devi Dashobhiya** and other images of Durga are also found in large number.
- Images of **Munior Siddhacharyas** are also preserved in Guwahati Museum in Jogihati.

Pottery in Majuli

- In Majuli, pottery is made from beaten clay and burnt in drift wood fired Klins, exactly as it was done during the ancient Harappan Civilisation over 4000 years ago.
- The most commonly made pottery products are household articles such as pots, pitchers, plates, incense-stick holders, earthen lamps and modern design ornaments.

Asharikandi

Asharikandi is a village in Dhubri district of Assam. This village is famous for its traditional crafts Terracotta and Pottery.

It is one of the **largest clusters of Terracotta** and Pottery in India. Clay dolls of Asharikandi are very famous worldwide.

Jewellery Craft

- Assam's rich tradition of manufacturing gold jewellery dates back to several centuries.
- **Sonowal Kacharis** tribe of assam were mainly engaged in gold washing in the rivers flowing down from the Himalayas.
- Assamese people, mainly the women folk are great lovers of ornaments.
- The materials used in the production of ornaments in Assam are Gold, Silver, Valuable Stones, Bronze and Brass, Bell Metal, Diamonds and Pearls are also used.
- **Jorhat** is the main jewellery making centre of the state.
- Men used to wear traditional Jewellery such as Biri, Matamoni, Lokaparo, Magardana and Kundal.
- Women in Assam usually wear Keru, Kharu, Keyur, Nupur, Karphul, Aargathi and Nalak.

Ornaments in Assam

There are different types of Ornaments produced in Assam. The material used while making ornaments are mostly gold, silver, stones, brass bell metal etc. People used to wear ornaments like necklaces made of dimonds and Pearls.

Following are some of the famous ornaments aborned by Assamese women.

Neck Ornaments

- Most of the neck ornaments are made of beads.

▲ JONBIRI

- Some famous neck ornaments of Assam are Jonbiri, Dholbiri, Dhariabiri, Silikha or Hilikhabiri, Parachakuwabiri, Lata Bakhoruabiri, Magarmnabiri, Madoli, Gejera, Bena, Dugdugi, Salsari, Dhopamoni, Galpata, Hilkhamoni, Chandrahar, Phutimoni, Chipal, etc.

Ear Ornaments

- Some beautiful ear ornaments of Assam are Lokapar, Thuria - Simple, Jangphai Thuria, Thuria decorated with stones, etc.

Finger Ornaments

- Some famous ornaments of the finger used in Assam are simple ring of gold, silver, copper, elephant teeth, stone fixed or bakhorua ring, chiripote, shenepata, parchakua, Jethinejia (like appendege of Lizard), Moranejia (like peacock tail), Hirapota (diamond ring), Mach Bakolia, Babaribacha (like Babori leaf or flower), Padumkalia (like flower bud of Lotus), Padumpohia, etc.

Hand Ornaments

- Ornaments of hands is knowns as **Kharu** or **Kangkan** in Assam.
- It has different name on the basis of size, shape and ornamental beauty of Kharu, eg., Ghamkharu, decorated Gamkharu, Sancharua Kharu, Magarmuri Kharu, Round Bala or Kharu, decorated Gotakharu, etc.

▲ GHAMKARU

Metal Crafts of Assam

- Metal craft is one of the oldest art form of Assam. The products made of metal are famous all over India. These are found in almost every Assamese household.
- Brass and bell metals of assam are the most famous utensils of Assam. Apart from these gold, silver and copper are also used to make different handicrafts in Assam.

Brass and Bell Metal Craft

- Brass and Bell metal products of Assam are famous for their beauty and strength of form and utility.
- During the days of Ahom brass metal utensils like Shorai, Sofura, Koloh, Ghoti, Gagori Choriya Heta were used abundantly.
- Historical records indicate that during 17th century AD, the King of **Kamrupa Kumar Bhaskar Barma** presented the articles made from bell metal from **Sarthebari** as a gesture of goodwill to **King Harshavardhana** of Kannauj. This incident finds a mention in history of Assam by **Sir Edward Gates**.
- The Bell Metal Industry of **Sarthebari** is one of the traditional artisan based industries of Assam famous for its bell metal products.
- Bell metal items are produced in Titabor, Karanga, Jaanji, Jorhat and Raha in Nagaon.
- Traditional brass and bell metal utensils like **Kalah** (water pot), **Kahi** (dish), **Bati** (bowl) are some staple trade items for Assamese craftsmen.
- **Xorai** and **Bota** both are the example of Bell-metal products. Infact, the Xorai is considered as a prosperous symbol in Assam.
- The bell metal artists make different Kanhi (dish), Bati (bowl), Ban Bati (bowl with stand), Ghoti, Koloh (water vessel).

Xorai : Famous Bell Metal Craft

- Xorai is a **traditional symbol of Assamese Culture,**. It is a bell metal product which is use as an article of great respect by the people of Assam.
- It can be found in every Assamese household. It is primarily used as an offering tray during prayers, or to serve tamul paan (betel-nut) to guests. It is also presented along with the jaapi and gamosa while felicitating someone.
- **Bajali** district of Assam is the hub of Xorai.

▲ XORAI

Areca Nut Leaf (Tamulor Dhakuwa) Products

- **Areca Nut Sheaths (Tamulor Dhakuwa)** can be utilised for manufacturing disposable plates and bowls. Dhriti, an NGO has been working on this since last 3 years.
- These plates and bowls are completely eco-friendly, biodegradable and hygienic.
- These products are excellent substitute for thermocol and plastic products.

Ivory Works

- Ivory is regarded as a symbol of aristocracy in Assam. With this precious thing people make rings, small containers, stick, combs, etc.
- Barpeta district of Assam is famous for ivory works.

Paintings of Assam

- The artistic tradition of Assam can be traced from **Harshacharita** written in 7th century AD.
- As per the record, Kamarupa ruler Kumar Bhaskarvarman sent a gift of '**Paat aaru Tulika** (leaf and brush) and paintings to Harshavardhana of Kannauj as a token of friendship.
- Assamese paintings and manuscripts are said also derived from the mythological stories and the most famous among them are Chitra **Bhagavata, Hastividyarnava** and **Gita Govinda.**
- 'Hastividyarnava', is a pictorial treatise on management and care of elephants in the royal stables.
- Paintings found on Vrindavani Vastra and Chitrabhagavata are remarkables ones 'Chitra Bhagavata' is a narrative of the life of Lord Krishna through paintings. These paintings were made in 1539 AD.
- The golden period in paintings in Assam reflect in the works of Mahapurusha **Srimanta Sankardeva's Adi Dusham.**
- During 15th century, Srimanta Sankardeva starts an artistic revolution. He painted seven Baikunthas on cotton papers (Tulapaat) for his drama (Bhaona) '**Chihnayatra**' and exhibited it to public to spread the message of **Neo-Vaishnavism.**
- It is said that once he drew an elephant on cotton made paper and pasted it on the top of a woollen box to give to Koch King **Naranarayan**. Sankardeva founded Vaishnava monasteries (Sattras) which later became the hub of paintings.

Royal Patronage for Paintings

- During 17th and 18th centuries paintings experienced a great renaissance under the royal patronage of Ahom and Koch Kings.
- Painting as an art reached its zenith during **Swargadeo Rudra Singh** and **Siva Singha's** ruling period. Painting of that period reflected both local style as well as Mughal and Rajput style of paintings.
- **Kaviraj Chakravarty's** Gita Govinda during Rudra Singha's reign and the Ananda Lahiri during Siva Singha's reign are the popular reflections of Mughal-Rajput style of paintings.
- **Dilbar** and **Dosai** were the famous painters of Assam. They were commissioned to create paintings for the manuscript Hastividyarnava.
- Royal paintings of Assam are finds in the books such as Sankhachur Badh, Geet Govinda and Battle of Lava Kusha.
- Darrang Raaj Bangshavali also have royal paintings. It was compiled and painted by **Suryakhori Doivagya**.

Folk Paintings of Assam

- In Medieval period, different classes of painters emerged in Assam. There was a special class called **Patuas** and their paintings were called **Pats**.
- The patuas used various locally available materials like **Hengool** and **Harital**.
- There were the painters known as **Nats**, who were professional singers and dancers.
- Some think that the most versatile among all the Assamese painters were the **Khanikars**.
- Their work mainly centered on the Satras or Monastries and the Naamghars.
- Some Khanikars are still found in certain villages of Upper Assam due to demand for their excellent artistic creations.

▲RAVANA VADHA FOLK PAINTING, ASSAM

Cultural Institutions in Assam

To preserve Assamese culture the State Government has established different institutions.

Asom Natya Sanmilan

- It was formed in 1959 to create a suitable environment for dramatic performances in Assam.
- **Kalaguru Bishnu Prasad Rabha** was its first President. The Annual magazine of Sanmilan is **Rangamancha**.
- Every year they arrange conferences which include award ceremonies, exhibition, book and garment fairs, etc.

Jyoti Bharati (Poki)

- Jyoti Bharati is currently a museum which was the ancestral home of **Rup Konwar Joyti Prasad Agarwala**, the doyen of Assamese film.
- Jyoti Prasad was a poet, dramatist, literature, artist, musician, film maker and freedom fighter. He wrote the script of **Joymoti the first Assamese movie.**
- It was the first concrete home of Tezpur built in 1874. It became popular as Poki, which means concrete in Assamese.
- It was the epicentre of India's freedom struggle.
- Gandhiji stayed in Poki in his visits of 1921 and 1934.

Asom Satra Mahasabha

- Asom Satra Mahasabha is a socio-cultural organisation serving as an umbrella organisation for the Satras of Assam.
- It was established in 1915 as **Santa Sanmilani**.
- Later in 1945, it became Satra Sangha and Asom Satra Mahasabha in 1990.
- Both of these are engaged in the development and spread of Sattriya Sanskriti (Culture).

Srimanta Sankardev Kalakhetra

- It is a cultural institution situated in Panjabari of Guwahati. Its foundation stone was laid on 9th November, 1988 and works were completed in the 1990s.
- It houses a museum and an auditorium for demonstration of Assamese culture and performance.

Anundoram Barooah Institute of Language, Art and Culture (ABILAC)

- It was formed in 1990 under the support of Assam Government for the development of local language, literature and culture.
- Its primary emphasis is on research and publication of research papers.

Madhav Dev Kalakshetra

- Sri Sri Madhav Dev Kalakshetra is being built in **Narayanpur** of Lakhimpur.
- Its foundation stone was laid on 23rd March, 2007, by then Chief Minister, **Tarun Gogoi**.

Badungduppa Kalakendra

- It is established by Late **Sukracharya Rabha**, in Rampur, Goalpara district of Assam.
- It has been organising a drama festival known as **Under the Sal Tree** since 2008 to showcase the cultural abilities of the rural people of the area.
- This Kalakendra contains boys and girls dormitory, office, training ground, open air stage and a small auditorium.

Jyotirupa

- Jyotirupa is a social-cultural organisation basically engaged with **Singha Purush Radha Govinda Barooah** Drama Festival.
- It organises drama, one Act play competition to boost up Assam's theatre movement.

Cultural Complexes in Assam

- There are 38 cultural complexes and centres in different districts of Assam. Some important cultural complexes are :
  - (i) Swargadeo Chaolung Siv - Ka - Pha Samannya Kshetra at Mohbondha, **Jorhat**.
  - (ii) Sarat Chandra Singha Cultural Complex at Chapar **Dhubri**.
  - (iii) Dr. Bhupen Hazarika Memorial at Jalukbari, **Kamrup**.
  - (iv) Chandra Nath Sarma Memorial Complex at Pithakhowa, **Sonitpur**.
  - (v) Natasurjya Phani Sarma Bhawan at **Goalpara**.
  - (vi) Jyoti Bishnu Cultural complex at Mukalmuwa, **Nalbari**.
  - (vii) Jyoti Bishnu Cultural Complex at Bahpati, **Lakimpur**.
  - (viii) Jyoti Bishnu Cultural Complex at **Hailkandi**.

Multiple Choice Questions

1. Assam is mostly known for its ....
   (a) exquisite skills (b) bamboo
   (c) cane products (d) All of these
2. Which among the following handicrafts have emerged gradually in Assam?
   (a) Metal crafts (b) Pottery
   (c) Wood crafts (d) All of these
3. Which one is indirectly carved on wood?
   (a) Ahom Palaces
   (b) Vaishnavite Monasteries
   (c) Both (a) and (b)
   (d) None of the above
4. Who is/are known as Khonikors?
   (a) A group of artisans (woodcrafts)
   (b) Tribal people
   (c) Painter
   (d) None of the above
5. Who is called Sutradhar in Assam?
   (a) The Traditional Carpenter
   (b) Jewellery Designer
   (c) Farmer
   (d) Traveller
6. 'Jaapi' is a
   (a) Traditional Cuisine of Assam
   (b) Traditional Jewellery of Assam
   (c) Traditional Hat of Assam
   (d) None of these
7. Which Chinese traveller was welcomed with a 'Jaapi', a Assamese hat, the most prestigious bamboo item?
   (a) Fa Hien (b) Hiuen Tsang
   (c) Xuan Zang (d) Xi Jinping
8. Which of the following is a notable and popular product among the handicrafts in Assam?
   (a) Sitalpati Matpati (b) Jewellery
   (c) Pottery (d) Metal Craft
9. Which of the following is regarded as the symbol of aristocracy in assam?
   (a) Ivory (b) Silver
   (c) Gold (d) Sapphire
10. Which of the following regions of Assam is famous for ivory works?
    (a) Sonitpur (b) Kokrajahar
    (c) Barpeta (d) Karbi Anglong
11. Which of the following is also known as Guapan in Assam and is offered to guests as a symbol of friendship, respect and devotion in traditional bell metal serving Bota?
    (a) Ivory ring (b) Tamul Pan
    (c) Sital Mal Pati (d) Masks
12. Which of the following is locally known as Mukha in Assam?
    (a) Jewellery (b) Masks
    (c) Pottery (d) Woodcraft
13. Which place is considered as the birth place of craft of mask-making?
    (a) Bordhuvan (b) Sualkuchi
    (c) Hajo (d) Majuli
14. In Assam, clay toys are mainly made in
    (a) Goalpara (b) Barpeta
    (c) Bordhuvan (d) Majuli
15. The traditional clay toys in Assam are made by the potters of .... communities.
    (a) Hira (b) Kumar
    (c) Sutradhan (d) Both (a) and (b)
16. Which of the following are the small size boats in Assam?
    (a) Gutiya Nao (b) Tulunga Nao
    (c) Charo Nao (d) All of these
17. Which of the following agricultural implements in Assam are made up of knotted bamboo sticks and is used for carrying grains of cereals , pulses etc?
    (a) Nanagl (b) Mwi
    (c) Khada (d) Kathia
18. Which of the following bows and arrows were commonly used by soldiers in Assam?
    (a) Bagh Dhanu (b) Karphai Dhanu
    (c) ChutiyaDhanu (d) None of these

19. Handloom weaving is well-known for its rich
(a) textures (b) designs
(c) Both (a) and (b) (d) None of these

20. Which among the following is considered as 'Manchester of the East'?
(a) Sualkuchi (b) Goalpara
(c) Guwahati (d) Kamrup

21. Which one of the following is a unique cultural symbol of Assamese society?
(a) Cap (b) Gamocha
(c) Silk product (d) All of these

22. Mention the name of old traditional machine that separates the seeds of cotton from fibres?
(a) Chiri (b) Kathee
(c) Chereki (d) Neothani

23. In which of the following regions of Assam, pottery is made with beaten clay exactly as it was done during the ancient Harappan civilisation?
(a) Majuli (b) Asharikandi
(c) Jogihati (d) Sonitpur

24. Asharikandi, a village in Dhubri district of Assam is famous for its traditional crafts of
(a) Terracotta (b) Pottery
(c) Both (a) and (b) (d) None of these

25. Sarala Bala Devi and Dhirendra Nath Paul are very famous nationally and internationally, acclaimed master craftsmen of
(a) Pottery (b) Jewellery
(c) Terracotta (d) Handloom

26. Which one of the following districts of Assam is the main jewellery-making centre?
(a) Karimganj (b) Majuli
(c) Dhubri (d) Jorhat

27. Which of the following traditional jewellery is not associated with men of Assam?
(a) Matamoni (b) Lokaparo
(c) Biri (d) Aargathi

28. Which one is the neck ornament of Assam?
(a) Dholbiri (b) Thuria
(c) Latkan (d) Kanphool

29. Moranejia, Hirapota, Mach Bakolia, Babaribacha in Assam are the types of?
(a) Finger ornaments (b) Ear ornaments
(c) Neck ornaments (d) Hand ornaments

30. Which of the following is the ornament of hand used in Assam?
(a) Simple Gamkharu (b) Gotakhoru
(c) Phutimani (d) Both (a) and (b)

31. During 17th Century, King of Kamrup presented the articles made from bell metal from .... to the king of Kannauj.
(a) Sualkuchi (b) Hajo
(c) Sarthebari (d) Majuli

32. Hajo region of Kamrup district is famous for its which metal product?
(a) Pottery (b) Jewellery
(c) Bell metal (d) Terracotta

33. Which is the traditional vessels to serve Paan for guest in household in Assam?
(a) Xorai (b) Bota
(c) Both (a) and (b) (d) None of these

34. Who was the founder of Firework Industry in Barpeta?
(a) Sankaradeva
(b) Sivasimha
(c) Late Lakshiram Pathak
(d) None of the above

35. Which industry of Assam was patronised by Queen Victoria?
(a) Fireworks Craft
(b) Metalcrafts
(c) Cane and Bamboo
(d) None of the above

36. Areca nut leaf is used for manufacturing of
(a) disposable plates and bowls
(b) jewellery
(c) cloths
(d) All of the above

37. Which of the following ruler of Assam sent paintings and canvases to King Harshavardhana as a token of friendship?
(a) Kumar Bhaskarvarman
(b) Pushyavarman
(c) Bhutivarman
(d) Mahendravarman

38. There was a pictorial treatise on management and care of elephants in the royal stables in Assam. Mention the name of it?
(a) Hastipata (b) Posa
(c) Hastividyarnava (d) Hastalaya

39. Mention the Sankaradeva's work that illustrates about the life of Lord Krishna through paintings?
(a) Gita Govinda (b) Bal Gopala
(c) Chitra Bhagavata (d) Hastividyarnava

40. When did the Chitra Bhagavata, Sankaradeva's work, illustrate in Assam?
(a) 1556 AD (b) 1539 AD
(c) 1529 AD (d) 1533 AD

41. There were the folk painters in Assam known as Nats, who were professional
(a) singers
(b) dancers
(c) Both (a) and (b)
(d) Neither (a) nor (b)

42. Painting as an art reached its zenith during
(a) Swargadeo Rudra Singh
(b) Siva Singh
(c) Both (a) and (b)
(d) None of the above

43. Jyoti Bharati is a museum built in the house of ....
(a) Jyoti Prasad Agarwal
(b) Bhupen Hazarika
(c) Phani Sarma
(d) None of them

44. Asom Satra Mahasabha was established in which year?
(a) 1920 (b) 1940 (c) 1915 (d) 1947

45. Match the following

List A	List B
A. Sualkuchi	1. Manchester of the East
B. Chiri	2. Instrument used in Handlooms
C. Bordhuvan	3. Birth place of mask-making

Codes

	A	B	C		A	B	C
(a)	3	2	1	(b)	2	3	1
(c)	1	2	3	(d)	2	1	3

Answers

1. (d)	*2. (d)*	*3. (c)*	*4. (a)*	*5. (a)*	*6. (c)*	*7. (b)*	*8. (a)*	*9. (a)*	*10. (c)*
11. (b)	*12. (b)*	*13. (a)*	*14. (a)*	*15. (d)*	*16. (b)*	*17. (c)*	*18. (b)*	*19. (c)*	*20. (a)*
21. (b)	*22. (d)*	*23. (a)*	*24. (c)*	*25. (c)*	*26. (d)*	*27. (d)*	*28. (a)*	*29. (a)*	*30. (d)*
31. (c)	*32. (b)*	*33. (c)*	*34. (c)*	*35. (a)*	*36. (a)*	*37. (a)*	*38. (c)*	*39. (c)*	*40. (b)*
41. (c)	*42. (c)*	*43. (a)*	*44. (c)*	*45. (c)*					

CHAPTER 25

Religious Beliefs and Cultural Heritage of Assam

- Assam is one of the multi-religious states of India.
- From 13th to 19th century, **Ahom**, the ethnic religion of the Ahom people was the main religion of Assam.
- By the early 19th century, it was replaced by Hinduism.
- Hinduism became the religion of the large majority of Assamese people. In addition to Hinduism, Islam, Buddhism, Christianity, Sikhism and Jainism are also present in Assam along with some other sect such as Tantricism, Animism, Brahminism.
- Assamese cuisines are very unique. Different cultural influences cause the variety of flavours in Assamese foods.

Ahom Religion

- It is the ethnic religion of the Ahom people before Hinduism.
- The Ahom people came to Assam in 1228 AD led by a Tai Prince **Sukaphaa**.
- The Ahom people brought their own religion, rituals, practices and scriptures with them.
- Tai folk religion consists of ancestor worship and animism.
- There is no idol except for titular God of the Ahom King.
- By the early 19th century, Ahom religion declined to be replaced by Hinduism. In the 1931 survey, all Ahoms listed Hinduism as their religion.
- Some honourable Gods of Ahom religion are **Khao Kham** (Deity of water), **Ai Leng Din** (Deity of earth), **Jan Chai Hung** (God of all natural powers), **Lengdon** (Ruler of whole universe), **Chit Lam Cham** (Deity of seven powers), **Chao Ban** (God of sun), **Chao Den** (God of moon), **Chao Phai** (God of fire), **Chao Pha Kun** and **Tai Lang** (God of the death).

Hinduism

- Hinduism is the main religion of Assamese people.
- Hinduism started in the state when the Aryans came to this region.
- Hindus of Assam can be divided into three sect i.e., Shaivism, Shaktism and Vaishnavism. These are discussed below

Shaivism

- This is one of the earliest sect of Hindu religion in Assam.

- Shaivism refers to the religion followed by those who worship Shiva as Supreme God. The followers of **Shaivism** have been living in Assam before the advent of Aryans.
- Ahoms King Bana and Koch Kings were the followers of Shaivism.

Shaktism

- In this sect different forms of mother Goddess like Sakti or Devi, Durga, Kali, Saraswati, Lakshmi, Uma and Kamakhya, etc. are worshipped.
- Kamakhya temple at Guwahati is the main place of worship for the followers of this sect. This temple is dedicated to Goddess Durga.

Vaishnavism

- This sect was founded by Srimanta Sankardev in the 15th-16th century in Assam.
- This religion is also known as **Neo-Vaishnavism** or **Ekasarana Dharma**.
- It is Panenthestic religion (someone who believes that God and Universe are the same).
- The new sect of Neo-Vaishnavism signifies that Lord Vishnu is the root of all gods and goddesses.
- It is also referred to as *Ekasarana Hari Naam Dharma*. Sankardeva's Naam Dharma preached that devotion needs to be the foundation of all religion rather than salvation.
- **Xoron-lowa** is an initiation ceremony through which people can join this community. It is usually conducted by Mahantas, the head of Sattras.
- Bhagavat of Sankardeva was the main religious text of this religion.
- This religion is also referred as **Mahapuruxiya** because the basis of this religion is the worship of the Mahapurux or Mahapurush (supreme being).
- The unique feature of this Dharma is that it does not worship Radha alongside Krishna.
- The religion preaches against caste system and animal sarcifices that are common in other sects of Hinduism, especially Saktism.
- Originally, the Assamese were practicing the rituals of Tantricism, before the advent of the Neo-Vaishnavism.

Brahma Religion (Sub-Sect of Hindu Religion)

- This religion was introduced by **Gurudev Kalicharan Brahma** among the Bodo tribes of Assam.
- Kalicharan realised that the Bodo society should be reformed. Bodo people became addicted to jou, rice beer and developed bad social habits.
- He thought that the identity and unity of the people could be preserved only through a change in their society and religion. He said Brahma is universal, endless and all encompassing.
- Where there is Brahma, there can be found satya or truth. The believer of this Brahma religion is considered as a subject of Hinduism.
- Now, Brahma religion is followed by thousands of Bodo people. Rest Bodo people consider Bathou as their religion.

Islam

- Islam is the **second largest religion** in Assam. It is the fastest growing religion in Assam according to Census 2011 report.
- Islamism in Assam was established by the invasions of Islamic rulers in 1206 AD when the Turko-Afghan Muhammad-i-Baktiyar passed through Kamrup.
- Bakhtiyar Khilji converted a Chieftain of Mech tribe into Islam and gave him the name Ali Mech Raja.
- After him, Assam was invaded by Tughral Khan in 1257 AD. He built two mosques in North Guwahati and Hajo. These invaders left many prisoners of war which were settled in Assam.

- After Tughral Khan, Turbok invaded and he too bought a large number of Islamic followers in the state.
- In 1498 AD, Hussain Shah invaded Kamrup and Kamata kingdom.
- Islam became popularised in the Barak valley of Assam with the arrival of the Sufi Shah Jalal and his disciples in the early 14th century.
- In 1630 AD, a Muslim saint named **Shah Miran**, popularly known as **Ajan Fakir** from Baghdad, came to Sivasagar area of Assam.

Christianity

- Christianity is the **third largest religion** in Assam.
- It was started in Assam by the entry of Britishers in 1826 AD.
- After the British, Missionaries came in the state, they built a church in Guwahati in 1844 AD. The first priest of this church was **Robert Brend**.
- The largest concentration of Christians in Assam can be found in **Dima Hasao** and **Karbi Anglong** districts.

Jainism

- There is an evidence of Jainism since 10th century in Assam.
- The state is a home to a number of Jain monuments such as Jain Temples, Jain Tirths, etc.
- **Surya Pahar** in the Goalpara district of Assam has several Jain statues and relics.

Sikhism

- Sikhs have likely been in Assam for two hundred years or more.
- According to history, their forefathers came from Punjab on an invitation from the Ahom.
- The number of Sikh people in Assam is too small. The first Gurudwara of Assam was built in Dhubri.
- Guru Tegh Bahadur visited Assam and spread the religon.

Buddhism

- According to archaeological evidences, Buddhism was very popular religion in ancient Assam.
- Buddhism was formally introduced in Assam during the reign of Ashoka.
- As per the beliefs Padmasambhava the founder of Tibetan (also known as Vajrayana) Buddhism died in Hajo.
- Buddhism also built Caitya (memorial) in Hajo in around Ist on 2nd century.
- In Assam, Buddhism is followed by only few communities of Assam like Tai Faake, Tai Khamyang, Tai Turung, Singpho, Chakmas and Chittagong Baruas.

Religion Census of Assam 2011

Religion	Population	Religion	Population
Hindu	61.47%	Buddhist	0.18%
Islam	34.22%	Jain	0.8%
Christian	3.74%	Other	0.09%
Sikh	0.07%	—	—

Traditional Dresses of Assamese People

Male Dresses

- ***Dhooti*** It is a main male traditional dress in Assam.
- ***Chadar or Uttariya Bastra*** The most common practice is to put both ends of the Chadar to the back Uttariya Bastra throwing above the shoulder.

- ***Shirastran or Shirobeston*** It is a head dress which is worn by the people of Assam. Historical records show the wearing of Shirastran by Bhaskaravarman while he was taking part in the festivals of Kannauj.

  It is also known as 'Pag' in North India. Ahom rulers used this Pag either in influence of North Indian culture or as a symbol of status following the ancient tradition.

  Common soldiers used head dress to protect the head, while common people used 'Gamocha' as the Shirastran.
- ***Sannah*** 'Sannah', a quieted cotton coat was a traditional dress in ancient Assam.
- ***Tongali or Kankal Bandhani*** It is woven cloth with hard threads. It is worn by men and young boys of Assam. It is used both in the period of war or during the time of dancing.
- ***Chola or Changa-Chapkon (Cholak)*** These dresses are used by male to cover the upper part of the body.

  In medieval period it was worn by the officers of kings in Assam. Ahom king used to wear chapkon made by kingkhap, majankari and gomseng silk yarn.

  Chola, which was a cassock like drapery, was also worn over Chapkan as a symbol of aristocracy.
- ***Mathura Pag or Paguri*** It was an important headgear of Assamese people. In ancient period Ahom King Gadadhar Singh use to wear the pag. Other Ahom King also used the Pag as a symbol of status.
- ***Kurta or Kuruta*** It is used to cover the upper part of the body. It is mostly worn by the young people of Assam.

Female Dresses

- ***Mekhela or Mekhola Chadar*** It is also worn by tribal communities in Assam.

It is a colourful, hard and home-woven piece of cloth to wrap up the lower part of the body. It is a status symbol of women.

- ***Reeha and Chadar*** Reeha is just like Chadar but it is used by the female to wrap up the body tightly from the waist upward. Reeha is only worn by the married women. Mekhela, Reeha and Chadar in combination actually cover the whole body from the upper part of the body to the heel.
- ***Saree*** There is mention of Saree in both Vaishnava literature and folk song like Biya Naam.
- ***Stanabastra and Kanchali*** These dresses are mostly worn by tribal women in Assam.

  Kanchali is decorated cloth covering the upper part of the body, mainly the breast.
- ***Dokhna*** It is worn by the women of Bodo community in the state of Assam.

Cuisines of Assam

- The different cultural influences cause the variety of flavours in Assamese foods. The traditional way of cooking in Assam is very similar to other South-East Asian countries like Thailand, Myanmar and others.

Some of the famous cuisines of Assam are as follows

Tea or Saah

- Tea is also known as lal chah, ronga (colourful), saah in the state of Assam. Tea is one of the most popular drink of Assam.

Jolpan

- The traditionals Assamese breakfast include **Jolpan**.

  Some types of Jolpan are Bora Saul (a variety of Stick Rice), Komal Saul, Xando, Chira, Muri, Akhoi, Sunga Saul, etc. All these are eaten with the combination of hot milk, curd, jaggery, yogurt and some fresh seasonal fruits.

Pithas

- Pitha is a sweet dish of Assam.
- There are different types of Pithas like Til Pitha, Ghila Pitha, Narikol Pitha, Sunga Pitha, Xutuli Pitha, etc. These pithas are prepared especially during the time of Bihu or other festivals.

Sweet Dishes

- The most common desert is rice pudding called **Payash** in Assam.
- Other sweet dishes include different types of Laru or sweet balls made from coconut. Different sweet balls are Narikotornaru, 'Laskara', etc. 'Tilor Laru' (made from roasted sesame seeds), etc.

Rice

- Rice is a part of all meals in Assam. Assamese people prepared rice in various forms. Some of them are given below
- **Sunga Saul** is a special preparation in which sticky rice (bora saul) is cooked in bamboo hollows called **Sunga**.
- **Sewadiya Bhaat** is another preparation where sticky rice is steamed over boiling water. Stick rice is sometimes wrapped in leaves, usually plantain leaves or 'torapat' and dropped into boiling water to prepare 'Tup La Bhat'. These are served with meat or fish.
- **Poita Bhat** is a favourite dish in Assam during the summer. In this dish cooked rice is soaked overnight and left to ferment. It is served with mustard oil, onion, chilli, pickles, pitika, etc.

Fish

- Due to the large number of water bodies, different types of freshwater fish are available in Assam.
- **Soup** is the most popular dish prepared with fish in Assam.
- The Machor Tenga (sour fish) is an another very popular dish of Assam.

Meat

- The Assamese meat dishes are completely different in taste from the dishes of neighbouring Bengal, but these are quite similar to the cuisines of nearby South-East Asian and East-Asian countries.
- Chicken, vension, squab, mutton, duck and pork are very popular among the indigenous ethnic Assamese communities.
- Many indigenous ethnic groups of Assam consume silkworm, water bugs, grasshoppers and other insects. Insects are fried and cooked or roasted in leaves.

Pitika

- Pitika is an Assamese word which means mashed.
- Aalu Pitika and Bengena Pitika are the most popular among Assamese people.

Paro Mangxo

- It is a special dish made with pigeon meat. Pigeon meat is not consumed by other states.
- It is a traditional delicacy of Assam. It is consumed in winter.

Panitenga

- Panitenga or Kahudi is a unique fermented mustard chutney of Assam.
- This unique recipe is served with Assamese meal as a side dish.

Rice Bear

- Rice Bear is a popular drink, particularly among the tribes of Assam.
- The Mising make Apong, the Tiwa make Jou, Xajjpani is made by Ahom. It is also known as Laopani, Mod, etc.

Tamul

- Tamul is usually consumed with paan and lime.
- It is offered first to guest in Assam.

Tenga

- The term *tenga* means *sour.* These citrus based dishes are very popular in Assam. These dishes are mainly consumed in summer.

Ou Khatta (Chutney)

- It is a sweet and sour chutney made with elephant apple (ou) and jaggery. The ou is first boiled and then mashed lightly.

Xaak Aur Bhaji

- It is made from vegetables and herbs and seasoned with garlic, ginger and occasionally with lemon. Usually, it is a side dish which is a part of lunch and dinner.
- It is a staple form of food which is consumed on a regular basis.

Multiple Choice Questions

1. .... is the ethnic religion of the Ahom people before Hinduism.
(a) Buddhism (b) Islam
(c) Ahom (d) None of these

2. Ahom people came to Assam in .... led by Sukaphaa, a Tai Prince.
(a) 1220 AD (b) 1225 AD
(c) 1228 AD (d) 1230 AD

3. Tai folk religion consists of
(a) ancestor worship (b) animism
(c) idol worship (d) Both (a) and (b)

4. God(s) of Ahom religion is/are
(a) Khao Kham (b) Ali Leng Din
(c) Jan Chai Hung (d) All of these

5. Neo-vaishnavism was founded by
(a) Sankardev (b) Shankaracharya
(c) Chaitanyadeva (d) None of these

6. Before Vaishnavism, the people of Assam practiced
(a) Tantricism (b) Jainism
(c) Buddhism (d) None of these

7. Which of the following statements are true regarding Brahma religion practiced in Assam?
(a) It was introduced by Gurudev Kalicharan Brahma among the Bodo tribes of Assam.
(b) Where there is Brahma, there can be found satya or truth.
(c) Most of the Bodo people follow Brahma religion, rest Bodo people follow Bathou religion.
(d) All of the above

8. In 1630, a Muslim saint named .... popularly known as Ajan Fakir came to Assam and preached local population about Islam.
(a) Shah Miran (b) Alam Shah
(c) Abbasuddin (d) None of these

9. The largest concentration of christians in Assam can be found in .... districts.
(a) Dima Hasao (b) Karbi Anglong
(c) Barack valley (d) Both (a) and (b)

10. Surya Pahar in the Goalpara district of Assam is famous for
(a) Jain statues and relics
(b) Hindu temples
(c) concentration of Sikh community
(d) None of the above

11. Which sikh Guru visited Assam and spread the religion?
(a) Guru Angad Dev
(b) Guru Tegh Bahadur
(c) Guru Arjun Dev
(d) Guru Wank Dev

12. Buddhism was formally introduced in Assam during .... reign.
(a) Ashoka's (b) Bhaskarvarma's
(c) Sukaphaa's (d) Suteuphaa's

13. Which community of Assam follows Buddhism?
(a) Tai Faake (b) Singhpo
(c) Khamyang (d) All of these

14. Hinduism constitutes .... of Assam population as per 2011 Census.
(a) 61.47% (b) 65.03%
(c) 50.27% (d) 48.25%

15. Muslims are .... % population in Assam.
(a) 40.27 (b) 34.22 (c) 35.06 (d) 40.78

16. Historical records show the wearing of Shirastran by a ruler of Kamarupa Kingdom while he was taking part in the festivals of Kannauj. Mention the name of this king?
(a) Bhaskaravarman (b) Mahendravarman
(c) Pushyavarman (d) Bhutivam1an

17. There was a quieted cotton coat, a traditional dress of Assamese people used to wear in ancient times. Mention the name of this dress of Assam?
(a) Avi (b) Sannah
(c) Cheleng Chadar (d) Choga

18. Which of the following dress of Assam was usually worn by male both in period of war and during the time of dancing?
(a) Chapkan (b) Tongali
(c) Shirastran (d) Choga

19. Which of the following dress are usually worn by the Bodo women in Assam?
(a) Mekhela (b) Saree
(c) Reeha (d) Dokhna

20. Which of the following is not associated with regard to the traditional hair style of Assam?
(a) Negheri Khupa
(b) Ghila Khupa
(c) Kusum Khupa
(d) Kaldilia Khupa

21. The traditional way of cooking of Assam is very similar to cooking style of
(a) Thailand (b) Myanmar
(c) Bangladesh (d) Both (a) and (b)

22. Assamese people take
(a) Black tea
(b) Lemon tea
(c) Milk tea and Green tea
(d) All of the above

23. The traditional Assamese breakfast includes
(a) Jolpan (b) Pithas
(c) Rice (d) Both (a) and (b)

24. Pithas, Larus and Payesh these are of Assam.
(a) sweet dishes (b) namkeens
(c) types of vegetables (d) None of these

25. Which of the following dishes are the part of Assamese Thali?
(a) Labra
(b) Plain steamed rice
(c) Pitikas
(d) All of the above

26. 'Tup la Bhat' is served with .... in Assam.
(a) meat (b) dal
(c) fish (d) Either (a) or (c)

27. The Machor tenga is a popular .... dish of Assam.
(a) sweet (b) fish
(c) sour fish (d) None of these

28. All types of meat are consumed by
(a) Indigenous ethnic Assamese communities
(b) Hindu communities of Assam
(c) Muslim communities of Assam
(d) Christian communities of Assam

29. Which of the following Pitika are the most popular among assamese people?
(a) Aalu Pitika (b) Bengena Pitika
(c) Both (a) and (b) (d) None of these

30. Paro Mangxo is a special dish made of
(a) chicken (b) fish
(c) pigeon meat (d) None of these

31. Grilled food items in Assam are also known as
(a) Khar (b) Pura
(c) Pitika (d) None of these

32. Which among the following dishes is a unique fermented mustard curry of Assam?
(a) Bara (b) Rice Bear
(c) Panitenga (d) Tamul

33. In Assam, pickles are made from which of the following ingredients?
(a) Raw mango
(b) Bamboo shoot
(c) Bhut jolokia
(d) All of the above

34. Which of the following rice bear drink is made by Ahom tribe of Assam?
(a) Apong (b) Jou
(c) Xajjpani (d) None of these

35. Which of the following is offered first to guests in Assam?
(a) Tamul (b) Rice bear
(c) Panitenga (d) Bura

36. Tenga dishes are consumed in which of the following season in Assam?
(a) Winter (b) Rainy (c) Summer (d) Spring

37. Ou Khatta is a .... dish of Assam.
(a) sweet (b) spicy
(c) sour (d) Both (a) and (c)

Answers

1. (c)	*2.* (c)	*3.* (d)	*4.* (d)	*5.* (a)	*6.* (a)	*7.* (d)	*8.* (a)	*9.* (d)	*10.* (a)
11. (b)	*12.* (a)	*13.* (d)	*14.* (a)	*15.* (b)	*16.* (a)	*17.* (b)	*18.* (b)	*19.* (a)	*20.* (c)
21. (d)	*22.* (d)	*23.* (d)	*24.* (a)	*25.* (d)	*26.* (d)	*27.* (c)	*28.* (a)	*29.* (c)	*30.* (c)
31. (b)	*32.* (c)	*33.* (d)	*34.* (c)	*35.* (a)	*36.* (c)	*37.* (d)			

CHAPTER 26

Fairs and Festivals of Assam

Festivals of Assam

The festivals of Assam can be categorised into **Agricultural festivals, Religious festivals** and **Folk festivals.**

Agricultural Festivals

Some of the main agricultural festivals of Assam are as follows

Bihu

- Bihu is the most important festival of Assam.
- It is celebrated by all ethnic and religious groups across the state with a tremendous enthusiasm and zeal.
- There are mainly three types of Bihu, i.e., **Magh Bihu, Bohag Bihu** and **Kati Bihu.**

These are described as follows

Types of Bihu

Festival	Month	Facts
Magh Bihu	Jan-Feb	• Marking the end of harvesting crops. • Main attraction of this festival is buffalo fight. • A bonfire, known as Meji, is lit for the ceremonial conclusion. • Also called 'Bhogali Bihu'
Bohag Bihu	March-Mid April	• Marks the beginning of the Assamese new year. • People enjoy this festival for 7 days.
		• Also called 'Rongali Bihu'. • The days of this festival also celebrated as-Goru Bihu, Manuh Bihu, Shera Bihu, etc.
Kati Bihu	Oct-Nov	• This time storechouse of peasants are almost empty. • An earthen lamp is lit near Tulsi plant which is known as Tulsi Bheti. • Also called 'Kongali Bihu'.

Religious Festival of Assam

Festival	Month	Facts
Bash Puja	April-May	• Celebrated by Hajongs and Rajbongshis. • Festival to worship bamboo. • Three bamboos were used to perform Puja. The two main bamboos represent God Madan and Gopal. • Only male members can participate in this festival.

Festival	Month	Facts
Bhotheli Utsav	Mid April	• Organised at Barpeta district. • Bamboos are used to perform puja. These are called 'Paro'.
Bathou Puja	Jan-Feb	• Celebrated by Bodo tribe in believe that it will increase productivity. • 'Siju' tree consider as Bathou deity. • Kheri dance were performed during Puja.
Biswakarma Puja	17th Sept. every year	• Festival marks maintenance of the machines and machinery works.
Dol Jatra or Holi or Deul	Feb-March	• Celebrated on full moon day. • Acharya Sankaradeva introduce Holi in Assam. • Organised in Darrang district; Lord Singh Vishnu is worshipped.
Durga Puja	Sept-Oct	• In Ancient Assam this festival was by Ahom King Pratap Singh.
Eid		• Celebrated by Muslim community.
Kali Puja or Deepawali	Oct-Nov	• Two-day festival • First day, devotees offer puja to Goddess kali, on the second day, Deepawali or festival of light is observed.
Ras Lila	Oct-Nov	• Organised on the full moon night. • Very popular festival of Vaishnavites sects of Assam. • Celebrated by Kalambari Satra of Majuli.

Folk Festivals of Assam

Festival	Month	Facts
Bheldiya Festival	Mid May	• Goddess of river is worshipped. • Celebrated by fisherman, farmers and boatmen.
Bomboll Pita or Heporepita Festival		• Celebrated by farmers. • Also called festival of agriculture.
Baishagu Festival	April-May	• Celebrated by Boro Kacharis tribe. • Festival begins with worship of cow. • Lord Shiva or Bathou is worshipped.
Tusu Puja	Dec-Jan	• Celebrated by tea tribes of Assam. • Goddess Tusu is worshipped by unmarried girls.
Porag Festival	Feb-March	• Celebrated by Mising tribe. • Festival of song and dance. • Also known as Nara Singha Bihu.
Chou/Sou Puja	Mid April	• Celebrated mainly in Nadala village in Kamrup district.
Me-Dam-Phi	31st January every year	• 'Me' means worship, 'Dam' means dead and 'Phi' means God. • In this, ancestors are worshipped. • Celebrated by 'Tai-Ahom' community.
Rajani/Harni Garba		• Celebrated by Dimasa tribe. • Celebrated before the start of new agricultural activities. • Rajani Garba celebrated during daytime whereas Harni Garba in night. • Rituals are performed by a village headman called **Khunang**.

Pacholi or Pacheti	August-September	• Celebrated for the welfare of a son on the 5th day of birth.
Garakhiya Sewa		• Celebrated in Kamrup district of Assam. • People worshipped Bara Gopala.
Suwari or Suweri	Mid April	• Lord Krishna as Gopala is worshipped.
Garu Puja or Go Puja		• Celebrated on the day of Gopastami. • Offered puja to cows in form of Goddess Lakshmi
Manasa Puja	During Monsoon	• Snake Goddess has been worshipped. • Celebrated in Darrang and Kamrup district. • Also called Mare or Marai puja
Mo-Ho-Ho	Nov-Dec	• A folk festival aim of the festival is the drive away evil which is symbolised by mosquitoes.
Karam Puja	11th day of the bright full Moon (Aug-Sept)	• Most important agricultural festival of the 'tea tribe'. • Tribal priest who is known as 'Jhankar' or 'Dehuri' offer 'Haria' to the deity.

Other Festivals

Festival	Month	Facts
Ali Ai Ligang	Feb-March	• Celebrated by Mising tribe.
Bare Sharia Bhaona	Every 5-6 years	• Traditional drama festival of Neo-Vaishnavites. • Festival founded by Srimanta Sankardeva.
Makhibaha Sabha Mahotsav	Jan-Feb	• It is the largest and oldest Sabha Mahotsav.
Dehing Patkai festival	Every year in the month of January	• It is named after Dehing and Patkai range. • It is started by Assam Government in 2002.
Kaziranga Elephant festival	Every year in the Month of February	• It is a popular elephant festival celebrating for spreading awareness.
Majuli festival	In the month of November	• Celebrated on the bank of Luit river.
Palnam festival		• Person who recites Bhagvata Gita is known as 'Pathak'. When a 'Pathak' gets tired he or she is replaced by another, this is why it is called Palnam.
Rongker and Chomangkan festival		• Important festivals of Karbis tribe. • It is performed at the beginning of new year. • It is actually a death ceremony performed by Karbis.
Brahmaputra Beach festival	In the month of January	• Organised by Assam Boat Racing and Rowing Association (ABRRA) and the Assam Tourism Development Corporation (ATDC). • Organised annually on the ravine beach of Brahmaputra.
Tea festival	Nov-Jan	• Celebrated in Jorhat district of Assam. • Producer from all over Assam participates in this festival.

Dwijing festival	27th Dec-7th Jan	• It is also called **New Year Festival of Assam**. • Organised annually by Assam Tourism Department in collaboration with Assam Tourism Development Corporation and Bodoland Tourism. • Motive of this festival is to promote rural tourism.

Fairs of Assam

Fair	Facts
Ambubashi Mela	• Organised at the foothills of Kamakhya temple. • It is believed that the menstruation of the Mother Earth is happened after 7 days in the month of Ashada, from this day Ambubashi is celebrated. • All the temples are closed during these 3 days. • In Lower Assam, this festival is known as 'Amati' and in Upper Assam, called 'Sath'.
Jonbeel Mela	• It is celebrated in Morigaon district of Assam. • It is organised by Tiwa community.
Dol Jatra	• It is celebrated for 4 days. • This event celebrates the legend of Lord Krishna and his lover Radha as it is believed that Krishna expressed his love to Radha on this day.

Multiple Choice Questions

1. What is the main agricultural festival of Assam?
(a) Bihu Festival
(b) Ambubashi Festival
(c) Tea Festival
(d) None of the above

2. There are mainly .... types of Bihu.
(a) two (b) three
(c) four (d) six

3. Magh Bihu is celebrated in
(a) October-November
(b) November-December
(c) January-February
(d) None of the above

4. Which Bihu festival is known as Rongali Bihu?
(a) Magh Bihu (b) Bohag Bihu
(c) Kati Bihu (d) None of these

5. .... Bihu is also known as Kongali Bihu.
(a) Kati (b) Magh (c) Rangali (d) Gosain

6. Deodhani dance is the most important part of this festival of Assam. Mention the name of this festival?
(a) Bohag Bihu (b) Bathou Puja
(c) Bheldiya Festival (d) Bohaggiyo Bishu

7. Bash Puja is celebrated by the .... of Goalpara district.
(a) Hajongs (b) Rajbongshis
(c) Both (a) and (b) (d) None of these

8. Bhotheli Utsav is celebrated in the lower part of Assam in .... month.
(a) Bohag (b) Bhada
(c) Aswin (d) None of these

9. Bathou Puja is celebrated by the .... tribe of Assam.
(a) Bodo (b) Dimasa (c) Kcahoni (d) Chutia

10. Biswakarma puja is celebrated on the .... of .... every year.
(a) 15th, August (b) 17th, September
(c) 14th, October (d) 10th, September

11. Deul festival is organised to worship .... to keep the inhabitants of Darrang district safe for coming days.
(a) Surya (b) Vishnu
(c) Shiva (d) Durga

12. In Assam, Durga puja festival was introduced by Ahom King
(a) Pratap Singh (b) Ranjeet Singh
(c) Rudra Singh (d) None of these

13. .... is the most prominent festival celebrated by the Muslim community of Assam.
(a) Eid (b) Muharram
(c) Ramzan (d) None of these

14. .... is a two days festival of light.
(a) Kali puja (b) Lakshmi puja
(c) Biswakarma puja (d) None of these

15. Lakshmi puja is celebrated on the full-moon day after .... in Assam.
(a) Kali puja (b) Durga puja
(c) Biswakarma puja (d) None of these

16. Ras Lila is a very popular festival of .... in Assam.
(a) Buddhist (b) Jains
(c) Vaishnavites (d) Bodo tribes

17. Bheldiya festival is mainly celebrated in ....
(a) Dhubri (b) Goalpara
(c) Kamrup (d) Karimganj

18. Bhekuli Bia or Frog marriage festival is celebrated to increase
(a) rainfall (b) fertility of land
(c) productivity of land (d) All of these

19. Bomboll Pita is a festival celebrated by the farmers for
(a) satisfying sun God
(b) raising the fertility of the land
(c) Both (a) and (b)
(d) None of the above

20. Baishagu festival is mainly celebrated by .... of Assam.
(a) Baro Kacharis (b) Deori
(c) Sonowal (d) None of these

21. Which of the following festivals is Assam is celebrated by tea tribes in Paush?
(a) Tusu Puja (b) Baishagu festival
(c) Porag (d) Chou Puja

22. Which of the following festivals is celebrated by mising tribes of Assam?
(a) Chou puja (b) Porag festival
(c) Bomboll Pita (d) Baishagu festival

23. Chou puja is celebrated in which area of Assam?
(a) Nadala village (b) Harisingha
(c) Sipajhar (d) Dalgaon

24. Which of the following districts are famous for the celebrations of Me-Dam-Me-Phi festival of Assam?
(a) Sivasagar (b) Dibrugarh
(c) Lakhimpur (d) All of these

25. Rajani Garba and Harni Garba are celebrated by which of the following tribes of Assam?
(a) Dimasa Tribe
(b) Boro Kacharis
(c) Mising Tribe
(d) Tea Tribes

26. .... festival is celebrated for the welfare of a son on the 5th days of his birth.
(a) Sou puja (b) Pacholi
(c) Garakhiya Sewa (d) None of these

27. .... is celebrated in Kamrup district to worship cowherds.
(a) Sou Puja
(b) Bhotheli Utsav
(c) Garakhiya Sewa
(d) Bathou Puja

28. 'Manthan Sal' is associated with which of the following festivals in Assam?
(a) Suweri (b) Pacheti
(c) Palnam (d) Bihu

29. In Guwahati and some areas in Kamrup district, 'cows' are worshipped as
(a) Go Puja (b) Go Rakshak
(c) Symbol of health (d) None of these

30. In Assam, the snake Goddess Manasa is worshipped mainly in
(a) Darrang district
(b) Barpeta district
(c) Kamrup district
(d) Both (a) and (c)

31. The aim of the festival .... is to drive away evil which is symbolised by Mosquitoes.
(a) Mo-Ho-Ho (b) Karam
(c) Botheli (d) Bathon

32. What is the most important agricultural festival of tea tribe communities of Assam?
(a) Botheli (b) Sou puja
(c) Karam puja (d) None of these

33. The tribal priest of Assam is known as
(a) Deholi (b) Dehuri
(c) Jhankar (d) Both (b) and (c)

34. The Ali Ai Ligang festival is celebrated by .... tribes of Assam.
(a) Bodo (b) Santhal
(c) Gond (d) Mising

35. Bare Saharia Bhaona is a 200 year old .... festival of Assam.
(a) harvest (b) urban
(c) drama (d) religious

36. Which term of Makhibaha Sabha Mahostav is celebrated this year from 2nd March, 2022?
(a) 186th (b) 187th
(c) 188th (d) 191st

37. .... festival is started by the Assam Government in 2002 to boost up the tourism of the state.
(a) Dehing Patkai (b) Ali Ai Ligang
(c) Mo-Ho-Ho (d) All of these

38. Kaziranga Elephant festival is being held since
(a) 2000 (b) 2002
(c) 2003 (d) 2010

39. Majuli festival is celebrated on the banks of river
(a) Luit (b) Meghna
(c) Brahmaputra (d) None of these

40. Palnam festival is celebrated in which of the following regions of Assam?
(a) Belshor (b) Chamata
(c) Nashtra (d) All of these

41. Rongker and Chomankan are two most important festivals of .... tribes of Assam.
(a) Bodo
(b) Mising
(c) Karbis
(d) Both (a) and (b)

42. .... festival is devoted to dead people and is performed for peace and harmony of the spirits.
(a) Chomangkan (b) Rongker
(c) Ali Ai Ligang (d) None of these

43. Brahmaputra beach festival is celebrated by which of the following organisation?
(a) Assam Boat Racing and Rowing Association
(b) Assam Tourism Development Corporation
(c) Both (a) and (b)
(d) None of the above

44. The Tea festival in Assam is celebrated in
(a) Guwahati (b) Jorhat
(c) Kamrup (d) None of these

45. Which of the following festival is also known as 'New Year Festival of Assam'?
(a) Majuli Festival
(b) Porag Festival
(c) Dwijing Festival
(d) Karam Festival

46. Which tribe of Assam organised the Judima festival in the middle of December 2020 to promote its art and culture, performing arts and ethnic practices? ***[APSC 2021]***
(a) The Bodo tribe
(b) The Dimasa tribe
(c) The Karbi tribe
(d) The Mising tribe

47. Ambubashi Mela is held in the month of .... at the foothill of Kamakhya.
(a) February (b) April
(c) June (d) August

48. All the temples in Assam including Kamakhya are closed during
(a) Bihu (b) Ambubashi mela
(c) Bash puja (d) Durga puja

49. Jonbeel Mela is celebrated in .... district of Assam.
(a) Barpeta (b) Morigaon
(c) Darrang (d) Cachar

50. Which festival of Assam is known as the 'Fair of the Moon Lake'?
(a) Jonbeel Mela (b) Pacholi
(c) Garakhiya Sewa (d) None of these

51. Which of the following statements are true regarding fairs during Dol jatra festival in Assam?
(a) Majuli festivals, Dehing Patkai festival, Tea festival arranges fairs for tourists.
(b) This event celebrates the legened of Lord Krishna and his lover Radha.
(c) Dol jatra is celebrated for four days in different Satras and Vishnu temples of Assam
(d) All of the above

52. Match the following

	List I		List II
A.	Agricultural Festival	1.	Ambubashi Mela
B.	Religious Festival	2.	Bhekuli Bia
C.	Folk Festival	3.	Kati Bihu

Codes

	A	B	C		A	B	C
(a)	3	1	2	(b)	3	2	1
(c)	1	2	3	(d)	2	1	3

53. Match the following

	List I		List II
A.	Ambubashi Mela	1.	Morigaon
B.	Bash Puja	2.	Kamakhya
C.	Jonbeel Mela	3.	Goalpara

Codes

	A	B	C		A	B	C
(a)	1	2	3	(b)	2	3	1
(c)	3	2	1	(d)	3	1	2

54. Match the following

	List I		List II
A.	Ali Ai Ligang Festival	1.	Tourism Festival
B.	Bare Saharia Bhaona Festival	2.	Harvest Festival
C.	Dehing Patkai Festival	3.	Drama Festival

Codes

	A	B	C
(a)	1	2	3
(b)	3	2	1
(c)	2	3	1
(d)	2	1	3

55. Which tribe of Assam organised the Judima festival in the middle of December 2020 to promote its art and culture, performing arts and ethnic practices? ***[APSC 2021]***
(a) The Bodo tribe
(b) The Dimasa tribe
(c) The Karbi tribe
(d) The Mising tribe

Answers

1. (a)	2. (b)	3. (c)	4. (b)	5. (a)	6. (d)	7. (c)	8. (a)	9. (a)	10. (b)
11. (b)	12. (a)	13. (a)	14. (a)	15. (b)	16. (c)	17. (c)	18. (d)	19. (b)	20. (a)
21. (a)	22. (b)	23. (a)	24. (d)	25. (a)	26. (b)	27. (c)	28. (a)	29. (a)	30. (d)
31. (a)	32. (c)	33. (d)	34. (d)	35. (c)	36. (c)	37. (a)	38. (c)	39. (a)	40. (d)
41. (c)	42. (a)	43. (c)	44. (b)	45. (c)	46. (b)	47. (c)	48. (b)	49. (b)	50. (a)
51. (d)	52. (a)	53. (b)	54. (c)	55. (b)					

CHAPTER 27

Caste, Tribes and Ethnic Groups

Scheduled Castes in Assam

- Around 13.29 % of the total population in the state of Assam comprises of Scheduled Castes.
- The total SC population as per Census 2011 is 22,31,321.
- The number of males are 11,45,314 and the number of females are 10,86,007.
- In Assam, a total of 16 sub-castes are included in the status of Scheduled Castes.
- They are Jaliya, Bania, Dhupi, Hira, Jhalo, Duglai, Bansphor, Bhuinmali, Jalkoet, Munchi, Patni, Namasudra, Lalbegi, Mahara, Mehtar and Sutradhar.
- **Jaliya Kaibarta** is the largest sub-caste in Assam.
- The literacy rate of SC population is 76.99%. The highest literacy rate is in **Bania** and lowest in **Munchi**.
- The sex ratio of SC population in Assam is 948. **Hira** community has the highest sex ratio.
- Around 90% of SC population in Assam follows Hinduism.

Scheduled Tribes in Assam

- Around 14.12% of total population in the state of Assam comprises of Scheduled Tribes.
- The total ST population as per Census 2011 is 38,84,371.
- The number of males are 19,57,007 and number of females are 19,27,366.
- The literacy rate of ST population is 72.06%. **Kachari Sonowal** tribe has the **highest literacy rate of** 81.2% while **Mikirs has the lowest of** 53.7%.
- The largest tribal group in Assam is **Boro-Kachari**.
- The sex ratio of ST population in Assam is 985.
- North Cacher hills and Karbi Anglong districts are two autonomous hill districts of Assam having largest number of ST population living in it.
- Scheduled Tribes living in the autonomous districts of Assam are Chakma, Dimasa, Garo, Hajong, Hmar, Khasi-Jaintia, Systeng, Bhoi, Kuki, Lakhar, Man, Mizo, Mikir, Naga, Pawi, Syntheng and Lalung.
- Tribes excluding the autonomous districts are Barmans, Boro-Kachari, Deori, Hojai, Kachari, Sonowal, Mech, Miri, Rabha, Diamasa, Hajong, Singho, Khampti and Garo.
- Around 90% of ST in Assam follows Hinduism. Rest are Christians, Muslims and Buddhists.

Major Tribes of Assam

On the basis of area of habitation the tribes of Assam are divided into Plain tribes and Hill tribes.

Tribes of Plain Area

The tribes of plain area of Assam are Bodo, Deori, Lalung (Tiwa), Mising. These are discussed as follows

Bodo

- The Bodo tribe is also known as Bora-Kacharis or Bodo-Kacharis. Bodo tribe belong to Tibeto-Burman linguistic group.
- Their origin is believed to be in Tibet and China. Their language is Boro-Garo and they also speak Assamese.
- Bodo is the largest ethno-linguistic group (largest tribe) in Assam. They are mainly resides in Bodoland Territorial region of Assam.
- They live in the districts of Dibrugarh, Tinsukia, Dhemaji, Sivasagar, Lakhimpur, Golaghat, Jorhat, Udalgiri, Chirang Baksa, Bapli, Sonitpur and Golpara, etc.
- Mythologically, Bodos are 'the off-spring of son of the Vishnu (Baraha) and mother-Earth (Basumati)' who were termed 'Kiratas' during the epic period.
- They are referred by various names in the different parts of the state. They are called
  - Budo or Bodo Kacharis in Lower Assam
  - Sonowal in Eastermost part of Assam
  - Thengwal in some parts of Upper Assam
  - Dimasa in Southernmost part of Assam
  - Barmans in Southern part of Assam

▲ BODO TRIBE PERFORMING THEIR TRADITIONAL DANCE : BAGURUMBA

Social Life

- Bodo people marry in the same community. Their main occupation is **agriculture** and animal husbandry. They are still using a traditional irrigation system called **Dong system**.
- The Bodo tribal people are experts in **bamboo crafts**.
- They were the first people who enrolled in silk specially the Muga silk worm.
- 'Oja' is the village priest that conducts the proceeding of rituals. The priest, 'Douri' and the village head man have a place of honour in the traditional Bodo-Kacharis social life.
- Bodos practised **Bathouism**, which is the worshipping of supreme God, known as **Obonglaoree**.
- The shijou tree (*Euphorbia*) is taken as the symbol of Bathou and worshipped.
- **Bodo Kherai** is the main religious festival of Bodos. The traditionaly dance of Bodos is **Bagurumba**.
- Rice wine called **Zu Mai**, is the traditional drink of the Bodo tribe.
- Meeting of the council are organised and presided over by a person known as **Gaoburha**.

Deori

- The Deori tribe of Assam belongs to Indo-Mongolian group and the Sino-Tibetian languages family. They speak both Assamese and Deori language.
- It is found that the people of Deori tribe had migrated from Dibang, Lohit, Kundli valleys and settled in **Sadiya**, **Joidaam** and **Pat Kai** foothills and in **Upper Assam**.

Social Life

- They have four different forms of marriage namely **Soru Biya**, **Mafu Biya**, **Bor Biya** and **Gandharba Biya**.
- Their main source of livelihood is agriculture.
- In ancient time, they served as priests of **Chutiya community**.
- Their common place of worship is called **Than**. The name of their main deity is **Kundi Marha**.
- Their main festivals are **Joydam**, **Bohar Bihu** (April) and **Magiyo Bihu** (January).
- This tribe is habitual of drinking and hence produce **Suze** a local rice beer.
- Deori tribal people practice Hinduism, Ekasarana Dharma and folk religion.
- The traditional dance of Deori tribe is **Deodhani dance**.

Mising

- The Mising tribe is also known as **Miris**. They belong to the greater group of Tani people who speak the language of Sino-Tibetian family.
- Mising tribe predominantly lives in the areas of Dhemaji, Lakhimpur, Sonitpur, Tinsukia, Dibrugarh, Sivasagar, Jorhat and Golaghat. They also live in Majuli, the Island on the Brahmaputra river.
- **Grierson** (1909) referred them as 'gentleman', while **Crooks** interpreted them as 'hill man'.
- It is believed that Mising migrated to the plains from the Miri pahar (Miri hills).

  As per historians, the Mising came down to the plains in two groups, the **Barogam** and the **Dohgam**.

▲MISING WOMEN IN TRADITIONAL DRESS

Social Life

- The main source of livelihood for the Mising tribe is **agriculture**.
- They believe in different supernatural beings and are mainly animists.
- They have also adopted Vaishnavism after the Bhakti Movement started by Sankardev in 14 AD.
- Their important festivals of Mising are Ali Li Ligang and Porag.
- They mainly practice joint family system.
- The traditional chief of a Missing village was called a Gam and the Kebang was the legal, judicial and executive authority of this community.

Tribes of Hill Area

Hill tribes of Assam are Barman Kacharis, Karbis, Sonowal Kacharis, Singpho, Dimasa Kacharis, etc. Some of the hill tribes are discussed below

Barman Kacharis

- The Barman Kacharis are an indigenous Assamese community of North-East India and are a sub-section of the Dimasa people in Barak valley.
- They are mainly found in the districts of Udalguri, Baksa, Chirang, Kokrajhar, Darrang, Kamrup, Goalpara, Nagaon, Lakhimpur, Dhemaji, Cachar and Barpeta.
- They speak Barman language, which is a Tibeto-Burman language of Bodo-Garo sub-group.

Social Life

- Marriage within clan is prohibited among the people of this tribe.
- Agriculture is the main occupation of Barman Kacharis.
- They celebrate traditional **Bihu festivals**.
- They perform **meshak dance** during the festivals.

Karbis

- The Karbis belong to the Mongoloid group. Their language belong to Tibetian-Burman group.
- They are divided into three groups Chinthong, Ranghang and Amri.
- They comprise as Mikir in the Constitution of India. But now, the term is considered derogatory.
- They reside mainly in Dima Hasao, Kamrup, Hojai, Morigaon, Nagaon, Golaghat, Karimganj, Lakhimpur, Sonitpur and Biswanath districts of Assam.

Social Life

- People of Karbis do not marry within the same clan. Karbi are basically hill tribes and practice Jhum cultivation.
- The Karbi deities can be divided into three groups according to their function and these are Hem-Angtar, Rongker and Thengpi-Thengso.
- Their main festivals are Rongker, Botor Kekur and Hacha-Kekan, etc.
- Karbis people still practice Animism. Many people follow Hinduism and around 10-15% of the population are Christians.

▲ KARBI WOMEN

Sonowal Kacharis

- They are one of the indigenous people of Assam and belong to the Tibeto-Burman origin. They are closely associated with the Kacharis group.
- They are predominantly settled in Dhemaji, North Lakhimpur, Tinsukia and Dibrugarh. Small number of Sonowal Kacharis are also settled in Jorhat and Golaghat.

Social Life

- Their main occupation is to **extract gold from riverbeds.**
- Bihu is the main festival of Sonowal Kacharis. They celebrate three Bihu i.e., Bohag Bihu or Rongali Bihu, Magh Bihu or Bhogali Bihu and Kati Bihu or Kongali Bihu.
- They follow the **Vaishnav Dharma** and **worship Lord Shiva.**

▲SONOWAL KACHARI WOMENS

Singpho

- Singpho are one of the most prominent plain tribe who migrated to Assam during 18th century from Northern Burma (Myanmar).
- This tribe is concentrated in Tinsukia, Sivasagar, Jorhat and Golaghat district of Assam.

Social Life

- They speak the Singpho dialect of the Jingpo language.
- These people practice shifting cultivation. It is believed that from Singpho's British got the idea of tea.
- Shapwang Yawng Manau Pol in an annual festival of Singpho tribe of Assam. Singpho tribes are followers of **Theravada Buddhism**.

Dimasa Kacharis

- Dimasa Kacharis belong to Bodo tribe.
- They were one of the earliest aboriginal tribes of Brahmaputra valley.
- This tribal group speaks the Dimasa language which is a Tibeto-Burman language.
- Dimasa people are concentrated in Dima Hailakandi and Karimganj district of Assam.

Social Life

- Agriculture is their main occupation.
- **Pathri** is the priest of Dimasa. They believe traditionally that they are the children of Bangla Raja and divine bird Aarikhidina.
- Dimasa tribe celebrate the **Busu Dima festival.**
- Their houses are built in two facing rows. The houses having timber super structure, mud-plastered bamboo walls and thatched roof are known as **Non-Dima.**
- Their is custom prevalent among Dimasa that son inherit the father's property while the daughter inherit the mother's property.
- Their clans are distributed among twelve territorial 'sacred groves' called **Daikhos.**
- Their village system of Dimasa is known as **Nohlai** which means a cluster of houses and the whole village with its population is known as **Raji.**

Rabha

- The Rabha tribe belongs the **Tibeto-Burman community.**

- They are mostly concentrated in Goalpara, Kamrup, Darrang, Udalguri, Kokrajhar, Baksa, Bongaigoan, Chirang and Sonitpur districts of Assam.
- They speak Rabha and Assamese language.
- Rabhas refer themselves as Koch connection with Koch kingdom of Koch Behar (now called Cooch Behar).
- They also had connection with Bado, Garo, Kachari, Mech, etc.

▲RABHA TRIBAL LADY

Social Life

- Their occupation is agriculture, forest based activities and weaving.
- Mahadev is the chief deity of Rabha tribe.
- They celebrate the **Baisakho festival** in April/May. Baikho Puja is their prime festival.
- **Kalaguru Bishnuprasad Rabha** is the most famous person of the tribe. He had a great contribution in the field of music, dance, painting, literature and politics of Assam.

The Chutiyas

- They are important ancient inhabitants of Assam who are associated with the Chutiya kingdom. They belong to Bodo-Kacharis group.
- After Neo-Vaishnava movement during 16th-17th century, majority of Chutiyas became followers of Ekasarana Dharma, propagated by Srimanta Sankardeva.
- They worshipped male deity Pisha-dema and female deity Pisha-si.

Social Life

- The religion of Chutiyas is a tribal tantrik folk religion which has both the influence of Hinduism and Vaishnavism.
- Chutiyas are divided mainly into five important groups, *viz*, Hindu Chutiya, Ahom Chutiya, Borahi Chutiya, Miri Chutiya, Deuri Chutiya.
- Some famous festivals of Chutiyas are Deokuber, Dangoria Sabah, Apeswari Sabah, Suvasani, etc.

Kuki Tribes

- The Kukis are also known as the Chin and Zomi. Due to thc arrival of Christian missionaries they adopted the Christianity.
- With regard to governance, Kuki village communities hold annual assembly known as **Semang** which means cabinet.
- Pachong (cabinet members) and all the household heads of the villages discuss matters related to the community in that assembly.

Hajongs

- The Hajong tribe belong to the Boro-Kacharis group.
- They speak Hajong language which is classified as Indo-Aryan language.
- They are believed to migrate from the Tibetian plateau and settled along the banks of Brahmaputra and Tista rivers.

- They live in **Dhubri** and **Goalpara** district of Assam. They are small tribe and included in the status of Scheduled Tribe in Assam.
- They are predominantly rich cultivators and are said to introduce wet-field cultivation.
- They celebrate Hindu festivals like Durga Puja, Kamakhya Puja. Their other local festivals are Bastu Puja, Chorkhila, Nungtang, etc.

▲PEOPLES OF HAJONG TRIBE

Jalia Kaibarta

- Buddhist Jatakas consider Kaibarta to be a Hinduised word of Kevatta which refers to a class of fishermen.
- Jalia Kaibarta are recognised as Scheduled Caste in Assam, under the name of Jal Keot or Kaibarta. The languages spoken by them is Assamese and Bengali.
- They are traditionally engaged in fishing.
- Most of the people of this tribe follow Hinduism. Only 3-4% follow Christianity.
- They celebrate Hindu festivals like Holi, Diwali, Navratri.

Kalita

- Kalita tribe settled in Assam in 11th century during rule of Dharampala. They are responsible for bringing Aryan culture in Assam.
- Kalita people are also considered the Eastern most lineage of Rajputs/Suryavanshis.
- They practice the Hindu religion and celebrate all Hindu festivals.

Ethnic Groups of Assam

Ethnic groups are a community of people sharing a common culture. The **Anthropological Survey** in India in 1985 stated that there are more than 100 ethnic group residing in Assam.

Some Ethnic Groups of Assam are given below

Khasi

- They live in some villages of Karbi Anglong, Dima Hasao, Cachar, Hailakandi and Karimganj districts of Assam.
- They have cultural and linguistic similarities with the Jaintias.

Santhals

- They are known as 'Hor Hapan' in their own Santhali language.

Nath-Jogis

- Nath-Jogis are important ancient community of Assam.
- They live in **Bongaigaon, Kokrajhar, Darrang, Nagaon, Morigaon, Hojai, Sonitpur,** etc. districts of Assam.
- The ancestors of this community propagated yoga extensively and that is why they became popular as Yogis.

Hiras

- Hira people are mainly live in Goalpara, Kamrup and Barpeta districts of Brahmaputra valley of Assam.
- They are scheduled caste people. They earn their livelihood by cultivation and making earthen pots.
- The women folk of the Hira society of Assam are practising the pottery making without wheel since centuries ago as their traditional occupation.

Tai Ahom

- Tai Ahom is an ethnic group which is considered a mix of Tai people and local indigenous people.
- These people are concentrated in Golaghat, Jorhat, Sivasagar, Dibrugarh, Tinsukia, Lakhimpur, Sonitpur, Dhemaji, Karbi Anglong and Lohit district of Assam.
- These people built their houses 2m high above the ground level on stilts called **Rwan Huan**.

▲AHOM PEOPLE

Koch Rajbongshi

- The Koch Rajbongshi or Rajbonshi is the ethnic group living in Assam. They are descendant of Koch dynasty.
- The mention of this community is even found in Vishnu Purana, Kalika Purana and Mahabharata.
- Their main occupation is agricultural.
- Koch Rajbongshi tribe follow Hinduism.

Garos

- The Garos are an indigenous Tibeto-Burman ethnic group.
- They are mainly live in Meghalaya, Assam, Tripura, Nagaland and neighbouring areas of Bangladesh namely Mymensingh, Netrokona, Jamalpur, Sherpur, Sylhet and Rangamati.
- The Garos like to call themselves as Achik Mande (hill people).
- The deity name Garos are Saljong and Chorabudi.
- They are one of the few who follow matrilineal societies in the world.
- They celebrate festivals like Wangala Charvest, Gal-mak-Goa, Agalmaka, Christmas, Ahaia Winter, etc.
- They follow their own religion known as Sangsarek.

Tea Tribes

- Tea tribes are the multi-ethnic groups of tea garden workers in Assam who are collectively called as tea tribes.
- They are the tribal people brought into Assam by the British tea planters. They are also called 'Adivasis' in Assam.
- They predominantly live in Upper Assam and Northern Brahmaputra comprising the districts of Kokrajhar, Udalguri, Sonitpur, Nagaon, Golaghat, Jorhat, Sivasagar, Charaideo, Dibrugarh and Tinsukia.
- Tea tribes in Assam majorly consist of many large tribe like Santhals, Gonds, Mundari, Kurukh, Kurmi, Sadri, Kharia Saora, Kui Kanda, Chik Baraik, Gowalas, etc.
- They speak Odia, Sadri, Kurmali, Santali, Kurukh, Kharia, Kui, Gondi and Mundari languages.
- Tea tribes have different folk dances like Jhumair, Santhali, Chhau, Karma and Sambhalpuria.

Multiple Choice Questions

1. How many sub-castes are included in the status of scheduled castes in Assam?
(a) 25 (b) 11 (c) 16 (d) 18

2. Which is the largest sub-caste in Assam?
(a) Dhupi (b) Mahara
(c) Kaibarta (d) Namsudra

3. Which caste group in Assam have the highest literacy rate?
(a) Munchi (b) Bania
(c) Mehtar (d) Sutradhar

4. Which SC community has the highest sex ratio in Assam?
(a) Hira (b) Jhalo (c) Duglai (d) Patni

5. Which is the major religion practised by most of the people of Schedule Castes in Assam?
(a) Christianity (b) Sikhism
(c) Islamism (d) Hinduism

6. Which tribe has the highest literacy rate?
(a) Deori (b) Dimasa
(c) Syntheng (d) Kachari Sonowal

7. Which is the largest tribal group of Assam?
(a) Kachari Sonowal (b) Boro Kachari
(c) Kuki (d) Hojong

8. Which of the following is an autonomous hill district of Assam?
(a) North Cacher Hills (b) Karbi Anglong
(c) Both (a) and (b) (d) None of these

9. Which among the following tribes do not live in the autonomous districts of Assam?
(a) Bhoi (b) Kasi-Jaintia
(c) Sonowal (d) Garo

10. The Boro tribe is known by which other name?
(a) Boro (b) Kachari
(c) Boro-Kachari (d) All of these

11. The Bodo people are expert in which activity?
(a) Agriculture (b) Silk worm rearing
(c) Weaving (d) Bamboo crafts

12. Which is the traditional drink of Bodo tribe that is made of rice wine?
(a) Zu Mai (b) Kherai
(c) Semang (d) Ali-li-ligang

13. Which tribal group in Assam is concentrated in Sadiya, Joidaam and Pat Kai foothills?
(a) Mising (b) Deori
(c) Karbi (d) Rabha

14. The language spoken by Mising tribe belongs to which language family?
(a) Tibetian-Burman
(b) Sino-Tibetian
(c) Indo Aryan
(d) None of the above

15. Which tribe of Assam inhabits the Island of Majuli on Brahmaputra river?
(a) Mising (b) Bodo
(c) Hojong (d) Kalita

16. The Barman Kacharis are a subsection of .... people in Barak Valley.
(a) Dimasa (b) Mech
(c) Bodo (d) Singhpho

17. Which tribe of Assam was mentioned as Mikir in the Constitution of India till 1976?
(a) Sonowal-Kachari (b) Bodo-Kachari
(c) Ahom (d) Karbi

18. Which tribal group of Assam were traditionally gold extractors from the riverbeds?
(a) Dimasa (b) Jalia Kaibarta
(c) Sonowal-Kacharis (d) Tai-Ahom

19. The Theravada sect of Buddhism is followed by which tribal group in Assam?
(a) Syntheng (b) Singpho
(c) Chakma (d) Tai-Phake

20. The most important festival celebrated by Rabha tribe is
(a) Kherai (b) Baisakho
(c) Porag (d) Ibaku

21. Multi-ethnic groups of people working in tea plantations are known by which name in Assam?
(a) Tea tribes (b) Tiwa
(c) Both (a) and (b) (d) None of these

22. What is the collective name for Santhals, Gonds, Mundari and Kurukh tribes in Assam?
(a) Santhalis
(b) Tea tribes
(c) Minor tribes
(d) Tribal community

23. Which tribe is believed to introduce wet field cultivation method for rice farming?
(a) Jalia Kalibarta (b) Hajong
(c) Rabha (d) Kachari

24. The Vishnu Purana and Kalika Purana mentions about which tribal group of Assam?
(a) Mech
(b) Tai-Ahom
(c) Sonowal
(d) Koch-Rajbongshi

25. Which hill tribes are known as Achik or Mande?
(a) Bodo (b) Singpho
(c) Karbi (d) Garo

26. **Assertion (A)** Most of the tribes in Assam built their houses on bamboo stilts.
Reason (R) They are settled near rivers and face the problem of flooding.
(a) Both A and R are correct and R is the correct explanation of A
(b) Both A and R are correct but R is not the correct explanation of A
(a) A is true but R is false
(a) A is false but R is true

27. Consider the following statements about tea tribes in Assam.
(i) They were brought as indentured labourers.
(ii) They share some common cultural traditions with tribes of Odisha, Jharkhand and West Bengal.

Which of the following is/are true?
(a) Only (i)
(b) Only (ii)
(c) Both (i) and (ii)
(d) None of the above

28. Consider the following statements about Bodo tribe.
(i) This group settled in Assam about 1000 years ago.
(ii) They developed the Dong system of irrigation.

Which of the following is/are true?
(a) Only (i) (b) Only (ii)
(c) Both (i) and (ii) (d) None of these

29. Match the following lists.

	List I		List II
A.	Gobha	1.	Sonowal Kacharis
B.	Bez	2.	Koch-Rajbohgshi
C.	Rwan Huan	3.	Tiwa
D.	Bukuni-Patani	4.	Tai Ahom

Codes

	A	B	C	D		A	B	C	D
(a)	4	2	3	1	(b)	1	4	2	3
(c)	3	1	4	2	(d)	2	3	1	4

30. Match the following lists.

	List I (Tribe)		List II (Festival)
A.	Bodo	1.	Ali-li-ligang
B.	Mising	2.	Poi Sangken
C.	Karbi	3.	Rongker
D.	Tai-Phaka	4.	Domashi

Codes

	A	B	C	D		A	B	C	D
(a)	4	1	3	2	(b)	1	4	2	3
(a)	3	2	4	1	(d)	2	3	1	4

31. With reference to the tribes of North-East India, which of the following statement(s) is/are correct? ***[APSC 2022]***
(i) The AO tribe is mainly concentrated in Mokokchung district of Nagaland.
(ii) The Sherdukpens are mainly concentrated in West Kameng district of Arunachal Pradesh.
(iii) The Reangs are mainly concentrated in Mizoram.

Codes
(a) Only (i) (b) (i) and (ii)
(c) (i) and (iii) (d) All of these

32. With respect to different ethnic groups of Assam, which of the following statement(s) is/are correct? ***[APSC 2022]***

(i) The Bodos are the largest tribe in Assam followed by Dimasas.

(ii) The traditional religion of the Missing tribe in Donyi Poloism.

(iii) The Tiwas are inhabitants of both the plains and the hills.

(iv) Baikho is a traditional festival of the karbis.

Codes

(a) Only (i)
(b) (i) and (iii)
(c) (ii) and (iii)
(d) (i), (ii) and (iv)

33. Which of the following statements are correct about the scheduled castes in Assam as per the 2011 census?

(i) Scheduled Caste population constitutes about 7.15% of the total population of Assam.

(ii) 16 sub-castes are recognised as SCs in Assam, such as Basfu, Bhuimali, Bania, Dhupi, Dhali, Hira, Kaibartta, etc.

(iii) Nagaon district has the highest percentage of SC population followed by Cacher and Kamrup.

(iv) The literacy rate of SCs in Assam is 66.76% with SC females constituting 55.52% and SC males constituting 44.48%.

Select the correct answer using the codes given below.

(a) (i) and (ii) only
(b) (i), (ii) and (iii) only
(c) (iii) and (iv) only
(d) (i), (ii), (iii) and (iv)

Answers

1. (c)	*2. (c)*	*3. (b)*	*4. (a)*	*5. (d)*	*6. (d)*	*7. (b)*	*8. (c)*	*9. (c)*	*10. (c)*
11. (d)	*12. (a)*	*13. (b)*	*14. (b)*	*15. (a)*	*16. (a)*	*17. (d)*	*18. (c)*	*19. (b)*	*20. (b)*
21. (a)	*22. (b)*	*23. (b)*	*24. (d)*	*25. (d)*	*26. (a)*	*27. (c)*	*28. (b)*	*29. (c)*	*30. (a)*
31. (b)	*32. (c)*	*33. (c)*							

CHAPTER 28

Assamese Newspapers, Magazines and Cinema

History of Newspaper

- A tradition of news speaking was started in Assam during the time of Srimanta Sankaradeva at the **Satras.**
- He collected the news regarding the people and Satras he visited. He used to deliver the news about Satras in front of the disciples of other Satras. It was known as **Batori Koa Kutha.**
- Later on these types of reportings were recorded black and white by the biography writers of Srimanta Sankaradeva, Madhavadeva and others such Vaishnava Saints.
- The modern mass communication system through newspaper was started by the **Christian Missionaries.**

Some Famous Newspapers of Assam

Newspaper	Published Year	Place	Founder/Editor	Facts
Arunodoi	1846	Sivasagar	Dr. Nathan Brown	• Also called **Orunodoi**. • Printed from Bapist Missionary Press by OT Cutter. • Tagline "The Orundoi monthly paper, devoted to religion, science and general intelligence."
Assam Bilasini	1871		Dutta Deva Goswami	• Printed from Dharma Prakash Press. • It involved in freedom movement by making the public aware against the exploitation of British Government.
Assam Mihir	1872	Guwahati	Chidananda Chaudhary	• Published from Chidananda Press.

Newspaper	Published Year	Place	Founder/Editor	Facts
Assam News	1882	Guwahati	Hemchandra Barua	• First Assamese weekly newspaper. • First Bilingual weekly newspaper i.e. published in both Assamese languages. • First newspaper published from Guwahati.
Assam	1894		Kaliram Barua	• In English it was edited by Kaliram Barua and Manik Chandra Barua and in Assamese edited by Satyanath Bora.
Assam Bonti	1900	Tezpur	Padmanath Gohain Barua and Kamla Kant Bhattacharya	• Published by the group of Assamese and Rajasthani (Marwari) Community.
Dainik Batori	1935	Tezpur	Nilmoni Phukon	• First Assamese weekly newspaper. • Published from Batori Press.

Assamese Print Media in English

- The English Newspaper of Assam **Times of Assam** begun on 5th January, 1895.
- It was a weekly newspaper published at the Radanath Press, Dibrugarh.
- The editor cum owner of this newspaper was Radhanath Changkakoti.
- Two more English weekly newspapers i.e., **The Eastern Herald** and **Citizen** were started in 1902, both edited by Bansabad Mira.
- **The Assam Tribune** the most popular english newspaper in North-East started weekly on 4th August, 1939 from Dibrugarh. Its founder was Radha Gobinda Barua.
- It was shifted to Guwahati in 1946. The founder editor of the paper was Lakshminath Phukan.
- In 1983, the Sentinel, a daily English newspaper was launched from Guwahati.
- It has five simultaneous editions from **Guwahati**, **Dibrugarh**, **Shillong**, **Silchar** and **Itanagar.**
- The newspaper was edited by Dhirendra Nath Bezbarua, former President of 'The Editor's Guild of India'.
- **The North-East Times**, a daily English newspaper was introduced on 2nd October, 1990 by GL Publications Ltd. with Khiren Roy as the founder editor.
- In June 1991, the Janmabhumi Group Published **Eastern Clarion** and **News Front** was published from Guwahati on 15th August, 1991 by Amit Kumar Nag as editor.
- The **North-East Observer,** English daily was launched on 2nd August, 1992. Girish Chandra Sarma was its editor.
- **Seven Sisters Post** was published from Guwahati on 11th November, 2011 by Saradha Printing and Publications Pvt. Ltd.

Some Famous Magazines of Assam

Assam Darpana

This was the monthly journal in Assamese started during the year 1874-75 by a resident of **Darrang** district of Assam.

Assam Dipak

- This was a monthly journal in Assamese and issued from the Dharmaprakash press in 1876.
- In 1876, Dihingiya Gosain of Nowgong, edited a monthly magazine dealing with religious subjects, which was printed at Guwahati. It was only sold among the disciple of the Gosain.

Chandrodaya

- This was a monthly vernacular magazine which was published from Chindananda Press, Guwahati in 1876.

Assam Bandhu

- This was a monthly vernacular magazine started in 1885 by Gunabhiram Barua.

Mau

- This was a monthly literary journal in Assam edited by **Babu Har Narayan Bora**.
- It started printing in December, 1886.

Lora Bandhu

- It was the first children's magazine published in Assamese.
- Its publication started in 1888 and was edited by Karunabhiram Barua.

Jonaki

- This literary Assamese monthly magazine was published from Kolkata in 1889 with the objective of promoting the cause of Assamese language literature and journalism and it still published its issues.
- Chandra Kumar Agarwala was the founder editor of this magazine.

Bijuli

- It is another important journal of this era like Jonaki.
- It was edited by Padmanath Gohain Barua and published parallely to Jonaki in 1890.

Dipti

- It was a monthly journal published from Dibrugarh. It's publication started in July 1905.
- It was edited by Rev. AK Gurney and was considered as a mouthpiece of Assam Baptist Mission.

Usha (Dawn)

- The publication of this monthly magazine started in 1907.
- The editor of this magazine was Padmanath Barua. This magazine was published from **Darrang** district of Assam.

Banhi

- Banhi was a monthly Assamese periodical and one of the leading Journal on Assamese literature. It was first published in 1909 from Calcutta (Now Kolkata).
- But later it was appeared from Guwahati. Its editor was Lakshminath Bezbarua.
- Banhi magazine is said to **be the first Assamese magazine to have introduced cartoons. Madhav Chandra Bezbarua** was also its editor.

Asomiya

- 'Asomiya' a weekly magazine started to publish from Dibrugarh in 1918 which was a milestone in the history of Assamese journalism. The editor of the magazine is Sadananda Deorah.
- The 'Asomiya' published with a nationalistic view point and it supported the Indian Freedom Movement.

Ghar Jeuti (Ghor Jeuti)

- It was the first women's magazine published in 1927.
- **Kamalaloya Kakoty** and **Kanaklata Chaliha** were the editors of this magazine.

Other Newspapers and Magazines of Assam

Name	Published Year	Editor
Larar Bandhu	1888	Karunabhiram Barua
Alochani (Monthly)	1909	Prasanna Kumar Barua and Durganath Changakaki
Assam Bandhav (Monthly)	1910	Pandit Tirtha Chakraborty
Akon	1916	Hemchandra Goswami
Xhadiniya Xhongbaad	1918	Chandra Kumar Agarwala
Assam Pradipika (Monthly)	1920	Naradev Goswami and Rajanikanta Bardoloi

Name	Published Year	Editor
Milan	1923	Garganarayan Choudhary
Sahitya Sabha Patrika	1926	Chandradhar Barua
Xhadiniya Raaiz	1927	Kirtinath Sarma
Dainik Batori (Daily)	1929	Nilamoni Phukan
Deka Axom	1935	Ambikagiri Raichoudhary
Asam Sevak (Weekly)	1937	Debendra Nath Sarma
Tarun Axom	1939	Benudhar Sarma
Dainik Asomiya	1946	Debakanta Barua
Janambhumi (Weekly)	1947	Dulal Chandra Bhuyan
Asom Bani (Weekly)	1955	Satish Chandra Kakati
Assam Batori (Weekly)	1963	Chandra Prasad Saikia
Ganatantra (Weekly)	1962	Purna Kanta Sarma
Asom Batori (Bi-weekly)	1964	Chandra Prasad Saikia
Saptahik Nilanchal (Weekly)	1968	Homen Borgohain
Agardoot (Bi-weekly)	1974	Kanaksen Deka
Prantik	1981	Dr. Bhabendra Nath Sakia
Ajir Assam	1987	Radhika Mohan Bhagawati
Natun Dainik (Daily)	1988	Chandra Prased Saikia
Sadin (Weekly)	1989	Tilak Hazarika
Budhbar (Weekly)	1989	Parag Kumar Das
Ajir Batori (Daily)	1991	Dhirendra Nath Chakravorty
Ajir Sangbad	1994	Paresh Baishya
Dainik Agardoot Daily	1995	Kanaksen Deka
Assomiya Pratidin (Daily)	1995	Paraj Kumar Das
Amar Asom	1997	Homen Borgohain

Media Personalities of Assam

Name	Field
Radha Govinda Barua	Founder of the Assam Tribune
PG Barua	Editor of the Assam Tribune and Dainik Asam
PJ Barua	Executive Editor of the Assam Tribune
DN Bezbarua	Founder Editor of The Sentinel
Radhika Mohan Bhagawati	Famous Journalist of Assam and North-East
Pradip Barua	Editor of Prantik
Munin Bayan	Executive Editor of Dainik Asam
Prasanta Rajguru	Editor of Amar Asom
Homen Borgohain	Chief Editor of Niyamiya Barta
Kanaksen Deka	Chief Editor of Dainik Agradoot
Dhirendra Nath Chakraborty	Senior Journalist/Columnist
Dhirendranath Bezbarua	Senior Journalist
Anuradha Sarma Pujari	Editor of Sadin
Manoj Goswami	Former Editor, Dainik Janasadharan and Editor-in-Chief, Dy 365
Pranoy Bardoloi	Senior Journalist and Managing Editor of Prag News
Samudra Gupta Kashyap	Journalist/Columnist
Susanta Talukdar	Journalist/Columnist
Roopak Goswami	Environment Journalist

Assamese Cinema

- The origin of Assamese Cinema can be traced back to Rupkanwar Jyoti Prasad Agarwala.
- He was a noted poet, playwright, composer and freedom fighter.
- He made the first Assamese film **Joymoti** (1935) under the banner of Critrakala Movietone.
- The second picture **Indramalati** was filmed between 1937 and 1938 finally released in 1939. The eminent composer and singer of Assam, Bhupen Hazarika played an important role in the movie.
- The Assamese film industry is called **Jollywood** due to the contribution made by Jyoti Prasad Agarwala and his Chitraban film studio.
- **Late Rohini Kumar Barua** made a film on a relevant historical topic called **Manomati** in 1941. It was followed by films like Parvati Prasad Barua's Rupohi (1946), Kamal Narayan Choudhary's Badan Borphukan (1947), Phani Sharma's Siraj, Asit Sen's Biplabi and Prabin Phukan's Paarghat, etc.
- **Piyoli Phukan** based on the life of freedom fighter Piyoli Phukan was the first Assamese film to win a national award in 1955.
- In 1955, a new talent Nip Barua made his directorial debut with **Smrit Paras**. His subsequent films **Mak Aaru Moram** and **Ranga Police** won many state awards and the silver medal at the National level.
- **Prabhat Mukherjee** made a film on the universality of motherhood, **Puberun** (1959), which was shown in the Berlin Film Festival.
- The period between 1959 and 1969 is generally regarded as the **Golden era of Assamese cinema**.

Mobile Theatres in Assam

- The concept of mobile theatres is exclusive in the state of Assam.
- The mobile theatre groups travel from one place to another with their cast and crew.
- First mobile theatre in Assam was **Kohinoor Opera** founded by Natyacharya Brajnath Sarma in 1930.
- The group performed dramas from Dhubri to Sadiya.
- The first mobile theatre play was staged on 2nd October, 1963 in Pathsala by Nataraj Cine Theatre. It was formed by **Achyut Lahkar** who is known as the **father of mobile theatre.** He produced plays like **Tikendrajit, Black money, Beula, Dhogjora**.
- The mobile theatres were performed in rural areas and themes from mythological stories to contemporary issues were staged. Themes also included adaptation of Assamese novels, Greek classic and Hollywood blockbusters.
- The mobile theatre of Assam has things in common with the Jatra of West Bengal, for example the performance on make shift stages.

Some Award Winning Assamese Films

Name of Film	Award/Honour
Piyoli Phukan (1955)	Certificate of Merit
Dhumuha (1957)	Certificate of Merit
Ronga Police (1958)	President's Silver Medal
Puberun (1959)	President's Silver Medal
Tezimola (1963)	Certificate of Merit
Maniram Devan (1963)	President's Silver Medal
Dr. Bezbarua (1969)	Regional Best Film
Papori (1986)	Selected for Indian Panorama
Haladhiya Choraye Baudhan Kahai (1987)	Sarna Kamal Award/Selected for Indian Panorama
Kolahol (1988)	Best Regional Film
Banani (1990)	Winning Best film in Environment Section/Selected for Indian Panorama

Name of Film	Award/Honour
Relor alir Dubori bon (1992)	National Award
Haladhar (1993)	Indira Gandhi Award
Itihakh (1996)	Best film of Regional Language
Rag-Boirag (1996)	Indira Gandhi Award
Mimankha (1996)	Selected for Indian Panorama
Kukhal Kowar (1999)	Best Film of Regional Language
Pokhi (2000)	Best Film of Regional Language
Konikar Ramdhenu (2002)	Best Regional Film/Selected for Indian Panorama
Mon Jai (2008)	Selected for Indian Panorama
Basundhara (2009)	Best Regional Film
Kothanodi (2015)	63rd National Film Awards
Village Rockstars (2018)	Best Feature Film at the 65th National Film Awards. It also won award in three other categories i.e., best child artist, best editing, Best audiography.
Bulbul Can Sing (2018)	National Film Award for Best Feature Film in Assamese at India's 66th National Film Awards.
Bridge (2022)	Best Feature Film in Assamese language, 68th National Film Awards.

Famous Personalities of Assam Cinema

Jyoti Prased Agarwala

- He was born on 17th June, 1903 in Dibrugarh district of Assam.
- He was a noted film producer, director, music composer, poet, dramatist and writer.
- He was considered Assamese cultural icon and also known as **Rupkonwar of Assamese culture.**
- He is regarded as founder of Assamese cinema.
- He died on 17th January, 1951 at Tezpur. On this day, **Shilpi Diwas** is observed in his honour.

Pramathesh Barua

- He was born on 24th October, 1903 in Gauripur, Dhubri district of Assam.
- He served as a member of Assam Legislative Assembly and later moved to Kolkata to began career in films.
- He made his first film named **Apradhi.** He is known for making Devdas in Assamese language in 1935 and then in Hindi in 1936 with KL Saigal. In Bengali version, he acted as Devdas.

Jamuna Baruah

- She was a leading Assamese actress born on 10th October, 1919 in Goalpara district of Assam.
- She is known for her performance as **Parbati** (Paro) in **Devdas** (Assamese version).

Bhupen Hazarika

- He was born on 8th September, 1926 in Sadiya district of Assam. He was teacher in Guwahati university before becoming a singer.
- He is popularly known as **Bard of Brahmaputra** from Assam.
- His songs are very popular among the people of Assam, West Bengal and Bangladesh. He made several award winning Assamese films like Shakuntala, Pratidhwani, etc.
- He was also the music director of many Hindi films like Ek Pal, Rudaali, Daman, etc.
- He received the National Film Award for Best Music Director in 1975, the Sangeet Natak Akademi Award (1987), Padmashri (1977), Padmabhushan (2001), Dada Saheb Phalke Award (1992), Sangeet Natak Akademi Fellowship (2008).

- He was posthumously given both the award **Padma Vibhushan** (2012) and **Bharat Ratna** (2019).

Achyut Lahkar

- He was born on 9th July, 1931in Pathsala district of Assam. He is known as the father of mobile theatre in Assam.
- He is the founder of **Nataraj theatre** at Pathsala in 1963, which is a small town in Assam.
- He was a dramatist, actor, director, producer and editor of the magazine Deepawali.

Renu Saikia

- She was born on 10th December, 1934 in Tinsukia district of Assam.
- She was a prolific actress and acted in first Assamese language film **Joymati** (1935).
- She appeared in several films like Maniram Dewan, Kalyani, Nitima Angles, etc.

Indra Bania

- He was born on 24th December, 1942 in North Lakhimpur district of Assam.
- He was an eminent theatre personality from Assam. He received Silver Leopard Award, Natyasurya Phari Sarma Award.

Bijue Phukan

- He was born on 18th February, 1947 in Dibrugarh district of Assam.
- He acted in more than 80 Assamese feature films. He also acted in dramas and Bengali movies.
- He is noted for his roles in Dr. Bezbarua (1970), Aranya Aparoopa, Agnisnan, etc.

Jahnu Barua

- He was born in 1952 in Sivasagar district of Assam. He has written and directed many Assamese and Hindi films.
- His notable works include Halodhiya Choraye Baodhan Khai in 1987, which received national award for best film.
- His other notable works are **Firingoti, Xagoroloi Bohu Door, Maine Gandhi ko Nahi Mara, etc.**
- He was awarded with Padma Shri (2003) and Padma Bhushan (2015).

Seema Biswas

- She was born in 1965 in Nalbari district of Assam. She acted in many Assamese movies. She got fame from her Hindi movie B*andit Queen.*
- She won National Film Award for Best Actress (Bandit Queen) in 1996.
- She is also active in television and web series.

Jatin Bora

- He was born on 25th April, 1970 in Nagaon district of Assam. He acted in many Assamese films since 1989.

- He also acted in many mobile theatre and is associated with mobile theatre groups like Kohinoor, Aabahan, Hengool, Ashirbaad, Bhagyadevi, Itihas, Surjya, etc.

Reema Kagti

- She was born on 7th November, 1972 in Digboi district of Assam.
- She is an Indian film director and screenwriter in Bollywood.
- Her directorial debut is **Honeymoon Travels Pvt. Ltd.** in 2007 followed by **Taalash** (2012) and **Gold** (2018).

Rima Das

- She was born in 1982 in Chaygaon district of Assam.
- She is known for her film **Village Rockstar** that won national award for best film and was Indias official entry to the Oscars in 2018.
- Her other films include Pratha (short film), Man with the Binoculars, Antardrishti, Bulbul Can Singh, Neighbours and Sunshine Dreamer.

Film Institutions in Assam

Jyoti Chitraban

- It was established as Government Studio in the year 1961 at Kahilipara by the Government of Assam. The studio became functional in 1968 with one shooting floor.
- Now it is known as **Jyoti Chitraban Film and Television Institute** which offers various courses in sound, motion picture, film editing, etc.

Assam State Film (Finance and Development) Corporation Ltd.

- It was incorporated on 4th September, 1974 under Companies Act, 1956 by the Government of Assam for the development of Assamese cinema.
- For boosting Assamese film industry and financially support Assamese movie making, Assam State Film Finance and Development Corporation Ltd. (ASFFDC) has been helping in various ways since 2012.
- It has taken various constructive plans for the development of Assamese Cinema and Assam Government has already prepared a blue print for a strong film policy.

Dr. Bhupen Hazarika Regional Government Film and Television Institute

- It was established in 1999 as Jyoti Chitraban Film and Television Institute. Currently, it is located in Sila, Changsari.
- It offers vocational courses on audiography, video-editing, acting, etc.

Multiple Choice Questions

1. The tradition of news speaking started in Assam during the time of ?
   (a) Srimanta Sankaradeva at Satras
   (b) Ahom Rule
   (c) Independent Statehood Movement
   (d) None of the above
2. Who was the first editor of 'Orunodoi' the first ever printed newspaper/magazine in Assam?
   (a) O.T. Cutter
   (b) Dr. Nathan Brown
   (c) Radha Govinda Barua
   (d) Dua Chandra Bhuyan
3. The second Assamese newspaper was published by Assamese personality was
   (a) The Dainik Assam
   (b) The North-East Times
   (c) The Assam Bandhu
   (d) The Assam Bilasini
4. The Assam Mihir was first weekly newspaper in Assam published in 1872 from ....
   (a) Dibrugarh (b) Jorhot
   (c) Guwahati (d) Tezpur
5. The editor of 'Assam News' was ....
   (a) Hemchandra Barua
   (b) Chidanand Choudhary
   (c) Lakshminath Phukan
   (d) Kirtinath Hazarika
6. Assam Tara newspaper was started in which year?
   (a) 1885 (b) 1888
   (c) 1890 (d) 1880
7. The Newspaper 'Assam' was published and edited by
   (a) Kaliram Barua
   (b) Chandra Kumar Agarwala
   (c) Mathura Mohan
   (d) None of the above
8. Who amongst the following edited assamese section of Assam Bonti newspaper?
   (a) Padmanath Gohain Barua
   (b) Kamla Kante Bhattacharya
   (c) Both (a) and (b)
   (d) None of the above
9. Which among the following was the first assamese daily newspaper?
   (a) Dainik Batori (b) Assam Tara
   (c) Assam Banti (d) Assam Mihir
10. Who was the founder of 'The Assam Tribune' the most famous newspaper of Assam?
    (a) Radhanath Changakoti
    (b) Radha Gobinda Barua
    (c) Purnakanta Sarma
    (d) Dulal Chandra Bhuyan
11. 'The North-East Times', a daily english newspaper was launched in ....
    (a) 1939 (b) 1945
    (c) 1947 (d) 1990
12. Assam Darpana was .... journal in Assam started during 1874-75.
    (a) monthly (b) weekly
    (c) quarterly (d) daily
13. Which of the following magazine was issued from Dharamprakaash press in 1876?
    (a) Chandrodaya
    (b) Assam Dipak
    (c) Assam Bandhu
    (d) Mau
14. Chandrodaya magazine was started in which year in Assam?
    (a) 1870 (b) 1878
    (c) 1876 (d) 1890
15. Which of the following was the first children's magazine published in Assamese?
    (a) Chandrodaya (b) Lora Bandhu
    (c) Jonaki (d) Bijuli

16. Who was the first editor of Jonaki? ***[APSC 2018]***
(a) Chandra Kumar Agarwala
(b) Hemchandra Barua
(c) Manik Chandra Barua
(d) None of the above

17. Which of the following magazine was edited by Padmanath Gohain Barua in 1890 and also means thunder?
(a) Dipti (b) Bijuli (c) Usha (d) Banhi

18. Lakshmenath Bezbarua was the editor of which of the following magazine?
(a) Banhi (b) Usha
(c) Dawn (d) GharJeuti

19. Which newspaper was considered as the milestone in the history of Assamese Journalism?
(a) Asomiya (b) Orunodoi
(c) Assam Darpan (d) Assam News

20. Which of the following was the first women's magazine published in 1927?
(a) Ghar Jeuti (b) Bijuli
(c) Usha (d) Banhi

21. Which among the following was the first Assamese film?
(a) Joymoti (b) Piyoli Phukan
(c) Dhumuha (d) Tezimola

22. In which Assamese film by Jyoti Prasad Agarwala did Dr. Bhupen Hazarika make his debut as an actor cum-singer in 1939?
(a) Joymoti (b) Indramalati
(c) Manomati (d) Mon Jai

23. Which of the following film received first national award for best assamese film?
(a) Chameli Memsaab (b) Piyali Phukan
(c) Raag Birag (d) Haladhar

24. Which of the following Assamese film has received President's silver medal?
(a) Dhumuha (b) Ranga Police
(c) PutolaGhar (d) Anirman

25. Which of the following films have won the award for regional best films in Assam?
(a) Dr. Bezbarua (b) Aranya
(c) Mamta (d) All of these

26. Which of the following Assamese film was selected for Indian panorama?
(a) Papori (b) Anirman
(c) Kallol (d) Puberun

27. Which movie won best feature film in Assamese award in the 63rd National Film Award?
(a) Ajeyo
(b) Village Rockstars
(c) Kothanodi
(d) Mon Jai

28. Rima Das is known for which of the following films?
(a) Piyali Pukhan (b) Haladhar
(c) Village Rockstars (d) Bhoot

29. Jatin Bora is associated with which of the following theatre groups?
(a) Kohinoor (b) Abaahan
(c) Hengool (d) All of these

30. Some notable works of Jahnu Barua are
(a) Firingoti
(b) Maine Gandhi Ko Nahi Mara
(c) Xagoroloi Bohu Door
(d) All of the above

31. Which of the following Assamese film personality received silver leopard award?
(a) Phani Sarma
(b) Indra Bania
(c) Jamuna Barua
(d) Achyut Lakhar

32. Which of the following actress acted in the first assamese language film Joymati?
(a) Jamuna Barua (b) Indra Bania
(c) Renu Saikia (d) Seema Biswas

33. Which eniment personality is known as father of mobile theatre?
(a) Natyacharya Brajnath Sarma
(b) Kashmiri Saikia Baruch
(c) Achyut Lakhar
(d) Prastute parashar

34. Who amongst the following is the founder of Natraj theatre in pathshala in 1963?
(a) Jyoti Prakash Agarwala
(b) Phani Sarma
(c) Achyut Lakhar
(d) Baijue Pukhan

35. Who amongst the following is known as Rupkonwar of assamese culture?
(a) Jyoti Prakash Agarwala
(b) Pramathesh Barua
(c) Bhupen Hazarika
(d) Reema Kagti

36. Whom amongst the following is popularly known as Bard of Brahmaputra?
(a) Pramathesh Barua
(b) Bhupen Hazarika
(c) Phani Sarma
(d) Jyoti Prakash Agarwala

37. Dr. Bhupen Hazarika began his career as a teacher in which of the following universities? *[APSC 2015]*
(a) Banaras Hindu University
(b) Dibrugarh University
(c) Columbia University
(d) Guwahati University

38. Joyti Chitraban was established in which year?
(a) 1961 (b) 1950
(c) 1971 (d) 1970

39. Dr. Bhupen Hazarika Regional Government Film and Television Institute is located in
(a) Sonitpur
(b) Kokrajahar
(c) Dibrugarh
(d) Changsari

40. Assam State Film Corporation Limited was launched in which year?
(a) 1971 (b) 1974
(c) 1970 (d) 1980

41. Match the following.

List I (Newspaper/Magazine)	List II (Editor/Founder)
A. Orunodoi	1. Dr. Nathan Brown
B. Assam Bilasini	2. Duttadeva Goswami
C. Assam News	3. Hem Chandra Barua
D. Asomiya	4. Sadananda Deoran

Codes

	A	B	C	D		A	B	C	D
(a)	1	2	3	4	(b)	4	3	2	1
(c)	3	4	1	2	(d)	2	1	4	3

42. Match the following.

List I (Newspaper/Magazine)	List II (Periodicity)
A. Asomiya Pratidin	1. Daily
B. Assam Bani	2. Weekly
C. Alochani	3. Monthly

Codes

	A	B	C		A	B	C
(a)	1	2	3	(b)	3	2	1
(c)	2	3	1	(d)	2	1	3

43. Match the following.

List I (Movies)	List II (Director)
A. Piyali Phukan	1. Padum Barua
B. Puberun	2. Kamal Chaudhary
C. Bhaity	3. Prabhat Mukherjee
D. Gonga Chilonir Pakhi	4. Phani Sarma

Codes

	A	B	C	D
(a)	1	2	3	4
(b)	2	3	1	4
(c)	4	1	2	3
(d)	4	3	2	1

44. Match the following.

List I (Movies)	List II (Released Year)
A. Dr. Bezbarua	1. 1969
B. Mamata	2. 1973
C. Rag Boirag	3. 1996
D. Village Rockstars	4. 2018

Codes

	A	B	C	D
(a)	1	2	3	4
(b)	3	2	4	1
(c)	2	4	1	3
(d)	4	3	2	1

45. Match the following.

List I (Movies)	List II (Award/Honour)
A. Aranaya	1. Regional Best Film
B. Haladhar	2. Indira Gandhi Award
C. Relor Alir Dubori bon	3. National Award
D. Ajeyo	4. Best Feature Film in Assamese Award

Codes

	A	B	C	D		A	B	C	D
(a)	3	2	1	4	(b)	1	2	3	4
(c)	4	3	2	1	(d)	2	4	1	3

46. Match the following.

List I (Newspaper/Magazine)	List II (Editor)
A. The Assam Tribune	1. Anuradha Sarma Pujari
B. The Sentinel	2. DN Bezbarua
C. Amar Asom	3. Prasanta Rajguru
D. Sadin	4. Lakshminath Phukan

Codes

	A	B	C	D		A	B	C	D
(a)	4	2	3	1	(b)	3	4	1	2
(c)	1	2	3	4	(d)	2	1	4	3

47. Which Assamese film won the first-ever National film award (the President's certificate of Merit) for regional language category in 1955? ***[APSC 2021]***

(a) Piyoli Phukan (b) Maninram Dewan
(c) Indramalati (d) Ronga Police

Answers

1. (a)	2. (b)	3. (d)	4. (c)	5. (a)	6. (b)	7. (a)	8. (c)	9. (a)	10. (b)
11. (d)	12. (a)	13. (b)	14. (c)	15. (b)	16. (a)	17. (b)	18. (a)	19. (a)	20. (a)
21. (a)	22. (b)	23. (b)	24. (b)	25. (d)	26. (a)	27. (c)	28. (c)	29. (d)	30. (d)
31. (b)	32. (c)	33. (c)	34. (c)	35. (a)	36. (b)	37. (d)	38. (a)	39. (d)	40. (b)
41. (a)	42. (a)	43. (d)	44. (a)	45. (b)	46. (a)	47. (a)			

CHAPTER 29

Assamese Language and Literature

- Assam is a multilingual state. Assamese is the main language of Assam.
- Assamese is a branch of the Indo-Aryan language having its roots from the Sanskrit language. It is believed that the process of developing Assamese language begins from 4th century onwards.

Languages of Assam

- The official language of Assam is **Assamese** or **Asamiya**.
- Bodo is spoken in Bodoland region and some of the districts of Barak valley.
- Asamiya language was spoken in ancient kingdoms of Ahom, Kamrupa, Koch, Kamatapur, Chutiya, Borahi and Kachari.
- Other languages in Assam are the native languages like Dimasa, Mising, Karbi, Rabha, Tiwa, etc. These languages are of Tibeto-Burman origin and related to Bodo language.
- Some other languages like the Tai-Phake, Tai-Aiton, Tai-Khamti are also spoken in Assam. They belong to Tai group of languages of Southern China and South-East Asia.

Origin and Development of the Assamese Script

- There are two theories for the development of Assamese script. First is that it developed from **Kutila Script** that was prevalent in North India. Kutila form of letters appeared first in middle of 7th century AD in **Nidhanpur CP Grant of Bhaskarvarman**.
- The second theory states that it originates from **Gupta Brahmi Script**. Sarbeswar Kataki is of the opinion that Assamese script is noticed in epigraphs of 5th century.
- The development of the Assamese script can be divided into ancient, medieval and modern script which are discussed below

Ancient Assamese Script

- This period spans from 5th AD to 13th AD. Ancient Assamese script is also known as Kamrupi script since it developed there.
- Ancient Assamese script is found on the Parbatiya Copper Grant of Nanamala (9th AD), Ulubari Copper Plate Grant of Balavarman III (10th AD), Bargaon Grant of Ratnapala (10th AD), Gachtal Copper Plate Grant of Gopalavarman (10th AD), Plates of Dharmapala and Vallabhadeva (11-12th AD).

Medieval Assamese Script

- This period starts with **Kanai Boroshibowa stone inscription** at Rajaduvar in North Guwahati.
- Other scripts in Assamese are found in **Ambari stone inscription, Rautkuchi stone inscription** and **inscription of Madhav Raja.**
- The medieval Assamese scripts can be divided into 3 schools-Gadgaya school, Bamuniya school and Kaithali school.

Modern Assamese Script

- Modern script began during the British rule with the publication of Bible in Assamese prose.
- With the establishment of first printing press in Sivasagar in 1836, the Assamese script changed drastically.
- Modern Assamese script is written from left to right and top to bottom manner.
- The script presently has 11 vowel letters and 33 consonants in the Assamese alphabet.
- The present Assamese script is quite similar to Bengali script however the history of Assamese script is 7000 years old.

Origin of Assamese Language

- Assamese which is actually known as 'Asamiya' is scheduled spoken by the people of Assam. It is regarded as the language by the Constitution of India.
- It is believed that Assamese language along with Maithili, Bengali and Odiya language evolved from Magadhi Prakrit.
- In ancient Ahom period, **Kamrupa, Koch, Kamatapur, Chutiya, Borahi** and **Kachari Assamese** was spoken by people of various origin.
- It was also the source for the **Apabhramsa dialects** in the valley of Brahmaputra.
- Assamese language has many sister languages. It includes Angika, Bengali, Bishnupriya, Manipuri, Chakma, Chittagonian, Hajong, Rajbongshi, Maithili, Rohingya and Sylheti.
- Assamese language is written in the Assamese alphabet which follows an Abugida system where it is written from left to right.
- The present standard script is almost identical to the Bengali script.
- Assamese or Asamiya consonants include thirty three pure consonant letters and each letter represents a single sound with an inherent vowel.
- The first twenty five consonant letters are called **Sporxo Borno**. These are again divided into five **Borgos**. Therefore, these twenty five letters are called **Borgio Borno**.

Origin of Bodo Language

- Some scholars have suggested that Bodo language had its own script known as **Deodhai**, which was lost.
- In 1970, the Bodo Sahitya Sabha (BSS) unanimously decided to adopt the Latin script for the language but the demands were rejected on the grounds that the Latin script was of foreign origin.
- This instigated a movement for the Latin script for Bodo language . It became a part of the movement for a separate state **Udayachal.**
- This movement was led by the **Plains Tribe Council of Assam** (PTCA). Then Prime Minister Indira Gandhi advised them to choose any Indian script other than Latin.
- But the BSS did not accept it and published 'Bithoral', a Bado textbook in Latin script.
- Then the Assam Government withheld grants to schools using the Latin script.
- This led to a joint movement by All Bodo Students Union (ABSU) and the Plains Tribe Council of Assam (PTCA).

- To control the situation, the Union Government suggested Devnagari script as the solution to this problem.
- The BSS accepted the proposal in 2003, Bodo became the first tribal language to be included in the Schedule of the Constitution. It is spoken in **Assam**, **Arunachal Pradesh**, **Nagaland**, **Meghalaya** and **West Bengal**. Officially, it accepted the Devnagari script.
- It has a total of 30 **phonemes**, 6 **vowels**, 16 **consonants** and 8 **diphthongs**.
- The Bodo language uses tones to distinguish words. It is a Sino-Tibetan language of Assam.

Other Important Languages

There are some other important languages in Assam. These include Rabha, Karbi and Mising languages which are discussed below

Rabha

- It is popularised with the publication of Champai magazine. The period of Champai is termed as 'Golden Era of Rabha Language'.
- It is a Sino-Tibetian language of Assam. It has three distinct dialects, *viz*, **Rongdani**, **Mayturi** and **Kocha**.
- The Kocha dialect is spoken along the Northern Bank of the Brahmaputra river.

Karbi

- It is grouped under the Mikir languages which is known as Kuki-Chin language group or Kukish language.
- It is spoken across Assam, Arunachal Pradesh, Meghalaya and Nagaland.
- UNESCO identified it as one of the vulnerable languages of South Asia.

Mising

- It is a Tani language (a branch of Sino-Tibetan language) spoken by the Mising people. It is also known as **Plains Miri**.
- In Assam it is spoken in Lakhimpur, Sonitpur, Dhemaji, Dibrugarh, Sivasagar, Jorhat, Majuli, Golaghat, Tinsukia districts of Assam.
- The primary literary body of Mising is known as **Mising Agom Kebang** (Mising Language Society).
- The Mising, Padam and Minyong are dialects of the Mising language.

Dimasa

- It belongs to Tibeto-Burman language family. It is also known as Gra-Dima among Dimasa people.
- It is only language of Diamasa community who live in Dima Hasao district of Assam.

Other Important Languages

Language	Important Facts
Hindi	It is also spoken by a large number of people in Assam. In the year 1938, to spread this language Assam Rastrabhasa Prasar Samiti was established in the state.
Bengla	It is a branch of Indo-Aryan language family. It is spoken is Barak valley region of Assam.
Hmar	It belongs to Tibeto-Burman language family. It is spoken by the people who live in the hill districts of Assam.
Rajbongshi	It is a Koch-Rajbongshi language spoken by the Rajbongshi people. It is mainly spoken in Western Assam.
Tiwa	Is also called dalung. It is a Tibeto-Burman language. It is spoken in Morigaon and Nagaon district of Assam.

Language	Important Facts
Deori	It is a Tibeto-Burman language. It is spoken by the people of Bodo community. It was declared a Government language in 2005. Thereafter, it became a mode of education in the primary education system.
Nepali	It is spoken by the Gorkhas and Nepali people in various districts of Assam.
Manipuri	It is spoken in some areas of Barak valley. This language is written in Kamrupi Lipi by using Bangla script.

Literature of Assam

History of Assam Literature can be broadly categorised into three periods, which are

1. Ancient or Early Assamese Period (6th to 12th century AD)
2. Middle Assamese Period (13th to 19th century AD)
3. Modern Assamese Period (late 19th century onwards)

1. Ancient or Early Assamese Period

- Ancient period of Assam had oral form of literature. The most distinctive feature of Assamese oral literature was Pravachan and Prakara Jojana.
- These Pravachan were based on agriculture, weather, politics and other day to day lives of rural people.
- The first literary work of Assamese is said to be started by the writings of Charyapadas.
- The Charyapadas are Buddhist songs composed in between 8th to 12th century.
- Literary history of Assam in the pre-Ahom period has been traced to mystic lyrics known as **Caryas**, which are doctrines and practices of the later Sahajayana form of Mahayana Buddhism. These are supposed to be written by 23 Siddha Purusas between 8th and 12th century AD.
- The composers were from Kamrupa and the language bear strong affinities with Assamese besides **Bengali**, **Maithili** and **Odiya**.
- A large number of manuscripts known as Mantras, are also found. These contain magical formulae against snake bite, ghosts or demons and against various kinds of diseases.

2. Medieval Period

Medieval period of Assamese Literature can be categorised into three periods

(i) Pre-Vaishnavite Period

(ii) Vaishnavite Period

(iii) Post-Vaishnavite Period

(i) Pre-Vaishnavite Period (13th-14th century)

After the composition of Charyapada, there was no literary work done till 14th century. It was started again by the arrival of poets such as Hema Saraswati, Rudra Kandali, Harihar Bipra, Kaviratna Saraswati and Madhav Kandali in 14th century.

Some famous litterateurs of Pre-Vaishnavite are as follows

Hema Saraswati

- He is the earliest known Assamese writer of this period who wrote **Prahlada Charita** and **Hara Gauri Samvada.**
- **Prahlada Charita** is based on the Vishnu Purana.
- **Hara Gauri Samvada** depicts the myth of Hara-Gauri marriage, birth of Kartik, etc.

Harihara Bipra

- He was the poets in the Court of Kamatapur who wrote **Babruvahana Parva.**
- Other books written by **Harihara Vipra** are **Lava-Kusher Yuddha, Tamradwajar Yuddha.**

- Harihara Vipra and Kaviratna Saraswati wrote verses from the Mahabharata into Assamese in early 14th century.

Madhava Kandali

- He was a first great poet of Assam in the 14th century. He made the earliest translation of the Sanskrit Ramayana, *viz*, **Saptakanda Ramayana**.
- He translated the Ramayana under the patronage of Mahamanikya, the then Kachari (Varaha) King of Central Assam. He wrote a narrative poem **Devajit**.

(ii) Vaishnavite Period (15th -17th century)

From 15th century to 16th century **Srimanta Sankaradeva** (1449-1568) played a very important role in the cultural and religious history of Assam.

Some famous litterateurs of Vaishnavite period are as follows

Srimanta Sankaradeva

- He was the pioneer of Bhakti Movement, i.e. Vaishnavite Movement in Assam.
- His most important poetic works (Kavya) are **Kirtana-Ghosha** (containing narrative verses glorifying Lord Krishna meant for community singing), some portion of Bhagavata Purana, Rukmini Harana, Bhakti-Pradipa, Nimi-Nava-Siddha-Samvada, Ramayana, Hari Chandra Upakhyan, Balichalan, Amrit Manthana, Ajamil Upakhyana and Kurukhatra, etc.
- His collection of books on devotion are Bhakti Pradip, Bhakti Ratnakara, Nimi Navasidha Sambada and Anadipatan.
- His translated works include Bhagavat 1st, 2nd, 6th (Ajamil Upakhyan only), 8th (Balichalan, Amrit Manthana), 10th, 11th, 12th parts and Ramayana (Uttarakanda).
- He wrote a number of dramas (Ankia Nat) in Brajavali language that show Maithili influence.
- The first drama (Ankia Nat) of Sankardeva was Patniprasad and he wrote many dramas like Kaliyadamana, Keligopala, Rukmini Harana, Parijit Harana, Rama Bijaya and Chinna Jatra, etc.
- Another kind of poetry introduced by Sankaradeva was known as **Borgeets**.
- These Borgeets are used to begin prayer service in Monasteries, Satra and Naamghar.
- Ratnakara Kandali's translation of a part of Naam Ghosa and Sridhara Kandali's **Kumara Harana** are also very popular.

Madhavdeva

- Madhavdeva, a disciple of Sankaradeva also has a large scale contribution to Assamese literature. His best work, **Naam Ghosa** is based on the Bhagavata Purana which contains 1,000 verses.
- His poetic brilliance is found in his Borgeet and Jhumura.
- His other famous works are **Guru Bhatima**, a long poem of praise to his **Guru Sankaradeva**, **Bhakti-Ratnavali**, **Naam Maalika**, **Janma Rahasya**, etc.

Ananta Kandali

- He was a poet from Kamrup whose real name was **Haricharan**, but popularly known as Ananta Kandali.
- His famous works include **Mahiravana Vadha**, **Harihara Yuddha**, **Vrittasura Vadha**, **Kumara Harana**, **Sanasara Nama Vrittanta**.

Rama Saraswati

- He was also known as **Asomiya Vyasa.** His translation of the Mahabharata, Geeta Govinda and Vadha Kavyas are famous works of Assam.

- Badha Kavyas written by Rama Saraswati are **Puspaharama Parva, Bheem Charita, Sindhura Parva,** etc.

Panchali Sahitya

- During the period of Sankaradeva, various groups of poets and scholars were against the Neo-Vaishnavism found by Sankaradeva. They made their own form of literature known as Panchali Sahitya. The important-writers of Panchali Sahitya were Pitambar, Mankar, Durgabar and Narayander.

Charit Puthi and Banshawalis

- The period of 17th century is renowned for the growth and development of Charit Puthi.
- The biographies of Srimanta Sankaradeva, Srimanta Madhavdeva and other Vaishnavite poets made it more popular.
- The major writers of this genre are Ramcharan Thakur (Sankar Charit), Bhusan Dvija (Sankar Charit), Daitari Thakur (Sankar-Madhav Deva Charita), Krishna Bharati (Santa Nirnaya), Krishnacharya (Santa Charita), Ramananda Dvija (Gurucharita), Baikuntha Nath Dvija (Santamala), Romananda (Banshi Gopal Deva Charita).
- The Banshawalis are the ancestoral based stories of royal families and Gossain-Mahantas.

Tantrik and Sakta Literature

- It was started during the reign of the Ahom King Rudra Singha that Sakta religion took its root in Assam and with this, Sakta literature also came into being.
- The major writers of this genre are Ananta Acharya (Ananda Lahari), Ruchinath Kandali (Markandeya Chandi and Kalki Purana), Ranganath Dvija and Madhusudhan Misra (Markandaya Chandi), Ramachandra Barpatra (Yogini Tantra) and three works namely Kalika Purana, Guptamon and Guptasar are by anonymous writers.

(iii) Post-Vaishnavite Literature (18th to Early 19th)

The literary works other than Neo-Vaishnavite Centric started gaining momentum in the 18th century.

Some of the famous litterateurs of Post-Vaishnavite period are as follows

Gopal Deva

- He was born in 1540 AD in Gargaon, Assam. His father was Kameswar Bhuyan. He was known to be one of the main organisers of Vaishnava religion in Assam.
- He wrote three famous Ankia Nat namely Janmajatra, Udharajan and Nandotsava.
- He has also written songs and prayers, most of his songs are recognised as Borgeet in Satra's of Kalsamhati.

Baikuntha Nath Bhattacharya

- He was born in 1558 AD in Veragram near Barnagar of old Kamrup district of Assam. He was popularly known as Bhattadeva. He was the second son of Chandra Bharati.
- He is also known as 'father of Assamese prose' and 'sanskrit scholar of reputation'.
- His major works include **Vaishnavism Katha Geeta, Katha Literary, Bhagawat** and **Katha Ratnavali**, etc.

Raghunath Mahanta

- He was one of the most important figures of this period.
- His well-known works include **Katha Ramayana, Adbhut Ramayana** and **Satrunjoy** that are based on Ramayana.

Other Writers

- Kavichandra Dwija's, Bishnu Dev Goswami's Borruchi, Ramchandra Borpetra, Acharya Dwija's, Rachinath Kandal's, Sukumar Barkaith, Surjyakhari Daivajna, etc. are the other writers of this period.

Modern Assamese Period

(Late 19th century Onwards)

Pre-Arunodoi Period

- It was only with the coming of the missionaries in Assam, that the first printed book entered into Assamese literary circle.
- The first printed book was **New Testament (Dharmapustakar Antobhag)** printed by William Carey in 1813 with the help of Atmaram Sarma. The entire Bible was printed in 1833. The first printing machine was established in Assam on 23rd March, 1836.

Pre-Arunodoi Period

Author	Book
Atmaram Sarma (1813) and (1833)	Bible-New Testament (Translated work) Complete Bible
Robinson (1839)	A Grammar of Assamese Language
Kashi Nath Tamuli Phukan (1844)	Asom Buranji
OC Cutter and Mr. Cutter (1830)	Assamese Words and Phrases
Bisweshar Baidyadhip (1833-38)	Belimarar Buranji
Jaduram Deka Baruah (1839)	Assamese-Bengali Dictionary
Maniram Bar Bhandar Baruah (Dewan) 1838	Buranji Bibek Ratna

Arunodoi Period

- The first Assamese Newspaper cum Magazine Arunodoi was published in 1846 at Baptist Missionary Press, Sivasagar.
- The first **Assamese Grammar** was written by Nathan Brown and it was published in 1848.

Literature Work of Arunodoi Age

Author	Book
Nathan Brown (1806-86)	New Testament (Translated work) 1849 Arunodoy (First Newspaper in Assamese) 1846 A Grammar of Assamese Language (1848) Josephor Kahini Jesu Khistor Jivoni Jatrikor Jatra Gamanar Kitap (co-edited with his wife)
Miles Bronson (1812-1883 AD)	First Assamese Dictionary (Asomiya Abhidhan) 1867
AK Gurney	Prachin Niyam (old Testament) Ruth Aru Josephor Kahini (1891) Kani Beheruar Katha (1878) Alokeshi Baishyar Katha (1877) Kamini Kantar Charitra (1877) Dipti (1905) Revised Translation of New Testament
Mrs. A.K. Gurney	Story of Fulmoni and Karuna
Nidhiram Farwel (1823-1873)	Bharatiya Danda Bidhi Ainor Asomiya Rupantar (1865 AD) Padartha Sar (1855)—Book published in Arunodoi. Writings on Christian Religion in Arunodoi
Mrs. S.R. Ward	English–Assamese Shabhakosha (1864)
Mrs. Cutter	Asomiya Khmeda Bakya Kosh (1848)
Anandram Dekial Phukon (1829-59)	Asomiya Larar Mitra–Two volume (1849)
	Memorendum to Moffat Mills on Assam, 1853 AD A few remarks on Assamese Language, 1855 Incomplete Anglo-Assamese and Assamese-English Dictionary.

The Jonaki Age (1889-1940)

- The Jonaki Age is said to be an age where there was the advent of romanticism in Assamese literature. It began with the publishing of magazine called 'Jonaki' in 1889 by the students studying in Kolkata.

- In this period, there was rapid development in novels, short stories, dramas, poetry, biographies, autobiographies, articles, etc.
- In 1894, Rajanikanta Bardoloi published the first Assamese novel **Miri jiyoris**.
- The main leaders of this age were called the 'Trinity' of Jonaki magazine. They were **Chandra Kumar Agarwala, Lakshminath Bezbarua** and **Hem Chandra Goswami.**
- Chandra Kumar Agarwala wrote the first romantic poem **Bonkuwori.** Lakshminath Bezbarua was called king of short stories.
- 'Lahori' and 'Bhanumoti' by Padmanath Gohain Barua and nine novels written by Rajnikanta Bardoloi were immensely popular.

Other Works of Modern Period

- Hemchandra Barua wrote **Hemkosh** (compilation of the first exhaustive Assamese dictionary). The first social drama **Ram Navami** written by Gunabhiram Barua.
- The complete works of Jyoti Prasad Agarwala was translated into Hindi to reach a wider audience by Devi Prasad Bagrodia. He also translated Srimanta Sankaradeva's 'Gunamala' into Hindi.

Assam Sahitya Sabha

- Assam Sahitya Sabha was formed in 1917 to promote the development of Assamese language and literature in Sivasagar district of Assam.
- The organisation evolved from two earlier Calcutta based bodies, *viz.*, 'Asamiya Bhasa Unnati Sadhini Sabha' and 'Assamese Literary Society', which were established by the Assamese students.
- Padmanath Gohain Barua was the first President and Sarat Chandra Goswami was the first secretary of the Assam Sahitya Sabha.
- The main objective of the Assam Sahitya Sabha are
  - to develop all round development of the Assamese language and literature,
  - to revise Assamese dictionary and grammar,
  - to encourage research an ancient Assamese literature,
  - to publish useful works of Assamese literature, etc.

Folk Literature of Assam

- The folk literature of Assam is very rich. Many of the old songs and tales have survived.
- Assam is the meeting ground of both the Aryan and Non-Aryan's life and cultures. This added important materials to its folk heritage.
- Assamese literature and culture have been enriched by folk literature. The tales of **Tejimala, Malita** (Ballads), folk songs, different proverbs used by the native people, all have great impact on folk literature.
- In Assam, Tribal communities have their own folk literature system. Many stories have found their way to assamese literary tradition from various sources.
- Folk literature is considered as a good educational source to educate girls in the society.

Court Literature of Assam

- The **Ahom** language or **Tai-Ahom** language is a dead language, which means it is no longer the native language of any community, even if it is still in use. In ancient period it was spoken by the Ahom people.
- The Ahom people established the Ahom kingdom and ruled the present day Assam between 13th to 18th centuries.
- In the Ahom court, historical chronicles were composed in Tai-Kadai language, which is most widely spoken language at that time.
- But when the Ahom rulers adopted Assamese as the court language, historical chronicles began to be written in Assamese.
- From the beginning of the 17th century onwards, court chronicles were written in large numbers.
- Ahom language was closely related to Aiton which is still spoken in Assam. Currently it is classified as threatened language.

Modern Assamese Literature (1886-1970) Poets and Novelists

- On 25th August, 1888, **Asamiya Bhasa Unnati Sadhini Sabha** was established in Calcutta by some Assamese students.
- Assamese students like Lakshminath Bezbarua, Chandra Kumar Agarwala, Hemchandra Goswami tried to raise the Assamese language to the level of other developed languages.
- This started a new chapter in the history of Assamese Literature.
- In 1848, **Nathan Brown** translated the first Novel namely 'The Pilgrims Progress of John Bunyan' into Assamese language **Jatrikar Jatra.** It was published serially in Arunodoi Magazine.
- **Hemchandra Barua** wrote a novel, *viz,* **Bahire-Rang -Sang Bhitore Kowa Bhaturi** during the period when the missionaries published novels.
- **Padma Nath Gohain Barua's** (1871-1946) Novel **Bhanumati** was published in 1890.
- In 1891, **Padum Kunwari** of Lakshminath Bezbaruah was published.
- **Rajani Kanta Bordoloi** (1867-1939) wrote historical novels. He was inspired by the writings of Sir Walter Scott and the Bengali novelist Bankim Chandra Chatterjee.
- After him, some famous novelists were Sarat Chandra Goswami, Hari Naraya Dutt Barua, Chintaharan Patgiri, Sneha Lata Bhattacharya, Deibu Chandra Talukdar, Dandinath Kalita, Chandra Prabha Saikani, etc.
- Dina Nath Sarma wrote some famous novels like Usha (1951), Sangram (1954) and Nadi (1960).
- Birinchi Kumar Barua wrote unique social novel **Jivanar Batot** (On the Road of Life) in 1946. His other novels are **Pat Parivartan** (1948), **Aghoni Bai** (1950), **Senji Patar Kahini** (1959) etc.
- In 1950s, Assamese novels had full of new tastes and ideas. Some important novels during this period are **Kecha Patar Kaponi** (1952) by Prafull Dutta Goswami, **Azir Manuh** (1952) by Hitesh Deka, **Aghari Atmar Kahini** (The Tale of Nomadic Soul in English) by Syed Abdul Malik, **Raj Pathey Ringiay** (1955) by Birendra Kumar Bhattacharya, **Kolpotuwar Mrityu** and **Daawor Aaru Naai** by Jogesh Das.
- Homen Borgohain contributed a lot in the field of novels by his writings, *viz,* **Pita Putra, Halodhiya Choraye Baudhan Khai, Astarag, Timir Tirtha, Matsyagandhaa,** etc.
- Many novels depict the particular socio-political situation of Assam. This include Medini Choudhary's **Bippanna Samoy**, Debendranath Acharya's **Anya Yug Anya Purush**, Trailokya Nath Bhattacharya's **Sachi Patar Puthi**, Tilottoma Mishra's **Swarna Lata**, etc.

Famous Literary Personalities of Assam

Anandram Dhekial Phukan

- He was born in 1829 AD at Guwahati. He wrote **Asomiya Lorar Mitra** which is a 400 page book for young Assamese students at the age of 20.
- This greatly helped in the development of Assamese language and culture.
- This was associated with Arundoi, Assam's first magazine and also wrote children's books.

Lakshminath Bezbarua

- He was born on 14th October, 1864 at Nagaon. He was an Assamese poet, novelist and playwriter. He wrote plays, historical works, biographies, stories for children and sattire essays.

- He was given the title of **Rosoraj** by Assam Sahitya Sabha.
- A stamp was issued in his honour in 1968 by the Government of India.

Chandra Kumar Agarwala

- He was born on 28th November, 1867 at Sonitpur. He was an eminent writer poet, journalist and pioneer of the Jonaki era.
- His works include Pratima, Bin-Boragi, Chandramrit, etc.
- He was titled as **Pratimar Khonikor** in Assamese literature.

Padmanath Gohain Barua

- He was born on 24th November, 1871 in North Lakhimpur.
- He was a novelist, poet, dramatist and also served as the first President of Assam Sahitya Sabha.
- He also wrote a number of textbooks to meet the necessities of Assamese students and teachers.

Hemchandra Goswami

- He was born on 8th January, 1872 at Golaghat.
- He was an Assamese poet, writer, historian, teacher and a linguist.
- He published the first Assamese dictionary, **Hemkosh** with the help of Colonel Gordon in 1900.
- Hemchandra Goswami along with Lakshminath Bezbarua and Chandra Kumar Agarwala are together known as **Trimurti of Assamese literature**.

Nalini Bala Devi

- She was born on 23rd March, 1898 in Guwahati. She was an eninent writer of Assamese literature.
- She was the first Assamese woman poet to be awarded with Padma Shri in 1957 and first women President of Assam Sahitya Sabha.
- In 1968, she won the Sahitya Akademi Award for her poetry collection **Alakananda.**

Birinchi Kumar Barua

- He was born on 10th November, 1908 in Nagaon. He was a scholar, folklorist, novelist, linguist, historian and educationist.
- He was the winner of Sahitya Akademi Award in 1964 for his book **Asomar Loka Sanskrit**.

Nirupama Borgohain

- She was born on 17th March, 1932 in Guwahati. She is an Indian journalist and novelist.
- She received the Sahitya Akademi Award for her novel **Abhijatri** in 1996 which is based on the life and achievement of Chandra Prabha Saikiani.

Nilmani Phukan Jr.

- He was born in 1933 in Dergaon. He was an eminent poet in Assamese language.
- His notable works include Surya Hemu Nami, Aheti Nodiyedi, Golapi Jamur Lagna and Kobita. He was awarded Sahitya Akademi Award in 1981 for his poetry collection **Kobita** and Padma Shri in 1990.
- He also received the Sahitya Akademi Fellowship in 2000 and D. Lit by Dibrugarh University in 2019.

Mamoni Roison Goswami

- She was born in 1942 at Guwahati.
- She was a successful novelist and a professor of Assamese language in Delhi University.
- Her real name is Indira Goswami and she wrote under her pen name Mamoni Baideo.
- She was the winner of Sahitya Akademi Award in 1983 for her work **Mamore Dhora Tarawal**.
- She received many other awards - National Award for Literature, Jnanpith Award (2000), Padma Shri (2002), Asom Ratna Award which is the highest civilian award in Assam.

List of Assamese Writers with their Sobriquet and Pen Names

Writer	Pen Name
Ananda Chandra Agarwala	Sri Harsha
Anandaram Dhekial Phukan	A Native
Banikanta Katkati	Bhananda Pathak
Benudhar Sarma	Bihguti Bora
Bhabendra Nath Saikia	Priya Bandhu, Sanjay-Satyaprivo Pathak
Bhubanmohan Barua	Kanchan Barua
Binanda Chandra Barua	Kerpai Sarma
Birinchi Kumar Barua	Bina Baruah, Rashna Barua
Bishnu Prasad Rabha	Bishnupriya Rabha Tahkuria
Gunabhiram Barua	Guru Dutta
Hemchandra Barua	Sonaram Chand
Hiren Gohain	Niranjan Phukan
Indira Goswami	Mamoni Raisom Goswami
Kamala Kanta Bhattacharya	Astabakra
Lakshminath Bezbarua	Kripabar Barbarua
Mahendranath Deka Phukan	Monai Boiragi
Mahim Bora	Dhanbor Kai
Navakanta Barua	Ekhud Kakaideu:Sima Dutta
Parbati Prasad Barua	Hoibhor Abhoipuria
Pabitra Kumar Deka	Rasheswar Hazarika
Rajni Kanta Bardoloi	Bholai Sarma
Rebati Mohan Dutta Choudhary	Silabhadra
Robin Dey	Rongmon
Satyanath Bora	Ejon Asomiya
Syed Abdul Malik	Ajagar, Swami Abhangananda
Surendra Nath Medhi	Saurabh Kumar Chaliha

Some Famous Books of Assamese Literature

Author	Book
Sankaradeva	Hari Chandra Upakhyan, Rukmini Haran Kavya, Amrit Manthan, etc.
Rama Saraswati	Puspaharana Parva, Bijoy Parva, Bheencharita, Panchali Bibaha, etc.
Baltadeva or Baikuntha Nath Bhattacharya	Katha Bhagavat, Katha Ratnavati, Katha Geeta, etc.
Krishna Bharati	Santa Nirmaya
Ramananda Dvija	Sankar Mahadev Dev Charia
Raghunath Mahanta	Katna Ramayana, Satrunjaya, etc.
Kavi Dhananjaya	Mondodarir Maniharan
Gangagati Das	Seetar Patal Pravesh
Kaviraj Chakravarty	Brahmavaivarta Puran, Geeta Govinda, Sankhachur Badha, Sakuntala, etc.
Hem Chandra Barua	Asomiya Byakaran
Syed Abdul Malik	Shurujmukhir Swapna, Ruptirthar Yatri, etc.
Birendra Kumar Bhattacharya	Yaruingam
Bhabendranath Saikia	Antarip, Romyabhumi, etc.
Nilmoni Phukan Sr	Jyotikona, Manashi, Jinjiri, etc.
Nirupama Borghain	Sei Nadi Niravadhi, Dinor Pisot Dinor, Anya Jivan, Champavati, Abhiyatri, etc.
Rita Choudhary	Abirata Jatra, Deo Langkhui, etc.
Sarat Chandra Goswami	Golpanjoli, Moina, Bajikor, Oxomiya Sadhukotha, etc.
Chandraprabha Saikini	Pitribhitha, Sipahi Bidrohat, Dillir Sinhasan, etc.

Multiple Choice Questions

1. Which of the following is the official language of Assam?
   (a) Dimasa (b) Mising
   (c) Karbi (d) Assamese
2. Asamiya language was spoken in which of the following ancient kingdoms of Assam?
   (a) Ahom (b) Kamrupa
   (c) Koch (d) All of these
3. According to theory, Assamese script was developed from which of the following scripts prevalent in North India?
   (a) Brahmi script
   (b) Kharoshthi script
   (c) Kutila script and Gupta Brahmi script
   (d) None of the above
4. Ancient Assamese script is found in which of the following?
   (a) Parbatiya Copper Plate Grant of Nanamala
   (b) Ulubari Copper Plate Grant of Balavarman III
   (c) Bargaon Grant of Ratnapala
   (d) All of the above
5. In the medieval period, Assamese scripts were found in
   (a) Amabri stone inscription
   (b) Rautkuchi stone inscription
   (c) Inscription of Madhav Raja
   (d) All of the above
6. Other sister languages of Assamese are
   (a) Angika, Bengali, Bishnupuriya and Manipuri
   (b) Chakma, Chittagonian, Hajong and Rajbongshi
   (c) Maithili, Rohingya and Sylheti
   (d) All of the above
7. The present Assamese script is almost identical to the ...... script.
   (a) Siddham (b) Kaitheli
   (c) Maithili (d) Bengali
8. The original script of Bodo language is believed to be
   (a) Deodhai (b) Baminiya
   (c) Kaitheli (d) None of these
9. In the ...., Assamese Language Movement started in Assam.
   (a) 1950s (b) 1960s (c) 1970s (d) 1980s
10. Bodo Sahitya Sabha in 1970s adopted the ...... script for Bodo language.
    (a) Latin (b) Devnagari
    (c) Bengali (d) None of these
11. In 2003, Bodo became the Scheduled language in our Constitution and accepted ...... script.
    (a) Bengali (b) Assamese
    (c) Devnagari (d) None of these
12. Bodo is a/an ...... language.
    (a) Indo-European (b) Sino-Tibetan
    (c) Afro-Asiatic (d) None of these
13. ...... language has three distinct dialects like Rongdani, Mayturi and Kocha.
    (a) Bodo (b) Asomiya
    (c) Rabha (d) None of these
14. ...... is known as one of the Mikir languages.
    (a) Rabha (b) Mishing
    (c) Karbi (d) None of these
15. Karbi language is spoken in Assam and ....
    (a) Arunachal Pradesh (b) Meghalaya
    (c) Nagaland (d) All of these
16. The dialects of Mishing language is/are ..... .
    (a) Mising (b) Padam
    (c) Minyong (d) All of these
17. Which language is also known as Gra-Dima among Dimasa people?
    (a) Hindi (b) Dimasa
    (c) Bengla (d) Tiwa

18. Assam Rashtrabhasa Prasar Samiti to spread Hindi language in Assam was established in which year?
(a) 1938 (b) 1940
(c) 1935 (d) 1920

19. Which of the following languages is spoken in Barak valley region of Assam?
(a) Bengla (b) Hmar
(c) Hindi (d) Deori

20. Which of the following languages is spoken in western Assam?
(a) Tiwa (b) Rajbongshi
(c) Deori (d) Nepali

21. Which of the following languages is also known as Dalung in Assam?
(a) Tiwa (b) Deori
(c) Hmar (d) Rajbongshi

22. Which of the following language in Assam is spoken by Bodo community?
(a) Deori (b) Tiwa
(c) Rajbongshi (d) Nepali

23. Which of the following languages is spoken by Gorkhas in Assam?
(a) Manipuri (b) Nepali
(c) Tiwai (d) Hmar

24. Which of the following language is written in Kamrupi Lipi by using Bangla script?
(a) Nepali (b) Deori
(c) Manipuri (d) Hmar

25. The Charyapadas are ...... songs composed in the 8th to 9th Century.
(a) Vaishnavite (b) Buddhist
(c) Kirtan (d) None of these

26. Mantra Sahitya included
(a) magical formulae against snake bite, ghost and demons
(b) formulae against various kinds of diseases
(c) scriptures and songs
(d) Both (a) and (b)

27. Medieval Period of Assamese Literature can be categorised into Pre-Vaishnavite Period, Vaishnavite Period and
(a) Sultanate Period
(b) Shahi Period
(c) Post-Vaishnavite Period
(d) None of the above

28. Prahlada Charita was written by
(a) Hema Saraswati
(b) Benudhar Sarma
(c) Birinchi Kumar Barua
(d) Hem Barua

29. Harihara Bipra wrote the book
(a) Babruvahana Parva
(b) Lava-Kusher Yuddha
(c) Tamradwajar Yuddha
(d) All of the above

30. Who among the following is the first Assamese translator of the Ramayana?
(a) Ram Saraswati
(b) Madhava Kandali
(c) Ananta Kandali
(d) Sankardeva

31. Who wrote the famous poem 'Devajit'?
(a) Ananda Chandra Barua
(b) Madhava Kandali
(c) Hem Barua
(d) None of the above

32. Who was the pioneer of Bhakti Movement in Assam?
(a) Sri Chaitanyadev
(b) Srimanta Sankaradeva
(c) Sri Madhavdeva
(d) None of the above

33. Kirtana-Ghosha was written by
(a) Srimanta Sankaradeva
(b) Madhavdeva
(c) Navakanta Barua
(d) None of the above

34. Which language was used by Sankardev for composing Ankia Nat?
(a) Pali (b) Brajavali
(c) Prakit (d) Apabhrangsha

35. Which of the following was the first Ankia Nat written by Sankardeva?
(a) Patniprasad
(b) Chinhayatra
(c) Rukminiharan
(d) Kaliyadaman

36. Based on Bhagavata Purana, Naam Ghosa was written by
(a) Bishnuram Medhi (b) Hem Barua
(c) Madhavdeva (d) None of these

37. Who translated the Mahabharata in Assamese language?
(a) Ananta Kandali (b) Rama Saraswati
(c) Hem Barua (d) Hiren Gohain

38. Which century witnessed the growth and development of the 'Charit Puthi?
[APSC 2018]
(a) 14th century
(b) 15th century
(c) 16th century
(d) 17th century

39. Which of the following are the major works of Baikunthanath Bhattacharya?
(a) Vaishnavism Katha Geeta
(b) Katha Literary
(c) Bhagwat
(d) All of the above

40. Who is known as Father of Assamese Prose?
(a) Ratnakar Kandali
(b) Bhattadeva
(c) Sarvabhauma Bhattacharya
(d) Gopal Aata

41. Which of the following famous literary personalities of Assamese literature wrote three famous Anika Nat namely Janmajatra, Udharajan and Nandotsava?
(a) Gopal Deva
(b) Baikunthanath Bhattacharya
(c) Raghunath Mahanta
(d) Ramchandra Borpetra

42. Who is the author of the book, Katha Ramayana?
(a) Raghunath Mahanta
(b) Gopinath Bordoloi
(c) Indira Goswami
(d) None of the above

43. The first printed book in Assam was
(a) The Ramayana
(b) The Mahabharata
(c) The New Testament
(d) Both (a) and (c)

44. The first printing machine was established in Assam in
(a) 1820 (b) 1825 (c) 1836 (d) 1910

45. The first Assamese Magazine was
(a) Jonaki (b) Arunodoi
(c) Bhorer Alo (d) None of these

46. The first Assamese Grammar was written by who amongst the following?
(a) AK Gurney
(b) Nathan Brown
(c) Anandram Dhekial Phukan
(d) Miles Bronson

47. The first novel by Rajani Kanta Bardoloi was
(a) Nirmal Bhakat (b) Miri Jiyori
(c) Manomati (d) Dandua Droh

48. The name of first novel in Assamese language is
(a) Miri Jiyoris (b) Hemkosh
(c) Pitribhitha (d) Sagar Dekhisa

49. Who did not belong to the 'Jonaki Yug'?
(a) Lakshiminath Bezbarua
(b) Chandra Kumar Agarwala
(c) Hemchandra Goswami
(d) Nidhiram Farwell

50. The first social drama 'Ram Navami' in Assamese language was written by
(a) Jyoti Prasad Agarwala
(b) Birinchi Kumar Barua
(c) Hem Barua
(d) Gunabhiram Barua

51. The complete works of Jyoti Prasad Agarwala was translated into Hindi by
(a) Devi Prasad Bagrodia
(b) Brajnath Sarma
(c) Hem Barua
(d) None of the above

52. When was the Assam Sahitya Sabha formed?
(a) 1910 (b) 1912 (c) 1915 (d) 1917

53. Who was the first President of the Assam Sahitya Sabha?
(a) Hem Barua
(b) Padmanath Gohain Barua
(c) Hiren Gohain
(d) None of the above

54. Folk literature of Assam was developed from
(a) Aryan culture
(b) Non-Aryan culture
(c) Dravidian culture
(d) Both (a) and (b)

55. Which of the following was the court language of Ahom Kingdom in Assam?
(a) Tai Ahom (b) Tiwa
(c) Hmar (d) Rajbongshi

56. Asomiya Bhasar Unnati Sadhini Sabha was established in
(a) 1902 (b) 1880 (c) 1905 (d) 1888

57. The first translated Assamese novel was
(a) Jatrikar Jatra
(b) Kecha Patar Kaponi
(c) Senji Patar Kahini
(d) None of the above

58. 'Jivanar Batot' was written by
(a) Birinchi Kumar Baruah
(b) Indira Goswami
(c) Rudra Baruah
(d) None of the above

59. 'The Tale of Nomadic Soul' is the English translation of a famous novel by Syed Abdul Malik. Which is that novel among the following? ***[APSC 2021]***
(a) Parashmoni (b) Adharshila
(c) Aghari Atmar Kahini (d) Ruptirthar Yatri

60. Halodhia Choraye Baudhan Khai is the famous novel written by
(a) Nirupama Borgohain
(b) Homen Borgohain
(c) Anuradha Sharma Pujari
(d) None of the above

61. Who amongst the following is the author of 'Asomiya Lorar Mitra'?
(a) Anandram Dheikal Phukan
(b) Lakshminath Bezbaruah
(c) Chandra Kumar Agarwala
(d) Hemchandra Goswami

62. Who amongst the following was given the title Rosoraj by Assam Sahitya Sabha?
(a) Anandram Dheikal Phukan
(b) Lakshminath Bezbarua
(c) Padmanath Barua
(d) Hemchandra Goswami

63. Which of the following are the famous works of Chandra Kumar Agarwala?
(a) Pratima (b) Bin-Boragi
(c) Chandramrit (d) All of these

64. Lakshmikanth Bezbarua Chandra Kumar Agarwala and .... are together known as Trimurti of Assamese Literature.
(a) Hemchandra Goswami
(b) Nalini Bala Devi
(c) Nilamani Phookan Jr
(d) Nirupama Borgohain

65. The novel Abhijatri is based on the life and achievements of
(a) Nalini Bala Dev
(b) Aideu Handique
(c) Chandraprabha Saikiani
(d) Rajbala Handique

66. Aximat Jar Heral Xeema is a landmark in Assamese novel written by Kanchan Baruah and was first published in 1945. But Kanchan Baruah is the pen name. What is the author's real name?
(a) Brajamohan Sarma
(b) Bhubanmohan Barua
(c) Medini Choudhary
(d) None of the above

67. Who amongst the following is the author of Katna Ramayana?
(a) Ramchandra Dvija
(b) Daltari Thakur
(c) Raghunath Mahanta
(d) Kavi Dhananjaya

68. Aahar, an Assamese drama written by Arun Sharma is a/an ***[APSC 2021]***
(a) Social drama (b) historical drama
(c) absurd drama (d) None of these

69. Who is the author of the book, Planter Raj to Swaraj: Freedom Struggle and Electoral Politics in Assam?
(a) Dr. Irfan Habib
(b) Surya Kumar Bhuyan
(c) Dr. Amalendu Guha
(d) Edward Gait

70. Prachya Sasanavali was edited by
(a) Dr. Maheswar Neog ***[APSC 2013]***
(b) Dr. Birinchi Kumar Barna
(c) Dr. Surya Kumar Bhuyan
(d) Alexander Mackezine

71. Match the following

	List I		List II
A.	Adbhut Ramayana	1.	Sukumar Barkaith
B.	Dharma Purana	2.	Raghunath Mahanta
C.	Hoigrib Madhav Kahini	3.	Kavichandra Dorija
D.	Hastividyarnava	4.	Ramchandra Barpeta

Codes

	A	B	C	D		A	B	C	D
(a)	1	2	3	4	(b)	2	3	4	1
(c)	4	3	2	1	(d)	1	3	4	2

72. Match the following

	List I		List II
A.	Ambikagiri Rai Choudhary	1.	Asom Keshori
B.	Anand Chandra Barua	2.	Bakulboner Kavi
C.	Bishnu Prasad Rabha	3.	Kalaguru
D.	Brajnath Sarma	4.	Abninayacharya

Codes

	A	B	C	D
(a)	1	2	3	4
(b)	4	3	2	1
(c)	3	1	2	4
(d)	2	4	3	1

73. Consider the following statements about the famous Assamese poet Nilmani Phookan who passed away on 19th Jan, 2023.

[APSC 2022]

(i) He was honoured with Jnanpith Award in 2021.

(ii) His first anthology is 'Surya Henu Nami Ei Nodiyedi'.

(iii) He was awarded Sahitya Akademi Award for his anthology kavita.

(iv) He was the President of Assam Sahitya Sabha in 2015.

Codes

(a) (i) and (ii)
(b) (ii) and (iii)
(c) (i), (ii) and (iii)
(d) All of the above

Answers

1. (d)	2. (d)	3. (c)	4. (d)	5. (d)	6. (d)	7. (d)	8. (a)	9. (b)	10. (a)
11. (c)	12. (b)	13. (c)	14. (c)	15. (d)	16. (d)	17. (b)	18. (a)	19. (a)	20. (b)
21. (a)	22. (a)	23. (b)	24. (c)	25. (b)	26. (d)	27. (c)	28. (a)	29. (a)	30. (b)
31. (b)	32. (b)	33. (a)	34. (b)	35. (a)	36. (c)	37. (b)	38. (d)	39. (d)	40. (b)
41. (a)	42. (a)	43. (c)	44. (c)	45. (b)	46. (b)	47. (b)	48. (a)	49. (d)	50. (d)
51. (a)	52. (d)	53. (b)	54. (d)	55. (a)	56. (d)	57. (a)	58. (a)	59. (c)	60. (b)
61. (a)	62. (b)	63. (d)	64. (a)	65. (c)	66. (b)	67. (c)	68. (c)	69. (c)	70. (a)
71. (b)	72. (a)	73. (c)							

CHAPTER 30

Education and Health in Assam

Development of Primary Education during Pre-Independence Period

- There has been a lot of development in primary education in Assam since ancient period. The earliest evidence of information regarding education system in Assam is found through an account of Hiuen Tsang. It describes about a system of education during the reign of Bhaskaravarman in 7th century as well as his initiatives to spread education in Kamrup.
- In ancient period, Gurukula system was the main system of education in which various religious scriptures such as Vedas, Smritis, Vedangas were taught. The earliest system of education in Assam was in oral form due to the absence of script. Sanchipat is an example of such system.
- When Assam came under the rule of Ahoms since 1228 AD, they started maintaining the tradition of recording the historical accounts. Ahom rulers patronised writing of books.
- Sri Sri Sankardeva and Sri Sri Madhavdeva (poets of Assam) majorly contributed to education system and culture in Assam. They established Satras that became major centers for imparting education in ancient Assam.

Development of Primary Education during British Period

- During that period, education was not so well organised as in the present day Assam.
- In 1826, the first agent of the East India Company **Mr. David Scott** came to Assam. He established eleven schools, mostly in lower Assam.
- He also opened a school in Garo Hills for the expansion of primary education among the hill tribes.
- The old 'Paik and Khel' systems were retained in Upper Assam which were replaced gradually by modern education system.
- Hunter Commission visited India in 1882. The commission considered the local bodies as an important medium of spreading education in pre-Independent India.
- Assam Local Self-Government Act of 1915 empowered local bodies to take decisions regarding primary and middle education.

Contribution of Christian Missionaries

- The beginning of modern education in Assam was done by the Christian Missionaries.

- They helps towards the promotion of vernacular and for the upliftment of the tribal areas of Assam.
- There were 14 schools set-up in Sivasagar Assam by **Rev Nathan Brown** and **Oliver Cutter.**
- The contributions of the Christian Missionaries in the field of education were as follows
  - Starting of charity schools
  - Establishment of printing press
  - Importance on the development of vernacular language
  - Education of orphans
  - Printing and publication of textbooks
  - Publication of newspapers
  - Translations of books into Assamese language

First Compulsory Primary Education Act, 1926

- In Assam the first compulsory Primary Education Act was passed in 1926.
- The main provisions of Assam Primary Education Act, 1926 are as follows
  - It extends to the whole of Assam.
  - The local authority shall submit the resolution to the Government for consideration.
  - Local authority of any area shall provide one-third of the additional cost without diminishing the current expenditure and shall levy an education cess for this purpose.
  - If any local authority fails to submit a scheme, the Government may call upon to do so.
  - The Government may by notification make rules regarding the education cess, the manner in which the education funds shall be maintained.
- No fees shall be charged from any students.
- Poor children will be provided books and other writing materials if education committee recommended.

Primary Education in Assam After Independence

- After independence of India, basic education was accepted as the National pattern of education at the elementary level.
- The Government undertook development schemes in primary schools to provide basic facilities for children and salaries of teachers.
- The Government of Assam also accepted basic education as its future pattern of elementary education and passed the Assam Basic Education Act, 1954.
- As per Economic Survey 2023-24, there are 33937 lower primary schools and 5815 upper primary schools (out of 5815 upper primary schools 5511 are in rural areas and 294 are in urban areas) under Department of Elementary.

Assam Basic Education Act, 1954

- After Independence basic education was accepted as the national pattern of education at the elementary level. So, Assam Legislative Assembly passed the Assam Basic Education Act in 1954.
- The Assam Basic Education Act, 1954 provided for the Constitution of a State Board for basic education to advise the Government on matters such as making grants to schools, control and management, recruitment and service condition of teachers, selection of text books, training of teacher, etc.
- The Assam Basic Education Act, 1954 recognised different categories of schools as basic schools such as all Government M.V. schools, all M.V. schools managed by private bodies, all primary schools and any private elementary school.

- The State Government was empowered to impose an educational tax in any area for the purpose of this act and can make rules regarding the age of a child, the curriculum, duration and standard, etc.

Assam Elementary Education Act, 1962

It was passed to make provisions for the management and control of elementary education and to provide for free and compulsory education in Assam in gradual stages.

The major provisions of the act were as follows

- Constitution of a State Board for Elementary Education was made to advise the Government for the development, expansion, management and control of elementary education in the state.
- The State Board will lay down the procedure for recruitment of teachers and the conditions of their service. It also lay down the condition for recognition, expansion, amalgamation and opening of new schools.
- The State Government may make rules for carrying out the purpose of this act.
- This act entrusted the responsibilities for management of elementary education on the local authorities of the area concerned.

Primary Education Act, 1974

- It is an act to provide for the provincialisation of the elementary education in the state of Assam.
- According to this act the State Government is responsible for proper administration and supervision of elementary education.
- The State Government shall determine the curriculum and duration, standard and syllabus of the course of instruction to be imparted in an elementary school.
- It was proposed to set-up one primary school in every 1.5 km.
- In order to run administration of elementary education smoothly, a separate directorate of elementary education was constituted in 1977 in Assam.
- A twenty member State Advisory Board on examination will review the situation and suggest general policy and guidelines for rapid development.

Directorate of Primary Education

- In 1977, with the establishment of a new Government, new policy for primary education. A separate Directorate of elementary education was constituted in Assam.
- Under the provision of this act, rules were framed in 1977 called, the **Assam Elementary Education** (Provincialisation) **Rules, 1977**. These rules prescribe the qualifications for appointment of teachers for elementary schools and the conditions for taking over of schools by the state.

Conditions for Taking Over Elementary Schools

- Every inhabited village shall have at least one elementary school.
- In a village where there are more than one schools, the minimum distance from one to other should be 1.1 km provided there are more than 200 populations in case of L.P. School and Junior Basic Schools and 3 km in case of M.E., M.V. and Senior Basic Schools.
- The enrolment in each of the school shall not be less than 40 in case of Lower Primary Schools and Junior Basic Schools and 90 in case of M.E., M.V. and Senior Basic Schools.
- A venture school should possess at least 2 bighas of land in the rural areas and 1/2 bighas of land in the urban area.

- The syllabus at primary schools is set-up the Directorate of Elementary Education, Assam.

Secondary Education in Assam

- The Commissioner of Assam, **Captain Jenkins** started an English School at Guwahati in 1835 known as 'Guwahati School'. Thus, the Secondary Education was started in 1835 in Assam.
- The creation of a separate department of education in Assam under the **Director of Public Instruction** (DPI) helped in the development of education in the State.
- After the establishment of **Guwahati University** in 1948, the responsibility of controlling academic matters of secondary schools was transferred from Calcutta University to Guwahati University.
- The Government of Assam adopted various measures in the field of secondary education as per the recommendations of Secondary Education Commission (1952-1953).
- In 1961, the Secondary Education Act, in Assam was passed.
- The Board of Secondary Education (SEBA), Assam was constituted on 14th March, 1962.

Madrassa Education

In 2005, a separate Directorate of Madrassa Education was created which was earlier a part of Directorate of Secondary Education. Following are the total number of institutions under this board at present

- Pre-senior Madrassas - 524
- Senior Madrassas - 164
- Arabic Colleges - 5
- Title Madrassas - 14
- Voluntary Maktab Madrassas - 500

Schemes related to Primary and Secondary Education

Sarva Shiksha Abhiyan (SSA)

It was established in the year 2001 under the Registration of Societies Act, 1860.

The main objectives of the mission are as follows

- To provide free and compulsory education to the children of 6-14 years age group, a fundamental right.
- To provide useful and relevant elementary education of satisfactory quality for all, bridging all social and gender gaps with the active participation of the community in the affairs of the school.
- To enhance the efficiency of the schooling system and to ensure building of community ownership for quality elementary education.

Mid Day Meal Scheme (MDMS)

- To raise the level of nutrition of children and enable them to develop in a healthy manner this scheme was launched as a centrally sponsored scheme in 1995.
- This scheme was expected to enhance enrolment, retention, attendance of children in schools apart from improving their nutritional levels.
- This scheme is extended to upper primary children (classes VI to VIII, Madrasas and Maktabs.
- This schemes is implemented through the States/UT's and is managed and implemented by school management, village/education committees, Panchayati raj, Institutions and Self-Help groups.

District Primary Education Programme (DPEP)

- It was launched in Assam in the year 1994-1995 to achieve the goal of universalisation and to work for quality improvement of elementary education.
- Initially, the programme was launched in 4 districts. Later, it was extended to 5 more districts.
- These districts were Goalpara, Kokrajhar, Dhubri, Bongaigoan, Barpeta, Darrang, Sonitpur, Morigaon and Karbi Anglong.

National Programme for Education of Girls at Elementary Level (NPEGEL)

- It is implemented in Educationally Backward Blocks (EBB) and addresses the needs of girls who are 'in' as well as 'out' of school.
- It also reaches out to girls who are enrolled in school but do not attend school regularly.
- It emphasises the responsibility of teachers to recognise vulnerable girls and pay special attention to bring them out of their state of vulnerability and prevent them from dropping out.
- It tries to complement efforts under SSA to ensure inclusion of all girls and provide them 'quality education'.

Rashtriya Madhyamik Shiksha Abhiyan

- It is a flagship scheme of Government of India, launched in March, 2009, to enhance access to secondary education and improve its quality.
- It was implemented in Assam to provide quality and meaningful education to all children in the age group 14-16 years of age for Secondary Schools and 16-18 years of age for Higher Secondary Schools in Assam.
- It has a vision to make secondary education available, accessible and affordable to all students.

Schemes for Setting up 6000 Model Schools at Block Level

- This scheme was launched in 2008-09 and is being implemented from 2009-10.
- Its objective is to provide quality education to talented rural children through setting up 6000 model schools as benchmark of excellence at block level.
- Its also aims to have at least one good quality senior secondary school in every block.

Higher Education in Assam

- The Higher Education Department in Government of Assam has been playing an important role for expansion and quality development of higher education sector through the universities and colleges.
- The first college and university in Assam was **Cotton College** and **Guwahati University** established in 1901 and 1948 respectively. Guwahati University was established with the efforts of Gopinath Bardoloi and Fakhruddin Ali Ahmed. It was established on 26th January, 1948 under Provision of Act enacted by Assam Legislative Assembly.
- As per Economic Survey 2022-23, there are 20 Universities, 5 Government Colleges, 11 Government Model College, 321 Provincialised Colleges, 92 Non-Government Colleges, 25 Literary and Voluntary Organisations, 1 Government Law College, 26 Non-Government Law College.

Universities in Assam

In Assam there are 2 Central Universities, 14 State Universities and 6 Private Universities.

State Universities of Assam

University	Location	Establishment
Cotton University	Guwahati	1901
Guwahati University	Guwahati	1948
Dibrugarh University	Dibrugarh	1965
Krishna Kanta Handique	Guwahati	2007
Bodoland University	Kokrajhar	2009
Assam Rajiv Gandhi University	Sivasagar	2010
Assam Science and Technology University	Guwahati	2010
Kumar Bhaskar Varma Sanskrit and Ancient Studies University	Nalbari	2011
Assam Women's University	Jorhat	2013
Majuli University of Culture	Majuli	2017
Bhattadev University	Barpeta	2019
Madhabdev University	Lakhimpur	2019
Rabindra Nath Tagore University	Hojai	2019
Birangana Sati Sadhani Rajyik Vishvavidhyalaya	Golaghat	2020

Private University

University	Location	Establishment
Kaziranga University	Jorhat	1948
Assam Don Bosco University	Guwahati	2008
Assam Down Town University	Guwahati	2010
Mahapurusha Srimanta Sankaradeva Vishvavidyalaya	Nagaon	2014
Krishnaguru Adhyatmik Vishvavidyalaya	Barpeta	2017
Royal Global University	Guwahati	2017

Central Universities

University	Location	Establishment
Assam University	Silchar	1994
Tezpur University	Tezpur	1994

College for Professional Education

Agriculture/Fisheries/Veterinary (Segment)		
University	**Location**	**Establishment**
College of Veterinary Science	Khanapara	1948
Assam Agriculture University	Jorhat	1st April, 1969
College of Home Science	Jorhat	1969
College of Fisheries	Raha, Nagaon	7th March, 1988
Biswanath College of Agriculture	Biswanath Chariali	1988
Lakhimpur College of Veterinary Science	North Lakhimpur	1988

Prominent Scientific Institutions in Assam

There are some prominent scientific institution in Assam which play a significant role in the field of education in Assam.

Tocklai Tea Research Institute

- It was established in 1911 near the river Tocklai in Jorhat, Assam.
- It is a pioneer in the research and development of tea. It also carries research on tissue culture to improve the production of tea.
- Tocklai has its regional R & D Centre at Nagrakata, West Bengal.

Assam Science Technology and Environment Council

- It was set-up in the year 1987 under the Science and Technology Department of the Government of Assam.
- It is mainly responsible for developing policies and programmes related to science and technology.
- The remote sensing division of the council is a prominent one and oversees the various themes and issues like flood mitigation, forecasting agro meteorology, groundwater quality mapping, etc.

North-East Institute of Science and Technology (NEIST)

- It was established in 1961 at Jorhat in Assam. It was formally called Regional Research Laboratory (RRL).
- Its main aim is to use indigenous technologies by using resources of North-Eastern India like petroleum, mineral oil, etc. Some prominent achievements are
  - Development of Vertical Shaft Kiln (VSK) like mini cement plant.
  - Developing cheaper and alternative protein varieties like mushroom.
  - Development of pesticides and other biological alternatives.
  - Newer process for utilisation of banana plants to produce newer varieties of fibres and eco-friendly products like bag, carpet, etc.
  - Extensive cultivation of citronella grass and extracting its oil have led to citronella based agro-industry.

Central Inland Fisheries Research Centre (ICAR)

- It set-up its first institute at Calcutta in 1947. There are four regional centres and one of them is in Guwahati.
- It works for conservation of aquatic biodiversity and to utilise the vast inland fisheries of India.

National Institute of Pharmaceutical Education and Research

- It was established in 2008.
- It is one of the premier institutes of pharmaceutical research and studies and comes under the Central Government's Ministry of Chemicals and Fertilizers.

▲NATIONAL INSTITUTE OF PHARMACEUTICAL EDUCATION AND RESEARCH

Centre of Plasma Physics-Institute of Plasma Research

- It was one of the leading research centres in plasma sciences in North- East India. It was established in 1991. The current campus is at Sonapur in Kamrup district of Assam.
  The founder director of the institute was professor Sarbeswar Bezbarua.

Indian Statistical Institute, Tezpur

- The North-East Centre of Institute of Tezpur was inaugurated on 23rd July, 2011.
- In addition to the regular courses, it conducts workshops and seminars on various applications of statistics in practical life like science, finance, environment, etc.

Hotel Management Institutes

Institute	Location
Jettwings Institute of Aviation and Hospitality Management	Guwahati
Jettwings Business School Under Gawahati University	Guwahati
Assam Institute of Hotel Management	Guwahati
IAM Institute of Hotel Management	Guwahati
Institute of Hotel Management, Guwahati (IHM)	Guwahati
North Durgapur School of Hotel Management	Guwahati

Management Institution

Institute	Location	Year
Guwahati Commerce College	Guwahati	1962
CKB Commerce College	Jorhat	1965
Centre for Management Studies, Dibrugarh University	Dibrugarh	1965
Department of Business Administration	Guwahati	1984
Assam Institute of Management	Guwahati	1988
North-Eastern Regional Institute of Management (NERIM)	Guwahati	1992
School of Management Science	Tezpur	1994
School of Management Studies	Assam	1994
NEF College of Management and Technology	Guwahati	1997
Girijananda Chaudhary Institute of Management and Technology	Guwahati	2006
Institute of Strategic Business Management (ISBM)	Guwahati	2008
Don Bosco Institute of Management	Guwahati	29th March, 2008
Royal School of Business	Guwahati	2009
Times Institute of Management and Technical Studies (TIMTS)	Guwahati	—
Asian Institute of Management and Technology (AIMT)	Guwahati	—

Technical Education in Assam

Technical Education was started in 1927 in Jorhat with the establishment of **Prince of Wales Institute of Engineering and Technology** in Assam.

As per Economic Survey 2022-23, there are 7 Government Engineering Colleges, 27 Polytechnic Institutions functioning in Assam.

Also, there are two national level institutes namely Indian Institute of Technology and National Institute of Technology in Assam.

Government Engineering Colleges in Assam

College	Location
Assam Engineering College	Guwahati
Jorhat Engineering College	Jorhat
Jorhat Institute of Science and Technology	Jorhat
Bineswar Brahma Engineering College	Kokrajhar
Barak Valley Engineering College	Karimganj
Golaghat Engineering College	Golaghat
Dhemaji Engineering College	Dhemaji

Polytechnic Institute in Assam

Institute	Location
Assam Engineering Institute	Guwahati
Diphu Polytechnic	Diphu
POWIET	Jorhat
Assam Textile Institute	Guwahati
Dibrugarh Polytechnic	Dibrugarh
Bongaigaon Polytechnic	Bongaigaon
Nowgong Polytechnic	Nagaon
Girls Polytechnic	Guwahati
Silchar Polytechnic	Silchar
Baksa Polytechnic	Baksa
Barpeta Polytechnic	Barpeta
Dhemaji Polytechnic	Dhemaji
Lakhimpur Polytechnic	Lakhimpur
Karimganj Polytechnic	Karimganj
Goalpara Polytechnic	Goalpara
Nalbari Polytechnic	Nalbari
Kamrup Polytechnic	Kamrup
Sivasagar Polytechnic	Sivasagar
Sonitpur Polytechnic	Sonitpur
Residential Girts Polytechnic	Golaghat
Morigaon Polytechnic	Morigaon
Tinsukia Polytechnic	Tinsukia
Chirang Polytechnic	Chirang
Udalguri Polytechnic	Udalguri
Hailakandi Polytechnic	Hailakandi
Golaghat Polytechnic	Golaghat

Health Scenario of Assam

- The Health and Family Welfare Department of Assam play a vital role in improving the health status of Assam.
- It has been categorised into two divisions i.e. **Health A** and **Health B.**
- All hospitals and health institutions come under Health A where as all medical colleges and nursing colleges comes under Health B.
- As per Economic Survey 2023-24, there are 12 Medical Colleges and Hospitals, 21 Civil Hospitals, 3 Tuberculosis Hospitals, 3 Leprosy Hospitals, 1 Cancer Hospital, 16 Sub-divisional Civil Hospitals, 154 State Dispensaries, 4728 Sub-Centres operational in Assam.

Health Indicator of Assam

There are various health indicators which show the overall health conditions of people of a state such as birth rate, death rate, infant mortality rate, maternal mortality rate, population coverage by hospitals, population and hospitals bed ratio, doctor patient ratio, etc.

Some health indicators of Assam are discussed below

1. **Total Fertility Rate** (TFR) It indicates the average number of children expected to be born to a woman during her reproductive span of 15-49 years.

   According to Economic Survey 2023-24
   - Crude Birth Rate – 20.8
   - Crude Death Rate – 6.2
   - Infant Mortality Rate – 36
   - Total Fertility Rate – 2.1
2. **Crude Birth Rate** (CBR) It is calculated as number of live births in a year per 1000 population. As per Economic Survey 2021-22, the crude birth rate of Assam in 21 births per 1000 of population.
3. **Infant Mortality Rate** (IMR) It is defined as the number of deaths of children under the age of 1 year per 1000 live births for a given year. As per Economic Survey 2021-22, the infant mortality rate of Assam is 40 death per 1000 live births.
4. **Crude Death Rate** (CDR) It is calculated as number of deaths in a particular year per 1000 of population in a particular region. As per Economic Survey 2021-22, the crude death rate of Assam is 6.3 death per 1000 of population.

Medical Education in Assam

- **The Directorate of Medical Education**, Assam is entrusted with the task of generating human resources like doctors, nurses, technicians, physiotherapists, pharmacists, etc. As per Economic Survey 2021-22, there are 10 educational institutions under the Directorate of Medical Education.
- The Government of Assam proposes to establish three new medical colleges in Charaideo, Goalpara and Biswanath. North Lakhimpur Medical College has been operationalising recently.
- The new AIIMS being established near Guwahati with the active support of the Government of India, will start its operations soon to give an impetus to the medical education in Assam.

Medical Colleges of Assam

Medical Colleges	Location	Established Year
Assam Medical College	Dibrugarh	1947
Guwahati Medical College	Guwahati	1960
Silchar Medical College	Silchar	1968
Regional Dental College	Guwahati	1985
Army Institute of Nursing	Guwahati	2006
Jorhat Medical College	Jorhat	2009
Fakhruddin Ali Ahmed Medical College	Barpeta	2011
Tezpur Medical College	Tezpur	—
Diphu Medical College	Diphu	—
Government Dental College	Dibrugarh	—
Government Dental College	Silchar	—

Health Related Scheme in Assam

There are many health and family welfare programmers conducting in Assam. Some of these are as follows

Kayakalp

- This scheme was launched on 15th May, 2015 by the Ministry of Health and Family Welfare.
- Its aim is to promote cleanliness, hygiene and infection control practices in public health care facilities.

Sanjeevani-Village Health Outreach Programme

- This scheme was launched in the year 2011.
- Under this scheme 24 hours free ambulance facility is provided along with free medicine to the patient.
- It is being introduced throughout the state with 80 Mobile Health Units (MHU).
- The service aims in early identification, screening, referral, follow-up and free medicines for effective chronic disease management.

Susrusha

- The scheme was launched on 23rd August, 2010.
- Under 'Susrusha' scheme an amount of ₹ 1 lakh is given as financial assistance to people who have undergone kidney transplantation after 1st April, 2010.
- Any person who is a resident of Assam and annual income of the person of his family does not exceed ₹ 3 lakh is eligible under the scheme.

PPP with Tea Garden Hospitals

- The scheme was launched in the year 2007-08 in Assam. In this scheme, National Health Mission (NHM), Assam has executed a Memorandum of Understanding (MoU) with Tea Garden Hospitals under Public Private Partnership (PPP).
- This memorandum aims to provide health care services to all the employees of the tea gardens and its adjoining areas.
- Initially, a total of 50 numbers of tea garden hospitals were brought under the umbrella of NHM, Assam and gradually the remaining tea estates.

Assam Arogya Nidhi (AAN)

- This scheme was launched in the year 2007 in the state of Assam. It provides financial assistance up to ₹ 1.5 lakh to BPL families and families having a monthly income of less than ₹ 10,000 for general and specialised treatment.
- The treatment include life threatening diseases, injuries caused by natural and man made disasters (industrial / farm / road / rail accidents, bomb blasts, etc).
- Under this scheme, Government of India contributes 50% of the funds sanctioned by the State Government.

Weekly Iron Folic Acid Supplementation (WIFS)

- This programme is for school adolescent boys and girls (10-19 years) and out of school girls (10-19 years) in urban and rural areas.
- The programme implemented through the platform of Government/Government aided/ Municipal Schools and Anganwadi centres.
- The strategy involves a "fixed day - Monday" approach for Iron Folic Acid (IFA) distribution.

Operation Smile

- Department of Health and Family Welfare, Government of Assam, NHM and Operation Smile jointly initiated a special drive for cleft lip and cleft palate patients in the year 2009.
- A critical element towards fulfilling the vision of a 'Cleft Free Assam' is the establishment of a Comprehensive Cleft and Child Care Centre which was set-up at the **Mahendra Mohan Chaudhary Hospital, Guwahati** for providing year-round surgical care to patients with cleft deformities.
- It has the capability of running 6 operating tables simultaneously.

Multiple Choice Questions

1. The account of Hiuen Tsang gives information about the education system during the time of which of the following ruler of Assam?
(a) Kumaravarman (b) Bhaskaravarman
(c) Dharampala (d) Brahmapala

2. In ancient Assam, the 'Gurukula' system was prevalent where students learnt about
(a) Vedas (b) Vedangas
(c) Smritis (d) All of these

3. Who invade Assam and rules over 600 years since 1228 AD?
(a) Ahom rulers (b) Pallavas rulers
(c) Mughals rulers (d) Cholas rulers

4. 'Satras', the centre of learning of mass people established by
(a) Sankaradeva (b) Madhavdeva
(c) Both (a) and (b) (d) None of these

5. Which of the following were the centers of imparting education in ancient period in Assam?
(a) Pathsalas for Hindus
(b) Tols of Brahmins
(c) Satras
(d) All of the above

6. In which year did David Scott come to Assam and encouraged the indigenous system of education in Assam?
(a) 1820 (b) 1826
(c) 1830 (d) 1835

7. The British officer who tried to establish the education system in Assam in the early years?
(a) Sir David Scott (b) Sir JB White
(c) Sir Henry Cotten (d) Sir C Bruce

8. How many schools were set-up in Sivasagar, Assam by Nathan Brown and Oliver Cutter?
(a) 20 (b) 12
(c) 14 (d) 18

9. Which among the following were the contributions of the Christian Missionaries in the field of education?
(a) Starting of charity schools
(b) Education of orphans
(c) Establishment of printing press
(d) All of the above

10. When was the Assam Basic Education Act adopted by the Government after independence?
(a) 1947 (b) 1954
(c) 1957 (d) 1959

11. In which year, the first Primary Education Act was passed in Assam?
(a) 1815 (b) 1926
(c) 1961 (d) 1974

12. When was the Assam Elementary Education Act passed?
(a) 1997 (b) 1984
(c) 1964 (d) 1962

13. Mid day meal scheme was launched in which year?
(a) 1996 (b) 1990
(c) 1995 (d) 2000

14. When was the District Primary Education Programme (DPEP) launched in Assam?
(a) 1994-1995
(b) 1996-1997
(c) 1998-1999
(d) 2001-2001

15. Teacher training programmes and academic activities of DPEP were carried out at which level?
(a) State level
(b) District level
(c) Block level
(d) All of the above

16. In which of the following year Guwahati University was established in Assam?
(a) 1948 (b) 1950
(c) 1955 (d) 1960

17. The Secondary Education Act was passed in Assam in which year?
(a) 1965 (b) 1961
(c) 1967 (d) 1970

18. The Board of Secondary Education Assam was constituted in which year?
(a) 1960 (b) 1970
(c) 1962 (d) 1975

19. Rashtriya Madhyamik Shiksha Abhiyan was launched in which year?
(a) 2008 (b) 2009
(c) 2005 (d) 2000

20. How many model schools are sought to be built in Assam under the scheme launched in 2000-09?
(a) 4000 (b) 6000
(d) 8000 (d) 10000

21. Assam Women's University is located in which district?
(a) Barpeta
(b) Guwahati
(c) Jorhat
(d) Dibrugarh

22. The remote sensing division of Assam Science Technology and Environment Council works upon which of the following fields?
(a) Flood Mitigation
(b) Forecasting Agro Meteorology
(c) Ground Water Quality Mapping
(d) All of the above

23. Tocklai Tea Research Institute was established in which year near river Tocklai?
(a) 1910 (b) 1911
(c) 1915 (d) 1920

24. Which of the following are the main achievements of North-East Institute of Science and Technology?
(a) Development of vertical shaft kiln mini cement plan.
(b) Developing cheaper and alternative protein varieties like Mushroom.
(c) Development of pesticides and other biological matter.
(d) All of the above

25. Regional Centre for Central Inland Fisheries research center is located in which region of Assam?
(a) Dibrugarh
(b) Guwahati
(c) Jorhat
(d) Goalpara

26. Center of Plasma Physics was founded in which year whose founder director was Sarbeswar Bezbarua?
(a) 1990 (b) 1991
(c) 1985 (d) 1980

27. North-East Center of Indian Statistical Institute is located in which region of Assam?
(a) Guwahati (b) Dibrugarh
(c) Tezpur (d) Jorhat

28. Brineswar Brahma Engineering College is situated in which district?
(a) Guwahati (b) Kokrajhar
(c) Jorhat (d) Karimganj

29. As per Economic Survey of 2021-22, how many civil hospitals are currently operating in Assam?
(a) 25 (b) 26
(c) 30 (d) 35

30. Which of the following is considered as the indicators of the level of status of women in society?
(a) Infant Mortality Rate
(b) Maternal Mortality Rate
(c) Both (a) and (b)
(d) None of the above

31. Infant Mortality Rate of Assam is
(a) 40 per thousand birth
(b) 38 per thousand birth
(c) 28 per thousand birth
(d) 30 per thousand birth

32. Assam Medical College was established in
(a) 1967 (b) 1994
(c) 1947 (d) 1950

33. The Guwahati Medical College was established in
(a) 1960 (b) 1947
(c) 1994 (d) 2002

34. Fakhruddin Ali Ahmed Medical College and Hospital is located in which district of Assam?
(a) Tezpur (b) Barpeta
(c) Guwahati (d) Darrang

35. Under PPP with Tea Garden Hospitals, how many Tea Garden Hospitals were brought under the umbrella of NHM?
(a) 30 (b) 40
(c) 50 (d) 60

36. Who amongst the following created a special drive for Cleft lip and Cleft Palate patients in 2009?
(a) Department of Health and Family Welfare, Government of Assam
(b) National Health Mission
(c) Operation Smile
(d) All of the above

37. The Scheme 'Operation Smile' was related to
(a) tea garden hospital.
(b) free surgery for children having cleft palate and lip.
(c) health care facility for old.
(d) None of the above

38. Which of the following scheme involves fixed day Monday approach for IFA distribution?
(a) Weekly Iron Folic Acid Supplementation
(b) Assam Aarogya Nidhi
(c) Kayakalp
(d) Sushrusha

39. Upto how much amount of financial assistance is provided under Assam Aarogya Nidhi to BPL familes in Assam?
(a) ₹ 1,00,000 (b) ₹ 1,50,000
(c) ₹ 50,000 (d) ₹ 2,00,000

40. Sanjeevani village health outreach program is being introduced throughout Assam with how many Mobile Health Units?
(a) 70 (b) 90
(c) 100 (d) 80

41. Sushrusha scheme was launched in which year in Assam?
(a) 2010 (b) 2012
(c) 2013 (d) 2015

42. Which of the following components are covered under Kayakalp scheme in Assam?
(a) Promotion of cleanliness and hygiene
(b) Infection control practices
(c) Both (a) and (b)
(d) None of the above

43. Which of the following statements are the conditions for taking over elementary schools in Assam?
(a) Every inhabited village shall have one elementary school in Assam.
(b) A venture school shall possess at least 2 bighas of land in rural areas and ½ bighas of land in urban area.
(c) The primary stage shall consist of classes I to IV.
(d) All of the above

44. Which of the following statements are the main objectives of Sarva Shiksha Abhiyan?
(a) Making free and compulsory education to children of 6-14 years of age group a fundamental right.
(b) To provide useful and relevant elementary education of satisfactory quality for all.
(c) Bridging all social and gender gaps with active participation of community in the affairs of the school
(d) All of the above

45. Which of the following statements are true regarding National Program for Education of Girls at elementary level?
(a) It is implemented in educationally backward blocks and addresses needs of girls in and out of school.
(b) It tries to implement efforts under SSA to ensure inclusion of all girls and provide them quality education.
(c) It also reaches out to girls who are enrolled in school but do not attend school regularly.
(d) All of the above

46. Match the following.

	List I		List II
A.	Secondary Education Act was passed	1.	1961
B.	Board of Secondary Education was constituted	2.	1962
C.	Assam Higher Secondary Education Council constituted	3.	1984
D.	DPEP launched	4.	1994-95

Codes

	A	B	C	D		A	B	C	D
(a)	1	2	3	4	(b)	4	3	2	1
(c)	3	4	1	2	(d)	2	1	4	3

47. Match the following.

	List I (Colleges)		List II (Years of Establishment)
A.	IIT, Guwahati	1.	1947
B.	NIT, Silchar	2.	1967
C.	Assam Medical College	3.	1994
D.	Guwahati Medical College and Hospital	4.	1960

Codes

	A	B	C	D		A	B	C	D
(a)	3	4	1	2	(b)	1	2	3	4
(c)	4	3	2	1	(d)	3	2	1	4

48. Match the list I with list II and select the correct answer by using the codes given below the lists. ***[APSC 2022]***

	List I		List II
A.	Bhaltadev University	1.	Nalbari
B.	Kumar Bhaskar Varma Sanskrit and Ancient Studies University	2.	Hojai
C.	Rabindranath Tagore University	3.	Pathsala
D.	Assam Science and Technology University	4.	Guwahati

Codoo

	A	B	C	D
(a)	3	1	2	4
(b)	3	2	1	4
(c)	1	3	4	2
(d)	1	2	3	4

49. Match the following institutions list I with the years of their establisment list II ***[APSC 2023]***

	List I		List II
A.	Cotton College	1.	1901
B.	Guwahati College	2.	1969
C.	Assam Agricultural University	3.	1948
D.	Tezpur University	4.	1994

Codes

	A	B	C	D
(a)	1	2	3	4
(b)	2	3	1	4
(c)	3	4	1	2
(d)	1	3	2	4

Answers

1. (b)	2. (d)	3. (a)	4. (c)	5. (d)	6. (b)	7. (a)	8. (c)	9. (d)	10. (b)
11. (b)	12. (d)	13. (c)	14. (a)	15. (d)	16. (a)	17. (b)	18. (c)	19. (b)	20. (b)
21. (c)	22. (d)	23. (b)	24. (d)	25. (b)	26. (b)	27. (c)	28. (b)	29. (a)	30. (c)
31. (a)	32. (c)	33. (a)	34. (b)	35. (c)	36. (d)	37. (b)	38. (a)	39. (b)	40. (d)
41. (a)	42. (c)	43. (d)	44. (d)	45. (d)	46. (a)	47. (d)	48. (a)	49. (a)	

CHAPTER 31

Demographic Profile of Assam

- In Assam, the first census was done in the year 1872 under the British rule.
- At that time, the population of Assam was 22 lakhs. After that, the next census was done in 1901. The population increased to 33 lakhs.
- The Census 2011 was the 11th Census for the state. According to the Census 2011, Assam's population was only 2.58% of the total population of the country.
- According to the Census 2011, the population of Assam is 3,12,05,576 (3.12 crore approx) in which number of male is 1,59,39,443 and the number of female is 1,52,66,133.
- 31.98% of the population in Assam lives Below Poverty Line (BPL). (As per Tendulkar Methodology)

Five District with High Population

Nagaon	28,23,768
Dhubri	19,49,258
Sonitpur	19,24,110
Cachar	17,36,617
Barpeta	16,93,622

Five District with Least Population

Dima Hasao	2,14,102
Chirang	4,82,162
Hailakandi	6,59,296
Dhemaji	6,86,133
Bongaigaon	7,38,804

- The six new districts of Assam are **Biswanath** (carved out of Sonitpur), **Charaideo** (carved out of Sivasagar), **Hojai** (carved out of Nagaon), South Salmara Mankachar (carved out of Dhubri), **West Karbi Anglong** (carved out of Karbi Anglong) **Majuli** (carved out of Jorhat).
- There is a major change in most populated district of Assam due to the formation of new district.
- The population of Nagaon after the formation of new district is 17,74,798.
- The population least population district of Assam of i.e., Dima Hasao is 2,14,102.

Decadal Growth Rate in Assam

- The change in the number of people in a region within ten years is called decadal growth rate.

- Assam ranks 15th in the country in terms of decadal growth rate.
- According to Census 2011, the decadal growth rate of Assam is 17.07% which is lower than the national average of 17.7%.
- **Dhubri** district has the highest decadal growth of 24.44 whereas Kokrajhar has the lowest decadal growth rate of 5.21%.

Five Districts with High Decadal Growth Rate

District	Growth Rate (in %)
Dhubri	24.44%
Morigaon	23.34%
Goalpara	22.64%
Darrang	22.19%
Nagaon	22.00%

Five Districts with Low Decadal Growth Rate

District	Growth Rate (in %)
Kokrajhar	5.21%
Jorhat	9.31%
Sivasagar	9.44%
Udalguri	9.61%
Baksa	10.74%

Population Density of Assam

- The number of people living in per sq km is called **population density**.
- In Assam, as per Census 2011, the population density is 398 person per sq km, which is 58 person per sq more than the 340 person per sq km in 2001. It is higher than the national average of 382 person per sq km.
- The district with **highest** population density in Assam is **Kamrup Metropolitan** (1313) and the district with lowest density is **Dima Hasao** (44).

Population Density of Districts in Assam 2011

District	Density
Kamrup Metropolitan	1313
Dhubri	896
Barpeta	742
Nalbari	733
Nagaon	711
Karimganj	679
Bongaigaon	676
Morigaon	617
Darrang	586
Goalpara	553
Hailakandi	497
Kamrup	489
Cachar	459
Lakhimpur	458
Sivasagar	431
Udalguri	413
Dibrugarh	392
Baksa	387
Jorhat	383
Sonitpur	370
Tinsukia	350
Golaghat	305
Kokrajhar	269
Chirang	251
Dhemaji	212
Karbi Anglong	92
Dima Hasao	44

Sex Ratio in Assam

- The sex ratio in Assam as per Census 2011 is 958. It has improved from 2001 when it was 935.
- The district with the highest sex ratio in Assam is **Baksa** (974). The district with the lowest sex ratio is **Dima Hasao** (932).

Five Districts with Highest Sex Ratio

District	Sex Ratio
Baksa	974
Udalguri	973
Chirang	969
Lakhimpur	968
Morigaon	967

Five Districts with Lowest Sex Ratio

District	Sex Ratio
Dima Hasao	932
Kamrup Metropolitan	936
Kamrup	949
Nalbari	949
Karbi Anglong	951

Literacy Rate in Assam

- As per Census 2011, literacy rate of Assam is 72.19%.
- Male literacy rate is 77.85% and female literacy rate is 66.27%.
- Literacy rate in urban areas is 88.47% whereas in rural areas is 69.34%.
- The district with highest literacy rate in Assam is **Kamrup Metropolitan** (88.71%).
- The district with lowest literacy rate in Assam is **Dhubri** (58.34%).

Five Districts with High Literacy Rate

District	Literacy Rate
Kamrup Metropolitan	88.71%
Jorhat	82.15%
Sivasagar	80.41%
Cachar	79.34%
Nalbari	78.63%

Five Districts with Low Literacy Rate

District	Literacy Rate
Dhubri	58.34%
Darrang	63.08%
Chirang	63.55%
Barpeta	63.81%
Kokrajhar	65.22%

Child Sex Ratio (0-6 Year)

- The total child population in the Assam from 0-6 years is 46,38,130.
- The largest age group of Assam belongs to the ages of 5-14 years.
- As per Census 2011, number of male child is 23,63,485 and number of female child is 22,74,645.
- According to Census 2011, the child sex ratio of Assam is 958 female per 1000 male child which has reduced from the child sex ratio of 2001 i.e., 965.
- The district with highest child sex ratio in Assam is **Baksa** (974).
- The district with lowest child sex ratio in Assam is **Dima Hasao** (932).

Comparative Child Population

Description	2011	2001
Population	46,38,130	44,98,075
Male Child	23,63,485	22,89,116
Female Child	22,74,645	22,08,959

Rural and Urban Population in Assam

- According to Census 2011, the rural population of the Assam is 86.0% which is much higher than the national average of 68.8%.

- The proportion of rural population in the state decreased from 87% in 2001 to 86% in 2011. Out of the total rural population 51.03% were male and 48.97% were females.
- According to Census 2011, out of the total population of Assam, around 14.10% people live in the urban areas.
- The proportion of urban population in the state increased from 12.9% in 2001 to 14% in 2011.
- 43,98,542 people live in urban areas, out of which 22,60,454 are males and 21,38,083 are females.

Five Districts with Highest and Lowest Urban Population

Highest		Lowest	
Districts	Urban Population (%)	Districts	Urban Population (%)
Kamrup Metropolitian	82.70	Majuli	0.00
Dima Hasao	29.19	Baksa	1.29
Jorhat	23.84	Udalguri	4.52
Tinsukia	19.94	South Salmara	4.71
Hojai	18.51	Biswanath	5.12

Five Districts with Highest and Lowest Rural Population

Highest		Lowest	
Districts	Rural Population (%)	Districts	Rural Population (%)
Majuli	100	Kamrup Metropolitian	17.2
South Salmara	100	Dima Hasao	70.8
Baksa	98.7	Jorhat	76.1
Udalguri	95.4	Tinsukia	80
Charaideo	94.3	Dibrugarh	81.6

Religion Based Census in Assam

- According to Census 2011, Hindu is the majority religion with **61.47%** of population followed by Muslim with **34.22%**.
- Christianity is followed by 3.7%, Jainism by 0.08%, Buddhism by 0.18%.

Religious Data of Assam

Religion	Persons	% of population
Hinduism	1,91,80,759	61.47
Islamism	1,06,79,345	34.22
Christianity	11,65,867	3.74
Buddhism	54,993	0.18
Jainism	25,949	0.08
Sikhism	20,672	0.07
Others	27,118	0.09
Non-stated	50,873	0.16

Population of Scheduled Castes and Scheduled Tribes in Assam

- The total Scheduled Castes population in Assam is 22,31,321 which is 7.5% of total population of India.
- According to Census 2011, the Scheduled Tribe population stands at 3.9 million which consists of 12.45% of total population of India. 14 communities currently enjoy ST status in the plain districts and 15 in the autonomous hill districts.

District with Highest and Lowest Scheduled Caste Population

Highest		Lowest	
Districts	Population	Districts	Population
Cachar	2,64,897	Dhemaji	4,225
Karimganj	1,57,890	Dima Hasao	4,337
Nagaon	1,56,913	Charaideo	7,500
Morigaon	1,17,841	South Salmara	7,767
Hojai	1,09,437	West Karbi Anglong	11,438

District with Highest and Lowest Scheduled Tribe Population

Highest		Lowest	
Districts	**Population**	**Districts**	**Population**
Karbi Anglong	3,45,220	Hailakandi	691
Baksa	3,31,007	Karimganj	1940
Dhemaji	3,25,560	Dhubri	2300
Kokrajhar	2,78,665	South Salmara	4032
Udalguri	2,67,372	Darrang	8419

District-Wise Population in Assam Census 2011

District	Population	Density of Population (per sq. km)	Literacy Rate	Sex Ratio
Kokrajhar	8,87,142	269	65.22	959
Dhubri*	13,94,144	923	61.23	948
Goalpara	10,08,183	553	67.37	964
Barpeta	16,93,622	742	63.81	953
Morigaon	9,57,423	617	68.03	967
Nagaon*	18,92,550	742	71.04	966
Sonitpur*	13,11,619	385	68.56	950
Lakhimpur	10,42,137	458	77.2	968
Dhemaji	6,86,133	212	72.7	953
Tinsukia	13,27,929	350	69.66	952
Dibrugarh	13,26,335	392	76.05	961
Sivasagar*	6,92,435	438	84.49	952
Jorhat*	9,24,952	526	82.78	963
Golaghat	10,66,888	305	77.43	964
Karbi Anglong*	6,60,955	901	71.81	950
Dima Hasao	2,14,102	44	77.51	932
Cachar	7,36,617	459	79.34	959
Karimganj	12,28,686	679	78.22	963
Hailakandi	6,59,296	497	74.33	951
Bongaigaon	7,38,804	676	69.74	966
Chirang	4,82,I62	251	63.55	969
Kamrup	15,17,542	489	75.55	949
Kamrup Metropolitan	12,53,938	1313	88.71	936
Nalbari	7,71,639	733	78.63	949
Baksa	9,50,075	387	69.25	974
Darrang	9,28,500	586	63.08	954
Udalguri	8,31,668	413	65.41	973
Biswanath**	6,12,491	341	64.72	968
Charaideo**	458615	422	74.11	955
Hojai**	9,31,218	655	75.08	954
Majuli**	1,57,304	153	78.56	955
South Salmara**	5,55,114	835	50.76	968
West Karbi Anglong**	2,95,358	96	63.35	954
Assam	3,12,05,576	398	72.19	958
Bajali**	3,24,739	768	88.18	1002
Tamulpur**	4,06,371	440	85.71	970

Note **Districts are newly formed from * Districts

Multiple Choice Questions

1. When was the first census held in Assam?
   (a) 1981 (b) 1872
   (c) 1901 (d) 1961
2. What percentage of Indian population resides in Assam?
   (a) 1.76% (b) 10.12%
   (c) 2.58% (d) 4.09%
3. As per Census 2011, what is approximate population of Assam?
   (a) 3.12 Crore (b) 3.65 Crore
   (c) 2.74 Crore (d) 2.52 Crore
4. Which of the following is the most populated district of Assam?
   (a) Jorhat (b) Nagaon
   (c) Golaghat (d) Dhemaji
5. Which is the least populated district of Assam according to 2011 census?
   (a) Dima Hasao (b) Jorhat
   (c) Nagaon (d) Goalpara
6. What is the decadal growth rate of population in Assam as per Census 2011?
   (a) 13.54% (b) 17.07%
   (c) 22.06% (d) 18.85%
7. Which district in Assam has a very high decadal growth rate of population?
   (a) Lakhimpur (b) Dhubri
   (c) Baksa (d) Bongaigaon
8. What is the population density of Assam as per Census 2011?
   (a) 398 (b) 382
   (c) 340 (d) 412
9. Which district in Assam is expected to have highest population among all other districts of the state?
   (a) Kamrup (M) (b) Dhubri
   (c) Dibrugarh (d) Nagaon
10. Which district has the lowest population density in Assam?
    (a) Nalbari (b) Sivasagar
    (c) Chirang (d) Dima Hasao
11. The sex ratio in Assam as per Census 2011 is ....
    (a) 958 (b) 935 (c) 1001 (d) 914
12. Which district has the highest sex ratio in Assam?
    (a) Karbi Anglong (b) Darrang
    (c) Nalbari (d) Baksa
13. Name the district with the lowest sex ratio in Assam.
    (a) Cachar (b) Goalpara
    (c) Karimganj (d) Dima Hasao
14. As per census 2021, what is the literacy rate of Assam?
    (a) 72.19% (b) 62.16%
    (c) 21.02% (d) 11.06%
15. Which district in Assam has the highest literacy rate in the state?
    (a) Kamrup (b) Kamrup (M)
    (c) Jorhat (d) Dibrugarh
16. The district with lowest literacy rate is ....
    (a) Hailakandi (b) Tinsukia
    (c) Dhubri (d) Dhemaji
17. Which age group of child population is the largest in Assam?
    (a) 5-14 years (b) 0-6 years
    (c) 15-24 years (d) 25-44 years
18. As per Census 2011, what percentage of people lives in urban areas of Assam?
    (a) 85.90 (b) 14.10
    (c) 27.89 (d) 40.65
19. As per Census 2011, which is the largest religious community in Assam?
    (a) Islam (b) Buddhism
    (c) Hinduism (d) Ekasarana Dharma
20. How much percentage of Scheduled Tribes population of total population reside in Assam?
    (a) 7.0% (b) 6.5%
    (c) 7.5% (d) 8%

21. Which of the following fistrict has a highest SC population in Assam?
(a) Dhemagi (b) Nagaon
(c) Moraigaon (d) Cachar

22. Which of the following district of Assam has lowest SC population?
(a) Dhemaji (b) Cachar (c) Hojai (d) Jorhat

23. Which of the following is a newly established district in Assam?
(a) Majuli (b) Morigaon
(c) Sonitpur (d) Dima Hasao

24. Consider the following statements.
(i) The first census was held in Assam by the British.
(ii) First census revealed a population 22 lakh.

Which of the above statement(s) is/are correct?
(a) Only (i)
(b) Only (ii)
(c) Both (i) and (ii)
(d) None of the above

25. Arrange the following states in descending order in terms of their sex-ratio as per the 2011 Census.
(i) Arunachal Pradesh
(ii) Mizoram
(iii) Assam
(iv) Nagaland

Codes
(a) (i), (ii), (iii), (iv) (b) (ii), (iii), (i), (iv)
(c) (ii), (i), (iv), (iii) (d) (iv), (i), (ii), (iii)

Answers

1. (b)	*2. (c)*	*3. (a)*	*4. (b)*	*5. (a)*	*6. (b)*	*7. (b)*	*8. (a)*	*9. (a)*	*10. (d)*
11. (a)	*12. (d)*	*13. (d)*	*14. (a)*	*15. (b)*	*16. (c)*	*17. (a)*	*18. (b)*	*19. (c)*	*20. (c)*
21. (d)	*22. (a)*	*23. (a)*	*24. (c)*	*25. (b)*					

CHAPTER 32

Sports in Assam

- In Assam, before the introduction of modern games various traditional games were played in the rural areas after the harvesting period was over. Assam might be having more than fifty indigenous games.
- These traditional games carry some regional characteristics. They are devoid of rigid rules and regulations.

Traditional Games of Assam

The most popular traditional games of Assam are discussed below

Dhop Sport

- Dhop is an egg shaped ball made of cloth. It is a traditional ball game which is played in Assam at the time of spring festival, **Rongoli Bihu**.
- It is played between two teams by throwing it towards each other. One team tries to hit the thrower of the ball by returning it towards him. If the player hit by the ball then he has to left the game.
- The game is not restricted to any specific gender and thus, played by both men and women.
- The game is played between the two teams of eleven members. The field measures 125 m x 80 m and there is a central point. Two lines are drawn at a distance of 125 ft. on each side of the point at the centre.

Koni Juj (Egg Fight)

- The Assamese word 'Koni' means egg while 'juj' refers to fight. Therefore, Koni juj means egg fight.
- It is played during **Magh Bihu** and **Bohag Bihu**. The game is played between two people, one holding an egg vertically and another tapping from top.
- The one whose egg breaks loses and the winner takes the broken egg as prize. The winner egg is called **Soiyakoni**. Ahom kings were very fond of this game.
- This game is played along with kori khel, buffalo fight, elephant fight, archery, fencing during Bihu.

Bulbuli Juj (Nightingale Fight)

- This game is very popular, particularly in Hajo area of Assam. During **Magh Bihu**, bulbul fights are organised in the Hayagriva temple in Hajo.
- This game has a very special identity in the society and culture of Assamese people and is held with great pomp and ceremony.

Moh Juj (Buffalo Fight)

- Buffalo fight is one of the major games during the Ahom period. It is very popular in the middle part of Assam.
- It is organised during **Magh Bihu** in Morigaon and Nagaon districts of Assam. Buffalo fight were very popular in Ahatguri village of Morigaon.
- Despite the ban of Supreme Court the buffalo fights are still organised in Assam. The common people of Assam believe that if buffaloes do not fight during Magh Bihu, they will go out of control for its owners.

Shen Juj (Hawk Fight)

- Hawk fight was very popular during the reign of Ahom King Rudra Singh. For the fight the hawks were trained to fight with other hawks or birds like Konuwa, Kite, etc. and for that **Xensua Barua** or **Shensowa Barua** was employed who had to domesticate and train the birds.
- According to Axom Buranji of that period Sandikoi Borphukan had invented the game of hawk fight to praise the king.

Kukura Juj (Cock Fight)

- During Ahom period cocks were supplied for cock fight, by the people of Kukurasua community. In present time this game is played amongst the tribal and tea tribes people of Assam.
- The cocks were fought with pairs. Some owners even tied knives at the feet of the cocks. The cocks became excited once they freed and fought till one got killed.
- The other type of cock fight game is played by the children. The children stand to make a circle and hold right foot by the right hand from the backside folding it at the knee.
- Then they start to hit each other. During the hit whose foot will slip from the hand, they will go out of the game and one who remains unbeaten will be declared as winner.

Naukhel (Boat Racing)

- Boat racing was aslo popular in ancient Assam. There were different types of boats like fighting boats, trading boat used by traders, sports boats and normal boats, etc.
- The boats were decorated beautifully for the game. This sport is still practised in the **Barpeta** district of Assam.

▲NAUKHEL (BOAT RACING)

Horse Race

- This game is played in char areas (raverine areas of Brahmaputra) of Assam.
- It is played during the occasion of **Bishuwa** festival.
- Haatsingimari of South Salma and Mankachar district is famous for this game.

Contemporary Games of Assam

Dibrugarh in Assam till 1970s was the hub of sporting activities in Assam – be it tennis, badminton, football or cricket. Some of the contemporary sports in Assam are discussed below

Tennis

- Assam has witnessed a glorious past with respect to tennis as a sport.
- **Sivasagar Tennis Club** located near the historic Borpukhuri (the 'big tank' made in

1734 in the memory of Ahom King, Swargodeo Shivasingha) continues to be a centre of attraction for the tennis admirers.

- In 1957 All Assam Tennis Association (ATA) was established under the leadership of Hiranya Kumar Bhuyan and Parbati Kumar Goswami. It has built its own club house and tennis complex. It organises many important tournaments in the state such as India Club Open, etc.
- **Susan Das Chaudhary**, tennis player of Assam considered as the first tennis star player of Assam. She won her first women singles title in 1975 and later represented India twice in Federation Cup.
- North-East Tennis Foundation was established in 1991 in Dispur. It is a good place for learning and practicing tennis for youngsters.
- Some of the famous tennis players of Assam are Kristi Bora, Susan Das Choudhary, etc.

Football

- It is believed that British introduces football in Assam. In the beginning football was played by in Tea Garden.
- **Guwahati Town Club** is the oldest football club located in Guwahati, Assam.
- It was HC Harler, a British officer, who started Jorhat Football League in 1911 (first organised League Stage Tournament of state).
- In 1946 **Assam Football Association** was established.
- Some of the famous football players of Assam are Pranjal Bhumij, Swadhin Dekaraja, Babul Phukan, Subir Choudhary, Debashis Roy, etc.

Badmintion

- Badmintion is a very popular sport of Assam. The **Assam First Inter District Badminton tournament was held in 1953.** In 1954, Assam participated in inter-state badminton tournament at National Level. **Bimala Mahanta of Digboi** was the first female badminton player of Assam.
- Some of the famous badminton player of Assam are Madhurya Barua, Krishna Dekaraja, Oli Deta, Bibari Basumatary, Mallika Barua, etc.

Cricket

- Cricket was introduced in Assam by Britishers. In 1915 **Jorhat District Sporting Association** was established. It was the first sport organisation of Assam. It was recognised by Assam Cricket Association in 1948. Dibrugarh Cricket Association was formed later.
- In 1946 Guwahati Cricket Association was formed and it later became **Assam Cricket Association.**
- In 1949 first Ranji Trophy match took place at Gymkhana ground of Jorhat between Assam and Holkar Team. In Jorhat Silver Jubilee, Overseas Team was established with players from England, Australia and West Indies.
- Nehru Stadium was headquarters of Assam Cricket Association till 2015 but now it is shifted to a new stadium at Barshapara.
- The eminent personalities such as Gopinath Bordoloi (First Chief Minsiter of Assam) and Pulin Das contributed in spread of cricket in Assam.
- Some popular cricketers of Assam are Zakaria Jufri, Riyan Parag, Anup Ghatak, etc.

Some Famous Sport Personalities of Assam

Sarat Das

- He was born in 1916 in Assam. He played for Maharana Club in 1935.
- He signed for Mohun Bagan Club in 1941 and spent the rest of his life in Kolkata.
- He was regarded the best football defender by Gorta Paul.

- He was very supportive player and serve the team from the core of his heart. This is the reason even after a injury he return to his club in 1952.

Dr. Talimeren AO

- He was born on 28th January, 1918 in undivided Assam in Naga Hills district.
- He is popularly known as T. AO and is regarded as one of the finest footballer of India.
- He was a doctor by profession. He played for the Maharana Club for the first time at Guwhati.
- In 1948, he was the captain of the Indian National Football Team in the Summer Olympics.
- He was the first captain of Indian football team and the **flag-bearer of Indian contingent** in 1948 London Olympics.
- In 2002, the Mohun Bagan Club honoured him by creating the Mohun Bagan Ratna Award and giving him a life membership.
- In Assam, an outdoor stadium at Kalibor and an indoor stadium at Cotton College have been named after him.

Bhogeswar Barua

- He was born on 3rd September, 1940 in Sivasagar district of Assam. He is an Indian former athlete and coach. His birthday is celebrated as **Abhiruchi Sports Day** in Assam every **year**.
- In 1966 Asian Games, he won gold medal in the 800 m race. He is the **first Arjun Awardee** (1966) from Assam.
- In 1970 Asian Games, he won a silver medal in the 4 × 400 m men's relay.
- He was also the second Assamese to win this award in 1987.

Toshen Borah

- He was born on 14th February, 1950 at Naharkatia in Dibrugarh district of Assam.
- He represented Indian soccer team in 1971-72 Pre-olympic Tournaments.
- He turned out for Assam in different competitions from 1969-1973 and later also collected NIS coaching degree.
- He served Assam team as a coach in the Santosh trophy soccer championship and also selected for Indian Junior soccer team.

Gilbertosn Sangma

- He was born on 12th April, 1955 in Dibrugarh district of Assam.
- He represented Golaghat in the Senior Inter District Football Championships in 1973.
- He represented State Santosh Trophy team in Assam from 1973-1980.
- He also represent Indian team in three international matches at Indonesia and Thailand in 1975.
- During 70's and 80's with his brilliant performance he also helped his team, Assam Police, to win several big level competitions, including the Bordoloi trophy.

Monalisa Barua Mehta

- She was born on 7th December, 1963, in Assam. She is a table tennis player of Assam who started playing at the age of 11.
- She is the first women athlete from the North-East to receive Arjuna Award in 1987.
- She won National Sub-Junior title (1976, 1979), Senior National title (1985).
- She took part in the Asian Games of 1982 (New Delhi) and 1986 (Seoul), Asian Table Tennis Championship, World Championships, SAF Games, etc.

Dipankar Bhattacharya

- He was born on 1st February, 1972. He is one of the first badminton player of Assam to represent India in 1992 Barcelona Olympics and in 1996 Atlanta Olympics.
- He won the Indian National Badminton Champion thrice and a runner-up twice.
- He received training under Prakash Padukone, Vimal Kumar.
- At the age of 13 he represented Assam in the Sub-Junior National Competition and emerged as a champion in both Sub-Juniors and Junior.
- His style of game attracted the spectators and he was the star attraction in many tournaments.

Jayanta Talukdar

- He was born on 2nd March, 1986 at Guwahati district of Assam.
- He is a renowned Indian Archer from Guwahati. He won a silver medal in Junior World Championship in 2004.
- In 2006, he won a gold medal in the South Asian Games and a bronze medal in the team event of the Doha Asian Games.
- He represented India at the London Olympics in 2012. He was awarded the Arjun Award in August, 2007.
- He won bronze medal in the 2015 Asian Archery Championship with Deepika Kumari in the Recurve Mixed Team event.

Halicharan Narzary

- He was born on 10th May, 1994 at Kokrajhar, (Bodoland) district of Assam.
- He is an Indian football player who plays on the left wing in the midfield.
- He started playing football from his school.
- He represented Assam at the U-16 National Championships at Mahilpur.
- On 31st October, 2011, he made his debut for India U-19 against Turkmenistan.
- On 12th March, 2015, he made another international debut against Nepal in a 2-0 win at Guwahati.

Shiva Thapa

- He was born on 8th December, 1993 Guwahati district of Assam.
- He participated in London Olympics (2012) and Rio Olympics (2016).
- In 2013, he became the youngest Indian to win a gold medal at the Asian Confederation Boxing Championship at Amman, Jordan.
- He won the bronze medal at AIBA World Boxing Championship in 2015.

Alen Deory

- He was born on 12th January, 1996 in Guwahati district of Assam. He played football at under 13, 14, 16, 19 and 23 levels in India. He started his career by joining Sports Authority of India in Assam.

Lovlina Borgohain

- She was born on 2nd October, 1997 in Golaghat district of Assam.
- She is the first female athlete and the second boxer from Assam to represent the state in the Olympics.
- She is an Indian boxer who won bronze medal at the Tokyo Olympics 2020. She also won bronze medal at the 2018 IBA (International

Boxing Association) Women's World Boxing Championships and the 2019 IBA Women's World Boxing Championships.

- She won gold medal at 2023 IBA Women's World Boxing Championships.
- She won gold medal at First India Open International Boxing Tournament held in New Delhi and silver medal at second India Open International Boxing Tournament held in Guwahati.
- She is competing in the women's 75 kg event at the 2024 Paris Olympics.

- She became the sixth person from Assam to receive Arjuna Award in 2020.
- Lovlina Borgohain from Assam has received **Major Dhyan Chand Khel Ratna Award** (formerly known as Rajiv Gandhi Khel Ratna Award) in 2021.

Baoringdao Bodo

- He was born on 17th October, 1999 at Haflong, Dima Hasao district of Assam.
- In 2013, he was selected for India camp Under-14.
- He was the part of India U-16 squad which won 2013 SAF U-16 Championship and also participated in the qualifiers for AFCU-16 Championship.
- He also represented India U-19 in Subroto cup and IFA shield.
- He is India's youngest player who made his senior debut in January 2017.
- He currently represents the India under-19 team and captained the nation at under-17 level.

Hima Das

- She was born on 9th January, 2000 at Dihing village in Nagaon district of Assam.
- She is an Indian sprinter. On 12th July, 2018, she won the gold medal in 400 m final at the World U-20 Championship, 2018 held at Finland.
- She made a national record in 400 m with a timing of 50.79 seconds at the 2018 Asian Games in Jakarta, Indonesia. She won **two gold medals** and **one silver medal in Asian games** 2018.
- She is the second athlete from Assam after Bhogeswar Baruah to win a gold medal at an international level.
- She won gold medal in 200 m on 2nd July, 2019 in Poznan Grand Pix (Poland).
- On 13th July, 2019 she won gold medal at the Kladno Meet and won her fifth gold medal in Novo Mesto in Czech Republic.
- Hima Das won gold in both the women's and mixed 4x100 relays in Asian Games 2024.
- She was awarded Arjun Award in 2018.

Ankushita Boro

- She was born on 6th October, 2000 at Meghai Jarani village in Assam.
- She won gold medal in the first North-East Olympic Games 2018 in Imphal.
- She won silver medal at the 2nd India Open International Boxing Tournament and a gold medal at the 3rd Khelo India Youth Game (KIYG) 2020, both held in Guwahati.
- She also won 'The Best Boxer' title in the 2017, AIBA Youth Women's World Boxing Championships. She won bronze medal at the 5th Elite Women's National Boxing Championship in Hisar.
- She won a silver medal at the 6th BFI Elite Women's National Boxing Championship held in Bhopal. She won gold at the 36th National Games in Gujarat.

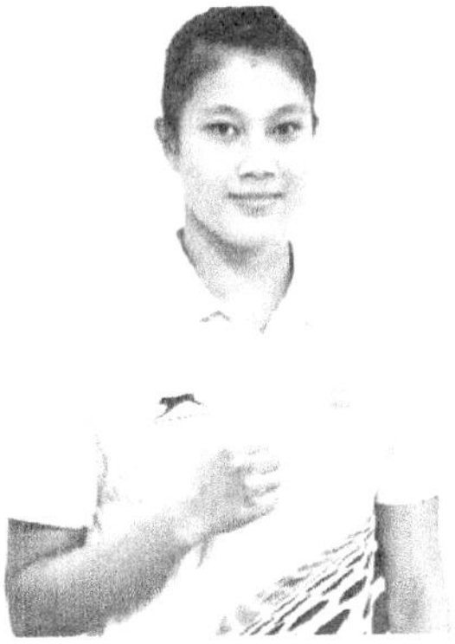

Sports Tournaments in Assam

Inter School Tournament

- These tournaments are held during the month of June-July every year at district level and state level. The district champion school teams represent the district in the state level.
- **Pilik Choudhary Football Tournament Under-14** (Boys) The state champion team represents the state in the Subroto Mukharjee Cup International Football Tournament at New Delhi under-14 years (Boys).
- The eligibility criterion is upto Class VIII i.e. under 14 years as on 31st December.
- **Dewkon Memorial Inter District School Football Tournament Under-17 (Boys)** The state champion team represents the state in the Subrato Mukharjee Cup International Football Tournament at New Delhi under-17 years (Boys). The eligibility criterion is upto class X i.e. under 17 years as on 31st December.
- **Inter-District Football Tournament Under-17 (Girls)** The state champion team represents the state in the Subrato Mukharjee Cup International Football Tournament at New Delhi under-17.

Other Tournament

Subrato Mukharjee Cup International Football Tournament Under-14 (Boys), 17 (Boys and Girls)

- This tournament is held during the month of September-October every year at New Delhi.
- The state champion school football team represents the Assam in the Subrato Mukharjee Cup International Football Tournament at New Delhi.

Inter-District Hockey Tournament Under-17 (Boys and Girls)

- This tournament is organised in the month of January every year at district level and state level. The district champion school teams represent the district in the state level.
- During September-October every year, the state champion team represents the state in the Jawaharlal Nehru Hockey Tournament at New Delhi.

Indu Hazarika Inter District Football Tournament Under-19 (Boys)

- This tournament under-19 year (Boys) was revived from 2017 in the month of November.
- The district sports officer selects the district team for participation in the tournament.

- The state's under-19 year (Boys) state school team is selected from this tournament for participation in the National School Games.

T. AO Football Tournament

- This tournament is organised in the month of November-December every year by North-East Council amongst the 8 (eight) North-Eastern states.
- The state football team represents the state in the T. AO Football Tournament held at different states of North-East every year.
- The selected state team represents the state and there is no age limit.
- The tournament is fully sponsored by the North-East Council (NEC).

Bordoloi Trophy

- This tournament was started in 1952 after the name of Chief Minister Gopinath Bordoloi.
- It is also known as **Bharat Ratna Lokopriya Gopinath Bordoloi Trophy**.
- It is the second oldest invitational soccer tournament of Assam. It was organised by **Guwahati Sports Association** (GSA).
- The first-ever title of the meet was won by the Railway Sports Club of Pandu whereas the runner-up of Nagaon was Union Sporting Club.
- In the early stage, the tournament was limited to the teams from Guwahati and its adjoining areas. Later, teams from neighbouring countries like Nepal, Bangladesh and Bhutan have also participated in this tournament.
- The first foreign team which participated in the Bordoloi Trophy was Dhaka XI in 1972.
- The most successful team of Assam, *viz,* Assam Police team won the trophy for fourth times.

Khelo India Youth Games, 2024

- 6th edition of Khelo India Youth Games (KIYG) was held from 19th to 31st January, 2024 across four cities (Chennai, Trichy, Madurai and Coimbatore) in Tamil Nadu.
- Assam secured 24 medals (5 gold, 8 silver and 11 bronze) at the Khelo India Youth Games 2024.

Independence Day Cup

- This is one of the oldest football tournaments of Assam.
- Sports organiser Nurul Amin and few others like Ramnath Sharma were the key architects of the tournament which began in the year 1949 at Jubilee Ground, presently known as Nurul Amin Stadium.
- In the inaugral edition, Nagaon college was the runner-up whereas its first winner was Bus Syndicate of Nagaon.
- Presently, the tournament is hosted by the Nowgong Sports Association.

Bodoland Martyrs Gold Cup

- This trophy is organised every year in the memory of Bodoland martyrs who sacrificed their lives for the cause of Bodoland statehood movement. It took place for the first time in the year 2000.
- The winner of the team is awarded with a cash prize worth ₹ 1 lakh. Eleven Stars Club of Bongaigaon lifted the 20th Bodoland Martyrs' Gold Cup Football Championship trophy in 2019 at Banargaon defeating Baarhoongkha Athletic Club of Kokrajhar by a solitary goal.

Oil-AITA Tennis Tournament

- This tournament is organised annually in Guwahati under the All Assam Tennis Association.
- It is divided into different age group categories i.e. under-14, under-16 boys and girls. Many top ranked pl1ayers participate in the tournament.

Amba Medhi Football Tournament

- This tournament is organised by Mangaldoi Sports Association.
- It was first organised in 1977 and has been running for nearly last four decades.
- The prominent teams like Assam Police, Oil India limited, Guwahati Town Club, etc. have won the tournament.

Naroram Barman Football Tournament

- This tournament is continued for the last four decades.
- Chamata Anchalik Krira Sangha of Nalbari is the organiser of this tournament.
- Various teams of Assam and other states participate in this prestigious tournament.

Assam Tea Planters Association (ATPA) Shield

- This tournament is organised by Jorhat District Football Assoication since 1955 of the last century.
- Various teams like Mohun Bagan and Mohmmedan Sporting of Calcutta, Oil India Limited, Assam Police, Nagaland Police, Port Authority of Thailand, etc. participated to win this coveted title.

Sports Authority of Assam

- Sports Authority of Assam (SAA) is a society registered under the Society Act, 1860. It was formed in the year 2010 after the National Games held at Guwahati in 2007 to maintain and upgrade the sports infrastructure (both Civil and Equipment's) created for holding the **33rd National Games** in the State.
- In addition, the sports infrastructure that already existed and that is likely to come up in future shall also come within the purview of Sports Authority of Assam.
- It has its own governing body where Chief Minister of the State is the President of the body. The founder President of the governing body of Sports Authority of Assam was Shri Tarun Gogoi, Ex. Chief Minister of Assam.

Sports Organisations of Assam

Organisation	Year	Founder President
Assam Hockey Association	1947	SP Barua
Assam Table Tennis Association	1951	Dr. KC Barua
Assam Volleyball Association	1955	KD Hazarika
Assam Ameteur Athelete Association	1955	Nurul Amin
Assam Weightlifting Association	1969	Kalika Prasad Dutta
Gymnastic Association	1970	Naba Bhuyan
Assam Basketball Association	1973	KK Choudhary
Assam Powerlifting Association	1974	Dalim Pathak
Assam Kabaddi Association	1977	Zakir Hussain
Assam Handball Association	1979	Bhupen Barua
Assam Amateur Boxing	1979	Bulbul Chakraborty
Assam Kho Kho Association	1987	NN Sinha
All Assam Badminton Association	1987	Monojit Bhuyan
All Assam Judo Federation	1987	Monojit Bhuyan
Assam Archery Association	1988	NN Singha
Assam Cycling Association	1991	Maninder Singh
Assam Fencing Association	1997	Durga Das Boro
Assam Netball Association	2001	Debabrata Saikia
Assam Rifle and Shooting Association	2002	BJ Mahanta

Sports Magazines of Assam

Name	Year
Abhiruchi	1975
Khel Dhemali	1985
Khel Sangbaad	1990
Krirangon	1985
Olympia	2014
Stadium	1980

Sports Venues in Assam

Venues	Description
Barsapara Stadium	• It is officially known as Dr. Bhupen Hazarika Cricket Stadium and nicknamed Assam Cricket Association Stadium is a cricket stadium in Guwahati, Assam. • The Barsapara Cricket Stadium is India's 49th international cricket venue. • The stadium has a capacity of 40,000 and is one of the finest in the country having all the modern facilities.
Nehru Stadium	• It is a multi-purpose stadium in Guwahati managed by the Board of Sports, Government of Assam. It is used both for football and cricket matches. • The stadium holds 15,000 people at most and was built in 1962. So far it hosted 13th One Day Internationals matches and many matches of top domestic cricket tournaments like Ranji Trophy, Duleep Trophy and Deodhar Trophy.
Indira Gandhi Athletic Stadium	• It is also known as Sarusajai Stadium. It is a football stadium in Guwahati, Assam. Besides hosting football matches, the stadium is also used for athletics. • It has a total capacity of 35,000 which was later reduced to 23,850 due to installation of bucket seats for 2017 FIFA U-17 World Cup, which was hosted in India.
Jorhat Stadium	• It is a multi-purposed stadium located in Jorhat, Assam. This is the oldest stadium of Assam. It has Earthen Galleries which were designed by Late Abani Mohan Choudhary. • The stadium is a venue for various cricket and football tournaments. The first Ranji Trophy match in Assam was held at Jorhat stadium in 1949/50. • The prestigious "Assam Tea Planters' Association Shield" (ATPA Shield), is the big attraction of the Jorhat football, with top teams from across over the North-East. The tournament was first held at this stadium in 1960.
Satindra Mohan Dev Stadium	• It is a multi–purpose stadium situated at Silchar, Assam. It was earlier known as the District Sports Association Stadium. • The stadium is used for football and cricket, and has a capacity of around 30,000. • It has hosted a women's international one day match between Indian and the England teams. It also hosted Ranji Trophy as well as Duleep Trophy matches.
Nurul Amin Stadium	• It is a multi-purpose stadium in Nagaon, Assam. The ground is mainly used for organising matches of football, cricket and other sports. • It hosts the prestigious Independence Day Cup Football Tournament every year in August and September, in which most of the teams of national repute participate.
Netaji Subhash Chandra Bose Stadium	• It is a multi-purpose stadium in Hailakandi, Assam. The ground is mainly used for organising matches of football, cricket and other sports. • The ground is named after Indian freedom fighter Netaji Subhash Chandra Bose. The ground is mainly used for football.
North-East Frontier Railway Stadium	• North-East Frontier Railway Stadium is a multi-purpose stadium at Maligaon in Guwahati, Assam. • The ground is mainly used for organising matches of football, cricket and other sports. The ground hosted many first-class matches.
National Sports Council of Assam Ground	• The National Sports Council of Assam Ground, also known as the National Sports Council of Assam Stadium, is a former first-class cricket ground in Jorhat, Assam. • Ten first-class matches were played at the ground between 1953 and 1974, eight of them by Assam in the Ranji Trophy.

Venues	Description
Oil India Ground	• Oil India Ground is a football stadium located in Duliajan, Assam. The ground is owned and managed by Oil India. • It has hosted a number of national and state level football tournaments. District level cricket tournaments have also been hosted here. It has a capacity of 10,000 people.
Judges Field	• It is a multi-purpose ground in Guwahati, Assam. The ground is mainly used for organising matches of football and cricket. It is home of the sports club Guwahati Town Club. • The ground is one of the oldest and the premier sporting organisation in the North-East established in 1906. The ground has hosted four Ranji Trophy matches in 1956 when Assam cricket team played against Orissa cricket team.
Jubilee Field Ground	• It is a multi-purpose stadium in Nagaon, Assam. The ground is mainly used for organising matches of football, cricket and other sports. • The stadium has hosted a Ranji Trophy matches in 1951 when Assam cricket team played against Orissa cricket team, but since then the stadium has hosted non-first class matches.
Jorhat Gymkhana Club	• It is a sports venue located in Jorhat, Assam. The club was built in 1876 by D. Slimmons. It has been a venue for horse races, lawn tennis grass courts, swimming pool, billiards, polo, golf, cricket, etc. ever since its inauguration. • The Governor's Cup is played here every year with a lush green 9-hole golf course circuit. The club's golf course is listed into the World Heritage list by UNESCO as the oldest golf course in Asia and the third oldest in the world.
Jorhat District Sports Association Ground	• It is a multi-purpose playground located in Jorhat, Assam. The ground was built in 1915 and has a capacity of 10,000 spectators. • It is a venue for cricket and football tournaments, fairs and exhibition but in 2008, Jorhat District Sport Association decided to renovate the ground with all the modern facilities like sitting capacity of 25,000 people, construction of a cricket pitch, volleyball court, 400 meters track as well as accommodation building for 100 athletes.

Multiple Choice Questions

1. Which of the following statements is incorrect regarding the traditional games in Assam?
   (a) They were played in different communities in the rural areas.
   (b) There were more than hundred indigenous games in Assam.
   (c) They carry some regional characteristics.
   (d) They are devoid of rigid rules and regulations.
2. Which among the following is a traditional ball game played in Assam?
   (a) Moh Juj (b) Dhop Khel
   (c) Shen Juj (d) Hoi Gudu Khel
3. The field measurement of Dhop sport is about
   (a) 120m x 80m (b) 100m x 80m
   (c) 125m x 80m (d) 150m x 85m
4. Which among the following games is played during Magh and Bhogali Bihu?
   (a) Moh Juj
   (b) Dhopkhel
   (c) Shenjuj
   (d) Egg Fight
5. Which traditional game has a very special identity in the society and culture of Assamese people and is held with great pomp and ceremony?
   (a) Egg Fight (b) Moh Juj
   (c) Bulbuli Juj (d) Shen Juj
6. During the Ahom period, which among the following games was majorly played?
   (a) Moh Juj (Buffalo Fight)
   (b) Shen Juj
   (c) Bulbuli Juj
   (d) Egg Fight
7. Who is employed to domesticate and train the birds for hawk fighting?
   (a) Keepers
   (b) Xensua Barua
   (c) Maching
   (d) Bondha
8. In the present times, which communities still enjoys the Kukura Juj (Cock fight) game in Assam?
   (a) Tribal and Tea Tribes
   (b) General Community
   (c) Both (a) and (b)
   (d) None of the above
9. In which region of Assam Naukhel (Boat Racing) is still practised?
   (a) Cachar (b) Barpeta
   (c) Baksa (d) Jorhat
10. Horse race is organised during which of the following festivals of Assam?
    (a) Bohag Bihu (b) Diwali
    (c) Bishuwa (d) Holi
11. Which region of Assam till the 1970's was the hub of sporting activities?
    (a) Cachar (b) Baksa
    (c) Dibrugarh (d) Jorhat
12. Sivasagar Tennis Club was established in the year
    (a) 1730 (b) 1732
    (c) 1734 (d) 1736
13. The All Assam Tennis Association (AATA) was formed in
    (a) 1957 (b) 1958
    (c) 1959 (d) 1960
14. In which year North-East Tennis Foundation was established?
    (a) 1990 (b) 1991
    (c) 1992 (d) 1993
15. When was the Assam Football Association formed?
    (a) 1946 (b) 1952
    (c) 1950 (d) 1951
16. The Assam First Inter District Badminton Tournament was introduced in which year?
    (a) 1954 (b) 1953
    (c) 1956 (d) 1957

17. Dr. Talimeren AO, Toshen Barua and Pranjal Bhumij are related to which of the following sports?
(a) Cricket (b) Badminton
(c) Football (d) Tennis

18. Bhogeswar was the first Arjuna Award winner from Assam in 1966. Who was the second Assamese to win this coveted award of India sports in 1987? ***[APSC 2021]***
(a) Tayabun Nisha
(b) Monalisa Barua Mehta
(c) Madalasa Hazarika
(d) Toshen Bora

19. Great footballer Dr. Talimeren AO was born in undivided Assam (in Naga Hills district) and went on the study at Cotton College and RG Kar Medical College for his degree in medicine. He holds a unique status in Indian football history. What is that? ***[APSC 2021]***
(a) He scored the first goal for India in international matches
(b) He was the first caption of Indian football team in 1948 London Olympics
(c) He was the flag-bearer of Indian contingent in 1948 London Olympics
(d) Both (b) and (c)

20. Monalisa Barua Mehta, Tishna Gogoi, Arunjyoti Barna are related to which of the following sports?
(a) Table Tennis (b) Tennis
(c) Cricket (d) Archery

21. Which of the following sports personalities of Assam are related to Badminton?
(a) Dipankar Bhattacharya
(b) Oli Deta
(c) Both (a) and (b)
(d) None of the above

22. Which of the following players of Assam are associated with Boxing?
(a) Ankushita Bodo (b) Shiva Thapa
(c) Jahnabi Gogoi (d) All of these

23. Dewkon Memorial Inter District School Football Tournament takes place every year in which of the following months?
(a) June-July
(b) August-September
(c) March -April
(d) May-June

24. What is age limit for eligibility criteria to qualify for Pilik Choudhary Football Tournament under-14?
(a) Upto 15 years
(b) Upto 16 years
(c) Upto 14 years
(d) Upto 17 years

25. Subrato Mukherjee Cup is held every year during which of the following months?
(a) June-July
(b) September-October
(c) October-Novernber
(d) April-May

26. Which among the following Sports Tournaments is held during the month of September and October every year at New Delhi?
(a) Inter District Football Tournament Under-17 (Girls)
(b) Dewkon Memorial Inter District School Football Tournament Under-17 (Boys)
(c) Pilik Choudhury Football Tournament Under-14 (Boys)
(d) Subroto Mukharjee Cup International Football Tournament Under-14 (Boys), 17 (Boys and Girls)

27. Indu Hazarika Inter District Football Tournament Under-19 (Boys) was revived from the year
(a) 2015 (b) 2016
(c) 2017 (d) 2018

28. T. AO Football Tournament is completely sponsored by
(a) Sports and Youth Welfare Department
(b) North-East Council (NEC)
(c) Assam Football Association
(d) None of the above

29. Which among the following countries has also participated in the Bordoloi Trophy Tournament?
(a) Nepal (b) Bangladesh
(c) Bhutan (d) All of these

30. In which year Dhaka XI participated in the Bordoloi Trophy Tournament?
(a) 1970 (b) 1971
(c) 1972 (d) 1973

31. The Independence Day Cup began in the year
(a) 1948 (b) 1949
(c) 1950 (d) 1951

32. The Bodoland Martyrs Gold Cup took place for the first time in which year.
(a) 2000 (b) 2001
(c) 2002 (d) 2003

33. The winner team of Bodoland Martyr's Gold Cup is awarded with a cash prize of ....
(a) Two lakh rupees
(b) One lakh rupees
(c) Five lakh rupees
(d) Fifty thousand rupees

34. Oil-AITA Tennis Tournament is organised in which of following cities in Assam?
(a) Guwahati (b) Tezpur
(c) Dibrugarh (d) Jorhat

35. Amba Medhi Football Club was organised for the first time in which year?
(a) 1980 (b) 1977
(c) 1970 (d) 1960

36. Chamata Anchalik Krira Sangha is the organiser of which of the following football tournaments?
(a) Naroram Barman Football
(b) ATPA Shield
(c) Bodoland Gallants Gold Cup
(d) Amba Medhi Football

37. Sports Authority of Assam was formed in the year
(a) 2008 (b) 2009
(c) 2010 (d) 2011

38. Which of the following statements is incorrect regarding Sports Authority of Assam?
(a) It is a society registered under the Society Act, 1860.
(b) It maintains and upgrade the sports infrastructure.
(c) It has its own governing body where Chief Minister of the State is the President of the Body.
(d) None of the above

39. The Current Director General of SAA is
(a) Shri Onkarmal Kedia
(b) Shri Dharma Kanta Mili
(c) Shri Tarun Gogoi
(d) Sarbananda Sonowal

40. Assam Fencing Association was formed in which year?
(a) 1997 (b) 1951
(c) 1953 (d) 1952

41. Who was the founder President of Assam Hockey Association?
(a) P Chattarjee
(b) Binoy Baul
(c) SP Barua
(d) Monoj Guha

42. Which among the following stadiums is India's 49th international cricket venue?
(a) Nehru Stadium
(b) Indira Gandhi Athletic Stadium
(c) Barsapara Stadium
(d) Jorhat Stadium

43. The Barsapara Stadium has how much capacity for people?
(a) Capacity of 30,000
(b) Capacity of 40,000
(c) Capacity of 50,000
(d) Capacity of 10,000

44. The Nehru Stadium was built in the year
(a) 1960 (b) 1961
(c) 1962 (d) 1963

45. Which among the following stadiums is also known as Sarusajai Stadium?
(a) Nehru Stadium
(b) Indira Gandhi Athletic Stadium
(c) Jorhat Stadium
(d) Barsapara Stadium

46. In which stadium the first Ranji Trophy match was held in 1949-50?
(a) Jorhat Stadium
(b) Nehru Stadium
(c) Satindra Mohan Dev Stadium
(d) Nurul Amin Stadium

47. Which of the following stadiums was earlier known as the District Sports Association Stadium?
(a) Indira Gandhi Athletic Stadium
(b) Satindra Mohan Dev Stadium
(c) Netaji Subhas Chandra Bose Stadium
(d) North-East Frontier Railway Stadium

48. It hosts the prestigious Independence Day Cup Football tournament every year in August and September. This stadium is
(a) Netaji Subhash Chandra Bose Stadium
(b) Jorhat Stadium
(c) Nurul Amin Stadium
(d) North-East Frontier Railway Stadium

49. The ground is one of the oldest and the premier sporting organisation in the North-East established in 1906. This is
(a) Judges Field
(b) Jubilee Field Ground
(c) Oil India Ground
(d) Jorhat Gymkhana Club

50. Match the following.

	List I (Sports person)		List II (Sports)
A.	Halicharan Narzary	1.	Archery
B.	Jayanta Talukdar	2.	Footballer
C.	Siva Thapa	3.	Sprinter
D.	Hima Das	4.	Boxing

Codes

	A	B	C	D
(a)	1	2	4	3
(b)	2	1	4	3
(c)	3	1	4	2
(d)	3	2	1	4

Answers

1. (b)	2. (b)	3. (c)	4. (d)	5. (c)	6. (a)	7. (b)	8. (a)	9. (b)	10. (c)
11. (c)	12. (c)	13. (a)	14. (b)	15. (a)	16. (b)	17. (c)	18. (b)	19. (d)	20. (a)
21. (c)	22. (d)	23. (a)	24. (c)	25. (b)	26. (d)	27. (c)	28. (b)	29. (d)	30. (c)
31. (b)	32. (a)	33. (b)	34. (a)	35. (b)	36. (a)	37. (c)	38. (d)	39. (a)	40. (a)
41. (c)	42. (c)	43. (b)	44. (c)	45. (b)	46. (a)	47. (b)	48. (c)	49. (a)	50. (b)

CHAPTER 33

Awards and Honours

The Government of Assam announces various awards and honours in different fields. Many eminent personalities of Assam have also won national awards in various fields. Some prominent awards of Assam state are discussed below:

Anundoram Borooah Award

- This award was instituted in the year 1991 by the Anundoram Borooah Institute of Language, Art and Culture, Assam (ABILAC).
- It is a prestigious award in honour of Anundoram Borooah. It is awarded in Assam to those who set high standards of excellence in the fields of Sanskrit and allied indological studies, literary and linguistic studies and studies in art and culture.
- It comprises of a cash prize and a citation. Initially the award money was ₹ 50,000. But now it is ₹ 1 lakh. It's first recipient was **Rajanikanta Dev Sarma.**

> **Note** Anundoram Borooah Award for meritorious student is also given. In this award ₹ 16,000 is given to students, who are meritorious in class 10th.
> Government recently announced to replace it with scholarship scheme.

Prabina Saikia Award

- This award was instituted in the year 1999 by **the Assam Lekhika Sanstha** in the name of writer and translator Prabina Saikia. She was also the Vice-President of Assam Lekhika Sanstha.
- This award is given to a female Assamese writer for outstanding contribution to creative writing. Its first recipient was **Nilima Dutta.**

Munin Barkotoki Literary Award

- This award was instituted in 1995 by Munin Barkotoki Memorial Trust (renamed Munin Barkotoki Literary Award from 2015) for promising young writers writing in Assamese.
- The award comprises a cash prize of ₹ 50,000 (from 2015) along with a citation. Only writers below the age of 40 are eligible for consideration of the award.
- The first award was given to **Dr. Robin Sarma** for 'Panchar Pacali' and **Sibananda Kakoti** for 'Amrytyu Amrit' both short story collections in 1995. In the year 2021 this award was given to **Pradyumna Kumar.**

Assam Valley Literary Award

- This award was instituted in the year 1990 by Williamson Magor Education Trust to honour creative writers who have enhanced Assamese literature. It is given to writers of Assam once in a year.
- The award comprises cash prize, a scroll of honour made of Assam 'Muga' silk and a specially designed golden trophy. It was first given in 1990 to **Bhabendra Nath Saikia.**

Cultural Awards

Bishnu Rabha Award

This award is given to the personalities who made their contributions in enriching the culture of Assam. This award was introduced in year 1993. It is given annually. The award carries a cheque of ₹ 2 lakh each, a citation, sarai and cheleng chadar.

Bishnu Rabha Awardees

Name	Year
Biren Singha, Ranjana Sarma Bardoloi	2010
Santi Sankar Dasgupta, Durlabha Moran	2011
Ramesh Ghoush, Joya Saikia Duwarah	2012
Gorima Hazarika, Saleha Ahmed	2013
Nalini Kanta Barua, Hela Das, Aaimoni Gogoi	2014
Krishna Das Nath, Rabi Ram Brahma	2015
Bipul Das, Girishch Bora	2016
Kumari Laitonjam Ebamipisok Devi	2019
Kandarpa Nath Jharna Saikia	2020
Sunaram Nath Drona Bhuyan	2021
Arup Dutta	2022
Ajit Sheel and Gopal Krishna Goswami	2023

Other Awards

Silpi Awardees

Name	Year
Dipali Barthakur, Archana Mahanta	2010
Jitu Sarma, Tapan Bhattacharya	2011
Apurba Kumar Das, Dr. Dilip Ranjan Barathakur	2012
Jyotirmoy Kakoti, Hiren Gohain	2013
Nurul Haqne, Rajeswar Bardoloi	2014
Kirti Kamal Bhuyan, Dipen Barua	2015
Geeta Hatikakoti, Anupam Choudhary	2016
Indreswar, Pegu Namita Bhattacharya	2021
Dr. Aparna Bujarbarua, Pulak Banerjee	2022
Rajen Gohain and Pokhila Lekthepi	2023
Manisha Hazarika	2024

Gopinath Bardoloi Awardees

Name	Year
Niketu Iralu	1993
Shakuntala Choudhary	1993
Kasturba Gandhi National Trust, Dr. Nirod Kumar Barua	2021
M. Venkaiah Naidu	2021

K.K. Handique Memorial Awardees

Name	Year
Prof. Mukunda Madhab Sarma	2008
Dr. Jogendra Narayan Bhuyan	2010
Tribune Group	2019

Kalicharan Brahma Awardees

Name	Year
Dr. Satyendra Narayan Goswami	2009
Dr. Pramod Ch. Bhattacharya	2009
Dr. Kameshwar Brahima	2021
Dr. Tiyathi Zameer	2023
Uttam Teron	2024

Award given for the Memory of Legendary Persons of Assam

Name of the Awards	Year	Periodic Internal
Mamoni Raisom Award	2014	3 Years
Sonit Konwar Gajen Bonna Award	2017	—
Sati Sadhavi Award	2015	3 Years
Ahmed Ali Baskandi Award	2015	3 Years
Syed Abdul Malik Award	2015	3 Years

National Awards

Bharat Ratna Awards

- It is the highest civilian award of the Republic of India. It was started on 2nd January, 1954.
- The award is conferred in recognition of exceptional service/performance of the highest order, without distinction of race, occupation, position or sex. The Bharat Ratna medal is in the shape of a peepal tree with an embossed sunburst design. It is made of silver, bronze and platinum.
- The recipient of Bhart Ratna awards from Assam are **Gopinath Bordoloi** (1999) and **Bhupen Hazarika** (2019).

> **Note**, Total 54 Individuals have been awarded 'Bharat Ratna till 2024'.
> - Lal Krishna Advani, MS Swaminathan, PV Narasimha Rao, Chaudhary Charan Singh and Karpoori Thakur were awarded in 2024.

Padma Vibhushan

- This is the **second highest civilian award** given in the country.
- The recipients of this award are chosen for their distinguished services in the field of Literature and Education Arts, Public affairs and other activities.
- The recipient of Padma Vibhushan award from Assam is **Dr. Bhupen Hazarika** (2012).

Padma Shri

This is the **fourth highest civilian award** given in the country for contribution to the enrichment of art, culture and sports. The first recipient of Padma Shri award from Assam is **Nalini Bala Devi** (1957).

Some Padma Shri Awardees from Assam

Year	Name of the Winner	Field of Discipline/Activity
2010	Arun Sarma	Literature and Education
2011	Mahim Bora	Literature and Education
2013	Ghana Kanta Bora Borbayan	Art
2014	Mukul Chandra Goswami	Social Work
2015	Prof.(Dr.) Lakshmi Nandan Bora	Literature and Education
2015	Jadav Payeng	Others
2016	Dr. Kameshwar Brahma	Literature and Education
2016	Ajay Kumar Dutta	Social Work
2016	Dhirendra Nath Bezbarua	Literature and Education
2016	Prahlad Chandra Tasa	Literature and Education
2017	Ms. Eli Ahmed	Literature and Education
2018	Prafulla Govinda Barua	Literature and Education
2018	Arup Kumar Dutta	Literature and Education
2018	Dr.(Ms.) Joyshree Goswami Mahanta	Literature and Education
2019	Ilias Ali	Medicine
2019	Uddhab Kumar Bharali	Science and Engineering

Year	Name of the Winner	Field of Discipline/Activity
2020	Ms. Indira PP Bora	Art
2020	Lil Bahadur Chettri	Literature and Education
2020	Dr. Ravi Kannan R	Medicine
2020	Jogendra Nath Phukan	Literature and Education
2020	Dr. Kushal Konwar Sarma	Medicine
2021	Gopiram Bargayn Burabhakat	Art
2021	Lakshmi Barua	Social Work
2021	Ms. Bijoya Chakraborty	Public Affairs
2021	Mangal Singh Hazowary	Literature and Education
2021	Dulal Manki	Art
2021	Ms. Birubala Rabha	Social Work
2021	Roman Sarma	Literature and Education
2021	Imran Shah	Literature and Education
2022	Shakuntala Choudhary	Social
2022	Dhaneswari	Literature and Education
2023	Hemoprova Chutia	Art
2023	Hem Chandra Goswami	Art
2023	Ramkuiwangbe Jeme Newme	Social Work
2024	Ms. Parbati Baruah	Social Work
2024	Sarbeswar Basumatary	Agriculture
2024	Drona Bhuyan	Art

Sahitya Akademi Award for Assamese Language

- This is a literary honour awarded to the people for their outstanding work in Language and Literature by Sahitya Akademi. A cash prize of ₹ 1,00,000 is awarded in this award.
- The Akademi is run by three authorities: General Council, Finance Committee and Executive Board.
- **Jatindranath Dowara** was the first Assamese to receive this award in 1955 for his poetry i.e. Bon Phul.

Sahitya Akademi Awardees

Year	Book	Author	Category
2010	Asomiya Ramayani Sahitya:Kathabostur Atiguri	Keshada Mahanta	Criticism
2011	Ei Anuragi Ei Udasi	Kabin Phukan	Poetry
2012	Patkair Ipare Mor Desh	Chandana Goswami	Novel
2013	Dhuliyori Bharir Sans	Rabindra Sarkar	Poetry
2014	Mariam Astin Athaba Hira Barua	Arupa Patangia Kalita	Short Stories
2015	Akashar Chhabi Aru Anyanya Galpa	Kula Saikia	Short Stories

Year	Book	Author	Category
2016	Meghmalar Bhraman	Jnan Pujari	Poetry
2017	Moriahola	Jayanta Madhab Bora	Novel
2018	Kailoir Dinto Amar Hobo	Sananta Tanti	Poetry
2019	Chanakya	Joyasree Goswami Mahanta	Novel
2020	Bengsata	Apurba Kumar Saikia	Short Stories
2021	Iyat Ekhan Aranya Asil	Anuradha Sharma Pujari	Novel
2022	Manoj Kumar Goswami	Bhool Satya	Short Stories
2023	Dr. Pranavjyoti Dekar Sreshtha Golpa	Pranavjyoti Deka	Short Stories

Sahitya Akademi Yuva Puraskar for Assamese Language

This award is instituted since the year 2011. As the name suggests, the award is conferred to young and promising writers writing in the Indian languages recognised by the Akademi. The award is given to writers who are under 35 years of age. The award comprises a cash prize of ₹50,000 and an engraved copper plaque. It was first given in 2011 to **Arindam Borkataki** for his essay i.e. Anusilon.

Sahitya Akademi Yuva Puraskar Awardees

Year	Book	Author
2011	Anusilon (Essays)	Arindam Borkataki
2012	Marangburu Amar Pita (Poetry)	Kamal Kumar Tanti
2013	Ashokastami (Poetry)	Bijoy Sankar Barman
2014	Jahar-Mahar (Short Stories)	Manika Devee
2015	Akale Aso Kushale Aso (Poetry)	Mridul Haloi
2016	Zantadhari (Novel)	Prarthana Saikia
2017	Xodhahe Nohol Tok O Bokul (Poetry)	Pratim Baruah
2018	Mou-Makshi Samrajya (Short Stories)	Bipasha Bora
2019	Ei Pine Ki Ase? (Short Story)	Sanjib Pol Deka
2020	Megh Ghora (Poetry)	Dwijen Das
2021	Deuka Kobal Jay (Short Stories)	Abhijit Bora
2022	Pradyumna Kumar Gogoi (Poetry)	Choki Aru Anyanya Galpa
2023	Jintu Gitartha (Poetry)	Mon Mora Tora
2024	Nayanjyoti Sarma (Short Stories)	Jaal Kota Jui
2024	Rani Baro (Short Stories)	Saikhlum
2024	Sutapa Chakraborty (Poetry)	Derya Halud ful Gatajanma

Sahitya Akademi Translation Prize for Assamese Language

This award is instituted since 1989 to honour outstanding works of translation into the 24 recognised languages. It has accordingly been also conferred for such notable translations in Assamese. The award comprises a cash prize of ₹50,000 as of 2019.

Sahitya Akademi Translation Awardees

Year	Title of the Translation	Translator	Title of the Original (Language/Genre)	Author
2010	Opaja Matir Hat Bauli	Anupama Dutta Saikia	Marali Mannige, (Kannada) Novel	K Shivaram Karanth
2011	Adamya Shakti	Suresh Sarma	Indomitable Spirit, (English) Essays	APJ Abdul Kalam
2012	Bidirna Baghjai	Pankaj Thakur	Jhadajhadati, (Marathi) Novel	Viswas Patil
2013	Sei Samay (Vol II)	Late Dipika Chakraborty	Sei Samay, (Bengali) Novel	Sunil Gangopadhyay
2014	The Immortals of Meluha	Bipul Deori	The Immortals of Meluha, (English) Novel	Amish Tripathy
2015	Ganadevata	Suren Talukdar	Ganadevata (Novel), Bengali	Tarashankar Bandyopadhyay
2016	Upanisada	Padyanubad	Tapeswar Sarma Upanishads	Various Authors
2017	Eti Koli Duti Pat	Babul Tamuly	Two Leaves and A Bud (Novel), English	Mulk Raj Anand
2018	Ramayan: Gangar Pora Brahmaputraloi	Partha Pratim Hazarika	Ramayan: From Ganga To Brahmaputra (Essays - Monograph), English	Indira Goswami (Mamoni Raisom Goswami)
2019	Nava Kumar Handique	Rajtarangini	Rajtarangin (Sanskrit), Historical Chronicle	Kalhana
2020	Diganta Biswa Sharma	Bharatiya Sanskritir Bhiti	Renaiusance in India and Other Essays on Indian Culture (English)	Sri Aurobindo
2021	Pori Hiloidari	Danti Paror Manoah	Legends of Pensam (English) Essays	Mamang Dai
2022	Kocharethi Araya Nari	Jury Dutta	Kocharethi (Novel)	Narayan
2023	Mor Jivonto	Lakkshajyoti Gogai Handique	Once upon a life: Burnt Curry and Bloody Rags (Memoir)	Temsula AOm

Bal Sahitya Puraskar for Assamese Language

This award is given by Sahity Akademi. It is given to authors for contribution to children's literature. The first recipient of Bal Sahitya Puraskar in Assames language is **Gagan Chandra Adhikari** (2010).

Bal Sahitya Awardees

Year	Book	Author
2010	Total Contribution to Children's Literature	Gagan Chandra Adhikari
2011	Seujia Dharani (Novel)	Bandita Phukan
2012	Total Contribution to Children's Literature	Santanoo Tamuly
2013	Total Contribution to Children's Literature	Toshaprabha Kalita
2014	Bijnanar Anupam Jagat (Essays)	Dinesh Chandra Goswami
2015	Total Contribution to Children's Literature	Eli Ahmed
2016	Total Contribution to Children's Literature	Harapriya Barukial Borgohain
2017	Total Contribution to Children's Literature	Horendra Nath Borthakur
2018	Sonbali Bagichar Bhoot (Novel)	Jugallochan Das

Year	Book	Author
2019	Mili, Amia Aru Ekhon Nadi (Stories)	Swamim Nasrin
2020	Phosong (Short Stories)	Madhurima Gharphalia
2021	Bakul Phular Dar (Novel)	Mrinal Chandra Kalita
2022	Dangor Manuhor Sadhu (Essay)	Diganta Oza
2023	Powalmoni Aru Chichingar Duhxahaxik Abhijan (Novel)	Rothindranath Goswami

Sahitya Akademi Award for Bodo Language

It is given each year since 2005 by Sahitya Akademi. This award is given to writers and their works, for their outstanding contribution to the upliftment of the language. A cash prize of ₹ 50,000 is awarded in this award. It was first given in 2005 to **Mangal Singh Hazowary** for his poetry i.e., Ziuni Mwkthang Bisombi Arw Aroj.

Sahitya Akademi Awardees of Bodo Language

Year	Book	Author	Category of Book
2010	Swdwbni Swler	Aurobindo Uzir	Poetry
2011	Okhafwrni Dwima	Premananda Mosahari	Poetry
2012	Baro Khonthai	Guneswar Musahary	Poetry
2013	Delphini Onthai Mwdai Arw Gubun Gubun Khonthai	Anil Boro	Poetry
2014	Udangnifrai Gidingfinnanei	Urkhao Gwra Brahma	Poetry
2015	Baidi Dengkhw Baidi Gab	Brajendra Kumar Brahma	Poetry
2016	Ang Maboroi Dong Dasong	Anjali Narzary	Poetry
2017	Thwisam	Rita Boro	Novel
2018	Dwngse Lama	Rituraj Basumatary	Short Stories
2019	Akhai Athumniphrai	Phukan Chandra Basumatary	Poetry
2020	Gwthenay Lamayao Gwdan Agan	Late Dharanidhar Owari	Short Stories
2021	Khora Sayao Arw Himalay	Mwdai Gahai	Poetry

Sahitya Akademi Yuva Puraskar for Bodo Language

This award is given to young and upcoming literary talent writing in the Bodo language. The criteria is the same across all languages.

Sahitya Akademi Yuva Puraskar for Bodo Language

Year	Book	Author
2011	Jeu Saharani Beduin	Jaishree Baro
2012	Mijingao Swmkhe Jwmwi (Novel)	Diganta Lawary
2013	Felengni Saogari (Novel)	Sansumwi Khungri Basumatary

Year	Book	Author
2014	Thwinikhruibw Gwjasin Nwngni Gaba (Poetry)	Shanti Basumatary
2015	Khwmsi Harni Alari (Short Stories)	Leben Lal Mwshahary
2016	Khamftongnai Bubli (Poetry)	Bijit Gayari
2017	Gwrbwni Aroj (Poetry)	Bijit Gwra Ramchiary
2019	Sansri Arw Mwndangthini Mwkhang (Poetry)	Rujab Muchahary
2020	Abwi-Abou Arw Ang (Poetry)	Newton K. Basumatary
2021	Jiu Gwnang Soho (Poetry)	Gautam Dalmary
2022	Gang Fujanay Mase Dau (Short Stories)	Alangbar Muchahary
2023	Som, Jiu, Arw (Poetry)	Mainaosri Daimary
2024	Saikhlum (Short Stories)	Rani Baro

Bal Sahitya Puraskar for Bodo Language

This award is given by the Sahitya Akademi. It is given to authors for contribution to children's literature. The first recipient of Bal Sahitya Puraskar in Bodo language is **Nabin Malla Boro** (2010).

Bal Sahitya Awardees

Year	Book	Author
2010	Chitrakutni Frai Mount Abu (Travelogue)	Nabin Malla B
2011	Puranni Solo Phithikha (In 2 Vols. (Short Stories)	Maheswar Narzary
2012	Okhrangma Isingao (Essays)	Haricharan Boro
2013	Birbalni Solo (Stories)	Jatindra Nath Swargiary
2014	Gothosaforni Rao (Poetry)	Kaushalya Brahma
2015	Bokhali (Novel)	Tiren Boro
2017	Total Contribution to Children's Literature	Renu Boro
2018	Gotho Gothaini Solo Bhata (Short Stories)	Sitaram Basumatary
2019	Solobatha Khwnasong (Folk Tales)	Lakhminath Brahma
2020	Gothosa Bisombi (Essays)	Ajit Bora
2021	Dikhura Solobatha (Folk Tales)	Mrinal Chandra Kalita
2022	Langwnani Bokhali Gotho (Novel)	Dewbar Ramchiany
2023	Gosaini Gwjwn Nwjwr (Short Stories)	Pratima Nandi Narzaree
2024	Buhuma Boynibw (Poetry)	Virgin Jekova Machahary

Jnanpith Award

- This was instituted in 1961 and is given only to Indian writers who write in Indian languages and English.
- The winner is given a cash prize of ₹ 11 lakh and a bronze replica of Goddess Saraswati.
- It is a highest literary award presented by the **Bharatiya Jnanpith Organisation.**
- **Birendra Kumar Bhattacharya** was the first ever Assamese writer to receive the Jnanpith Award, (1979) for his novel Mrityunjay (Immortal).

Jnanpith Awardees

Name	Year
Chandrashekhara Kambara	2010
Pratibha Ray	2011
Ravuri Bharadhwaja	2012
Kedarnath Singh	2013
Bhalchandra Nemade	2014
Raghuveer Choudhary	2015
Shankha Ghosh	2016
Krishna Sobti	2017
Amitabh Ghosh	2018
Akkitham Achuthan Namboothiri	2019
Nilamani Phukan	2020
Damodar Mauzo	2022

Multiple Choice Questions

1. Anundoram Borooah Award is given in the honour of which amongst the following?
(a) Prabina Saikia
(b) Anandoram Borooah
(c) Munin Barkotoki
(d) Dr. Robin Sarma

2. Anundoram Borooah Award Scheme was launched by the Government of Assam in the year
(a) 2005 (b) 1991
(c) 2007 (d) 2008

3. The Assam Valley Literary Award cash prize, a scroll of honour made of Assam "Muga" silk and
(a) a specially designed golden trophy
(b) a sword
(c) Certificate
(d) None of the above

4. Who among the following was the first recipient of Assam Valley Award?
(a) Homen Borgohain
(b) Nobakanta Barua
(c) Bhabendra Nath Saikia
(d) Nilamani Phukan

5. The Bishnu Rabha Award carries a cheque of
(a) ₹ 1 Lakh
(b) ₹ 2 Lakh
(c) ₹ 5 Lakh
(d) ₹ 10 Lakh

6. Dipali Barthakur, Archana Mahanta received Silpi Award in which year?
(a) 2011 (b) 2010
(c) 2013 (d) 2020

7. In which year did Nirupama Bargohain received Mamoni Roisom Goswami Award?
(a) 2019 (b) 2016
(c) 2013 (d) 2014

8. In which year did Dr Nomal Borah win Sati Sadhni Award?
(a) 2018 (b) 2017 (c) 2015 (d) 2012

9. In which year did Lt Praphulla Ch Barah win Syed Abdul Malik Award?
(a) 2010 (b) 2015
(c) 2017 (d) 2020

10. Nrityasarjya Jatin Goswami won Sonnit Knowar Gajen Barua Award in which year?
(a) 2019 (b) 2016
(c) 2017 (d) 2020

11. In which year did Niketu Iralu received Gopinath Bordoloi Award?
(a) 1990 (b) 1993
(c) 1995 (d) 2000

12. Dr. Jogendra Narayan Bhuyan won KK Handique Memorial Award in which year?
(a) 2010 (b) 2012 (c) 2015 (d) 2017

13. In which year Dr. Satyendranath Goswami won Kalicharan Brahma Award?
(a) 2008 (b) 2009
(c) 2010 (d) 2015

14. Which among the following was the first person who received Bharat Ratna in 1999 from Assam?
(a) Smt. Dipali Borthakur
(b) Shri Gopinath Bordoloi
(c) Smt. Pushpa Lata Das
(d) Shri Rabindra Nath Upadhyay

15. In which year Dr. Bhupen Hazarika was honoured with Bharat Ratna in the field of Art?
(a) 2017 (b) 2019
(c) 2020 (d) 2018

16. .... got Padma Shri Award for social work in 2021 from Assam.
(a) Lakshmi Barua
(b) Jadav Payeng
(c) Eli Ahmed
(d) None of the above

17. Who has got Padma Shri Award of 2021 for literature and education in Assam?
(a) Shri Mangal Singh Hazowary
(b) Shri Roman Sarma
(c) Shri Imran Shah
(d) All of the above

18. In the year 2020 Dr. Kushal Konwar Sarma in the field of medicine was honoured with which award?
(a) Padma Vibhushan (b) Padma Bhushan
(c) Padma Shri (d) Bharat Ratna

19. In the year 2019 novel Chanakya was awarded Sahitya Academi Award, it was written by whom?
(a) Sananta Tanty
(b) Joyasree Goswami Mahanta
(c) Jayanta Madhab Bora
(d) Kula Saikia

20. In 2020 Apurba Kumar Saikia got Sahitya Akademi Award for his book
(a) Maharathi (b) Abhijatri
(c) Bengsata (d) None of these

21. Sahitya Akademi Yuva Puraskar has been instituted since which year?
(a) 2010 (b) 2011 (c) 2015 (d) 2013

22. In 2019 who amongst the following has received Sahitya Akademi Yuva Puraskar for Ei Pine Ki Ase?
(a) Manike Devee (b) Mridul Haloi
(c) Sanjib Pol Deka (d) Pratim Baruah

23. Prarthana Saikia has received Sahitya Akademi Yuva Puraskar for which of the following works?
(a) Zantadhari
(b) Mou Makshi Samrajya
(c) Anusilon
(d) Jahar Mahar

24. Translation Prize has been instituted from which year in Assam?
(a) 1990 (b) 1989 (c) 1980 (d) 1970

25. Who amongst the following received Translation Prize for Ramayan;Gangar Pora Brahmaputraloi in 2018?
(a) Partha Pratim Hazarika
(b) Suren Talukdar
(c) Pankaj Thakur
(d) Suresh Sharma

26. Babul Tamuly received Translation Prize in 2017 for which of the following works?
(a) Eti Koli Duti Pat (b) Ganadevata
(c) Adamya Shakti (d) Bidirna Baghjai

27. Sahitya Academy Award for Bodo language has been given since which year by Sahitya Akademi?
(a) 2005 (b) 2010
(c) 2007 (d) 2012

28. Who was the first Sahitya Akademi awardee for Bodo Language?
(a) Swdwbni Swler (b) Baro Konthai
(c) Mangal Singh Hazowary (d) Thwisam

29. Who amongst the following has received Sahitya Akademi Award for Bodo language under poetry section?
(a) Swdwbni Swler
(b) Okhafwrni Dwima
(c) Baro Konthai
(d) All of the above

30. Who amongst the following received Sahitya Akademi Award in Bodo Language for Menhur in 2020?
(a) Anil Boro
(b) Aurobindo Uzhir
(c) Late Dharanidhar Owari
(d) Rita Boro

31. Rita Boro is 2017 received Sahitya Akademi Award in Bodo Language for which of the following work?
(a) Thwisam
(b) Dwngse Lama
(c) Okhafwrni Dwima
(d) Akhai Athumniphrai

32. In 2020 who won Sahitya Akademi Bal Sahitya Puraskar for Gothosa Bisombi?
(a) Tiren Boro (b) Renu Boro
(c) Ajit Bora (d) Nabin Malla B

33. In 2015 Tiren Boro received Sahitya Aakdemi Bal Sahitya Puraskar for which of the following work?
(a) Bokhali
(b) Total Contribution to Children's Literature
(c) Birbalni Solo
(d) Gothosa Bisombi

34. Who was the first Assamese writer to receive the Jnanpith Award in 1979?
(a) Indira Goswami
(b) Birendra Kumar Bhattacharya
(c) Sananta Tanty
(d) Jnan Pujari

35. Damodar Mauzo won Jnanpith award in which of the following year?
(a) 2020 (b) 2021
(c) 2019 (d) 2017

36. Match the following.

List I	List II
A. Mangal Singh Hazowari	1. Thwisam
B. Aurobindo Uzir	2. Gwt Thenay Lamayao Gwdan Agan
C. Rita Boro	3. Ziuni Mwkthang Bisombi Arw Aroj
D. Dharanidhar Owari	4. Swdwbni Swler

Codes

	A	B	C	D		A	B	C	D
(a)	3	4	1	2	(b)	2	3	4	1
(c)	3	2	1	4	(d)	4	3	2	1

37. Find the Dada Saheb Phalke awardees from the following ***[APSC 2022]***
(i) Dr. Bhupen Hazarika
(ii) Asha Parekh
(iii) Rajnikanth
(iv) Amitabh Bachchan
Codes
(a) (i) and (iv) (b) (i), (ii), and (iv)
(c) (i) and (ii) (d) All of these

Answers

1.	*(b)*	*2.*	*(b)*	*3.*	*(a)*	*4.*	*(c)*	*5.*	*(b)*	*6.*	*(b)*	*7.*	*(d)*	*8.*	*(c)*	*9.*	*(b)*	*10.*	*(c)*
11.	*(b)*	*12.*	*(a)*	*13.*	*(b)*	*14.*	*(b)*	*15.*	*(b)*	*16.*	*(a)*	*17.*	*(c)*	*18.*	*(c)*	*19.*	*(b)*	*20.*	*(c)*
21.	*(b)*	*22.*	*(c)*	*23.*	*(a)*	*24.*	*(b)*	*25.*	*(a)*	*26.*	*(a)*	*27.*	*(a)*	*28.*	*(c)*	*29.*	*(a)*	*30.*	*(c)*
31.	*(a)*	*32.*	*(c)*	*33.*	*(a)*	*34.*	*(b)*	*35.*	*(b)*	*36.*	*(a)*	*37.*	*(d)*						

CHAPTER 34

Social Welfare Schemes in Assam

- The Government of Assam is running many useful social welfare schemes from time to time for the all round development of people living in the state.
- It runs special and problem specific schemes relating to children, women empowerment, girl child, education and helath, autonomous bodies of social welfare, etc.
- At present, number of schemes are running in the state of Assam. Some schemes are sponsored by the State Government as well as Central Government.

Welfare Schemes in Assam

The welfare schemes run by the state and central government in Assam are discussed below

Aponar Apun Ghar

- This scheme was launched in the year 2022 by the Government of Assam.
- The main aim of this scheme is to realise the vision of "Housing For All" by 2022 so that each poor person may have their own house. It provides financial relief to the people of Assam and to ease the access to housing loans for purchase or construction of house for the family.

Orunodoi Scheme 2020

- This scheme was launched on 2nd October, 2020 by the Government of Assam.
- Its objective is to help the poor families to eradicate poverty in the state.
- Under this scheme a financial assistance of ₹ 830 per month is provided through Direct Benefit Transfer (DBT).
- To avail the benefits of the scheme, the beneficiary should be permanent resident of Assam and their composite household income should be less than ₹ 2 lakh/annum.

Asom Adarsh Gram Yojana

- The scheme was introduced in the year 2018-19 for holistic, all round development of villages in the state and also to empower the villages towards self-sustainable development.
- The prime objective of the scheme is to create model village where good quality public services-in terms of sanitation facilities, roads, drainage, electricity, drinking water, schools, helathcare institutions are provided to all the citizens.

Assam Farmers' Credit Subsidy Scheme (AFCSS)

- This scheme was launched in 2018-19.
- The scheme is intended to ease the burden on farmers to pay back loans and contribute towards their economic and social development.

Pradhan Mantri Jan Dhan Yojana

- This scheme was launched on 15th August, 2014.
- It is national mission for financial inclusion to ensure access to financial services namely Banking/ Savings and Deposit Accounts, Remittance, Credit, Insurance, Pension in an affordable manner.
- Its objective is to ensure access of financial products and services at an affordable cost.

Mukhyamantri Anna Suraksha Yojana (MMASY)

- This scheme was launched by Chief Minister of Assam on 2nd October, 2010 at Rabindra Bhawan, Guwahati.
- The objective of this scheme originally was providing of 20 kg rice to each beneficiary family per month at ₹ 6 per kg.
- The second phase of the scheme also covered the beneficiary families in the erosion affected areas, Char areas, tea garden community and vulnerable Inter-State and Inter-District boundaries.
- Lately the beneficiaries were provided with 5.9 kg of subsidised rice at BPL rate upon production of distinctive ration card.

National Food Security Mission (NFSM)

- This scheme was launched in October 2007 by the National Development Council.
- Its objective is to launch a food security mission comprising rice, wheat and pulses to increase the production.

Assam Kalpataru Scheme

- This scheme was launched during the year 2003-2004.
- It covers the whole Assam except the sixth scheduled area of the state.
- Under this scheme, the Assam Government provides subsidised financial help to the young citizens of the state and inspires them to enhance their skills.
- The assistance amount is granted to the educated unemployed youth for starting their own enterprises.
- The scheme was confined to the people belonging to the Below Poverty Line (BPL) and the cost of the scheme was fixed between ₹ 7,000 to ₹ 25,000 with 20% beneficiary contribution.

Antyodaya Anna Yojana (AAY)

- This scheme was launched on 25th December, 2000 by Central Government.
- Its aim is to provide food grains at a highly subsidised rate of ₹ 3 per kg for rice, ₹ 2 per kg of wheat and ₹ 1 per kg for coarse grains under TPDS (Targeted Public Distribution System).

Indira Awas Yojana

- This scheme was launched in 1985 by the Central Government.
- The main objective of this scheme was to provide housing for the rural population in India. It was restructured as 'Pradhan Mantri Gramin Awas Yojana' (PMGAY) in 2015 in order to achieve the objective of "Housing for All" by 2022.
- It also seeks to help rural people Below Poverty Line (BPL) in construction of dwelling units and upgradation of existing unserviceable kutcha houses by providing assistance in the form of a full grant.

Child Welfare Schemes in Assam

The Government of Assam is implementing various schemes related to child welfare. Some of these are discussed as follows

Poshan Abhiyaan

- This scheme was started on 8th March, 2018 from Jhunjhunu in Rajasthan by the Prime Minister Narendra Modi.
- Its aim to reduce malnourishment from the country in a phased manner, through the life cycle concept by adopting a synergised and result-oriented approach.
- The target of the mission is to bring down stunting among children in the age group of 0-6 years from 38.4% to 25% by the year 2022.

Integrated Child Development Service (ICDS)

- The Government has implemented this programme in all development blocks of the state. Initially it was started in 1975 in one block only.
- The aim of this scheme is providing services to children and pregnant/lactating mothers through Anganwadi centres in the state.
- It was started for the Below Poverty Line (BPL) in 2005. It was expanded to cover all habitations and areas in the entire state on the basis of health and nutrition status.

Integrated Child Protection Scheme (ICPS)

- This scheme aims to build protective environment for children in difficult circumstances and other vulnerable children, through Government-civil society partnership.
- ICPS brings together multiple existing child protection scheme under one umbrella and integrates additional interventions for protecting children and preventing harm.

Education and Health Schemes in Assam

The education and health schemes in Assam are discussed below

Bhasha Gaurav Achoni

- This scheme was launched on 8th February, 2021 by the Government of Assam.
- This scheme tries to promote research on the tribal languages so that they can develop grammar and publishing books, dictionaries and encyclopedias, etc. in the tribal languages. This scheme considers to set-up various learning centres for the young students outside the educational institutes.

Gyan Dipika Scheme

- This scheme was implemented in the year 2019-20. This scheme is given to the students whose parent's annual income is below ₹ 2 lakh per year.
- Under this scheme, the Assam Government provides free textbooks, free uniforms, a subsidy of ₹ 700 per student for 10 months on mess bill, battery operated 'e-bike' to all girl students securing 1st division or above in their higher secondary examinations. Government is also depositing ₹ 50,000 to each student's loan accounts in the state.

▲GYAN DIPIKA SCHEME

Assam Fee Waiver Scheme

- This scheme has been launched in June 2019 in Assam.
- Under this scheme Assam Government has waived admission fees for students taking admission up to Post Graduate (PG) level whose parental income is less than ₹ 2 lakh per annum. All provincialised colleges, government colleges and 5 universities of the state shall not charge any fees *viz.* admission fees, tuition fees and other miscellaneous fees from students whose parental income is less than ₹ 2 lakh per annum.
- This Fee Waiver Scheme covers students of economically backward sections who will be seeking admission in the UG/PG courses in first year.

Abhinandan Education Loan Subsidy Scheme

- This scheme was launched on 26th December, 2019 by the Government of Assam.
- Under this scheme, the government encourage students to pursue higher studies by providing subsidy on education loans.

Tejasvi Navadhitamastu Edu-Infra Funds (TNEIF) Development of Professional Colleges and Universities

- This scheme was adopted in 2018 to develop professional colleges and universities in Assam.
- A special grant of ₹ 667 crore for the development of 31 professional colleges and universities was given.

Assam Atal Amrit Abhiyan Health Insurance Scheme (AAA)

- The scheme was originally launched on 25th December, 2016 by the Government of Assam.
- Under the scheme, the government is providing an insurance coverage of upto ₹ 2 lakh per year to each family of the state.

▲ASSAM ATAL AMRIT ABHIYAN HEALTH INSURANCE

Assam Sneha Sparsha Scheme

- This scheme was launched in the year 2013 by the National Health Misssion of Assam.
- It is a striving public health initiative that aims at bearing expenditure of very high-end specialised treatment for children below 12 years of age.

Anundoram Borooah Laptop Award Scheme (ARBAS)

- This scheme was launched in the year 2005 by the Government of Assam.
- Under this scheme, students are provided laptops, internet connectivity, books on all subjects as per NCERT course in PDF format, Digital Content (2D/3D Animation, Audio/Video) for each stream. On-line Coaching and Score Improvement System (OLCSIS) for science students is also considered.

Scholarship to the Students with Disabilities

- Under this scheme, students having minimum 40% disabilities are provided scholarship of ₹ 2,400 per annum (₹ 200 monthly) for education. Applications are invited through advertisement from the Directorate of Social Welfare.
- After scrutiny of the application forms, the Directorate of Social Welfare e-transfer the money to the account of beneficiaries.

Scholarship for the Physically Handicapped Students Pursuing Medical and Technical Education

- Students with disabilities having minimum 40% of disabilities and pursuing medical and technical education are provided ₹ 3000 per month and the beneficiary are provided ₹ 36,000.
- The Directorate of Social Welfare of Assam e-transfer the money directly to the account numbers of beneficiary.

Welfare Schemes for Women and Girl Child in Assam

Women empowerment helps in achieving effective social change. Various schemes are being implemented for the welfare of women in the state. These are discussed as follows

Assam Swanirbhar Nari-Atmanirbhar Assam

- The Assam Government has launched this scheme in the year 2020 to empower economically disadvantaged women.
- It has been announced and launched by the Chief Minister of Assam, Mr. Sarbananda Sonowal.
- This scheme will help more than 4 lakh families in first phase.

Arundhati Gold Scheme

- This scheme was launched in the year 2019-20 by the Government of Assam.
- Under this scheme, assistance of ₹ 40,000 is provided to the newly wedded brides belonging to all communities of the Assam where it is customary to provide gold at the time of wedding.
- This scheme covers only those who belong to the economically weaker section of the society with the annual income below ₹ 5 lakh.

Wage Compensation for Pregnant Women of the Tea Garden Areas of Assam

- The scheme 'Wage Compensation Scheme for Pregnant Women of Tea Garden Areas of Assam' has been inaugurated on 1st October, 2018.
- The objective of the scheme is to provide better health and nutrition to the pregnant women of the tea garden areas.
- Under the scheme a cash benefit of ₹ 12,000 is provided to each pregnant woman of tea garden areas in four installments so that she can better lookafter herself and her unborn baby without compromising the livelihood of her family.

Vistarita Kanaklata Mahila Sabalikaran Yojana

- This scheme launched by the Government of Assam on 1st April, 2018 as **Kanaklata Mahila Sabalikaran Yojana** (KAMS).
- On 11th November, 2020 it was renamed as **Vistarita Kanaklata Mahila Sabalikaran Yojana** (KAMS-V).
- This scheme promotes the sustainable development of the state and tries to empower 1 lakh women Self-Help Groups (SHGs).

▲VISTARITA KANAKLATA MAHILA SABALIKARAN YOJANA

Beti Bachao Beti Padhao Scheme

- This scheme was launched on 22nd January, 2015 by the Prime Minister Narendra Modi.
- It is an initiative to address issues that affect women in the longer term and to reverse the trend of an adverse and declining child sex ratio.
- Its objectives is to prevent gender biased sex selective elimination, insure survival, protection, education and participation of the girl child.

181 Scheme

- This scheme was launched on 1st April, 2015 by the Government of Assam.
- The scheme of universalisation of women helpline is intended to provide 24 hours immediate and emergency response to women affected by violence through referral (linking with appropriate authority such as police, one stop centre, hospital) and information about women related Government schemes programmes across the country through a single uniform number-181.

▲LAUNCHING OF 181 SCHEME

One Stop Centre

- This scheme was launched on 1st April, 2015 by the Government of India.
- Its main aim is to address the problem of violence against women.It is a sub-scheme of umbrella scheme for National Mission for Empowerment of Women including Indira Gandhi Mattritav Sahyaog Yojana.
- In Assam a total of five One Stop Centres have been established in Kamrup (Metro), Nagaon, Jorhat, Kokrajhar and Cachar districts of Assam.

Rajiv Gandhi Scheme for Empowerment of Adolescent Girls-SABLA

- This scheme was launched on 1st April, 2011, by the Government of India.
- The main objectives of this scheme are to enable the adolescent, girls for self-development and empowerment to improve their nutrition and health status.

Jan Kerosene Pariyojana (JKP)

- This scheme was launched on 2nd October, 2005.
- Its objective was to effectively distribute kerosene to end consumers and prevent diversion of the fuel.
- It also sought to involve Panchayati Raj institutions in monitoring of the scheme.

Ujjwala Yojana

- This scheme was launched in the year 2007 by the Government of Assam.
- The main objectives of the scheme are to prevent trafficking of women and children for commercial sexual exploitation through social mobilisation, awareness generation programmes, etc.

Indira Miri Universal Widow Pension (IMUWP) Yojana

- This scheme was announced by Assam Government for the welfare of the widows in the state.
- Under this scheme, one-time financial assistance are offered to the grieving families, where the eligible widows are provided with a lum sum amount of ₹ 25,000 as immediate family assistance.

Schemes for Elderly People in Assam

The schemes for the elderly people in Assam are as follows

Swahid Kushal Konwon Old Age Pension Scheme

- This scheme was launched on 2nd October, 2018 by the Government of Assam.
- The main objective of the scheme is to support senior citizens of the state.
- Under this scheme, senior citizens are provided pension every month so that they can live with dignity. The scheme is meant for the residents of the State of Assam, who are aged above 60.

Universal Old Age Pension Scheme

- This scheme was launched on 2nd October, 2018 by the Government of Assam.
- The objective of this scheme is to aid the old age people of the State, during their retirement period. The project is intended for both categories of the people (APL and BPL) in the state. Despite their financial situations, the government is taking initiatives to support the welfare of senior citizens.
- Under this scheme, senior citizens receive a monthly pension of ₹ 300. This scheme applies to all senior citizens of the state, not taking into consideration their caste, income, community and religion.

Pradhan Mantri Vaya Vandana Yojana

- This scheme was launched in 2017 by the Ministry of Finance to offer a guaranteed payout of pension to senior citizens every month.
- The main aim of the scheme is to provide senior citizens with a regular pension during the time when there is a fall in interest rates.
- The scheme is now extended up to 31st March, 2023 for a further period of three years beyond 31st March, 2020.

Autonomous Bodies of Social Welfare in Assam

The autonomous bodies of social welfare in Assam are discussed as follows

Assam State Commission for Protection of Child Rights

The Assam State Commission for Protection of Child Rights has been constituted under Section 17 of the Commissions for Protection of Child Rights Act, 2005 on 4th March, 2010 for protection, promotion, development, survival and participation of children. The functions of the Commission are as follows

- To examine and review the safeguards provided by or under any law for the time being in force for the protection of child rights and recommend measures for their effective implementation.
- To inquire into violation of child rights and recommend initiation of proceedings in such cases.
- To examine all factors that stop the enjoyment of rights of children affected by terrorism, communal violence, riot, natural disaster, domestic violence, trafficking , maltreatment, torture and exploitation, etc. and recommend appropriate remedial measures.
- To look into the matters relating to children in need of special care and protection including children in distress, marginalised and disadvantaged children, children in conflict with law, juveniles, children without family and children of prisoners and recommend appropriate remedial measures.
- To inspect or cause to be inspected any juvenile custodial home or any other place of residence or institution meant for children, where children are detained or lodged for purpose of treatment, reformation or protection. Remedial action, should be taken if found necessary.

Assam State Social Welfare Board

- The scheme was launched on 12th August, 1953 and gained its legal status in 1969 and at present is under the Ministry of Women and Child Development, Government of India. It has been implementing the following programmes
- Family Counselling Centre
- Short Stay Home
- Rajiv Gandhi National Creche Scheme
- Condensed Course of Education for Adult Women
- Awareness Generation Project(No allocation during 2014-15)
- Innovative Scheme
- Integrated Scheme for Women Empowerment

Assam State Women Commission

The Statutory functions of Assam State Women Commission are as follows

- To investigate and examine all matters relating to the safeguards provided for women under the Constitution and other laws.
- To make reports, recommendations for effective implementation of the safeguards for improving the conditions of the women of the state.
- To review from time to time the existing provisions of the Constitution and other laws, acts and recommend amendments thereof.
- To take up the cases of violation of the provisions of the Constitution and other laws relating to women with the appropriate authorities.
- To look into complaints and take suo-moto notice of matters relating to deprivation of women's rights and protections.
- To call for special studies or investigations into specific problems relating to women.
- To undertake promotional and educational research so as to suggest ways of ensuring due representation of women in all spheres and identify factors responsible for impeding their advancement.
- To purpose gender justice through intervention in case of violation of equality in laws, denial of opportunity and deprivation of women's rights.
- To give counselling and assistance to women victims of atrocities and women in distress in the state.
- To inspect a jail or a remand home, women's institution or other place of custody where women are kept as prisoners or otherwise and take up with the concerned authorities for remedial action, if found necessary.
- To fund litigation involving issues affecting a large body of women; make periodical reports to the government or any matter pertaining to women.

State Resource Centre for Women (SRCW)

- The State Resource Centre for Women (SRCW) under State Government (Department of WCD/Social Welfare) work towards implementing gender sensitive programmes, laws and schemes through effective coordination at the State/UT Level.
- SRCW may review and evaluate existing policies, programmes and legislations so that the activities which are cross-cutting and multi-disciplinary nature synergise harmoniously to reach women beneficiaries.
- The State Resource Centre for Women (SRCW) in consultation with key stakeholders will prepare State Action Plans for respective States/UTs with a focus on women issues and provide technical support and coordination.

Multiple Choice Questions

1. 'Housing For All' by 2022 is rleated to which scheme?
   (a) Orunodoi Scheme
   (b) Aponar Apun Ghar
   (c) Asom Adarsh Gram Yojana
   (d) None of the above

2. To financially empower the women section, the Orunodoi Scheme has been initiated by the Government of Assam which will provide an amount of
   (a) ₹ 500 per month
   (b) ₹ 1000 per month
   (c) ₹ 830 per month
   (d) ₹ 1200 per month

3. Asom Adarsh Gram Yojana was launched in which year?
   (a) 2018-19 (b) 2020
   (c) 2021 (d) 2017-2018

4. The objective of Assam farmer's credit subsidy is
   (a) to ease the burden on farmers
   (b) to pay back loans
   (c) to contribute towards their economic and social development
   (d) All of the above

5. Swahid Kushal Konwon Old Age Pension Scheme was launched in which year by Assam Government?
   (a) 2019 (b) 2016
   (c) 2018 (d) 2020

6. National Food Security Mission was launched in which year?
   (a) 2007 (b) 2010
   (c) 2012 (d) 2005

7. Under which scheme, the Assam Government provides subsidised financial help to the young citizens of the state and inspires them to enhance their skills?
   (a) Wage Compensation Scheme for Pregnant Women of the Tea Garden Areas of Assam
   (b) Assam Kalpataru Scheme
   (c) Minority Girls Scholarship Scheme
   (d) Mukhya Mantri Krishi Sa-Sajuli Yojana

8. Which of the following scheme aims to provide food grains at a highly subsidised rate in Assam?
   (a) Antyodaya Anna Yojana
   (b) Assam Kalpataru Scheme
   (c) Poshan Abhiyaan
   (d) None of the above

9. Poshan Abhiyaan aims to
   (a) reduce malnourishment from the country
   (b) build protective environment for the children
   (c) provide housing for the rural population
   (d) All of the above

10. In which year, integrated child development service was started for BPL?
    (a) 2000 (b) 2003 (c) 2005 (d) 2001

11. What is the total budget of Assam Government under Bhasha Gaurav Achoni Scheme?
    (a) ₹ 50 crore (b) ₹ 100 crore
    (c) ₹ 70 crore (d) ₹ 90 crore

12. Gyan Dipika Scheme provides books, free uniforms, monthly stipend to the students whose parent's annual income is below
    (a) ₹ 50,000
    (b) ₹ 1,00,000
    (c) ₹ 2,00,000
    (d) None of the above

13. Assam Fee Waiver Scheme was implemented in the year
    (a) 2017 (b) 2018
    (c) 2019 (d) 2020

14. Abhinandan Education Loan Subsidy Scheme will encourage students to
    (a) pursue higher studies
    (b) enroll in school
    (c) take technical courses
    (d) All of the above

15. How many professional colleges and universities are being developed under Tejasvi Navadhitamastu Edu-Infra Funds (TNEIF)?
(a) 30 (b) 20 (c) 31 (d) 41

16. Under the Atal Amrit Abhiyan Health Insurance Scheme, the Government of Assam is providing an insurance coverage of
(a) ₹ 1 lakh per year to each family
(b) ₹ 2 lakh per year to each family
(c) ₹ 5 lakh per year to each family
(d) ₹ 6 lakh per year to each family

17. Assam Sneha Sparsha Scheme 2020 aims at bearing expenditure of very high-end specialised treatment for children ....
(a) below the age of 12 years
(b) above the age of 12 years
(c) below the age of 5 years
(d) infants

18. In which scheme, students will be provided with laptops, internet connectivity and books?
(a) Minority Girls Scholarship Scheme
(b) Assam Kalpataru Scheme
(c) Anundoram Borooah Laptop Award Scheme
(d) Orunodoi Scheme

19. Who has launched the Assam Swanirbhar Nari Atmanirbhar Scheme 2020?
(a) Chief Minister of Assam
(b) Finance Minister of Assam
(c) Governor of Assam
(d) None of the above

20. The Government of Assam gives gold to all bride belonging to all communities at the time of marriage through the
(a) SABALA Scheme
(b) Indira Miri Scheme
(c) Anamika Gold Scheme
(d) Arundhati Gold Scheme

21. Wage Compensation Scheme for Pregnant Women of Tea Garden Areas of Assam has been inaugurated on which day?
(a) 1st October, 2018
(b) 1st November, 2018
(c) 1st December, 2018
(d) 1st September, 2018

22. How much cash benefit is provided under the Wage Compensation Scheme for pregnant women of tea garden?
(a) ₹ 10,000 in two installments
(b) ₹ 12,000 in four installments
(c) ₹ 14,000 in four installments
(d) ₹ 15,000 in five installments

23. Vistarita Kanaklala Mahila Sabalikaran Yojana was launched in which year?
(a) 2017 (b) 2015
(c) 2018 (d) 2020

24. On which date, 181 Scheme was launched in Assam?
(a) 12th June, 2015
(b) 1st April, 2015
(c) 2nd May, 2015
(d) 6th Feb, 2015

25. How many One Stop Centres have been established in Assam?
(a) 5 (b) 2
(c) 6 (d) 4

26. Rajiv Gandhi Scheme for Empowerment of Adolescent Girls-Sabla was initiated by the government of India in
(a) 2011 (b) 2015
(c) 2017 (d) 2020

27. Under the immediate family assistance to widows ,how much amount is provided as an assistance by Assam government to widows?
(a) ₹ 20000
(b) ₹ 25000
(c) ₹ 15000
(d) ₹ 30000

28. Swahid Kushal Sarbajanin Bridha Pension Achoni Scheme aims to provide how much amount per month to senior citizens?
(a) ₹ 640 (b) ₹ 220
(c) ₹ 250 (d) ₹ 500

29. Which scheme is intended to give pension for both APL and BPL people in the state of Assam?
(a) Universal Old Age Pension
(b) Bridha Pension Achoni
(c) Both (a) and (b)
(d) None of the above

30. The Assam State Commission for Protection of Child Rights has been constituted under which section?
(a) 11 (b) 17 (c) 15 (d) 19

31. Assam State Social Welfare Board as an autonomous body was set-up in the year
(a) 1952 (b) 1953
(c) 1954 (d) 1955

32. Which of the following are the statutory functions of Assam State Women Commission?
(a) To investigate and examine all matters relating to the safeguards provided for women under the constitution and other laws.
(b) To make reports, recommendations for effective implementation of the safeguards for improving the conditions of the women of the state.
(c) Both (a) and (b)
(d) All of the above

33. Which of the following statements are correct with regard to the Orunodoi Scheme of the Government Assam? ***[APSC 2022]***
(i) It envisages poverty alleviation.
(ii) It envisages socio-economic inclusion of financially vulnerable families.
(iii) It aims to generate employment through intermittent financial assistance.
(iv) It provides minimum case flow to under priviledged families.

Codes
(a) (i), (ii) and (iii) (b) (ii), (iii) and (iv)
(c) (i), (iii) and (iv) (d) (i), (ii) and (iv)

34. Chief Ministers Atmanirbhar Assam Abhijan Portal was launched on 23rd September, 2023. To qualify for financial assistance of ₹ 5.0 lakh under the scheme, which of the following criteria is necessary? ***[APSC 2023]***
(i) The applicant must be a permanent resident of Assam.
(ii) The applicant must not be older than 28 years of age.
(iii) The applicant must have a bank account spened before 31st December, 2023.
(iv) The applicant must have a professional degree in Engineering / Medical / Dental / Veterinary / Fishery/ Agriculture, etc.

Select the correct answer using the codes given below
(a) (i) and (ii) only (b) (ii) and (iii) only
(c) (i), (iii) and (iv) only (d) (i) and (iv) only

35. The Mukhyamantri Mahila Udyamita Abhiyan (MMUA) was announced in January 2024. What are the eligibility criteria for the scheme? ***[APSC 2023]***
(i) All women self-help groups of Assam are eligible for the scheme.
(ii) If the applicants have girl children, they must be enrolled in school.
(iii) The trees that applicants planted under the Amrit Briksha Andolan should be surviving.
(iv) General and OBC categories applicants should not have more than three children.

Codes
(a) (i), (ii) and (iii) only
(b) (i), (ii) and (iv) only
(c) (ii) and (iv) only
(d) (ii), (iii) and (iv) only

36. The Department of Act East Policy Affairs (AEPA) under the Government of Assam was set up in ***[APSC 2021]***
(a) 2012 (b) 2015 (c) 2017 (d) 2020

37. Which state was awarded the Most Improved State under PMAY (U) North-Eastern region in the Special Awards category for the year 2021 by the Government of India? ***[APSC 2021]***
(a) Assam (b) Arunachal Pradesh
(c) Sikkim (d) Tripura

Answers

1. (b)	2. (c)	3. (a)	4. (d)	5. (c)	6. (a)	7. (b)	8. (a)	9. (a)	10. (c)
11. (b)	12. (c)	13. (c)	14. (a)	15. (c)	16. (b)	17. (a)	18. (c)	19. (a)	20. (d)
21. (a)	22. (b)	23. (c)	24. (b)	25. (a)	26. (a)	27. (b)	28. (c)	29. (a)	30. (b)
31. (b)	32. (c)	33. (d)	34. (a)	35. (b)	36. (c)	37. (a)			